ಬಿ.ಜಿ.ಎಲ್. ಸ್ವಾಮಿ ಎಂದೇ ಹೆಚ್ಚು ಪರಿಚಿತರಾದ ಡಾ. ಬೆಂಗಳೂರು ಗುಂಡಪ್ಪ ಲಕ್ಷ್ಮೀನಾರಾಯಣ ಸ್ವಾಮಿಯವರು ಅಂತರರಾಷ್ಟ್ರೀಯ ಖ್ಯಾತಿಯ ಸಸ್ಯವಿಜ್ಞಾನಿ, ಕನ್ನಡದ ಹೆಸರಾಂತ ಲೇಖಕರಾದ ಡಿ.ವಿ.ಜಿ.ಯವರ ಸುಪುತ್ರರು. ೧೯೧೮ರ ಫೆಬ್ರವರಿ ೫ರಂದು ಜನಿಸಿದ ಸ್ವಾಮಿಯವರು ಸಸ್ಯಶಾಸ್ತ್ರದಲ್ಲಿ ಡಾಕ್ಟೋರೇಟ್ ಪದವಿಯನ್ನು ಪಡೆದಿದ್ದರು. ೧೯೫೩ರಿಂದ ಚೆನ್ನೈನ ಪ್ರೆಸಿಡೆನ್ಸಿ ಕಾಲೇಜಿನಲ್ಲಿ ಪ್ರಾಧ್ಯಾಪಕರಾಗಿ ಸೇವೆ ಸಲ್ಲಿಸಿದ ಅವರು ನಂತರ ಅದೇ ಕಾಲೇಜಿನ ಪ್ರಾಂಶುಪಾಲರೂ ಆಗಿದ್ದರು. ಅವರು ಕೆಲವಾರು ಸಸ್ಯಗುಂಪುಗಳನ್ನು ಅನ್ವೇಷಿಸಿದ್ದು, ಅವುಗಳಲ್ಲಿ ಅಸ್ಕಾರಿನಾ ಮಹೇಶ್ವರಿ, ಸರ್ಕಂಡ್ರಾ ಇರ್ವಿಂಗ್‌ಬೈಲಿಯೈ ಸೇರಿವೆ. ತಮ್ಮ ಗುರುಗಳ ಹೆಸರುಗಳನ್ನೇ ಅವರು ಈ ಸಸ್ಯ ಗುಂಪುಗಳಿಗೆ ಇರಿಸಿದ್ದಾರೆ. ತಿರುಚರಾಪಳ್ಳಿಯಲ್ಲಿನ ಭಾರತಿದಾಸನ್ ವಿಶ್ವವಿದ್ಯಾಲಯದಲ್ಲಿ ಡಾ. ಸ್ವಾಮಿಯವರ ಹೆಸರಿನ ಗೌರವಾರ್ಥ 'ದಿ ಸ್ವಾಮಿ ಬಟಾನಿಕಲ್ ಕ್ಲಬ್' ಸ್ಥಾಪಿತಗೊಂಡಿದೆ. ಸಸ್ಯ ಕ್ಷೇತ್ರದಲ್ಲಿ ಅವರು ಸಲ್ಲಿಸಿದ ಅನುಪಮ ಕೊಡುಗೆಗಾಗಿ ಅವರಿಗೆ ಭಾರತ ಸರ್ಕಾರವು **'ಬೀರಬಲ್ ಸಾಹ್ನಿ ಸ್ವರ್ಣಪದಕ'**ವನ್ನು ನೀಡಿ ಗೌರವಿಸಿದೆ.

ಡಾ. ಸ್ವಾಮಿಯವರ ಬರವಣಿಗೆಯ ಹರಹು ವೈವಿಧ್ಯಮಯವಾದುದು. ಅವರ ವಿಷಯ ನಿರೂಪಣೆಯಂತೂ ಅನೇಕ ಮಗ್ಗುಲುಗಳನ್ನು ಒಟ್ಟೊಟ್ಟಿಗೆ ಕಾಣಿಸಿ ತೀವ್ರ ಆಸಕ್ತಿ ಹುಟ್ಟಿಸುವಂತಹುದು. ಸೊಗಸಾದ ಹಾಸ್ಯದೊಂದಿಗೆ ಜನಸಾಮಾನ್ಯರಿಗೂ ಅರ್ಥವಾಗುವಂತೆ ಸಸ್ಯಗಳ ಕುರಿತು ತಿಳಿಸಿಕೊಡುವ ಅವರ ಪ್ರತಿಭೆ ಅನನ್ಯ. ಜೊತೆ ಜೊತೆಗೆ ಕನ್ನಡ, ತಮಿಳು ಕಾವ್ಯಗಳಿಂದ ಉಲ್ಲೇಖಗಳನ್ನು ನೀಡುವುದು ಇನ್ನೊಂದು ಸೊಬಗು.

ಡಾ. ಬಿ.ಜಿ.ಎಲ್. ಸ್ವಾಮಿಯವರ ಲೇಖನಿಯಿಂದ ಹರಿದುಬಂದಿರುವ ಕೃತಿಗಳಲ್ಲಿ ಕೆಲವೆಂದರೆ: **ಹಸುರು ಹೊನ್ನು, ಕಾಲೇಜು ರಂಗ, ಕಾಲೇಜು ತರಂಗ, ಪ್ರಾಧ್ಯಾಪಕನ ಪೀಠದಲ್ಲಿ, ತಮಿಳು ತಲೆಗಳ ನಡುವೆ, ನಮ್ಮ ಹೊಟ್ಟೆಯಲ್ಲಿ ದಕ್ಷಿಣ ಅಮೆರಿಕ, ಅಮೆರಿಕದಲ್ಲಿ ನಾನು, ಬೃಹದಾರಣ್ಯಕ, ಪಂಚಕಲಶ ಗೋಪುರ,** ಮೊದಲಾದವು. ಅವರು ತಮಿಳಿನಿಂದಲೂ ಕನ್ನಡಕ್ಕೆ ಕೃತಿಗಳನ್ನು ತಂದಿದ್ದಾರೆ: **ಬೆಳದಿಂಗಳಲ್ಲಿ ಅರಳಿದ ಮೊಲ್ಲೆ ಮತ್ತು ಇತರ ಪ್ರಬಂಧಗಳು, ಜ್ಞಾನರಥ, ನಡೆದಿಹೆ ಬಾಳೌ ಕಾವೇರಿ** ಮುಂತಾದವು. ಸ್ವಾಮಿಯವರು ಚರಿತ್ರೆ, ಸಂಗೀತ, ಚಿತ್ರಕಲೆ, ವಾಸ್ತುಶಿಲ್ಪ ವಿಷಯಗಳಲ್ಲೂ ಬಹು ಆಸಕ್ತಿಯನ್ನುಳ್ಳವರಾಗಿದ್ದರು.

೧೯೭೮ರಲ್ಲಿ ಅವರ 'ಹಸುರು ಹೊನ್ನು' ಕೃತಿಗೆ ಕೇಂದ್ರ ಸಾಹಿತ್ಯ ಅಕಾಡೆಮಿ ಪ್ರಶಸ್ತಿ ಸಂದಿತು. ಇದರೊಂದಿಗೆ ಈ ಪ್ರತಿಷ್ಠಿತ ಪ್ರಶಸ್ತಿ ಪಡೆದ ಮೊದಲ ತಂದೆ–ಮಗ ಜೋಡಿ ಎಂಬ ಹೆಮ್ಮೆ ಡಿ.ವಿ.ಜಿ. ಮತ್ತು ಸ್ವಾಮಿಯವರದಾಯಿತು.

ಡಾ. ಬಿ.ಜಿ.ಎಲ್. ಸ್ವಾಮಿಯವರು ೧೯೮೦ರ ನವೆಂಬರ್ ೨ರಂದು ಕಾಲವಶರಾದರು.

ಕಾಲೇಜು ರಂಗ

(ವ್ಯಂಗ್ಯದೃಷ್ಟಿಯ ಅನುಭವ ಕಥನ)

ಡಾ. ಬಿ.ಜಿ.ಎಲ್. ಸ್ವಾಮಿ

ವಸಂತ ಪ್ರಕಾಶನ
ನಂ. 360, 10ನೇ 'ಬಿ' ಮುಖ್ಯರಸ್ತೆ, 3ನೇ ಬ್ಲಾಕ್
ಜಯನಗರ, ಬೆಂಗಳೂರು – 560 011.

Collegu Ranga (Kannada) -A Satirical Personal writing by Dr. B.G.L. Swamy; published by Vasantha Prakashana, No. 360, 10th 'B' Main Road, 3rd Block Jayanagar, Bangalore - 560 011, India
Telephone: 080-22443996;
email: vasantha_prakashana@yahoo.com
website : vasanthaprakashana.com

First Edition : 1973
Second Edition : 1975
Third Edition : 2006
Fourth Edition : 2019
copyright© Smt. Geetha Narayana Iyer

ಮೊದಲನೆಯ ಮುದ್ರಣ: 1973
ಎರಡನೆಯ ಮುದ್ರಣ : 1975
ಮೂರನೆಯ ಮುದ್ರಣ : 2006
ನಾಲ್ಕನೆಯ ಮುದ್ರಣ : 2019
ಬಳಸಿದ ಕಾಗದ : 70 ಜಿಎಸ್.ಎಮ್ ಮ್ಯಾಪ್‌ಲಿಥೊ
ಪುಟಗಳು : 280   ಬೆಲೆ: ರೂ. 200

ಮುಖಪುಟ ವಿನ್ಯಾಸ : ಸೌಮ್ಯ ಕಲ್ಯಾಣಕರ್
ವ್ಯಂಗ್ಯ ಚಿತ್ರಗಳು : ಶ್ರೀ ಬಿ.ವಿ. ಮೂರ್ತಿ
ಅಕ್ಷರ ಜೋಡಣೆ ಮತ್ತು ಒಳಪುಟ ವಿನ್ಯಾಸ : ಮಾಧುರಿ
ಮುದ್ರಣ : ರೀಗಲ್ ಪ್ರಿಂಟರ್ಸ್

ಮುನ್ನುಡಿ

(ಎರಡನೆಯ ಮುದ್ರಣದ ಸಂದರ್ಭದಲ್ಲಿ)

ಶ್ರೀ ಬಿ.ಜಿ.ಎಲ್. ಸ್ವಾಮಿಯವರ 'ಕಾಲೇಜು-ರಂಗ' ಇಷ್ಟು ಬೇಗ ಪುನರ್ಮುದ್ರಣವನ್ನು ಪಡೆಯಬಹುದು ಎಂದು ನನಗನಿಸಿರಲಿಲ್ಲ. ಲೇಖಕರು ನಗೆಯನ್ನೇ ಮುಖ್ಯವಾದ ಅಸ್ತ್ರವನ್ನಾಗಿ ಉಪಯೋಗಿಸಿಕೊಂಡಿದ್ದರೂ, ಈ ಪುಸ್ತಕವನ್ನೋದಿದ ಎಂಥ ಹೆಡ್ಡನೂ ಹೊಟ್ಟೆತುಂಬ ನಗಬಹುದಾದರೂ ಇದು ನಮ್ಮ ಪರಿಸ್ಥಿತಿಯ ಬಗ್ಗೆ ಬಹಳ ಅಸಂತೋಷವನ್ನು ಹುಟ್ಟಿಸುವ ಗ್ರಂಥ. ಸುಶಿಕ್ಷಿತರನ್ನು ಕುರಿತು ಬರೆದಿರುವ ಈ ಪುಸ್ತಕ ಸುಶಿಕ್ಷಿತರನ್ನೇ ನಗೆಗೀಡುಮಾಡುವದರಿಂದ ಕೆಲವರಾದರೂ ಕೆರಳಬಹುದು, ಪ್ರತಿಭಟಿಸಬಹುದು ಎಂದು ತಿಳಿದಿದ್ದೆ. ಆದರೆ 'ಕಾಲೇಜು-ರಂಗ' ಕೂಡಲೇ ಜನಪ್ರಿಯವಾಯಿತಲ್ಲದೆ ಈಗ ಮತ್ತೊಮ್ಮೆ ಪ್ರಕಟವಾಗುತ್ತಿದೆ. ಈ ಸಂಗತಿಗೆ ಕಾರಣ ಸತ್ಯದ ನಿರ್ಬಲತೆಯೋ, ಸಾಹಿತ್ಯದ ಮಾಯೆಯೋ ಎಂಬ ಅಂಶ ಇನ್ನೂ ನಿರ್ಣಯವಾಗಬೇಕಾಗಿದೆ.

ಕನ್ನಡ ಲೇಖಕರಲ್ಲಿ ಸ್ವಾಮಿಯವರದು ಒಂದು ದೃಷ್ಟಿಯಿಂದ ಅನನ್ಯವಾದ ವ್ಯಕ್ತಿತ್ವ. ವೃತ್ತಿಯಿಂದ ಅವರು ವಿಜ್ಞಾನಿಯೇ ಹೊರತು ಸಾಹಿತ್ಯಕಾರರಲ್ಲ. ಅವರ 'ಪಾತಿವ್ರತ್ಯ'(?)ದ ನಿಷ್ಠೆಯೆಲ್ಲ ಸಸ್ಯಶಾಸ್ತ್ರಕ್ಕೆ ಮೀಸಲಾಗಿದ್ದರೂ ಸಾಹಿತ್ಯದಲ್ಲಿ ಅವರಿಗೆ ತೌರುಮನೆಯ ಎಳೆತ, ಸ್ವಾತಂತ್ರ್ಯ. ಅಲ್ಲದೆ ಸ್ವಾಮಿಯವರಿಗೆ ಏನೇನು ಗೊತ್ತಿಲ್ಲ? ಅವರು ಪ್ರಥಮಪಂಕ್ತಿಯ ಸಸ್ಯಶಾಸ್ತ್ರಜ್ಞರೆಂದು ಅದೇ ವೃತ್ತಿಯ ಇತರರು ಹೇಳಿದ್ದನ್ನು ನಾನು ಕೇಳಿದ್ದೇನೆ. ಕನ್ನಡ, ತಮಿಳು, ಸಂಸ್ಕೃತ ಈ ಭಾಷೆಗಳಲ್ಲಿ, ಅವುಗಳ ಸಾಹಿತ್ಯಗಳಲ್ಲಿ ಅವರು ಪಂಡಿತರಾಗಿದ್ದಾರೆ. ಸಂಗೀತದ ಶಾಸ್ತ್ರೀಯ ಹಿನ್ನೆಲೆ ಅವರಿಗೆ ಪರಿಚಿತವಾದದ್ದು. ಸಸ್ಯಶಾಸ್ತ್ರದ ಪ್ರಭಾವದಿಂದಲೋ ಏನೋ ಪ್ರಾಚೀನ ಸಂಸ್ಕೃತಿಯ ಬೇರುಗಳನ್ನು ಹುಡುಕಿಕೊಂಡು ಹೋಗಿದ್ದಾರೆ. ದೇವಸ್ಥಾನದ ಶಿಲ್ಪ, ಸ್ಥಳವೃಕ್ಷದ ಆಯುರ್ಮಾನ, ಯೂಪ ಸ್ತಂಭದ ದಾರುವಿಶೇಷತೆ, ಸೋಮಲತೆಯ

ಮಾತೃಭೂಮಿ–ಹೀಗೆ ಏನೇನೋ ತಡಕಾಡಿದ ಅವರು ಇತಿಹಾಸವನ್ನು ಪುನರ್ನಿರ್ಮಿಸಿದರೆ ಆಶ್ಚರ್ಯವಿಲ್ಲ. ಆದರೆ ಇವೆಲ್ಲವುಗಳ ಮೂಲಕ ಯಾವಾಗಲೂ ಮಿಡಿಯುತ್ತಿರುವ ಅಂಶವೆಂದರೆ ಸಂಸ್ಕೃತಿಯ ಬಗ್ಗೆ ಅವರಿಗಿರುವ ಕಾಳಜಿ.

ಇಲ್ಲಿ ಪ್ರಕೃತವಾಗಿರುವ ವಿಷಯವೆಂದರೆ ಅವರ ಸಾಹಿತ್ಯ. ಆದರೆ ಅವರು ನಿರ್ಮಿಸಿದ ಸಾಹಿತ್ಯದ ತಳಿ ಯಾವದು, ಅದಕ್ಕೆ ವಿಮರ್ಶೆಯ ಪರಿಭಾಷೆಯಲ್ಲಿ ಯಾವ botanical name ಕೊಡಬಹುದು ಎಂಬ ಪ್ರಶ್ನೆ ಅಷ್ಟು ಸುಲಭವಾಗಿಲ್ಲ. ಕನ್ನಡದಲ್ಲಿ ಇವರು ಹೆಚ್ಚಾಗಿ ಬರೆದಿಲ್ಲ, ಬರೆಯಬೇಕಾದದ್ದು ಬಹಳ ಇದೆ. 'ಅಮೇರಿಕೆಯಲ್ಲಿ ನಾನು' ಎಂಬ ಒಂದು ಸಣ್ಣ ಪುಸ್ತಕ ಬಂದ ಮೇಲೆ ಎರಡನೆಯದೆಂದರೆ ಈ 'ಕಾಲೇಜು–ರಂಗ'. ಇನ್ನು ಮೇಲೆ ಪ್ರಕಟವಾಗಲಿರುವ 'ದೌರ್ಗಂಧಿಕಾಪಹರಣ' ಮತ್ತು 'ನೀನಾರ್ಗೆ?' ಎಂಬ ಪುಸ್ತಕಗಳು ಸಸ್ಯಶಾಸ್ತ್ರವನ್ನೇ ಆಧಾರವಾಗಿಟ್ಟುಕೊಂಡವುಗಳು. ಈ ಎಲ್ಲ ಪುಸ್ತಕಗಳಿಗೆ ಸಾಮಾನ್ಯವಾಗಿರುವ ತೇಜಸ್ಸೆಂದರೆ ಅವುಗಳಲ್ಲಿಯ ಹಾಸ್ಯ. ಹಾಗೆಂದು ಇವರು ಬರೆದದ್ದೆಲ್ಲ ಹಾಸ್ಯಸಾಹಿತ್ಯವೆಂದು ವರ್ಗೀಕರಿಸಿದರೆ ಅದೇ ಒಂದು 'ಹಾಸ್ಯ'ವಾಗಬಹುದು. ಬೇಂದ್ರೆಯವರು ತಮ್ಮ ಒಂದು ಕವಿತೆಯಲ್ಲಿ ಹೇಳುವಂತೆ, 'ತೊಗಲ ನಾಲಗೆ ನಿಜವ ನುಡಿಯಲೆಳಸಿದರೆ ತಾನಂಗೈಲಿ ಪ್ರಾಣಗಳ ಹಿಡಿಯಬೇಕು। ಇಲ್ಲದಿರೆ ನೀರಿನೊಲು ತಣ್ಣಗಿದ್ದವನದನ್ನು ಉರಿಯ ನಾಲಗೆಯಿಂದ ನುಡಿಯಬೇಕು.' ಮನುಷ್ಯನ ಪ್ರಕೃತಿಗೆ ತಡೆಯುವಷ್ಟು ಸತ್ಯವನ್ನು ಹೇಳಬೇಕಾಗಿದ್ದರೆ ಹಾಸ್ಯವನ್ನು ಆಶ್ರಯಿಸಬೇಕು. ಸ್ವಾಮಿಯವರ ಪ್ರಯತ್ನ ವಿಜ್ಞಾನಿಯ ಸತ್ಯನಿಷ್ಠೆಯನ್ನು ಸಾಹಿತ್ಯದ ವ್ಯಂಗ್ಯರೀತಿಗೆ ಅಳವಡಿಸುವುದಾಗಿದೆ. ಅಲ್ಲದೆ ಸ್ವಾಮಿಯವರ ಅಗಾಧ ಪಾಂಡಿತ್ಯದಿಂದ ಅವರ ಹಾಸ್ಯಪ್ರಜ್ಞೆಗೆ ಎಲ್ಲಿಲ್ಲದ ಶ್ರೀಮಂತಿಕೆಯು ಬಂದಿದೆ. ಇವರ 'ದೌರ್ಗಂಧಿಕಾಪಹರಣ'ದ ಹಸ್ತಪ್ರತಿಯನ್ನೋದಿದಾಗ ಅದರಲ್ಲಿ ಉದ್ಧರಿಸಿದ ವಾಲ್ಮೀಕಿರಾಮಾಯಣದ ಪದ್ಯಗಳನ್ನು ನೋಡಿ ಇವರ ಪಾಂಡಿತ್ಯದ ಮತ್ತೇಭವಿಕ್ರೀಡತದ ಸ್ವೇಚ್ಛೆ ನನ್ನನ್ನು ದಿಗ್ಭ್ರಮೆಗೊಳಿಸಿತು.

'ಕಾಲೇಜು–ರಂಗ' ಇಂದಿನ ಶಿಕ್ಷಣದ ಪರಿಸ್ಥಿತಿಯನ್ನು ವಿಡಂಬಿಸುವ ಗ್ರಂಥ. ಬ್ರಿಟಿಶ್ ಸಾಮ್ರಾಜ್ಯದ ಪ್ರಭಾವದ ಫಲವಾಗಿ ನಮಗೆ ದೊರಕಿದ ಶಿಕ್ಷಣಕ್ರಮವನ್ನು ನಾವು ದುಡಿಸಿಕೊಳ್ಳುವ ರೀತಿ, ಹೊಸದಾಗಿ ಪಡೆದುಕೊಂಡಿದ್ದ ಜೀವನ ಮೌಲ್ಯಗಳನ್ನು ಬೇಗ ಬೇಗ ಕಳೆದುಕೊಳ್ಳುತ್ತಿರುವ ಸಂಗತಿ ಇವೆಲ್ಲ ನಮ್ಮ ಸಂಸ್ಕೃತಿಯ ಕರುಣಚಿತ್ರಗಳಾಗಿವೆ. ಮದರಾಸಿನ ಪ್ರೆಸಿಡೆನ್ಸಿ ಕಾಲೇಜು ನಮ್ಮ ನಾಡಿನಲ್ಲಿ ಮೊಟ್ಟಮೊದಲಿಗೆ ಸ್ಥಾಪಿತವಾದ ಮೂರು ನಾಲ್ಕು ಕಾಲೇಜುಗಳಲ್ಲಿ ಒಂದು. ೧೯ನೆಯ ಶತಮಾನದ ಕೊನೆಯ ಭಾಗದಲ್ಲಿ ನಮ್ಮ ದೇಶಕ್ಕೆ ಅದ್ವಿತೀಯ ನಾಯಕತ್ವವನ್ನು ತಂದುಕೊಟ್ಟವರಲ್ಲಿ ಕೆಲವರು ಆ ಕಾಲೇಜಿನ ವಿದ್ಯಾರ್ಥಿಗಳಾಗಿದ್ದರು. ಅದೇ ಕಾಲೇಜಿಗೆ ಸ್ವಾಮಿಯವರು ಮೂರುವರೆ ವರ್ಷಗಳವರೆಗೆ ಪ್ರಿನ್ಸಿಪಾಲರಾಗಿದ್ದರು. ಆಗಿನ ತಮ್ಮ ಅನುಭವವನ್ನು ಇಲ್ಲಿ ಯಥಾವತ್ತಾಗಿ ವರದಿಮಾಡಿದ್ದಾರೆ.

ಆದರೆ ಮುಚ್ಚುಮರೆಯಿಲ್ಲದ ವರದಿಯೊಂದು ಸಾಹಿತ್ಯಕೃತಿಯಾದದ್ದು ಹೇಗೆ? ಅದಕ್ಕೆ ಕಾರಣವನ್ನು ಹೀಗೆ ಕೊಡಬಹುದು. ಪ್ರಿನ್ಸಿಪಾಲರಾಗಿ ಅಲ್ಲಿಯ ಗೋಳನ್ನು ಅನುಭವಿಸಿದ ಸ್ವಾಮಿ ಬೇರೆ; ಈ ಕೃತಿಯಲ್ಲಿ ನಾಯಕ ಪಾತ್ರವಾಗಿ ಧ್ವನಿಪೂಣವಾದ ನಿರ್ಲಿಪ್ತತೆಯಿಂದ ಸತ್ಯವನ್ನು ಕಾಣಿಸುವ ಸ್ವಾಮಿ ಬೇರೆ. ಒಂದು ದೃಷ್ಟಿಯಿಂದ ಇದು ಕೇವಲ ಅಸಲು ಪಾತ್ರಗಳಿಂದ (stock characters) ಕೂಡಿದ ನಗೆ–ನಾಟಕವಾಗಿ ಕಂಡರೆ, ಇನ್ನೊಂದು ದೃಷ್ಟಿಯಿಂದ ಹಿಂಸೆ, ಅಸೂಯೆ, ನೀಚತನಗಳಿಂದ ತುಂಬಿಕೊಂಡ ದುರಂತ ನಾಟಕವಾಗಿಯೂ ಕಾಣುತ್ತದೆ. ಮೂರ್ಖನಾಗಿದ್ದೂ ಅಧಿಕಾರ–ಸೂತ್ರಗಳನ್ನು ಆಡಿಸುವ ಡೈರೆಕ್ಟರ್, ಕಾಲೇಜಿನ ತಂತ್ರವನ್ನು ತಲೆಕೆಳಗು ಮಾಡಬಲ್ಲ ಮತ್ತು ಯಾವದನ್ನೂ ಸ್ವಾರ್ಥದ ಮೂಗಿನಿಂದಲೇ ಮೂಸಿನೋಡುವ ಕರಟಕ–ದಮನಕರು, ಪಾಠವೊಂದನ್ನು ಬಿಟ್ಟು ಎಲ್ಲದರಲ್ಲಿಯೂ ತಜ್ಞರಾಗಿರುವ ವಾದ್ಯಾರುಗಳು, ಆಂದೋಲನಕ್ಕಾಗಿ ತುದಿಗಾಲಿನ ಕಾತರದಿಂದ ತವಕಿಸುವ ವಿದ್ಯಾರ್ಥಿವೃಂದ–ಅರಿಸ್ಟೋಫೆನಿಸ್, ಮೊಲಿಯರ್ ಮೊದಲಾದವರ ನಾಟಕಗಳ ಪಾತ್ರಗಳ ಜನ್ಮಾಂತರದ ಅವಶೇಷಗಳಂತೆ ಕಾಣುವ ವ್ಯಕ್ತಿಗಳಿವು. ಎಲ್ಲೆಲ್ಲಿ ಸಂಸ್ಕೃತಿಯ ಅಭಾವವಿದೆಯೋ ಅಲ್ಲಲ್ಲಿ ನಾಯಿಕೊಡೆಗಳಂತೆ ಇಂಥ ವ್ಯಕ್ತಿಗಳನ್ನು ಕಾಣಬಹುದು. 'ಕಾಲೇಜು–ರಂಗ'ದ ಜಗತ್ತು ಇಂಥ ಅಂಗವಿಕಲರಾದ, ಮನೋವಿಕಲರಾದ ವ್ಯಕ್ತಿಗಳ ದೊಡ್ಡ ಪ್ರಪಂಚವಾಗಿದೆ. ನಗಬೇಕೆನ್ನುವವರಿಗೆ ವಿಪುಲವಾದ ಹಾಸ್ಯಸಾಮಗ್ರಿ ಇಲ್ಲಿದೆ. ಆದರೆ ಈ ಹಾಸ್ಯಸಾಮಗ್ರಿಯ ಸ್ಫೋಟಕತೆಯನ್ನು ನೆನೆದಾಗ ಭಯವೂ ಆಗುತ್ತದೆ. ಇಂಥ ಪರಿಸ್ಥಿತಿಯಲ್ಲೆ ಪ್ರಿನ್ಸಿಪಾಲರು ಮಾಡಿದ್ದೇನು ಎಂಬುದರ ಕಡೆಗೆ ನಮ್ಮ ಲಕ್ಷ್ಯ ಹೋಗುವದೇ ಇಲ್ಲ. ಅವರು ಇಂಥ ಪರಿಸ್ಥಿತಿಯಿಂದ ಹೇಗೆ ಪಾರಾಗಬಲ್ಲರು ಎಂಬ ಆತಂಕ ಪುಸ್ತಕ ಮುಗಿಯುವವರೆಗೂ ನಮ್ಮನ್ನು ಬಿಡುವುದಿಲ್ಲ.

ಶಿಕ್ಷಣಪ್ರಪಂಚದಲ್ಲಿಯ ಈ ಅವ್ಯವಸ್ಥೆಗೆ ಒಂದು ಆಕಾರವನ್ನು ಕೊಟ್ಟು ಅದನ್ನು ಸಾಹಿತ್ಯದ ಅಭಿವ್ಯಕ್ತಿಗೆ ಯೋಗವಾಗುವಂತೆ ಮಾಡಿದ್ದು ಕೇವಲ ಲೇಖಕರ ಕಲ್ಪಕಶಕ್ತಿಯೊಂದೇ ಎಂದು ನನಗೆ ಅನಿಸುವುದಿಲ್ಲ. 'ಕನ್ನಡದ ಕೊಲೆ' ಎಂಬ ಒಂದು ಪ್ರಕರಣವನ್ನು ಓದಿದರೂ ಸಾಕು ಸ್ವಾಮಿಯವರ ಕಲ್ಪಕಶಕ್ತಿ ಎಂಥದೆಂಬುದರ ಅರಿವಾಗುತ್ತದೆ. ಆದರೆ ಅದಕ್ಕಿಂತ ಹೆಚ್ಚಾಗಿ ಸ್ವಾಮಿಯವರ ಸೂರ್ಯಪ್ರಕಾಶದಷ್ಟು ಸ್ಪಷ್ಟವಾಗಿರುವ ನೀತಿ ಪ್ರಜ್ಞೆ ಮತ್ತು ಸತ್ಯನಿಷ್ಠೆಗಳು ಈ ಅನುಭವಕ್ಕೆ ಗಟ್ಟಿಮುಟ್ಟಾದ ಹಿನ್ನೆಲೆಯನ್ನು ಒದಗಿಸಿವೆ. ಭಾಷೆಗಳ ಸಮಸ್ಯೆಯೇ ಆಗಲಿ, ವಿದ್ಯಾರ್ಥಿಗಳೊಡನೆ ನಡೆದುಕೊಳ್ಳುವ ಸಮಸ್ಯೆಯೆ ಆಗಲಿ ಅಥವಾ ಬೇರೆ ಯಾವ ವಿಷಮಪರಿಸ್ಥಿತಿಯೇ ಆಗಲಿ ಸ್ವಾಮಿಯವರ ನೈತಿಕತೆ ಕದಲುವದಿಲ್ಲ. ಅವರ ವ್ಯಕ್ತಿತ್ವದ ಸಂಪೂರ್ಣತೆ ಬೇರೆ ಯಾವ ತುಣುಕುಮಿಣುಕುಗಳನ್ನೂ ಅರ್ಥಹೀನವಾಗುವಂತೆ ಮಾಡಬಲ್ಲದು. ಆದ್ದರಿಂದ ಮಾತ್ರ ಇಂಥ ಲೇಖಕರ ಮಾತು ಕಣ್ಣು ತೆರೆಸುವ ಅಂಜನವಾಗಬಲ್ಲದು. ಈ ದೃಷ್ಟಿಯಿಂದ ನೋಡಿದಾಗ 'ಕಾಲೇಜು–ರಂಗ' ಈ ಕಾಲದ ಬಹಳ ದೊಡ್ಡ ಕೃತಿಯಾಗಿದೆ ಎಂದು ನನಗೆ ತೋರುತ್ತದೆ. ವೀರಯುಗದ ಸಾಹಿತ್ಯದಲ್ಲಿಯಂತೆ

ಇಲ್ಲಿ ಒಳಿತು ಕೆಡಕುಗಳ ಸಂಘರ್ಷ ಮುಖ್ಯವಾಗಿಲ್ಲ. ಆದರೆ ಈ ಹಗ್ಗದಾಟದಲ್ಲಿ ಒಳ್ಳೆಯದರ ಕೈಗಳು ಕ್ಷಣಕ್ಷಣಕ್ಕೆ ನಿರ್ಬಲವಾಗುತ್ತಿರುವ ಕರುಣಚಿತ್ರ ಇಲ್ಲಿದೆ. ಕೃತಿಯ ಮೂಲ ಸತ್ವ ಕರುಣವಾಗಿರುವುದರಿಂದ ಅಭಿವ್ಯಕ್ತಿಯಲ್ಲಿಯ ಹಾಸ್ಯ ಹೆಚ್ಚು ತೇಜಸ್ವಿಯಾಗಿದೆ, ಪ್ರಭಾವಶಾಲಿಯಾಗಿದೆ. ಇಂಥ ದೊಡ್ಡ ಕೃತಿಯನ್ನು ಕೊಟ್ಟಿರುವ ಶ್ರೀ ಬಿ.ಜಿ.ಎಲ್. ಸ್ವಾಮಿ ನಿಜವಾಗಿಯೂ ಅಭಿನಂದನಾರ್ಹರು.

ವಲ್ಲಭವಿದ್ಯಾನಗರ **ಕೀರ್ತಿನಾಥ ಕುರ್ತಕೋಟಿ**

೩-೨-೧೯೭೫

ಮೊದಲ ಮಾತು

(ಮೊದಲ ಮುದ್ರಣದ ಸಂದರ್ಭದಲ್ಲಿ)

ಈ ಪುಸ್ತಕದ ಕರಡು ಪ್ರತಿಯ ಬೆಳವಣಿಗೆಯಲ್ಲಿ ಆಸಕ್ತಿಯಿಟ್ಟು, ಅದು ಮುಗಿಯುವವರೆಗೂ ಪ್ರೀತಿಯ ಅಂಕುಶವಿಟ್ಟು, ಪ್ರಕಟಣೆಯ ಹೊಣೆಯನ್ನು ಹೆಗಲಮೇಲಿಟ್ಟುಕೊಂಡಿರುವವರು ಶ್ರೀಮಾನ್ ಜಿ.ಬಿ. ಜೋಷಿಯವರು. ಅವರಿಗೆ ನನ್ನ ಕೃತಜ್ಞತೆಯನ್ನು ಸಲ್ಲಿಸುತ್ತೇನೆ.

ಹಸ್ತಪ್ರತಿಯನ್ನು ಅಚ್ಚಿಗೆ ಹವಣು ಮಾಡಿಕೊಟ್ಟದ್ದು ನನ್ನ ತಂಗಿ ಸೌಭಾಗ್ಯವತಿ ಇಂದಿರ ಸತ್ಯನಾರಾಯಣ್. ಈಕೆಯ ಸಹಾಯವಿಲ್ಲದಿದ್ದರೆ ಇನ್ನೆಷ್ಟು ದಿನ ಕರಡು ಪ್ರತಿ ಹಾಗೆಯೇ ಉಳಿದಿರುತ್ತಿತ್ತೊ! ಈಕೆಗೆ ನನ್ನ ಪ್ರೀತಿಯ ಕೃತಜ್ಞತೆಗಳು.

ಮದರಾಸು — **ಸ್ವಾಮಿ**

೧೪-೮-೧೯೭೩

ಪ್ರಕಾಶಕರ ಮಾತು

(ಪ್ರಸ್ತುತ ನಾಲ್ಕನೆಯ ಮುದ್ರಣಕ್ಕೆ)

ಹೆಸರಾಂತ ಲೇಖಕರೂ ಸಂಶೋಧಕರೂ ಆಗಿದ್ದ ಶ್ರೀಮಾನ್ ಬಿ.ಜಿ.ಎಲ್. ಸ್ವಾಮಿಯವರ 'ಕಾಲೇಜು ರಂಗ' ಕೃತಿಯನ್ನು ಮತ್ತೊಮ್ಮೆ ಹೊರತರುತ್ತಿರುವ ಸಂತೋಷ ನಮ್ಮದು.

ಶ್ರೀಯುತರ ಎಲ್ಲ ಕೃತಿಗಳನ್ನು ಪ್ರಕಟಪಡಿಸಿ ಇಂದಿನ ಓದುಗರಿಗೆ ನೀಡುವ ನಿಟ್ಟಿನಲ್ಲಿ ನಾವು ಕಾರ್ಯಶೀಲರಾಗಿದ್ದು ಈಗಾಗಲೇ ಅವರ ಹಲವಾರು ಕೃತಿಗಳನ್ನು ಪ್ರಕಟಮಾಡಿದ್ದೇವೆಂಬುದು ನಮ್ಮ ಸಂತಸದ ವಿಷಯವಾಗಿದೆ.

— **ಪ್ರಕಾಶಕರು**
ವಸಂತ ಪ್ರಕಾಶನ

ಪರಿವಿಡಿ

ಹಿನ್ನೆಲೆ

ಕಾಲೇಜು–ವ್ಯಾಸಂಗ ಮುಗಿದ ಮೇಲೆ "ಮುಂದೇನು ಮಾಡಬೇಕೆಂದಿದ್ದೀಯ?" ಎಂದು ನನ್ನ ತಂದೆಯವರು ಕೇಳಿದರು. "ಕಾಲೇಜಿನಲ್ಲಿ ಪಾಠ ಹೇಳುವ ಕೆಲಸ ಸಿಕ್ಕಿದೆ..." ಎಂದು ರಾಗ ಎಳೆಯುವಷ್ಟರಲ್ಲಿಯೇ ತಂದೆಯವರ ಮುಖ ಅಸಹನೆಯನ್ನೂ ಅಸಮ್ಮತಿಯನ್ನೂ ಹೊರಗೆಡಹಿತು. "ನಿನ್ನ ಮುಂಡಾಮೋಚ್ತು! ಪಾಠ ಹೇಳುವ ಯೋಗ್ಯತೆ ಬಂದುಬಿಟ್ಟಿತೋ ನಿನಗೆ! ಒಂದೆರಡಕ್ಷರ ಕಲಿತು ಪರೀಕ್ಷೆಯಲ್ಲಿ ಪ್ಯಾಸು ಮಾಡಿದಾಕ್ಷಣ ನೀನು ಪಂಡಿತನಾಗಿಬಿಟ್ಟೆಯೋ? ಇನ್ನೊಬ್ಬರಿಗೆ ಹೇಳಿಕೊಡುವುದಕ್ಕೆ ನಿನ್ನಲ್ಲಿ ಸಾಕಾದಷ್ಟು ಸರಕಿರಬೇಡವೋ? ಪಾಠ ಹೇಳುವುದಕ್ಕೆ ಅಗತ್ಯವಾದ ಜ್ಞಾನಾರ್ಜನೆಯನ್ನು ಮೊದಲು ಮಾಡಿಕೊ. ಮಿಕ್ಕ ವಿಷಯಗಳು ಆಮೇಲೆ" ಎಂದು ಗುಡುಗಿದರು.

"ಕಾಲೇಜಿನಲ್ಲಿ ಕೆಲಸ ದೊರಕಿದರೆ ಸಂಶೋಧನೆಗೆ ಅವಕಾಶ ಸಿಗುತ್ತದೆ..." ಎನ್ನುವಷ್ಟರಲ್ಲಿಯೆ, "ಸಂಶೋಧನೆಯಲ್ಲಿ ತೊಡಗುವುದಕ್ಕೆ ಕಾಲೇಜಿನಲ್ಲಿ ಕೆಲಸವೇಕೆ ಹುಡುಕಬೇಕು? ಪಾಠವೃತ್ತಿಯಿಲ್ಲದೆ ಸಂಶೋಧನೆ ಮಾಡುವುದಕ್ಕಾಗುವುದಿಲ್ಲವೋ?" ಎಂದರು.

"ಅನುಕೂಲಗಳಿದ್ದರೆ ಆಗಬಹುದು. ಆದರೆ ಅದಕ್ಕೆ ಬೇಕಾಗುವ ಮೈಕ್ರಾಸ್ಕೋಪು ಮೊದಲಾದ ಪರಿಕರಣಗಳು ಬೇರೊಂದೆಡೆ ದೊರಕುವುದಾದರೆ ಅಲ್ಲೇ ಏನಾದರೂ ಮಾಡಬಹುದು."

"ಹಾಗಾದರೆ ನಿನಗೆ ಬೇಕಾದ ಸಾಮಾನುಗಳ ಪಟ್ಟಿಕೊಡು. ಮೈ ಬಗ್ಗಿಸಿ ಮನೆಯಲ್ಲಿ ಕೂತು ನಿನ್ನ ವ್ಯಾಸಂಗ–ಸಂಶೋಧನೆಗಳನ್ನು ಸ್ವಲ್ಪ ಕಾಲ ನಡೆಸು. ಸದ್ಯಕ್ಕೆ ನಿನ್ನ ಸಂಪಾದನೆಯಿಂದ ನಾವೇನೂ ಬದುಕಬೇಕಾಗಿಲ್ಲ. ನಿನ್ನ ತಲೆಯ

ಮೇಲೊಂದು ಭಾವಣಿಗೇನೂ ಈಗ ಕೊರತೆಯಿಲ್ಲ; ಹೊಟ್ಟೆ–ಬಟ್ಟೆಗಳನ್ನು ಕುರಿತು ನೀನೇನೂ ಯೋಚಿಸಬೇಕಾಗಿಲ್ಲ. ನಿನ್ನ ಓದೋ, ಬರಹವೋ ನೆಮ್ಮದಿಯಾಗಿ ಮಾಡಿಕೊಂಡಿರು" ಎಂದು ಖಂಡಿತರೂಪವಾದ ಆಶೀರ್ವಾದ ಮಾಡಿದರು.

ಅವರ ನೆರವಿನಿಂದ ಮೈಕ್ರಾಸ್ಕೋಪು, ಮೈಕ್ರಟೋಮು, ಇವುಗಳ ಸದುಪಾಯಗಳಿಗೆ ಬೇಕಾದ ಇತರ ಸಾಮಾನುಗಳನ್ನು ಕೊಂಡುಕೊಂಡೆ–ಎಲ್ಲವೂ Second-hand. ಆದಮಟ್ಟಿಗೂ ಗಾಜಿನ ಸಾಮಾನುಗಳನ್ನು–ಬಾಟಿಲುಗಳು, ಪಾತ್ರೆಗಳು–ಗುಜರಿಯಿಂದ ಕೊಂಡುಕೊಂಡೆ; ಇನ್ನು ಕೆಲವು ಪರಿಕರಗಳನ್ನು ನಾನೇ ನಮೂದಿಸಿಕೊಂಡೆ.

ಹೀಗೆ ಆರಂಭವಾಯಿತು, ಸಾಗಿತು, ನನ್ನ ಸಂಶೋಧನೆ ೧೮, ನಾಗಸಂದ್ರ ರಸ್ತೆಯಿಂದ. ನನ್ನ ಸಂಶೋಧನೆಯ ಬರಹಗಳು ಪ್ರಕಟವಾಗತೊಡಗಿದವು. ಒಂದು ಮೂರು ವರ್ಷಗಳ ಅವಧಿಯಲ್ಲಿ ಡಾಕ್ಟರೇಟ್ ಪದವಿಯೂ ದೊರಕಿತು. ಅಮೇರಿಕದ ಹಾರ್ವರ್ಡ್ ವಿಶ್ವವಿದ್ಯಾಲಯದಲ್ಲಿ ಹೆಚ್ಚಿನ ಸಂಶೋಧನಾ ಅಭ್ಯಾಸಕ್ಕಾಗಿ ಹೋಗಿಬರುವ ಯೋಗವೂ ಬಂದಿತು. ಸ್ವದೇಶಕ್ಕೆ ಹಿಂತಿರುಗಿ ಬಂದದ್ದೂ ಆಯಿತು. ಕೆಲಸ ಹುಡುಕುವ ಹವ್ಯಾಸದಲ್ಲಿ ಈಡುಪಟ್ಟೆ.

"ಏನು ಮಾಡಬೇಕೆಂದಿದ್ದೀಯ?" ತಂದೆಯವರ ಪ್ರಶ್ನೆ.

"ನನ್ನ ಆಳವನ್ನು ತಿಳಿದುಕೊಂಡಿದ್ದೇನೆಂದು ಕಾಣುತ್ತದೆ. ನನಗೆ ಪಾಠ ಹೇಳುವ ಕಸುಬು ಹಿಡಿಸಿದೆ; ಸಂಶೋಧನೆಯಲ್ಲಿ ಮುಂದುವರಿಯುವ ಆಸೆಯೂ ಇದೆ... ಆದರೆ ಸರ್ಕಾರದ ಆದರದಲ್ಲಿ, ಮೇಲ್ವಿಚಾರಣೆಯಲ್ಲಿ ಸ್ಥಾಪಿತವಾಗಿರುವ ವಿಜ್ಞಾನಶಾಖೆಗಳು ಮಾತ್ರ ಬೇಡ."

"ಎಂದರೆ?"

"ವ್ಯವಸಾಯ, ಅರಣ್ಯ ಮೊದಲಾದವುಗಳು."

"ಸರಿ, ಯಾವುದಾದರೂ ಕಾಲೇಜೋ ಯುನಿವರ್ಸಿಟಿಯೋ ನೋಡು."

ಆಗ ಯಾವ ಯೂನಿವರ್ಸಿಟಿಯಲ್ಲೂ ಜಾಗ ಖಾಲಿಯಿರಲಿಲ್ಲ. ಸರ್ಕಾರಿ ಕಾಲೇಜೊಂದರಲ್ಲಿ ಕೆಲಸ ದೊರಕಿತು.

"ಸರ್ಕಾರದ್ದಾದರೂ ಕಾಲೇಜು ತಾನೆ? ಪಾಠ ಹೇಳಬಹುದು, ಸಂಶೋಧನೆ ಮುಂದುವರೆಸಬಹುದು" ಎಂದು ಅನಿವಾರ್ಯದ ಸಮಾಧಾನ ಹೇಳಿಕೊಂಡು ಕೆಲಸವನ್ನೊಪ್ಪಿಕೊಂಡೆ.

ನನ್ನ ತಾತಂದಿರ ತರುವಾಯ ನಮ್ಮ ಮನೆಯಲ್ಲಿ ಸರ್ಕಾರಿ ಕೆಲಸದಲ್ಲಿ ತಾಪೇದಾರಿ ಮಾಡಿದವರಾರೂ ಇಲ್ಲ. ತಾತಂದಿರದು ಪಾಠ ಹೇಳುವ ವೃತ್ತಿಯೇ ಆದರೂ ಅದು ಪ್ರೈಮರಿ–ಮಿಡಲ್ ಸ್ಕೂಲಿನ ಪರಿಮಿತಿಯಲ್ಲಿದ್ದದ್ದು.

ಉಪಾಧ್ಯಾಯರಾಗಿ ಸೇರಿ ಅದೇ ವೃತ್ತಿಯಲ್ಲಿ ಅದೇ ಸಂಭಾವನೆಯಲ್ಲಿ ನಿವೃತ್ತಿಯಾಗಿದ್ದವರು. ಸರ್ಕಾರವನ್ನು ನೇರವಾಗಿ ಕಾಣುವ ಅವಕಾಶ ಅವರಿಗೆ ದೊರಕಿರಲಿಲ್ಲ. ನನಗಾದರೋ ಕೆಲಸಕ್ಕೆ ಸೇರಿದ ಒಂದು ವರ್ಷದೊಳಗಾಗಿಯೇ ಸರ್ಕಾರದ ಪ್ರತ್ಯಕ್ಷ ದರ್ಶನವೂ ಲಭಿಸಿತು. ಅದರ ಅನುಭವವೂ ಆಯಿತು. ಈಗ ಇನ್ನೊಂದು ಸಮಾಧಾನ ಹೇಳಿಕೊಂಡೆ: "ಆದರ್ಶ–ಧ್ಯೇಯಗಳನ್ನೆಲ್ಲ ಮೂಟೆ ಕಟ್ಟಿ ಬಿಸಾಡಿಬಿಡು. ನೀನು, ಸರ್ಕಾರ, ಧ್ಯೇಯ, ಇವು ಮೂರೂ ಒಂದು ತ್ರಿಕೋನದ ಬಿಂದುಗಳಾದರೂ ಕಾರ್ಯತಃ ಅವುಗಳನ್ನು ಸೇರಿಸುವ ರೇಖೆಗಳನ್ನೆಳೆಯಲಾಗದು. ಆದ್ದರಿಂದ ಸರ್ಕಾರದಿಂದ ಯಾವ ಬೆಂಬಲವನ್ನೂ ನಿರೀಕ್ಷಿಸದೆ ಸ್ವಾಧ್ಯಾಯ ಪ್ರವಚನಗಳನ್ನು ಮಾಡಿಕೊಂಡಿರು."

ಇದ್ದೆ. ಹೀಗೆಯೇ ಒಂದು ಹತ್ತು ವರ್ಷ ಇದ್ದೆ. ಸರ್ಕಾರಿ ನೌಕರಿಯ ಶನಿದೆಶೆ ನನಗೆ ತಟ್ಟಿತು. ನನ್ನ ಕಾಲೇಜಿನ ಪ್ರಿನ್ಸಿಪಾಲರು ತಮ್ಮ ಕೆಲಸಕ್ಕೆ ರಾಜೀನಾಮೆ ಕೊಟ್ಟು ಬೇರೊಂದು ಉದ್ಯೋಗವನ್ನು ಹಿಡಿದುಕೊಂಡರು. ಪ್ರಿನ್ಸಿಪಾಲರ ಸಿಂಹಾಸನ ಖಾಲಿ ಬಿದ್ದಿತು. ಸರ್ಕಾರದ ಶ್ರೀಮಖ ನನ್ನನ್ನು ಹಂಗಾಮಿಯಾಗಿ ಅಲ್ಲಿ ಕುಳ್ಳಿರಿಸಿತು. ಮೆತ್ತೆಯನ್ನು ಸವರಿ ನೋಡಿದೆ. ಹಲಸಿನಕಾಯೇ. ಮುಳ್ಳುಮಯ. ಪ್ರಾಧ್ಯಾಪಕನಾಗಿದ್ದಾಗ ಸರ್ಕಾರದ ಬೆಟ್ಟದ ದೂರದರ್ಶನವಾಗಿತ್ತು; ಈಗ ಹತ್ತಿರದ ದರ್ಶನವಾಯಿತು. ನನಗೂ ಪ್ರತಿಷ್ಠೆಯ ಸುಪ್ಪತ್ತಿಗೆಗೂ ಅಂತರ ಬಹಳವೆಂಬ ಅರಿವು ಒಡನೆಯೆ ಹೊಳೆಯಿತು.

"ನನಗೂ ಈ ನಿರ್ವಾಹದ ಉದ್ಯೋಗಕ್ಕೂ ನಂಟು ಇಲ್ಲ. ದಯವಿಟ್ಟು ಪ್ರಾಧ್ಯಾಪಕನ ವೃತ್ತಿಯಲ್ಲೇ ನನ್ನನ್ನು ಇರಿಸಿ" ಎಂದು ಸರ್ಕಾರಕ್ಕೆ ಅಹವಾಲು ಬರೆದುಕೊಂಡೆ. ಮೇಲಧಿಕಾರಿಗಳು ನನ್ನನ್ನು ಲೇವಡಿಮಾಡಿ ಬೆಪ್ಪನೆಂದರು. ಬದುಕುವ ರೀತಿಯ ವ್ಯವಹಾರಜ್ಞಾನಹೀನನೆಂದರು. ಮೂರು ತಿಂಗಳ ಕೊನೆಯಲ್ಲಿ ಇನ್ನೊಂದು ಶ್ರೀಮುಖವನ್ನು ಹೊರಡಿಸಿ ನನ್ನನ್ನು ಆ ಸುಪ್ಪತ್ತಿಗೆಯಲ್ಲಿ ಖಾಯಂ ಮಾಡಿದರು. ನನಗೆ ವಿಪರೀತ ಭಯವಾಯಿತು. ಮೇಲಧಿಕಾರಿಗಳನ್ನೂ ಮಂತ್ರಿಗಳನ್ನೂ ಮುಖೇನ ಕಂಡು ನನ್ನ ಗೋಳನ್ನು ತೋಡಿಕೊಂಡೆ. ಮೂರು ತಿಂಗಳ ಹಿಂದೆ ಬೆಪ್ಪನೆಂದಿದ್ದವರು ಈಗ ಹುಚ್ಚನೆಂದು ನನಗೆ ನಾಮಕರಣ ಮಾಡಿದರು. ನನ್ನ ಮೇಲಧಿಕಾರಿಯೊಬ್ಬನಂತೂ ಜಬರುದಸ್ತಿನಿಂದ "ಸರ್ಕಾರದ ಶಾಸನವನ್ನು ಪಾಲಿಸದೆ ಹೋದರೆ ಏನಾಗುತ್ತೆ ಗೊತ್ತೆ? ನೀನು ಜವಾಬ್ದಾರಿ ಹೊರಲು ಅಯೋಗ್ಯನೆಂದೂ ಬೇಜವಾಬ್ದಾರಿಯವನೆಂದೂ ಕಾನ್ಫಿಡೆನ್ಷಿಯಲ್ ರಿಪೋರ್ಟು ಬರೆದುಬಿಡುತ್ತೇನೆ, ಹುಷಾರ್! ನಿನ್ನ ಪಾಧ್ಯಾಪಕ ವೃತ್ತಿಗೂ ಸೊನ್ನೆ ಸುತ್ತಿಬಿಡುತ್ತೇನೆ" ಎಂದು ಹೆದರಿಸಿದ. ಈತ ಬರಿಯ ಮಾತಿನ ಆಸಾಮಿಯಲ್ಲವೆಂದು ನನಗೆ ತಿಳಿದಿದ್ದುದರಿಂದ ಬಾಯಿ ಮುಚ್ಚಿಕೊಂಡು, ಕರ್ಮವನ್ನು ಅನುಭವಿಸಲೇಬೇಕೆಂಬ ವಿಧಿಗೆ ಕಟ್ಟುಬಿದ್ದು ಗಾದಿಯನ್ನೇರಿದೆ.

ಮೂರುವರೆ ವರ್ಷವಾದ ಬಳಿಕ ಕೆಳಗಿಳಿದು ಬಂದೆ.

ಹೀಗೆ ಹತ್ತಾರು ವರ್ಷಗಳು ಕಾಲೇಜನ್ನು ಹೊರಗಿನಿಂದಲೂ ಒಳಗಿನಿಂದಲೂ ಕಾಣುವ ಯೋಗ ನನ್ನ ಪಾಲಿನದಾಯಿತು. ಈ ಕಾಲ ಪ್ರಮಾಣದಲ್ಲಿ ಜರುಗಿದ ಕೆಲವು ಅನುಭವಗಳನ್ನು ಆಗಾಗ ನೆನೆದು ನಾನೇ ನಕ್ಕುಕೊಂಡಿದ್ದೇನೆ. ನೀವೂ ನನ್ನೊಡನೆ ಭಾಗಿಗಳಾಗಬೇಕೆಂದು ಆಸೆಪಡುತ್ತೇನೆ.

ಸೀಮೆ-ಸುಣ್ಣದ ಕತೆ

"... ನಾಮದ ಬಲವೊಂದಿದ್ದರೆ ಸಾಕೋ"
-ಪುರಂದರದಾಸ

ಪ್ರಿನ್ಸಿಪಾಲನ ಹುದ್ದೆಗೆ ಏರಿದಾಗ ನನಗೆ ಮೊದಲು ಹಾರ ಹಾಕಬಂದವರು ಕರಟಕ-ದಮನಕರು, -ನಾನು ಪ್ರಾಧ್ಯಾಪಕನಾಗಿದ್ದ ಹತ್ತು ವರ್ಷಗಳೂ ವ್ಯಾವಹಾರಿಕ ಕಿರುಕುಳಗಳನ್ನು ಕೊಟ್ಟಿದ್ದ ಆಫೀಸು-ಮ್ಯಾನೇಜರು, ಹೆಡ್-ಕ್ಲಾರ್ಕು; ನನ್ನ ಯೋಜನಾ-ಯಜ್ಞಗಳಿಗೆ ತಡೆಯೊಡ್ಡಿ ಕಲ್ಲು ಹಾಕಿದ್ದವರು. ಇವರಿಬ್ಬರೂ ನಡು ಬಗ್ಗಿಸಿ ನಗುತ್ತ ಹಾರವನ್ನು ಅಗಲಿಸಿದರು. "ನನ್ನ ಜನ್ಮದಲ್ಲಿ ಹಾರ ಹಾಕಿಸಿಕೊಂಡವನು ನಾನಲ್ಲ. ಇದೆಲ್ಲ ಬೇಡ" ಎಂದದ್ದಕ್ಕೆ, "ಇದು ನಮ್ಮ ವಿಶ್ವಾಸ, ಗೌರವದ ಗುರುತು. ಈಗ ನಾವು ನಿಮ್ಮ ವಿಧೇಯರು. ದಯವಿಟ್ಟು..." ಎನ್ನುತ್ತ ಹಲ್ಲುಕಿರಿದರು. "ನಿಮ್ಮ ವಿಶ್ವಾಸವೊಂದೇ ನನಗೆ ಸಾಕು. ಹಾರದ ನೇಣು ಬೇಕಿಲ್ಲ. ನೀವೇನೋ ವಿಧೇಯರೆಂದು ಹೇಳಿದಿರಿ. ಅಷ್ಟು ಸಾಕು ನನಗೆ" ಎಂದು ಖಂಡಿತ ನುಡಿದೆ. ಒಬ್ಬನಿಗೊಬ್ಬನು ಕಣ್ಣು ಸನ್ನೆ ಮಾಡಿಕೊಂಡು ಬೆನ್ನು ತಿರುಗಿಸಿದರು.

ನಮ್ಮ ಕಾಲೇಜಿನಲ್ಲಿ ಸೀಮೆ-ಸುಣ್ಣಕ್ಕೂ ಎಲೆಕ್ಟ್ರಿಕ್ ಬಲ್ಬುಗಳಿಗೂ ಪ್ರತ್ಯೇಕವಾದ ಚರಿತ್ರೆ ಇದೆ. ಇವೆರಡು ಸಾಮಾನುಗಳನ್ನು ಸರ್ಕಾರದ ಹಣದಿಂದ ನಾವು ಕೊಂಡುಕೊಳ್ಳುವ ಹಾಗಿಲ್ಲ. ಸರ್ಕಾರದ್ದೇ ಆದ ಸ್ಟೇಷನರಿ ಡಿಪಾರ್ಟ್‌ಮೆಂಟ್ ಎಂಬೊಂದು ಉಗ್ರಾಣವಿದೆ. ನಮಗೆ ಬೇಕಾದಷ್ಟು ಬಾಹುಳ್ಯವನ್ನು ಅಲ್ಲಿಂದ ಪಡೆಯಬೇಕು. ಇದೂ ಅಷ್ಟೇನೂ ಸುಲಭವಾದ ವ್ಯವಹಾರವಲ್ಲ. 'ನಮಗೆ ಬೇಕಾದಷ್ಟು' ಎಂಬುದನ್ನು ನಿರ್ಧಾರಮಾಡುವವನು ಕಾಲೇಜಿನ ಪ್ರಿನ್ಸಿಪಾಲ್ ಅಲ್ಲ. ನಿರ್ಧಾರಕ್ರಮಕ್ಕೊಂದು ಸೂತ್ರವಿದೆ. ಇದರ ಕರ್ತೃ ಯಾವ ಚಾಣಕ್ಯನೋ

ಹಾರವನ್ನು ಅಗಲಿಸಿದರು

ತಿಳಿಯದಾದರೂ ಸೂತ್ರವನ್ನು ಜಾರಿಗೆ ತಂದದ್ದು ೧೮೭೨ರಲ್ಲಿ. ಇದರ ಪ್ರಕಾರ, ಒಬ್ಬ ಉಪಾಧ್ಯಾಯನಿಗೆ ವರ್ಷಕ್ಕೆ ಎರಡು ಗ್ರೋಸು ಸೀಮೆ-ಸುಣ್ಣ ಮಂಜೂರಾಗಿದೆ. ಆ ಕಾಲದಲ್ಲಿ ಕಾಲೇಜಿನಲ್ಲಿದ್ದ ಉಪಾಧ್ಯಾಯರ ಮೊತ್ತ ಸಂಖ್ಯೆ ೬೦; ಎಂದರೆ ವರ್ಷಕ್ಕೆ ೧೨೦ ಗ್ರೋಸು ಸೀಮೆ-ಸುಣ್ಣ.

ಕಾಲೇಜಿನಲ್ಲಿ ಈಗ ಸುಮಾರು ೨೩೦ ಮಂದಿ ಉಪಾಧ್ಯಾಯರಿದ್ದಾರೆ. ಆದರೆ ಸರ್ಕಾರದ ಉಗ್ರಾಣದಿಂದ ನಮಗೆ ಸರಬರಾಜಾಗುವ ಸೀಮೆ-ಸುಣ್ಣ ಇನ್ನೂ ೧೨೦ ಗ್ರೋಸಾಗಿಯೇ ಉಳಿದಿದೆ. ನಾನು ಪ್ರಾಧ್ಯಾಪಕನಾಗಿ ಬಂದ ಹೊಸದರಲ್ಲೇ ಅಂಕಿ-ವಿವರಗಳನ್ನು ಕೊಟ್ಟು "ಬೇಸಗೆ ರಜ ಮುಗಿದು ಕಾಲೇಜು ತೆರೆದ ಮೂರು ತಿಂಗಳೊಳಗಾಗಿಯೇ ಸೀಮೆ-ಸುಣ್ಣ ಮುಗಿದುಹೋಗುತ್ತದೆ! ಆದ್ದರಿಂದ ಈ ರಖಮಿನ ಬಾಹುಳ್ಯವನ್ನು ಮೂರರಷ್ಟಾದರೂ ಹೆಚ್ಚಿಸಬೇಕು" ಎಂದು ಆಗಿದ್ದ ಪ್ರಿನ್ಸಿಪಾಲರಿಗೆ ಅಹವಾಲು ಬರೆದುಕೊಂಡಿದ್ದೆ. ಇದನ್ನು ತಿಳಿದ ಇತರ ವಿಜ್ಞಾನ ಡಿಪಾರ್ಟ್‌ಮೆಂಟುಗಳ ಪ್ರಾಧ್ಯಾಪಕರೂ ಹೀಗೆಯೇ ಬರೆದುಕೊಂಡರು (ಮಾನವಿಕ ಡಿಪಾರ್ಟ್‌ಮೆಂಟುಗಳೂ ಭಾಷಾ ಡಿಪಾರ್ಟ್‌ಮೆಂಟುಗಳೂ ತೆಪ್ಪಗಿದ್ದವು).

ಆಗಿನ ಪ್ರಿನ್ಸಿಪಾಲರು ಪ್ರಾಚೀನ-ಇತಿ ವೃತ್ತಶಾಸ್ತ್ರ (Archaeology) ದಲ್ಲಿ ಪ್ಯಾಸು ಮಾಡಿ, ಆಧುನಿಕ-ಚರಿತ್ರೆ (Modern History)ಯನ್ನು ಪಾಠ ಹೇಳಿ, ರಾಜ್ಯ-

ಶಾಸ್ತ್ರವನ್ನು (Politics) ಪಳಗಿಸಿಕೊಂಡು ಅದರ ಪ್ರಾಧ್ಯಾಪಕರಾಗಿ ಮೆರೆದು ತನ್ಮುಖೇನ ಪ್ರಿನ್ಸಿಪಾಲ್ ಹುದ್ದೆಯಲ್ಲಿ ಶೋಭಿಸುತ್ತಿದ್ದವರು. ಅವರಿಗೆ ವಿಜ್ಞಾನ ಇಲಾಖೆಗಳೆಂದರೆ ಕಣ್ಣು ಕೆಂಪಗಾಗುತ್ತಿತ್ತು. ನಮ್ಮ ಸೀಮೆ–ಸುಣ್ಣದ ಅಗಸಾಲುಗಳನ್ನು ಕಂಡಾಗ ಉರಿದೆದ್ದರು. "ಅದೇಕ್ರೀ ಹೀಗಾಯಿತು? Humanities ಡಿಪಾರ್ಟ್‌ಮೆಂಟುಗಳಲ್ಲಿ ಈ ಪ್ರಶ್ನೆಯ ಸುಳಿವೇ ಇಲ್ಲ. ಸರಬರಾಜಾದ ಸೀಮೆ–ಸುಣ್ಣಗಳೆಲ್ಲ ಏನ್ರೀ ಆಗುತ್ತವೆ? ನಿಮ್ಮ ಸೈನ್ಸ್ ಡಿಪಾರ್ಟ್‌ಮೆಂಟುಗಳಿಂದ ಸರ್ಕಾರಕ್ಕಾಗುವ ಲುಕ್ಸಾನು ಅಷ್ಟಿಷ್ಟಲ್ಲ; ನೀವೆಲ್ಲ ದುಂದುಗಾರರು! ಸರಬರಾಜಾದ ಸೀಮೆ–ಸುಣ್ಣವನ್ನು ನಾಜೂಕಾಗಿ ಉಪಯೋಗಿಸಿ ಪಾಠ ಹೇಳುವುದಕ್ಕಾಗುವುದಿಲ್ಲವೇನ್ರಿ?" ಎಂದಿದ್ದರು.

ಪ್ರಿನ್ಸಿಪಾಲರ ಕೂಗಾಟ ಒಂದು ವಿಧದಲ್ಲಿ ಸಾಧುವಾದ್ದೇ. ಮಾನವಿಕ ಮತ್ತು ಭಾಷಾ–ಶಾಸ್ತ್ರಗಳ ಬೋಧನಾ–ಕ್ರಮದಲ್ಲಿ ಕಪ್ಪು–ಹಲಗೆ, ಸೀಮೆ–ಸುಣ್ಣಗಳ ಉಪಯೋಗ ಅನಾವಶ್ಯಕವೆಂದು ಆಯಾ ತಜ್ಞರು ನಿರ್ಧರಿಸಿಕೊಂಡಿದ್ದಂತೆ ತೋರುತ್ತದೆ. ಅವರ ಪ್ರಕಾರ ಈ ವಸ್ತುಗಳು ಪ್ರಾಥಮಿಕ ಶಾಲೆಗಳಲ್ಲಿ ಮಾತ್ರ ಉಪಯೋಗವಾಗುವಂಥವು. ಕಾಲೇಜಿನಲ್ಲಲ್ಲ. ಪಠ್ಯಪುಸ್ತಕಗಳನ್ನೋ, ತಾನೇ ವಿದ್ಯಾರ್ಥಿಯಾಗಿದ್ದಾಗ dictation ಬರೆದುಕೊಂಡಿದ್ದ ಕ್ಲಾಸು ನೋಟ್ಸನ್ನೋ ಚಾಚೂ ತಪ್ಪದೆ 'ಹೇಳಿಬರೆಯಿಸುವ' ಪಾಠಕ್ರಮಕ್ಕೆ ಸೀಮೆ–ಸುಣ್ಣ, ಕಪ್ಪು ಹಲಗೆಗಳ ಉಪಯೋಗವೇನು ತಾನೇ ಇದ್ದೀತು? ಹೆಚ್ಚು ಸೀಮೆ–ಸುಣ್ಣವನ್ನು ಕೇಳದಿದ್ದರೂ ಮಂಜೂರಾಗಿದ್ದ ಸೀಮೆ–ಸುಣ್ಣವನ್ನು ಮಾತ್ರ ತಪ್ಪದೆ ತಗಾದೆ ಮಾಡಿ ಸ್ಟೋರ್ಸಿನಿಂದ ತೆಗೆದುಕೊಳ್ಳುತ್ತಿದ್ದರು.

ಕರಟಕ ದಮನಕರಿಗೆ ಆ ಪ್ರಿನ್ಸಿಪಾಲರು ಇತ್ತಿದ್ದ ಆಣತಿ ವಿಚಿತ್ರವಾದದ್ದು. ಇವರಿಬ್ಬರೂ ಸರದಿಯ ಪ್ರಕಾರ ಒಂದೊಂದು ಡಿಪಾರ್ಟ್‌ಮೆಂಟಿಗೂ ಹೋಗತಕ್ಕದ್ದು; ಅಲ್ಲಿ ಯಾರಾರು ಏನೇನು ಮಾಡುತ್ತಿದ್ದಾರೆ, ಮಾತನಾಡಿಕೊಳ್ಳುತ್ತಿದ್ದಾರೆ ಎಂಬುದನ್ನೆಲ್ಲ ಗಮನಿಸಿ ಪ್ರಿನ್ಸಿಪಾಲರಿಗೆ ವರದಿ ಒಪ್ಪಿಸತಕ್ಕದ್ದು. ಪ್ರಿನ್ಸಿಪಾಲರು ಇವರ ಹೇಳಿಕೆಯನ್ನು ನಂಬಿ ಮೆಮೊ ಬಾಣಗಳ ಮಳೆಗರೆಯುತ್ತಿದ್ದರು. ಇಂಥದೊಂದು ಬಾಣ ನನ್ನ ಮೇಲೆಯೂ ಪ್ರಯೋಗವಾಗಿತ್ತು. ಮುಂಬರುವ ಕ್ಲಾಸಿನ ಪಾಠಕ್ಕೆಂದು ಬಣ್ಣ ಬಣ್ಣದ ಸೀಮೆ–ಸುಣ್ಣಗಳಿಂದ ಕಪ್ಪು–ಹಲಗೆಯ ಮೇಲೆ ಹೂಗಳ, ಅವುಗಳ ಭಾಗಗಳ ಚಿತ್ರಗಳನ್ನು ಬಿಡಿಸಿಟ್ಟಿದ್ದೆ. ಉಸ್ತುವಾರಿಗಾಗಿ ಬಂದಿದ್ದ ದಮನಕನು ಇದನ್ನು ನೋಡಿಬಿಟ್ಟು ಹೋಗಿ ವರದಿ ಮಾಡಿದ: "ಬಣ್ಣದ ಸೀಮೆ–ಸುಣ್ಣದ ಉಪಯೋಗಕ್ಕೆ ಮಿತಿಯೇ ಇಲ್ಲ! ಪಟ್ಟೆ ಪಟ್ಟೆಯಾಗಿ ಹೂಗಳ ಎಲೆಗಳ ಚಿತ್ರಗಳನ್ನು ಬರೆದಿಟ್ಟಿದ್ದಾರೆ. ಅಲ್ಲಿ ಕ್ಲಾಸು ಕೂಡ ಇರಲಿಲ್ಲ!" ಇದರ ಪ್ರಯುಕ್ತ ನನಗೆ ಬಂದ ಮೆಮೊ ಬಾಣದ ಬರಹ ಹೀಗಿತ್ತು: "ಗಮನಿಸತಕ್ಕದ್ದು: ಸೀಮೆ–ಸುಣ್ಣವನ್ನು ಜವಾಬ್ದಾರಿಯಿಂದ ನಾಜೂಕಾಗಿ ಉಪಯೋಗಿಸತಕ್ಕದ್ದು." ಇಂಥ ಸಂದರ್ಭಗಳಲ್ಲಿ ಚರ್ಚೆಯಿಂದ ಪ್ರಯೋಜನವಿಲ್ಲವೆಂಬುದನ್ನು ಅನೇಕ ವೇಳೆ ಮನಗಂಡಿದ್ದೆನಾದ್ದರಿಂದ ನಕ್ಕುಬಿಟ್ಟು ಸುಮ್ಮನಿದ್ದೆ.

ನಾನು ಗಾದಿಯನ್ನೇರಿದ ಮೇಲೆ "ಸೀಮೆ–ಸುಣ್ಣ, ಎಲೆಕ್ಟ್ರಿಕ್ ಬಲ್ಬುಗಳಿಗೆ ಸಂಬಂಧಿಸಿದ ಫೈಲುಗಳನ್ನು ತನ್ನಿ" ಎಂದು ಕರಟಕನಿಗೆ ಹೇಳಿದೆ. ಅವನು ಸ್ವಲ್ಪ ಬೆಚ್ಚಿ ಬಿದ್ದ; ತಡವರಿಸಿಕೊಂಡು "ಆ ಫೈಲು ಕ್ಲೋಸ್ ಆಗಿಬಿಟ್ಟಿರುವ ಹಾಗೆ ತೋರುತ್ತದೆ" ಎಂದು ಅಡ್ಡಾದಿಡ್ಡಿಯ ಬದಲು ಹೇಳಿದ.

"ಫೈಲು ಕ್ಲೋಸಾಗಿರಬಹುದು; ಅದಕ್ಕೆ ಸಂಬಂಧಿಸಿದ ಪ್ರಶ್ನೆ ಇನ್ನೂ ಕ್ಲೋಸ್ ಆಗಿಲ್ಲ. ಆದ್ದರಿಂದ ಫೈಲನ್ನು re-open ಮಾಡಿದರಾಯಿತು, ತನ್ನಿ."

ನಾಲ್ಕೈದು ದಿನ ಸುಳ್ಳು ಕಾರಣಗಳನ್ನು ಹೇಳಿ ವಿಳಂಬಮಾಡಿ ಕೊನೆಗೆ "ಅದು ಕಣ್ಮರೆಯಾದ ಹಾಗಿದೆ" ಎಂದು ಕೈ ಹಿಸುಕಿಕೊಂಡ.

"ಕಣ್ಮರೆಯಾಗಿದ್ದರೆ ಅದು ನಿಮ್ಮ ಜವಾಬ್ದಾರಿಗೆ ಸೇರಿದ್ದು ತಾನೆ?" "ನಾಳೆ ೧೦ ಗಂಟೆಗೆ ಫೈಲು ತೆರೆಯಬಹುದೆಂದರೆ ತೆರೆಯುತ್ತೇನೆ."

"ಮೊದಲು ಆ ಫೈಲನ್ನು ನನ್ನ ಕಣ್ಣ ಮುಂದಿಡಿ. ಬೇರೆ ಫೈಲನ್ನು ತೆರೆಯುವ ಪ್ರಶ್ನೆಯನ್ನು ಅನಂತರ ಇತ್ಯರ್ಥಮಾಡೋಣ."

ಫೈಲು ಬಂತು. ಪ್ರತಿವರ್ಷವೂ ವಿಜ್ಞಾನ ಇಲಾಖೆಗಳಿಂದ ಬಂದಿದ್ದ ಅಹವಾಲುಗಳೊಂದೊಂದರ ಮೇಲೂ ಯಾವ ಕಾರ್ಯಕ್ರಮವನ್ನೂ ಕೈಗೊಂಡಿರಲಿಲ್ಲ. ಈ ಒಂದೊಂದು ಪತ್ರದ ಮೇಲೂ 'File' ಎಂದು ಬರೆದು ಕರಟಕನೇ ಸಹಿ ಹಾಕಿಟ್ಟಿದ್ದ. ಹತ್ತು ವರ್ಷಗಳ ಹಿಂದೆ ಬರೆದಿದ್ದ ಒಂದು ಪತ್ರದ ಮೇಲೆ ಮಾತ್ರ ಪ್ರಿನ್ಸಿಪಾಲರು 'take action later' ಎಂದು ಬರೆದು ಸಹಿ ಮಾಡಿದ್ದರು; ಇದರಡಿಯಲ್ಲಿ ಕರಟಕ 'noted' ಎಂದು ತನ್ನ ಹೆಸರನ್ನು ಗುಜರಾಯಿಸಿದ್ದ. ಈ ಪತ್ರವನ್ನು ಗಮನಿಸುತ್ತಿದ್ದಾಗ ಕರಟಕ ಬಾಯಿ ಹಾಕಿ 'later' ಎಂಬ ಪದದ ಕಡೆ ನನ್ನ ಗಮನವನ್ನು ಸೆಳೆದ.

"ಡಿಕ್ಷನರಿಯಲ್ಲಿ 'later' ಎಂಬ ಪದಕ್ಕೆ 'ಆಮೇಲೆ' ಎಂಬ ಅರ್ಥವಿದೆ, ನನಗೆ ಗೊತ್ತಿದೆ. ಈ ಸಂದರ್ಭದಲ್ಲಿ 'later' ಎಂದರೆ ಯಾವಾಗ ಎಂದು ತಿಳಿದುಕೊಂಡಿದ್ದೀರಿ? ಹತ್ತು ವರ್ಷಗಳಲ್ಲಿ ಮೂವರು ಪ್ರಿನ್ಸಿಪಾಲರು ಬಂದು ಹೋದದ್ದಾಯಿತು. ನಾಲ್ಕನೆಯವ ನಾನು ಬಂದಿದ್ದೇನೆ. ಇನ್ನೆಷ್ಟು ಜನ ಪ್ರಿನ್ಸಿಪಾಲರು ಬಂದು ಹೋದ ಮೇಲೆ 'later' ಕಾಲ ಬರುತ್ತದೆ?" ಎಂದೆ.

"ಈಗ 'action' ತೆಗೆದುಕೊಂಡು ಬಿಡುತ್ತೇನೆ."

"ಈಗ ತೆಗೆದುಕೊಳ್ಳುವುದು ಬೇರೆ ಮಾತು. ಇದುವರೆಗೂ ಏಕೆ ತೆಗೆದುಕೊಳ್ಳಲಿಲ್ಲವೆಂಬುದಕ್ಕೆ ಬದಲೇನಾದರೂ ಇದೆಯೆ?" ಎಂದು ಕೇಳಿದ್ದಕ್ಕೆ "ಬರೆದುಕೊಡುತ್ತೇನೆ" ಎಂದು ಹೇಳಿ ಹೊರಟು ಹೋದ.

ಅವನು ಬರೆದ ಒಕ್ಕಣೆ: "ಆಗ ನನ್ನ ತಂಗಿಯ ಮದುವೆ ನಿಶ್ಚಯವಾಗಿತ್ತು. ನನ್ನ ಹೆಂಡತಿ ಕಾಯಿಲೆ ಬಿದ್ದಿದ್ದಳು. ನನ್ನ ಮಗುವಿಗೆ ಜ್ವರ. ನನಗೆ ಗುಳ್ಳೆ...

ಆದ್ದರಿಂದ 'action' ತೆಗೆದುಕೊಳ್ಳುವುದು ತಡವಾಯಿತು."

ಇನ್ನು ಬಲ್ಬುಗಳ ವಿಷಯ. ಕಾಲೇಜು ೫೦ ಬಲ್ಬುಗಳನ್ನು ಕೇಳಿದರೆ ಸರ್ಕಾರಿ ಉಗ್ರಾಣದ ಅಧಿಕಾರಿಗಳು ಮಂಜೂರು ಮಾಡುವುದು ೨೫. Stock Register ಪ್ರಕಾರ ಕಾಲೇಜಿನ ಕಟ್ಟಡದಲ್ಲಿರುವ ಬಲ್ಬ್-ಹೋಲ್ಡರುಗಳ ಮೊತ್ತ ೫೬೦. ಅದರಲ್ಲಿ ಸರ್ವಕಾಲವೂ ಕೆಟ್ಟು ಹೋಗಿರುವಂಥವು ನೂರು. ಉಳಿದ ೪೬೦ರಲ್ಲಿ ೬೦ ಹೋಲ್ಡರುಗಳು ಎಲ್ಲಿವೆಯೆಂಬುದು ಯಾರಿಗೂ ತಿಳಿಯದು. ಸರಾಸರಿ ತಿಂಗಳಿಗೆ ೫೦ ಬಲ್ಬುಗಳು fuse ಆಗುತ್ತವೆ. ಲ್ಯಾಬೊರೆಟರಿ ಪರಿಕರಣಗಳಲ್ಲಿ ಅರ್ಧಕ್ಕೆ ಬಲ್ಬುಗಳಿಲ್ಲ. ಇರುವ ಹದಿಮೂರು ಕತ್ತಲಕೋಣೆ (dark-room) ಗಳಲ್ಲಿ ಆಗೊಂದು ಈಗೊಂದು ಬೆಳಕಿರುವಂಥವು ಒಂದೋ ಎರಡೋ! ಇದು ನಿತ್ಯ ಸ್ಥಿತಿ.

ಸರ್ಕಾರಿ ಉಗ್ರಾಣದಿಂದ ತಂದ ಬಲ್ಬುಗಳನ್ನು ನಮ್ಮ ಕಾಲೇಜು ಉಗ್ರಾಣದಲ್ಲಿಟ್ಟುಕೊಳ್ಳುವುದು ಬಳಕೆ. ಯಾವುದಾದರೂ ಡಿಪಾರ್ಟ್‌ಮೆಂಟಿಗೆ ಬಲ್ಬು ಬೇಕಾದಾಗ fuse ಆದ ಬಲ್ಬುಗಳನ್ನು ವಾಪಸ್ಸು ಕೊಟ್ಟು ಆ ಸಂಖ್ಯೆಯ ಹೊಸ ಬಲ್ಬುಗಳನ್ನು ವಿನಿಮಯ ಮಾಡಿಕೊಳ್ಳಬೇಕು. ಒಡೆದುಹೋದ ಬಲ್ಬುಗಳಿಗೂ ಈ ನಿಯಮ ಅನ್ವಯವಾಗುವುದಾದರೂ ವಿನಿಮಯಾ ಪ್ರಯೋಗಕ್ಕೆ ಅವು ಅರ್ಹವಲ್ಲವಂತೆ, ಇದು ನಮ್ಮ ಹಳೆಯ ಪ್ರಿನ್ಸಿಪಾಲರೊಬ್ಬರು ಮಾಡಿಟ್ಟಿದ್ದ ಸಂಪ್ರದಾಯ. ಯಾರೋ ಯಾವ ಆಫೀಸಿನಲ್ಲೋ ಒಡೆದ ಗಾಜಿನ ಚೂರುಗಳಿಗೆ ಬಲ್ಬುಗಳನ್ನು ವಿನಿಮಯ ಮಾಡಿಕೊಂಡಿದ್ದನಂತೆ. ಇದನ್ನು ತಿಳಿದ ಆ ಪ್ರಿನ್ಸಿಪಾಲರು ಮುಂಜಾಗರೂಕತೆಯ ಕ್ರಮವಾಗಿ ಈ ಸಂಪ್ರದಾಯವನ್ನು ತಂದಿಟ್ಟಿದ್ದರು.

ನಮ್ಮ ಕಾಲೇಜು, ಸ್ಟೋರ್ಸನ್ನು ತೆಗೆಸಿದೆ. ರಿಜಿಸ್ಟರಿನಲ್ಲಿ ೬೦ ಬಲ್ಬುಗಳು ಬಾಕಿಯೆಂದು ಕಂಡಿತು. ಸ್ಟೋರ್ಸಿನಲ್ಲಿ ಬಲ್ಬುಗಳೆಂದು ತೋರಿಸಿದ ಮರದ ಪೆಟ್ಟಿಗೆಯಲ್ಲಿ ಗಾಜಿನ ಚೂರುಗಳು ಮಾತ್ರ ಇದ್ದವು.

"ಏನ್ರೀ ಇದು? ಬಲ್ಬು ತೋರಿಸಿ ಎಂದರೆ ಇದನ್ನು ತೋರಿಸುತ್ತೀರಿ?"

ಕರಟಕ: "ಅರೆರೇ, ಏನು ಸಾರ್, ಹೀಗಾಗಿಬಿಟ್ಟಿದೆ!" ಎಂದು ಆಶ್ಚರ್ಯವನ್ನು ಅಭಿನಯಿಸಿದ.

ದಮನಕ: "ಮದರಾಸಿನ ಬಿಸಿಲು ಸಾರ್, ವಿಪರೀತ ಬಿಸಿಲು. ಬಿಸಿಲಿನ ಕಾವಿಗೆ ಬಲ್ಬುಗಳೆಲ್ಲ ಒಡೆದುಹೋಗಿವೆ!"

ಆ ಪೆಟ್ಟಿಗೆಯಿಂದ ಹಸಿರು ಬಣ್ಣದ ಗಾಜಿನ ಚೂರೊಂದನ್ನು ಅವರ ಮುಖಕ್ಕೆ ಹಿಡಿದು "ಇದು ಬಲ್ಬಿನ ಚೂರೇನ್ರಿ?" ಎಂದೆ.

ಕರಟಕ: "ಏನು ಬಿಸಿಲು ಸಾರ್ ಇಲ್ಲಿ. ಗಾಜಿನ ಬಣ್ಣವೇ ಮಾರಿಬಿಟ್ಟಿದೆ!"

ನಾನು: "ನೀವು ಹೇಳಿದ್ದೇ ಸರಿ ಎಂದು ಇಟ್ಟುಕೊಳ್ಳೋಣ. ಈ ಪೆಟ್ಟಿಗೆಯಲ್ಲಿ ಆ ೬೦ ಬಲ್ಬುಗಳ ಮೆಟಲ್ ಹೋಲ್ಡ್‌ರುಗಳಾದರೂ ಇರಬೇಕಲ್ಲ, ಎಣಿಸಿ."

ದಮನಕ: "ಅದು ಎಲ್ಲಿ ಸಾರ್ ಸಿಗುತ್ತದೆ? ಕಾವಿಗೆ ಲೋಹವೇ ಕರಗಿ ಹೋಗಿಬಿಡುತ್ತದೆಯಲ್ಲವೆ ಸಾರ್!"

"...ಗಾಜಿನ ಬಣ್ಣವೇ ಮಾರಿಬಿಟ್ಟಿದೆ!"

ಕರಟಕ: (ದಮನಕನನ್ನು ಉದ್ದೇಶಿಸಿ) "ಸಾಹೇಬರಿಗೆ ನೀನು ವಿಜ್ಞಾನವನ್ನು ಹೇಳಿಕೊಡುತ್ತಿಯೇನೋ? ಅವರಿಗೆ ಗೊತ್ತಿರುವ ವಿಷಯವನ್ನು ಅವರಿಗೇ ಹೇಳುತ್ತಿದ್ದೀಯಲ್ಲ" ಎಂದು ನನ್ನ ಮುಖ ನೋಡಿ ಹಲ್ಲು ಕಿರಿದ.

ನಾನು: "ರಿಜಿಸ್ಟರಿನಲ್ಲಿ ೬೦ ಬಲ್ಬುಗಳಿವೆಯೆಂದು ಯಾಕ್ರೀ ತೋರಿಸಿದ್ದೀರಿ?"

ಕರಟಕ: "ಈಗ 'no stock ; bulbs melted away' ಎಂದು ಬರೆದು ಬಿಡುತ್ತೇವೆ ಸಾರ್. ಅಪ್ಪಣೆಯಾಗಬೇಕು."

"ಮೊದಲು ನೀವು ಈಗ ಕೊಟ್ಟ ವಿವರಣೆಯನ್ನು ಬರಹದ ಮೂಲಕ ಕೊಡಿ. ಆಮೇಲೆ ಯಾವ ರೀತಿ ಅಪ್ಪಣೆ ಕೊಡಬೇಕೋ ಹಾಗೆ ಕೊಡುತ್ತೇನೆ."

ಇಬ್ಬರೂ: "ಎಕ್ಸ್‌ಪ್ಲನೇಷನ್ ಬಾಯಿ ಮಾತಿನಲ್ಲಿ ಹೇಳಿದ್ದೇವಲ್ಲ, ಸಾರ್! ಅದು ಸಮಂಜಸವಾಗಿಲ್ಲವೆ?"

"ಅಲ್ರೀ, ಸೀಮೆ-ಸುಣ್ಣದ ಪ್ರಸ್ತಾಪದಲ್ಲಿ 'ಬರೆದುಕೊಡುತ್ತೇನೆ' ಎಂದಿರಿ. ಬಲ್ಬುಗಳ ವಿಷಯಕ್ಕೆ 'ಬಾಯಿಮಾತಿದೆಯಲ್ಲ' ಎನ್ನುತ್ತೀರಿ. ಹೇಳಿದ್ದು ನಿಜವಾದರೆ

ಬರೆದುಕೊಡುವುದಕ್ಕೆ ಯಾಕ್ರೀ ಹಿಂದೇಟು ಹಾಕುತ್ತೀರ?"

ಹತ್ತು ಸಲ ನೆನಪು-ಮೆಮೊಗಳನ್ನು ಕೊಟ್ಟು ಕಡ್ಡಾಯಪಡಿಸಿದ ಮೇಲೆ ಬಾಯಿ ಹೇಳಿಕೆಗಳನ್ನೇ ಬರಹದ ಮೂಲಕ ಸಲ್ಲಿಸಿ "ನಿಮ್ಮಿಂದ ನಾವು ಉದ್ಧಾರ ಆಗಬೇಕಾಗಿದೆ ಸಾರ್" ಎಂದು ವಿನಯವನ್ನು ನಟಿಸಿ, ಕಣ್ಣು ಮಿಟಕಿಸಿಕೊಂಡರು.

ಸೀಮೆ-ಸುಣ್ಣದ ವಿಷಯದಲ್ಲಿ ಇವರ ರೀತಿ ವಿಳಂಬ-ನಿರ್ವಾಹಕ್ಕೊಳಪಟ್ಟದ್ದು; ಬಲ್ಬುಗಳ ವಿಷಯ ಬೇಜವಾಬ್ದಾರಿಗೆ ಒಳಪಟ್ಟದ್ದು. ಸದ್ಯಕ್ಕೆ ಇನ್ನು ಹೆಚ್ಚು ಸಂಗತಿಯನ್ನು ಅಗೆಯುವುದು ಬೇಡವೆಂದೂ, ನಾನು strict officer ಎಂಬುದನ್ನು ತೋರಿಸಿಕೊಳ್ಳಲು ಈ ನಾಟಕ ಸಾಕೆಂದೂ ಸುಮ್ಮನಿದ್ದೆ.

ಆದರೆ ಕರಕಟ-ದಮನಕರ ಕಾರ್ಯಭಾರ ಇಷ್ಟಕ್ಕೇ ನಿಲ್ಲಲಿಲ್ಲ. ನನ್ನ ಮೇಲಧಿಕಾರಿಗಳಿಗೆ ಅಹವಾಲು ಬರೆದುಕೊಂಡರು. ತಾವು ಪ್ರಾಮಾಣಿಕರಾದ ವಿಧೇಯರಾದ ನೌಕರರೆಂದೂ ಹೊಸದಾಗಿ ಬಂದ ಪ್ರಿನ್ಸಿಪಾಲರು ತಮಗೆ ಕಿರುಕಳ ಕೊಡಲಾರಂಭಿಸಿರುವರೆಂದೂ ಆದರೆ ತಮ್ಮಿಬ್ಬರನ್ನು ಮಾತ್ರ ಬೇರೆಡೆಗೆ ವರ್ಗಾಯಿಸಕೂಡದೆಂದೂ ಕೇಳಿಕೊಂಡಿದ್ದರು. ಇದರ ಮಾತೃಕೆಯನ್ನು ನನ್ನ ಮೇಲಧಿಕಾರಿಗಳಿಗೆ ಕಳುಹಿಸಿ, ನಕಲೊಂದನ್ನು ನನಗೆ ಟಪಾಲಿನಲ್ಲಿ ಕಳುಹಿಸಿದರು.

"ಯಾಕ್ರೀ, ಇದಕ್ಕೆ ಪೋಸ್ಟೇಜು ವೆಚ್ಚ ಮಾಡಿದ್ದೀರಿ? ನೀವೇ ನೇರವಾಗಿ ತಂದು ಕೊಡಬಹುದಾಗಿತ್ತಲ್ಲ!" ಎಂದದ್ದಕ್ಕೆ ದೇಶಾವರದ ನಗೆ ಕಿರಿದು, "ಪೋಸ್ಟ್‌ನಲ್ಲಿ ಕಳುಹಿಸುವುದು ಗೌರವ ಎಂದು ಹಾಗೆ ಮಾಡಿದೆವು, ಸಾರ್" ಎಂದರು. "ನನ್ನ ಮೇಲಧಿಕಾರಿಯನ್ನು ಮಾತ್ರ ಮುಖೇನ ನೋಡಿ ಅಹವಾಲನ್ನು ಕೊಟ್ಟಿದ್ದೀರ. ಅವರಿಗೆ ಸಲ್ಲದ ಗೌರವವನ್ನು ನನಗೆ ಮಾತ್ರ ಯಾಕ್ರೀ ತೋರಿಸಿದಿರಿ?"

ಬದಲು ಬರಲಿಲ್ಲ; ಒಬ್ಬರ ಮುಖವನ್ನೊಬ್ಬರು ನೋಡಿಕೊಂಡರು.

ಮೇಲಧಿಕಾರಿಯಿಂದ ಇವರ ಅಹವಾಲು 'disposal' ಗಾಗಿ ನನಗೆ ರವಾನಿತವಾಯಿತು. ನಾನು 'file' ಎಂದು ಬರೆದು ತೆಪ್ಪಗೆ ಫೈಸಲ್ ಮಾಡದೆ ತಪ್ಪು ಮಾಡಿಬಿಟ್ಟೆ. ಕರಟಕ-ದಮನಕರು ಕೊಟ್ಟಿದ್ದ ಹೇಳಿಕೆಗಳನ್ನು ಮೇಲಧಿಕಾರಿಗೆ ಕಳುಹಿಸಿ "ಸಂದರ್ಭ ಹೀಗಿದೆ" ಎಂದು ವಿವರಿಸಿದೆ.

ಮೇಲಧಿಕಾರಿಗೆ ನಾವು ಬರೆದ ಪತ್ರಕ್ಕೆ ಬದಲು ಬರಲು ಸಾಮಾನ್ಯವಾಗಿ ಕನಿಷ್ಠ ಪಕ್ಷ ಒಂದೆರಡು ತಿಂಗಳಾದರೂ ಬೇಕಾಗುತ್ತದೆ. ನನ್ನ ಈ ಪತ್ರಕ್ಕೆ ಮಾತ್ರ ಮರುಟಪಾಲಿನಲ್ಲೇ ಬದಲು ಬಂದುಬಿಟ್ಟಿತು: "ಕೆಳ ನೌಕರರ ವಿಷಯದಲ್ಲಿ ಪ್ರಿನ್ಸಿಪಾಲರು ಇನ್ನೂ ಹೆಚ್ಚಿನ ಕರುಣೆಯಿಂದ ವರ್ತಿಸಬೇಕೆಂದು ಕೋರಲಾಗಿದೆ."

ಕರಟಕನು ನನ್ನ ಮೇಲಧಿಕಾರಿಯ ಸೋದರಳಿಯನೆಂದೂ ದಮನಕನು ಭಾವನೆಂದೂ ತಿಳಿಯಬಂತು.

ಕೆಲವು ವಿಜ್ಞಾನ ಡಿಪಾರ್ಟ್‌ಮೆಂಟುಗಳಲ್ಲಿ ಆಯಾ ಪ್ರಾಧ್ಯಾಪಕರು (ಆಸಕ್ತಿ

ಇದ್ದವರು) ತಮ್ಮ ಸ್ವಂತ ಜೇಬಿನಿಂದ ಸೀಮೆ-ಸುಣ್ಣವನ್ನು ಕೊಂಡುಕೊಂಡು ಕರ್ತವ್ಯ ನಿರ್ವಹಣೆಯನ್ನು ಮಾಡಲೆಳಸಿದರು. ಎರಡು ಮೂರು ವರ್ಷಗಳು ಹೀಗೆ ನಡೆದ ಮೇಲೆ ಈ ಬಾಬತಿನ ವೆಚ್ಚ ವರ್ಷಕ್ಕೆ ೧೫೦-೨೦೦ ರೂಪಾಯಿ ತಗಲುವುದೆಂದು ಅಂದಾಜಾಯಿತು. ಈ ಕಾಲದಲ್ಲಿ ೧೦೦೦ ರೂಪಾಯಿ ಸಂಬಳ ತೆಗೆಯುವವನಿಗೂ ೧೫೦ ರೂಪಾಯಿ ಹೆಚ್ಚಿನ ಮೊಬಲಗೆ. ಸಂಶೋಧನೆಯನ್ನಿಟ್ಟು ಕೊಂಡಿದ್ದ ಪ್ರಾಧ್ಯಾಪಕನ ಜೇಬಂತೂ ಯಾವಾಗಲೂ ಖಾಲಿಯೇ. ಸಂಶೋಧನೆಯ ಫಲಿತಾಂಶಗಳನ್ನು ಬರೆದು ಅದನ್ನು ಟೈಪು ಮಾಡುವುದಕ್ಕೆ ಹಣ, ಕಾಗದ ಕಾರ್ಬನ್ ಪೇಪರುಗಳಿಗೆ ಹಣ, ಫಲಿತಾಂಶದೊಂದಿಗೆ ಹಣ, ಟಪಾಲಿಗೆ ಹಣ, -ಹೀಗೆ ಒಂದು ಸಂಶೋಧನಾ ಬರಹದ ಪ್ರಕಟಣೆ ೧೫೦-೨೫೦ ರೂಪಾಯನ್ನು ತಿನ್ನುತ್ತಿತ್ತು. ಈ ಬಾಬತುಗಳಾವುದಕ್ಕೂ ಸರ್ಕಾರದಿಂದ ಹಣದ ಮಂಜುರಾತಿಯಿಲ್ಲ. ವರ್ಷಕ್ಕೆ ಐದಾರು ಬರಹಗಳನ್ನು ಪ್ರಕಟಣೆಗೆ ಕಳುಹಿಸುವುದೆಂದರೆ ಸುಮಾರು ೧೦೦೦ ರೂಪಾಯಿ ಜೇಬಿನಿಂದ ಹರಿದು ಹೋಗುತ್ತಿತ್ತು. ಹೀಗಾಗಿ ಎಷ್ಟೋ ಸಲ 'ಈ ವರ್ಷಕ್ಕೆ ಇಷ್ಟು ಸಾಕು; ಸಾಲ ಮಾಡಿ ಪೇಪರು ಪ್ರಕಟಿಸುವುದು ಬೇಡ; ಮುಂದಕ್ಕೆ ನೋಡಿಕೊಳ್ಳೋಣ' ಎಂದು ಬುದ್ಧಿವಾದ ಹೇಳಿಕೊಂಡು ಅನೇಕ ಸಂಶೋಧನಾ ಫಲಿತಾಂಶಗಳನ್ನು ಫೈಲುಗಳಲ್ಲಿಯೇ ಇಟ್ಟುಕೊಂಡಿದ್ದೇವೆ. ಇಲ್ಲವೇ ಮನಸ್ಸಿನೊಳಗಡೆಯೇ ಹಿಡಿದಿಟ್ಟಿದ್ದೇವೆ. ಇಂಥವನು ಪಾಠ ಹೇಳುವ ಖರ್ಚಿಗಾಗಿ ಸ್ವಂತ ಹಣವನ್ನು ಸುರಿಸುವುದು ಉಚಿತವಲ್ಲ ಎಂದೆನ್ನಿಸಿತು; ಆ ಹಣದಿಂದ ಇನ್ನೊಂದು ಸಂಶೋಧನೆಯ ಬರಹವನ್ನು ಪ್ರಕಟಿಸಬಹುದಲ್ಲವೆ ಎಂಬ ವಾದ ಮನಸ್ಸಿಗೆ ಸಾಧುವಾಗಿ ಕಂಡಿತು.

ಒಂದು ವರ್ಷ ೧೦ ಸಂಶೋಧನಾ ಬರಹಗಳನ್ನು ಪ್ರಕಟನೆಗೆಂದು ಕಳುಹಿಸಿಬಿಟ್ಟು ದಿವಾಳಿಯಾಗಿಬಿಟ್ಟಿದ್ದೆ. ಡಿಪಾರ್ಟ್‌ಮೆಂಟಿನಲ್ಲಿ ಸೀಮೆ-ಸುಣ್ಣವಿಲ್ಲ. ನನ್ನ ಅವಸ್ಥೆಯನ್ನು ತಿಳಿದಿದ್ದ ಸಹೋಪಾಧ್ಯಾಯರು (ಅಲ್ಪ ಸಂಬಳ ತೆಗೆದುಕೊಳ್ಳುವವರು) ತಾವಾಗಿಯೇ ಮುಂದೆ ಬಂದು ಹಣ ಹಾಕಿ ಸೀಮೆ -ಸುಣ್ಣವನ್ನು ಕೊಂಡು ಬಂದರು. ಇದೂ ಬೇಗನೆ ಮುಗಿದುಹೋಯಿತು. ಇನ್ನೂ ನಾಲ್ಕು ತಿಂಗಳು ಪಾಠ ಪ್ರವಚನ ನಡೆಯಬೇಕು. ಈ ಸ್ಥಿತಿಯಲ್ಲಿ ೨೦೦ ರೂಪಾಯಿನಷ್ಟು ಸೀಮೆ-ಸುಣ್ಣವನ್ನು ಕೊಂಡುಕೊಂಡು ಬಿಲ್ಲನ್ನು ಪಾವತಿಗಾಗಿ ಆಫೀಸಿಗೆ ಕಳುಹಿಸಿದೆ. ನನ್ನಂತೆಲೇ ಇತರ ವಿಜ್ಞಾನ ಡಿಪಾರ್ಟ್‌ಮೆಂಟಿನವರೂ ಮಾಡಿದರು.

ಕಾಲೇಜು ಆಫೀಸಿನ ಒಳಗಡೆ ನಡೆಯುವದೆಲ್ಲ ಕರಟಕ-ದಮನಕರ ದರ್ಬಾರು. ಇಲ್ಲಿ ಜರುಗುವ ಎಷ್ಟೋ ನಡವಳಿಕೆಗಳು ಪ್ರಿನ್ಸಿಪಾಲರ ಗಮನಕ್ಕೂ ಬರುವುದಿಲ್ಲ. ಮ್ಯಾನೇಜರಿಗೇನೊ ಅಲ್ಪ ಸ್ವಲ್ಪ ಅಧಿಕಾರವಿದೆ; ಕೆಲವು ವಿಷಯಗಳಲ್ಲಿ ಅವನೇ ನಿರ್ಣಯ ಮಾಡಬಹುದು; ಪ್ರಿನ್ಸಿಪಾಲರು ಸಾಧಾರಣವಾಗಿ ಈತನ ತೀರ್ಮಾನವನ್ನು 'ರ್‍ಯಾಟಿಫೈ' ಮಾಡುತ್ತಾರೆ. ತನ್ನ ಅಧಿಕಾರವ್ಯಾಪ್ತಿಯನ್ನು ತಪ್ಪಾಗಿ ತಿಳಿದುಕೊಂಡೋ

ಅಥವಾ ಉದ್ದೇಶಪೂರ್ವಕವಾಗಿಯೋ ಕರಟಕನೇ ದಬಾವಣೆಯ ಮೆಮೋಗಳನ್ನು ಹೊರಡಿಸಿದ್ದ ಸಂದರ್ಭಗಳೂ ಉಂಟು. ಪ್ರಿನ್ಸಿಪಾಲನಾದವನು ಹೆಡ್ಡತನದಿಂದಲೋ ಸ್ವಾಭಿಮಾನದಿಂದಲೋ ಅಂಥ ತೀರ್ಪುಗಳನ್ನು ರ್‍ಯಾಟಿಫೈ ಮಾಡಿದ್ದೂ ಉಂಟು.

ಸೀಮೆ–ಸುಣ್ಣದ ಪ್ರಸ್ತಾಪ ಇಂಥ ಕಾರ್ಯರೀತಿಗೆ ಒಳಪಟ್ಟಿತ್ತು. ನಾವು ಕಳುಹಿಸಿದ್ದ ಒಂದೊಂದು ಬಿಲ್ಲಿನ ಮೇಲೂ ಕರಟಕನು 'disallowed' ಎಂದು ಬರೆದು ತಾನೇ ಸಹಿ ಹಾಕಿದ್ದ. "ಪ್ರಿನ್ಸಿಪಾಲರಿಗೆ ಇದನ್ನು ತೋರಿಸಲೇ ಇಲ್ಲವಲ್ರಿ; ಅವರ ರ್‍ಯಾಟಿಫಿಕೇಷನ್ನೇ ಇಲ್ಲವಲ್ರಿ" ಎಂದಾಗ "ರೊಟೀನ್ ದರ್ಜೆಯ ಕಾಗದ–ಪತ್ರಗಳನ್ನು ನಾನೇ ಫೈಸಲು ಮಾಡಬೇಕೆಂದು ಪ್ರಿನ್ಸಿಪಾಲರ ಅಪ್ಪಣೆಯಾಗಿದೆ" ಎಂದು ಆ ಆಜ್ಞೆಯನ್ನು ತಂದು ತೋರಿಸಿದ. ಹಿಂದಿನ ಪ್ರಿನ್ಸಿಪಾಲರೊಬ್ಬರು ಈ ಆಜ್ಞೆಯನ್ನು ಹೊರಡಿಸಿದ್ದರಿಂದಲೇ ಕರಟಕ–ದಮನಕರು ನಮ್ಮ ಮೇಲೆ ದರ್ಬಾರು ನಡೆಸುವುದಕ್ಕೆ ಅವಕಾಶವಿದ್ದಿತು.

"ಯಾವುದು ರೊಟೀನು ಯಾವುದು ಅಲ್ಲ ಎಂಬ ನಿರ್ಧಾರವನ್ನು ಮಾಡುವವರು ಯಾರ್‍ರಿ? ಪ್ರಿನ್ಸಿಪಾಲ್ ಅಲ್ಲವೇನ್ರಿ?"

"ಕೆಲವು ಸಲ ಅವರು 'instructions' ಕೊಡುತ್ತಾರೆ. ಕೆಲವು ಸಲ ನಾನೇ..."

"ನಿಮಗೆ ಹೇಗ್ರಿ ಅದು ಗೊತ್ತಾಗುತ್ತದೆ?"

"ಈಗ ಈ ಪ್ರಸಂಗವನ್ನೇ ತೆಗೆದುಕೊಳ್ಳಿ ಸಾರ್. ಎಂಟು ಡಿಪಾರ್ಟ್‌ಮೆಂಟುಗಳಿಂದ ಒಂದೇ ವಿಧವಾದ ಅರಿಕೆಗಳು ಬಂದಾಗ ಅದು ರೊಟೀನ್ ಆಗುವದಿಲ್ಲವೆ?"

ಇವನು ಅಧಿಕ ಪ್ರಸಂಗಿತನದಿಂದ ವಾದ ಮಾಡುತ್ತಿದ್ದಾನೆಯೆ, ಇಲ್ಲ ಮಾಡಿದ ತಪ್ಪನ್ನು ಮುಚ್ಚಿಡುವುದಕ್ಕಾಗಿ ತನ್ನ ಪಕ್ಷವನ್ನು ಸಾಧಿಸುತ್ತಿದ್ದಾನೆಯೆ, ತಿಳಿಯಲಿಲ್ಲ. ಹೇಳಿದೆ: "ಒಂದು ವಿಧದಲ್ಲಿ ಆಫೀಸಿನ ವ್ಯವಹಾರವೆಲ್ಲ ರೊಟೀನೇ. ತಿಂಗಳ ಸಂಬಳ ತೆಗೆದುಕೊಳ್ಳುವುದೂ ರೊಟೀನೇ. ವಿದ್ಯಾರ್ಥಿಗಳಿಂದ ರೊಕ್ಕ ವಸೂಲು ಮಾಡುವುದೂ ರೊಟೀನೆ. ಆದರೆ ಇವುಗಳ ಜವಾಬ್ದಾರಿ ನಿಮ್ಮದಲ್ಲವಲ್ಲ! ಸೀಮೆ–ಸುಣ್ಣದ ಬಿಲ್ಲುಗಳು ರೊಟೀನೇ ಆದರೂ ಆ ಬಿಲ್ಲುಗಳನ್ನು ಫೈಸಲು ಮಾಡಬೆಕಾದವರು 'financial code' ಪ್ರಕಾರ ನೀವೂ ಅಲ್ಲ, ನಾನೂ ಅಲ್ಲ; Accountant General's Office ಅಲ್ವೇನ್ರಿ? ಬಿಲ್ಲುಗಳನ್ನು ರವಾನೆ ಹಾಕುವುದು ಮಾತ್ರ ನಿಮ್ಮ ಕೆಲಸವಲ್ಲವೇನ್ರಿ?" ರೂಲುಗಳ ವಿಷಯದಲ್ಲಿ ನಾನು ಹೊರ ತೋರಿಕೆಗೆ ಕಾಣುವಷ್ಟು ಹೆಡ್ಡನಲ್ಲವೆಂಬುದನ್ನು ಅವನು ಅರಿತುಕೊಂಡ. "ಮನ್ನಿಸಬೇಕು, ಅಯ್ಯ. ಈಗ ಸರಿಮಾಡಿಬಿಡುತ್ತೇನೆ."

ನನಗೆ ಆಶ್ಚರ್ಯವಾಯಿತು. ಸೀಮೆ–ಸುಣ್ಣವನ್ನು ಕೊಳ್ಳಬಾರದೆಂದು ಸರ್ಕಾರದ ಆಜ್ಞೆ, ಇವನು ಏನನ್ನು ಹೇಗೆ ಸರಿಮಾಡಿಬಿಡುತ್ತಾನೆಯೋ, ತನ್ಮೂಲಕ ನನ್ನನ್ನು ಯಾವ ಸಂದಿಗ್ಧದಲ್ಲಿ ಸಿಕ್ಕಿಸಿಬಿಡುತ್ತಾನೆಯೋ! ಹೆದರಿಕೆ ತಿನ್ನತೊಡಗಿತು.

"ಏನ್ರೀ ಮಾಡುತ್ತೀರಿ?"

"ಸುಲಭವಾಗಿ ನಡೆದುಹೋಗುತ್ತದೆ ಸಾರ್. ಸೀಮೆ-ಸುಣ್ಣವನ್ನು ಕೊಂಡುಕೊಳ್ಳಬಾರದೆಂಬ ವಿಧಿಯಿದೆಯೇ ವಿನಾ ಅದೇ ಉಪಯೋಗಕ್ಕೆ ಬರುವ ಬೇರೆ ವಸ್ತುವನ್ನು ಕೊಳ್ಳಬಾರದೆಂಬ ವಿಧಿ ಇಲ್ಲ."

"ಸರಿ."

"ಆದ್ದರಿಂದ ಬಿಲ್ಲುಗಳಲ್ಲಿ 'ನಾಮ' ಎಂದೋ 'ಕೆಯೊಲಿನ್' ಎಂದೋ ಬರೆದು ಬಿಟ್ಟರೆ, ಬಿಲ್ಲು ಪಾಸಾಗಿ ಬಿಡುತ್ತದೆ."

ಪಾತಪ್ರವಚನಗಳ ದೃಷ್ಟಿಯಿಂದ ಈ ಸೂಚನೆ ಸಮ್ಮತವಾಗಿ ಕಂಡಿತಾದರೂ ಪ್ರಾಮಾಣಿಕತೆಯ ದೃಷ್ಟಿಯಿಂದ ಸಮಂಜಸವಾಗಿ ಕಾಣಲಿಲ್ಲ. "ಬಿಲ್ಲುಗಳನ್ನು ಹಾಗೆಯೇ ಇಟ್ಟಿರಿ; ಏತನ್ಮಧ್ಯೆ ಸರ್ಕಾರಕ್ಕೆ ಅಹವಾಲು ಬರೆದುಕೊಳ್ಳೋಣ" ಎಂದು ಅಂಕಿ ಅಂಶಗಳನ್ನು ಕೊಟ್ಟು ವಸ್ತುಸ್ಥಿತಿಯನ್ನು ವಿವರಿಸಿ ಕಾಗದ ಬರೆದೆ. ಪತ್ರವ್ಯವಹಾರ ವಿಳಂಬವನ್ನು ಮೊಟಕು ಮಾಡುವ ಉದ್ದೇಶದಿಂದ ನಾನೇ ಒಂದೊಂದು ಪತ್ರವನ್ನೂ ಮುಖೇನ ಹಿಂಬಾಲಿಸಿಕೊಂಡು ಆಯಾ ಅಧಿಕಾರಿಗಳನ್ನು ನೋಡಿದೆ. ಬಹುಶಃ ಕರಟಕ-ದಮನಕರ ವಿಷಯದಲ್ಲಿ ನನಗೆ ವಿರುದ್ಧವಾದ ತೀರ್ಪುಕೊಟ್ಟಿದ್ದರ ಅಳುಕಿನಿಂದಲೋ ಏನೋ, ನನ್ನ ಮೇಲಧಿಕಾರಿಗೆ ನನ್ನ ಮೇಲೆ ಸ್ವಲ್ಪ ಅನುತಾಪ ಉಂಟಾಯಿತು. "ನಾನೇ ನಾಳೆ ನಿನ್ನ ಕಾಲೇಜಿಗೆ ಬರುತ್ತೇನೆ. ಮಾತನಾಡೋಣ" ಎಂದ.

ಕರಟಕ-ದಮನಕರನ್ನು ಕರೆದು, "ನಾಳೆ ಮೇಲಧಿಕಾರಿಗಳು ಇಲ್ಲಿಗೆ ಬರುತ್ತಾರಂತೆ-ಸೀಮೆ-ಸುಣ್ಣದ ವಿಷಯವನ್ನು ಪ್ರಸ್ತಾಪ ಮಾಡುವುದಕ್ಕೆ... ಸಂಬಂಧ ಪಟ್ಟ ಕಾಗದ ಪತ್ರಗಳನ್ನು 'ರೆಡಿ' ಮಾಡಿ ಇಡಿ" ಎಂದೆ.

ಕರಟಕ: "ಕಾಫಿ ಸರಬರಾಜು..."

"ಅದಕ್ಕೇನಂತೆ, ಮಾಡಿ" ಎಂದು ಹತ್ತು ರೂಪಾಯಿ ನೋಟು ಕೊಟ್ಟೆ.

ದಮನಕ: "ಒಂದು ಹಾರ ತುರಾಯಿ..."

ನನಗೆ ಸ್ವಲ್ಪ ತಬ್ಬಿಬ್ಬಾಯಿತು. ಮೇಲಧಿಕಾರಿ ಬಂದರೆ ಅವರಿಗೆ ಗೌರವ ತೋರಿಸುವುದೇನೋ ಸರಿಯೆ. ಆದರೆ ಈ ಸಂಪ್ರದಾಯ ಅನವಶ್ಯಕವೆಂದು ಅನ್ನಿಸಿತು. "ಸಮಾರಂಭ-ಪ್ರಸಂಗಗಳಾದರೆ ಹಾರ ತುರಾಯಿಗಳು ಉಚಿತ. ಅವರು ಇಲ್ಲಿಗೆ ಬರುವುದು ಒಂದು ವ್ಯವಹಾರದ ವಿಷಯವನ್ನು ಪ್ರಸ್ತಾಪ ಮಾಡುವುದಕ್ಕೆ. ಹಾರ ತುರಾಯಿಗಳು ಈಗೇಕೆ?" ಎಂದೆ,

ಕರಟಕ: "ಅದು ಮೇಲಧಿಕಾರಿಗೆ ಬಹು ಇಷ್ಟವಾದದ್ದು ಸಾರ್. ಅದೂ ಅಲ್ಲದೆ, ತಾವು ಪ್ರಿನ್ಸಿಪಾಲ್ ಆದ ಮೇಲೆ ಅವರಿಗೆ ಇನ್ನೂ ಹಾರ ಹಾಕಿಲ್ಲ!"

ನನ್ನಲ್ಲಿ ಈ ಕರ್ತವ್ಯಲೋಪವಿತ್ತೆಂದು ನನಗೇ ತಿಳಿದಿರಲಿಲ್ಲ. ಕರಟಕ ದಮನಕರ ನಿಕಟ ಸಂಪರ್ಕದಿಂದ ಅನಿವಾರ್ಯವಾಗಿ ಇದು ಮನದಟ್ಟಾಯಿತು. ವ್ಯವಹಾರ-ಸಂಪ್ರದಾಯದ ಬಲಾತ್ಕಾರಕ್ಕೆ ತಲೆ ಬಾಗಿ ಹಾರ ತುರಾಯಿಗಳಿಗೆ ಒಪ್ಪಿದೆ.

ಮರುದಿನ ಮೇಲಧಿಕಾರಿಯ (ಡೈರೆಕ್ಟರ್) ಸವಾರಿ ಚಿತ್ತೈಸಿದಾಗ ಅವರೊಂದಿಗೆ ಸಣ್ಣ ಸಿಬ್ಬಂದಿಯೇ ಬಂದುಬಿಟ್ಟಿತು, -ಅವರ ಆಪ್ತ ಕಾರ್ಯದರ್ಶಿ (ಕುತರ್ಕದಲ್ಲಿ ಪಂಡಿತ), ಆಫೀಸು ಸುಪರಿಂಟೆಂಡೆಂಟ್ (ಇವನು ಚಾಣಕ್ಯನನ್ನೂ ಮೀರಿಸಿದವ), Financial Assistant (ನಾವು ರವಾನಿಸಿದ ಸ್ಕೀಮುಗಳನ್ನೂ ಪ್ರಾಜೆಕ್ಟ್‌ಗಳನ್ನೂ ಛಿದ್ರ ಛಿದ್ರ ಮಾಡುವ ಯಂತ್ರ).

ಡೈರೆಕ್ಟರ್: "ನಿಮ್ಮ ಆಫೀಸಿನ ಮ್ಯಾನೇಜರೂ ಹೆಡ್-ಕ್ಲಾರ್ಕೂ ಬರಲಿ. ಅವರು ಬಹು ಜಾಣರು, ಅಮೂಲ್ಯವಾದ ಸಲಹೆಗಳನ್ನು ಕೊಡುತ್ತಾರೆ."

ಅವರನ್ನೂ ಕರೆದೆ, ಇಂಥ ಸಂದರ್ಭಗಳೂ ಅನುಭವಗಳೂ ನನಗೆ ತೀರ ಹೊಸವಾದ್ದರಿಂದ ಒಂದು ಬಗೆಯ ವಿನೋದಮಿಶ್ರವಾದ ನಿರೀಕ್ಷಣೆಯಿಂದ ಚಕಿತನಾಗಿದ್ದೆ.

ಡೈರೆಕ್ಟರ್ : (ಎಲ್ಲರನ್ನೂ ಉದ್ದೇಶಿಸಿ): "ಈ ಕಾಲೇಜಿಗೆ ಮಂಜೂರಾಗಿರುವ ಸೀಮೆ-ಸುಣ್ಣದ ಬಾಹುಳ್ಯ ಸಾಲದೆ ಹೋಗಿದೆಯೆಂದು ಪ್ರಿನ್ಸಿಪಾಲರು ಹೇಳುತ್ತಾರೆ."

ಆಪ್ತ ಕಾರ್ಯದರ್ಶಿ: "Noted Sir."

ಡೈರೆಕ್ಟರ್: " ಈ ಕೊರತೆಯನ್ನು ನಿವಾರಿಸಬೇಕಾಗಿದೆ."

ಆಫೀಸು ಸುಪರಿಂಟೆಂಡೆಂಟ್ : "ಹೌದು ಸರ್."

ಡೈರೆಕ್ಟರ್: (Financial Assistantನ್ನು ಸೂಚಿಸಿ) "ನಿಮ್ಮದೇನಾದರೂ ಸಲಹೆಯಿದೆಯೆ?"

F.A : "ಸರ್ಕಾರದ ರೂಲಿನಲ್ಲಿ ಸೀಮೆ-ಸುಣ್ಣವನ್ನು ಕಾಲೇಜುಗಳು ಕೊಂಡು ಕೊಳ್ಳಕೂಡದೆಂಬ ವಿಧಿಯಿದೆ Sir."

ಕರಟಕ: "ನೋಟೆಡ್ ಸರ್."

(ನಾನು ಇವನ ಕಿವಿಯಲ್ಲಿ "ನೀವೇಕ್ರಿ ಇದನ್ನು ನೋಟು ಮಾಡಿಕೊಳ್ಳಬೇಕು? ಇದು ನಿಮಗೆ ಗೊತ್ತಿರುವ ಸಂಗತಿಯಲ್ಲವೇನ್ರಿ?" ಎಂದದ್ದಕ್ಕೆ ಬದಲು ಕೊಡದೆ ಹಲ್ಲು ಕಿರಿದ.)

ಆಪ್ತ ಕಾರ್ಯದರ್ಶಿ: "ಪಾಠಕ್ಕೆ ಬೇಕಾಗುವ ಯಾವುದೋ ಒಂದು ಬಿಳಿಯದು ಎಂದು ಹೇಳಿ ಮಂಜೂರಾತಿ ಪಡೆಯಬಹುದು ಎಂದು ಕಾಣುತ್ತೆ."

ಕರಟಕ: "ಏನೋ ಒಂದು ಎನ್ನುವುದಕ್ಕಿಂತ ಇಂಥದು ಎಂದು 'specific'

ಆಗಿ ಸೂಚಿಸುವುದು ಒಳ್ಳೆಯದು."

ದಮನಕನ ನಡು ಬಗ್ಗಿತು. ಬಲಗೈ ಬೆರಳುಗಳು ತುಟಿಯನ್ನು ಮುಟ್ಟಿದವು. (ಒಡಲು ವಿನೀತಭಾವದ ಭಂಗಿಯಲ್ಲಿ ಮುದುರಿಕೊಂಡಿತು): " 'ನಾಮ' ಎಂದು ನಿರ್ದೇಶಿಸಬಹುದೆಂದು ಅರಿಕೆ ಸಲ್ಲಿಸುತ್ತೇನೆ."

ಆ.ಸು.: "ನಾಮವೂ ಬಿಳಿಯ ಪದಾರ್ಥವೇ ಆಯಿತಲ್ಲ!"

ಮೇಲಧಿಕಾರಿ: "ಪ್ರಸಂಗವನ್ನು 'complicate' ಮಾಡಬೇಡಿ, ಬಿಳಿಯ ನಾಮವನ್ನು ಕೊಂಡು ಕೆಂಪು ಮಸಿಯಲ್ಲಾಗಲಿ ನೀಲಿ ಮಸಿಯಲ್ಲಾಗಲಿ ಅದ್ದಿದರೆ ಬಣ್ಣದ ಸೀಮೆ–ಸುಣ್ಣವಾಗುತ್ತದೆ!"

ಆಪ್ತ ಕಾರ್ಯದರ್ಶಿ: "ಬಹು ಒಳ್ಳೆಯ ಸೂಚನೆ, ಸಾರ್."

"'ನಾಮ' ಎಂದು ನಿರ್ದೇಶಿಸಬಹುದೆಂದು..."

ಮೇಲಧಿಕಾರಿ: (ಸ್ವಾಭಿಮಾನದಿಂದ) "ನಾನು ಬಿ.ಟಿ. ಓದಿದ್ದೇನೆ ಕಾಣ್ರಿ! ಸ್ಕೂಲಿನಲ್ಲಿ ಆರು ತಿಂಗಳು ಉಪಾಧ್ಯಾಯನಾಗೂ ಕೆಲಸ ಮಾಡಿದ್ದೇನ್ರಿ!"

(ಎಲ್ಲರ ಮುಖದಲ್ಲೂ ಅಭಿನಂದನೆಯ ಅಭಿನಯ ಕಂಡಿತು. ನನ್ನ ಮುಖದಲ್ಲಿಯೂ ಇದೇ ಭಾವನೆಯನ್ನು ಅನುಕರಿಸಿದೆನಾದರೂ ಮನಸ್ಸಿನಲ್ಲಿಯೇ ತಲೆ ಚಚ್ಚಿಕೊಂಡೆ.)

ನಮ್ಮ ಮುಖಭಾವಗಳನ್ನು ಕಂಡ ಡೈರೆಕ್ಟರ್ ಸಾಹೇಬನು ಉತ್ತೇಜನಗೊಂಡು ಹೇಳಿದ: "ನೋಡಿ ಪ್ರೊಫೆಸರ್ ಸ್ವಾಮಿ, ನಾಮವನ್ನು ಬಣ್ಣದಲ್ಲಿ ಅದ್ದುವ ಕೆಲಸವನ್ನು ವಿದ್ಯಾರ್ಥಿಗಳ ಕೈಯಿಂದಲೇ ಮಾಡಿಸಿ. ನಾನು ಉಪಾಧ್ಯಾಯನಾಗಿದ್ದಾಗ ಗಂಗಂಪಟ್ಟಿ ಪ್ರಾಥಮಿಕ ಶಾಲೆಯಲ್ಲಿ ಮಕ್ಕಳ ಕೈಯಿಂದಲೇ ಈ ಕಾರ್ಯವನ್ನು ಮಾಡಿಸುತ್ತಿದ್ದೆ. ಓಹೊ ಹೊಹೊ! ಅವರದು ಏನು ಉತ್ಸಾಹ ಎನ್ನುತ್ತೀರಿ! ಆಟದ ಮೂಲಕ ಪಾಠ ಎಂಬ ತತ್ತ್ವವನ್ನು ನಿಮ್ಮ ಕಾಲೇಜಿನಲ್ಲೂ ಜಾರಿಗೆ ತರುವುದು ಒಳ್ಳೆಯದು."

ನನಗೆ ಏನು ಹೇಳಬೇಕೆಂದು ತೋರಲಿಲ್ಲ. ಏನು ಬದಲು ಕೊಟ್ಟೆನೆಂದೂ ಜ್ಞಾಪಕವಿಲ್ಲ.

F.A : "ಪ್ರಿನ್ಸಿಪಾಲ್ ಸಾಹೇಬರು ಸೀಮೆ-ಸುಣ್ಣಕ್ಕೆ ಬದಲಾಗಿ 'ನಾಮ'ವನ್ನು ಸಬ್‌ಸ್ಟಿಟ್ಯೂಟ್ ಮಾಡಬಹುದೆಂದು ನಮಗೆ ಬರೆದುಬಿಟ್ಟರೆ, ಡೈರೆಕ್ಟರ್ ಸಾಹೇಬರು ಸೆಕ್ರೆಟರಿ ಸಾಹೇಬರಿಗೆ ಅದನ್ನು ಅನುಮೋದಿಸಿ ರವಾನಿಸಿ ಬಿಡುತ್ತಾರೆ. ಸೆಕ್ರೆಟರಿ ಸಾಹೇಬರು ಅದನ್ನು ಅಪ್ರೂವ್ ಮಾಡಿಬಿಟ್ಟು ಸ್ಟೋರ್ ಪರ್ಚೇಸ್ ಡೈರೆಕ್ಟರ್ ಸಾಹೇಬರಿಗೆ ವರದಿ ಮಾಡಿಬಿಡುತ್ತಾರೆ. ಎಲ್ಲವೂ ಸರಿಹೋಗಿ ಬಿಡುತ್ತದೆ!"

ಇವನು ನನ್ನನ್ನೂ ನನ್ನ ಮೇಲಿನ ಅಧಿಕಾರಿಗಳೊಂದಿಗೆ 'ಸಾಹೇಬರ' ದರ್ಜೆಗೆ ಏರಿಸಿಬಿಟ್ಟಿದ್ದು ನನಗೆ ಸರಿಬೀಳಲಿಲ್ಲ. ಹಲ್ಲು ಕಚ್ಚಿಕೊಂಡು ಸುಮ್ಮನಿದ್ದೆ. ನನ್ನ ಡೈರೆಕ್ಟರ್ ಸಾಹೇಬರಿಗೇನೋ ನಾನು ಅರ್ಧ ಮನಸ್ಸಿನಿಂದಲೂ ಅಳುಕಿನಿಂದಲೂ ಅಹವಾಲು ಬರೆದುಕೊಂಡೆ. ಆ ಆಫೀಸಿನಿಂದ ಅದು ಸೆಕ್ರೆಟರಿ ಸಾಹೇಬರಿಗೆ ತಲುಪುವ ವೇಳೆಗೆ ನಾಲ್ಕು ತಿಂಗಳಾಯಿತು. ಸೆಕ್ರೆಟರಿ ಸಾಹೇಬರನ್ನು ಆರು ಸಲ (ಮೂರು ಪ್ರಿನ್ಸಿಪಾಲನ ಹೆಸರಿನಲ್ಲಿ, ಮೂರು ವೈಯಕ್ತಿಕ ಕೆಪ್ಯಾಸಿಟಿಯಲ್ಲಿ) ಕಂಡು ಹಲ್ಲುಕಿರಿದು ಕೈ ಕುಲಕಿ ಈ ಪ್ರಸ್ತಾಪವನ್ನು ಚರ್ವಿತಚರ್ವಣ ಮಾತನಾಡಿದೆ. ಎಂಟು ತಿಂಗಳಾದ ಮೇಲೆ ಕೊನೆಯ ಸಲ ಕಂಡಾಗ "ಇದನ್ನು ನಾನು ನೇರವಾಗಿ 'ಸ್ಟೋರ್ಸ್-ಪರ್ಚೇಸ್' ಆಫೀಸರಿಗೆ ಕಳುಹುವ ಹಾಗಿಲ್ಲ. ಇದು ಮೊದಲು 'Finance' ಡಿಪಾರ್ಟ್‌ಮೆಂಟಿಗೆ ಹೋಗುತ್ತದೆ. ಅವರು ಅಪ್ರೂವ್ ಮಾಡಿ ನನಗೆ ತಿರುಗಿ ಕಳಿಸುತ್ತಾರೆ. ಆಮೇಲೆ ನಾನು ಅವರ ಶಿಫಾರಸಿನೊಂದಿಗೆ ಸ್ಟೇಷನರಿ ಡೈರೆಕ್ಟರಿಗೂ ಸ್ಟೋರ್-ಪರ್ಚೇಸ್ ಆಫೀಸರಿಗೂ ಕಳುಹಿಸುತ್ತೇನೆ" ಎಂದು ಅಭಯಕೊಟ್ಟರು.

ಈ ಪ್ರಗತಿಪಥದಲ್ಲಿ ಮುನ್ನಡೆಯಬೇಕೆ? ಎಂಬ ಸಂದೇಹ ಮೂಡಿತು ನನಗೆ. ದಾಸರ 'ಈಸಬೇಕು ಇದ್ದು ಜೈಸಬೇಕು' ಎಂಬ ಉಕ್ತಿಯ ನೆನಪೂ ಮರುಕ್ಷಣದಲ್ಲಿಯೇ ಬಂತು. ಜಯಿಸುವ ಭರದಲ್ಲಿ ಎಲ್ಲಿ 'ಡಾನ್ ಕ್ವಿಕ್ಸೋಟ'ನಾಗಿ ಬಿಡುವೆನೋ ಎಂಬ ಹೆದರಿಕೆಯೂ ಬಂತು. ಮನಸ್ಸಿಗೆ ಹೇಗೋ ಧೈರ್ಯ ತಂದುಕೊಂಡೆ. ಒಂದು ತಿಂಗಳು ಬಿಟ್ಟುಕೊಂಡು 'finance' ಅಧಿಕಾರಿಯ ಬಳಿ ಹೋದೆ. ನಾನು ಹೇಳಿದ್ದೆಲ್ಲವನ್ನೂ ಕೇಳಿ ಹೊಟ್ಟೆ ಬಿರಿಯುವಂತೆ ನಕ್ಕುಬಿಟ್ಟ. "ಕಾಲೇಜಿಗೆ ನಾಮ ಕೊಂಡುಕೊಳ್ಳುವುದು ಎಂದರೆ ನಗೆಪಾಟಲು ಆಗುತ್ತದಲ್ರಿ! ಪರೀಕ್ಷೆಯಲ್ಲಿ ಹುಡುಗರಿಗೆ ಪಂಗನಾಮ ತಿದ್ದುವದೇ ಸಾಲದೇನ್ರಿ? ಈಗ ನಾಮವನ್ನು ಸರ್ಕಾರವೇ ಮಂಜೂರು ಮಾಡಿದರೆ ಜನ ಏನೆನ್ನುತ್ತಾರ್ರೀ!" ಎಂದು ಗಹಗಹಿಸಿ ನಕ್ಕ.

ನನ್ನನ್ನು ಹೆಡ್ಡನನ್ನಾಗಿ ಮಾಡುವ ಉದ್ದೇಶದಿಂದಲೇ ನನ್ನ ಮೇಲಧಿಕಾರಿ ಈ ನಾಟಕವನ್ನಾಡಿರಬಹುದೇ ಎಂದೂ ಅನ್ನಿಸಿತು. ಆದರೂ ಆತನ ಬುದ್ಧಿಗೆ ಈ ತೆರನಾದ ತರಲೆ ಆಲೋಚನೆಗಳು ಬಂದಿರಲಾರವೆಂಬ ನಂಬಿಕೆಯೂ ಉಂಟಾಯಿತು. 'Finance' ಅಧಿಕಾರಿಗೆ ಬಿನ್ನಯಿಸಿದೆ: "ಹೌದು ಸಾರ್;

ತಾವು ಹೇಳಿದ್ದೆಲ್ಲವನ್ನೂ ಒಪ್ಪುತ್ತೇನೆ. ಆದ್ದರಿಂದ ಸ್ಟೋರ್ಸ್-ಪರ್ಚೇಸಿಂಗ್ ಡಿಪಾರ್ಟ್‌ಮೆಂಟಿಗೆ ನಮ್ಮ ಕಾಲೇಜಿಗೆ ಮಂಜೂರಾಗಿರುವ ಸೀಮೆ-ಸುಣ್ಣದ ಬಾಹುಳ್ಯವನ್ನು ಕನಿಷ್ಠ ಪಕ್ಷ ದ್ವಿಗುಣಿಸುವಂತೆ ನಿಮ್ಮ ಶಿಫಾರಸು ಮಾಡಿ. ಇಲ್ಲವೆ ಕಾಲೇಜಿಗೆ ಕೊಡುವ ಕಂಟಿಂಜೆನ್ಸಿ ಹಣದಿಂದ ಸೀಮೆ-ಸುಣ್ಣವನ್ನು ಕೊಂಡುಕೊಳ್ಳಲು ಅನುಮತಿ ಕೊಡಿ. ಇದರಲ್ಲಿ ಯಾವುದೊಂದನ್ನು ಆಗಮಾಡಿಸಿದರೂ ಅಧ್ಯಾಪಕರು ತಮ್ಮ ಕರ್ತವ್ಯವನ್ನು ಸಮರ್ಪಕವಾದ ರೀತಿಯಲ್ಲಿ ನಿರ್ವಹಿಸಿದರೆಂಬ ತೃಪ್ತಿ ಬರುತ್ತದೆ."

ಗಹಗಹಿಸಿ ನಗುತ್ತಿದ್ದ ಮುಖ ಚಿಂತಾಕ್ರಾಂತವಾಯಿತು. ಆತನ ತಮ್ಮನೂ ಮಗಳೂ ನಮ್ಮ ಕಾಲೇಜಿನಲ್ಲಿ ಓದುತ್ತಿದ್ದರೆಂಬ ನೆನಪು ಮೂಡಿಬಿಟ್ಟಿರಬೇಕು! "ನಾನು ಓದಿದಾಗ ಈ ತೊಂದರೆಯಿರಲಿಲ್ಲವಲ್ರಿ!"

"ಅದು ೨೦ ವರ್ಷಗಳ ಹಿಂದಿದ್ದ ಸ್ಥಿತಿ."

"ನೋಡಿ, ಪ್ರೊಫೆಸರ್, ನೀವು ಕೇಳಿದ ಎರಡು ಬಾಬತುಗಳನ್ನೂ ಆಗ ಮಾಡಿಸುವ ಹಾಗಿಲ್ಲ. ನಿಮಗೇ ತಿಳಿದಿರುವಂತೆ ಈಗ ಚೀಣಾದೊಂದಿಗೆ ನಮ್ಮ ದೇಶ ಯುದ್ಧ ಮಾಡುತ್ತಿದೆ. ಎಮರ್ಜನ್ಸಿ. 'Stationary Department'ಗೆ ಬಾಹುಳ್ಯವನ್ನು ಹೆಚ್ಚು ಮಾಡಿ ಎಂದರೆ, ಹೆಚ್ಚಿನ ಹಣ ಕೊಡಿ ಎನ್ನುತ್ತಾರೆ. ಕಂಟಿಂಜೆನ್ಸಿಯಿಂದ ಕೊಂಡುಕೊಳ್ಳಿ ಎಂದರೆ ಆಡಿಟ್ ಡಿಪಾರ್ಟ್‌ಮೆಂಟಿನವರು ಹಾಯ್ದು ಬರುತ್ತಾರೆ."

"ಹಾಗಾದರೆ...?"

"ನಾಮವನ್ನೇ ಕೊಂಡುಕೊಳ್ಳಬಹುದೆಂದು ಸರ್ಕಾರಕ್ಕೆ ಶಿಫಾರಸು ಮಾಡುತ್ತೇವೆ."

ಕೃತಜ್ಞತೆಯನ್ನು ಹೇಳಿ ಮರಳಿ ಬಂದೆ; ಸರ್ಕಾರದ ಸನ್ನದಿಗಾಗಿ ಕಾದು ಕುಳಿತೆ.

ಆರೇಳು ತಿಂಗಳಾದ ಮೇಲೆ ಸರ್ಕಾರದ ಸನ್ನದು ಬಂದೇ ಬಂದುಬಿಟ್ಟಿತು! ವಿವರ ಹೀಗಿತ್ತು: "ಪ್ರಿನ್ಸಿಪಾಲರು ಬರೆದಿರುವ ಪತ್ರಗಳನ್ನೆಲ್ಲ ಅವಲೋಕಿಸಲಾಗಿದೆ. ಅವರು ಮೇಲಧಿಕಾರಿಗಳೊಂದಿಗೆ ನಡೆಸಿದ ಡಯಲಾಗು-ಟಿಪ್ಪಣಿಗಳನ್ನೂ ಗಮನಿಸಲಾಗಿದೆ. ಸರ್ಕಾರದ ಹೊಣೆಯನ್ನೂ ಈಗ ಅದರ ನೆಲೆಯನ್ನೂ ಗಣನೆಗೆ ತಂದುಕೊಳ್ಳಲಾಗಿದೆ. ಸೀಮೆ-ಸುಣ್ಣದ ಬಾಹುಳ್ಯವನ್ನು ಹೆಚ್ಚಿಸಲು ಈಗ ಸರ್ಕಾರದಲ್ಲಿ ಹಣವಿಲ್ಲವೆಂಬುದನ್ನು ವಿಷಾದದಿಂದ ತಿಳಿಸಬೇಕಾಗಿದೆ. ಮಂಜೂರಾದ ಕಂಟಿಂಜೆನ್ಸಿ ಹಣದಿಂದ ಸೀಮೆ-ಸುಣ್ಣವನ್ನು ಕೊಂಡುಕೊಳ್ಳುವುದೂ ಸರ್ಕಾರದ ಶಾಸನಕ್ಕೆ ವಿರುದ್ಧವಾಗಿದೆ. ಆದ್ದರಿಂದ ಸೀಮೆ-ಸುಣ್ಣಕ್ಕೆ ಬದಲಾಗಿ ಅದೇ ಕೆಲಸಕ್ಕೆ ಬಳಸಬಹುದಾದ ಬೇರೆ ಪದಾರ್ಥವನ್ನು (ಉದಾಹರಣೆ, ನಾಮ) ಪ್ರಿನ್ಸಿಪಾಲರು ಸರ್ಕಾರದ ಖರ್ಚಿನಲ್ಲಿ ಕಾನೂನು ರೀತ್ಯಾ ಕೊಂಡುಕೊಳ್ಳಬಹುದು ಎಂದು

ಸರ್ಕಾರ ತೀರ್ಮಾನಿಸಿದೆ."

"ವಿಶೇಷ ಸೂಚನೆ: ನಾಮವನ್ನು ದುರುಪಯೋಗಪಡಿಸುವ ಸಂದರ್ಭಗಳನ್ನು ಪ್ರಿನ್ಸಿಪಾಲರು ತಪ್ಪಿಸಬೇಕು."

ಇಲ್ಲಿಂದ ಇನ್ನೊಂದು ಅಧ್ಯಾಯ ಪ್ರಾರಂಭವಾಯಿತು. ಈ ಸಂದರ್ಭದಲ್ಲಿ 'ಕಾನೂನು ರೀತ್ಯಾ' ಎಂದರೆ ಸರ್ಕಾರದ ನಿಘಂಟಿನಲ್ಲಿ 'competitive quotations' ಮೂಲಕ ಎಂದರ್ಥ. ನಾಮವನ್ನು ಮಾರುವ ಅಂಗಡಿಗಳೇನೊ ಇವೆ. ಮಾರಾಟಗಾರರೆಲ್ಲರೂ ಚಿಲ್ಲರೆ ವ್ಯಾಪಾರಿಗಳು. ಅವರ ಬಳಿ ನಮಗೆ ಬೇಕಾದಷ್ಟು ಬಾಹುಳ್ಯವೂ ದೊರಕದು; ಸರ್ಕಾರಕ್ಕೆ ಸಪ್ಲೈಮಾಡಿ ಹಣದ ಪಾವತಿಗಾಗಿ ಎರಡು ಮೂರು ತಿಂಗಳು ಕಾದು ಕುಳಿತಿರುವಂತೆ ಸಹನೆಯುಳ್ಳವರೂ ಅವರಲ್ಲ. ಕನಿಷ್ಠ ಪಕ್ಷ ಮೂರು ಕೊಟೇಷನ್‌ಗಳನ್ನು ಸಂಪಾದಿಸುವುದು ಹೇಗೆ? ಇದು ಮೊದಲನೆ ಪ್ರಶ್ನೆ.

ಎರಡನೆಯದಾಗಿ ಈ ಪ್ರಸಂಗವು 'ಚಕ್ಕನಿ' ರಾಜಮಾರ್ಗವನ್ನು ಕೊರೆದು ಸಂದಿನಲ್ಲಿ ದೂರಿಕೊಂಡಾಗಿನಿಂದ ನನ್ನ ಮನಸ್ಸಿನಲ್ಲಿ ಅಳುಕು ಭಾರವಾಗಿ ಕೂತಿತ್ತು. ಸರ್ಕಾರವೇ ತನಗಾಗಿ ನಿರ್ಮಿಸಿಕೊಂಡಿದ್ದ ರಾಜಮಾರ್ಗವಿದ್ದರೂ ಅದರಲ್ಲಿ ತಾನೇ ನಡೆಯಲಾಗದೆ ಕಾಲುದಾರಿಗಳನ್ನು ಹಿಡಿಯುವ ಸ್ಥಿತಿಯನ್ನು ಕಂಡು ಆಶ್ಚರ್ಯಗೊಂಡೆ. ಓಬೀರಾಯನ ಕಾಲದಲ್ಲಿ ಆಗಿನ ಸ್ಥಿತಿಗತಿಗನುಗುಣವಾಗಿ ಮಾಡಿಟ್ಟ ಕಾನೂನನ್ನು ಸರ್ವಕಾಲಕ್ಕೂ ಅನ್ವಯಿಸುವ ಕಟ್ಟುಪಾಡು ನಮ್ಮ ಈಗಿನ ಸರ್ಕಾರಗಳಿಗೆ ಮಾತ್ರ ಮೀಸಲಾದುದು. ವೈಯಕ್ತಿಕವಾಗಿ ಮೇಲಧಿಕಾರಿಗಳೆಲ್ಲರೂ ಈ ದುಃಸ್ಥಿತಿಯನ್ನು ಅರಿತಿರುವವರೇ ಆಗಿದ್ದಾರೆ. ಆದರೆ, ಮಾರ್ಪಾಡು ಮಾಡುವುದಕ್ಕೋ, ಅದನ್ನು ತೊಡೆದುಹಾಕಿ ಸೂಕ್ತವಾದ ಬೇರೊಂದನ್ನು ಜಾರಿಗೆ ತರುವುದಕ್ಕೋ ಯಾವ ಮೇಲಧಿಕಾರಿ ಸಾಹೇಬನೂ ಸೂತ್ರ ವಹಿಸುವುದಕ್ಕೆ ಹಿಂಜರಿಯುತ್ತಾನೆ. ಮಲಗಿದ ನಾಯಿ ಮಲಗಿರಲಿ, ಎಚ್ಚರಿಸಿದರೆ ತನ್ನನ್ನೇ ಕಚ್ಚಿ ಬಿಡುವ ಸಂಭವವೆಲ್ಲಿ ಬರುವುದೋ ಎಂಬ ಮುಂಜಾಗರೂಕತೆ! ರಾಜವೀಥಿಯಲ್ಲಿ ಬೇರೂರಿ ಬೆಳೆದಿರುವ ಕಿರುಚಲನ್ನು ಕಿತ್ತು ಸಂಚಾರಕ್ಕೆ ಯೋಗ್ಯವನ್ನಾಗಿಡಿಸುವ ಜವಾಬ್ದಾರಿ ಯಾರಿಗೂ ಬೇಡ; ಆ ಕುರುಚಲು ಸಂದಿಗೊಂದಿಗಳಲ್ಲಿ ನುಗ್ಗುವ ಅವಕಾಶವನ್ನು ಕಲ್ಪಿಸಿಕೊಂಡು ಪಾರಾಗಲೆಳಸುವವರೇ ಹೆಚ್ಚು ಮಂದಿ. ಸರ್ಕಾರದ ಅಧಿಕಾರಿ ಸಾಹೇಬರುಗಳೇ "ನೀವು ಕೇಳುವುದನ್ನು ಕೊಡುವುದಕ್ಕೆ ಸರ್ಕಾರದಲ್ಲಿ ಅವಕಾಶವಿಲ್ಲ" ಎಂದರೆ 'ಯಾವುದು ಸರ್ಕಾರ? ಅದು ನಿಬಂಧನೆಗಳು ಮಾತ್ರವೇ? ನಿಬಂಧನೆಗಳನ್ನು ಮಾಡಿ ಅವನ್ನು ಜಾರಿಗೆ ತರುವಂಥ ಆಫೀಸರುಗಳೆ?' ಎಂಬ ಪ್ರಶ್ನೆಗಳು ಏಳುತ್ತವೆ. ಈ ಸ್ಥಿತಿಯನ್ನು ವರ್ಣಿಸುವುದಕ್ಕಾಗಿಯೇ ಸರ್. ಎಂ. ವಿಶ್ವೇಶ್ವರಯ್ಯನವರು 'The secretariat has neither a body to kick nor a soul to damn' ಎಂದು ಹೇಳಿದರೋ ಏನೋ!

ನಮ್ಮ ಕರಟಕ ಈ ಸನ್ನದನ್ನು ವಿಜಯಪತಾಕೆಯಂತೆ ಹಿಡಿದೆತ್ತಿ ಬೀಸುತ್ತ ಬಂದ. ತಾನು ಕೊಟ್ಟಿದ್ದ ಸೂಚನೆ ಅಂಗೀಕೃತವಾಗಿ ಬಿಟ್ಟಿತಲ್ಲಾ ಎಂಬ ಸಂತೋಷ ಅವನಿಗೆ. "ಸಾರ್, ಅಪ್ಪಣೆಯಾದರೆ ಆ ಬಿಲ್ಲುಗಳನ್ನು ಆಯಾ ಡಿಪಾರ್ಟ್‌ಮೆಂಟಿನವರಿಗೆ ಹಿಂದಕ್ಕೆ ಕೊಟ್ಟು, ನಾಮದ ಬಿಲ್ಲುಗಳನ್ನಾಗಿ ಮಾರ್ಪಡಿಸಿ ಕಳುಹಿಸಿರೆಂದು ಹೇಳುತ್ತೇನೆ."

"ಸ್ವಲ್ಪ ತಡಿಯಯ್ಯ. ಅಲ್ಲಿ 'ಕಾನೂನು-ರೀತ್ಯ' ಎಂದಿರುವುದನ್ನು ಗಮನಿಸಿದಿರಾ?"

"ಅದು ರೊಟೀನು, ಸಾರ್"

"ಅಲ್ರೀ, ನಾಳೆ ಅಡಿಟರುಗಳು ಬಂದು 'competitive quotations' ಎಲ್ಲಿ ಎಂದು ಕೇಳಿದರೆ ಏನ್ರೀ ಬದಲು ಹೇಳುತ್ತೀರಿ?"

"ಅದು ಪರವಾಯಿಲ್ಲ, ಸಾರ್. ಅವನ್ನು ಬರಮಾಡಿಕೊಂಡರಾಯಿತು–ಆದರೆ ಪ್ರಿ–ಡೇಟು ಹಾಕಿಸಿಬಿಡೋಣ!"

"ಇಲ್ಲಿ ನೋಡಿ, ಮ್ಯಾನೇಜರೇ, ಯಾರ ಕಣ್ಣಿಗೂ ಮಣ್ಣೆರಚುವ ಹವ್ಯಾಸಗಳು ಬೇಡ."

"ಹಿಂದೊಂದೆರಡು ಸಲ ಬಿ... ಪ್ರಿನ್ಸಿಪಾಲರಾಗಿದ್ದಾಗ ಹೀಗೆ ಮಾಡಿದ್ದೆವು."

"ಇನ್ನು ಮೇಲೆ ಮಾಡಬೇಕಾದ ಅಗತ್ಯವಿಲ್ಲ. ಈಗಿರುವ ಬಿಲ್ಲುಗಳನ್ನು ನನ್ನಲ್ಲಿಗೆ ಕಳುಹಿಸಿ. ಪ್ರಾಧ್ಯಾಪಕರಿಗೆ ನಾನೇ ವಾಪಸು ಕೊಟ್ಟು 'ಈ ಹಣ ಪಾವತಿಯಾಗುವುದಿಲ್ಲ' ಎಂದು ಹೇಳುತ್ತೇನೆ. ಒಂದೊಂದು ಡಿಪಾರ್ಟ್‌ಮೆಂಟಿನಿಂದಲೂ ಅವರಿಗೆ ಬೇಕಾದ ಬಾಹುಳ್ಯವೇನೆಂಬುದನ್ನು ಬರೆದು ಕಳುಹಿಸಿ ಎಂದು ಹೇಳುತ್ತೇನೆ. ಅಂದಾಜುಗಳೆಲ್ಲ ಬಂದ ಮೇಲೆ ಒಟ್ಟು ಎಷ್ಟಾಗುತ್ತದೆಯೆಂದು ಲೆಕ್ಕ ಹಾಕಿ ಹೇಳಿ ಆಮೇಲೆ ಆ ಮೊತ್ತವನ್ನೂ 'ಕಾನೂನು–ರೀತ್ಯಾ' ಒಟ್ಟಾಗಿ ತರಿಸಿಕೊಂಡರಾಯಿತು."

ಡಿಪಾರ್ಟ್‌ಮೆಂಟುಗಳಿಂದ ಅಂದಾಜುಗಳು ಬಂದವು. ಈಗ ಕನಿಷ್ಠ ಪಕ್ಷ ಮೂರು ಕೊಟೇಷನ್‌ಗಳನ್ನು ತರಿಸುವ ಕಾತರ ಏರ್ಪಟ್ಟಿತು. ಈಗಿನ ಮುಖ್ಯ ಪ್ರಶ್ನೆಗಳು ಎರಡು:

(೧) 'ನಾಮ' ಎಂದು ಬರೆಸಿ ಸೀಮೆ–ಸುಣ್ಣವನ್ನು ಕೊಂಡುಕೊಳ್ಳುವುದೆ?

(೨) 'ನಾಮ' ಎಂದು ಬರೆಸಿ ನಾಮವನ್ನೇ ಕೊಂಡುಕೊಳ್ಳುವುದೆ?

ಸನ್ನದಿನಲ್ಲಿ ನಿರ್ದೇಶವಾಗಿರುವ ಪದಾರ್ಥ ನಾಮ; ಎಂದರೆ, 'ಕಾನೂನು –ರೀತ್ಯಾ' ಮಂಜೂರಾಗಿರುವದೂ ಇದೇ. ಆದರೆ ಬರೆಯುವ ಸೌಲಭ್ಯಕ್ಕೆ ಸೀಮೆ ಸುಣ್ಣ ಸೊಗಸು. 'ನಾಮ' ಎಂದು ಕೊಟೇಷನ್ನಿನಲ್ಲಿ ಹೇಳಿ ಸೀಮೆ–ಸುಣ್ಣವನ್ನು ಸರಬರಾಜು ಮಾಡುವ ವ್ಯಾಪಾರಿ ನಿಸ್ಸೀಮರೇನೋ ಧಾರಾಳವಾಗಿ ಉತ್ಸಾಹದಿಂದ

ಮುಂದೆ ಬರುತ್ತಾರೆ. ಇದು ಅವರಿಗೂ ಫಾಯಿದೆಯ ಸಂದರ್ಭ. ಏಕೆಂದರೆ ಒಂದು ಗ್ರೋಸು ನಾಮದ ಬೆಲೆ ೧ ರೂ ೪೪ಪೈಸೆ; ಅದೇ ಬಾಹುಳ್ಯಕ್ಕೆ ಸೀಮೆ-ಸುಣ್ಣದ ಬೆಲೆ ೨೫ ಪೈಸೆ. ಹೀಗಾಗಿ ನಾಮದ ಬೆಲೆಗೆ ಸೀಮೆ-ಸುಣ್ಣವನ್ನು ಸರಬರಾಜು ಮಾಡುವುದರಿಂದ ಶೇಕಡ ೧೦೦ರಷ್ಟು ಲಾಭ ಸಂಪಾದಿಸುವಂಥ ಈ ಕರಾರಿಗೆ ಯಾವ ವ್ಯಾಪಾರಿ ತಾನೆ ಮುಂದು ಬರುವುದಿಲ್ಲ? ಇಂಥ ಸಂದರ್ಭಗಳಲ್ಲಿ ಆ ವ್ಯಾಪಾರಿಯು ವ್ಯಾಪಾರ-ಧರ್ಮವನ್ನು ಹಾದರಕ್ಕೆ ಬಿಟ್ಟು ಸರ್ಕಾರದ 'ಕಾನೂನು -ರೀತ್ಯಾ' ಸೂತ್ರಗಳಿಗೆ ವಿಧೇಯನಾಗುತ್ತಾನೆ. ಮುಂದೊಂದು ದಿನ ಆಡಿಟರ್ ಚಿತ್ರಗುಪ್ತರು ಇದನ್ನು ಕಂಡುಹಿಡಿದು "ಈ ಅಧಿಕಾರಿಯು ಹೆಚ್ಚು ಬೆಲೆ ಕೊಟ್ಟು ಅಗ್ಗದ ಮಾಲನ್ನು ಕೊಂಡು ಸರ್ಕಾರಕ್ಕೆ ನಷ್ಟ ಮಾಡಿದ್ದಾನೆ" ಎಂದು ವರದಿ ಮಾಡಿಬಿಟ್ಟರೆ ಏನು ಗತಿ ಎಂಬ ಹೆದರಿಕೆಯೂ ಬಂತು.

ನಾಮಕ್ಕೆ ಆರ್ಡರ್ ಕೊಟ್ಟು ನಾಮವನ್ನೇ ಕೊಂಡುಕೊಳ್ಳುವುದೇ ಸರ್ವ ವಿಧಗಳಲ್ಲಿಯೂ ಉತ್ತಮವೆಂದು ತೀರ್ಮಾನಿಸಿದೆ. ನನ್ನ ಸಹೋದ್ಯೋಗಿಗಳಿಗೆ ಇದನ್ನು ತಿಳಿಸಿದೆ. ನಿರೀಕ್ಷಿಸಿದ್ದಂತೆ ಅವರಿಗೆ ಅತೃಪ್ತಿ. ಶ್ರೀ ವೈಷ್ಣವ ತೆಂಗಲೆ ಸಂಪ್ರದಾಯಕ್ಕೆ ಸೇರಿದ್ದ ಒಂದಿಬ್ಬರು ಪ್ರಾಧ್ಯಾಪಕರು-ವಿಜ್ಞಾನ ಡಿಪಾರ್ಟಮೆಂಟುಗಳಲ್ಲಿದ್ದವರು- ಪ್ರತಿಭಟನೆಯನ್ನು ವ್ಯಕ್ತಪಡಿಸಿದರು: ಮಹಾವಿಷ್ಣುವಿನ ಪಾದಸಮಾನವಾದಂಥ ಪೂಜ್ಯ ವಸ್ತುವನ್ನು ಕಪ್ಪು ಹಲಗೆಯ ಉಪಯೋಗಕ್ಕೆ ಬಳಸುವುದೆ? ನಾನು ಸ್ಮಾರ್ತನೆಂದೂ ಶ್ರೀ ವೈಷ್ಣವರನ್ನು ಅಲ್ಲಗಳೆಯುವುದಕ್ಕಾಗಿಯೇ ಈ ಏರ್ಪಾಟು ಮಾಡಿರುವೆನೆಂದೂ ದೂರಿದರು. ಶ್ರೀ ವೈಷ್ಣವ ವಡಗಲೆ ಸಂಪ್ರದಾಯಕ್ಕೆ ಸೇರಿದ್ದ ಪ್ರಾಧ್ಯಾಪಕರು-ಮಾನವಿಕ ಡಿಪಾರ್ಟ್‌ಮೆಂಟುಗಳಲ್ಲಿದ್ದವರು-ತೆಂಗಲೆಯವರ ವಿಷಯದಲ್ಲಿ ತಲೆತಲಾಂತರದಿಂದ ದತ್ತವಾಗಿದ್ದ ಸೇಡಿನ ಶರಣು ಹೊಕ್ಕು ಸವಾಲು ಹಾಕಿದರು: "ನಮ್ಮ ಪ್ರತಿಕಕ್ಷಿಗಳ ವಾದ ಸತ್ತ್ವಹೀನವಾದದ್ದು. ಅವರದು ಯಾವಾಗಲೂ ತರಲೆಯ ಸ್ವಭಾವ. ಶ್ರೀಮನ್ನಾರಾಯಣನ ಸ್ಮರಣೆ ಮಾಡಿಬಿಟ್ಟು ನಾಮವನ್ನು ಯಾವ ಸದ್ವಿನಿಯೋಗಕ್ಕಾದರೂ ಬಳಸಬಹುದು. ವಿದ್ಯಾದಾನಕ್ಕಾಗಿ ನಾಮವನ್ನು ಬಳಸುವುದರಿಂದ ಹೇಳಿಕೊಡುವ ವಿದ್ಯೆಯೂ 'ಸ್ಪಿರಿಚುಯಲೈಸ್' ಆಗುತ್ತೆ; ಪಾಠ ಹೇಳುವಾಗ ನಮ್ಮ ಮನಸ್ಸು ನಾಮ-ಧೂಳಿಯ ಸಂಪರ್ಕದಿಂದ ನಿರ್ಮಲವಾಗಿರುತ್ತೆ. ಸೀಮೆ-ಸುಣ್ಣವನ್ನು ನಾಮಕ್ಕೆ ಬದಲಾಗಿ ಉಪಯೋಗಿಸಬಾರದೆಂಬ ವಿಧಿ ನಮ್ಮ ಗೃಹ್ಯಸೂತ್ರಗಳಲ್ಲೆಲ್ಲೂ ಇಲ್ಲ. ಈ ವಸ್ತುವನ್ನು ನಮ್ಮ ನಾಮಕ್ಕಾಗಿ ಉಪಯೋಗಿಸುವುದರಿಂದ ಅದೂ ಸಾಯುಜ್ಯವನ್ನು ಪಡೆಯುತ್ತದೆ. ಅಷ್ಟೇ ಅಲ್ಲದೆ ನಾಮದಿಂದ ಹಾಕಿಕೊಂಡ ನಾಮಕ್ಕಿಂತಲೂ ಸೀಮೆ-ಸುಣ್ಣದ ನಾಮ ಅಚ್ಚ ಬಿಳಿಯದಾಗಿರುತ್ತದೆ! ನಮ್ಮ ಹಣೆಗಳನ್ನೇ ನೋಡಿ!"

ಕಪ್ಪು-ಹಲಗೆಯ ಉಪಯೋಗವಿಲ್ಲದಿದ್ದರೂ ಸೀಮೆ-ಸುಣ್ಣವನ್ನು ಮಾತ್ರ ತಪ್ಪದೆ ಕಾಲೇಜು ಸ್ಟೋರಿನಿಂದ ಪಡೆಯುತ್ತಿದ್ದರು ಈ ಡಿಪಾರ್ಟ್‌ಮೆಂಟುಗಳವರು. ಇದರ ಮಹಾರಹಸ್ಯ ಈಗ ಬಗೆಹರಿಯಿತು, ನನಗೆ. ಅಷ್ಟೇ ಅಲ್ಲ, ತೆಂಗಲೆ-ವಡಗಲೆಯವರ

ಪರಸ್ಪರ ವಾಗ್ವಾದದ ಬಿಸಿಯಲ್ಲೂ ನಾನು ಒಂದು ನಿರ್ಣಯಕ್ಕೆ ಬರಲು ನಾಮದ ಬಲವೇ ಅನುವಾಗಿ ನಿಂತಿತು. "ಸರ್ಕಾರದಲ್ಲಿ ಬೇರೆ ಮಾರ್ಗಗಳಿಲ್ಲದಿರುವುದರಿಂದ ನಾಮವನ್ನು ಆರ್ಡರ್ ಮಾಡಿ. ನಾಮವನ್ನೇ ಕೊಂಡು ಕೊಂಡು ಅದನ್ನೇ ಕಪ್ಪು-ಹಲಗೆಯ ಉಪಯೋಗಕ್ಕೆ ಬಳಸತಕ್ಕದ್ದು" ಎಂದು ತೀರ್ಪು ಕೊಟ್ಟೆ.

ಒಂದೆರಡು ವರ್ಷಗಳಾದ ಮೇಲೆ ಆಡಿಟ್-ಚಿತ್ರಗುಪ್ತರು ಬಂದರು. ಖರ್ಚಿಗೆ ಸಂಬಂಧಪಟ್ಟ ಪತ್ರಗಳನ್ನು ಪರೀಕ್ಷಿಸುತ್ತಿದ್ದಾಗ ನಾಮದ ಬಿಲ್ಲುಗಳನ್ನೂ ರಸೀತಿಗಳನ್ನೂ ನೋಡಿದರು. ವಿಸ್ಮಯಗೊಂಡರು. ಕರಟಕ-ದಮನಕರ ಹಣೆಯ ಮೇಲೆ ಕಂಗೊಳಿಸುತ್ತಿದ್ದ ನಾಮವನ್ನು ಕಂಡರು. ಎರಡಕ್ಕೂ ಕಲ್ಪನೆಯು ತಳಿಹಾಕಿಕೊಂಡರು. ತಿರುಗಿಸಿ ತಿರುಗಿಸಿ ಪ್ರಶ್ನೆಗಳ ಸುರಿಮಳೆಗರೆದರು. ಕರಟಕ-ದಮನಕರ ಜಬರುದಸ್ತೆಲ್ಲ ನಮ್ಮ ಮೇಲೆ ಮಾತ್ರ. ಆಡಿಟರುಗಳೆದುರಲ್ಲಿ ಅವರು ಅಂಜುಬುರುಕರು. ನನ್ನ ಬಳಿ ಓಡಿಬಂದರು. "ಸಾರ್, ನಾಮದ ವಿಷಯವಾಗಿ ಅಡಿಟರುಗಳು ನಮ್ಮನ್ನು ಹುರಿದು ಬಾಯಿಗೆ ಹಾಕಿಕೊಳ್ಳುತ್ತಿದ್ದಾರೆ, ಸಾರ್" ಎಂದು ಮೊರೆಯಿಟ್ಟರು.

"ಸರ್ಕಾರದ ಸನ್ನದುಗಳನ್ನು ತೋರಿಸಲಿಲ್ಲವೇನ್ರಿ?"

ಕರಟಕ: "ತೋರಿಸಿದೆವು ಸಾರ್. ನಂಬಲೊಲ್ಲರು. ನಾವೇ ಯಾರು ಯಾರನ್ನೋ ನೋಡಿ 'ಕ್ಲೆರಿಕಲ್ ಲೆವಲ್'ನಲ್ಲಿ ಈ ಸನ್ನದುಗಳನ್ನು ತರಿಸಿದ್ದೇವೆ ಎನ್ನುತ್ತಾರೆ ಸಾರ್!"

"ಸನ್ನದಿಗೆ ಸಹಿ ಹಾಕಿರುವವರು ಮೇಲಧಿಕಾರಿಯೆಂಬುದನ್ನು ತೋರಿಸಲಿಲ್ಲವೇನ್ರಿ?"

ದಮನಕ: "ತೋರಿಸಿದೆವು, ಸಾರ್! ನಮ್ಮನ್ನು ನಂಬಲರ್ಹರಲ್ಲವೆಂದು ಬಿಟ್ಟರು ಸಾರ್."

ಕರಟಕ: "ಆ ಚೀಫ್ ಆಡಿಟರು ನಮ್ಮನ್ನು ಹೆಗ್ಗಣಗಳೆಂದೂ ಕರೆದುಬಿಟ್ಟರು ಸಾರ್. ನೀವು ಪ್ರಚಂಡರು, ಯಾರನ್ನು ಬೇಕಾದರೂ ಒಗ್ಗಿಸಿಕೊಂಡು ಬಿಡುತ್ತೀರಿ ಎನ್ನುತ್ತಾರೆ ಸಾರ್."

ಇವರನ್ನು ಹತೋಟಿಯಲ್ಲಿರಿಸುವಂಥ ಒಬ್ಬಾತನಾದರೂ ಇದ್ದಾನಲ್ಲ, ಎಂದು ಮನಸ್ಸಿನಲ್ಲೇ ಸಂತೋಷಪಟ್ಟುಕೊಂಡೆ. "ಆಡಿಟರು ಆಫೀಸರನ್ನು ನಾನು ನೋಡಬಯಸುತ್ತೇನೆಂದು ಹೇಳಿ" ಎಂದೆ.

ಆಡಿಟ್ ಆಫೀಸರು ನನ್ನನ್ನು ಕಂಡಾಗ ಹೇಳಿದ: "ಎಲ್ಲವೂ ಸರಿಯಾಗಿದೆ ಸಾರ್. ಮುಖ್ಯವಾದ ಕುಂದು-ಕೊರತೆಗಳೇನೂ ಇಲ್ಲ. ನಾವು ಯಾವ ಕೊರತೆಯನ್ನೂ ಸೂಚಿಸದಿದ್ದರೆ ಮೇಲಧಿಕಾರಿಗಳು ನಮ್ಮ ಮೇಲೆ ಹಾರಿಬೀಳುತ್ತಾರೆ. ಆದ್ದರಿಂದ ಸಣ್ಣ ಪುಟ್ಟ ಚಿಲ್ಲರೆ ಸೂಚನೆಗಳು ಕೆಲವನ್ನು ಹೇಳಿ ನಮ್ಮ ರಿಪೋರ್ಟ್ ಕಳುಹಿಸುತ್ತೇವೆ. ಈ ಡ್ರಾಫ್ಟ್‌ನ್ನು ನೋಡಿಬಿಡಿ."

"... ನಮ್ಮನ್ನು ಹೆಗ್ಗಣಗಳೆಂದೂ ಕರೆದುಬಿಟ್ಟರು..."

ಡ್ರಾಫ್ಟಿನಲ್ಲಿದ್ದ ಪಾಯಿಂಟುಗಳೆಲ್ಲವೂ ಸಾಧಾರಣವಾದವು. ಕೆಲವು ಸಲ 'stupid' ಆದವು. "ಸರಿ" ಎಂದೆ.

"ಸಾರ್, ನಿಮ್ಮ ಆಫೀಸಿನಲ್ಲಿ ಮ್ಯಾನೇಜರೂ ಹೆಡ್-ಕ್ಲಾರ್ಕೂ ಇದ್ದಾರಲ್ಲ. ಅವರು ವಿಪರೀತ ತರಲೆ ಸ್ವಭಾವದವರು. ಹತ್ತು ಹನ್ನೆರಡು ವರ್ಷಗಳಿಂದ ಅವರನ್ನು ನೋಡುತ್ತಿದ್ದೇವೆ, ಮೇಲಧಿಕಾರಿಯನ್ನೇ ನುಂಗಿಬಿಡುವಂಥವರು. ನಾಮದ ವಿಷಯದಲ್ಲಿ ನಮಗೆ ಸಂದೇಹವಿದ್ದಿತು. ಅವರನ್ನು ಹೆದರಿಸುವ ಸಲುವಾಗಿ ಚೆನ್ನಾಗಿ ತರಾಟೆಗೆ ತೆಗೆದುಕೊಂಡೆವು. ಸಂಬಂಧಪಟ್ಟ ಪತ್ರ-ವ್ಯವಹಾರವನ್ನೆಲ್ಲ ನೋಡಿದೆವು. ಎಲ್ಲವೂ ಸರಿಯಾಗಿದೆ; ಎಲ್ಲಿಯೂ ಲೋಪವಿಲ್ಲ" ಎಂದ.

ಸದ್ಯಕ್ಕೆ ಬದುಕಿಕೊಂಡೆ.

* * *

ಸಂಶೋಧನಾತರಂಗ

"ಓದಿ ಓದಿ ಮರುಳಾದ ಕೂಚಂಭಟ್ಟ"
–ಹಳೆಯ ಗಾದೆ

"ಪಿಶಾದೆ ಬದುಕು ಎಚ್ಚು ಓದುದ್ದು?
ಕೈ ನೆರಯ್ಯ ಪಣಂ ಕುಡಾಕ್ರಾಳಾ?"
("ಸುಮ್ಮನೆ ಯಾಕೆ ಹೆಚ್ಚು ಓದುವುದು? ಕೈತುಂಬ ಹಣ ಕೊಡುತ್ತಾರಾ?")
–ನನ್ನ ಅಜ್ಜಿಯ ವಚನ

'ಪ್ರಿನ್ಸಿಪಾಲನಾದ ಮಾತ್ರಕ್ಕೆ ನಾನು ಕೈ ಹಿಡಿದಿದ್ದ ಶಾಸ್ತ್ರದ ಅಧ್ಯಯನವನ್ನೂ ಸಂಶೋಧನೆಯನ್ನೂ ಬಿಟ್ಟು ಬಿಡಬೇಕಾಗಿಲ್ಲವಷ್ಟೆ; ಹೇಗಿದ್ದರೂ ಪ್ರಿನ್ಸಿಪಾಲನ ಆಫೀಸು ಕೆಲಸ ಬೆಳಗ್ಗೆ ೧೦ರಿಂದ ಸಂಜೆ ಐದರ ಹೊತ್ತಿಗೆ ಮುಗಿಸಿಬಿಡಬಹುದು. ರಾತ್ರಿ ಸ್ವಲ್ಪ ಹೊತ್ತು ರಜಾದಿನಗಳಲ್ಲೂ ಶಾಸ್ತ್ರ ವ್ಯಾಸಂಗವನ್ನು ಮುಂದುವರಿಸಬಹುದಲ್ಲವೆ?' ...ಹೀಗೆ ತರ್ಕಮಾಡಿಕೊಂಡು ಕನಸುಕಂಡೆ. ಪ್ರಿನ್ಸಿಪಾಲನ ರೂಮಿನ ಪಕ್ಕದಲ್ಲಿದ್ದ ರೂಮೊಂದನ್ನು ಖಾಲಿ ಮಾಡಿಸಿಕೊಂಡೆ. ಎರಡನ್ನೂ ಸೇರಿಸುವಂತೆ ಬಾಗಿಲನ್ನು ಇಡಿಸಿಕೊಂಡೆ. ಹೊಸ ರೂಮಿನಲ್ಲಿ ಸಂಶೋಧನೆಗೆ ಅಗತ್ಯವಾದ ಯಂತ್ರೋಪಕರಣಗಳನ್ನು ಜೋಡಿಸಿಕೊಂಡೆ. ದಿನವೂ ಸ್ವಲ್ಪ ಹೊತ್ತು ಅಲ್ಲಿ ಕಾಲ ಕಳೆಯುತ್ತೇನೆಂದು ನಿರ್ಧಾರ ಮಾಡಿಕೊಂಡೆ. ಕರಟಕನನ್ನು ಕುರಿತು "ಪತ್ರ-ವ್ಯವಹಾರಗಳನ್ನೂ ನಿರ್ವಹಣೆಗೆ ಸಂಬಂಧಿಸಿದ ಕಾಗದ-ಪತ್ರಗಳನ್ನೂ ಪ್ರತಿದಿನ ಸಂಜೆ ಐದು ಗಂಟೆಯೊಳಗಾಗಿ ನನಗೆ ಕಳುಹಿಸಿಬಿಡಿ; ಐದು ಗಂಟೆಯಾದ ಮೇಲೆ ನನ್ನ ಸ್ವಂತ ಕೆಲಸಕ್ಕೆ ಕುಳಿತುಕೊಳ್ಳುತ್ತೇನೆ" ಎಂದೆ.

ಅವನ ಹಿಂದೆಯೇ ಬಂದಿದ್ದ ದಮನಕನು ಕೈ ಮುಗಿದು "ಅಯ್ಯ!

ನನ್ನ ಮಾತಿನಲ್ಲಿ ಅಧಿಕ ಪ್ರಸಂಗಿತನವಿದ್ದರೆ ಮನ್ನಿಸಬೇಕು, ಆರಿಸಿಕೊಂಡಿದ್ದ ಶಾಸ್ತ್ರಾಧ್ಯಯನವನ್ನು ಮುಂದುವರೆಸುವ ಅಭಿಲಾಷೆಯಿರುವ ಪ್ರಿನ್ಸಿಪಾಲುಗಳನ್ನು ನಾನು ನೋಡಿಯೇ ಇಲ್ಲ. ಅಯ್ಯನವರ ಧ್ಯೇಯವೇ ಧ್ಯೇಯ. ಆದರೆ ಮೇಲಧಿಕಾರಿಗಳ ಕಿವಿಗೆ ತಾವು ಇದನ್ನೊಂದು ಸಲ ಹಾಕಿಬಿಟ್ಟರೆ..." ಎಂದು ಕರಟಕನ ಮುಖವನ್ನು ನೋಡಿದ.

ಕರಟಕ: "ಹೌದು ಹೌದು, ಆಮೇಲೆ ತೊಂದರೆಗಳೇನೂ ಇರಲಾರವು. ಆಮೇಲೆ ಅಯ್ಯನವರು ಸಾಂಗವಾಗಿ ತಮ್ಮ ಕೆಲಸವನ್ನು ನೋಡಬಹುದು."

ನನಗೆ ಯೋಚನೆಗಿಟ್ಟುಕೊಂಡಿತು. ಕೇಳಿದೆ: "ಅಲ್ರೀ, ನನ್ನನ್ನು ನಿಯಮಿಸಿದ್ದು ಪ್ರಾಧ್ಯಾಪಕನಾಗಿ. ಈ ಪ್ರಿನ್ಸಿಪಾಲ್ ಹುದ್ದೆಯನ್ನು ತಲೆಗೆ ಕಟ್ಟಿದವರು ಸರ್ಕಾರ. ನನಗೆ ಕೊಡಿ ಎಂದು ನಾನೇನೂ ಕೇಳಲಿಲ್ಲ. ಪ್ರಿನ್ಸಿಪಾಲ್ ಆದರೂ ಸೀನಿಯರ್ ಪ್ರೊಫೆಸರ್ ಎಂಬ ವೃತ್ತಿ ನಾಮವನ್ನೂ ಕೊಟ್ಟಿದ್ದಾರೆ. ವಿರಾಮ ಸಮಯಗಳಲ್ಲಿ ನನ್ನ ಅಧ್ಯಯನಕ್ಕೆ ಗಮನಕೊಡುವುದರಲ್ಲಿ ತಪ್ಪೇನು? ನನ್ನ ಜ್ಞಾನಾರ್ಜನೆ ನನ್ನ ಹಕ್ಕು. ಪ್ರಿನ್ಸಿಪಾಲ್ ಗಾದಿಯನ್ನೇರಿದರೆ ವ್ಯಾಸಂಗ ಬಿಟ್ಟುಬಿಡಬೇಕೆಂದು ನನಗೆ ಸರ್ಕಾರದ ಹುಕುಮಿನಲ್ಲಿ ತಿಳಿಸಿಲ್ಲವಲ್ಲ!"

ಕರಟಕ: "ಅದು ಸರಿಯೆ. ತಾವು ಮಾಡುವುದನ್ನು ಮೇಲಧಿಕಾರಿಗೆ ಒಂದು ಸಲ ತಿಳಿಸಿಬಿಡುವುದು ಒಳ್ಳೆಯದು. ಇಲ್ಲದಿದ್ದರೆ ತಮಗೂ ಮೇಲಧಿಕಾರಿಗೂ ಅನ್ಯೋನ್ಯತೆ ಇಲ್ಲದೆ ಹೋಗಿಬಿಡಬಹುದು."

ಮೇಲಧಿಕಾರಿಗೆ ನನ್ನ ಸಂಶೋಧನೆಯ ಯೋಜನೆಯನ್ನು ತಿಳಿಸುವುದಕ್ಕೆ ನನ್ನ ಅಭ್ಯಂತರವೇನೂ ಇರಲಿಲ್ಲ. ಆದರೂ ಕರಟಕ-ದಮನಕರ ವರ್ತನೆ ನನಗೆ ಅರ್ಥವಾಗಲಿಲ್ಲ. "ನೀವು ಮಾಡುವುದೆಲ್ಲವನ್ನೂ ನನಗೆ ತಿಳಿಸುವುದಿಲ್ಲವಲ್ಲ! ಆಫೀಸಿಗೆ ಬರುವುದೇ ಅರ್ಧ ಗಂಟೆ ತಡ; ಬಂದ ಮೇಲೆ ನಿಮ್ಮ ಕೆಲಸಕ್ಕೆ ಕೂಡುವುದಕ್ಕೆ ಮುಂಚೆ ಇನ್ನರ್ಧ ಗಂಟೆ ರಾಮನಾಮ ಬರೆಯುತ್ತೀರ. ಇದೆಲ್ಲವನ್ನೂ ನೀವು ನನಗೆ ಹೇಳಿಲ್ಲವಲ್ಲ!"

ದಮನಕ ಕುರಿಯಂತೆ ಹಲ್ಲು ಕಿರಿದು: "ತಮ್ಮಂಥ ಅಧಿಕಾರಿಗಳಿಗೆ ಎಲ್ಲವೂ ಹೇಗೋ ಗೊತ್ತಾಗಿಬಿಡುತ್ತದೆ!"

ಇವರ ಮಾತಿನ ಉದ್ದೇಶವೇನಿರಬಹುದು? ನನಗಿಂತಲೂ ನನ್ನ ಮೇಲಧಿಕಾರಿ ದಡ್ಡನೆಂದೇ, ಆತ ಇಂಥ ವಿಷಯಗಳನ್ನು ತಿಳಿದರೆ ಸಂಬಂಧಪಟ್ಟವರನ್ನು ಶಿಕ್ಷಿಸುವಂಥವನೆಂದೇ, ಅಥವಾ ಸರ್ಕಾರದ ಆಧಾರಶಾಸನದಲ್ಲಿ ಕರಟಕ-ದಮನಕರ ಹೇಳಿಕೆಗೆ ಪುಷ್ಟಿಯೇನಾದರೂ ಇದೆ ಎಂದೇ, ಯಾವುದೂ ತಿಳಿಯಲಿಲ್ಲ. ಮೇಲಧಿಕಾರಿಗೆ ನಾನು ತಿಳಿಯಪಡಿಸುವ ಮುನ್ನ ಇವರೇ ಅಲ್ಲಿ ಹೋಗಿ ಒಗ್ಗರಣೆ ಹಾಕಿದ ತರ್ಜುಮೆಯನ್ನೇನಾದರೂ ಆತನ ಕಿವಿಯಲ್ಲಿ ಊದಿದರೂ

ಊದುವಂಥವರು ಇವರು ಎಂಬ ಭಯವೂ ಆಂತಕರಿಸಿತು.

ಅದೇ ಸಂಜೆ ನನ್ನ ಮೇಲಧಿಕಾರಿಯಲ್ಲಿಗೆ ಹೋದೆ. ಉದ್ದೇಶವನ್ನು ತಿಳಿಸಿದೆ.

"ಸರ್ಕಾರಕ್ಕೆ ವೆಚ್ಚವೇನಾದರೂ ತಗಲುತ್ತದೆಯೆ?"

"ಇಲ್ಲ, ಸರ್. ಪ್ರಿನ್ಸಿಪಾಲರ ರೂಮಿನ ಪಕ್ಕದ ರೂಮನ್ನು ನನ್ನ ಲ್ಯಾಬೊರೇಟರಿಯಾಗಿ ಹವಣಿಸಿಕೊಂಡಿದ್ದೇನೆ. ನಡುವೆ ಬಾಗಿಲೊಂದನ್ನು ಇಡಿಸಿಕೊಂಡಿದ್ದೇನೆ."

"ನೀವುಂಟು, ನಿಮ್ಮ ಕಾಲೇಜುಂಟು. ಅದರೊಳಗಣ ವಾಸ್ತು-ವ್ಯವಹಾರಗಳಿಗೆ ನಾವು ಆಕ್ಷೇಪಣೆ ಎತ್ತುವುದಿಲ್ಲ."

"Thank you sir."

"ಹಣ ಮಾತ್ರ ಕೇಳಬೇಡಿ."

"ಇಲ್ಲ, ಸರ್."

ಸಂಶೋಧನೆಯ ಹೆಸರಿನಲ್ಲಿ ಕೇಳಿದ ಹಣ ನಮಗೆ ದುರ್ಲಭವೆಂಬುದನ್ನು ನಾನು ಪ್ರಾಧ್ಯಾಪಕನಾದ ಆರು ತಿಂಗಳೊಳಗಾಗಿಯೇ ಮನಗಂಡಿದ್ದೆನಾದ್ದರಿಂದ ಮೇಲಧಿಕಾರಿಯ ಭರತವಾಕ್ಕಿಂದ ನಾನು ಧೃತಿಗಡಲಿಲ್ಲ.

೧೦-೧೫ ನಿಮಿಷಗಳ ವಿರಾಮ ದೊರೆತಾಗಲೆಲ್ಲ ನಾನು ಮೈಕ್ರಾಸ್ಕೋಪಿನಲ್ಲಿ ನೋಡುತ್ತಿದ್ದೆ. ಕರಟಕ-ದಮನಕರೂ ಅವರ ಸಿಬ್ಬಂದಿಯವರೂ ಆಗಾಗ ಬಂದು ಇಣುಕಿ ನೋಡುತ್ತಿದ್ದರು. ಏನೆಂದು ವಿಚಾರಿಸಿದರೆ ಕೈಲೊಂದು ಪತ್ರವನ್ನೋ ರಿಜಿಸ್ಟರನ್ನೋ ಹಿಡಿದು ಬಂದು "ತಮ್ಮ ಸಹಿ" ಎನ್ನುತ್ತಿದ್ದರು. "ಇಂಥದ್ದೆಲ್ಲವನ್ನೂ ಒಟ್ಟಿಗೆ ತರಬಾರದೆ?" ಎಂದರೆ "ಇದು ಅರ್ಜೆಂಟು" ಎಂದು ಬಾಯಿ ಬಡೆಯುತ್ತಿದ್ದರು. "ಅಂಥ ಅರ್ಜೆಂಟಾದ ಟಪಾಲೊಂದು ಈಚೆಗೆ ಬರಲಿಲ್ಲವಲ್ಲ!" ಎಂದರೆ "ಡೈರೆಕ್ಟರ್ ಆಫೀಸಿನಿಂದ ಫೋನ್ ಮಾಡಿದ್ದರು" ಎಂದು ಸಬೂಬು ಹೇಳುತ್ತಿದ್ದರು.

ಒಂದೆರಡು ತಿಂಗಳು ಕಳೆದ ಮೇಲೆ ಇವರ ಅರ್ಜೆಂಟ್ ಪತ್ರಗಳ ಸ್ವಭಾವ ಏನೆಂಬುದು ಅರಿವಾಯಿತು. ಅತಿ ಮುಖ್ಯವಾದವು ಇವು:

೧) ಆಫೀಸು ಸಿಬ್ಬಂದಿಯವರ ಮತ್ತು ಪಾಠಕ ಸಿಬ್ಬಂದಿಯವರ ಸಾಲದ ಬಿನ್ನಹಗಳು. ಸರ್ಕಾರ ಅನೇಕ ರೀತಿಯ ಸಾಲಗಳನ್ನು ನೌಕರರಿಗೆ ಕೊಡುತ್ತದೆ,- ಸೊಳ್ಳೆ-ಪರದೆ ಕೊಂಡುಕೊಳ್ಳುವುದಕ್ಕೆ, ಸೈಕಲ್ ಕೊಂಡುಕೊಳ್ಳುವುದಕ್ಕೆ, ಚಪ್ಪಲಿ ಕೊಂಡುಕೊಳ್ಳುವುದಕ್ಕೆ, ಬಟ್ಟೆ-ಬರೆ ಕೊಂಡುಕೊಳ್ಳುವುದಕ್ಕೆ, ಇತ್ಯಾದಿ.

೨) ಪ್ರಾವಿಡೆಂಟ್ ಫಂಡಿನಿಂದ ಸಾಲ ಪಾವತಿಯಾಗುತ್ತದೆ, -ಕಿವಿ ಚುಚ್ಚುವುದಕ್ಕೆ, ಮನೆಯನ್ನೊ, ಸೈಟನ್ನೊ ಕೊಂಡುಕೊಳ್ಳುವುದಕ್ಕೆ, ಕಾಯಿಲೆ-ಕಸಾಲೆಗಳಿಗೆ ಇತ್ಯಾದಿ.

೩) ದೀಪಾವಳಿ, ಪೊಂಗಲು, ಬಕ್ರೀದ್, ಕ್ರಿಸ್‌ಮಸ್ ಮೊದಲಾದ ಹಬ್ಬಗಳ ಸಮಯದಲ್ಲಿ ಆಯಾ ಕೋಮಿನವರಿಗೆ 'ಮುಂಗಡ ಹಣ.'

೪) ಸಿಬ್ಬಂದಿಯವರ ಸಂಬಳ ಸಾರಿಗೆಗಳಿಗೆ ಸಂಬಂಧಪಟ್ಟ ಪತ್ರವ್ಯವಹಾರ.

೫) ರಜದ ಅಹವಾಲುಗಳು.

೬) ಮೆಡಿಕಲ್ ಟ್ರೀಟ್‌ಮೆಂಟಿಗೆ ರಿಯಾಯಿತಿಗಳು.

ಇಂಥ ವ್ಯವಹಾರ, ದಿನಕ್ಕೆ ೨೦೦ ಪತ್ರಗಳಿರುತ್ತವೆ; ಸುಮಾರು ೬೦೦ ಸಹಿಗಳನ್ನು ತಳೆಯುತ್ತವೆ. ಇದನ್ನು ಕಡಿಮೆ ಮಾಡಲು ಯಾವ ಬ್ರಹ್ಮನಿಂದಲೂ ಸಾಧ್ಯವಿಲ್ಲ; 'ಸ್ವಲ್ಪ ಹೊತ್ತು ಬಿಟ್ಟು ಬನ್ನಿ' ಎಂದು ಹೇಳುವ ಹಾಗಿಲ್ಲ. ಐದು ನಿಮಿಷ ವಿಳಂಬ ಮಾಡಿದರೂ ಒಡನೆಯೆ ಪ್ರಿನ್ಸಿಪಾಲನಾದವನು ಕೆಟ್ಟವನೂ ಕ್ರೂರಿಯೂ ಆಗಿಬಿಡುತ್ತಾನೆ.

ಇವುಗಳ ನಡುವೆ ವಿದ್ಯಾರ್ಥಿಗಳಿಗೆ ಬಗೆಬಗೆಯ ಸರ್ಟಿಫಿಕೇಟುಗಳು. ಇವರಿಗೆ ಹೊತ್ತುಗೊತ್ತು ಇಲ್ಲ; ತಮ್ಮ ಸಮಯಕ್ಕೆ ಇತರರು ಒದಗಬೇಕೆಂಬ ಕರ್ತವ್ಯ ದೃಷ್ಟಿ ಇವರದು. ಹೊತ್ತು ಗೊತ್ತಿಲ್ಲದೆ ಬರುತ್ತಾರೆ. ಯಾವುದಕ್ಕೋ ಸಹಿ ಬೇಕು, ಸೀಲ್ ಬೇಕು, ಶಿಫಾರಸು ಬೇಕು, ಸಹಾಯ ಬೇಕು. ವಿದ್ಯಾರ್ಥಿಗಳ ನಡುನಡುವೆ ಅಧ್ಯಾಪಕ–ವರ್ಗದವರ ಸಮಸ್ಯೆಗಳು. ಹೊತ್ತು ಗೊತ್ತಿನ ವಿಷಯದಲ್ಲಿ ಇವರಿಗೂ ವಿದ್ಯಾರ್ಥಿಗಳಿಗೂ ವ್ಯತ್ಯಾಸವೇ ಇಲ್ಲ. ಇನ್ನೊಬ್ಬರ ಕೆಲಸ ಮುಖ್ಯವಲ್ಲವೆಂಬ ನಂಬಿಕೆಯುಳ್ಳವರು. ಇವರ ಸಮಸ್ಯೆಗಳ ಜಾಡೇ ಬೇರೆ. ಟ್ರಾನ್ಸ್‌ಫರ್ ಬೇಕು. ಇಲ್ಲವೇ ಆಗಿರುವ ಟ್ರಾನ್ಸ್‌ಫರ್‌ನ್ನು ತಪ್ಪಿಸಬೇಕು. ಇವನು ಪಾಠ ಹೇಳುವ ತರಗತಿಯಲ್ಲಿ ಹತ್ತೆ ಜನ ಇದ್ದಾರೆ; ಸಂಖ್ಯೆಯನ್ನು ಹೆಚ್ಚು ಮಾಡಬೇಕು. ಇನ್ನೊಬ್ಬನ ತರಗತಿಯಲ್ಲಿ ೮೦ ಜನರಿದ್ದಾರೆ; ಸಂಖ್ಯೆಯನ್ನು ಮಿತಿಯಲ್ಲಿಡಬೇಕು. ಇವೆಲ್ಲ ಉಪಾಧ್ಯಾಯನ–ವಿದ್ಯಾರ್ಥಿಯ ತಕರಾರುಗಳು.

ಇಂಥ ಒಂದೊಂದು ಭೇಟಿಯ ನಡುವೆ ಒಂದು ಐದು ಹತ್ತು ನಿಮಿಷಗಳ ವಿರಾಮವೇನೋ ಸಿಗುತ್ತಿತ್ತು. ಆದರೆ ಆ ಹೊತ್ತುಗಳಲ್ಲಿ ಮನಸ್ಸು ನೆಮ್ಮದಿಯಲ್ಲಿರುತ್ತಿರಲಿಲ್ಲ. ಈಗ ಈ ಸಮಸ್ಯೆಯಾಯಿತು, ಇನ್ನೈದು ನಿಮಿಷದಲ್ಲಿ ಇನ್ನಾವ ಸಮಸ್ಯೆ ಬರುತ್ತದೆಯೋ ಎಂಬ ಭಯೋತ್ಪಾದಕ ನಿರೀಕ್ಷಣೆ. ಹೀಗಾಗಿ ಕಾಲೇಜು ತೆರದಿದ್ದ ದಿನಗಳಲ್ಲಿ, ಹೊತ್ತುಗಳಲ್ಲಿ ನನ್ನ ಸಂಶೋಧನೆಗೆ ಎಡವಿಲ್ಲವೆಂಬ ಬಲಾತ್ಕಾರದ ತೀರ್ಮಾನಕ್ಕೆ ಬರಬೇಕಾಯಿತು.

ಏತನ್ಮಧ್ಯೆ ನಮ್ಮ ಕರಟಕ–ದಮನಕರು ನನ್ನ ಸಂಶೋಧನೆಯ ಅವಕಾಶಕ್ಕೆ ಪ್ರತ್ಯೇಕವಾದ ರೀತಿಯಲ್ಲಿ ಆಸರೆ ಕೊಟ್ಟರು. ಹೊರನಾಡುಗಳಿಂದ ನನ್ನನ್ನು ಕಾಣಲು ಬಂದ ಸಸ್ಯ–ಶಾಸ್ತ್ರಜ್ಞರಿಗೆ "ಪ್ರಿನ್ಸಿಪಾಲರು ಈಗ ಬಹಳ ಬಿಸಿ; ಜರೂರು ಮೀಟಿಂಗಿನಲ್ಲಿದ್ದಾರೆ. ಇನ್ನೊಂದು ಸಲ ಬನ್ನಿ" ಎಂದು ಹಾಗೆಯೇ ರವಾನೆ

ಹಾಕಿಬಿಡುವರು. ಹೀಗೆ ಬಂದವರಲ್ಲನೇಕರು ಅಮೆರಿಕ ಯೂರೋಪುಗಳಿಂದ ಬಂದವರೂ ಇದ್ದರು. ಸಮಸ್ಯೆಗಳನ್ನು ಹೊತ್ತುಕೊಂಡು ಬಂದ ಅಧಿಕಾರಿಗಳನ್ನೂ ಇತರರನ್ನೂ ಸಲೀಸಾಗಿ ಒಳಕ್ಕೆ ಕಳುಹಿಸುವರು, ಇವರು ಗಂಟೆಗಟ್ಟಲೆ ನನ್ನ ತಲೆ ತಿನ್ನುವರು.

ಕರಟಕನು ಒಂದು ಸಲ ನನ್ನ ಬಳಿ ಬಂದು "ಸಾರ್, ನಿಮ್ಮ ಮೈಕ್ರಾಸ್ಕೋಪು ಏನೇನು ಕೆಲಸಕ್ಕೆ ಒದಗುತ್ತದೆ?" ಎಂದ. "ಕಣ್ಣಿಗೆ ಕಾಣದಷ್ಟು ಚಿಕ್ಕದಾಗಿರುವಂಥ ವಸ್ತುಗಳು ಇದರ ಮೂಲಕ ದೊಡ್ಡದಾಗಿ ಕಾಣುತ್ತವೆ. ಸಸ್ಯ-ಶಾಸ್ತ್ರಜ್ಞರು ಗಿಡದ ಭಾಗಗಳನ್ನೂ ಪ್ರಾಣಿ-ಶಾಸ್ತ್ರಜ್ಞರು ಜೀವಿಗಳ ಭಾಗಗಳನ್ನೂ ವೈದ್ಯರು ರೋಗದ ಅಣುಗಳನ್ನೂ ಇದರ ಮೂಲಕ ಪರೀಕ್ಷಿಸುತ್ತಾರೆ; ರಕ್ತಕಣಗಳನ್ನೂ ಎಣಿಸುತ್ತಾರೆ."

"ಓಹೊಹೋ!" ಎಂದು ಆಶ್ಚರ್ಯ ಸೂಚಿಸಿ ಹೊರಟು ಹೋದ. ಮರುದಿನ ಭಾನುವಾರ. ಮೈಕ್ರಾಸ್ಕೋಪಿನಲ್ಲಿ ನೋಡುತ್ತ ಕುಳಿತಿದ್ದೇನೆ. ಕರಟಕನು ತನ್ನ ನಾಲ್ಕು ಮಕ್ಕಳನ್ನೂ ಅಕ್ಕಪಕ್ಕದ ಮನೆಯವರ ಆರು ಮಕ್ಕಳನ್ನೂ ಕರೆದುಕೊಂಡು ಬಂದು ನನ್ನೆದುರು ನಿಲ್ಲಿಸಿ "ಇವರ ರಕ್ತವನ್ನು ಸ್ವಲ್ಪ ಪರೀಕ್ಷೆ ಮಾಡಬೇಕು, ಸಾರ್!" ಎಂದ. ನನಗೆ ಕೋಪವೂ ಬಂತು, ನಗುವೂ ಬಂತು. "ಯಾರು ಮಾಡಬೇಕಾದ ಕಾರ್ಯವನ್ನು ಯಾರಿಗೆ ಮಾಡೆನ್ನುತ್ತೀರಿ? ರಕ್ತದ ಕಣಗಳನ್ನು ಎಣಿಸಿ ಲೆಕ್ಕ ಮಾಡುವ ವಿಧಾನ ನನಗೇನೋ ಗೊತ್ತಿದೆ. ಆದರೆ ಇದನ್ನು ಮಾಡುವುದಕ್ಕಾಗಿಯೇ ತಿಳಿದವರಿದ್ದಾರೆ. ಅವರ ಹತ್ತಿರ ಕರೆದುಕೊಂಡು ಹೋಗಿ" ಎಂದೆ.

"ರಕ್ತ ಪರೀಕ್ಷೆ ಒಂದಕ್ಕೆ ೧೦ ರೂಪಾಯಿ ಕೇಳುತ್ತಾರೆ ಸಾರ್!"

"ಹೌದ್ರೀ, ಅವರ ಜೀವನ ಅದು. ನೀವು ಖರ್ಚು ಮಾಡಿದ ಹಣವನ್ನು ಸರ್ಕಾರ ನಿಮಗೆ ರಿಎಂಬರ್ಸ್ ಮಾಡುತ್ತದೆಯಲ್ರಿ!" ಎಂದೆ.

"ಇವರೆಲ್ಲ ತಬ್ಬಲಿ ಮಕ್ಕಳು... ಸರ್!"

"ನಿಮ್ಮ ನಾಲ್ಕು ಮಕ್ಕಳೂ ತಬ್ಬಲಿಯೇನ್ರಿ?"

ಆಗೇನೊ ಜವಾಬು ಕೊಡದೆ ಹೋಗಿಬಿಟ್ಟನಾದರೂ ಇದರ ಮಾರ್ದನಿ ಬೇರೆ ರೂಪದಲ್ಲಿ ನನಗೆ ಬಡಿಯಿತು.

ನನ್ನ ಸರ್ಕಾರದ ಮರಾಮತ್ ಇಲಾಖೆಯವರು ನನಗೆ ಆಗಾಗ ಚೌಬೀನೆಯ ತುಂಡುಗಳನ್ನು ಕಳುಹಿಸಿ, "ಇವು ಇಂಥ ಕೆಲಸಕ್ಕೆ ಹೊಂದುತ್ತವೆಯೆ, ತಿಳಿಸಿ" ಎಂದೋ "ಕಂಟ್ರಾಕ್ಟರೊಬ್ಬನು ಈ ಮರವನ್ನು ತೇಗವೆಂದು ಸರಬರಾಜು ಮಾಡಿದ್ದಾನೆ; ಇದು ತೇಗ ಮರವೆ?" ಎಂದೋ ಪರೀಕ್ಷೆಗಾಗಿ ಕಳುಹಿಸುತ್ತಿದ್ದರು. ಪೊಲೀಸ್ ಇಲಾಖೆಯವರು "ಈ ಕಟ್ಟಿಗೆಯಿಂದ ಒಂದು ಕೊಲೆ ನಡೆದಿದೆ. ಇದು ಯಾವ ಮರದಿಂದ ಬಂದದ್ದು?" ಎಂದೋ "ಈ ಎಲೆಯನ್ನು ತಿಂದು ಒಬ್ಬ ಆತ್ಮಹತ್ಯೆ ಮಾಡಿಕೊಂಡಿದ್ದಾನೆ. ಇದಾವ ಜಾತಿಯ ಎಲೆ?" ಎಂದೋ ಅಭಿಪ್ರಾಯ

ಬಯಸುತ್ತಿದ್ದರು. ಅರಣ್ಯ ಇಲಾಖೆಯವರೂ ಗಿಡ, ಕಾಯಿ, ಚೌಬೀನೆಗಳನ್ನು ವಿಧವಿಧವಾದ ಪರೀಕ್ಷೆಗಳಿಗೆ ಕಳುಹಿಸುತ್ತಿದ್ದರು. ಇವಕ್ಕಿಂತಲೂ ಹೆಚ್ಚಾಗಿ ಸರ್ಕಾರೇತರ ವ್ಯಾಪಾರ–ಸಂಸ್ಥೆಗಳೂ ಕೈಗಾರಿಕೆ–ಕಾರ್ಖಾನೆಗಳೂ ಸಸ್ಯಗಳಿಗೆ ಸಂಬಂಧಪಟ್ಟ ಅಭಿಪ್ರಾಯಗಳನ್ನು ಕೇಳುತ್ತಿದ್ದರು. ಈ ತರನಾದ ಬೇಡಿಕೆಗಳು ನನಗೆ ಆಫಿಷಿಯಲ್ ಕಾಲುವೆಯಲ್ಲೂ ರವಾನಿತವಾಗುತ್ತಿತ್ತು; ವೈಯಕ್ತಿಕವಾಗಿಯೂ ಸಲ್ಲುತ್ತಿತ್ತು; ಬೇಡಿಕೆಗಳಿಗೆ ನಾನು ಹಣ ಕೇಳುತ್ತಿರಲಿಲ್ಲ. ಇವೆಲ್ಲವನ್ನೂ ಬರಿಯ ಸಂಶೋಧನೆಯ ದೃಷ್ಟಿಯಿಂದ ಮಾಡುತ್ತಿದ್ದೆ.

ವೈದ್ಯ ಇಲಾಖೆಯಿಂದ ಈಗ ಕೆಲವು ಒಣ ಮೂಲಿಕೆಗಳನ್ನು ಕಳುಹಿಸಿ ಅವುಗಳ ಹೆಸರನ್ನೂ ಗುಣಾವಗುಣಗಳನ್ನೂ ತಿಳಿಯಬಯಸಿದ್ದರು. ಈ ಕಾಗದ 'through the official channel' ಬಂದದ್ದರಿಂದ ಕರಟಕನೂ ಇದನ್ನು ನೋಡಿದ್ದ. ಈ ವ್ಯವಹಾರಕ್ಕೆ ಉತ್ತರ ಬರೆದು ಟೈಪು ಮಾಡುವಂತೆ ನನ್ನ ಆಫೀಸಿಗೆ ಕಳುಹಿಸಿದೆ. ಟೈಪಾದ ಪತ್ರವೂ ಬಂತು; ಅದರೊಂದಿಗೆ ಕರಟಕನು ಸಬ್‌ಮಿಟ್ ಮಾಡಿದ್ದ ಅರಿಕೆಯೂ ಬಂತು. ಹೀಗೆ ಬರೆದಿದ್ದ:

"ಸರ್ಕಾರದ ಆಧಾರ–ನಿಬಂಧನೆಗಳಲ್ಲೊಂದು ಹೀಗಿದೆ: 'ಸರ್ಕಾರಕ್ಕೆ ಸೇರಿದ ಸೊತ್ತಿನಿಂದ ಆಯಾ ಡಿಪಾರ್ಟ್‌ಮೆಂಟುಗಳಲ್ಲಿ ಇತರ ಕೆಲಸಗಳನ್ನು ಮಾಡಿಕೊಳ್ಳುವುದನ್ನು ಅಧಿಕಾರ ದುರುಪಯೋಗವೆಂದು ಗಣಿಸಲಾಗುತ್ತದೆ.'

"ಇದನ್ನು ಪ್ರಿನ್ಸಿಪಾಲರ ಗಮನಕ್ಕೆ ನಮ್ರತೆಯಿಂದ ತರಲು ಅನುಮತಿ ಬೇಡುತ್ತೇನೆ. ಇದಕ್ಕೊಂದು ತಿದ್ದುಪಾಟೂ ಉಂಟು. ಅದು ಹೀಗಿದೆ:

'ಸರ್ಕಾರದ ಸೊತ್ತನ್ನು ಉಪಯೋಗಿಸಿ, ಇದೇ ಸರ್ಕಾರದ ಬೇರೆ ಇಲಾಖೆಯವರಿಗಾಗಲಿ, ಖಾಸಗಿ–ಸರ್ಕಾರಿ ಸಂಸ್ಥೆಗಳಿಗಾಗಲಿ, ಖಾಸಗಿ ಸಂಸ್ಥೆಗಳಿಗಾಗಲಿ ಕೆಲಸ ಮಾಡಿಕೊಟ್ಟಾಗ ಅಂಥವಕ್ಕೆ ತಗಲುವ ವೆಚ್ಚವನ್ನು ಆಯಾ ಪಾರ್ಟಿಗಳಿಂದ ಪಡೆದು ಹಣವನ್ನು ಸರ್ಕಾರದ ಖಜಾನೆಗೆ ಪಾವತಿ ಮಾಡಬೇಕು.'

"ಪ್ರಿನ್ಸಿಪಾಲರಿಗೆ ಇದನ್ನು ಅರಿಕೆ ಮಾಡಲು ಅನುಮತಿ ಬೇಡುತ್ತೇನೆ:

"ಹೀಗಿರುವುದರಿಂದ ಈ ತೆರನಾದ ಕೆಲಸಗಳನ್ನು ನಮ್ಮ ಕಾಲೇಜಿನಲ್ಲಿ ಒಪ್ಪಿಕೊಳ್ಳುವುದರಿಂದ ಸರ್ಕಾರದ ಸೊತ್ತನ್ನು ದುರುಪಯೋಗಪಡಿಸಿಕೊಂಡಂತಾಗುತ್ತದೆ. ಆದ್ದರಿಂದ ತಿದ್ದುಪಾಟಿನಲ್ಲಿ ಸೂಚಿಸಿರುವಂತೆ ಈಗ ಮಾಡಿರುವ ಕೆಲಸಕ್ಕೆ ಸೂಕ್ತವಾದ ವೆಚ್ಚವನ್ನು ವೈದ್ಯ–ಇಲಾಖೆಯಿಂದ ಪಡೆಯಬೇಕಾಗುತ್ತದೆ. ಹಣ ಎಷ್ಟೆಂದು ತಿಳಿಸಿದರೆ ಬಿಲ್ ತಯಾರಿಸುತ್ತೇನೆ."

ಇವನ ಅಧಿಕಪ್ರಸಂಗಿತನವನ್ನು ಕಂಡು ನನಗೆ ಸಿಟ್ಟು ಬಂದಿತು. ಕರೆಸಿ ಹೇಳಿದೆ: "ನಿಮಗೇಕ್ರೀ ಇದರ ವಿಷಯ? ಇದರಲ್ಲಿ ಸರ್ಕಾರದ ಸೊತ್ತು ಏನ್ರೀ ಇದೆ? ಅದು ಹೇಗ್ರೀ ಈ ಕೆಲಸಕ್ಕೆ ಉಪಯೋಗವಾಗಿದೆ? ಮೈಕ್ರಾಸ್ಕೋಪು

ನನ್ನ ಸ್ವಂತದ್ದು; ಮೈಕ್ರೊಟೋಮು ನಾನು ಬೆವರು ಸುರಿಸಿ ಗಳಿಸಿದ ಹಣದಿಂದ ಕೊಂಡುಕೊಂಡದ್ದು; ಈ ಸಂಶೋಧನೆಗೆ ಉಪಯೋಗಪಡಿಸಿದ ರಾಸಾಯನಿಕ ಸಾಮಗ್ರಿಗಳು ಅಮೆರಿಕದ ದಾತೃಗಳಿಂದ ಕೊಡುಗೆಯಾಗಿ ಬಂದದ್ದು. ಇನ್ನು ಬುದ್ಧಿ ನನ್ನದು, ದೇವರು ನನಗೆ ಕೊಟ್ಟಿರುವುದು; ಸರ್ಕಾರ ಕೊಟ್ಟಿದ್ದಂತೂ ಖಂಡಿತ ಅಲ್ಲ. ಹೀಗಿರುವಾಗ ಸರ್ಕಾರಕ್ಕೆ ವೆಚ್ಚವೋ ಲುಕ್ಸಾನೋ ಎಲ್ಲಿಂದ ಬಂತ್ರೀ?"

ಕರಟಕನಿಗೆ ಏನೂ ಬದಲು ಕೊಡಲು ಆಗಲಿಲ್ಲ. ಅವನು ಕೊಟ್ಟ ಸೂಚನೆಯನ್ನು ತಳ್ಳಿ ಹಾಕಿಬಿಟ್ಟೆನೆಂದು ಅಸಂತೃಪ್ತಿ ತಾಳಿ ಸದ್ಯಕ್ಕೆ ಹೊರಟು ಹೋದನಾದರೂ ಛಲದಂಕ ಮಲ್ಲತನವನ್ನು ಬಿಡಲಿಲ್ಲ. ನಾಲ್ಕೈದು ದಿನ ಕಳೆದ ಮೇಲೆ ಪರಮ ವಿಧೇಯನ ಸೋಗಿನಲ್ಲಿ ಬಂದು "ಮನಸ್ಸಿಗೆ ವ್ಯಥೆ ತರುವಂಥ ಸಂಗತಿಯೊಂದು ಕಿವಿಗೆ ಬಿತ್ತು. ಅಪ್ಪಣೆಯಾದರೆ ತಿಳಿಸುತ್ತೇನೆ" ಎಂದ.

"ಯಾರ ಮನಸ್ಸಿಗೆ ಕಾಣ್ರಿ ವ್ಯಥೆ?"

"ಮೊದಲು ನನ್ನ ಮನಸ್ಸಿಗೆ ಆಗಿದೆ. ಅಯ್ಯಾ, ಪ್ರಿನ್ಸಿಪಾಲ್ ಸಾಹೇಬರ ಮನಸ್ಸಿಗೂ ಆಗಬಹುದೇನೋ ಎನ್ನಿಸುತ್ತದೆ."

"ಅದೇನ್ರಿ ಅಂಥದ್ದು?"

"ತಪ್ಪು ತಿಳಿದುಕೊಳ್ಳಬಾರದು, ಅಯ್ಯ. ನಿನ್ನೆ ಕಾಲೇಜಿನ ಡಿಪಾರ್ಟ್‌ಮೆಂಟುಗಳಲ್ಲಿ ಸುತ್ತಾಡಿಕೊಂಡು ಬಂದೆ. ಜನ ಮಾತನಾಡಿಕೊಳ್ಳುತ್ತಿದ್ದರು."

"ಯಾರ್ರಿ ಆ ಜನ?"

"ಅದೇ ಸಾರ್, ನಮ್ಮ ಅಧ್ಯಾಪಕ–ವರ್ಗದವರು. ತಾವು ಯಾರು ಯಾರಿಗೋ ಸಂಶೋಧನೆ ಮಾಡಿಕೊಟ್ಟು ಅವರಿಂದ ಹಣ ತೆಗೆದುಕೊಳ್ಳುತ್ತಿದ್ದೀರೆಂದು. ಈ ಮಾತು ಕೇಳಿದ ನನಗೆ ಹೇಗೆ ಹೇಗೋ ಆಗುತ್ತಿದೆ ಅಯ್ಯ! ಅಯ್ಯನವರ ಮುಖಕ್ಕೆ ಮಸಿ ಬಳಿಯುವಂಥ ಮಾತುಗಳು ಅಯ್ಯ! ಮನ್ನಿಸಬೇಕು, ಅಯ್ಯಾ!" ಎಂದು ಅಡ್ಡ ಬೀಳುವುದರಲ್ಲಿದ್ದ.

"ಇಷ್ಟೇ ತಾನೇ!"

"ಅಯ್ಯನವರು ಈ ಮಾತನ್ನು ಇಷ್ಟು ಹಗುರವಾಗಿ ತೆಗೆದುಕೊಳ್ಳಬಾರದೆಂದು ನನ್ನ ಬಿನ್ನಹ."

"ಒಂದು ವೇಳೆ ಈ ಮಾತು ನಿಜವಾಗಿದ್ದರೆ 'investigate' ಮಾಡುವುದಕ್ಕೆ ನನ್ನ ಮೇಲಧಿಕಾರಿಗಳಿದ್ದಾರೆ. ಪೊಲೀಸು ಇಲಾಖೆ ಇದೆ. ವಿಜಿಲೆನ್ಸ್ ಡಿಪಾರ್ಟ್‌ಮೆಂಟು ಇದೆ. ಇದಕ್ಕಿಂತಲೂ ಸಿಬಿಐ ಇದೆ. ಆದ್ದರಿಂದ ನೀವು ಭಯಪಡಬೇಕಾಗಿಲ್ಲ. ಈ ಸಮಾಚಾರವನ್ನು ಹರಡಿದವರಾರು ಎಂಬುದನ್ನು ಕಂಡುಹಿಡಿಯುವುದು ಕಷ್ಟವಲ್ಲ. ಅವರು ಮಾಡುತ್ತಾರೆ. ನೀವು ಭಯಪಡುವುದು ಬೇಡ. ಈ ಮಾತನ್ನು ಹಗುರವಾಗಿ

ತೆಗೆದುಕೊಳ್ಳಕೂಡದೆಂದು ಬುದ್ಧಿವಾದ ಹೇಳಿದಿರಿ. ಅದನ್ನು ಒಪ್ಪಿಕೊಳ್ಳುತ್ತೇನೆ. ಹಿಂದಿನ ಪ್ರಿನ್ಸಿಪಾಲರೊಬ್ಬರು ನಿಮಗೂ ಹೆಡ್-ಕ್ಲಾರ್ಕಿಗೂ ಕಾಲೇಜಿನ ಪ್ರತಿದಿನದ ಸುತ್ತು ವಗಗಿಯನ್ನು ತರಬೇಕೆಂದು ಹುಕುಂ ಕೊಟ್ಟಿದ್ದರಲ್ಲ, ಅದನ್ನು ತನ್ನಿ."

ಹಿಂದೇಟು ಹಾಕಿಕೊಂಡೇ ಅದನ್ನು ತಂದ. ಆ ಹುಕುಮಿನ ಕೆಳಗೆ ಹೀಗೆ ಬರೆದೆ: "ಮೇಲಿನ ಹುಕುಮನ್ನು ತಕ್ಷಣದಿಂದಲೇ ರದ್ದು ಮಾಡಿದ್ದೇನೆ."

ಕರಟಕನು ಇದನ್ನು ನಿರೀಕ್ಷಿಸಿರಲಿಲ್ಲ. "ಅಯ್ಯಾ, ನಮ್ಮ ಸ್ವಾತಂತ್ರ್ಯವನ್ನು ಕಿತ್ತುಕೊಂಡುಬಿಟ್ಟಿರಲ್ಲಾ!" ಎಂದು ಗೋಳಿಟ್ಟ.

"ನಿಮಗೆ ಈ ಸ್ವಾತಂತ್ರ್ಯವನ್ನು ಕೊಟ್ಟವರೂ ಪ್ರಿನ್ಸಿಪಾಲರಲ್ಲವೇನ್ರಿ?" ಎನ್ನುತ್ತ ಇನ್ನೊಂದು ಹುಕುಮನ್ನು ಹೊರಡಿಸಿದೆ. "ಮ್ಯಾನೇಜರೂ ಹೆಡ್ ಕ್ಲಾರ್ಕೂ ಕಾಲೇಜು ಸುತ್ತಿ ಅವರಿವರ ಮಾತನ್ನು ಹೊಂಚು ಕೇಳುವುದು ಈ ಕಾಲೇಜಿನ ಘನತೆಗೂ ಆಯಾ ಸಿಬ್ಬಂದಿಯ ಗೌರವಕ್ಕೂ ಕುಂದು ತರುತ್ತದೆ. ಅವರು ಇದನ್ನು ಇನ್ನು ಮೇಲೆ ಮಾಡಕೂಡದು. ತಮ್ಮ ತಮ್ಮ ಸೀಟುಗಳಲ್ಲಿ ಕುಳಿತು ನಿಯತವಾಗಿರುವ ಕರ್ತವ್ಯಗಳನ್ನು ನಿಷ್ಠೆಯಿಂದ ನಿರ್ವಹಿಸುವುದು."

"...ನಮ್ಮ ಸ್ವಾತಂತ್ರ್ಯವನ್ನು ಕಿತ್ತುಕೊಂಡುಬಿಟ್ಟಿರಲ್ಲಾ!"

ಇದನ್ನು ಜಾರಿ ಮಾಡಿದೊಡನೆಯೆ ಇವರಿಬ್ಬರೂ ಒಂದು ವಾರ ರಜ ಹಾಕಿ ಹೋದರು. ಕೋಳಿಯಿಲ್ಲದೆ ಬೆಳಗಾಗದಿರಲಿಲ್ಲ. ರಜದಿಂದ ಹಿಂತಿರುಗಿ ಬಂದವರನ್ನು ನಾನು ಕರೆಯಲೂ ಇಲ್ಲ. ಇತರ ಕೆಲಸಗಳನ್ನು ನಾನೂ ನನ್ನ ಕೆಳಗಿನ ಪ್ರಾಧ್ಯಾಪಕರೊಬ್ಬರೂ ಹಂಚಿಕೊಂಡು ಬಿಟ್ಟಿದ್ದೆವು. ಹೀಗಾಗಿ ಆಫೀಸಿನ ಗುಮಾಸ್ತ ಸಿಬ್ಬಂದಿಯವರು ನೇರವಾಗಿ ನಮ್ಮಿಬ್ಬರ ಹತ್ತಿರ ಬಂದು ಹೋಗಲಾರಂಭಿಸಿದರು. ಕರಟಕ - ದಮನಕರು ಅನಾಮಧೇಯರಾದರು.

ಇಬ್ಬರೂ ಬಂದು ದೂರು ಹೇಳಿಕೊಂಡರು: "ಪ್ರಿನ್ಸಿಪಾಲರು ನಮ್ಮನ್ನು ಅವಮಾನಕ್ಕೀಡುಮಾಡಿದ್ದಾರೆ."

"ಅದು ಹೇಗ್ರಿ?"

"ನಮ್ಮ ಕೆಲಸವನ್ನೂ ತಾವೇ ನೋಡಿಕೊಳ್ಳುತ್ತಿದ್ದೀರಿ."

"ಹೌದ್ರಿ, ನೀವು ರಜ ತೆಗೆದುಕೊಂಡರೆ ಆಫೀಸು ಮುಚ್ಚಬೇಕಾಗಿತ್ತೇನ್ರಿ?"

ಬದಲಿಲ್ಲ.

"ಇನ್ನೂ ಎಷ್ಟು ಬೇಕಾದರೂ ರಜಕ್ಕೆ ಅಪ್ಲಿಕೇಷನ್ ಹಾಕಿ, ಮಂಜೂರು ಮಾಡುತ್ತೇನೆ."

"ಮನಸ್ಸು ಕೆಟ್ಟು ಹೋಗಿತ್ತು ಸಾರ್. ಪಳನಿಗೆ ಹೋಗಿ ಮನಶ್ಶಾಂತಿ ಪಡೆದುಬರೋಣವೆಂದು ರಜದ ಮೇಲೆ ಹೋಗಿದ್ದೆವು."

"ಯಾವ ಪಳನಿಗೆ ಹೋಗಿದ್ದಿರಿ ಕಾಣ್ರಿ? ನಮ್ಮ ಮೇಲಧಿಕಾರಿಗಳ ಆಫೀಸು ತಾನೆ ನಿಮಗೆ ಪಳನಿ? ಇನ್ನಷ್ಟು ರಜ ತೆಗೆದುಕೊಂಡು ಹೋಗಿ. ಡೈರೆಕ್ಟರ್ ಆಫೀಸು, ಸೆಕ್ರೆಟೇರಿಯಟ್ಟು, ಮಂತ್ರಿ-ನಿವಾಸಗಳು ಮೊದಲಾದ ಕ್ಷೇತ್ರಗಳನ್ನೆಲ್ಲ ಸಂದರ್ಶಿಸಿ ಅಲ್ಲಲ್ಲಿಯ ದೇವತೆಗಳಿಗೆ ನಿಮ್ಮ ಪ್ರಾರ್ಥನೆಯನ್ನು ಸಲ್ಲಿಸಿ ತಿರುಗಿ ಬನ್ನಿ."

"ಅಯ್ಯಾ, ನಮ್ಮನ್ನು ಮನ್ನಿಸಿ ಬಿಡಬೇಕು" ಎಂದು ಸಾಷ್ಟಾಂಗ ನಮಸ್ಕಾರ ಮಾಡಿ ತಪ್ಪನ್ನು ಒಪ್ಪಿಕೊಂಡಂತೆ ನಾಟಕವಾಡಿದರು. "ಇವರ ಯೋಗ್ಯತೆಯೆ ಇಷ್ಟು" ಎಂದುಕೊಂಡು "ಆಫೀಸಿನ ಕೆಲಸಗಳನ್ನು ಗಮನಿಸಿಕೊಳ್ಳಿ, ಹೋಗಿ" ಎಂದೆ.

ಒಂದು ವಾರ ರಜ ಹಾಕಿದರು.

ರಜದಲ್ಲಿ ಕರಟಕ-ದಮನಕರು ಸಾಧಿಸಿದ ಕೆಲಸಗಳು ಅದ್ಭುತವಾದುವು. ಅವರಿಗೆ ರಹದಾರಿಯಿದ್ದ ಅಧಿಕಾರಿಗಳನ್ನೆಲ್ಲ ನೋಡಿ ನನ್ನ ವಿಷಯವಾಗಿ ದೂರು ಸಲ್ಲಿಸಿದರು; ಕೋಮುವಾರು ಕೇಡಿಗನೆಂದು ಪ್ರಚಾರ ಮಾಡಿದರು. ಇತರ ಸರ್ಕಾರಿ ಕಾಲೇಜುಗಳ ಮ್ಯಾನೇಜರು ಹೆಡ್-ಕ್ಲಾರ್ಕುಗಳನ್ನು ನೋಡಿ, ಅವರನ್ನು ತಮ್ಮ ಪಕ್ಷಕ್ಕೆ ಸೇರಿಸಿಕೊಂಡರು. 'ಸರ್ಕಾರೀ ಕಾಲೇಜಿನ ಮ್ಯಾನೇಜರು ಹೆಡ್-ಕ್ಲಾರ್ಕುಗಳ ಸಂಘ'ವನ್ನು ಹೆತ್ತರು. ತರಲೆಯೆಂದು ಪ್ರಸಿದ್ಧನಾಗಿದ್ದ ಎಂ.ಎಲ್.ಎ. ಒಬ್ಬನನ್ನು ಅಧ್ಯಕ್ಷನನ್ನಾಗಿ ಚುನಾಯಿಸಿಕೊಂಡರು. ನಮ್ಮ ಕರಟಕನೇ ಅದೃಶ್ಯ ಕಾರ್ಯದರ್ಶಿಯಾದ. ಸಮ್ಮೇಳನವನ್ನು ಕೂಡಿಸಿದರು. ಅನೇಕ ಠರಾವುಗಳನ್ನು ಅನುಮೋದಿಸಿದರು. ಅವುಗಳಲ್ಲೊಂದು ಹೀಗಿತ್ತು:

"ಪ್ರಿನ್ಸಿಪಾಲರು ಸರ್ಕಾರದಿಂದ ಆ ಹುದ್ದೆಗೆ ನಿಯತವಾದ ಕಾರ್ಯಗಳನ್ನು ಮಾತ್ರ ನಡೆಸುವಂತೆ ಆ ಅಧಿಕಾರಿಗಳಿಗೆ ವಿಧಾಯಕ ಮಾಡಬೇಕೆಂದು ಈ ಸಮ್ಮೇಳನ ಸರ್ಕಾರವನ್ನು ಕೋರುತ್ತದೆ.

"ಅನೇಕ ಪ್ರಿನ್ಸಿಪಾಲರು ಯಾವು ಯಾವುದೋ ಕೆಲಸಗಳನ್ನು ಇಟ್ಟುಕೊಂಡು ನಮ್ಮನ್ನು ಗೋಳು ಹುಯಿದುಕೊಳ್ಳುತ್ತಿದ್ದಾರೆ. ಸರ್ಕಾರವು ಈ ಸ್ಥಿತಿಯನ್ನು ತಪ್ಪಿಸಲು

ಹೊಸ ಕಾನೂನುಗಳನ್ನು ಜಾರಿಗೆ ತರಬೇಕೆಂದು ಕೋರುತ್ತದೆ."

ನನ್ನ ಲ್ಯಾಬೊರೇಟರಿಯಲ್ಲಿ ರೆಫ್ರಿಜರೇಟರೊಂದನ್ನು ಇಟ್ಟುಕೊಂಡಿದ್ದೆ. ಅದರಲ್ಲಿ ಮುಖ್ಯವಾದ ಕೆಲವು ಕೆಮಿಕಲ್ ರಿಯೆಜೆಂಟುಗಳನ್ನೂ ಆಲ್ಕೋಹಾಲಿನಲ್ಲಿ ಕರಗಿಸಿದ ರಸಾಯನಿಕ ದ್ರಾವಕಗಳನ್ನೂ ಇಟ್ಟಿರುತ್ತಿದ್ದೆ. ಕೆಳ ಅರೆಯಲ್ಲಿ ಕೆಲವು ಬಾಟಲು ಸೋಡಾ ಪಾನೀಯವನ್ನೂ ಇಟ್ಟಿದ್ದೆ. ಹೀಗಾಗಿ ರೆಫ್ರಿಜರೇಟರಿನ ಕದವನ್ನು ತೆಗೆದೊಡನೆ ಮಾದಕ ವಾಸನೆ ಗುಪ್ಪೆಂದು ಹೊಮ್ಮುತ್ತಿತ್ತು. ಮೊದಲಿನಿಂದಲೂ ನನಗೊಂದು ದುರಭ್ಯಾಸ. ಯಾವ ಬಾಟಲಿಗೂ ಹೆಸರು-ಚೀಟಿ ಅಂಟಿಸುವ ಬಳಕೆಯಿಲ್ಲ. ಬಾಟಲಿನ ಗಾತ್ರ ರೂಪಗಳನ್ನೂ, ಅವುಗಳಲ್ಲಿದ್ದ ದ್ರಾವಕದ ವಾಸನೆಯನ್ನೂ ನೋಡಿ ವಸ್ತುವಿನ ಗುರುತು ಹಿಡಿಯುತ್ತಿದ್ದೆ. ಇತರರಾರಿಗೂ ಯಾವ ಬಾಟಲಿನಲ್ಲಿ ಏನಿದೆಯೆಂಬುದು ತಿಳಿಯುವಂತಿರಲಿಲ್ಲ. ಇಲ್ಲಿ ಇನ್ನೂ ಒಂದು ಸಂಗತಿಯನ್ನು ತಿಳಿಸಬೇಕು. ಇದು ನನ್ನ ವೈಯಕ್ತಿಕ ರುಚಿ. ಬಹಳ ದಿನಗಳಿಂದಲೂ ನನಗೆ ಕಲಾಭಿರುಚಿಯಿಂದ ಕೂಡಿದ ಅಪರೂಪವಾಗಿರುವ ಬಾಟಲು-ರೂಪಗಳನ್ನು ಕಂಡರೆ ಮೋಹ. ಮಾದಕ-ಪಾನೀಯಗಳಿಗೆ ಹೊರ ದೇಶದಲ್ಲಿ ಇಂಥ ಬಾಟಲುಗಳನ್ನು ಉಪಯೋಗಿಸುತ್ತಾರೆ. ಎಲ್ಲೆಲ್ಲೋ ಹುಡುಕಿ, ಮಧುಪ್ರಿಯರನ್ನು-ಅವರು ಸುಜ್ಞಾನ ನೆಲೆಯಲ್ಲಿದ್ದಾಗ-ಒಲಿಸಿಕೊಂಡು ಇಂಥ ಕೆಲವು ಬಾಟಲುಗಳನ್ನು ಸಂಗ್ರಹಿಸಿಟ್ಟುಕೊಂಡಿದ್ದೆ. ಇವನ್ನೇ ನನ್ನ ಲ್ಯಾಬೊರೇಟರಿಯಲ್ಲಿ ಉಪಯೋಗಿಸುತ್ತಿದ್ದೆ.

ಈ ಬಾಟಲುಗಳ ಶುಚಿತ್ವವನ್ನೂ ಅವುಗಳಲ್ಲಿ ಪಳಪಳಗುವ ದ್ರಾವಕಗಳನ್ನೂ ರೆಫ್ರಿಜರೇಟರಿನಿಂದ ಹೊಮ್ಮುತ್ತಿದ್ದ ಘಮಲನ್ನೂ ಕರಟಕ-ದಮನಕರು ಅನೇಕ ಸಲ ಕಂಡಿದ್ದರು; ಮೂಗು ಹೊಳ್ಳೆಗಳನ್ನು ಹಿಗ್ಗಿಸಿದ್ದರು. ನನ್ನ ಅಟೆಂಡರ ಬಳಿ ಆಗಾಗ ಇದನ್ನು ಕುರಿತು ಕೇಳುತ್ತಿದ್ದರು. ಯಾವುದಕ್ಕೆ ಯಾವುದನ್ನೋ ನಂಟು ಹಾಕಿಕೊಂಡು ಸ್ವಂಥ ಕಲ್ಪನೆಯ ಲೋಕವೊಂದನ್ನು ಕನಸು ಕಾಣತೊಡಗಿದರು.

ಒಂದು ದಿನ ಇದ್ದಕ್ಕಿದ್ದಂತೆಯೆ ಎರಡು ಸೋಡಾ ಬಾಟಲುಗಳನ್ನು ಹಿಡಿದುಕೊಂಡು ಬಂದು "ಇವನ್ನು ತಮ್ಮ ರೆಫ್ರಿಜರೇಟರಿನಲ್ಲಿ ನಾಳೆ ಸಂಜೆಯವರೆಗೂ ಇಡಬಹುದೆ?" ಎಂದು ಕೇಳಿದ ಕರಟಕ. ನಾನೇ ನಾಲ್ಕು ಸೋಡಾಬಾಟಲುಗಳನ್ನಿಟ್ಟಿದ್ದೆನಾದ್ದರಿಂದ ಬೇಡವೆನ್ನುವುದಕ್ಕೆ ಬಾಯಿ ಬರಲಿಲ್ಲ. "ಇದೇನು?" ಎಂದೆ.

ದಮನಕ: "ನಿನ್ನೆ ಕಂಚಿಯಲ್ಲಿ ವರದರಾಜಸ್ವಾಮಿಯ ಬ್ರಹ್ಮೋತ್ಸವ. ರಾಮಾನುಜ ಕೂಟದಲ್ಲಿ ಇಡ್ಲಿ, ಪುಳಿಯೋಗರೆ, ಪೊಂಗಲುಗಳನ್ನು ಸ್ವಲ್ಪ ಹೆಚ್ಚಾಗಿ ಸೇವಿಸಿಬಿಟ್ಟೆವು. ಹೊಟ್ಟೆಯಲ್ಲಿ ಗುಡುಗುಡು ಆಗಿದೆ. ಬಿಸಿಲು. ಸ್ವಲ್ಪ ತಣ್ಣಗಾದ ಸೋಡಾ ಕುಡಿದರೆ ಸರಿಹೋಗುತ್ತದೆ."

ಕರಟಕ: "ಏನೋ ಪೆರುಮಾಳಿನ ಪ್ರಸಾದವೆಂದು ಸೇವಿಸಿಬಿಟ್ಟೆವು. ಕರುಳು

ನುಲುಚುಹಾಕುತ್ತಿದೆ."

"ಸರಿ, ಹೋಗಿ ಇಟ್ಟುಕೊಳ್ಳಿ."

ನನಗೆ ಸಂದೇಹವೇ. ಇವರು ಕಂಚಿಗೆ ಹೋಗಿ ಬಂದದ್ದೇನೋ ನಿಜವೇ, ಅಲ್ಲಿ ಬ್ರಹ್ಮೋತ್ಸವ ನಡೆದದ್ದೂ ನಿಜವೇ. ಹೊಟ್ಟೆ ಕೆಟ್ಟಿದ್ದದ್ದೂ ನಿಜವೇ ಇರಬಹುದು. ಆದರೆ ಎರಡು ಬಾಟಲು ಸೋಡಾ ಕುಡಿಯುವದರ ಬದಲು ಬೇರಾವದಾದರೂ ಔಷಧವನ್ನೇಕೆ ತೆಗೆದುಕೊಳ್ಳಲಿಲ್ಲ? ಕೊನೆಗೂ ಹೇಳಿದೆ: "ಅಜೀರ್ಣಕ್ಕೆ ಬೇರೆ ಮದ್ದುಗಳಿವೆ. ವೈದ್ಯನ ಬಳಿ ಏಕೆ ಹೋಗಬಾರದು? ಸೋಡಾ ಕುಡಿದರೆ ಹೋಗುತ್ತದೆಯೇ?"

"ಶುಂಠಿ ತಿಂದಿದ್ದೇವೆ. ಕೈಗಾವಲಿಗಿರಲಿ ಎಂದು ಸೋಡಾ ಇಟ್ಟಿದ್ದೇವೆ" ಎಂದರು.

ಮಾರನೆ ಬೆಳಿಗ್ಗೆ ನಾನು ಬೇರೆಲ್ಲಿಗೋ ಹೋಗಿ ಕಾಲೇಜಿಗೆ ಮಧ್ಯಾಹ್ನದ ವೇಳೆಗೆ ಬರುವುದೆಂದು ಕಾರ್ಯಕ್ರಮವಿತ್ತು. ಇದು ಕರಟಕ–ದಮನಕರಿಗೂ ತಿಳಿದಿದ್ದ ವಿಷಯವೇ. ಆಗ ಬೇಸಿಗೆ ರಜ; ವಿದ್ಯಾರ್ಥಿಗಳಿಲ್ಲ, ವಾದ್ಯಾರುಗಳಿಲ್ಲ; ಆಫೀಸಿನ ಸಿಬ್ಬಂದಿಯಲ್ಲಿ ಇವರಿಬ್ಬರೂ ಇನ್ನೊಬ್ಬ ಗುಮಾಸ್ತ, ಈ ಮೂವರು ಮಾತ್ರ ಸರದಿಯ ಮೇಲೆ ಕೆಲಸಕ್ಕಿದ್ದರು. ಹೊರಗಿನ ಕೆಲಸವನ್ನು ಮುಗಿಸಿಕೊಂಡು ಎರಡು ಗಂಟೆಗೆ ನನ್ನ ರೂಮಿನ ಬಳಿ ಹೋದೆ. ರೂಮು ಬಾಗಿಲು ಅರ್ಧ ಮಾತ್ರ ತೆರೆದಿತ್ತು. ಒಳಗಿನಿಂದ ಯಾರೋ ಮಾತನಾಡುತ್ತಿದ್ದ ಸದ್ದು ಕೇಳಿಸಿತು: "ದುರಾತ್ಮಾ! ನಿನಗೆ ಜೀವದಾನ ಮಾಡಿದ್ದೇನೆ!"

ಸದ್ದಿಲ್ಲದೆ ಬಾಗಿಲ ಸಂದಿಯಿಂದ ಒಳಗೆ ನೋಡಿದೆ. ದಮನಕ ಮಂಡಿಯೂರಿ ಎರಡು ಕೈಗಳನ್ನೂ ಜೋಡಿಸಿ ಕುಳಿತಿದ್ದ. ಕರಟಕ ಅವನೆದುರು ನಿಂತು, ಕೈಯೊಂದರಲ್ಲಿ ನನ್ನ ಕುಕ್ರಿಯನ್ನು ಹಿಡಿದುಕೊಂಡು, ಕಾಲೊಂದನ್ನು ದಮನಕನ ತಲೆಯ ಮೇಲಿಟ್ಟು "ಭಕ್ತಾ! ಎದ್ದೇಳು!" ಎಂದು ಕಾಲನ್ನು ಕೆಳಗಿಳಿಸಿದ. ಈ ಸಂದರ್ಭದಲ್ಲಿ ಕದವನ್ನು ತೆರೆದು ಒಳಗೆ ನುಗ್ಗಿ "ಏನ್ರೀ ಇದು!" ಎಂದು ಎಚ್ಚರಿಸಿದೆ. ಕರಟಕ ಓಡಿಹೋಗಿ ನನ್ನ ಕುರ್ಚಿಯ ಮೇಲೆ ಕುಳಿತು ದರ್ಪದಿಂದ "ಪ್ಯೂನ್" ಎಂದು ಕೂಗಿದ. ದಮನಕ ಪ್ಯೂನಿನ ಪಾತ್ರವನ್ನು ಅಭಿನಯಿಸಿದ. ಕರಟಕ ನನ್ನನ್ನು ಉದ್ದೇಶಿಸಿ "What can I do for you , sir?" ಎಂದ. ಲ್ಯಾಬೊರೇಟರಿಯಲ್ಲಿ ನೋಡಿದೆ. ರೆಫ್ರಿಜರೇಟರ ಬಾಗಿಲು ತೆರೆದಿದೆ; ದ್ರಾವಕಗಳೂ ಬಾಟಲುಗಳೂ ಚೆಲ್ಲಾಪಿಲ್ಲಿಯಾಗಿವೆ; ಖಾಲಿ ಸೋಡಾಬಾಟಲುಗಳು ಕೆಳಗೆ ಬಿದ್ದಿವೆ; ಅಲ್ಕೊಹಾಲು ಚೆಲ್ಲಿದೆ. ನಡೆದಿದ್ದ ಪ್ರಸಂಗವನ್ನು ಊಹಿಸಿಕೊಂಡೆ. ಐಸ್ ನೀರನ್ನು ಇವರಿಬ್ಬರ ಮೇಲೂ ಸುರಿದೆ. ಒಂದೆರಡು ನಿಮಿಷಗಳಾದ ಮೇಲೆ ಪ್ರಜ್ಞೆ ತಿಳಿದು ನನ್ನ ಆಗಮನವನ್ನು ಗುರುತಿಸಿ "ಪ್ರಿನ್ಸ್... ಪ್ರಿನ್ಸಿಪ್... ಪ್ರಿನ್ಸಿಪಾಲ್..." ಎನ್ನುತ್ತ ಎದ್ದು ಓಟಕಿತ್ತರು.

"ಭಕ್ತಾ ಎದ್ದೇಳು!"

ಒಟ್ಟಿನಲ್ಲಿ ನನಗೆ ಇದೆಲ್ಲವನ್ನೂ ಕಂಡು ನಗು ಬಂದಿತಾದರೂ, ಹಗುರವಾಗಿ ತೆಗೆದುಕೊಳ್ಳುವ ಸಂದರ್ಭ ಇದಲ್ಲವೆಂದೆನಿಸಿತು. ಆಗ 'prohibition' ಜಾರಿಯಲ್ಲಿದ್ದ ಕಾಲ, ಕ್ರಮ ತೆಗೆದುಕೊಂಡರೆ ಒದ್ದಾಡುತ್ತಾರೆ; ನಾನೂ ಸಿಕ್ಕಿ ಹಾಕಿಕೊಳ್ಳಬೇಕಾಗುತ್ತದೆ. ತೆಗೆದುಕೊಳ್ಳದಿದ್ದರೆ ಇನ್ನೂ ಏನೇನು ಅಕ್ರಮಗಳಲ್ಲಿ ತೊಡಗುತ್ತಾರೋ! ಬರಹದಲ್ಲಿ ತಿಳಿಸುವುದು ಬೇಡವೆಂದುಕೊಂಡು, ನನ್ನ ಡೈರೆಕ್ಟರ ಮನೆಗೆ ಹೋಗಿ ಖುದ್ದಾಗಿ ತಿಳಿಸಿದೆ. ಎಷ್ಟಾದರೂ ಆತ ಇವರ ಮಾವನಲ್ಲವೆ! ನವರಸಗಳನ್ನೂ ಮುಖದಲ್ಲಿ ತೋರ್ಪಡಿಸುತ್ತ ಎಲ್ಲವನ್ನೂ ಹೇಳಿದೆ. ವಿಷಯ ಸ್ವಾರಸ್ಯವಾಗಿ ಕಂಡು ಬಂದದ್ದರಿಂದ ತನ್ನ ಸಹಧರ್ಮಿಣಿಯನ್ನೂ ಕರೆದು ಕೂಡಿಸಿಕೊಂಡ. ನನ್ನ ಕಥನ ಮುಗಿದ ಮೇಲೆ "ಹುಡುಗುಮುಂಡೇವು! ಎಳೆಯರಾಗಿದ್ದಾಗ ಬೆಣ್ಣೆ-ಕೃಷ್ಣ, ಧ್ರುವ, ಪ್ರಹ್ಲಾದರ ಭೂಮಿಕೆಗಳನ್ನು ಬಹು ಚೆನ್ನಾಗಿ ಅಭಿನಯಿಸುತ್ತಿದ್ದರು. ಎಲ್ಲೋ ಆ ಚಟ ಬಂದುಬಿಟ್ಟಿರಬೇಕು!" ಎಂದು ಒಂದು ವಿಧವಾದ ಹೆಮ್ಮೆಯ ಮಾತನ್ನಾಡಿದ.

"ಇರಬಹುದು ಸರ್! ಆಲ್ಕೊಹಾಲು ಸೇವನೆ..."

"ಹೌದು ಹೌದು, ಅದು ಮೈಗೆ ಒಳ್ಳೆಯದಲ್ಲ. ಶುದ್ಧ ಕತ್ತೆಗಳು!"

"ಈಗ ಏನು ಮಾಡು ಎಂದು ಅಪ್ಪಣೆ ಕೊಡುತ್ತೀರಿ?"

"ಹೌದ್ರೀ, ನೀವ್ಯಾಕ್ರೀ ಆ ದ್ರವ ಇವರಿಗೆ ಸಿಕ್ಕುವಂತೆ ಇಟ್ಟಿರಿ?"

"ಈ ಪ್ರಶ್ನೆ ಕೇಳುವಿರೆಂದು ನಾನು ನಿರೀಕ್ಷಿಸಿಯೇ ಇದ್ದೆ. ಲ್ಯಾಬೊರೇಟರಿ ಎಂದ

ಮೇಲೆ ಹೇಗೆ ಸಾರ್? ಒಂದಲ್ಲ ಒಂದು ವಿಧದಲ್ಲಿ ದಿನವೂ ಉಪಯೋಗಿಸುವ ವಸ್ತುವನ್ನು ಬೀಗ ಹಾಕಿಟ್ಟುಕೊಳ್ಳುವದು ಸಾಧ್ಯವೆ?"

"ಓಹೋ ಹಾಗೋ!"

"ಹೌದು ಸಾರ್."

"ನಿಮ್ಮ ಲ್ಯಾಬೊರೇಟರಿಗೇ ಒಂದು ಬಲವಾದ ಬೀಗವನ್ನೇಕೆ ಹಾಕಬಾರದು?"

"ಹಾಕಬಹುದು. ಹಾಕದೆ ಬಿಟ್ಟಿದ್ದು ನನ್ನ ತಪ್ಪು ಎಂದೇ ಇಟ್ಟುಕೊಳ್ಳೋಣ. ಆದರೆ ನನಗೆ ಅಂಥ ಅಭ್ಯಾಸ ಬಂದಿಲ್ಲ. ಬೀಗವನ್ನೇ ಒಡೆದು ಒಳಗೆ ಬಂದರೆ?"

"ಆಗ ಅದು ದರೋಡೆಯಾಗುತ್ತದೆ. ಆಗ ಕೇಸು ಹಾಕಬಹುದು."

ಕರಟಕ-ದಮನಕರನ್ನು ಶಿಕ್ಷೆಗೊಳಪಡಿಸಲು ಈತನಿಗೆ ಇಷ್ಟವಿರಲಿಲ್ಲವೆಂಬುದು ಸ್ಪಷ್ಟವಾಯಿತು. ನಿರುತ್ಸಾಹದಿಂದ "ಏನೋ ಸರ್, ನಡೆದ ಪ್ರಸಂಗವನ್ನು ತಮ್ಮ ಗಮನಕ್ಕೆ ತರಬೇಕೆನ್ನಿಸಿತು. ಹೇಳಿದ್ದೇನೆ. ತೀರ್ಪು ತಮ್ಮದು" ಎಂದೆ.

ಗಾಢವಾದ ಯೋಚನೆಯಲ್ಲಿ ಮಗ್ನನಾದ. ಒಂದೆರಡು ನಿಮಿಷಗಳಾದ ತರುವಾಯ "ಅಲ್ರೀ, ನೀವು ಡಾಕ್ಟೊರೇಟ್ ಪದವೀಧರರಾಗಿದ್ದೀರಿ ಅಲ್ಲವೇನ್ರೀ?"

"ಹೌದು ಸಾರ್."

"ಮತ್ತೆ ಯಾಕ್ರೀ, ನೀವು ಇನ್ನೂ ರಿಸರ್ಚ್ ಮಾಡಬೇಕು?"

"ಮನ್ನಿಸಬೇಕು. ಈ ಪ್ರಶ್ನೆಗೆ ಏನು ಬದಲು ಕೊಡಬೇಕೆಂಬುದು ತಿಳಿಯದಾಗಿದೆ."

"ಡಾಕ್ಟೊರೇಟ್ ಪದವಿ ಗಳಿಸಿದಿರಿ. ಪ್ರಾಧ್ಯಾಪಕನ ಹುದ್ದೆ ದೊರಕಿತು, ಮುಗಿಯಿತು. ನಿಮ್ಮನ್ನು ಪ್ರಿನ್ಸಿಪಾಲನ ಹುದ್ದೆಗೆ ಬಡ್ತಿಮಾಡಿದಾಗ ನಿಮ್ಮ ಡಿಎಸ್ಸಿಯನ್ನು ಯಾರೂ ಗಮನಿಸಲಿಲ್ಲ ಕಾಣ್ರಿ!"

"ಸರಿ ಸರ್, ಡಾಕ್ಟೊರೇಟ್ ಪದವಿಯನ್ನು ನಾನು ಅಂತ್ಯವೆಂದು ಭಾವಿಸಿಲ್ಲ. ರಿಸರ್ಚ್ ಮಾಡುವುದಕ್ಕೆ ಅರ್ಹತೆಯಿದೆ ಎಂದು ತಿಳಿಸುವ ಸಂಕೇತ ಅದು ಎಂದು ನಾನು ತಿಳಿದುಕೊಂಡಿದ್ದೇನೆ."

ಗಹಗಹಿಸಿ ನಕ್ಕು "ನೀವೇನು ಇನ್ನೂ ಅಮೆರಿಕದಲ್ಲೊ ಯುರೋಪಿನಲ್ಲೋ ಇದ್ದೀರಾ, ಇಲ್ಲವೇ ಇಂಡಿಯದಲ್ಲಿದ್ದೀರಾ!"

"ಇಂಡಿಯವೂ ಆ ರಾಷ್ಟ್ರಗಳಂತೆ ಆಗುವುದು ಬೇಡವೇ?"

"ಅದೆಲ್ಲ ಬರಿಯ ಐಡಿಯಲ್ಲು ಕಾಣ್ರಿ! ನೀವು ಬಯಸುವ ಭಾರತ ಸದ್ಯಕ್ಕೆ ಬರುವುದಿಲ್ಲ ಕಾಣ್ರಿ! ನಮ್ಮ ಕಂಡಿಷನ್ನೇ ಬೇರೆ! ನಿಮಗೊಂದು ಸಣ್ಣ ಸೂಚನೆಯನ್ನು ಕೊಡುತ್ತೇನೆ-ಸುಮ್ಮನೆ ರಿಸರ್ಚು-ಗಿಸರ್ಚು ಎಂದು ಒದ್ದಾಡಬೇಡಿ. ಅದರಿಂದ

ಅನ್ಯರಿಗೂ ಪ್ರಯೋಜನವಿಲ್ಲ, ನಿಮಗೂ ಇಲ್ಲ. ಸರ್ಕಾರ ನಿಯಮಿಸಿರುವ ಕೆಲಸವನ್ನು ಮಾತ್ರ ನೋಡಿಕೊಂಡಿರಿ. ನಿಮಗೆ ಈಗ ನಡೆದಿರುವಂಥ ಸಮಸ್ಯೆಗಳು ಏರ್ಪಡವು... ನನಗೊಂದು ಡಿ.ಓ. ಬರೆಯಿರಿ. ಆಮೇಲೆ ಯೋಚನೆ ಮಾಡೋಣ."

ಈತನ ಮಾತು ಒಂದು ವಿಧದಲ್ಲಿ ಸತ್ಯವನ್ನು ಬೋಧಿಸುತ್ತಿರುವಂತೆ ಅನುಭವವಾಯಿತು– "ನಮ್ಮ ಕಂಡಿಷನ್ನೇ ಬೇರೆ!" ಡಿ.ಓ. ಬರೆಯುವುದೂ ಗಾಳಿಗೆ ಗುದ್ದುವುದೂ ಒಂದೇ ಎಂದುಕೊಂಡು 'ನಮ್ಮ ಕಂಡಿಷನ್ನ'ನ್ನು ಯೋಚಿಸುತ್ತ ಹೊರಟುಬಂದೆ.

* * *

ಪರೀಕ್ಷಾನಿಯೋಗದ ಭೇಟಿ

"ಈ ಪರಿಯ ಸೊಬಗಾವ ದೇವರಲ್ಲಿ ಕಾಣೆ!"
"ಎಷ್ಟೆಂದು ಬಣ್ಣಿಸಲಿ ನಿನ್ನ ಮಹಿಮೆಯನು?"
– ದಾಸರ ಪದ
(ನನ್ನ ಡೈರೆಕ್ಟರನ್ನು ಕುರಿತು ಹೇಳಿದ್ದು)

ಡೆಮಾನ್‌ಸ್ಟ್ರೇಟರಾಗಿ ಕೆಲಸ ಮಾಡಿದ್ದು ಎರಡು ವರ್ಷ. ಅಷ್ಟರಲ್ಲಿ ನಾಲ್ಕು ಕಾಲೇಜುಗಳಿಗೆ ವರ್ಗ; ಯಾರಿಗೂ ಈತ ಬೇಕಾಗಿರಲಿಲ್ಲ. ಒಂದು ಕಾಲೇಜಿನಲ್ಲಿ ವರ್ಷದ ಕೊನೆಗೆ ಸಿಲಿಬಸ್ಸಿನ ಶೇಕಡ ೧೦ರಷ್ಟು ಮಾತ್ರ ಮುಗಿಸಿದ್ದ; ಇನ್ನೊಂದು ಕಾಲೇಜಿನಲ್ಲಿ ಲ್ಯಾಬೊರೆಟರಿಯಲ್ಲಿದ್ದ ಒಂದು ಬೆಲೆ ಬಾಳುವ ಯಂತ್ರವನ್ನು ಉಪಯೋಗಿಸಲು ಬಾರದೆ ಕೆಡಿಸಿ ಮೂಲೆಗಿಟ್ಟಿದ್ದ; ಮೂರನೆ ಕಾಲೇಜಿನಲ್ಲಿ ಅದರ ಪ್ರಿನ್ಸಿಪಾಲರಿಗೆ ಕಾರ್ಯನಿರ್ವಹಣೆ ಬಾರದು ಎಂದು ಪ್ರಚಾರ ಮಾಡಿದ್ದ; ನಾಲ್ಕನೆಯದರಲ್ಲಿ ಪರೀಕ್ಷೆಗೆ ಮೊದಲೇ ಪ್ರಶ್ನೆ–ಪತ್ರಿಕೆಗಳು ಬಯಲಾದ ಹಗರಣದಲ್ಲಿ ಇವನದೂ ಒಂದು ಪಾಲಿತ್ತು ಎಂಬ ಆಪಾದನೆಯಾಗಿತ್ತು. ಬಡ್ತಿ ದೊರೆತು, ಬೇರೊಂದು ಕಾಲೇಜಿನಲ್ಲಿ ಲೆಕ್ಚರರ್ ಆದ. ಹೋದ ಕಡೆಯೆಲ್ಲ ಕುರುಹು ಬಿಡುವ ಸ್ವಭಾವ ಇವನದು. ಆ ಸ್ವಭಾವದ ಪ್ರಭಾವ ಹೇಳತೀರದು. ಯಾರೂ ಇವನ ಸಹವಾಸವನ್ನು ಬಯಸಲಿಲ್ಲ. ಎಲ್ಲರ ತಲೆಯಲ್ಲೂ ಹೇನಾದ. ಸರ್ಕಾರಕ್ಕೆ ಇವನನ್ನು ಏನು ಮಾಡಬೇಕೆಂಬ ಸಮಸ್ಯೆ ಬಂತು, 'ಛಾರ್ಜ್–ಷೀಟ್' ಹಾಕಿದರೆ, ಅದರ ಕರ್ತೃವೇ ಅಪರಾಧಿಯಂತೆ ಕಾಣುವ ಹಾಗೆ ಮಾಡುತ್ತಾನೆ. 'ಕಾಕಾ' ಹಿಡಿಯುವುದರಲ್ಲಿ ಇವನಿಗೆ ಅದ್ವಿತೀಯ ನೈಪುಣ್ಯವಿತ್ತು. ದಿಕ್ಕು ತೋರದೆ ಸರ್ಕಾರ ಬಡ್ತಿ ಕೊಟ್ಟಿತು–ಗೆಜೆಟೆಡ್ ಹುದ್ದೆಗೆ. ತರಲೆ ಕೋಟಲೆಗಳ ನೆರವಿನಿಂದ ಇನ್ನೂ ಮೇಲಿನ ಹುದ್ದೆಗೆ ಬಂದ–ಇನ್ನೊಂದು ವರ್ಷದೊಳಗಾಗಿ. ಸರ್ವೀಸಿಗೆ ಸೇರಿದ

ಎಂಟನೆ ವರ್ಷದಲ್ಲಿ ಪ್ರಿನ್ಸಿಪಾಲ್ ಆದ. ಇನ್ನೊಂದೆರಡು ವರ್ಷಗಳಲ್ಲಿ ಡೆಪ್ಯುಟಿ-ಡೈರೆಕ್ಟರ್; ನಾಲ್ಕೈದು ತಿಂಗಳಲ್ಲಿ ಡೈರೆಕ್ಟರ್!

ಈಗ ಡೈರೆಕ್ಟರಾಗಿ ಹುದ್ದೆಗೇರಿದಾಗ ನಾನು ಪ್ರಿನ್ಸಿಪಾಲಾಗಿದ್ದೆ. ನನಗೆ ತಿಳಿದಿದ್ದ ಆಸಾಮಿಯೇ. ಸೊರಬದಿಂದ ಶ್ರೀಗಂಧದ ಹಾರವನ್ನು ತರಿಸಿ ಇವನ ಕೊರಳಿಗೆ ಹಾಕಿದೆ. ಮೂಸಿ ನೋಡಿ "ಏನ್ರಿ, ಫಾರಿನ್ ಶೆಂಟೋ?" ಎಂದ.

"ಅಲ್ಲ ಸರ್, ಶ್ರೀಗಂಧ-ಮರ, ಅದರ ಚೌಬೀನೆಯಿಂದ ಮಾಡಿದ್ದು."

"ಓಹೋ, ಬ್ರಾಹ್ಮಣರು ಹೆಣ ಸುಡುತ್ತಾರಲ್ಲ. ಆ ಮರ!"

"...ಬ್ರಾಹ್ಮಣರು ಹೆಣ ಸುಡುತ್ತಾರಲ್ಲ, ಆ ಮರ!"

"ಎಲ್ಲರಿಗೂ ಮಾಡುವುದಕ್ಕೆ ಶಕ್ತಿಯಿರುವುದಿಲ್ಲ. ಹಣದ ಅನುಕೂಲವಿದ್ದ ಬ್ರಾಹ್ಮಣರೂ ಮಾಡುತ್ತಾರೆ, ಅನುಕೂಲವಿದ್ದ ಬ್ರಾಹ್ಮಣೇತರರೂ ಮಾಡುತ್ತಾರೆ. ಹಿಂದುಗಳಲ್ಲದವರೂ ಮಾಡುತ್ತಾರೆ."

"ಅಂತೂ ಹೆಣ ಸುಡುವ ಮರದಿಂದ ಮಾಡಿದ ಹಾರ ಹಾಕಿಬಿಟ್ರಿ."

"ಅಯ್ಯಯ್ಯೋ, ಹಾಗೆ ತಿಳಿಯಬಾರದು. ಊದುಬತ್ತಿ ಮಾಡುವುದಕ್ಕೂ ಇದೇ ಮರದ ಪುಡಿಯನ್ನು ಉಪಯೋಗಿಸುತ್ತಾರೆ. ಊದುಬತ್ತಿಯನ್ನು ಬ್ರಾಹ್ಮಣರೂ ಉಪಯೋಗಿಸುತ್ತಾರೆ, ಬ್ರಾಹ್ಮಣೇತರರೂ ಉಪಯೋಗಿಸುತ್ತಾರೆ."

"ಹಾಗೋ! ಪರವಾಯಿಲ್ಲ ಕಾಣ್ರಿ! ನೀವು ಏನೇನೋ ತಿಳಿದುಕೊಂಡಿದ್ದೀರಿ. ನಿಮ್ಮ ವಿಷಯ ನಂಗೆಲ್ಲ ಗೊತ್ತು ಕಾಣ್ರಿ!" ಎಂದು ಶಹಬಾಸು ಕೊಟ್ಟ.

ಈತನ ಮನಸ್ಸು ಯಾವ ದಾರಿಯಲ್ಲಿ ಹರಿಯುತ್ತದೆ, ಯಾವ ಯಾವ ಸಂದುಗಳಲ್ಲಿ ನುಗ್ಗುತ್ತದೆ, ಎಂಥೆಂಥ ಸಂದರ್ಭಗಳಲ್ಲಿ ಏನೇನು ಮಾಡುತ್ತದೆ, ಇವುಗಳ ಬಗ್ಗೆ ಯಾವುದನ್ನೂ ನಿರ್ದಿಷ್ಟವಾಗಿ ಹೇಳಲಾಗದು. ಈಗ ಸರಿಯಾಗಿ ತೋರಿದ್ದು ಐದು ನಿಮಿಷಗಳ ತರುವಾಯ ತಪ್ಪು; ಇಂದು ಹೇಳಿದ್ದು ಇಂದಿಗೇ,

ನಾಳೆಗೆ ನೆಚ್ಚುವ ಹಾಗಿಲ್ಲ; ಒಂದು ಘಳಿಗೆಯಲ್ಲಿ ಎಲ್ಲೆ ಮೀರಿದ ವಿಶ್ವಾಸ, ಆದರ, ನಂಬಿಕೆ; ಮುಂದಿನದರಲ್ಲಿ ಅಸಹನೆ, ಅಸಹ್ಯ, ಅಪನಂಬಿಕೆ, ಹಿಂದಿನ ಕಹಿ ಅನುಭವಗಳಿಂದ ಪಾಠ ಕಲಿಯುವುದು ಇವನಿಗೆ ಬೇಡ; ಸುಟ್ಟ ಕೈ ವಾಸಿಯಾದ ಮೇಲೂ ಇನ್ನೊಮ್ಮೆ ಸುಟ್ಟುಕೊಳ್ಳುವಂಥ ಸ್ವಭಾವದವ.

ಇದ್ದಕ್ಕಿಂತೆಯೆ ಒಂದು ದಿನ "ಕಾಲೇಜಿನಲ್ಲಿರುವ ಅಧ್ಯಾಪಕರಲ್ಲಿ ಎಷ್ಟು ಜನ ಪಿಎಚ್.ಡಿ. ಸಂಶೋಧನೆಯನ್ನು ಮಾಡಿ ಡಿಗ್ರಿ ತೆಗೆದುಕೊಂಡಿದ್ದಾರೆ?" ಎಂದು ಕೇಳುವ ಪತ್ರ ಬಂದಿತು. "ಸುಮಾರು ೨೦೦ ಪ್ರಾಧ್ಯಾಪಕರಲ್ಲಿ ೫ಕ್ಕೆ ಹೆಚ್ಚಾಗಿಲ್ಲ" ಎಂದು ಬದಲು ಬರೆದೆ.

"ಪಿಎಚ್.ಡಿ ಡಿಗ್ರಿ ಇಲ್ಲದವರು ಜಾಗ್ರತೆ ಅದನ್ನು ಗಳಿಸಿಕೊಳ್ಳಬೇಕು. ಇಲ್ಲದಿದ್ದರೆ ಅಂಥವರನ್ನು ಬೇರೆ ಕಾಲೇಜುಗಳಿಗೆ ವರ್ಗಾಯಿಸಲಾಗುತ್ತದೆ" ಎಂಬ ನೋಟೀಸು ಬಂತು. ಇದನ್ನು ಕಂಡು ಕಳವಳಗೊಂಡ ಅಧ್ಯಾಪಕರನೇಕರು ಒಡನೆಯೆ ಪಿಎಚ್.ಡಿ. ಡಿಗ್ರಿಗೆ ಅರ್ಜಿ ಹಾಕಿಕೊಂಡರು. ಇಂಥವರ ಸಂಖ್ಯೆ ಸುಮಾರು ೧೫೦. ಡೈರೆಕ್ಟರಿಗೆ ಫೋನಿನಲ್ಲಿ ಈ ಸಂಖ್ಯೆಯನ್ನು ತಿಳಿಸಿದೆ.

"ಎಷ್ಟು ವರ್ಷ ಆಗುತ್ತದೆ ಪಿಎಚ್.ಡಿ. ಡಿಗ್ರಿ ತೆಗೆದುಕೊಳ್ಳುವುದಕ್ಕೆ?"

"ಬುದ್ಧಿವಂತನಿಗೆ ಮೂರು ವರ್ಷ; ಸಾಮಾನ್ಯವಾದ ಬುದ್ಧಿ ಮಟ್ಟವಿರುವವನಿಗೆ ನಾಲ್ಕು ವರ್ಷ; ಇನ್ನೂ ಕೆಳಗಿನ ಮಟ್ಟದವನಿಗೆ ಐದಾರು ವರ್ಷ; ಮೂರು ಸಲ ಫೇಲಾಗಿ ಮೂರನೇ ತರಗತಿಯಲ್ಲಿ ತೇರ್ಗಡೆಯಾದವನಿಗೆ ಈ ಜನ್ಮದಲ್ಲಿಲ್ಲ!"

"ಕೊನೆಯದರ ವಿಷಯವಾಗಿ ನಿಮ್ಮನ್ನು ನಾನು ಕೇಳಲಿಲ್ಲ ಕಾಣ್ರಿ, ತಿಳಿಯಿತೆ?"

"ತಿಳಿಯಿತು ಸರ್. ನೋಟೆಡ್."

"ಎಂದರೆ ಒಬ್ಬೊಬ್ಬನಿಗೂ ೩ರಿಂದ ೪–೫ ವರ್ಷಗಳು ರಜ ತೆರಬೇಕಾಗುತ್ತದಲ್ಲವೇನ್ರಿ?"

"ಹೌದು ಎಂದು ಕಾಣುತ್ತದೆ ಸರ್."

"ರಜದೊಂದಿಗೆ ಅವರಿಗೆ ಸಂಬಳವನ್ನೂ ಕೊಡಬೇಕಲ್ಲವೇನ್ರೀ?"

"ಕೊಡದಿದ್ದರೆ ಅವರು ಹೇಗೆ ಸರ್ ಬದುಕಬೇಕು?"

"ಪ್ರಶ್ನೆಗೆ ಪ್ರಶ್ನೆ ಕೇಳಬೇಡ್ರಿ."

"ಸರಿ ಸರ್, ನೋಟೆಡ್."

"ಅವರಿಗೆ ರಜ ಕೊಟ್ಟರೆ ಅವರ ಜಾಗಕ್ಕೆ ಬೇರೊಬ್ಬರನ್ನು ನಿಯಮಿಸಬೇಕಲ್ಲವೇನ್ರಿ?"

"ಹೌದು ಹೌದು ಸರ್."

"ಕೊನೆಯದರ ವಿಷಯವಾಗಿ ನಿಮ್ಮನ್ನು ನಾನು ಕೇಳಲಿಲ್ಲ ಕಾಣ್ರಿ, ತಿಳಿಯಿತೆ?"

"ದ್ವಿರುಕ್ತಿ ಬೇಡ್ರಿ. ಒಂದು ಸಲ ಹೇಳಿದರೆ ಸಾಕು. ನನಗೆ ತಿಳಿಯುತ್ತದೆ. ನಾನೇನು ದಡ್ಡನೇನ್ರಿ?"

"ಅಯ್ಯಯ್ಯೊ, ಖಂಡಿತವಾಗಿಯೂ ಅಲ್ಲ."

"ಹೊಸದಾಗಿ ನಿಯಮಿತರಾದವರಿಗೂ ಸಂಬಳ ಕೊಡಬೇಕಲ್ಲವೇನ್ರಿ?"

"ಹೌದು ಸರ್."

"ಸರ್ಕಾರಕ್ಕೆ ವೆಚ್ಚ ಬಹಳವಾಗುತ್ತದೆಯಲ್ಲವೇನ್ರಿ?"

"ಹೌದು ಸರ್."

"ಹಾಗಿದ್ರೆ ಯಾಕ್ರಿ ಈ ಯೋಜನೆಯನ್ನು ಜಾರಿಗೆ ತರಬೇಕು?"

ನಾನು ಮೌನ.

"ಬದಲು ಹೇಳ್ರಿ."

"ಈ ಕಾಲೇಜಿನಲ್ಲಿ ಸ್ನಾತಕೋತ್ತರ ಪಾಠ ವರ್ಗಗಳಿವೆ. ಅವಕ್ಕೆ ಪಾಠ

ಹೇಳಬೇಕೆಂದರೆ ಸಮರ್ಥರಾದ ಉಪಾಧ್ಯಾಯರು ಬೇಕು. ಸಾಮರ್ಥ್ಯ ಪಡೆಯುವುದಕ್ಕೆ ಸಂಶೋಧನೆ ನಡೆಸಬೇಕು. ಪಿಎಚ್.ಡಿ.ಯನ್ನು ಕನಿಷ್ಠ ಕ್ವಾಲಿಫಿಕೇಷನ್ನಾಗಿ ಪಡೆದವರು ಸ್ನಾತಕೋತ್ತರ ತರಗತಿಗಳಿಗೆ ಪಾಠ ಹೇಳುವ ಅರ್ಹತೆಯನ್ನು ಪಡೆದಿರುತ್ತಾರೆ. ಈ ಅರ್ಹತೆಯುಳ್ಳ ಅಧ್ಯಾಪಕರಿದ್ದರೆ ಸ್ನಾತಕೋತ್ತರ ವ್ಯಾಸಂಗದ ಉದ್ದೇಶ ಸಫಲವಾಗುತ್ತೆ."

"ಏನ್ರಿ ಪುರಾಣ ನೇಯುತ್ತಿದ್ದೀರಿ? ಪಿಎಚ್.ಡಿ. ತೆಗೆದುಕೊಳ್ಳದೆ ಸ್ನಾತಕೋತ್ತರ ತರಗತಿಗಳಿಗೆ ಪಾಠ ಹೇಳುವುದಕ್ಕಾಗುವುದಿಲ್ಲವೇನ್ರಿ?"

"ಆಗುತ್ತದೆ ಸರ್."

"ಬುದ್ಧಿವಂತನೆನ್ನಿಸಿಕೊಳ್ಳುವುದಕ್ಕೆ ಪಿಎಚ್.ಡಿ. ತೆಗೆದುಕೊಂಡಿರಬೇಕೇನ್ರಿ?"

"ಖಂಡಿತ ಇಲ್ಲ ಸರ್."

"ಪ್ಲೇಟೋವಿಗೆ ಪಿಎಚ್.ಡಿ. ಇತ್ತೇನ್ರಿ?"

"ಇಲ್ಲವೆಂದು ಕಾಣುತ್ತೆ ಸರ್, ನನಗೆ ಸರಿಯಾಗಿ ಗೊತ್ತಿಲ್ಲ."

"ಸಾಕ್ರಟೀಸು, ಅರಿಸ್ಟಾಟಲು ಮೊದಲಾದವರಿಗಿತ್ತೇನ್ರಿ?"

"ಇಲ್ಲವೆಂದು ಕಾಣುತ್ತೆ ಸರ್."

"ಅವರೆಲ್ಲ ಬುದ್ಧಿವಂತರಲ್ಲವೇನ್ರಿ?"

"ಹೌದು ಸಾರ್. ಮಹಾ ಬುದ್ಧಿವಂತರು."

"ಹಾಗಾದರೆ ನಾವೇಕ್ರಿ ಪಿಎಚ್.ಡಿ.ಗಳು ಮಾತ್ರ ಸ್ನಾತಕೋತ್ತರ ತರಗತಿಗಳಿಗೆ ಪಾಠ ಹೇಳಬೇಕು ಎಂದು ವಿಧಾಯಿಸಬೇಕು?"

"ಬೇಡ ಸರ್."

"ಖಂಡಿತ ಹೇಳ್ರಿ."

"ಖಂಡಿತ ಬೇಡ ಸರ್."

"ಹಾಗಿದ್ದರೆ ಕಾರಣಗಳನ್ನು ಕೊಟ್ಟು ಈ ಯೋಜನೆ ಅನವಶ್ಯಕ ಎಂದು ನನಗೊಂದು ಕಾಗದ ಬರೆಯಿರಿ."

ನಾನು ಮೌನ.

"ಏನ್ರೀ ನಿಧಾನಿಸುತ್ತಿದ್ದೀರ?"

"ಏನು ಕಾರಣ ಕೊಡಬೇಕೆಂದು ಯೋಚಿಸುತ್ತಿದ್ದೆ."

"ಯಾಕ್ರೀ, ಇಷ್ಟು ಹೊತ್ತೂ ಹೇಳಿದ್ದಕ್ಕೆಲ್ಲ ಊಂ ಎಂದಿರಿ, ಸರಿಯಾಗಿದೆ ಎಂದಿರಿ. ಅದನ್ನು ಬರೆಯುವುದಕ್ಯಾಕ್ರಿ, ಹಿಂದೇಟು ಹಾಕುತ್ತೀರ?"

"ಕ್ಷಮಿಸಬೇಕು. ಈ ಯೋಜನೆ ಈಗಿನ ಸ್ಥಿತಿಯಲ್ಲಿ ಜಾರಿಗೆ ತರಲು ಸೌಕರ್ಯಗಳಿಲ್ಲವಾದ್ದರಿಂದ ಅದನ್ನು ಸದ್ಯಕ್ಕೆ ಕೈ ಬಿಡಬಹುದು ಎಂದು ಬೇಕಾದರೆ ಬರೆಯುತ್ತೇನೆ. ಇತರ ಕಾರಣಗಳು ಬೇಡ ಎಂದು ತೋರುತ್ತದೆ ನನ್ನ ಅಲ್ಪಮತಿಗೆ."

"ಯಾಕ್ರಿ?"

"ನಾವು ಇವತ್ತು ಬರೆದು ರುಜು ಹಾಕಿದ ಕಾಗದ ಸರ್ಕಾರದ್ದು. ಸರ್ಕಾರದ ವಶದಲ್ಲಿ ನೂರಾರು ವರ್ಷ ಇರುವಂಥದು. ತಮ್ಮ ಅವಧಿಯಾದ ಮೇಲೆ ಬೇರೊಬ್ಬ ಅಧಿಕಾರಿ ಬಂದು ಈ ಕಾಗದವನ್ನು ಓದಿ ನೋಡಿದರೆ ಚೆನ್ನಾಗಿರುತ್ತದೆಯೆ? ಈಗಿನ ಡೈರೆಕ್ಟರ್ ಸಾಹೇಬರ ವಿಷಯ ಮುಂದೆ ಬರುವವರಿಗೂ ಯಾಕೆ ತಿಳಿಯಬೇಕು?"

"ರ್ರೀ, ಎಲ್ಲಿಂದ ಕಲಿತುಕೊಂಡಿರಿ ಕಾಣ್ರಿ, ಈ ಜಾಣತನವನ್ನ? ಹೌದ್ರಿ, ನೀವು ಹೇಳಿದ್ದು ಸರಿ. ನೀವು ಹೇಳಿದ ಹಾಗೆಯೆ ಬದಲು ಬರೆದುಬಿಡಿ."

ಈ ತೆರನಾದ ಸಂಭವಗಳು ಲೆಕ್ಕವಿಲ್ಲದೆ ನಡೆಯುತ್ತಿದ್ದವು.

ಈಗ ಇಂಡಿಯಾ-ಚೀನಾ ಯುದ್ಧದ ಬೆದರಿಕೆಯಿತ್ತು. ಶಾಲೆಗಳಲ್ಲಿರುವ ವಿದ್ಯಾರ್ಥಿಗಳೆಲ್ಲ 'first-aid'ನಲ್ಲಿ ತರಪೇತು ಹೊಂದಬೇಕೆಂದು ಸರ್ಕಾರದ ಕಾನೂನು ಬಂತು. ಡೈರೆಕ್ಟರು ಫೋನಿನಲ್ಲಿ-

"ನೀವೇನ್ರಿ ಮಾಡುತ್ತೀರಿ?" ಎಂದರು.

"ಏನೂ ಇಲ್ಲ, ಸರ್."

"ಯಾಕ್ರಿ?"

"ಆ ಸರ್ಕ್ಯುಲರು ಶಾಲೆಗಳನ್ನು ಕುರಿತದ್ದು. ಕಾಲೇಜುಗಳನ್ನಲ್ಲವಲ್ಲ!"

"ಕಾಲೇಜುಗಳಲ್ಲೂ ವಿದ್ಯಾರ್ಥಿಗಳೇ ಅಲ್ಲವೇನ್ರಿ ಇರುವುದು!"

"ಹೌದು ಸರ್."

"ಅದ್ದರಿಂದ ಕಾಲೇಜು ವಿದ್ಯಾರ್ಥಿಗಳನ್ನೂ ತರಪೇತು ಮಾಡುವುದರಲ್ಲಿ ಏನ್ರಿ ತಪ್ಪು? ನಿಮಗೆ ದೇಶಾಭಿಮಾನವೇ ಇಲ್ಲವಲ್ರಿ!"

"ತರಪೇತಿ ಕೊಡುವುದರಲ್ಲಿ ತಪ್ಪೇನೂ ಇಲ್ಲ. ಆದರೆ ಹುಡುಗರಿಗೆ ಪರೀಕ್ಷೆಗಳೂ ಸಮೀಪಿಸುತ್ತಿವೆ-ಇನ್ನೊಂದು ತಿಂಗಳಲ್ಲಿ ನಡೆಯಲಿವೆ. ಎಲ್ಲರೂ ಅವರವರ ಓದಿನಲ್ಲಿ ಮುಳುಗಿದ್ದಾರೆ. ಅವರಿಗೆ ಪ್ರಿಪರೇಷನ್ ರಜ ಬಂದಿದೆ. ಅನೇಕರು ಅವರವರ ಊರುಗಳಿಗೆ ಹೋಗಿದ್ದಾರೆ; ಹಾಸ್ಟಲುಗಳು ಮುಚ್ಚಿವೆ. ಶೇಕಡ ೬೦ ಹೀಗೆ ಊರಿನಲ್ಲೇ ಇಲ್ಲ."

"ಇನ್ನುಳಿದ ೪೦ನ್ನು ಕರೆಸಿ ತರಪೇತಿಯ ಏರ್ಪಾಡು ಮಾಡಿ. ನ್ಯಾಷನಲ್ ಎಮರ್ಜನ್ಸಿಯಲ್ಲಿ ನಿಮ್ಮ ಪಾಠ-ಪ್ರವಚನಗಳು ಅಷ್ಟು ಮುಖ್ಯವಲ್ಲ ಕಾಣ್ರಿ.

ಗೊತ್ತಾಯಿತೆ?"

"ಚೆನ್ನಾಗಿ ಗೊತ್ತಾಯಿತು ಸರ್."

"ಏರ್ಪಾಟು ಮಾಡುತ್ತೀರೇನ್ರಿ?"

"ಮಾಡುತ್ತೇನೆ ಸರ್."

"ಆರಂಭದ ದಿನವನ್ನು ಮೊದಲೇ ನನಗೆ ತಿಳಿಸಿ. ನಾನೇ ಬಂದು ಆರಂಭ ಭಾಷಣ ಮಾಡುತ್ತೇನೆ."

"ಬಹಳ ಸಂತೋಷ ಸರ್."

ಊರಿನಲ್ಲಿದ್ದ ಹುಡುಗರಿಗೆ ಹೇಳಿಕಳುಹಿಸಿದೆ. ಉದ್ದೇಶವನ್ನು ವಿವರಿಸಿದೆ. ವಿವರಿಸುತ್ತಿದ್ದಂತೆಯೇ ಕೂಟ ಕರಗುತ್ತಿತ್ತು. ಕೊನೆಗೆ ಉಳಿದವರು, "ಮನೆಯಲ್ಲಿ ಬೈಯುತ್ತಾರೆ ಸರ್. ಇದೆಲ್ಲ ಈಗೇಕೆ ಎನ್ನುತ್ತಾರೆ ಸರ್" ಎಂದುಬಿಟ್ಟರು. ಎಷ್ಟೆಷ್ಟೋ ಪುಸಲಾಯಿಸಿದೆ. ಜಗ್ಗಲಿಲ್ಲ. ಕೊನೆಗೊಂದು ಸುಳ್ಳು ಬಾಣ ಬಿಟ್ಟೆ: "ಈ ತರಪೇತಿಯನ್ನು ನೀವು ತೆಗೆದುಕೊಳ್ಳದಿದ್ದರೆ ನಿಮಗೆ ಒಳ್ಳೆಯ ಕಾಂಡಕ್ಟ್ ಸರ್ಟಿಫಿಕೇಟ್ ಸಿಗುವುದೂ ಕಷ್ಟ; ಹಾಲ್-ಟಿಕೆಟ್ ದೊರಕುವುದೂ ಕಷ್ಟ. ಯೂನಿವರ್ಸಿಟಿಯವರು ನಿಮ್ಮನ್ನು ಡಿಬಾರ್ ಮಾಡಲೂಬಹುದು! ಇದಕ್ಕೆ ಅವಕಾಶ ಕೊಡಬೇಡಿ."

ಸಂದರ್ಭ ಸ್ವಲ್ಪ ತಹಬಂದಿಗೆ ಬಂತು.

ಇಷ್ಟರಲ್ಲಿ ಡೈರೆಕ್ಟರ್ ಸಾಹೇಬರ ಫೋನು:

"ಏನ್ರೀ, ಏನಾಯಿತು? ಏನೇನು ಏರ್ಪಾಟು ಮಾಡಿದ್ದೀರ?"

"ಊರಲ್ಲಿರುವ ಒಂದು ೧೫೦ ವಿದ್ಯಾರ್ಥಿಗಳು ಬರಲು ತಯಾರಾಗಿದ್ದಾರೆ. ನಾಳಿದ್ದು ಆರಂಭ ಮಾಡಬೇಕೆಂದಿದ್ದೇವೆ. 'Red-Cross' ಸಂಸ್ಥೆಯವರೂ ಇದೇ ದಿನವನ್ನು ಗೊತ್ತು ಮಾಡಿದ್ದಾರೆ."

"ನಾನು ಎಷ್ಟು ಹೊತ್ತಿಗೆ ಬರಬೇಕು?"

"ಸಂಜೆ ೪-೨೦ಕ್ಕೆ ಬಂದರೆ ಸಾಕು."

"ಪ್ರೋಗ್ರಾಮು?"

"ಮೊದಲು ನಾನು ನಿಮ್ಮನ್ನು ಸ್ವಾಗತಿಸುತ್ತೇನೆ. ರೆಡ್‌ಕ್ರಾಸ್-ಸಂಸ್ಥೆಯ ಪ್ರತಿನಿಧಿ ಮಾತನಾಡುತ್ತಾರೆ. ಆಮೇಲೆ ತಮ್ಮ ಭಾಷಣ. ಇದಾದ ಮೇಲೆ ಹುಡುಗರು 'first aid' ತರಪೇತಿಗೆ ಚೆದುರುತ್ತಾರೆ."

"ಹುಡುಗರ ಪ್ರತಿನಿಧಿಯೊಬ್ಬನೂ ಮಾತನಾಡಲಿ."

"ಏನಂತ?"

"ಏನ್ರೀ, ಹೀಗೆ ಕೇಳುತ್ತೀರಿ? 'first aid'ನಿಂದ ಆಗುವ ಪ್ರಯೋಜನ, ದೇಶದ ಈಗಿನ ವಿಷಮ ಪರಿಸ್ಥಿತಿ... ಏನ್ರೀ, ಇದನ್ನೆಲ್ಲ ನಾನು ನಿಮಗೆ ಹೇಳಿಕೊಡಬೇಕೇನ್ರಿ?"

"ನನಗೆ ಇಂಥದ್ದರಲ್ಲಿ ಪರಿಶ್ರಮ ಸಾಲದು, ಸರ್."

"ನೀವು ಯಾವಾಗಲೂ ಅಕೆಡಮಿಕ್ಕು. ಇಂಥ ಕೆಲಸಗಳನ್ನು ಮಾಡಿದರೆ ತಾನೆ ಪರಿಶ್ರಮ ಬರುತ್ತದೆ? ಇಂಥದ್ದನ್ನೆಲ್ಲ ನೀವು ಹೆಚ್ಚು ಹೆಚ್ಚಾಗಿ ಮಾಡಬೇಕ್ರಿ. ನಾನು ಅವಕಾಶ ಕಲ್ಪಿಸಿಕೊಡುತ್ತೇನೆ."

"ಈಗಿರುವ ಜವಾಬ್ದಾರಿಯನ್ನು ಮೊದಲು ನಿರ್ವಹಿಸುತ್ತೇನೆ ಸರ್. ಮಿಕ್ಕದ್ದನ್ನು ಉತ್ತರೋತ್ತರ ನೋಡಿಕೊಳ್ಳೋಣ."

"ಹಾರಗಳನ್ನು ಮರೆಯಬೇಡ್ರಿ."

"ಇಲ್ಲ ಸರ್."

"ಎರಡು ಕಾಣ್ರಿ."

"ಸರಿ ಸಾರ್."

ಗೊತ್ತಾದ ದಿನ ಗೊತ್ತಾದ ಕಾಲಕ್ಕೆ ಸಮಾರಂಭ ಮೊದಲಾಯಿತು. ನಿಷ್ಕರ್ಷೆಯಾಗಿದ್ದಂತೆ ಕಾರ್ಯಕ್ರಮ ಮುಗಿದು ವಿದ್ಯಾರ್ಥಿಯ ಭಾಷಣ ಆರಂಭವಾಯಿತು. "ಈ ದಿನ ನಾವು ಇಲ್ಲಿ ನೆರೆದಿರುವುದು ನಮ್ಮ ಪ್ರಿನ್ಸಿಪಾಲರಿಗಾಗಿ... (ಚಪ್ಪಾಳೆ), ಇತರರಿಗಾಗಿ ಅಲ್ಲ...(ಚಪ್ಪಾಳೆ). ದೇಶದಲ್ಲಿ ದುಃಸ್ಥಿತಿ ಏರ್ಪಟ್ಟಿರುವುದೇನೋ ನಿಜ; ನಮ್ಮ ಕರ್ತವ್ಯ–ಚೆನ್ನಾಗಿ ಓದಿ ಪರೀಕ್ಷೆಯಲ್ಲಿ ಪಾಸು ಮಾಡುವುದು. 'first-aid' ಉ 'fire-fighting' ಉ... ಇವೆಲ್ಲ ಈಗ ಅವಶ್ಯಕವಾಗಿರುವಂಥವೇ. ಆದರೆ ಪರೀಕ್ಷೆಗೆ ಕೂತುಕೊಳ್ಳುವ ಸಮಯದಲ್ಲಿ ವಿದ್ಯಾರ್ಥಿಗಳನ್ನು ಇಂಥ ಕಾರ್ಯಗಳಿಗೆ ಎಳೆಯುವುದರಿಂದ ನಮ್ಮ ಕರ್ತವ್ಯ ಪಾಲನೆಗೆ ಕುಂದು ಬರುತ್ತದೆ ಎಂದು ನಮ್ಮೆಲ್ಲರ ಅಭಿಪ್ರಾಯ..." (ಚಪ್ಪಾಳೆ!)

ಡೈರೆಕ್ಟರು ಕೂತಲ್ಲಿಯೇ 'ಇರುಸುಮುರುಸಾ'ದರು. ನನ್ನ ಕಿವಿಯಲ್ಲಿ "ಏನ್ರೀ, ಇವನು ಹೀಗೆ ಮಾತನಾಡುತ್ತಾನೆ!" ಎಂದು ಉಸುರಿದರು.

"ಏನೋ ಒದರುತ್ತಾನೆ ಸರ್. ಅದನ್ನು ತಾವು ಮನಸ್ಸಿಗೆ ತೆಗೆದುಕೊಳ್ಳಬಾರದು."

"ಅವನಿಗೆ ತರಪೇತಿ ಕೊಟ್ಟದ್ದು ಯಾರ್ರೀ?"

"ಅವನಿಗೆ ಸಭೆಯಲ್ಲಿ ಮಾತನಾಡಿ ಅಭ್ಯಾಸವಿದೆ ಸರ್."

"ಅವನಿಗೆ ಯಾರ್ರೀ ಈ ಪಾಯಿಂಟುಗಳನ್ನು ಹೇಳಿಕೊಟ್ಟದ್ದು?"

"ಅವನಿಗೆ ಯಾರು ಹೇಳಬೇಕು? ಯಾರು ಹೇಳಿದ್ದನ್ನೂ ಕೇಳಲೊಲ್ಲ. ತನಗೆ ತಾನೇ ತರಪೇತಿ ಕೊಟ್ಟುಕೊಂಡಿರಬೇಕು."

"ಶುದ್ಧ ತಲೆಹರಟೆಯಲ್ಲವೇನ್ರಿ ಅವನು?"

"ನಾವು ಹಾಗೆಂದು ತೀರ್ಮಾನಿಸುವುದಕ್ಕಾಗುತ್ತದೆಯೆ, ಸರ್?"

"ಏನ್ರೀ, ನೀವೂ ಅವನ ಕಡೆ ಸೇರುತ್ತಿದ್ದೀರಿ?"

"ಹಾಗಲ್ಲ ಸರ್. ಅವನ ವಾದದಲ್ಲಿ ಹುಡುಗರ ಪರವಾದ ಒಂದು ಪಾಯಿಂಟ್ ಇದೆ."

"ಏನ್ರೀ, ಇವನು ಹೀಗೆ ಮಾತನಾಡುತ್ತಾನೆ!"

"ಇನ್ನು ಮೇಲೆ ಹುಡುಗರನ್ನು ಯಾವ ಸಮಾರಂಭಗಳಲ್ಲೂ ಮಾತನಾಡಲು ಬಿಡಬೇಡಿ."

"ಸರಿ ಸರ್. ನೋಟೆಡ್ ಸರ್."

ಇದಾದ ಮೇಲೆ ಡೆಮಾನ್‌ಸ್ಟ್ರೇಷನ್ ಆರಂಭವಾಯಿತು. ಅಲ್ಲಿದ್ದ ಸುಮಾರು ನೂರು ಜನ ವಿದ್ಯಾರ್ಥಿಗಳನ್ನು ನಾಲ್ಕು ಭಾಗವಾಗಿ ವಿಂಗಡಿಸಿದರು. ಒಂದು ಭಾಗಕ್ಕೆ ಬ್ಯಾಂಡೇಜ್ ಕಟ್ಟುವ ವಿಧಾನಗಳನ್ನು ಹೇಳಿಕೊಡುತ್ತಿದ್ದರು; ಇನ್ನೊಂದಕ್ಕೆ ಗಾಯ ತೊಳೆಯುವ ವಿಧಾನ; ಮೂರನೆಯದಕ್ಕೆ ಮನುಷ್ಯ ದೇಹದ ಅಂಗಾಂಗಗಳ ವಿವರಣೆ; ನಾಲ್ಕನೆಯದಕ್ಕೆ ಸ್ಟ್ರೆಚರ್ ಮೇಲೆ ರೋಗಿಯನ್ನು ಮಲಗಿಸಿ ಅವನನ್ನು ಆಸ್ಪತ್ರೆಗೆ ಕೊಂಡೊಯ್ಯುವ ವಿಧಾನ. ಒಂದು ಅರ್ಧ ಗಂಟೆ ಎಲ್ಲವೂ ಕ್ರಮವಾಗಿಯೇ ನಡೆಯಿತು. ಇದ್ದಕಿದ್ದಂತೆಯೇ ನಾಲ್ಕನೆ ಗುಂಪಿನಲ್ಲಿ ಸ್ವಲ್ಪ ಕೋಲಾಹಲ ಎದ್ದಿತು.

ಸ್ಟ್ರೆಚರಿನ ಮೇಲೊಬ್ಬ ಹುಡುಗನನ್ನು ಮಲಗಿಸಿ (ರೋಗಿ ಎಂಬ ಭಾವನೆ) ಅದನ್ನು ಮೇಲೆತ್ತುವ ವಿಧಾನವನ್ನು ಹೇಳಿಕೊಡುತ್ತಿದ್ದರು, ರೆಡ್‌ಕ್ರಾಸ್ ವಾಲಂಟಿಯರುಗಳು.

ನಮ್ಮ ಹುಡುಗರಿಗೆ ಧಿಡೀರಂದು ಸ್ಫೂರ್ತಿ ಬಂದುಬಿಟ್ಟಿತು. ನಾಲ್ಕನೆಯ ಗುಂಪಿನ ವಿದ್ಯಾರ್ಥಿಗಳು ಒಂದು ಸಲ ಬಾಯಿ ಬಡಿದುಕೊಂಡರು. ಸ್ಟ್ರೆಚರಿನ ಮುಂಗಡೆ ಇಬ್ಬರು ಹಿಂಗಡೆ ಇಬ್ಬರು ಹೋಗಿ ಮಲಗಿದ್ದವನೊಡನೆ ಅದನ್ನು ಹೆಗಲ ಮೇಲೇರಿಸಿಕೊಂಡರು. ಇನ್ನೊಂದು ಸಲ ಅಬ್ಬರದಿಂದ ಬಾಯಿ ಬಡಿದುಕೊಂಡರು. ನಾಲ್ಕು ಗುಂಪಿನ ಹುಡುಗರೂ ಒಟ್ಟಾಗಿ ಸೇರಿ ಸ್ಟ್ರೆಚರಿನ ಮುಂಭಾಗದಲ್ಲೂ ಹಿಂಭಾಗದಲ್ಲೂ ನಾಲ್ಕು ವರಸೆಯ ಸಾಲುಗಳಲ್ಲಿ ನಿಂತರು. ನಮ್ಮ ಡೈರೆಕ್ಟರ್ರಿಗೆ ಏನೋ ಸಂಶಯ ಬಂದು "ಅದೇನ್ರಿ, ಅವರು ಮಾಡುತ್ತಿರುವುದು?" ಎಂದರು. "ಏನೋ ಅಭ್ಯಾಸ ಮಾಡುತ್ತಿರುವಂತಿದೆ" ಎಂದೆ.

ಮುಂಭಾಗದಲ್ಲಿದ್ದ ಕೆಲವರು ತಾಳಕ್ಕೆ ತಕ್ಕಂತೆ ಸಿಳ್ಳು ಹಾಕುತ್ತ ಮೈ ಮೇಲೆ ಬಂದವರಂತೆ ಕುಣಿಯತೊಡಗಿದರು. ಈ ಮಧ್ಯೆ ಅಲ್ಲಿ ತೂತು ಬಿದ್ದಿದ್ದ ಸುಣ್ಣದ ಮಡಕೆಯೊಂದು ಒಬ್ಬನ ಕಣ್ಣಿಗೆ ಬಿತ್ತು; ಬಳಿಯೇ ಬೆಳೆಯುತ್ತಿದ್ದ ಬಳ್ಳಿಯೊಂದನ್ನು ಕಿತ್ತು ಮಡಕೆಯ ಕಂಠಕ್ಕೆ ಕಟ್ಟಿದ. ಷರಟು ಬಿಚ್ಚಿದ. ಪಂಚೆಯನ್ನು ಬಿಚ್ಚಿ ಮೊಣಕಾಲಿಂದ ಮೇಲಕ್ಕೆ ಕಶೆ ಕಟ್ಟಿದ. ತೂಗು-ಬಳ್ಳಿಯನ್ನು ಹಿಡಿದು ಮಡಕೆಯನ್ನೆತ್ತಿದ. ಇನ್ನೊಬ್ಬ ತಾನು ಸೇದುತ್ತಿದ್ದ ಸಿಗರೇಟನ್ನು ಮಡಕೆಯೊಳಕ್ಕೆ ತುರುಕಿ ತರಗೆಲೆಗಳನ್ನೂ ಒಣಕಡ್ಡಿಗಳನ್ನೂ ತುಂಬಿದ. ಬೆಂಕಿ ಹೊಗೆಯಾಡಿತು. ಇನ್ನೊಂದು ಸಲ ಎಲ್ಲರೂ ಬಾಯಿ ಬಡಿದುಕೊಂಡರು. 'ಶವ'ದ ಮೆರವಣಿಗೆ ಹೊರಟಿತು. ನಮ್ಮ ಡೈರೆಕ್ಟರಂತೂ ಚಕಿತನಾಗಿಬಿಟ್ಟ. ಸ್ಟ್ರೆಚರಿನ ಮೇಲಿದ್ದದ್ದು ನಿಜವಾಗಿಯೂ ಹೆಣವೆ, ಬದುಕಿರುವ ದೇಹವೆ ಎಂದು ಸಂದೇಹ ಬಂದು ಕಣ್ಣುಜ್ಜಿಕೊಂಡು ದಿಟ್ಟಿಸಿನೋಡಿದ. ಮೆರವಣಿಗೆ ಹೊರಟಿತು. ಮೆರವಣಿಗೆ ಸಾಗಿ ಕಾಲೇಜಿನ ಮುಂಭಾಗಕ್ಕೆ ಬಂತು. ಬಾಯಿ ಬಡಿದುಕೊಳ್ಳುತ್ತ ಕುಣಿಯುತ್ತ ಬೀದಿಗೂ ಹೊರಟಿತು. ಟ್ರಾಫಿಕ್ ಅಡಚಣೆಯಾಯಿತು. ನಾನು ಓಡಿಹೋಗಿ "ಒಳಗೆ ಬನ್ನಿ" ಎಂದೆ; "ಸಾರ್, ಆ ದೀಪದ ಕಂಬದವರೆಗೂ ಹೋಗಿ ಬಂದುಬಿಡುತ್ತೇವೆ" ಎಂದು ಅಂಗಲಾಚಿದರು. "ಟ್ರಾಫಿಕ್ಕು ನೋಡಿ ಹೇಗಿದೆ? ಈ ಸಮಯದಲ್ಲಿ ನೀವು ತೊಂದರೆ ಕೊಡಕೂಡದು. ಒಳಗೆ ಬಂದು ಮಾಡಿಕೊಳ್ಳಿ" ಎಂದೆ. ನನ್ನ ಅದೃಷ್ಟ, ಹೇಳಿದ ಮಾತನ್ನು ಕೇಳಿಬಿಟ್ಟರು!

ನೇರವಾಗಿ ಡೆರೆಕ್ಟರಿದ್ದ ಜಾಗಕ್ಕೆ ಬಂದು ಬಾಯಿ ಬಡಿದುಕೊಂಡರು. ಸ್ಟ್ರೆಚರಿನ ಮೇಲಿದ್ದವ ಕೆಳಕ್ಕೆ ಧುಮುಕಿ ಡೈರೆಕ್ಟರಿಗೆ ಸಲಾಮು ಮಾಡಿ ತಿರುಗಿ ಚಂಗನೆ ನೆಗೆದು ಸ್ಟ್ರೆಚರಿನ ಮೇಲೆ ಮಲಗಿಕೊಂಡ. ತಿರುಗಿಯೂ ಬಾಯಿಬಡಿತ.

ಡೈರೆಕ್ಟರ್: "ಏನ್ರೀ, ಇವನು ಸರ್ಕಸ್ಸಿನಲ್ಲಿದ್ದನೇನ್ರಿ?"

"ಇನ್ನು ಮೇಲೆ ಸೇರಿಕೊಳ್ಳಬಹುದೋ ಏನೋ! ಈಗ ನಮ್ಮ ಕಾಲೇಜಿನ ಹೈಜಂಪು ಛಾಂಪಿಯನ್ನು."

'ಮೇಲಿದ್ದವ ಕೆಳಕ್ಕೆ ಧುಮುಕಿ...'

"ಏನ್ರೀ, ಇಂಥಾ ಕೋತಿಗಳನ್ನು ಕಾಲೇಜಿಗೆ ಅಡ್ಮಿಟ್ ಮಾಡಿದ್ದೀರಲ್ಲ!"

"ತಾವು ಕಳುಹಿಸಿದ ನಿಬಂಧನೆಗಳನ್ನು ತಾನೆ ನಾನು ಪಾಲಿಸಿದ್ದೇನೆ?"

ಡೈರೆಕ್ಟರು ನನ್ನನ್ನು ಗುರ್ ಎಂದು ನೋಡಿದರು. ಮನೆಗೆ ಹೊರಡುತ್ತ "ವಿಪರೀತ ಪಟಿಂಗರು ಕಾಣ್ರಿ, ನಿಮ್ಮ ಹುಡುಗರು!" ಎಂದರು. "ಹುಡುಗರು ಹಾಗಿರದೆ ನಾನೂ ತಾವೂ ಅವರ ಹಾಗೆ ನಡೆದುಕೊಂಡರೆ ಚೆನ್ನವೆ?" ಎಂದೆ. ಇನ್ನೊಂದು ಸಲ ಗುರ್ ಎಂದು ನೋಡಿ ಕಾರು ಹತ್ತಿಕೊಂಡರು.

೧೯೬೪ನೆಯ ವರ್ಷದ ಸಮಯದಲ್ಲಿ ಭಾರತ ಸರ್ಕಾರ 'Education Commission' ಎಂಬ ಸಮಿತಿಯೊಂದನ್ನು ರಚಿಸಿತು. ಅದು ಭಾರತವೆಲ್ಲ ಸಂಚರಿಸಿ ವಿದ್ಯಾಭ್ಯಾಸಕ್ಕೆ ಸಂಬಂಧಪಟ್ಟ ಸಮಸ್ಯೆಗಳಿಗೆ ಸೂಕ್ತ ಸಲಹೆಗಳನ್ನೀಯಬೇಕಾಗಿತ್ತು. ನಮ್ಮ ಕಾಲೇಜಿಗೆ ಭೇಟಿ ಕೊಡುವರೆಂದು ಯಾವುದೋ ದಿನವನ್ನು ಗೊತ್ತು ಮಾಡಿಕೊಂಡಿದ್ದರು. ಆ ದಿನಕ್ಕೆ, ಒಂದು ವಾರಕ್ಕೆ ಮೊದಲಿನಿಂದ ನನಗೆ ನನ್ನ ಡೈರೆಕ್ಟರು ಹೇಗೆ ಹೇಗೆ ನಡೆದುಕೊಳ್ಳಬೇಕು, ಯಾವ ಯಾವ ಸಂದರ್ಭಗಳಲ್ಲಿ ಎಂಥ ಎಂಥ ಮಾತುಗಳನ್ನಾಡಬೇಕು, ಎಂಬ ಸೂಚನೆಗಳನ್ನೂ ತರಪೇತನ್ನೂ ಕೊಡುತ್ತಿದ್ದರು.

"ಕಾಲೇಜಿನಲ್ಲಿ ಸ್ಥಳಾವಕಾಶ ಸಮರ್ಪಕವಾಗಿದೆಯೆ? ಎಂದು ಕೇಳಿದರೆ ಏನು ಹೇಳುತ್ತೀರಿ?" ಎಂದು ಕೇಳಿದರು.

"ಸ್ವಲ್ಪವೂ ಸಮರ್ಪಕವಾಗಿಲ್ಲ ಎನ್ನುತ್ತೇನೆ."

"ಹಾಗೆ ಹೇಳಿ ನನ್ನನ್ನು ಹಳ್ಳಕ್ಕೆ ದಬ್ಬುತ್ತೀರೇನ್ರಿ?"

"ಅಂಕಿಗಳ ವಿಷಯದಲ್ಲಿ ಇದ್ದುದನ್ನು ಇದ್ದ ಹಾಗೆ ಹೇಳಿಬಿಡು ಎಂದು ತಾವೇ ಅಪ್ಪಣೆ ಕೊಡಿಸಿದಿರಲ್ಲ!"

"ಹೌದ್ರಿ, ಆದರೆ ನಿಮ್ಮ ಡಿಸ್‌ಕ್ರಿಷನ್ ಎಲ್ರಿ ಹೋಯ್ತು?"

"ಹಾಗಾದರೆ ಏನೆಂದು ಬದಲು ಕೊಡಲಿ?"

"ಸಮರ್ಪಕವಾಗಿದೆ, ಆದರೆ ಸ್ಥಳಾವಕಾಶ ಇನ್ನೂ ಹೆಚ್ಚಬೇಕಾಗಿದೆ."

"ಅವರು ಏಕೆ ಎಂದರೆ?"

"ನೀವೇನ್ರಿ! ಅವರು ಕೇಳುತ್ತಾರೋ, ಕೇಳುವುದಿಲ್ಲವೋ, ನಿಮಗ್ಯಾಕ್ರೀ ತಲೆಹರಟೆತನ? ಒಂದು ವೇಳೆ ಏಕೆ ಎಂದು ಕೇಳಿದರೆ ಇಲ್ಲಿ ಹೊಸ ತರಗತಿಗಳನ್ನೂ ಪಾಠ–ವಿಷಯಗಳನ್ನೂ ತೆರೆಯುವ ಉದ್ದೇಶವಿದೆ, ಆದ್ದರಿಂದ ಹೆಚ್ಚು ಸ್ಥಳಾವಕಾಶ ಬೇಕಾಗುತ್ತದೆ ಎಂದು ಹೇಳುವುದಕ್ಕಾಗುವುದಿಲ್ಲವೇನ್ರಿ?"

"ಆಗುತ್ತದೆ, ಸರ್."

"ಹಾಗಾದರೆ ಯಾಕ್ರೀ ನಿಮಗೆ ಸಂಶಯ?"

"ಅಲ್ಲ ಸರ್, ಅವರು ಕೇಳುತ್ತಿರುವುದು ಈಗಿನ ಪರಿಸ್ಥಿತಿ. ನಾವು ಕೊಡುವ ಬದಲು ಉತ್ತರೋತ್ತರಕ್ಕೆ ಸಂಬಂಧಪಟ್ಟದ್ದಾಗುತ್ತದೆಯಲ್ಲವೆ?"

"ಆದರೆ ಏನಂತ್ರಿ? ಕೇಳಿದ್ದಕ್ಕೊಂದು ಬದಲು ಹೇಳುವುದು ನಿಮ್ಮ ಕೆಲಸ!"

"ಸರಿ ಸರ್."

"ಸ್ನಾತಕೋತ್ತರ ತರಗತಿಗಳಿಗೆ ಪಾಠ ಹೇಳಲು ಅರ್ಹತೆ ಪಡೆದ ಅಧ್ಯಾಪಕ ವರ್ಗವಿದೆಯೆ ಎಂದರೆ ಏನು ಹೇಳುತ್ತೀರಿ?"

"ನಾನೇನೋ ಸಮರ್ಪಕವಾಗಿಲ್ಲ ಎಂದು ಹೇಳಬೇಕೆಂದಿದ್ದೇನೆ."

"ಹಾಗೆ ಹೇಳಿದರೆ ಈಗಿರುವವರು ಅಪ್ರಯೋಜಕರೆಂದಾಗುವುದಿಲ್ಲವೇನ್ರಿ?"

"ಎಲ್ಲರೂ ಆಗುವುದಿಲ್ಲ ಸಾರ್, ಬಹುಮಂದಿ ಆಗುತ್ತಾರೆ."

"ನಿಮ್ಮ ಕಾಲೇಜನ್ನು ಹೀಗೆ ಬಿಟ್ಟುಕೊಡಬಹುದೇನ್ರಿ?"

"ಇನ್ನು ಹೇಗೆ ಬದಲು ಹೇಳಲಿ?"

"ತರಪೇತಿ ಪಡೆದ ಅಧ್ಯಾಪಕರು ಇದ್ದಾರೆ, ಇಲ್ಲದವರು ಬೇಗ ತರಪೇತಿ ಪಡೆಯುತ್ತಾರೆ. ಸರ್ಕಾರ ಈ ಕುಂದನ್ನು ನಿವಾರಿಸಲು ಎಲ್ಲ ಏರ್ಪಾಟುಗಳನ್ನೂ ಮಾಡುವುದಾಗಿದೆ ಎಂದು ಹೇಳುವುದನ್ನು ಬಿಟ್ಟು ಕಾಲೇಜನ್ನೇ ಮುಳುಗಿಸಿಬಿಡುವ ಸನ್ನಾಹ ಮಾಡುತ್ತಿದ್ದೀರಲ್ಲ!"

"ಸರಿ ಸರ್, ತಾವು ಅಪ್ಪಣೆ ಕೊಡಿಸಿದಂತೆಯೇ ನಡೆದುಕೊಳ್ಳುತ್ತೇನೆ."

"ಪ್ರಿನ್ಸಿಪಾಲರಿಗೂ ಡೈರೆಕ್ಟರ್ ಮೊದಲಾದ ಮೇಲಧಿಕಾರಿಗಳಿಗೂ ಸೌಹಾರ್ದತೆಯ ನಂಟು ಇದೆಯೆ ಎನ್ನುವುದಕ್ಕೆ ಏನು ಬದಲು ಕೊಡುತ್ತೀರಿ?"

"ಭೇಷಾಗಿದೆ. ಬಲವಾಗಿದೆ. ನಮ್ಮ ಡೈರೆಕ್ಟರ್ ಸಾಹೇಬರು ಬಹಳ ಒಳ್ಳೆಯವರು, ಸಹಾನುಭೂತಿಯುಳ್ಳವರು. ಯಾವಾಗಲೂ ಕಾಲೇಜಿನ ವಿಷಯವೊಂದನ್ನೇ

ಚಿಂತೆಯಾಗಿಟ್ಟುಕೊಂಡಿರುವವರು."

"ಒಂದೊಂದು ಸಲ ನೀವು ನಿಮ್ಮ ಬುದ್ಧಿಯನ್ನು ಸ್ವಾಧೀನದಲ್ಲಿಟ್ಟುಕೊಂಡು ಮಾತನಾಡುತ್ತೀರಿ, ಒಂದೊಂದು ಸಲ ಆ ಬುದ್ಧಿ ನಿಮ್ಮನ್ನೇ ಡೊಂಕು-ದಾರಿಗೆ ಎಳೆದೊಯ್ಯುತ್ತದೆ! ಇನ್ನು ಮೇಲೆ ಹೀಗೆಯೇ ಯೋಚನೆ ಮಾಡಿ ಬದಲು ಕೊಡಿ."

"ಸರಿ ಸರ್."

"ಸಂಬಳದ ವಿಷಯವನ್ನು ಯಾರೂ ಎತ್ತಕೂಡದು."

"ನಾನೇನೋ ಎತ್ತುವುದಿಲ್ಲ ಸರ್. ಆದರೆ ಪ್ರತಿಯೊಬ್ಬ ಅಧ್ಯಾಪಕನೂ ಇದನ್ನು ನಿರೀಕ್ಷಿಸಿಕೊಂಡಿದ್ದಾನೆ. ಪ್ರಾಧ್ಯಾಪಕರು ಕಮಿಟಿ ಮೆಂಬರುಗಳನ್ನು ಕಂಡಾಗ ಅವರು ಈ ಪ್ರಸ್ತಾಪ ಮಾಡಿದರೆ?"

"ಏನ್ರಿ, ಒಳ್ಳೆಯ ಪೇಚಾಟವಾಯಿತಲ್ಲ ಇದು! ಸಂಬಳ ಸಾರಿಗೆಗಳನ್ನು ಕುರಿತು ಯಾರೂ ಏನನ್ನೂ ಪ್ರಸ್ತಾಪಿಸಕೂಡದು ಎಂದು ನಾನು ಆರ್ಡರ್ ಕಳುಹಿಸುತ್ತೇನೆ. ನೀವು ಅದನ್ನು ಪ್ರತಿಯೊಬ್ಬ ಅಧ್ಯಾಪಕನಿಗೂ ಕಮ್ಯೂನಿಕೇಟ್ ಮಾಡಿಬಿಡಿ."

"ಸರಿ ಸರ್."

ಈ ನೋಟೀಸನ್ನು ಸಂಬಂಧಪಟ್ಟವರಿಗೆಲ್ಲ ರವಾನಿಸಿದೆ. ಅಧ್ಯಾಪಕ-ವರ್ಗವೆಲ್ಲ ಗುಂಪಾಗಿ ನನ್ನ ರೂಮನ್ನು ಮುತ್ತಿಗೆ ಹಾಕಿದರು. "ಜಾತಕಪಕ್ಷಿಗಳಂತೆ ನಾವು ಕಾದುಕೊಂಡಿರುವುದು ಹಣ ವೃಷ್ಟಿಗಾಗಿ. ನಮ್ಮ ಅಹವಾಲನ್ನು ಕಮಿಟಿಯ ಮುಂದೆ ಎತ್ತುವುದೇ ಬೇಡ ಎಂದು ಡೈರೆಕ್ಟರ ಆಜ್ಞೆಯಾಗಿದೆ. ನಮ್ಮ ಸರ್ಕಾರಕ್ಕೆ ಎಷ್ಟೋ ಅಪೀಲುಗಳನ್ನು ಕಳುಹಿಸಿದ್ದಾಯಿತು. ಯಾವ ಉತ್ತರವೂ ಬರಲಿಲ್ಲ. ಈಗ ಈ ಕಮಿಟಿಯ ಮುಂದೆ ಹೇಳಿಕೊಳ್ಳುವುದರಲ್ಲಿ ತಪ್ಪೇನು?"- ಇದು ಅವರ ವಾದ.

ಈ ವಾದದಲ್ಲಿ ನನಗೇನೂ ಅಸಂಗತಗಳು ಕಾಣಲಿಲ್ಲ. ಯೂನಿವರ್ಸಿಟಿ ಕಾಲೇಜುಗಳಲ್ಲಿ ಇಷ್ಟೇ ಕೆಲಸ ಮಾಡುವ ಅಧ್ಯಾಪಕರಿಗೆ ಇವರಿಗಿಂತ ಎರಡರಷ್ಟು ಸಂಬಳ; ಸರ್ಕಾರಿ ಕಾಲೇಜುಗಳಲ್ಲಿರುವವರಿಗೆ ಅರೆ ಹೊಟ್ಟೆ ಸಂಬಳ. ಈ ವಿಷಯವನ್ನು ಹೇಳಿಕೊಳ್ಳುವುದರಲ್ಲಿ ಲೋಪವೇನೂ ಕಾಣಲಿಲ್ಲ. "ಇದು ಡೈರೆಕ್ಟರು ಕಳುಹಿಸಿದ ಆಜ್ಞೆ, ಅದೇನು ಉದ್ದೇಶವಿಟ್ಟುಕೊಂಡು ಕಳುಹಿಸಿದರೋ ನನಗೆ ಗೊತ್ತಿಲ್ಲ. ನೀವೇ ಹೋಗಿ ಅವರನ್ನೇಕೆ ಮುಖೇನ ಕಾಣಬಾರದು?" ಎಂದು ಸೂಚಿಸಿದೆ.

ಡೈರೆಕ್ಟರಿಗೆ ಫೋನು ಮಾಡಿ ನಡೆದದ್ದನ್ನು ಹೇಳಿದೆ. "ಏನ್ರೀ, ಅವರನ್ನು ಕಂಟ್ರೋಲ್ ಮಾಡುವುದಕ್ಕೆ ನಿಮ್ಮ ಕೈಲಿ ಆಗಲಿಲ್ಲವೇನ್ರಿ? ನನ್ನ ಬಳಿ ಕಳುಹಿಸಿ. ನಾನು ನೋಡಿಕೊಳ್ಳುತ್ತೇನೆ" ಎಂದರು. ಇಲ್ಲಿ ಯಾರು ಯಾರನ್ನು ನೋಡಿಕೊಂಡರೆಂಬುದು ಅಪ್ರಕೃತ. ಆ ದಿನ ಸಂಜೆಯೆ ಡೈರೆಕ್ಟರಿಂದ ಫೋನ್ ಬಂತು: "ಸಂಬಳ ಸಾರಿಗೆಗೆ ಸಂಬಂಧಪಟ್ಟ ಈ ಮೆಮೊವನ್ನು ವಾಪಸು ತೆಗೆದುಕೊಳ್ಳಲಾಗಿದೆ."

ಕಮಿಟಿಯು ಭೇಟಿ ಕೊಡುವುದಕ್ಕೆ ಹಿಂದಿನ ದಿನ ಡೈರೆಕ್ಟರು ಕಾಲೇಜಿಗೆ ದಯ ಮಾಡಿಸಿದರು–ಕಮಿಟಿಯನ್ನು ಸ್ವಾಗತಿಸಲು ನಡೆಸಿದ್ದ ಸಿದ್ಧತೆಗಳನ್ನು ಖುದ್ದಾಗಿ ಪರೀಕ್ಷಿಸುವುದಕ್ಕಾಗಿ. ಕರಟಕ-ದಮನಕರು ಡೈರೆಕ್ಟರರ ಮುಖ ಕಂಡೊಡನೆಯೆ ಅಡ್ಡ ಬಿದ್ದು ಹಾರ ಹಾಕಿದರು. ಡೈರೆಕ್ಟರು "ನಾಳೆಗಿರಲಿ" ಎಂದಾಗ "ನಾಳೆಗೆ ಬೇರೆ ಸಿದ್ಧಮಾಡಿಕೊಂಡಿದ್ದೇವೆ" ಎಂದು ನಮ್ರತೆಯಿಂದ ಬಿನ್ನಯಿಸಿಕೊಂಡರು. ಡೈರೆಕ್ಟರ ಮುಖದಲ್ಲಿ ಸುಳಿ–ನಗೆ ಮೂಡಿತು. ಜಬರದಸ್ತಿನಿಂದ ಕಾಲೇಜಿನ ಮೂಲೆ ಮೊಡಕುಗಳನ್ನೆಲ್ಲ ಪರೀಕ್ಷಿಸಿದರು. ಬಿಳಿಯ ಗೋಡೆಗೆ ಕೆಂಪು ಕಲರ್–ವಾಷ್ ಆಗಬೇಕೆಂದರು; ಹಸಿರು ಗೋಡೆಗೆ ಹಳದಿ ಇರಲಿ ಎಂದರು. ನನ್ನ ರೂಮಿಗೆ ಕರೆದುಕೊಂಡು ಬಂದೆ. "ಇದೇನ್ರಿ ಇದು! ಇದೇನು ಪ್ರಿನ್ಸಿಪಾಲರ ರೂಮೋ, ಆಸ್ಪತ್ರೆಯೋ? ಬಾಟಲುಗಳು, ದ್ರಾವಕಗಳು, ಕೆಮಿಕಲ್ಲುಗಳು, ಏನೇನೋ ಯಂತ್ರಗಳು! ಇದನ್ನೆಲ್ಲ ಬೇರೆಡೆಗೆ ಸಾಗಿಸಿ ಕ್ಲೀನ್ ಮಾಡಿಸಿ, ಆಲ್ಕೊಹಾಲ್ ವಾಸನೆ ಬೇರೆ ಬರುತ್ತಿದೆ. ಏನ್ರಿ ಇದು ಪ್ರಮಾದ?" ಎಂದು ದಡಬಡಿಸಿದರು.

"ಅಲ್ಕೊಹಾಲ್ ಡಿಸ್ಟಿಲ್ ಮಾಡುತ್ತಿದ್ದೇನೆ" ಎಂದೆ.

"ಏನ್ರಿ, ಸರ್ಕಾರಿ ಅಧಿಕಾರಿಯಾಗಿದ್ದುಕೊಂಡೂ ಹೀಗೆ ಹೇಳುತ್ತೀರಲ್ಲ; ನಾಚಿಕೆ ಭಯಗಳೇ ಇಲ್ಲವಲ್ಲ ನಿಮಗೆ!"

"ಸರ್, ಈ ಆಲ್ಕೊಹಾಲನ್ನು ಸರ್ಕಾರದ ಅನುಮತಿಯಿಂದೇ ತೆಗೆದುಕೊಂಡಿದ್ದೇನೆ. ಅದರಲ್ಲಿರುವ ನೀರಿನ ಅಂಶವನ್ನು ತೆಗೆದುಬಿಡಬೇಕು. ಆದ್ದರಿಂದ ಡಿಸ್ಟಿಲ್ ಮಾಡುತ್ತೇವೆ."

"ಏನೇನೋ ಹೇಳಿಬಿಟ್ಟು ಬಚಾವ್ ಆಗುತ್ತೀರಿ ನೀವು!... ಇಲ್ಲಿ ಯಾಕ್ರಿ, ಈ ಸೌದೆ–ತುಂಡುಗಳು?"

"ಸಂಶೋಧನೆಯ ಸಾಮಗ್ರಿಗಳು ಅವು, ಅಮೆರಿಕಾದಿಂದ ಬಂದಿವೆ."

"ಹಾಗಾದರೆ ಇದೇನು ನಿಮ್ಮ ಲ್ಯಾಬೊರೆಟರಿಯೇನ್ರಿ?"

"ಹೌದು ಸರ್."

"ನಾಳೆ ಇವು ಕಾಣದಂತೆ ಪರದೆಯೊಂದನ್ನು ಹಾಕಿಬಿಡಿ. ಪ್ರಿನ್ಸಿಪಾಲನ ರೂಮು ಪ್ರಿನ್ಸಿಪಾಲನ ರೂಮಿನಂತೆ ಕಾಣಬೇಕು. ಗೊತ್ತಾಯಿತೇನ್ರಿ?"

"ಗೊತ್ತಾಯಿತು ಸರ್."

"ಈಗ ನಾಳೆಯ ಕಾರ್ಯಕ್ರಮವನ್ನು ಹೇಳುತ್ತೇನೆ. ಚಿತ್ತವಿಟ್ಟು ಕೇಳಿ ನೋಟ್ ಮಾಡಿಕೊಳ್ಳಿ."

"ಸರಿ ಸರ್."

"ಬೆಳಿಗ್ಗೆ ಒಂಬತ್ತು ಗಂಟೆಗೆ ನಾನು ಕಮಿಟಿ ಮೆಂಬರುಗಳು ಮೂವರನ್ನೂ

ಕರೆದುಕೊಂಡು ಬರುತ್ತೇನೆ. ನೀವು ಹೊರಬಾಗಿಲಲ್ಲಿ ಕಾದುಕೊಂಡಿರಿ. ಅಲ್ಲಿ ಒಬ್ಬೊಬ್ಬರನ್ನಾಗಿ ನಿಮಗೆ ಪರಿಚಯ ಮಾಡಿಕೊಡುತ್ತೇನೆ. ಇದಾದ ಮೇಲೆ ನಿಮ್ಮ ರೂಮಿಗೆ ಹೋಗೋಣ. ಅಲ್ಲಿ ಮೆಂಬರುಗಳಿಗೆ ಕ್ರೋಢೀಕೃತವಾದ ವರದಿಗಳನ್ನು ಒಪ್ಪಿಸಿ. ಅನಂತರ ಕಾಮನ್-ರೂಮಿಗೆ ಹೋಗೋಣ. ಆ ವೇಳೆಗೆ ಅಲ್ಲಿ ನಿಮ್ಮ ಪ್ರಾಧ್ಯಾಪಕವರ್ಗವೆಲ್ಲ ಕೂಡಿರಲಿ, ಮಾತುಕತೆ ಪ್ರಾರಂಭವಾಗುತ್ತದೆ..."

"ಈ ಕಾಲೇಜಿಗೆ ಬರುವ ಸದಸ್ಯರ ಹೆಸರೇನು?"

"ಅದೆಲ್ಲ ಯಾಕ್ರಿ ನಿಮಗೆ? ನಾಳೆ ಪರಿಚಯ ಮಾಡಿಸುತ್ತೇನಲ್ರಿ! ಅವರೆಲ್ಲ ಬಹಳ ದೊಡ್ಡವರು ಕಾಣ್ರಿ! ನಮ್ಮಂಥವರಲ್ಲ. (ಸದಸ್ಯರ ಹೆಸರುಗಳನ್ನು ಹೇಳಿ) ಒಬ್ಬೊಬ್ಬನೂ ಮೂರು ನಾಲ್ಕು ಯೂನಿವರ್ಸಿಟಿಗಳಿಗೆ ವೈಸ್-ಛಾನ್ಸಲರಾಗಿದ್ದವನು. ಸಿಎಸ್ಐಆರ್‌ಗೆ ಅಧ್ಯಕ್ಷನಾಗಿದ್ದವನೂ ಒಬ್ಬ! ಮಹಾ ದೊಡ್ಡವರು ಕಾಣ್ರಿ. ಇವರು ನನಗೇ ಗೊತ್ತಿಲ್ಲ! ನಿಮಗೆ ಗೊತ್ತಿರುವುದು ಹೇಗೆ ತಾನೆ ಸಾಧ್ಯ ಕಾಣ್ರಿ!"

"ಓಹೋ!" ಎಂದು ತಲೆದೂಗಿದೆ.

"ಅಂಥವರ ಎದುರಿನಲ್ಲಿ ಬಹಳ ನಮ್ರತೆಯಿಂದಲೂ ವಿಧೇಯತೆಯಿಂದಲೂ ನಡೆದುಕೊಳ್ಳಬೇಕ್ರಿ ನೀವು. ನಿಮ್ಮ ತುಂಟಾಟ, ಚೇಷ್ಟೆ, ಹುಚ್ಚಾಟಗಳನ್ನು ಪ್ರದರ್ಶಿಸಬೇಡಿ. ಪ್ರಿನ್ಸಿಪಾಲರಿಗೆ ತಕ್ಕ ಗಾಂಭೀರ್ಯದಿಂದ ವರ್ತಿಸಿ."

"ಸರಿ ಸಾರ್."

"ನಾಳೆ ಸರಿಯಾಗಿ ಫುಲ್ ಸೂಟು ಹಾಕಿಕೊಂಡು ಬನ್ನಿ. ಈ ದಿನದ ವೇಷ ಬೇಡ!"

"ಸರಿ ಸಾರ್."

"ಕ್ಷೌರ ಮಾಡಿಸಿಕೊಳ್ಳಿ."

"ಸರಿ ಸರ್."

"ಯೋಚನೆ ಮಾಡಿ ಜವಾಬು ಕೊಡಿ. ಮನಸ್ಸಿಗೆ ಬಂದದ್ದನ್ನು ಕಕ್ಕಿ ಬಿಡಬೇಡಿ."

"ಇಲ್ಲ ಸಾರ್."

"ನಾನು ನಿಮ್ಮ ಪಕ್ಕದಲ್ಲಿಯೇ ಕುಳಿತುಕೊಂಡಿರುತ್ತೇನೆ. ಕಮಿಟಿ ಮೆಂಬರುಗಳು ಕೇಳಿದ ಪ್ರಶ್ನೆಗಳಿಗೆ ಸರಿಯಾದ ಬದಲು ಕೊಡಲು ನಿಮಗೆ ತೋಚದಿದ್ದರೆ ನನ್ನನ್ನು ಮೆತ್ತಗೆ ನಿಮ್ಮ ಮೊಣಕೈಯಿಂದ ತಿವಿಯಿರಿ. ನಿಮ್ಮ ಪರವಾಗಿ ನಾನು ಬದಲು ಕೊಡುತ್ತೇನೆ. ಧೈರ್ಯವಾಗಿರಿ. ನಾನಿದ್ದೇನೆ."

ಇಂಥ ಡೈರೆಕ್ಟರನ್ನು ನಾನು ಪಡೆದದ್ದು ನನ್ನ ಕರ್ಮ ಎಂದು ಸಮಧಾನ ಹೇಳಿಕೊಂಡೆ. ಕರಟಕ-ದಮನಕರನ್ನು ಕರೆಸಿ ನಾಳೆಯ ಕಾರ್ಯಕ್ರಮವನ್ನು ತಿಳಿಸಿದೆ. ಸುಂಬಂಧಪಟ್ಟ ಕಾಗದ-ಪತ್ರಗಳನ್ನು 'ರೆಡಿ'ಯಾಗಿ ಹಿಡಿದುಕೊಂಡು ನನ್ನ

ಬಳಿಯೇ ಇರಬೇಕೆಂದು ಸೂಚಿಸಿದೆ.

ಕರಟಕ: "ನನ್ನದೊಂದು ಸಣ್ಣ ಬಿನ್ನಹ..."

"ಏನು?"

"ಒಂದು ಬೋರ್ಡನ್ನು ಬರೆಸಿ ಮುಂಬಾಗಿಲನ ಮೇಲೆ ತೂಗಿ ಹಾಕಿಬಿಟ್ಟರೆ...!"

"ಏನು ಬೋರ್ಡುರೀ?"

"ಕಮಿಟಿ ಸದಸ್ಯರಿಗೆ ಸುಸ್ವಾಗತ! ಡೈರಕ್ಟರಿಗೆ ಸುಸ್ವಾಗತ!"

ಇವರ ಬಳಿ ಚರ್ಚೆಯಿಂದ ಪ್ರಯೋಜನವಿಲ್ಲವೆಂದು ತಿಳಿದಿದ್ದೆನಾದ್ದರಿಂದ ಹೂಂಗುಟ್ಟಿದೆ.

ಮಾರನೆ ದಿನ ನಿಯತವಾದ ಹೊತ್ತಿಗೆ ಡೈರೆಕ್ಟರ್ ಸಾಹೇಬರು ಒಂದು ಕಾರಿನಲ್ಲಿ, ಸದಸ್ಯರು ಇನ್ನೊಂದು ಕಾರಿನಲ್ಲಿ ಬಂದರು. ಡೈರೆಕ್ಟರು ಮೊದಲು ಹೆಬ್ಬಾಗಿಲಿನ ಬಳಿ ಬಂದು ಬೋರ್ಡನ್ನು ಗಮನಿಸಿ, ಅದರಲ್ಲಿದ್ದ ತನ್ನ ಅಧಿಕಾರದ ಹೆಸರನ್ನು ಕಂಡು ಆನಂದಪರವಶರಾಗಿ ಹೊಸ್ತಿಲನ್ನು ಎಡವಿ ಬಿದ್ದುಬಿಟ್ಟರು. ಅವರನ್ನೆತ್ತಿ ಪಕ್ಕದಲ್ಲಿ ಕುರ್ಚಿಯ ಮೇಲೆ ಕೂಡಿಸಿದ್ದಾದ ಮೇಲೆ ಕರಟಕ-ದಮನಕರು "ಮಾವಾ, ಏನಾಯಿತು?" ಎನ್ನುತ್ತ ಕೈಲಿದ್ದ ಫೈಲುಗಳಿಂದ ಗಾಳಿ ಹಾಕುತ್ತ ನಿಂತರು.

"ಮಾವಾ, ಏನಾಯಿತು?"

ಇದು ನಡೆಯುತ್ತಿದ್ದಾಗ ಮೊದಲನೆ ಸದಸ್ಯ, ನನ್ನನ್ನು ಕಂಡೊಡನೆಯೆ "ಹಲೋ ಸ್ವಾಮಿ, so nice to be with you again, though for a shortwhile" ಎಂದು ಕೈ ಕುಲುಕಿದ.

ಮೂರನೆಯವರು: "We have not met before, but I have heard about you so much that I was wanting to meet you. So nice to see you" ಎಂದು ನನ್ನನ್ನು ಅಪ್ಪಿಕೊಂಡರು.

ನನ್ನ ಡೈರೆಕ್ಟರು–ಬಿದ್ದ ಸುಸ್ತಿನಿಂದ ಸುಧಾರಿಸಿಕೊಳ್ಳುತ್ತಿದ್ದವನು–ಇನ್ನಷ್ಟು ಸುಸ್ತು ಬಿದ್ದ, ಬೆರಗಾದ, ಬಾಯಿಬಿಟ್ಟ, ಕಣ್ಣು ಅಗಲಿಸಿದ. ಸಂಜ್ಞೆಯಿಂದ ನನ್ನನ್ನು ಕರೆದು "ಇವರೆಲ್ಲರೂ ನಿನಗೆ ಹೇಗೆ ಗೊತ್ತು?" ಎಂದು ಕೇಳಿದ.

"ಅದೆಲ್ಲ ಆಮೇಲೆ ಹೇಳುತ್ತೇನೆ ಸರ್. ನೀವೂ ಬನ್ನಿ, ನನ್ನ ರೂಮಿಗೆ ಹೋಗೋಣ."

"ಬೇಡ, ಅವರನ್ನು ಮೊದಲು ಕೂರಿಸಿಬಿಟ್ಟು ಬನ್ನಿ. ಆಮೇಲೆ ನಾನು ಬರುತ್ತೇನೆ" ಎಂದು ಏಕೋ ಗೊರ್ ಗೊರ್ ಎಂದ. ತಿರುಗಿ ನನ್ನ ಮುಖವನ್ನು ಕಂಡೊಡನೆಯೆ ಇನ್ನೊಂದು ಸಲ ಗುರ್ ಎಂದು "ಇವರೆಲ್ಲ ನಿಮಗೆ ಹೇಗ್ರಿ ಗೊತ್ತು? ಮೊದಲು ಬದಲು ಕೊಡಿ" ಎಂದ.

"ಮೊದಲು ನನ್ನನ್ನು ಸಂಧಿಸಿದವರು ನನಗೆ ಕಳೆದ ೨೦ ವರ್ಷಗಳಿಂದಲೂ ಗೊತ್ತು. ಹಾರ್‌ವರ್ಡ್ ಯೂನಿವರ್ಸಿಟಿಯಲ್ಲೇ ಅವರೂ ಸ್ನಾತಕೋತ್ತರ ತರಪೇತಿ ಪಡೆದರು. ಅಲ್ಲಿ ನಾವಿಬ್ಬರೂ ಒಂದೇ ಮನೆಯಲ್ಲಿ ಆರು ತಿಂಗಳು ವಾಸವಾಗಿದ್ದೆವು. ಎರಡು ವರ್ಷದ ಹಿಂದೆ ಆತ ಮದರಾಸಿಗೆ ಬಂದಿದ್ದಾಗ ನನ್ನ ಮನೆಯಲ್ಲೇ ೧೦ ದಿನ ಬಿಡದಿಮಾಡಿದ್ದ.

ಎರಡನೆಯವರು ವಯಸ್ಸಿನಲ್ಲಿ ನನಗಿಂತ ಹಿರಿಯರು. ಸಿ.ಎಸ್.ಐ.ಆರ್.ಗೆ ಅವರು ಡೈರೆಕ್ಟರಾಗಿದ್ದಾಗ ಅವರೊಂದಿಗೆ ಕಲೆತು ಮಾತನಾಡುವ ಎಷ್ಟೋ ಸಂದರ್ಭಗಳು ನನಗೆ ಬಂದಿದ್ದವು. ಆ ಸಂಸ್ಥೆಯ ಆಶ್ರಯದಲ್ಲಿ ಈಗಲೂ ಅನೇಕ ಸಂಶೋಧನಾ ಕಾರ್ಯಗಳನ್ನು ನಡೆಸುತ್ತಿದ್ದೇನೆ.

ಮೂರನೆಯವರು ನಮ್ಮ ಮನೆಗೆ ಕಳೆದ ಐವತ್ತು ವರ್ಷಗಳಿಂದ ಪರಿಚಿತರು. ನಮ್ಮ ಮನೆಗೂ ಇವರಿಗೂ ಅರವತ್ತು ವರ್ಷದ ಸ್ನೇಹ–ಸಾಹಿತ್ಯ, ಸಂಸ್ಕೃತ, ವೇದಾಂತಗಳ ಮೂಲಕ."

ಡೈರೆಕ್ಟರಿಗೆ ದಿಗ್ಭ್ರಮೆಯಾಯಿತು. ಬಾಯಿಂದ ಮಾತು ಹೊರಡಲಿಲ್ಲ. ತಡವರಿಸಿಕೊಂಡು "ಅಲ್ರೀ, ಇಂಥ ದೊಡ್ಡವರ ಸಹವಾಸ... ನಿಮಗೆ...!" ಮುಂದಕ್ಕೆ ಏನೋ ಒದರಿ ಮೆಲ್ಲಗೆ ತಲೆ ಚಚ್ಚಿಕೊಂಡ. ಮೇಲೆ ಕರೆದುಕೊಂಡು ಹೋದೆ. ನನ್ನ ರೂಮಿನಲ್ಲಿದ್ದಾಗ ಎರಡನೆ ಸದಸ್ಯರು (ಕಸುಬಿನಲ್ಲಿ ಕೆಮಿಸ್ಟರು) ಪರದೆಯ ಹಿಂದೆ ನೋಡಿ "ಏನಲ್ಲಿ? ಬಾಟಲುಗಳು?" ಎಂದರು. "ನನ್ನ ಲ್ಯಾಬೊರೇಟರಿ." ಮಿಕ್ಕ ಇಬ್ಬರೂ ಅತ್ಯಾಶ್ಚರ್ಯದಿಂದ ನೆಗೆದು ಪರದೆಯನ್ನು ಓರೆ ಮಾಡಿ ನೋಡಿ,

"ಇದನ್ಯಾಕೆ ಮುಚ್ಚಿಟ್ಟುಕೊಂಡಿದ್ದೀರಿ? ನಿಮ್ಮ ರೂಮಿಗಿಂತ ಪವಿತ್ರವಾದ ಸ್ಥಳ ಇದು. ನಾವು ಕಂಡು ಹೆಮ್ಮೆ ಪಡುವಂಥ ವಿಷಯವನ್ನು ಮರೆಮಾಚುತ್ತಿದ್ದೀರಲ್ಲ!" ಎಂದರು.

ನಮ್ಮ ಡೈರೆಕ್ಟರ ಮುಖ ನೋಡಿದೆ. ಎರಡು ಕಿಲೊ ಹರಳೆಣ್ಣೆ ಕುಡಿದಂತಿತ್ತು.

ಇಲ್ಲಿನ ಸಾಂಗ್ಯಗಳನ್ನು ಮುಗಿಸಿಕೊಂಡು ಪ್ರಾಧ್ಯಾಪಕರು ನೆರೆದಿದ್ದ ಸ್ಟಾಫ್‌ರೂಮಿಗೆ ಹೋದೆವು. ಡೈರೆಕ್ಟರು ನನ್ನ ಕಿವಿಯಲ್ಲಿ "ಇವರನ್ನೆಲ್ಲ ನಾನು ಪರಿಚಯ ಮಾಡಿಸಿಕೊಡುತ್ತೇನೆ. ನೀವು ಸುಮ್ಮನಿರಿ" ಎಂದರು. ಒಬ್ಬೊಬ್ಬರ ಹತ್ತಿರವೂ ಸದಸ್ಯರನ್ನು ಕರೆದುಕೊಂಡು ಹೋಗಿ "ಇವರು ಜೂಆಲಜಿ, ಇವರು ಫಿಜಿಕ್ಸ್, ಇವರು ಸೈಕಾಲಜಿ..." ಎಂದು ಪರಿಚಯ ಮಾಡಿಕೊಟ್ಟರು. ಪ್ರಾಧ್ಯಾಪಕರಿಗಿಂತಲೂ ಸದಸ್ಯರಿಗೆ ಆಶ್ಚರ್ಯವಾಯಿತು, ಈ ಪರಿಚಯದ ಕ್ರಮ. ನನ್ನ ಡೈರೆಕ್ಟರಿಗೆ ನನ್ನ ಪೂರ್ಣ ಸಹಾನುಭೂತಿಯುಂಟು. ಪಾಪ, ಆತನಿಗೆ ಕೆಲವು ಸಲ ನನ್ನ ಹೆಸರೇ ಮರೆತು ಹೋಗುತ್ತದೆ, ಹೀಗಿರುವಾಗ ಹದಿನೆಂಟು ಪ್ರಾಧ್ಯಾಪಕರ ಹೆಸರುಗಳನ್ನು ಹೇಗೆ ತಾನೆ ಜ್ಞಾಪಕದಲ್ಲಿಟ್ಟುಕೊಂಡಾನು!

ಬಂದಿದ್ದ ಸದಸ್ಯರೊಬ್ಬರು ತಮ್ಮ ಸಂದರ್ಶನದ ಉದ್ದೇಶಗಳನ್ನು ವಿವರಿಸಿ "ನೀವು ಕೇಳಬೇಕಾದ್ದೋ ಹೇಳಬೇಕಾದ್ದೋ ಯಾವುದಾದರೂ ಇದ್ದರೆ ದಯವಿಟ್ಟು ತಿಳಿಸಿ" ಎಂದರು. ಬಕದಂತೆ ಕಾದುಕೊಂಡಿದ್ದ ವಯೋವೃದ್ಧ ಪ್ರಾಧ್ಯಾಪಕರೊಬ್ಬರು ನೇರವಾಗಿ 'ಪಾಯಿಂಟ'ಗೆ ಬಂದರು. "ಮೊದಲು ನಮ್ಮ ಸಂಬಳ ಸಾರಿಗೆಗಳು ಹೆಚ್ಚಾಗಬೇಕು. ಯೂನಿವರ್ಸಿಟಿಯಲ್ಲಿರುವವರಿಗೆ ಸಲ್ಲುವ ಸಂಭಾವನೆ ನಮಗೂ ಸಲ್ಲಬೇಕು. ಇದು ಸರ್ವ ಅಧ್ಯಾಪಕರುಗಳಿಗೂ ಅನ್ವಯವಾಗಬೇಕಾದ ಸೂತ್ರ.

"ಇನ್ನೊಂದು ಸಂಗತಿ ನನ್ನಂಥ ಜ್ಞಾನವೃದ್ಧರಿಗೂ ವಯೋವೃದ್ಧರಿಗೂ ಸಂಬಂಧಿಸಿದ್ದು. ಸಂಶೋಧನಾ ಪ್ರಶಂಸೆಯಿರುವ ಪ್ರಾಧ್ಯಾಪಕರನ್ನೂ ಇಲ್ಲದ ನನ್ನಂಥ ಪ್ರಾಧ್ಯಾಪಕರನ್ನೂ ಬೇರೆ ಬೇರೆ ಎಂದು ಎಣಿಸಕೂಡದು. ಇಬ್ಬರಿಗೂ ಒಂದೇ ರೀತಿಯ ಸಂಬಳ ದೊರಕಬೇಕು. ನಾವು ಸಂಶೋಧನಾ ಫಲಿತಾಂಶಗಳನ್ನು ಪ್ರಕಟಿಸದಿದ್ದರೂ ತರಗತಿಗಳಿಗೆ ಪಾಠ ಹೇಳುವಾಗ ಅನೇಕ ಅಮೂಲ್ಯವಾದ ಸಲಹೆಗಳನ್ನೂ ಸೂಚನೆಗಳನ್ನೂ ಸ್ವತಂತ್ರವಾಗಿ ಅಭಿವ್ಯಕ್ತಿ ಮಾಡುತ್ತೇವೆ. ಆದ್ದರಿಂದ ರಿಸರ್ಚ್ ಮಾಡಿದವರನ್ನೂ ಮಾಡದಿದ್ದವರನ್ನೂ ಒಂದೇ ದರ್ಜೆಗೆ ದಾಖಲು ಮಾಡಬೇಕು."

ವಯೋವೃದ್ಧರೂ ಜ್ಞಾನವೃದ್ಧರೂ ಅಲ್ಲದ ಪ್ರಾಧ್ಯಾಪಕರನೇಕರೂ ಈ ಅಭಿಪ್ರಾಯವನ್ನು ಅನುಮೋದಿಸಿದರು. ಇತರರೂ ಸದಸ್ಯರೂ ತರ್ಕದ ವೈಚಿತ್ರ್ಯಕ್ಕೆ ನಕ್ಕುಕೊಂಡರು. ನಮ್ಮ ಡೈರೆಕ್ಟರಿಗೆ ಭಾಷಣದ ಸಾರಾಂಶ ಏನೆಂಬುದು ಕೂಡ ತಿಳಿಯಲಿಲ್ಲ. ವಯೋವೃದ್ಧನ ಮಾತು ಮುಗಿದ ಮೇಲೆ ಚಪ್ಪಾಳೆ ತಟ್ಟಿದ.

ಇನ್ನೊಂದಿಬ್ಬರು ಇನ್ನೇನನ್ನೋ ಕೇಳಿದರು; ಸದಸ್ಯರು ಬದಲು ಕೊಟ್ಟರು. ಸದಸ್ಯನೊಬ್ಬ ನನ್ನನ್ನು ಉದ್ದೇಶಿಸಿ: "ಇಲ್ಲಿನ ಸ್ಥಳಾವಕಾಶ ಸಮರ್ಪಕವಾಗಿ ಇದೆಯೇ?" ಎಂದ. ಪಕ್ಕದಲ್ಲೇ ಕೂತಿದ್ದ ಡೈರೆಕ್ಟರು ನನ್ನ ತೊಡೆಯನ್ನು ಚಿವುಟಿದ. ಇವನು ಹೇಳಿಕೊಟ್ಟಿದ್ದ ಪಾಠವನ್ನು ಗಿಣಿಯಂತೆ ಒಪ್ಪಿಸಿದೆ: "ಸಮರ್ಪಕವಾಗಿದೆ. ಆದರೆ ಇನ್ನೂ ಹೆಚ್ಚಬೇಕಾಗಿದೆ." ಅವರು "ಏಕೆ?" ಎಂದು ಕೇಳಿಯೇಬಿಟ್ಟರು! ನಾನು ಡೈರೆಕ್ಟರ ಮುಖವನ್ನು ನೋಡಿದೆ. ತಿರುಗಿ ತೊಡೆ ಗಿಲ್ಲಿಸಿಕೊಂಡೆ. ಮುಂದಿನ ಪಾಠವನ್ನು ಒಪ್ಪಿಸಿದೆ: "ಉತ್ತರೋತ್ತರಕ್ಕೆ ಬೇಕಾಗುತ್ತದೆ."

ಸದಸ್ಯ: "ಏನು ಪ್ರೊಫೆಸರ್ ಸ್ವಾಮಿ? ಈಗಿನ ಸಂದರ್ಭವನ್ನು ಹೇಳಿ ಎಂದರೆ ಬರುವ ಕಾಲದ್ದನ್ನು ಹೇಳುತ್ತಿರುವಿರಲ್ಲ!" ಎಂದು ನಕ್ಕುಕೊಂಡರು. ನಾನು ತಿರುಗಿ ಡೈರೆಕ್ಟರ ಮುಖವನ್ನು ನೋಡಿದೆ. ಗೊರ್‍ರೆಂದರು!

ಸದಸ್ಯ: "ಕೊನೆಯದಾಗಿ ಒಂದೇ ಒಂದು ಪ್ರಶ್ನೆ ಕೇಳುತ್ತೇನೆ. ನೇರವಾಗಿ ಬದಲು ಕೊಡಿ. ಹತ್ತು-ಹದಿನೈದು ವರ್ಷಗಳ ಹಿಂದಿನವರೆಗೂ ಈ ಕಾಲೇಜು ಭಾರತದಲ್ಲೆಲ್ಲ ಪ್ರಖ್ಯಾತಿ ಪಡೆದಿತ್ತು. ರಾಮನ್, ರಾಧಾಕೃಷ್ಣನ್ ಅವರಂಥ ಮೇಧಾವಿಗಳನ್ನು ಜಗತ್ತಿಗೆ ತಂದಿತು. ಅಸಂಖ್ಯಾತ ಐ.ಸಿ.ಎಸ್., ಐ.ಎ.ಎಸ್.ಗಳನ್ನು ಬೆಳಗಿಸಿತು. ಈ ೧೦-೧೫ ವರ್ಷಗಳಿಂದ ಹೀಗೇಕೆ ನಡೆದಿಲ್ಲ? ನೇರವಾದ ಬದಲು ಕೊಡಿ."

ಡೈರೆಕ್ಟರರ ಮುಖ ಬಿಳುಪೇರಿತು. ಆತನ ಇನ್‌ಸ್ಟ್ರಕ್ಷನ್ ಪ್ರಕಾರ ನನ್ನ ಮೊಣಕೈಯಿಂದ ಆತನ ಪಕ್ಕವನ್ನು ಮೆದುವಾಗಿ ತಿವಿದೆ. ನನ್ನನ್ನು ಗೊರ್‍ರೆಂದು ನೋಡಿದರು, ಏನನ್ನೋ ಹೇಳಲು ಮೊದಲು ಮಾಡಿ "ಆಂ ಊಂ ಏನೆಂದರೆ, ನೀವು..." ಎಂದು ತೊದಲಿದರು. ತಕ್ಷಣವೇ ಸದಸ್ಯನು "ಬೇಡಿ, ನೀವೂ ಬದಲು ಕೊಡಬೇಡಿ. ಪ್ರಿನ್ಸಿಪಾಲರೂ ಬದಲು ಕೊಡುವುದು ಬೇಡ. ನಮಗೆಲ್ಲ ತಿಳಿದಿದೆ!" ಎಂದುಬಿಟ್ಟು ಕುರ್ಚಿಯಿಂದೆದ್ದ. ಸಭೆ ಮುಕ್ತಾಯವಾಯಿತು.

ಮಾರನೆ ದಿನ ಡೈರೆಕ್ಟರಿಂದ ನನಗೆ ಕರೆ ಬಂತು, ನನ್ನನ್ನು ನೋಡಿದೊಡನೆಯೆ ಕುರ್ಚಿಯಿಂದ ಹಾರಿದ: "ಅಲ್ರೀ, ನೀವು ಸದಸ್ಯರನ್ನೆಲ್ಲ ಗುರ್ತು ಮಾಡಿಕೊಂಡು ಅವರನ್ನು ನಿಮ್ಮ ಬುಟ್ಟಿಗೆ ಹಾಕಿಕೊಂಡುಬಿಟ್ಟು, ಕಾಲೇಜಿನ ಕುಂದುಕೊರತೆಗಳನ್ನೆಲ್ಲ ಅವರಿಗೆ ಹೇಳಿಬಿಟ್ಟು ಸುರುಳಿ ಸುತ್ತಿದ ಹೆಬ್ಬಾವಿನಂತೆ ಏನೂ ತಿಳಿಯದವನಂತೆ ಸುಮ್ಮನಿದ್ದೀರಲ್ಲ ಹೇಳ್ರಿ!"

"ಈಗ ನಿಮ್ಮ ಬಾಯಿಂದ ಬಂದ ಮಾತುಗಳನ್ನು prove ಮಾಡಬಲ್ಲಿರಾ?"

"ಯಾಕ್ರೀ ಹೀಗೆ ಕೇಳುತ್ತೀರಿ? ನನಗೇನೂ ನೀವು ತಿಳಿದುಕೊಂಡಿರುವಷ್ಟು ಬುದ್ಧಿಮಟ್ಟ ಇಲ್ರಿ! ಸದಸ್ಯರೆಲ್ಲ ನಿಮಗೆ ಅನೇಕ ವರ್ಷಗಳಿಂದ ಗೊತ್ತು ಎಂದು ನೀವೇ ಹೇಳಿದ್ದೀರಲ್ಲ?"

ಮೊಣಕೈ ತಿವಿತ

"ಇವರಂತೆಯೇ ನನಗೆ ಇನ್ನೂ ಯಾರು ಯಾರೋ ಗೊತ್ತಿದ್ದಾರೆ. ಆದ್ದರಿಂದ ಅವರೆಲ್ಲರ ಬಳಿಯೂ ಈ ವಿಚಾರವನ್ನು ಮಾತನಾಡಿದ್ದೇನೆಂದು ಬಗೆಯುತ್ತೀರೇನು?"

"ಹಾಗಾದರೆ ಕಾಲೇಜಿನ ಕೀರ್ತಿ ಇಳಿದು ಹೋಗಿರುವುದು ಅವರಿಗೆ ಹೇಗ್ರಿ ಗೊತ್ತಾಯಿತು?"

"ಅದನ್ನು ಯಾರೂ ಮುಚ್ಚಿಟ್ಟುಕೊಳ್ಳುವ ಹಾಗಿಲ್ಲ. ಐ.ಎ.ಎಸ್. ರ್‍ಯಾಂಕು ಗಳಿಸಿದವರ ಹೆಸರುಗಳೆಲ್ಲ ವೃತ್ತಪತ್ರಿಕೆಗಳಲ್ಲಿ ಪ್ರಕಟವಾಗುತ್ತವೆ. ಈ ಸದಸ್ಯರೆಲ್ಲರೂ ಒಂದಲ್ಲ ಒಂದು ಸಲ ಯು.ಪಿ.ಎಸ್.ಸಿ.ಯ ಸದಸ್ಯರಾಗಿದ್ದವರು. ಇಂಥವರಿಗೆ ಯಾರೂ ಈ ವಿಷಯವನ್ನು ಹೇಳಿಕೊಡಬೇಕಾಗಿಲ್ಲವಲ್ಲ!"

"ಸರಿ ಕಾಣ್ರೀ. ಅವರಿಗೆ ನನ್ನ ವಿಷಯದಲ್ಲಿ ಏನ್ರೀ ಅಭಿಪ್ರಾಯ ಬಂತು?"

"ಕ್ಷಮಿಸಬೇಕು. ನಾನು ಇನ್ನೊಬ್ಬರ ವಿಷಯವನ್ನು ಯಾರೊಂದಿಗೂ ಪ್ರಸ್ತಾಪ ಮಾಡುವವನಲ್ಲ."

"ಕೋಪ ಮಾಡಿಕೊಳ್ಳಬೇಡ್ರಿ..."

"ಕೋಪವೇತಕ್ಕೆ ಸರ್! ನೀವು ಕೇಳುವ ಪ್ರಶ್ನೆಗಳಿಗೆ ಇನ್ನು ಹೇಗೆ ಬದಲು ಕೊಡುವುದು? ನಾನು ಏನು ಹೇಳಿದರೂ ನೀವು ನಂಬಲಾರಿರಿ. ಸಂದೇಹ ಪಡುತ್ತೀರಿ."

"ಇಲ್ರಿ, ಹಾಗಲ್ರಿ. ನೋಡಿ ಸ್ವಾಮಿ, ನನಗೆ ಮುಂದಿನ ವರ್ಷ ಈ ಕೆಲಸದಿಂದ ನಿವೃತ್ತಿಯಾಗಿಬಿಡುತ್ತದೆ. ನಾನೂ ಮಕ್ಕಳೊಂದಿಗೆ ಬೇರೇನಾದರೂ ವೃತ್ತಿ ನೋಡಬೇಕಾಗುತ್ತದೆ. ಈ ಸದಸ್ಯರೆಲ್ಲರೂ ಬಹಳ ಬುದ್ಧಿವಂತರು. ದೊಡ್ಡ ಅಧಿಕಾರಗಳಲ್ಲಿರುವವರು. ನಿಮಗೆ ಚೆನ್ನಾಗಿ ತಿಳಿದಿರುವವರು. ನನ್ನ ವಿಷಯದಲ್ಲಿ ಅವರಿಗೆ ನೀವೊಂದು ಒಳ್ಳೆಯ ಮಾತನ್ನಾಡಿಟ್ಟಿದ್ದರೆ ನನಗೆ ಮುಂದಕ್ಕೆ

ಪ್ರಯೋಜನವಾಗುತ್ತದೆ. ಈ ದೃಷ್ಟಿಯಿಂದ ನಿಮ್ಮನ್ನು ಕೇಳಿದೆ ಅಷ್ಟೆ"

ಈತನ ಪೇಚಾಟವನ್ನು ಕಂಡು ನನಗೆ ಕನಿಕರವಾಯಿತು. ಸದಸ್ಯರಿಗೆ ಈತನ ವಿಷಯದಲ್ಲಿ ಶಿಫಾರಸು ಮಾಡುವ ಅರ್ಹತೆಯೂ ನನಗಿಲ್ಲ, ಧೈರ್ಯವೂ ಇಲ್ಲ. ಒಂದು ವೇಳೆ ಅವಕಾಶವೇನಾದರೂ ಸಿಕ್ಕಿತೆಂದರೆ ಈತನ ವಿಷಯವಾಗಿ ಹೇಳಬಹುದಾದಂಥ ಯಾವುದಾದರೊಂದು 'ಒಳ್ಳೆಯ' ಗುಣ ಇದೆಯೆ ಎಂದು ಯೋಚಿಸುತ್ತ ಹೊರಟು ಬಂದೆ.

* * *

ಕಾಲೇಜು ರಂಗ

ಅವಕೇಂದ್ರೀಕರಣ

"ನೀನು ಆಫೀಸಿನೊಳಗೊ ಆಫೀಸಿನೊಳು ನೀನೊ
ಆಫೀಸು–ನೀನುಗಳು ಕರಟಕನ ಕೈಲೊ?"
–ಕನಕದಾಸರ ಅಣಕು

ಈ ಕಾಲೇಜಿನ ಪ್ರಿನ್ಸಿಪಾಲರ ಪಟ್ಟದಲ್ಲಿ ಹಿಂದೊಮ್ಮೆ ಮೆರೆದಿದ್ದ
ಅಧಿಕಾರಿಯೊಬ್ಬಾತ ತನ್ನ ಕಾರ್ಯಭಾರವನ್ನು ಹಗುರಮಾಡಿಕೊಳ್ಳಲೆಳಸಿ
"ಡಿ–ಸೆಂಟ್ರಲೈಜೇಷನ್" ಯೋಜನೆಯೊಂದನ್ನು ಜಾರಿಗೆ ತಂದಿದ್ದ. ಈತ ಆ
ಮೊದಲೇ ಪದವಿಯ ಸವಿಯನ್ನುಂಡು ನಾಲಿಗೆ ಚಪ್ಪರಿಸಿದ್ದವನಾದ್ದರಿಂದ ಈ ಹೊಸ
ಪೀಠ ಆತನಿಗೆ ಅಚ್ಚುಕಟ್ಟಾಗಿ ಹೊಂದಿಕೊಂಡಿತ್ತು. ಅಧಿಕಾರ ಸ್ವೀಕಾರ ಮಾಡಿಕೊಂಡ
ಹೊಸತರಲ್ಲೇ ಕಾಲೇಜಿನಲ್ಲಿದ್ದ ಪ್ರಾಧ್ಯಾಪಕರನ್ನೆಲ್ಲ ಕಲೆಯಹಾಕಿದ, ಕಾಲೇಜಿನ
ಉತ್ತಮೋತ್ತಮ ಚರಿತ್ರೆಯನ್ನೂ ಅತ್ಯುತ್ಕೃಷ್ಟ ಧ್ಯೇಯಗಳನ್ನೂ ಕುರಿತು ಎಳೆಯ
ಮಕ್ಕಳಿಗೆ ಹೇಳುವ ಶೈಲಿಯಲ್ಲಿ ಭಾಷಣಮಾಡಿ ನಮ್ಮ ಮನವನ್ನು ತುಂಬಿಸಿದ,
ನಾವೆಲ್ಲರೂ ಕಾಲೇಜಿನಲ್ಲಿ ನಮ್ಮನ್ನು 'ಇನ್‌ವಾಲ್ವ್' ಮಾಡಿಕೊಳ್ಳಬೇಕೆಂದು.
ಸಭೆಯಲ್ಲಿದ್ದ ವಯೋವೃದ್ಧ ಪ್ರಾಧ್ಯಾಪಕರು "ಪಾಪ! ಯಂಗ್ ಬ್ಲಡ್ಡು! ರಕ್ತನಾಳದ
ಮಿತಿಯನ್ನು ಮೀರಿ ಹರಿಯುತ್ತಿದೆ" ಎಂದು ಸಂತಾಪಿಸಿದರು; ಅಷ್ಟೊಂದು
ಸರ್ವಿಸ್ ಆಗದಿದ್ದವರು "ಪದವಿಗೆ ಬಂದವರೆಲ್ಲರೂ ಅಡುವ ಮಾತೇ ಇದು"
ಎಂದುಕೊಂಡು ತೆಪ್ಪಗಿದ್ದರು.

ಅವಕೇಂದ್ರೀಕರಣದ ಯೋಜನೆಯ ವೈಖರಿ ಹೇಳತೀರದು. ಒಬ್ಬೊಬ್ಬ
ಪ್ರಾಧ್ಯಾಪಕನಿಗೂ ಒಂದೊಂದು ಜವಾಬ್ದಾರಿ ಅಂಟಿತು: ವಿದ್ಯಾರ್ಥಿಗಳ
ಬಿಡದಿ ವಸತಿ–ಸೌಕರ್ಯ; ವಿದ್ಯಾರ್ಥಿಗಳ ಯೂನಿಯನ್; ಗ್ರಂಥಭಾಂಡಾರ;

ಆಡಿಯೋವಿಷುಯಲ್ ಎಜುಕೇಷನ್; ವ್ಯಾಯಾಮ; ಕಾಲೇಜ್ ಡೇ ಸಮಾರಂಭ; ಲಲಿತಾ ಕಲಾ ಸಂಘ; ಕಾಲೇಜು–ವಿಶ್ವವಿದ್ಯಾಲಯದ ಪತ್ರವ್ಯವಹಾರ; ಕಾಲೇಜು –ಸರ್ಕಾರದ ಪತ್ರವ್ಯವಹಾರ; ಇತ್ಯಾದಿ. ಈ ಹಂಚಿಕೆ ಆಫೀಸಿನ ಸಿಬ್ಬಂದಿಯನ್ನೂ ಬಿಡಲಿಲ್ಲ. ಕರಟಕನಿಗೆ 'ರೊಟೀನು ಪತ್ರಗಳ ಫೈಸಲು,' ದಮನಕನಿಗೆ 'ಅಧ್ಯಾಪಕ ವರ್ಗದವರ ರಜಾ ಚೀಟಿಗಳ ಫೈಸಲು'; ರಿಪ್–ವೇನ್–ವಿಂಕಲ್ ಎಂಬ ಡೆಪ್ಯುಟಿ ಹೆಡ್‌ಕ್ಲಾರ್ಕಿಗೆ 'ಅಧ್ಯಾಪಕ ವರ್ಗದ ಸಂಬಳ ಸಾರಿಗೆಗಳ ವ್ಯವಹಾರ'; ಇತ್ಯಾದಿ.

ಹೀಗಾಗಿ ಪ್ರಾಧ್ಯಾಪಕರ ಕೆಲಸ ದ್ವಿಗುಣವಾಯಿತು. ಹೊಸ ಜವಾಬ್ದಾರಿಯಿಂದ ಪ್ರಾಧ್ಯಾಪಕನು ದಿನಕ್ಕೆ ಎರಡು ಗಂಟೆ ಕಾಲವಾದರೂ ಈ ಕೆಲಸಕ್ಕೆ ಮೀಸಲಿಡಬೇಕಾಯಿತು. ದಿನಕ್ಕೆಂಟು ಸಲ ಪ್ರಿನ್ಸಿಪಾಲನಲ್ಲಿಗೆ ಡಿಕ್ಟೇಷನ್ನುಗಳಿಗಾಗಿ ಹೋಗಿ ಬರಬೇಕಾಯಿತು. ಒಂದಿಬ್ಬರು ಪ್ರಾಧ್ಯಾಪಕರು ಪ್ರಿನ್ಸಿಪಾಲನ ಬಳಿಗೆ ಹೋಗಿ ತಮ್ಮ ಕಷ್ಟವನ್ನು ತೋಡಿಕೊಂಡು "ನಮಗೊಬ್ಬ ಪಾರ್ಟ್‌ಟೈಮ್ ಗುಮಾಸ್ತನನ್ನಾದರೂ ಕೊಡಿ" ಎಂದು ಬಿನ್ನಯಿಸಿದ್ದಕ್ಕೆ "ನನಗೇ ಇಲ್ಲವಲ್ಲ! ಇದ್ದಿದ್ದರೆ ನಿಮ್ಮ ಸಹಾಯವನ್ನೇಕೆ ನಾನು ತೆಗೆದುಕೊಳ್ಳುತ್ತಿದ್ದೆ? ನಿಮ್ಮ ಸಂಬಳದ ಬಿಲ್ಲನ್ನು ತಯಾರಿಸುವ ಜವಾಬ್ದಾರಿಯನ್ನು ಕೂಡ ಆಫೀಸಿನವರಿಗೆ ಕೊಟ್ಟು ನಿಮ್ಮ ಭಾರವನ್ನು ಕಡಿಮೆ ಮಾಡಿದ್ದೇನೆ!" ಎಂದು ಉದ್ಗಾರ ತೆಗೆದ. "ಇದೊಂದು ಕರ್ಮ" ಎಂದು ವೇದಾಂತ ಹೇಳಿಕೊಂಡು ಪ್ರಾಧ್ಯಾಪಕರು ಸುಮ್ಮನಿದ್ದುಬಿಟ್ಟರು.

ಆದರೆ ಆಫೀಸು ಸಿಬ್ಬಂದಿಯವರು ಈ ಯೋಜನೆಯನ್ನು ಭಾಗ್ಯ ಬಂದಷ್ಟು ಸಂತೋಷದಿಂದ ಕಾರ್ಯಗತ ಮಾಡಲೆಳಸಿದರು. ಅಧ್ಯಾಪಕ ವರ್ಗದವರ ಜುಟ್ಟು ತಮ್ಮ ಕೈಲಿ ಸಿಕ್ಕಿಕೊಳ್ಳುವ ಅವಕಾಶವೊದಗಿತಲ್ಲಾ ಎಂದು ಹಿಗ್ಗಿಹೋದರು.

ನಮ್ಮ ರಿಪ್–ವೇನ್–ವಿಂಕಲನ್ನೇ ತೆಗೆದುಕೊಳ್ಳಿ. ಅವನಿಗೂ ೨೦ ವರ್ಷ ಅದೇ ಕೆಲಸದಲ್ಲಿ ಸರ್ವಿಸ್ ಆಗಿತ್ತು. ಸರ್ಕಾರದ ಮೂವತ್ತು ಬೇರೆ ಬೇರೆ ಇಲಾಖೆಗಳಲ್ಲಿ ಕೆಲಸ ನೋಡಿ, ಒಂದೊಂದು ಇಲಾಖೆಯ ಅಧಿಕಾರಿಯಿಂದಲೂ 'ಈತನನ್ನು ಬೇರೆಲ್ಲಿಗಾದರೂ ವರ್ಗ ಮಾಡಿಬಿಡಿ; ಈತನ 'ಇನೆಫಿಷಿಯನ್ಸಿ'ಯನ್ನು ನಾವು ತಾಳಲಾಗದು' ಎಂಬ ಶಿಫಾರಸನ್ನು ಸಂಪಾದಿಸಿಕೊಂಡು ಈಗ ನಮ್ಮ ಆಫೀಸಿಗೆ ಮೂರನೆ ಸಲ ವರ್ಗವಾಗಿ ಬಂದಿದ್ದ. ಇವನಿಗೆ ನಮ್ಮ ಸಂಬಳ–ಸಾರಿಗೆಗಳ ವ್ಯವಹಾರವನ್ನು ಕೊಟ್ಟ ಮೇಲೆ, ಒಂದನೆ ತಾರೀಖು ತಪ್ಪದೆ ಕೈ ಸೇರುತ್ತಿದ್ದ ಸಂಬಳವನ್ನು ೧೦ನೆ ತಾರೀಖು ಕಳೆದ ಮೇಲೂ ಬಕಪಕ್ಷಿಗಳಂತೆ ಎದುರು ಕಾಣುತ್ತ ಕುಳಿತಿರಬೇಕಾಯಿತು. ಈತ ತಯಾರಿಸಿದ ಬಿಲ್ಲುಗಳಲ್ಲಿ ಒಬ್ಬರ ಹೆಸರಿಗೆ ಇನ್ನೊಬ್ಬರ ಸಂಬಳ; ೧೦೦೦ ರೂಪಾಯಿಗೆ ಬದಲಾಗಿ ೧೦,೦೦೦; ರೂಪಾಯಿಗೆ ಬದಲಾಗಿ ೧೦೦೦; ಈ ತಿಂಗಳಿನ ಸಂಬಳದ ಬಿಲ್ಲಿಗೆ ಕಳೆದ ವರ್ಷದ ನಮೂದು, ಇಲ್ಲವೆ ಬರುವ ವರ್ಷದ ನಮೂದು. ಸ್ವಾಮಿ ಎಂದು ವ್ಯಕ್ತಿಯ ಹೆಸರಿದ್ದರೆ ಚಾಮಿ; ಕೃಷ್ಣ ಎಂಬ ಹೆಸರಿಗೆ ಕಿರುಟ್ಟಿನ; ಇಂಥ ತಪ್ಪುಗಳು ಒಂದೊಂದು ತಿಂಗಳೂ ಅವನು

ತಯಾರಿಸಿದ ಬಿಲ್ಲುಗಳಲ್ಲಿರುತ್ತಿದ್ದವಾದ್ದರಿಂದ ಒಂದೊಂದುಸಲವೂ 'pay and accounts office' ನಿಂದ ಬಿಲ್ಲುಗಳು ಪಾವತಿಯಾಗದೆ ಹಿಂತಿರುಗಿ ಬರುತ್ತಿದ್ದವು. ಈ ದುಃಸ್ಥಿತಿಯನ್ನು ಪ್ರಿನ್ಸಿಪಾಲನ ಗಮನಕ್ಕೆ ತಂದಾಗ "ಅಲ್ರೀ, 'additional work' ಕೊಟ್ಟರೆ ಒಂದು ಮೂಗಿನಲ್ಲಿ ಅಳುತ್ತೀರಿ! ನಿಮಗೆ ಹಗುರವಾಗಲೆಂಬ ಉದ್ದೇಶದಿಂದ ಅದನ್ನು ಬೇರೊಬ್ಬರಿಗೆ ಕೊಟ್ಟರೆ ಇನ್ನೊಂದು ಮೂಗಿನಲ್ಲಿ ಅಳುತ್ತೀರಿ! ನಿಮಗೆ ಹೇಗೆ ಮಾಡಿದರೂ ತೃಪ್ತಿಯಿಲ್ಲ" ಎಂಬ ಉತ್ತರ ಬಂತು.

ಇದಾದರೂ ಹೋಗಲಿ, ರೀಪ್–ವೇನ್–ವಿಂಕಲು ಒಂದು ಸಲ ನನಗೆ ರೊಟೀನಾಗಿ ಬರಬೇಕಾಗಿದ್ದ incrementನ್ನು ನಿಲ್ಲಿಸಿಬಿಟ್ಟ; ಮರುವರ್ಷದ್ದಕ್ಕೂ ಇದೇ ಗತಿಯಾಯಿತು. ನಾನೂ ಇಂಥ ಲೋಪಗಳನ್ನು ಗಮನಿಸುವಂಥವನಲ್ಲ. ಸರ್ಕಾರದ ಇನ್ನೊಂದು ಇಲಾಖೆ– 'Accountant Generals' Office'–ಈ ಲೋಪವನ್ನು ಗಮನಿಸಿಬಿಟ್ಟಿತು! ಅವರು 'pay and accounts officer'ಗೆ ಇದರ ವಿಷಯ ನೆನಪು ಕೊಟ್ಟರಂತೆ. ಈ ಆಫೀಸರಿಂದ ನನಗೊಂದು ಪತ್ರ ಬಂತು. ಅದರ ಒಕ್ಕಣೆ:

"ಎರಡು ವರ್ಷಗಳಿಂದ ನೀವು ನಿಮಗೆ ಸರ್ಕಾರದಿಂದ ಸಲ್ಲಬೇಕಾದ ಎರಡು ಇನ್‌ಕ್ರಿಮೆಂಟುಗಳನ್ನು ಕ್ಲೈಮ್ ಮಾಡಿಲ್ಲ. ಜೀವಸಹಿತವಾಗಿದ್ದೀರಾ ಇಲ್ಲವೆ ಎಂಬುದನ್ನು ನಮ್ಮ ಆಫೀಸಿಗೆ ಜರೂರಾಗಿ ತಿಳಿಸಬೇಕು.

"ವಿ.ಸೂ. ಜೀವಸಹಿತವಾಗಿರುವುದಾದರೆ 'ಬದುಕಿದ್ದೇನೆ' ಸರ್ಟಿಫಿಕೇಟನ್ನು ಒಡನೆಯೆ ಕಳುಹಿಸಿ. ನಿಮಗೆ ಸರ್ಕಾರದಿಂದ ಬಾಕಿ ಬರಬೇಕಾದ ಹಣವನ್ನು ಪಡೆಯಬಹುದೆಂದು 'ಅರ್ಡರ್' ಕಳುಹಿಸುತ್ತೇವೆ. 'ಬದುಕಿದ್ದೇನೆ' ಸರ್ಟಿಫಿಕೇಟನ್ನು ಡಿಸ್ಟ್ರಿಕ್–ಮ್ಯಾಜಿಸ್ಟ್ರೇಟರಿಂದ ಪಡೆಯಬೇಕು."

ಈ ಕಾಗದವನ್ನೋದಿಕೊಂಡು ನಾನು ಇನ್ನೂ ಬದುಕಿದ್ದೇನೆಯೆ ಇಲ್ಲವೆ ಎಂದು ಸಂದೇಹ ನನ್ನನ್ನೇ ತಿನ್ನತೊಡಗಿತು. ರಿಪ್–ವೇನ್–ವಿಂಕಲಿಗೆ ಈ ಕಾಗದವನ್ನು ತೋರಿಸಿದ್ದಕ್ಕೆ ಅವನು ಬೆಚ್ಚಿಬಿದ್ದ. ಆದರೂ ತಡವರಿಸಿಕೊಂಡು ಕಾರಣವೊಂದನ್ನು ಕಲ್ಪಿಸಿ ಹೇಳಿದ: "ನೀವು ನಮಗೆ 'ಇನ್‌ಕ್ರಿಮೆಂಟ್ ಡ್ಯು' ಎಂದು ತಿಳಿಸಲೇ ಇಲ್ಲವಲ್ಲ, ಸಾರ್! ಸಕಾಲದಲ್ಲಿ ನೀವು ತಿಳಿಸದೆ ಹೋದದ್ದರಿಂದ ಹೀಗಾಗಿ ಬಿಟ್ಟಿದೆ! ಇನ್ನು ಮೇಲೆ ಹೀಗೆ ಮಾಡಬಾರದು, ಸಾರ್!"

"ಅಲ್ಲವಯ್ಯ, ಇನ್ನು ಮೇಲೆ ಹೀಗೆ ಮಾಡುವದಕ್ಕೆ ಅವಕಾಶವೇ ಬಾರದು. ಏಕೆಂದರೆ ನನ್ನ ಸಂಬಳದ ಪರಮಾವಧಿಯನ್ನು ಮುಟ್ಟಿ, ಆಗಲೇ ಒಂದೂವರೆ ವರ್ಷವಾಗಿಬಿಟ್ಟಿದೆ. ಈಗಿನ ವಿಷಯವನ್ನು ಕುರಿತು ಏನು ಹೇಳುತ್ತೀಯ?"

"ಅದೇ ಸರ್. ಈಗ ನಮಗೊಂದು 'ರಿಮ್ಯೆಂಡರ್' ಕೊಟ್ಟುಬಿಡಿ. ನಾವು ನೋಡಿಕೊಳ್ಳುತ್ತೇವೆ."

"ನೀನು ಇದುವರೆಗೂ ನೋಡಿಕೊಂಡದ್ದೇ ಸಾಕು. ನಿನಗ್ಯಾಕಯ್ಯ ನಾನು 'ರಿಮೈಂಡರ್' ಕೊಡಬೇಕು? ಯಾರು ಯಾರಿಗೆ ಯಾವಾಗ 'ಇನ್‌ಕ್ರಿಮೆಂಟ್' ಪಾವತಿಯಾಗಬೇಕೆಂಬ ಸಂಗತಿಗಳನ್ನು ನೆನಪಿನಲ್ಲಿಟ್ಟುಕೊಂಡು ಅದಕ್ಕೆ ತಕ್ಕ ಕಾರ್ಯಕ್ರಮಗಳನ್ನು ಕೈಗೊಳ್ಳಬೇಕಾದ್ದು ನಿನ್ನ ಕರ್ತವ್ಯ. ಇದನ್ನು ಮಾಡದೆ ಈಗ 'ರಿಮೈಂಡ್' ಮಾಡು ಎನ್ನುತ್ತೀಯಲ್ಲ! ಈ ಅಕ್ರಮ ಸಾಲದೆಂಬಂತೆ ನಾನು ಇನ್ನೂ ಬದುಕಿ ಇದ್ದೇನೆಯೆ ಇಲ್ಲವೆ ಎಂಬ ಸಂದೇಹ ಸರ್ಕಾರಕ್ಕೆ ತಟ್ಟುವಂತೆ ಕರ್ತವ್ಯಲೋಪ ಮಾಡಿದ್ದೀಯ. ಹೀಗಿರುವಾಗ ನಿನಗೆ 'ರಿಮೈಂಡ್' ಮಾಡಬೇಕಾದವನು ನಾನೋ, ನನ್ನ ಪ್ರೇತವೋ?"

ಮಾತಿಲ್ಲದೆ ಸುಮ್ಮನಿದ್ದ. ಸತ್ತ ಕತೆಯನ್ನು ಒದ್ದು ಕಾಲು ನೋಯಿಸಿಕೊಳ್ಳುವುದು ಬೇಡವೆಂದು ವಾಪಸ್ಸು ಬಂದೆ. ಮ್ಯಾಜಿಸ್ಟ್ರೇಟನ ಮನೆಗೆ ಹೋದರೆ ಅಲ್ಲಿ ನನಗಾದ ಪಾಡು ಇನ್ನೂ ವಿಚಿತ್ರದ್ದು. ಆ ಹೊತ್ತು ಮ್ಯಾಜಿಸ್ಟ್ರೇಟ್ ಸಾಹೇಬರಲ್ಲಿಗೆ ಪೊಲೀಸಿನವರು ಕೆಲವು ಹುಚ್ಚರನ್ನು ಹಿಡಿದುಕೊಂಡು ಬಂದಿದ್ದರು. ಮ್ಯಾಜಿಸ್ಟ್ರೇಟ್ ದೇವರು ಅವರಿಗೆ ಕೆಲವು ಪ್ರಶ್ನೆಗಳನ್ನು ಹಾಕಿ, ಬರುವ ಉತ್ತರಗಳಿಂದ ಅವರು ಹುಚ್ಚರೇ ಎಂದು ತೀರ್ಮಾನ ಮಾಡಿ, ಅವರನ್ನು ಹುಚ್ಚಾಸ್ಪತ್ರೆಗೆ ಸೇರಿಸಲು ಶಿಫಾರಸು-ಪತ್ರಗಳನ್ನು ಬರೆದುಕೊಡುತ್ತಿದ್ದ. ಆ ಹುಚ್ಚರ ಬಳಿಯಲ್ಲೇ ನನ್ನನ್ನೂ ಕುಳಿತುಕೊಳ್ಳುವಂತೆ ಸಂಜ್ಞೆ ಮಾಡಿದ. ಅವರ ವಿಚಾರಣೆಯಾದ ಮೇಲೆ ನನ್ನನ್ನು ಬರಮಾಡಿಕೊಂಡು, ನನ್ನ ಹೆಸರು, ವಿಳಾಸ, ವಯಸ್ಸು ಮೊದಲಾದ ಮಾಹಿತಿಗಳನ್ನು ಬರೆದುಕೊಂಡು ವಿಷಯವೇನೆಂದು ವಿಚಾರಿಸುವಾಗ ಯಾರಿಂದಲೋ ಫೋನ್ ಬಂತು. ಅದನ್ನು ಕಿವಿಯಲ್ಲಿಟ್ಟುಕೊಂಡ. ಅವರ ಮಾತು ಮುಗಿಯಲೆಂದು ನಾನು ಹೇಳುತ್ತಿದ್ದುದನ್ನು ನಿಲ್ಲಿಸಿದ್ದಕ್ಕೆ "Proceed, proceed" ಎಂದು ಆಜ್ಞೆ ಮಾಡಿದ. ನಾನು ಹೇಳುವುದನ್ನು ಹೇಳಿ ಮುಗಿಸುವ ಹೊತ್ತಿಗೆ ಅವರ ಫೋನ್ ಸಂಭಾಷಣೆ ಮುಗಿಯಿತು. ನಾನು ಹೇಳಿದ್ದರಲ್ಲಿ ಆತನ ಕಿವಿಗೆಷ್ಟು ಬಿತ್ತೋ! ಬಿದ್ದಿದ್ದರಲ್ಲಿ ಇನ್ನೊಂದು ಕಿವಿಯಿಂದ ಅದೆಷ್ಟು ತೂರಿಹೋಯಿತೋ! ಉಳಿದಿದ್ದರಲ್ಲಿ ಅವನ ತಲೆಗೆ ಎಷ್ಟು ಮೆತ್ತಿಕೊಂಡಿತೋ! ಮೆತ್ತಿಕೊಂಡಿದ್ದರಲ್ಲಿ ಎಷ್ಟು ಭಾಗ ಯಾವ ರೀತಿಯಲ್ಲಿ ರಕ್ತಗತವಾಗಿತ್ತೋ! ಗುಮಾಸ್ತನನ್ನು ಕರೆದು ಹೇಳಿ ಬರೆಸಲು ಉದ್ಯುಕ್ತನಾದ:

"ಎರಡು ವರ್ಷಗಳಿಂದ ಸಲ್ಲಬೇಕಾದ ಸಂಬಳದ ಬಾಕಿ ಬಾರದೆ (ನನ್ನ ಹೆಸರನ್ನು ಹೇಳಿ) ಮನಸ್ಸು ಅಸ್ತವ್ಯಸ್ತವಾಗಿಬಿಟ್ಟಿದೆ. ಇವನನ್ನು ಹುಚ್ಚಾಸ್ಪತ್ರೆಯಲ್ಲಿ ಸೇರಿಸಬಹುದೆಂದು ಶಿಫಾರಸು ಮಾಡುತ್ತೇನೆ."

ನಾನು ತಬ್ಬಿಬ್ಬಾದೆ.

"ಈತನನ್ನು ಕರೆದುಕೊಂಡು ಬಂದಿರುವ ಪೊಲೀಸ್ ಇನ್‌ಸ್ಪೆಕ್ಟರ್ ಎಲ್ಲಿ?" ಎಂದು ಕೂಗಿದ. ನನಗಾದ ಭಯಕ್ಕೆ ಮಿತಿಯೇ ಇಲ್ಲ. ಅಲ್ಲಿಂದ ಓಡಿ ಹೋಗೋಣವೆಂದರೆ ಎಲ್ಲಿ ಹುಚ್ಚನೆಂದೋ ಪರಾರಿಯಾದ ಖೈದಿಯೆಂದೋ

ಖಚಿತಮಾಡಿಕೊಳ್ಳುವರೋ ಎಂಬ ಭಯ ಬೇರೆ. ಪ್ರಯಾಸದಿಂದ ತಟ್ಟನೆ ಬುದ್ಧಿಯನ್ನು ಸ್ಥಿಮಿತಕ್ಕೆ ತಂದುಕೊಂಡೆ. ನಾನು ಬಂದಿರುವ ಪ್ರಯುಕ್ತವೇ ಬೇರೆ ಎಂದು ಒತ್ತಿ ಹೇಳಿದೆ. ತೆಗೆದುಕೊಂಡು ಹೋಗಿದ್ದ ಕಾಗದ-ಪತ್ರಗಳನ್ನೆಲ್ಲ ತೋರಿಸಿದೆ.

ಮ್ಯಾಜಿಸ್ಟ್ರೇಟಿಗೆ ದಿಗ್ಭ್ರಮೆಯಾಯಿತು. ಯಾವುದೋ ಲೋಕದಿಂದ ಕನವರಿಸಿಕೊಂಡಂತೆ ನನ್ನ ಹೆಸರನ್ನು ಎರಡು ಮೂರು ಸಲ ಹೇಳಿಕೊಂಡು ತಟ್ಟನೆ "ನೀವು ಬಾಟನಿ ಪ್ರೊಫೆಸರ್ ಅಲ್ಲವೇನ್ರಿ?" ಎಂದ. ಹೋಗಿದ್ದ ಜೀವ ನನ್ನ ದೇಹದಲ್ಲಿ ಮರಳಿ ಬಂದು ಸೇರಿಕೊಂಡಿತು.

"ನೀವಿನ್ನೂ ಬದುಕಿದ್ದೀರಿ ತಾನೆ!"

'Super-surrealistic' ಲೋಕದಲ್ಲಿದ್ದಂತೆ ಭಾಸವಾಯಿತು ನನಗೆ. ಈಗ ಹುಚ್ಚು ಯಾರಿಗೆ, ಮ್ಯಾಜಿಸ್ಟ್ರೇಟಿಗೊ, ನನಗೊ? ಇದನ್ನು ತೀರ್ಮಾನಿಸುವುದು ಹೇಗೆ, ತೀರ್ಮಾನಿಸುವವರು ಯಾರು? ಪ್ರತ್ಯಕ್ಷ ನನಗೂ ನನ್ನ ಪ್ರೇತಕ್ಕೂ ಇರುವ ವ್ಯತ್ಯಾಸಗಳನ್ನಾದರೂ ಇವನಿಗೆ ತಿಳಿಯಪಡಿಸುವುದು ಹೇಗೆ?

"ಸ್ವಾಮಿ, ಸರ್ಕಾರ ಕೇಳಿರುವುದೂ ಇದೇ ಪ್ರಶ್ನೆಯನ್ನ, ಇದನ್ನು ತೀರ್ಮಾನ ಮಾಡಬೇಕಾಗಿರುವವರು ನೀವು."

ಇನ್ನೊಂದು ಸಲ ಕನಸಿನ ಲೋಕವನ್ನು ಹೊಕ್ಕು ನನ್ನ ಹೆಸರನ್ನು ಚಪ್ಪರಿಸಿದ. "ಎಲ್ಲಿಯೋ ನಿಮ್ಮ ಹೆಸರನ್ನು ಕೇಳಿದ ಹಾಗಿದೆ" ಎಂದುಕೊಂಡು ಚಿಂತಾಕ್ರಾಂತನಾದ.

"ನೀವಿನ್ನೂ ಬದುಕಿದ್ದೀರಿ ತಾನೆ!"

ದಿಗಿಲುಬಿದ್ದವನಂತೆ ಎಚ್ಚೆತ್ತು "ನನ್ನ ಹೆಂಡತಿ ನಿಮ್ಮ ಸ್ಟೂಡೆಂಟ್ ಅಲ್ಲವೇನ್ರಿ?" ಎಂದ.

ಇದ್ದಿರಬಹುದಾದರೂ ನಾನು ಆಕೆಯನ್ನು ಗುರುತಿಸುವ ಸ್ಥಿತಿಯಲ್ಲಿರಲಿಲ್ಲ. "ಆಕಯ ಹೆಸರು?" ಎಂದು ಕೇಳಿದೆ.

"ಸಜ್ಜೀ" ಎಂದು ಕೂಗಿದ. ಆಕೆ ನನ್ನನ್ನು ಕಂಡೊಡನೆಯೆ "ಏನು ಸಾರ್, ಹೀಗೆ ಮಾಡಿಬಿಟ್ಟಿರಿ! ನಮ್ಮ ಮದುವೆಗೆ ಬರಬೇಕೆಂದು ನಿಮ್ಮ ಮನೆಗೇ ಬಂದು ಕರೆದರೂ ನೀವು ಬರಲಿಲ್ಲ, ನಿಮ್ಮಾಕೆಯನ್ನೂ ಕಳಿಸಲಿಲ್ಲ. ಹೋಗಲಿ, ಈಗಲಾದರೂ ಬಂದಿರಲ್ಲ ಸಾರ್, ನಿಮ್ಮಾಕೆಯನ್ನೇಕೆ ಸಾರ್ ಕರೆದುಕೊಂಡು ಬರಲಿಲ್ಲ?"

"ಅಮ್ಮ, ಇನ್ನೊಂದು ಸಲ ಕರೆದುಕೊಂಡು ಬರುತ್ತೇನೆ. ಈಗ ಯಾವುದೋ ವ್ಯವಹಾರದ ವಿಷಯವಾಗಿ ನಿಮ್ಮ ಯಜಮಾನರನ್ನು ಕಾಣುವುದಕ್ಕಾಗಿ ಬಂದೆ."

ಮ್ಯಾಜಿಸ್ಟ್ರೇಟು 'apologies' ಕೇಳಿಕೊಂಡು 'ಬದುಕಿದ್ದೇನೆ' ಸರ್ಟಿಫಿಕೇಟನ್ನು ಕೊಟ್ಟಿದ್ದಲ್ಲದೆ ಅಲ್ಲಿಯೆ 'ಬ್ರೆಕ್‌ಫಾಸ್ಟ'ನ್ನು ಸ್ವೀಕರಿಸಬೇಕೆಂದು ಒತ್ತಾಯಮಾಡಿದ. ನನಗಿದೊಂದೂ ಬೇಕಾಗಿರಲಿಲ್ಲ. ಏನೋ ಕಾರಣ ಹೇಳಿ ತಪ್ಪಿಸಿಕೊಂಡೆ. ಆತನ ಹೆಂಡತಿ ಗೇಟಿನವರೆಗೂ ನನ್ನೊಡನೆ ಬಂದು ಬೀಳ್ಕೊಟ್ಟಳು. "ಕಾದು ಕಾದು ಈತನನ್ನು ಎಲ್ಲಿಂದ ಹುಡುಕಿ ತಂದು ಮದುವೆಯಾದೆಯಮ್ಮ?" ಎಂದು ನನ್ನ ಜುಗುಪ್ಸೆಯನ್ನು ತೋರಿಸಿ ಹೊರಟು ಬಂದೆ.

ಇದು ನನ್ನ ಪಾಡಾದರೆ, ಇತರ ಅಧ್ಯಾಪಕರನ್ನು ಒಂದಲ್ಲ ಒಂದು ರೀತಿಯಲ್ಲಿ ಸಿಕ್ಕಿಸಿಟ್ಟಿದ್ದ ವಿಂಕಲ್. ಇವನು ಮಾಡಿಟ್ಟ ತಪ್ಪುಗಳಿಂದ ಅವರ ಸಂಬಳ ಸಾರಿಗೆಗಳ ವಿಚಾರಗಳು ಹತ್ತು ಹನ್ನೆರಡು ವರ್ಷಗಳಾದರೂ ಇನ್ನೂ ಇತ್ಯರ್ಥವಾಗದೆಯೇ ಉಳಿದುಕೊಂಡಿವೆ.

ದಮನಕನ ಕಾರ್ಯರೀತಿಗೆ ಒಂದು ಸಣ್ಣ ಉದಾಹರಣೆಯನ್ನು ಮಾತ್ರ ಕೊಡುತ್ತೇನೆ. ಇವನ ಪಾಲಿಗೆ ಬಂದ ಡಿ-ಸೆಂಟ್ರಲೈಜೇಷನ್ನಿನ ಚೂರು ಅಧ್ಯಾಪಕ ವರ್ಗದ ರಜಕ್ಕೆ ಸಂಬಂಧಪಟ್ಟದ್ದೆಂದು ಹಿಂದೆಯೇ ತಿಳಿಸಲಾಗಿದೆಯಷ್ಟೆ. ಯಾರಿಗಾದರೂ ಯಾವಾಗಲಾದರೂ ಅನಿವಾರ್ಯವಾದ ಅನಿರೀಕ್ಷಿತವಾದ ಸಂದರ್ಭಗಳು ಒದಗುತ್ತವೆ; ಅಂಥ ಸಮಯಗಳಿಗಾಗಿ 'ಕ್ಯಾಷುಯಲ್' ರಜ ಮಂಜೂರಾತಿಯಾಗುತ್ತದೆ. ಸಾಧಾರಣವಾಗಿ ಇದನ್ನು ಇಲ್ಲವೆನ್ನುವುದಿಲ್ಲ. ಆದರೆ ಕಾಟ ಕೊಡಬೇಕೆಂದಿರುವ ಅಧಿಕಾರಿ ತನ್ನ ಕೆಳ ಸಿಬ್ಬಂದಿಯವರನ್ನು ಬೇಕಾದ ಹಾಗೆ ಗೋಳುಹುಯಿದುಕೊಳ್ಳಬಹುದು. ಕೆಳ ಸಿಬ್ಬಂದಿಯ ನೌಕರರೇನೂ ಹರಿಶ್ಚಂದ್ರರೆಂದು ನಾನು ಹೇಳುತ್ತಿಲ್ಲ. ಒಳ್ಳೆಯ ಸಮಯ ನೋಡಿಕೊಂಡು ನಾಲ್ಕೈದು ದಿನ ರಜ ಹಾಕಿ ನಡುನೀರಿನಲ್ಲಿ ಅಧಿಕಾರಿಯ ಕೈ ಬಿಡುವ ದುಷ್ಟತನ, ಚೇಷ್ಟೆತನ ಅವರಲ್ಲಿದೆ.

ರಜದ ವಿಷಯದಲ್ಲಿ ನಮ್ಮ ದಮನಕನು ಕಟ್ಟುನಿಟ್ಟಿನ ಅಧಿಕಾರಿಯಂತೆ

ವರ್ತಿಸಲಾರಂಭಿಸಿದ. ಅವನಿಗಾಗದ ಪ್ರಾಧ್ಯಾಪಕರಾರಾದರೂ 'ಕ್ಯಾಷುಯಲ್' ರಜ ಚೀಟಿ ಕಳುಹಿಸಿದರೆ "ಅಂಥ ಜರೂರು ಕಾರಣವೇನಿತ್ತು ತಿಳಿಸಿ. ಇಲ್ಲದಿದ್ದರೆ ರಜ ಮಂಜೂರಾಗದು" ಎಂದೆಲ್ಲ ಮೆಮೊಗಳನ್ನು ಕಳುಹಿಸಲಾರಂಭಿಸಿದ. ಮೂರು ದಿನ ರಜ ಕೇಳಿದರೆ ಒಂದು ದಿನ ಸಾಲದೆ ಎಂದು ಮೆಮೊ ಕೊಡುವ. ನನ್ನ ಸಹೋದ್ಯೋಗಿಯೊಬ್ಬಾತ "ನನ್ನ ಹೆಂಡತಿಗೆ ನಾಳೆ ಪ್ರಸವವಾಗುವ ಸೂಚನೆಯಿದೆ. ಆದ್ದರಿಂದ ನಾಳೆ 'ಕ್ಯಾಷುಯಲ್' ರಜ ಬೇಕು" ಎಂದು ಬರೆದಿದ್ದ ಅಹವಾಲಿಗೆ, "ಇದರಿಂದ ನಿಮಗೇನು ತೊಂದರೆ? ರಜ ತೆಗೆದುಕೊಳ್ಳಬೇಕಾದದ್ದು ಆಕೆ, ನಿಮಗ್ಯಾಕೆ ರಜ್ ಮಂಜೂರು ಮಾಡಬೇಕು?" ಎಂದು ಮೆಮೊ ಕಳುಹಿಸಿದ್ದ! ಈ ಬದಲನ್ನು ಆತ ಪ್ರಿನ್ಸಿಪಾಲನ ಬಳಿ ತೋರಿಸಿ, "ಇದೇನು ಸಾರ್ ಇದು? ನಿಮ್ಮ ಡಿ–ಸೆಂಟ್ರಲೈಜೇಷನ್ನು ಡಿ–ಮಾರಲೈಜೇಷನ್ನನ್ನು ಇಲ್ಲಿವರೆಗೂ ತಂದುಬಿಟ್ಟಿದೆ. ನೀವು ಕೂಡ ಇಂಥ ಮೆಮೊವನ್ನು ಹೊರಡಿಸಲಾರಿರಿ! ಎಲ್ಲಿಗೆ ಬಂತು ನಮ್ಮ ಪಾಡು!" ಎಂದು ರೇಗಿದ್ದಕ್ಕೆ "ಬೇಕಾದರೆ ಬೇರೆ ಕಾಲೇಜಿಗೆ ವರ್ಗಮಾಡಿಸಿಕೊಳ್ಳಿ" ಎಂದು ಉತ್ತರ ಬಂದಿತು. ಆತ ಮಾಡಿಸಿಯೂ ಕೊಂಡ.

ಕಾಲೇಜಿನ ಇನ್ನೊಂದು ಡಿಪಾರ್ಟ್‌ಮೆಂಟಿನ ಪ್ರಾಧ್ಯಾಪಕರೊಬ್ಬರು ೪೫ ದಿನಗಳ 'ಅರ್ನ್‌ಡ್ ಲೀವ್' ತೆಗೆದುಕೊಂಡರು. ಈ ರಜವನ್ನು ನನಗೆ ಲಗತ್ತಿಸಿ ಬಿಟ್ಟು ದಾಖಲೆಗಳನ್ನು ಮೇಲಿನ ಆಫೀಸರಿಗೆ ಕಳುಹಿಸಿಬಿಟ್ಟ. ತಿಂಗಳಾಯಿತು. ನನ್ನ ಸಂಬಳ ಬರಲಿಲ್ಲ. ನಮ್ಮ ಆಫೀಸಿನಲ್ಲಿ ವಿಚಾರಿಸಿದರೆ ನಾನು 'ಅರ್ನ್‌ಡ್ ಲೀವಿ'ನಲ್ಲಿದ್ದೇನೆಂದೂ ಲೀವು ಮುಗಿಸುವವರೆಗೂ ಸಂಬಳವಿಲ್ಲವೆಂದೂ ಜವಾಬು ಬಂತು. ದಮನಕನನ್ನು ಕೇಳಿದೆ. ಅವನೂ ಇದನ್ನೇ ಒತ್ತಿ ವಿವರಿಸಿ ಹೇಳಿದ. ನಾನು ರಜಕ್ಕೆ ಅಹವಾಲೇ ಸಲ್ಲಿಸಲಿಲ್ಲವೆಂದು ಒತ್ತಾಯ ಮಾಡಿದೆ. ನಾಲ್ಕೈದು ದಿನ ಕಳೆದು "ಹೌದು ಸಾರ್! ಮಿಷ್ಟೇಕ್ ಆಗಿಬಿಟ್ಟಿತು. ಅವರು (ಹೆಸರನ್ನು ಹೇಳಿ) ತೆಗೆದುಕೊಂಡ ರಜ ನಿಮ್ಮ ಹೆಸರಿಗೆ ದಾಖಲೆಯಾಗಿಬಿಟ್ಟಿದೆ."

"ಮಿಷ್ಟೇಕನ್ನು ಮಾಡಿದವರು ಯಾರ್ರೀ? ಈಗ ಹೇಗ್ರೀ ಸರಿಪಡಿಸುತ್ತೀರಿ?"

"ವ್ಯವಹಾರ–ಪತ್ರಗಳನ್ನು ವಾಪಸು ಪಡೆದು ಸರಿಮಾಡಿ ಬಿಡುತ್ತೇವೆ."

ಒಂದು ತಿಂಗಳಾಯಿತು.

ವ್ಯವಹಾರ–ಪತ್ರಗಳು ಹಿಂದಿರುಗಿ ಬಂದವು. ದಮನಕ ಒಂದು ತಿಂಗಳು ರಜ ಹೋಗಿದ್ದ. ಇನ್ನೊಂದಿಪ್ಪತ್ತು ದಿನ ಕಳೆದವು. ರಜದಿಂದ ಹಿಂತಿರುಗಿದ. ಆಗ ಈ ವಿಷಯವನ್ನು ಪ್ರಸ್ತಾಪಿಸಿದಾಗ "ಮರೆತು ಹೋಯಿತು ಸಾರ್. ಈಗ ಸರಿಮಾಡಿ ಬಿಡುತ್ತೇನೆ... ನೀವು ನನಗೊಂದು 'ರಿಮೈಂಡರ್' ಕೊಟ್ಟುಬಿಟ್ಟಿದ್ದರೆ ಅವತ್ತೇ ಸರಿಮಾಡಿಬಿಡುತ್ತಿದ್ದೆ. ಏನು ಸಾರ್, ಹೀಗೆ ಮಾಡಿಬಿಟ್ಟಿರಿ!" ಎಂದು ನನ್ನಲ್ಲೇ ಕೊರತೆ ತೋರಿಸಿದ. ಆಗಬೇಕಾಗುವ ತಿದ್ದುಪಡಿಗಳೆಲ್ಲ ಆಗಿ ಸಂಬಳ ನನ್ನ ಕೈ ಸೇರುವ ಹೊತ್ತಿಗೆ ಮೂರೂವರೆ ತಿಂಗಳಾಯಿತು.

ಈ ಡಿ–ಸೆಂಟ್ರಲೈಜೇಷನ್ ಯೋಜನೆಯಲ್ಲಿ ಕರಟಕನ ಪಾಲಿಗೆ ಬಂದದ್ದು 'ರೊಟೀನು' ಪತ್ರವ್ಯವಹಾರ. ಇವನು 'ರೊಟೀನ್' ಪದಕ್ಕೆ ವ್ಯಾಪ್ತಿಯನ್ನು ನಿರ್ಣಯಿಸಿಕೊಂಡಿದ್ದ ಪ್ರಸಂಗವೊಂದನ್ನು ಬೇರೆಡೆ ತಿಳಿಸಿದ್ದೇನೆ. ಮೊದಲೇ ಅಧಿಕಾರಪ್ರಿಯತೆ ಇವನನ್ನು ಕಾಡಿತ್ತು; ಈ ಯೋಜನೆ ಜಾರಿಗೆ ಬಂದ ಮೇಲಂತೂ ಇವನ ದರ್ಬಾರನ್ನು ಹೇಳತೀರದು. ಡಿ–ಸೆಂಟ್ರಲೈಜೇಷನ್ನನ್ನು ನಾನು ಇನ್ನೂ ರಿ–ಸೆಂಟ್ರಲೈಸ್ ಮಾಡಿರದಿದ್ದ ಕಾಲ ಅದು. ರೊಟೀನು–ಪೇಪರುಗಳನ್ನು ಫೈಸಲು ಮಾಡುವುದಕ್ಕೆ ಇಬ್ಬರು ಕೆಳಗುಮಾಸ್ತರನ್ನು ನಿಯಮಿಸಿಕೊಂಡಿದ್ದ. ಇವನು 'yes' ಎಂದು ಟಿಪ್ಪಣಿ ಬರೆದಿದ್ದ ಪತ್ರಗಳನ್ನು ಫೈಸಲು ಮಾಡುವವನೊಬ್ಬ; 'no' ಎಂದು ಬರೆದಿದ್ದುವನ್ನು ಫೈಸಲು ಮಾಡುವವನೊಬ್ಬ.

ಈ ಸಮಯದಲ್ಲಿ "ನಿಮ್ಮ ಮ್ಯಾನೇಜರನ್ನು ವರ್ಗಾಯಿಸುವ ಯೋಚನೆಯಿದೆ. ನಿಮ್ಮ ಅಭಿಪ್ರಾಯವನ್ನು ತಿಳಿಸಿ" ಎಂದು ನನ್ನ ಮೇಲಧಿಕಾರಿಯಿಂದ ಪತ್ರ ಬಂತು. ನಾನು 'ಪುಟ್ ಅಪ್' ('ನನ್ನ ಬಳಿಗೆ ಬರಲಿ') ಎಂದು ಸಹಿ ಮಾಡಿ ದಾಖಲೆಗಾಗಿ ಆಫೀಸಿಗೆ ಕಳುಹಿಸಿದೆ. ಕರಟಕ ಇದನ್ನು ಗಮನಿಸಲಿಲ್ಲ. ರೊಟೀನು ಕಾರ್ಯರೀತಿಯಲ್ಲಿ ಈ ಪತ್ರ 'yes' ಗುಮಾಸ್ತನ ಬಳಿ ಬಂತು. ರೊಟೀನಿನಂತೆ ಇವನು 'ಆಗಬಹುದು' ಎಂದು 'ಡ್ರಾಫ್ಟ್' ಬರೆದ. ರೊಟೀನಾಗಿ ಕರಟಕ ತನ್ನ ಸಹಿಯನ್ನೂ ಹಾಕಿದ. ರೊಟೀನಾಗಿ ಪತ್ರ ಟೈಪ್ ಆಯಿತು; ಕೊನೆಯ ಸಹಿಗಾಗಿ ಇದೇ ರೊಟೀನು ಕ್ರಮದಲ್ಲಿ ನನ್ನ ಬಳಿ ಬಂತು. ಆ ದಿನ ಯಾವುದೋ ತರಾತುರಿಯಲ್ಲಿದ್ದದ್ದರಿಂದ ನಾನೂ ರೊಟೀನಾಗಿ ಸಹಿಯನ್ನು ಒತ್ತುತ್ತಿದ್ದೆ. ಅದೇ ರೊಟೀನಿನ ಹೊಳೆಯಲ್ಲಿ ಈ ಅಲೆಯೂ ಸೇರಿಕೊಂಡಿತು. ಇನ್ನೊಂದು ಅಲೆಯಂತೆ ಪತ್ರವೂ ಮೇಲಧಿಕಾರಿಗೆ ಹೋಯಿತು. ಅಲ್ಲಿಂದ ರೊಟೀನು ಉತ್ತರವೂ ಬಂತು:

"ಪ್ರಿನ್ಸಿಪಾಲರ ಒಡಂಬಡಿಗೆಗನುಸಾರವಾಗಿ ಕಾಲೇಜು ಮ್ಯಾನೇಜರನ್ನು ಪಿಳ್ಳಪಟ್ಟಿಯ ಸರ್ಕಾರದ ಕಾಲೇಜಿಗೆ ವರ್ಗಾಯಿಸಲಾಗಿದೆ. ಒಡನೆಯೆ ಛಾರ್ಜು ತೆಗೆದುಕೊಳ್ಳುವುದು."

ಇದನ್ನು ನೋಡಿದೊಡನೆಯೆ ನನಗೆ ಆಶ್ಚರ್ಯವಾಯಿತು. ಇವನು ವರ್ಗವಾದುದಕ್ಕಲ್ಲ. "ಪ್ರಿನ್ಸಿಪಾಲರ ಒಡಂಬಡಿಕೆಗನುಸಾರವಾಗಿ" ಎಂದಿದ್ದ ಒಕ್ಕಣೆಗಾಗಿ. ಕರಟಕನನ್ನು ಬರಮಾಡಿ ತೋರಿಸಿದೆ. ಅಲ್ಲಿಯೇ ಕುಸಿದುಬಿದ್ದ. ಎಚ್ಚೆತ್ತು "ಸಾರ್, ತಾವು ಯಾವಾಗ ಒಡಂಬಡಿಸಿದಿರಿ?" ಎಂದ.

"ನನಗೆ ಜ್ಞಾಪಕವಿಲ್ಲ. ಫೈಲನ್ನು ತೆಗೆದುಕೊಂಡು ಬನ್ನಿ."

ತಾನೇ ಮಾಡಿಕೊಂಡಿದ್ದು ಅರಿವಾಯಿತು. ನಡುಕದ ಮೈಯೊಂದಿಗೆ ಕಾಗದ ಪತ್ರಗಳನ್ನು ತಂದು ಸಾಷ್ಟಾಂಗ ಬಿದ್ದ. ತನ್ನನ್ನು ತಾನೆ ಬಾಯಿಗೆ ಬಂದಂತೆ ಬಯ್ದುಕೊಂಡ. ನೇತುಹಾಕಿದ್ದ ಕ್ಯಾಲೆಂಡರಿನ ವಿನಾಯಕನಿಗೆ ಗುಂಜೆಳ್ಳಿಟ್ಟು ಕೆನ್ನೆಗೆ ಬಾರಿಸಿಕೊಂಡ, ಇವನ ಅವಸ್ಥೆಯನ್ನು ನೋಡಿ ಮರುಕಗೊಂಡೆ. ಸೋಡ ತರಿಸಿ

ಕೊಟ್ಟೆ. ಗಟಗಟ ಕುಡಿದು ನಾಲ್ಕು ತೇಗು ಬಿಟ್ಟು "ಸಾರ್, ಅಯ್ಯ ಯಜಮಾನ್, ಪೆರುಮಾಳ್, ಆಂಡವ, ನನ್ನನ್ನು ಕಾಪಾಡಬೇಕು" ಎಂದು ಮೊರೆಯಿಟ್ಟ. ಈ ಸಂದರ್ಭದಲ್ಲಿ ಇವನ ಕೆಚ್ಚೆದೆ ವರ್ತಿಸಿದ ರೀತಿಯನ್ನು ಕಂಡು ನನಗೆ ನಗು ಬಂತು.

ದಮನಕರು ಈ ಗಲಾಟೆಯನ್ನೆಲ್ಲ ಬಾಗಿಲ ಹೊರಗಿನಿಂದಲೇ ಕೇಳುತ್ತಿದ್ದು, ಕರಟಕನ ಮೊರೆಯನ್ನು ಕೇಳುತ್ತಲೇ ಒಳಗೆ ಪ್ರತ್ಯಕ್ಷನಾದ. ಬಂದವನೇ "ಅಯ್ಯಾ, ಏಳು, ಪ್ರಿನ್ಸಿಪಾಲ್ ಸಾಹೇಬರು ಎಲ್ಲವನ್ನೂ ಸರಿಮಾಡಿಬಿಡುತ್ತಾರೆ!" ಎಂದು ನೆಲದ ಮೇಲಿಂದ ಅವನನ್ನೆತ್ತಿ ಕುರ್ಚಿಯಲ್ಲಿ ಕೂಡಿಸಿದ.

"ಸಾರ್, ತಾವು ಯಾವಾಗ ಒಡಂಬಡಿಸಿದಿರಿ?"

"ಇದೆಲ್ಲ ನನ್ನ ಕೈಯಿಂದ ಸರಿಯಾಗುತ್ತದೆಯೆಂಬ ಭಾವನೆ ನಿಮಗೆ ಹೇಗ್ರಿ ಬಂತು?"

"ಅಣ್ಣ (ಕರಟಕನನ್ನು ಇವನು ಸಂಬೋಧಿಸುತ್ತಿದ್ದ ರೀತಿ)ನನ್ನು ನೀವೇ ಕಾಪಾಡಬೇಕು, ಸಾರ್" ಎನ್ನುತ್ತ ಕರ್ಕಶವಾಗಿ 'ಅಣ್ಣಾ' ಎಂದು ಚೀರಿ ಎದೆ ಹೊಡೆದುಕೊಂಡು ತನ್ನ ಹಣೆಯ ಮೇಲಿನ ತಿರನಾಮದ ಕೆಂಪು ಬಣ್ಣವನ್ನು ಅಣ್ಣನ ಹಣೆಗೆ ತಿದ್ದಿ ಅವನದನ್ನು ತನ್ನ ಹಣೆಗೆ ಬಳಿದುಕೊಂಡ(ಕರಟಕ–ದಮನಕರ ಅನ್ಯೋನ್ಯತೆಯನ್ನು ತೋರಿಸುವ ಸಂಕೇತವೂ ಏನೋ!). ಮುಖಗಳು ಬೆವರಿದ್ದುದರಿಂದ ಈ ನಾಮ ವಿನಿಮಯ ಮಾಡಿಕೊಂಡ ಸಾಂಗ್ಯದಲ್ಲಿ ಇಬ್ಬರ ಮುಖಗಳೂ ಕೆಂಪು–ಬಿಳುಪು ಬಣ್ಣಗಳಿಂದ ಆವೃತ್ತವಾಗಿ ಬಯಲಾಟದ ಆಂಜನೇಯನಂತೆ ಕಂಡರು; ನಡು ಬಗ್ಗಿ ಕೈ ಮುಗಿದು ನಿಂತುಕೊಂಡರು; ನನಗೆ ನಗುವೂ ಕೋಪವೂ ಒಟ್ಟಿಗೆ ಬಂದವು. "ನಿಲ್ಲಿಸಿರೀ ನಿಮ್ಮ ನಾಟಕವನ್ನು!"

ಎಂದು ಗದರಿದೆ. ಹೊರಗಿದ್ದ ಜವಾನ ಗಾಬರಿಯಿಂದ ಒಳಗೆ ಬಂದು ಇವರ ಮುಖಗಳನ್ನು ನೋಡಿ ಮಾತಿಲ್ಲದೆ ಓಡಿಹೋಗಿ ಆಫೀಸು ಸಿಬ್ಬಂದಿಯೆಲ್ಲವನ್ನೂ ರೂಮಿನೊಳಕ್ಕೆ ಕರೆತಂದುಬಿಟ್ಟ. ಏನೇನೋ ವದಂತಿಗಳು ಹೇಗೆ ಹೇಗೋ ಹಬ್ಬಿ ಸುತ್ತಮುತ್ತಲಿದ್ದ ತರಗತಿಗಳಿಂದ ವಿದ್ಯಾರ್ಥಿಗಳು ತಂಡತಂಡವಾಗಿ ನನ್ನ ರೂಮನ್ನು ಸುತ್ತುಗಟ್ಟಿದರು. ಎಲ್ಲರ ಬಾಯಲ್ಲೂ "ಯಾರಿಗೆ ಏನಾಯಿತು?" ಎಂಬ ಪ್ರಶ್ನೆ.

"ಸಾರ್, ಅಯ್ಯ ಯಜಮಾನ್..."

ಈ ಗುಂಪನ್ನು ಸಮಾಧಾನ ಪಡಿಸಿ ಚದುರಿಸಲು ಮಹಾ ಪ್ರಯತ್ನವನ್ನೇ ನಡೆಸಿದೆ. ಕರಟಕ–ದಮನಕರು ಒಂದು ದಿನ ರಜ ಕೇಳಿಕೊಂಡು ಪ್ರಯಾಸದಿಂದ ಹೊರಟುಹೋದರು. ರಜ ಮುಗಿದ ಮಾರನೆ ದಿನ ಮುಂಬೆಳಗಿನಲ್ಲಿ ನನ್ನ ಮನೆಗೆ ಬಂದು "ಗೋವಿಂದ! ಗೋವಿಂದಾ!" ಎಂದು ಕೂಗಿದರಂತೆ. ನನ್ನ ಮನೆಯಾಕಿ ನಿದ್ದೆಯಿಂದ ಎಚ್ಚೆತ್ತು ಕಿಟಕಿಯ ಸಂದಿಯಿಂದ ನೋಡಿದಳಂತೆ. ಇಬ್ಬರು ಬೋಳು ತಲೆ ಮಾಡಿಸಿಕೊಂಡು ಹಣೆಯ ಎಲ್ಲೆಯನ್ನು ಮೀರಿದ ತಿರುನಾಮಗಳನ್ನು ಬಳಿದುಕೊಂಡು ನಿಂತಿದ್ದರಂತೆ. "ಕಣ್ಣು ಬಿಡುವುದಕ್ಕಿಲ್ಲ, ಭಿಕ್ಷುಕರ ಹಾವಳಿ!" ಎಂದು ಶಾಪ ಹಾಕುತ್ತ ಅವರನ್ನು ಬೈದು ಹೊರಗಟ್ಟಿಬಿಟ್ಟಳು. ನಾನು ೮ ಗಂಟೆ ವೇಳೆಗೆ ಕಾಲೇಜಿನ ಆಫೀಸು ರೂಮಿಗೆ ಹೋದೆ. ವೈಕುಂಠದ ದ್ವಾರಪಾಲಕರಂತೆ ಬಾಗಿಲಿನ ಇಕ್ಕೆಲಗಳಲ್ಲೂ ನಿಂತಿದ್ದರು.

"ಏನ್ರೀ, ನಾಟಕ ಇನ್ನೂ ಮುಗಿಯಲಿಲ್ಲವೆ?" ಎಂದೆ.

"ಗತಿಗಾಣೆವು ಸಾರ್. ತಾವೇ ಏನಾದರೂ ಮಾಡಬೇಕು. ನಮ್ಮನ್ನು ಬದುಕಿಸಬೇಕು."

ಕಾಲು ಹಿಡಿದುಕೊಳ್ಳುವುದಕ್ಕೆ ಬಂದರು. ನನಗೆ ಕನಿಕರವೂ ಬಂತು, ತಡೆಯಲಾರದ ನಗವೂ ಬಂತು. "ನೀವೇ ಬರೆದುಕೊಡಿ. ಅಜಾಗರೂಕತೆಯಿಂದ ತಪ್ಪಾಯಿತೆಂದು ಕ್ಷಮಾಪಣೆ ಕೇಳಿಕೊಳ್ಳಿ. ಡೈರೆಕ್ಟರಿಗೆ ಕಳುಹಿಸುತ್ತೇನೆ. ಎಷ್ಟಾದರೂ

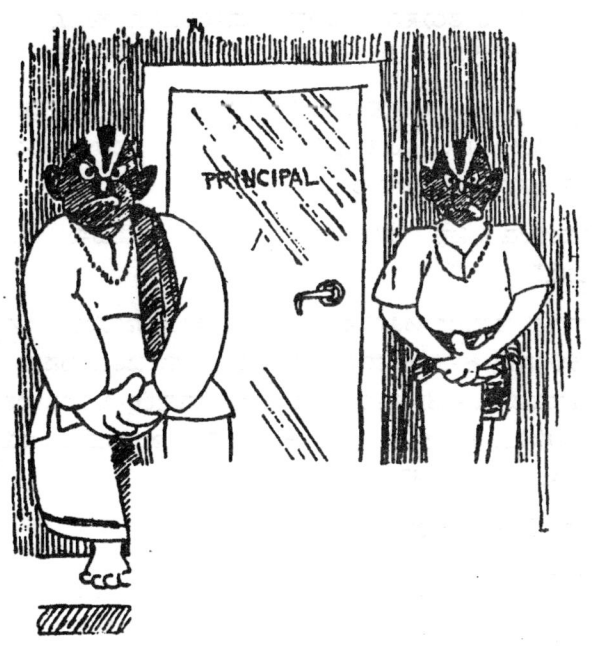

"ದ್ವಾರಪಾಲಕರು"

ಡೈರೆಕ್ಟರು ನಿಮ್ಮ ಮಾವ ತಾನೆ. ಖುದ್ದಾಗಿ ಹೋಗಿ ತಾಜಾ ಮಾಡಿಬಿಟ್ಟು ಬನ್ನಿ" ಎಂದೆ. ಇಬ್ಬರೂ ಸಾಷ್ಟಾಂಗ ಬಿದ್ದು 'ಉತ್ತಿಷ್ಠುತ್ತಿಷ್ಠ ಗೋವಿಂದಾ' ಎಂದು ಉಚ್ಚರಿಸಿಕೊಂಡರು. ನಾಲ್ಕು ಪುಟದ ಕ್ಷಮಾಪಣಾ-ಪತ್ರವನ್ನು ಬರೆದು ತಂದರು. ಹೇಗೋ ಎಲ್ಲವೂ ಸರಿಹೋಯಿತು. ವರ್ಗದ ಆಜ್ಞೆ ರದ್ದಾಯಿತು.

ದೆಹಲಿಯಲ್ಲಿದ್ದ ನನ್ನ ಹಿರಿಯ ಸ್ನೇಹಿತರೊಬ್ಬರು ನನಗೊಂದು ಪತ್ರ ಬರೆದಿದ್ದರು:

"ಎಂಟು ದಿನದಿಂದ ನನ್ನ ಮಗಳು ಆಸ್ಪತ್ರೆಯಲ್ಲಿದ್ದಾಳೆ- ಇನ್ನೂ ಪ್ರಸವವಾಗಿಲ್ಲ. ಕಾಂಪ್ಲಿಕೇಷನ್ನು ಏನಾದರೂ ಆಗುವುದೇನೋ ಎಂದು ಚಿಂತೆಗೊಳಗಾಗಿದ್ದೇನೆ.

ಒಂದು ತಿಂಗಳ ಹಿಂದೆ ಮನೆಗೆ ಕಳ್ಳರು ಬಿದ್ದು ಪಾತ್ರೆ ಮೊದಲಾದ ಸಾಮಾನುಗಳನ್ನೆಲ್ಲ ದೋಚಿಕೊಂಡು ಹೋಗಿದ್ದಾರೆ. ಪೊಲೀಸರಿಗೆ ಕಂಪ್ಲೈಂಟ್ ಕೊಟ್ಟಿದ್ದಾಗಿದೆ. ಅವರೇನು ಮಾಡುತ್ತಿದ್ದಾರೋ ತಿಳಿಯದು.

ನಾನು ಹೊಸದಾಗಿ ಕೊಂಡಿರುವ ಭೂಮಿಯಲ್ಲಿ ಒಳ್ಳೆಯ ಜಾತಿಯ ಗೋದುಮೆಯನ್ನು ಬೆಳೆಯಬೇಕೆಂದಿದ್ದೇನೆ.

ಮನೆಯ ಪ್ಲಾನು ತಯಾರಾಗಿ ಎರಡು ವರ್ಷವಾದರೂ ಕಾರ್ಪೋರೇಷನ್ ಅಧಿಕಾರಿಗಳು ಅನುಮತಿ ಕೊಟ್ಟಿಲ್ಲ. ಅವರ ಕೈ ಬಿಸಿ ಮಾಡಬೇಕಾಗಿದೆ.

ಇನ್ನು ನನ್ನ ಬಡ್ತಿ, ಸರ್ಕಾರದ ಆಜ್ಞೆ ಪಾಸಾಗಿ ಒಂದು ವರ್ಷವಾಯಿತು. ಬರಬೇಕಾದ ಬಾಕಿ ಹಣದ ಮೊತ್ತ ೬೦೦೦ ರೂಪಾಯಿ. ಇದು ಬಂದರೆ ಮನೆ ಕಟ್ಟುವ ಯೋಜನೆಗೆ ಹಣ ಕೂಡುತ್ತದೆ.

ಮರೆಯಬೇಡ. ನಿನ್ನ ಪೇಪರುಗಳನ್ನು ಬೇಗನೆ ಕಳುಹಿಸು. ರೆಫ್ರಿಗಳಿಗೆ ಕಳುಹಿಸುತ್ತೇನೆ."

ಈ ಕಾಗದ ಹೇಗೋ ಆಫೀಸಿನ ಟಪಾಲಿನಲ್ಲಿ ಸೇರಿಹೋಯಿತು. ಇನ್ನೇನೊ ಜರೂರು ಕೆಲಸಗಳು ಅನಿರೀಕ್ಷಿತವಾಗಿ ಒದಗಿದ್ದರಿಂದ ಈ ಪತ್ರದ ನೆನಪು ನನಗೆ ಮರೆತುಹೋಯಿತು. ಎರಡು ವಾರ ಕಳೆದ ಮೇಲೆ ಜ್ಞಾಪಕಕ್ಕೆ ಬಂದು ಪತ್ರವನ್ನು ಹುಡುಕಿದೆ. ಸಿಗಲಿಲ್ಲ. ಕರಟಕನನ್ನು ಕರೆದು ಕೇಳಿದೆ. "ಓಹೋ! ಆವತ್ತೇ ಆಯ್ಯಕ್ಷನ್ನು ತೆಗೆದುಕೊಂಡು ಬಿಟ್ಟಿದ್ದೇವಲ್ಲ!"

"ಅದರ ಮೇಲೇನ್ರಿ ಆಯ್ಯಕ್ಷನ್ನು?"

ಫೈಲು ತಂದ. ಅದರಲ್ಲಿದ್ದ ಪತ್ರವ್ಯವಹಾರ ಹೀಗಿತ್ತು:

"ಮೆಟರ್ನಿಟಿ ಆಸ್ಪತ್ರೆಯ ಸೂಪರಿಂಟೆಂಡೆಂಟ್ ಅವರಿಗೆ–

ನಮ್ಮ ಪ್ರಿನ್ಸಿಪಾಲರ ಮಗಳು ಹೆರಿಗೆಗಾಗಿ ಒಂದು ವಾರದಿಂದ ನಿಮ್ಮ ಆಸ್ಪತ್ರೆಯಲ್ಲಿ ಹೇಳುವವರಿಲ್ಲದೆ ಕೇಳುವವರಿಲ್ಲದೆ ಬಿದ್ದಿದ್ದಾಳೆ. ಇನ್ನೂ ಹೆರಿಗೆಯಾಗಿಲ್ಲ. ಕಾರಣವೇನೆಂಬುದನ್ನು ತಕ್ಷಣ ತಿಳಿಸಿ.

ಕಾಂಪ್ಲಿಕೇಷನ್ನುಗಳು ಏನಾದರೂ ಸಂಭವಿಸುವುದಾದರೆ ನಿಮ್ಮ ಮೇಲೆ ಗುಮಾನಿ ಬರುತ್ತದೆ.

ಜಾಗ್ರತೆ ಕಾಗದ ಬರೆಯುವುದು."

ಇನ್ನೊಂದು ಕಾಗದ:

"ಇನ್ಸ್‌ಪೆಕ್ಟರ್ ಜನರಲ್ ಆಫ್ ಪೋಲೀಸ್ ಅವರಿಗೆ –

ನಮ್ಮ ಪ್ರಿನ್ಸಿಪಾಲ್ ಸಾಹೇಬರ ಮನೆಯಲ್ಲಿ ಪಾತ್ರೆ, ಒಡವೆ ವಗೈರೆಗಳು ಕಳುವಾಗಿ ಬಿಟ್ಟಿವೆ. ಒಂದು ತಿಂಗಳ ಹಿಂದೆಯೇ ನಿಮಗೆ ದೂರು ಕೊಟ್ಟಿದೆಯಾದರೂ ನಿಮ್ಮ 'ಇನ್‌ವೆಸ್ಟಿಗೇಷನ್' ಎಲ್ಲಿಯವರೆಗೆ ಸಾಗಿದೆಯೆಂಬುದನ್ನು ಕೂಡ ನೀವು ತಿಳಿಸಿಲ್ಲ. ವಿಳಂಬಕ್ಕೆ ಕಾರಣರಾದವರನ್ನು ಶಿಕ್ಷೆಗೊಳಪಡಿಸಿ, ಕಳುವಾಗಿರುವ ಮಾಲುಗಳನ್ನು ಬೇಗನೆ ಪತ್ತೆಮಾಡಿ ವಾರಸುದಾರರಿಗೆ ಹಿಂತಿರುಗಿಸತಕ್ಕದ್ದು.

ಈ ಕಾಗದವನ್ನು ಜರೂರೆಂದು ಭಾವಿಸತಕ್ಕದ್ದು."

ಮೂರನೆ ಕಾಗದ:

"ಕಾರ್ಪೋರೇಷನ್ ಕಮಿಷನರಿಗೆ–

ನಮ್ಮ ಪ್ರಿನ್ಸಿಪಾಲರ ಮನೆಯ ಪ್ಲಾನು ಅಪ್ರೂವಲ್‌ಗಾಗಿ ನಿಮಗೆ ಕಳುಹಿಸಿ ಎರಡು ವರ್ಷಗಳಾಗಿವೆ. ಪ್ಲಾನು ಬೇಗನೆ ಅಪ್ರೂವ್ ಆಗುವುದಕ್ಕೆ ನಿಮ್ಮ ಸಿಬ್ಬಂದಿಯವರು ಲಂಚ ಕೇಳುತ್ತಿದ್ದಾರೆಂದು ವದಂತಿ ಬಂದಿದೆ. ಇದನ್ನು ಕೂಲಂಕಷವಾಗಿ ವಿಚಾರಿಸುವುದು. ಪ್ಲಾನನ್ನು ಶೀಘ್ರವಾಗಿ ಅಪ್ರೂವ್ ಮಾಡಿ ವಾಪಸು ಕಳುಹಿಸುವುದು."

ನಾಲ್ಕನೆ ಕಾಗದ:

"ವಿಜಿಲೆನ್ಸ್ ಕಮಿಷನರಿಗೆ–

ನಮ್ಮ ಪ್ರಿನ್ಸಿಪಾಲರು ಮನೆಯ ಪ್ಲಾನನ್ನು ಅಪ್ರೂವಲ್‌ಗಾಗಿ ಕಾರ್ಪೋರೇಷನ್‌ಗೆ ಕಳುಹಿಸಿದರು. ಅಪ್ರೂವ್ ಮಾಡುವುದಕ್ಕೆ ಅಲ್ಲಿಯ ಸಿಬ್ಬಂದಿಯವರು ಲಂಚ ಕೇಳುತ್ತಿದ್ದಾರೆಂದು ವದಂತಿ ಬಂದಿದೆ. ನೀವು ವಿಚಾರಣೆ ಮಾಡಿ ಪ್ರಿನ್ಸಿಪಾಲರಿಗೆ ವರದಿ ಕಳುಹಿಸುವುದು."

ಐದನೆ ಕಾಗದ:

"ಅಕೌಂಟೆಂಟ್ ಜನರಲ್ ಆಫೀಸರಿಗೆ–

ನಮ್ಮ ಪ್ರಿನ್ಸಿಪಾಲರಿಗೆ ೬೦೦೦ ರೂಪಾಯಿಗಳವರೆಗೂ ಬಡ್ತಿಯಾದ ಸಂಬಳದ ಬಾಕಿ ಬಹಳ ದಿನಗಳಿಂದ ಬರಬೇಕಾಗಿದೆ. ದಯವಿಟ್ಟು ಜರೂರು ಗಮನವನ್ನು ಕೊಡಬೇಕಾಗಿ ಪ್ರಾರ್ಥನೆ."

ಆರನೆ ಕಾಗದ:

"ಪ್ರೊಫೆಸರ್, ದೆಹಲಿ ಯೂನಿವರ್ಸಿಟಿ, ಅವರಿಗೆ–

ನಮ್ಮ ಪ್ರಿನ್ಸಿಪಾಲರ ಸರ್ವಿಸಿಗೆ ಸಂಬಂಧಿಸಿದ ಪೇಪರುಗಳನ್ನು ರವಾನಿಸಲಾಗಿದೆ. ರೆಫ್ರಿಯಾದ ನಂತರ ಒಡನೆಯೆ ಹಿಂತಿರುಗಿಸುವುದು."

ಈ ಕಾಗದಗಳನ್ನು ಓದುತ್ತಿದ್ದಂತೆಯೇ ನನ್ನ ರಕ್ತದ ಒತ್ತಡ ತೀಕ್ಷ್ಣವಾಗುತ್ತಿದ್ದಂತೆ ಭಾಸವಾಯಿತು. ಮೈ ಬೆವರಿದಂತಾಯಿತು.

"ಏನ್ರೀ ಆ ಅಕ್ರಮ! ಅಯ್ಯಾಕ್ಷನ್ ತೆಗೆದುಕೊಳ್ಳುವುದಕ್ಕೆ ಮುಂಚೆ ಕಾಗದವನ್ನು ಸರಿಯಾಗಿ ಓದಬೇಡವೇನ್ರಿ? ಯಾರು ಯಾರಿಗೆ ಆ ಕಾಗದವನ್ನು ಬರೆದಿದ್ದಾರೆಂದು ನೋಡಬೇಡವೇನ್ರಿ?"

ನಡೆದಿದ್ದ ಪ್ರಮಾದ ಈಗ ಕರಟಕನಿಗೆ ಅರಿವಾಯಿತು. ಕ್ಷಮಾಪಣೆ ಕೇಳಿಕೊಂಡ. "ಪ್ರಿನ್ಸಿಪಾಲರು ಲಾಲಿಸಬೇಕು. ನನ್ನ ಅರಿಕೆ. ಆಫೀಸಿನಲ್ಲಿ ಹಿಂದೆ

ಹೀಗೆಲ್ಲ ನಡೆಯುತ್ತಿದ್ದಿಲ್ಲ. ಡಿ–ಸೆಂಟ್ರಲೈಜೇಷನ್ನು ಜಾರಿಗೆ ಬಂದಾಗಿನಿಂದ ಈ ತೆರನಾದ ಪ್ರಮಾದಗಳು ನಡೆಯುತ್ತಲೇ ಇವೆ. ಈ ಪತ್ರವು 'ಕೆ' ಗುಮಾಸ್ತನಿಗೆ ಫೈಸಲಿಗಾಗಿ ಹೋಯಿತು. ಅವನು ಬರೆದಿಟ್ಟ ಡ್ರಾಫ್ಟುಗಳಿಗೆ ನಾನು ರೊಟೀನಾಗಿ ಸಹಿ ಹಾಕಿಬಿಟ್ಟೆ."

"ಈಗೇನ್ರಿ ಮಾಡುವುದು?"

"ನಾನೇ ಪ್ರತಿಯೊಬ್ಬರ ಬಳಿಗೂ ಖುದ್ದಾಗಿ ಹೋಗಿ ವಿಷಯವನ್ನು ತಿಳಿಸಿ ಕ್ಷಮಾಪಣೆ ಕೇಳಿಕೊಂಡು ಬರುತ್ತೇನೆ. ನನ್ನ ಮೇಲೆ ತಪ್ಪನ್ನು ಪೂರ್ತಿಯಾಗಿ ಹೊರಿಸಿಕೊಳ್ಳುತ್ತೇನೆ. ಅವಶ್ಯಕ ಬಿದ್ದರೆ ಕ್ಷಮಾಪಣೆಯನ್ನೂ ಬರಹದ ಮೂಲಕ ಸಲ್ಲಿಸುತ್ತೇನೆ. ಏನು ಶಿಕ್ಷೆ ಕೊಟ್ಟರೂ ಅನುಭವಿಸುತ್ತೇನೆ."

ನಾನೂ ಒಬ್ಬೊಬ್ಬರಿಗೂ 'ಕ್ಲೆರಿಕಲ್ ಎರರ್'ನಿಂದ ಸಂಭವಿಸಿದ ತಪ್ಪನ್ನು ಮನ್ನಿಸಬೇಕಾಗಿ ಕಾಗದಗಳನ್ನು ಬರೆದು ಬಚಾವಾದೆ ಎಂದು ತಿಳಿದುಕೊಂಡೆ.

ಡಿ–ಸೆಂಟ್ರಲೈಜೇಷನ್ ಜಾರಿಯಿಂದ ಡಿಪಾರ್ಟ್‌ಮೆಂಟುಗಳು ಪಟ್ಟ ಪಾಡು ಇನ್ನೊಂದು ರೀತಿಯವು. ಕಾಲೇಜಿಗೆ ಒಂದು ಕಾಲು ಶತಮಾನ ತುಂಬಿದೆಯಾದರೂ, ದೇಹ ಬೃಹದಾಕಾರವನ್ನು ತಾಳಿದೆಯಾದರೂ, ಹೊಸ ಅಂಗಾಂಗಗಳು ಹುಟ್ಟಿಕೊಂಡಿವೆಯಾದರೂ, ವಯಸ್ಸಿಗೂ ಗಾತ್ರಕ್ಕೂ ಜಟಿಲತೆಗೂ ಸರಿದೂಗುವಂಥ ಪೋಷಣಾಕ್ರಮಗಳಾಗಲಿ, ಆಡಳಿತ ಸುಧಾರಣೆಗಳಾಗಲಿ ನಡೆದು ಬಂದಿಲ್ಲ. ಹೀಗಾಗಿ ಯಾವೊಂದು ಡಿಪಾರ್ಟ್‌ಮೆಂಟಿಗೂ ಗುಮಾಸ್ತೆಯಿಲ್ಲ, ಟೈಪ್‌ರೈಟರಿಲ್ಲ, ಟೈಪಿಸ್ಟು ಇಲ್ಲ; ಕಾರ್ಯವನ್ನು ಸುಗಮವಾಗಿ ಶೀಘ್ರವಾಗಿ ನಡೆಸುವುದಕ್ಕೆ ಅವಶ್ಯಕವಾದ ಅನುಕೂಲಗಳೊಂದೂ ಇಲ್ಲ. ಸಂಶೋಧನೆಯ ಚಟುವಟಿಕೆಗಳನ್ನಿಟ್ಟುಕೊಂಡಿದ್ದ ಡಿಪಾರ್ಟ್‌ಮೆಂಟುಗಳಿಗೆ ಒಬ್ಬ 'ಸ್ಟೋರ್–ಕೀಪರ್' ಇಲ್ಲ. ಈ ಕೊರತೆಗಳನ್ನೆಲ್ಲ ಡಿಪಾರ್ಟ್‌ಮೆಂಟಿನ ಅಧ್ಯಾಪಕರೇ ಹಂಚಿಕೊಂಡು ನಿರ್ವಹಿಸುತ್ತಿದ್ದರು. ಇಂಥ ಪರಿಸ್ಥಿತಿಯಲ್ಲಿ ಅವಕೇಂದ್ರೀಕರಣದಿಂದ ಡಿಪಾರ್ಟ್‌ಮೆಂಟುಗಳ ಪ್ರತಿ ದಿನ ವ್ಯವಹಾರ ದ್ವಿಗುಣವಾಯಿತೆಂದು ಹಿಂದೆಯೇ ತಿಳಿಸಿದ್ದೇನೆ.

ಡಿಪಾರ್ಟ್‌ಮೆಂಟುಗಳ 'ತಲೆ'ಗಳು ಈ ಹೊಸ ಸ್ಥಿತಿಯನ್ನು ಅರ್ಧಮನಸ್ಸಿನಿಂದ ನುಂಗುತ್ತಿದ್ದರು. ಅವರ ಕೈಕೆಳಗಿನ ಅಧ್ಯಾಪಕ, ಸಿಬ್ಬಂದಿಯಂತೂ ತುತ್ತುಗಳನ್ನು ನುಂಗದೆ ಬಾಯಲ್ಲಿಯೆ ಮೆಲುಕು ಹಾಕುತ್ತಿದ್ದರು; ಕೆಲವರು ಉಗಿದುಬಿಟ್ಟಿದ್ದೂ ಉಂಟು. ಕಾಲೇಜು ಆಫೀಸಿನಿಂದ ಬಂದ ಪತ್ರಗಳನ್ನು ಫೈಸಲ್ ಮಾಡುವ ಕಾರ್ಯ ಅವಹೇಳನಸ್ಥಿತಿಗೆ ಬಂದುಬಿಟ್ಟಿತು.

ಅಧ್ಯಾಪಕ–ವರ್ಗದವರಿಗೆ ಆಫೀಸಿನವರ ಕಾರ್ಯರೀತಿನೀತಿಗಳು ತಿಳಿಯವು; ಅವರೇನೂ ಡಿಪಾರ್ಟ್‌ಮೆಂಟಲ್ ಟೆಸ್ಟ್‌ಗಳನ್ನು ಪಾಸು ಮಾಡಿದವರಲ್ಲ; 'ಫೈನಾನ್‌ಷಿಯಲ್ ಕೋಡ್'ನ ಹೆಸರನ್ನೂ ಹೇಳಿದವರಿಲ್ಲ. ಇದ್ದದ್ದರಲ್ಲಿ

ತಿಳಿದುಕೊಂಡು ಮಾಡೋಣವೆಂದರೆ, ನಮ್ಮ ಬೃಹಸ್ಪತಿಗಳನ್ನೇ ಕೇಳಬೇಕು. ಅವರೋ ಈಗ ಬಾ ಆಗ ಬಾ ಎಂದು ಹತ್ತೆಂಟು ಸಲ ಸುತ್ತಾಡಿಸಿ ಯಾವುದೋ ಒಂದು ರೀತಿಯಲ್ಲಿ ಬದಲು ಬರೆಯಬೇಕೆಂದು ತಿಳಿಸುವರು, ಅದೇ ರೀತಿ ಬರೆದರೆ, ಅಲ್ಲಿ ಇದು ಬಿಟ್ಟುಹೋಗಿದೆ, ಇಲ್ಲಿ ಅದು ಸರಿಯಾಗಿಲ್ಲ, ಮತ್ತೊಂದೆಡೆ ಕಾನೂನಿಗೆ ವಿರುದ್ಧವಾಗಿದೆ ಎಂದೆಲ್ಲ ದಡಬಡಾಯಿಸಿ "ತಿರುಗಿ ಬರೆದುಕೊಂಡು ಬನ್ನಿ" ಎನ್ನುವರು. ಇವರನ್ನು ಸಂಪ್ರೀತರನ್ನಾಗಿಟ್ಟುಕೊಳ್ಳುವುದಕ್ಕೆ ಬಡ ಉಪಾಧ್ಯಾಯರು ಆದರಣೆ ಆತಿಥ್ಯಗಳಿಗಾಗಿ ತಿಂಗಳಿಗೆ ೧೦-೧೨ ರೂಪಾಯಿಗಳನ್ನು ಖರ್ಚು ಮಾಡಬೇಕಾದ ಪ್ರಸಂಗಗಳು ಸಾಮಾನ್ಯವಾದವು. ಇಲ್ಲದೆ ಹೋದರೆ ಇನ್ನಷ್ಟು ಕೊಂಕು ಕೊಸರುಗಳು. ಇವೆಲ್ಲ ಆಗಿ ಒಂದು ಕಾಗದಕ್ಕೆ ಜವಾಬು ತಲಪುವ ವೇಳೆಗೆ ಒಂದು ಒಂದೂವರೆ ತಿಂಗಳು ಬೇಕಾಗಿ ಬಂತು.

ಕಾಗದಗಳನ್ನು ಬರೆದು ಉತ್ತರ ನಿರೀಕ್ಷಿಸುತ್ತಿದ್ದವರಿಂದ ಬರುತ್ತಿದ್ದ ರಿಮೈಂಡರುಗಳ ಸಂಖ್ಯೆ ಅಧಿಕವಾಯಿತು. ಆಗ ಪ್ರಿನ್ಸಿಪಾಲನು ಡಿಪಾರ್ಟ್‌ಮೆಂಟಿನ ತಲೆಯವನಿಗೊಂದು ಭೇದಿ-ಮಾತ್ರೆಯ ಮೆಮೊ ಕಳುಹಿಸಿ, ಖುದ್ದಾಗಿ ಕರೆಸಿ, "ನಿಮ್ಮ ಡಿಪಾರ್ಟ್‌ಮೆಂಟ್ ಸಮರ್ಪಕವಾಗಿಲ್ಲ. ಸಿಬ್ಬಂದಿಗೆ ತಕ್ಕ ಎಚ್ಚರ ಕೊಡಿ" ಎಂದೋ "ನಿಮ್ಮ 'ಇನ್‌ಎಫಿಷಿಯೆನ್ಸಿ'ಯನ್ನು ತಿದ್ದಿಕೊಳ್ಳದೆ ಹೋದರೆ ಮೇಲಧಿಕಾರಿಗಳಿಗೆ ವರದಿ ಮಾಡಲಾಗುತ್ತದೆ" ಎಂದೋ ದರ್ಪ ತೋರಿಸುತ್ತಿದ್ದ. ಅವಕೇಂದ್ರೀಕರಣದ ಯೋಜನೆಯನ್ನು ಮೊದಮೊದಲು ಕೊಂಡಾಡಿ ಅಟ್ಟಕ್ಕೆ ಏರಿಸಿ ಪ್ರಾಧ್ಯಾಪಕರು ಕೂಡ ಈಗ ಕಳವಳಗೊಂಡರು. ಮೊದಮೊದಲು ಯೋಜನೆಯನ್ನು ವಿರೋಧಿಸಿದ್ದವರಿಗಿಂತಲೂ ವಿರೋಧಿಗಳಾದರು.

ಒಂದು ಸಲ ಡೈರೆಕ್ಟರ್ ಆಫೀಸಿನಿಂದ ಕಾಗದವೊಂದು ಬಂತು: "ನಿಮ್ಮ ಕಾಲೇಜಿನಲ್ಲಿ ಐದು ನೂರು ರೂಪಾಯಿಗೆ ಮೇಲ್ಪಟ್ಟು ಸಂಬಳ ತೆಗೆದುಕೊಳ್ಳುವ ಸಿಬ್ಬಂದಿಯ ಹೆಸರುಗಳನ್ನು ಕಳುಹಿಸಿಕೊಡಿ." ನಮ್ಮ ಆಫೀಸಿನವರು ಅವಕೇಂದ್ರೀಕರಣ ಸೂತ್ರದಂತೆ ಇದನ್ನು ಡಿಪಾರ್ಟ್‌ಮೆಂಟುಗಳ ತಲೆಗಳಿಗೆ ರವಾನಿಸಿದರು. ಧೈರ್ಯ ತಾಳಿದ ತಲೆಗಳೊಂದಿಬ್ಬರು ಪ್ರಿನ್ಸಿಪಾಲರ ಬಳಿ ಹೋಗಿ– "ಸ್ವಾಮಿ, ನಮಗೆ ಇದಾವ ಕೆಲಸವನ್ನು ಅಂಟಿಸಿದ್ದೀರಿ? ನಾವಿಲ್ಲಿ ಕುಳಿತು ನಮ್ಮ ಪಾಠಪ್ರವಚನಗಳನ್ನು ಗಮನಿಸಬೇಕೆ; ಇಲ್ಲ, ಒಬ್ಬೊಬ್ಬನ ಬಳಿಯೂ ಹೋಗಿ 'ನಿಮಗೆಷ್ಟು ಸಂಬಳ?' ಎಂದು ವಿಚಾರಿಸಿಕೊಂಡು ಬರಬೇಕೆ? 'ಒಬ್ಬನ ಸಂಬಳವೆಷ್ಟೆಂದು ಕೇಳಬೇಡ' ಎಂದು ಲೋಕೋಕ್ತಿಯೇ ಇದೆ. ಇದೂ ಹೋಗಲಿ. ನಮ್ಮ ಸಂಬಳ-ಸಾರಿಗೆಗಳ ದಾಖಲೆಗಳೆಲ್ಲವೂ ನಿಮ್ಮ ಆಫೀಸಿನ ರೆಕಾರ್ಡುಗಳಲ್ಲಿಯೇ ಇವೆ. ನಿಮ್ಮ ಗುಮಾಸ್ತನೊಬ್ಬನು ಈ ಕೆಲಸವನ್ನು ಮಾಡುವುದಕ್ಕಾಗುವುದಿಲ್ಲವೆ? ಇಂಥ ಕೆಲಸಕ್ಕೆ ಬಾರದ ಪತ್ರ ವ್ಯವಹಾರ ನಮ್ಮನ್ನು ಪ್ರತಿದಿನ ತಿನ್ನುತ್ತಿದೆ. ಪ್ರಿನ್ಸಿಪಾಲರು ಬೇರೇನಾದರೂ ಯೋಚನೆಮಾಡಿ ಈ ಸ್ಥಿತಿಯನ್ನು ತಪ್ಪಿಸಬೇಕೆಂದು ಬೇಡುತ್ತೇವೆ" ಎಂದರು.

ಪ್ರಿನ್ಸಿಪಾಲನಿಗೆ ಸ್ವಲ್ಪ ಕಕ್ಕಾಬಿಕ್ಕಿಯಾಯಿತು. ಸಹೋದ್ಯೋಗಿಗಳಿಂದ ಈ ವರ್ತನೆಯನ್ನು ನಿರೀಕ್ಷಿಸಿರಲಿಲ್ಲವೆಂದು ಕಾಣುತ್ತೆ. ಮ್ಯಾನೇಜರನ್ನು ಕರೆಸಿ, "ಯಾಕ್ರೀ, ಇಂಥ ಪತ್ರವ್ಯವಹಾರಗಳನ್ನು ಡಿಪಾರ್ಟ್‌ಮೆಂಟುಗಳಿಗೆ ಕಳುಹಿಸುತ್ತೀರ? ಈ ಕಾಗದದಲ್ಲಿ ಕೇಳಿರುವ ಪ್ರಶ್ನೆಗೆ ನಿಮ್ಮ ರಿಜಿಸ್ಟರುಗಳಲ್ಲಿ ಜವಾಬು ಇಲ್ಲವೇನ್ರಿ? ಯೋಚನೆ ಮಾಡಿ ಅಲ್ಲವೇನ್ರಿ ಕೆಲಸ ಮಾಡಬೇಕಾದದ್ದು?" ಎಂದು ಗದರಿಸಿದ. ಅವನು ಅದೇ ಜೋರಿನ ಬದಲು ಕೊಟ್ಟ: "ತಮ್ಮ ಆಜ್ಞೆಯನ್ನು ನಾನು ಪಾಲಿಸಿದ್ದೇನೆ, ಅಷ್ಟೆ. ಇದನ್ನು ಡಿಪಾರ್ಟ್‌ಮೆಂಟುಗಳಿಗೆ ಕಳುಹಿಸುವುದು ಬೇಡವೆಂದೂ ಉತ್ತರ ಬರೆಯಬೇಕಾದವರು ಆಫೀಸು–ಸಿಬ್ಬಂದಿಯೆಂದೂ ನನಗೆ ಅನ್ನಿಸಿತು. ಆದರೆ ಸಾಹೇಬರು 'To the Heads of Departments' ಎಂದು ನಮೂದಿಸಿ ಆ ಕಾಗದದ ಮೇಲೆ ಸಹಿ ಹಾಕಿರುವರಾದ್ದರಿಂದ ಅವರ ಅಭಿಮತವನ್ನು ಆಗ ಮಾಡಿಸಿದ್ದೇನೆ" ಎಂದು ಕಾಗದವನ್ನೂ ಅವರೆದುರಿನಲ್ಲಿಟ್ಟ. ಪ್ರಿನ್ಸಿಪಾಲನಿಗೆ ಏನು ಹೇಳಲೂ ತೋರಲಿಲ್ಲ. ತನ್ನ ಸ್ವಹಸ್ತಾಕ್ಷರಗಳನ್ನು ದುರು ದುರು ನೋಡಿದ. ಆದರೂ ತನ್ನ ಯೋಜನೆಯೇ ಸರಿ ಎಂದು ನಮ್ಮನ್ನು ಒಪ್ಪಿಸಲು ಪ್ರಯತ್ನ ಪಟ್ಟ: "ನೀವೆಲ್ಲ ಒಂದಲ್ಲ ಒಂದು ದಿನ ನನ್ನ ಸ್ಥಾನದಲ್ಲಿ ಕುಳಿತುಕೊಳ್ಳುತ್ತೀರಿ. ಆಗ ನೀವು ನೀರಿನಿಂದ ಹೊರಬಂದ ಮೀನಿನಂತಾಗಬಾರದೆಂಬ ದೃಷ್ಟಿಯಿಂದ ಈಗಲೇ ನಿಮಗೆ ತರಪೇತಿ ಕೊಡುವ ಉದ್ದೇಶದಿಂದ, ಕಾಲೇಜಿನ ಆಡಳಿತದಲ್ಲಿ ಭಾಗವಹಿಸಲು ನಿಮಗೆ ಅವಕಾಶ ಕೊಟ್ಟಿದ್ದೇನೆ. ನೀವೂ ಚೆನ್ನಾಗಿ ಯೋಚನೆ ಮಾಡಿ ನಿಮ್ಮ ತೀರ್ಮಾನವನ್ನು ಹೇಳಿ."

ಕೆಲವು ಪ್ರಾಧ್ಯಾಪಕರು ತಮ್ಮ ತಮ್ಮೊಳಗೇ ವಿಚಾರ ವಿನಿಮಯ ಮಾಡಿಕೊಂಡರು. "ಇವರು ಪ್ರಿನ್ಸಿಪಾಲಗಿರಿಗೆ ಬರುವ ಮುನ್ನ ಇವರಿಗೆ ಯಾರು ತರಬೇತಿ ಕೊಟ್ಟರೋ?" ಎಂದೂ ಒಂದಿಬ್ಬರು ಕೇಳಿದರು. ಹೇಗಿದ್ದರೂ ಪ್ರಿನ್ಸಿಪಾಲಾದವನಿಗೆ ಸರ್ಕಾರ ಆಫೀಸು–ಸಿಬ್ಬಂದಿಯನ್ನು ಕೊಡುತ್ತದೆ. ಅವರ ನೆರವಿನಿಂದ ಹೇಗೋ ಕೆಲಸ ನೆರವೇರುತ್ತದೆ. ಎರಡನೆಯದಾಗಿ ನಮ್ಮಲ್ಲಿ ಪ್ರತಿಯೊಬ್ಬನಿಗೂ ಈ ಕಾಲೇಜಿನ ಅಥವಾ ಬೇರೊಂದು ಕಾಲೇಜಿನ ಪ್ರಿನ್ಸಿಪಾಲನಾಗಿ ಕೆಲಸ ಮಾಡುವ ಅವಕಾಶ ಸಿಗದು. ಅಂಥ ಅವಕಾಶ ದೊರೆತರೆ ಅದು ಅವನ ಪಾಡು. ಅಂಥದನ್ನು ಈಗಿನಿಂದಲೇ ನಾವು ಚಿಂತಿಸಬೇಕಾಗಿಲ್ಲ. ಹೀಗೆ ತೀರ್ಮಾನಮಾಡಿಕೊಂಡರಾದರೂ ಪ್ರಿನ್ಸಿಪಾಲನಿಗೆ ತಿಳಿಸುವುದು ಅನವಶ್ಯಕವೆಂದು ಸುಮ್ಮನಿದ್ದರು.

ಭವಿಷ್ಯಕಾಲದಲ್ಲೊಂದು ದಿನ ತಾನು ನಮ್ಮ ಕಾಲೇಜಿನ ಪ್ರಿನ್ಸಿಪಾಲನಾಗಬೇಕೆಂಬ ಹಿರಿಯಾಶೆಯಿಂದಲೇ ಪ್ರಾಧ್ಯಾಪಕನ ಹುದ್ದೆಯನ್ನು ದಕ್ಕಿಸಿಕೊಂಡಿದ್ದವನೊಬ್ಬ ನಮ್ಮ ಅಧ್ಯಾಪಕ–ವರ್ಗಕ್ಕೆ ಆ ವರ್ಷ ಬಂದು ಸೇರಿಕೊಂಡಿದ್ದ. ಆದರೆ, ಆ ಭವಿಷ್ಯಕಾಲ ಇಂದೇ ಇರಲಿ ಎಂಬ ಮಹತ್ವಾಕಾಂಕ್ಷೆಯ ಉನ್ಮಾದದಿಂದ ನರಳುತ್ತಿದ್ದ. ಇವನ ಬರುವಿಕೆಯಿಂದ ಒಂದು ಸಂಸಾರದಂತಿದ್ದ ಅಧ್ಯಾಪಕ ವರ್ಗದಲ್ಲಿ ಬಿರುಕುಗಳು ಕಾಣಲಾರಂಭಿಸಿದವು. ಅವನ ಮೇಲೆ ಇವನನ್ನು ಎತ್ತಿ ಕಟ್ಟುವುದು ಇಬ್ಬರನ್ನೂ

ಪ್ರಿನ್ಸಿಪಾಲನ ಮೇಲೆ ಎತ್ತಿ ಕಟ್ಟುವುದು, ಮೇಲಧಿಕಾರಿಗಳ ಹಿತ್ತಾಳೆ ಕಿವಿಯಲ್ಲಿ ಇತರರ ವಿಷಯವಾಗಿ ದೂರುಗಳನ್ನು ತೂರುವುದು, ಮೊದಲಾದ ತಂತ್ರಗಳಲ್ಲಿ ಪಳಗಿ ಹಣ್ಣಾದ ಕೈ ಇವನದು. ನಾಲ್ಕೈದು ಕಾಲೇಜುಗಳ ಪ್ರಿನ್ಸಿಪಾಲನಾಗಿಯೂ ಕೆಲಸ ನೋಡಿದ್ದ. ಆದರೆ ಅವನನ್ನು ಆ ಹುದ್ದೆಗೆ ಏರಿಸಿದ್ದ ಎಂ.ಎಲ್.ಎ. ಗ್ರಹಗಳೇ ಶಕ್ತಿಗುಂದಿ ಸೋತುಹೋಗಿದ್ದುದರಿಂದ ಒಂದೊಂದು ಸಲವೂ ತಾನು ಮಾಡಿಕೊಂಡ ಅಪಖ್ಯಾತಿಯಿಂದ ರಿವರ್ಷನ್ ಇಳಿಮುಖವನ್ನು ನೋಡಬೇಕಾಗಿ ಬಂದಿತ್ತು. ಈಗಲೂ ಅಷ್ಟೇ. ಹಿಂದಿದ್ದ ಕಾಲೇಜಿನ ಪ್ರಿನ್ಸಿಪಾಲುಗಿರಿಯಲ್ಲಿ ನಾರದನ ಪಾತ್ರ ವಹಿಸಿ ಮುಂದುವರೆದ ಪಂಗಡಕ್ಕೆ ಸೇರಿದ ಇಬ್ಬರು ಅಧ್ಯಾಪಕರನ್ನು ಜೀವಸಹಿತ ಸಮಾಧಿಯಲ್ಲಿ ಹೂಳಿದ್ದ. ಅವರು ಧೈರ್ಯಕ್ಕಿಂತಲೂ ಹೆಚ್ಚಾಗಿ ತಮ್ಮ ಬುದ್ಧಿಯ ಬಲದಿಂದ ಕೋರ್ಟಿಗೆ ಹೋಗಿ ತಮ್ಮ ನ್ಯಾಯವಾದ ಸ್ಥಾನಮಾನಗಳನ್ನು ತಿರುಗಿ ಗಳಿಸಿಕೊಂಡರು. ಅದೇ ಕೋರ್ಟಿನ ತೀರ್ಪನ್ನು ಅನುಸರಿಸಿ ಸರ್ಕಾರ ಇವನನ್ನು ಪ್ರಿನ್ಸಿಪಾಲ್ ಹುದ್ದೆಯಿಂದ ಪ್ರಾಧ್ಯಾಪಕನ ಹುದ್ದೆಗೆ ಇಳಿಸಿ ನಮ್ಮ ಕಾಲೇಜಿಗೆ ರವಾನೆ ಹಾಕಿದ್ದಿತು. ಈ ಕಾಲೇಜನ್ನೂ ತನ್ನ ಬಾಲಲೀಲೆಗಳನ್ನು ಪ್ರದರ್ಶಿಸುವ ರಂಗವನ್ನಾಗಿಸಿಕೊಂಡ ಈ ಕೀಚಕ.

ಬಂದು ಸೇರಿದವನೇ "ಪ್ರಿನ್ಸಿಪಾಲನಿಗೆ ಯಾಕೆ ಇಷ್ಟು ದೊಡ್ಡ ರೂಮು? ಅವನ ರೂಮಿಗೆ ಯಾಕೆ ಎರಡು ಫ್ಯಾನಗಳು? ಅವನ ರೂಮಿನಲ್ಲಿ ಮಾತ್ರ ಯಾಕೆ ಸುಖಾಸನಗಳು?" ಎಂಬ ಪ್ರಶ್ನೆಗಳನ್ನು ಸರ್ವರಿಗೂ ತಿಳಿಯುವಂತೆ ಕೇಳಿದ. ಈಗಿರುವ ಅವಕೇಂದ್ರೀಕರಣ ರೀತಿ ಅವಹೇಳನವಾಗಿದೆ; ಪ್ರಾಧ್ಯಾಪಕನಾದವನಿಗೆ ಪ್ರಿನ್ಸಿಪಾಲನಿಗಿರುವ ಪವರ್‌ನ ಅರ್ಧದಷ್ಟಾದರೂ ಇರಬೇಕು, ಇಲ್ಲವೆ ವೈಸ್-ಪ್ರಿನ್ಸಿಪಾಲನ ಸ್ಥಾನ-ಮಾನಗಳನ್ನು ಕೊಡಬೇಕು ಎಂಬ ವಾದವನ್ನು ಹಳದಿ ಪತ್ರಿಕೆಗಳ ಮೂಲಕ ಪ್ರಚಾರ ಮಾಡಿಸಿದ. ಇನ್ನೊಂದೆಡೆ ಪ್ರಿನ್ಸಿಪಾಲನಾಗಿದ್ದು ಆಡಳಿತದ ಅನಿವಾರ್ಯಗಳಿಂದ ಪದವಿಯ ಚ್ಯುತಿಗೆ ತುತ್ತಾಗಿದ್ದವನಿಗೂ ಪ್ರಿನ್ಸಿಪಾಲನ ಹಕ್ಕುಗಳನ್ನೇ ಕೊಡಬೇಕೆಂದು ವಾದಿಸಿ ಕೆಲವು ನಿರಕ್ಷರಸ್ಥರಾದ ಎಂ.ಎಲ್.ಎ.ಗಳನ್ನೂ ಒಪ್ಪಿಸಿದ. ವಿದ್ಯಾರ್ಥಿಗಳನ್ನೂ ಹಾಸ್ಟಲಿಗರನ್ನೂ ಎತ್ತಿ ಕಟ್ಟಿ ತನ್ನ ಸನ್ನಾಹಗಳಿಗೆ ಬೆಂಬಲ ದೊರಕಿಸಿಕೊಂಡ. ಈಗಾಗಲೇ ಜಾರಿಯಲ್ಲಿದ್ದ ಅವಕೇಂದ್ರೀಕರಣವನ್ನು ಸದುಪಯೋಗಪಡಿಸಿಕೊಂಡ.

ಕಾಲೇಜುಗಳಲ್ಲಿ ಅವಕೇಂದ್ರೀಕರಣದ ಅವ್ಯವಸ್ಥೆಯನ್ನು ಮೊದ ಮೊದಲು ಆರಂಭಮಾಡಿದ ಕೀರ್ತಿ ಕೀಚಕನದೇ. ತನ್ನ ಕರ್ತವ್ಯಗಳನ್ನು ಇತರರಿಗೆ ಹಂಚಿ ಬಿಟ್ಟರಲ್ಲವೆ ತನಗೊಂದಿಷ್ಟು ಬಿಡುವು ದೊರೆಯುತ್ತದೆ? ಮೂರು ಹೊತ್ತೂ ತನ್ನ ಆಸನದಲ್ಲೇ ಕುಳಿತುಕೊಂಡಿದ್ದರೆ ಎಂ.ಎಲ್.ಎ.ಗಳನ್ನೂ ಊರಿನ ಪುಂಡರನ್ನೂ ಸಂದರ್ಶಿಸುವುದಕ್ಕಾಗುತ್ತದೆಯೆ? ಇವನ ಕಾರ್ಯರೀತಿ ಅನೇಕ ಪ್ರಿನ್ಸಿಪಾಲರುಗಳಿಗೆ ಬಹಳ ಒಳ್ಳೆಯ ಏರ್ಪಾಟು ಎನ್ನಿಸಿತು. ಸರದಿಯ ಪ್ರಕಾರ ಅವರೂ ಜಾರಿಗೆ ತಂದರು. ನಮ್ಮ ಪ್ರಿನ್ಸಿಪಾಲನಿಗೂ ಪರೋಕ್ಷವಾಗಿ ಇವನೇ ಗುರುವಾಗಿದ್ದ.

ನನ್ನ ಪ್ರಿನ್ಸಿಪಾಲನು ಒಂದು ವಾರ ರಜ ತೆಗೆದುಕೊಂಡು ಹೋಗಬೇಕಾದ ಸಂದರ್ಭವೊದಗಿತು. ಸೀನಿಯಾರಿಟಿಯ ಪ್ರಕಾರ ಕೀಚಕನಿಗೆ "ನನ್ನ ಗೈರು ಹಾಜರಿಯಲ್ಲಿ ನೀವು ಕಾಲೇಜಿನ ರೊಟೀನು ವಿಷಯಗಳನ್ನು ಗಮನಿಸತಕ್ಕದ್ದು" ಎಂದು ಮೆಮೊ ಬರೆದಿಟ್ಟು ಹೋದ. ಮಾರನೇ ದಿನವೇ ಕೀಚಕನು ಪ್ರಾಧ್ಯಾಪಕರ ತುರ್ತು ಸಭೆಯೊಂದನ್ನು ಕರೆದು ಹೇಳಿದ: "ಕಾಲೇಜಿನ ಆಡಳಿತ ವ್ಯವಸ್ಥೆಗೆಟ್ಟಿದೆ. ಶಿಸ್ತು ಸರಿಯಾಗಿ ಇಲ್ಲ. ಅವಕೇಂದ್ರೀಕರಣ ಸಮರ್ಪಕವಾಗಿಲ್ಲ. ನೀವು ನಿಮ್ಮ ಕರ್ತವ್ಯಗಳನ್ನು ಶ್ರದ್ಧೆಯಿಂದ ಪಾಲಿಸಬೇಕು."

ನಮ್ಮಲ್ಲಿ ಒಬ್ಬ : "ಕೊನೆಯ ವಾಕ್ಯವನ್ನು ಹಿಂದಕ್ಕೆ ತೆಗೆದುಕೊಳ್ಳಬೇಕು."

ಇನ್ನೊಬ್ಬ : "ಮೊದಲನೆಯ ವಾಕ್ಯವನ್ನು ಹಿಂದಕ್ಕೆ ತೆಗೆದುಕೊಂಡು ಕ್ಷಮಾಪಣೆ ಸಲ್ಲಿಸಬೇಕು."

ಮತ್ತೊಬ್ಬ: "ನಡುವಿನ ವಾಕ್ಯವನ್ನು ತೊಡೆದುಹಾಕಿ, ನಿಮ್ಮ ಕರ್ತವ್ಯವನ್ನು ಗಮನಿಸಿಕೊಳ್ಳಿ. ಸರ್ಕಾರ ಪ್ರಿನ್ಸಿಪಾಲ್ ಹುದ್ದೆಯನ್ನು ನಿರ್ಮಿಸಿರುವುದು ಕಾಲೇಜಿನ ಆಡಳಿತವನ್ನು ಅವಕೇಂದ್ರೀಕರಣಗೊಳಿಸುವುದಕ್ಕಲ್ಲ!"

ಪ್ರಾಧ್ಯಾಪಕರಿಗೆ ಅದೆಲ್ಲಿಂದ ಧೈರ್ಯ ಬಂದಿತ್ತೋ?

ಸಂದರ್ಭ ಹೀಗಾಗುವುದೆಂದು ಕೀಚಕ ಎದುರು ನೋಡಿರಲಿಲ್ಲ. ಕಣ್ಣು ಕೆಂಪೇರಿತು, ಮೀಶೆ ತುಡುತುಡಿಸಿತು; "ನೀವು ಅವಿಧೇಯರು. ಪ್ರಿನ್ಸಿಪಾಲರ ಸ್ಥಾನಕ್ಕೆ ತಕ್ಕ ಗೌರವ ಸಲ್ಲಿಸುತ್ತಿಲ್ಲ!" ಎಂದು ಕೂಗಾಡಿದ.

ಒಂದಿಬ್ಬರು: "ಈಗ ನಮ್ಮನ್ನು ಇಲ್ಲಿ ಕರೆಸಿರುವುದರ ಉದ್ದೇಶವೇನೋ?"

"ಅದು ನಿಮಗೆ ಮೆಮೊಗಳ ಮೂಲಕ ಸಲ್ಲುತ್ತದೆ!" ಎಂದು ಅರಚಿ ಎದ್ದು ಹೋದ.

ಪ್ರಿನ್ಸಿಪಾಲರ ರೂಮಿಗೆ ಹೋಗಿ ಅವರ ಕುರ್ಚಿಯಲ್ಲೇ ಇಂದ್ರನಂತೆ ಕುಳಿತುಕೊಂಡು ಸ್ಟೆನೊ–ಟೈಪಿಸ್ಟನ್ನು ಬರಮಾಡಿ ಮೆಮೋ ಬರೆಸಿದ: "ನಿಮ್ಮ ನಡತೆ ಸ್ವಲ್ಪವೂ ಸಮರ್ಪಕವಾಗಿಲ್ಲ. ಕ್ಷಮಾಪಣೆಯನ್ನು ಒಡನೆಯೆ ಸಲ್ಲಿಸದಿದ್ದರೆ ಕಾನೂನು ರೀತ್ಯಾ ಶಿಕ್ಷಾಕ್ರಮವನ್ನು ಕೈಗೊಳ್ಳಲಾಗುತ್ತದೆ." ಕರಟಕನನ್ನು ಕರೆದು "ಈ ಮೆಮೊವಿಗೆ ನನ್ನ ಠಸ್ಸೆಯೊತ್ತಿ ಕಾಲೇಜ್ ಕೌನ್ಸಿಲಿನ ಸದಸ್ಯರೆಲ್ಲರಿಗೂ ಪ್ರತ್ಯೇಕ ಪ್ರತ್ಯೇಕವಾಗಿ ರವಾನೆಹಾಕು. ಡೈರೆಕ್ಟರಿಗೂ ಒಂದು ನಕಲನ್ನು ಕೂಡಲೆ ಕಳುಹಿಸು. ಕೆಲಸದಲ್ಲಿ ಅಜಾಗರೂಕತೆಯೋ ನಿನ್ನ ಕೋತಿ–ವಿದ್ಯೆಗಳೊ ಕಂಡದ್ದೆ ಆದರೆ ನಿನ್ನ ನಾಮವನ್ನಳಿಸಿ ತಲೆಯೊಡೆದುಬಿಡುತ್ತೇನೆ" ಎಂದ.

ನಮ್ಮ ಕರಟಕ ಇಂಥ ಅಧಿಕಾರಿಗಳನ್ನೆಷ್ಟೋ ಮಂದಿಯನ್ನು ಕಂಡಿದ್ದವನು, ಕೆಲವರನ್ನು ಪಳಗಿಸಿಯೂ ಇದ್ದವನು. ಈ ಕೀಚಕನಿಗೆ ಹೆದರುತ್ತಾನೆಯೆ! "ಸ್ವಾಮಿ ನನ್ನ ತಲೆಯನ್ನೊಡೆಯುವುದು ನಿಮ್ಮ ಕೈಲಾಗುವ ಕಾರ್ಯ, ನಾಮವನ್ನಳಿಸುವುದು

ಮಾತ್ರ ಮನುಷ್ಯನಾದವನಾವನಿಗೂ ಸಾಧ್ಯವಾಗದು" ಎಂದ. ಕೀಚಕ ಹುಚ್ಚಾಗಿ "ನಿನಗೂ ಇದೇ ಮೆಮೊ ಸಲ್ಲುತ್ತದೆ. ಒಂದು ಕಾಪಿಯನ್ನು ರುಜು ಹಾಕಿ ತೆಗೆದುಕೊ!" ಎಂದು ಆಜ್ಞೆ ಮಾಡಿ, ತನ್ನ ಹೊರಗಿನ ಕಾರ್ಯಗಳನ್ನು ಗಮನಿಸಿಕೊಳ್ಳಲು ಸೆಕ್ರೆಟೇರಿಯೆಟ್ಟಿಗೆ ಹೋದ.

ಮೆಮೊ ನಕಲುಗಳು ನಮಗೆಲ್ಲ ಸಂದವು. ರಜದ ಮೇಲೆ ಹೋಗಿದ್ದ ಪ್ರಿನ್ಸಿಪಾಲನು ಹಿಂತಿರುಗಿ ಬರುವವರೆಗೂ ಬದಲು ಬರೆಯುವುದು ಬೇಡವೆಂದು ತೀರ್ಮಾನಿಸಿಕೊಂಡೆವು.

ಅವಕೇಂದ್ರೀಕರಣ ಕರಟಕನ ಕೈಲಿ ಮಿಗಿಲಾದ ಸಾಮರ್ಥ್ಯದಿಂದ ನಡೆಯಿತು. ಕೀಚಕನೂ ಕಾಲೇಜ್ ಕೌನ್ಸಿಲಿನ ಸದಸ್ಯನಾದ್ದರಿಂದ ಇವನಿಗೂ ಒಂದು ನಕಲನ್ನು ಕಳುಹಿಸಿದ. ಇದನ್ನು ನೋಡಿಕೊಂಡು ಕೀಚಕ ಕರಟಕನನ್ನು ವಧೆಮಾಡುವುದಕ್ಕಾಗಿ ಆಫೀಸಿಗೆ ಬಂದ. ಕರಟಕನ ತಲೆಯಾಗಲಿ ನಾಮವಾಗಲಿ ಎಲ್ಲೂ ಕಾಣಲಿಲ್ಲ. ಅದು ಒಂದು ವಾರ ರಜ ಹಾಕಿ ತಪ್ಪಿಸಿಕೊಂಡಿತ್ತು.

ಏನತ್ಮಧ್ಯೆ ಡೈರೆಕ್ಟರಿಗೂ ಒಂದು ನಕಲು ಹೋಗಿತ್ತಷ್ಟೆ. ಅವರು ಇದನ್ನು ನೋಡಿ ಕಿಡಿಕಿಡಿಯಾದರು. "ಅವಿಧೇಯತೆಯ ಪರಮಾವಧಿ" ಎಂದು ಬಿಸಿಯಾಗಿ ಕೀಚಕನ ಕೂದಲನ್ನು ಮಟ್ಟುವಷ್ಟು ಶಕ್ತಿಯೂ ಧೈರ್ಯವೂ ತನಗಿಲ್ಲವಲ್ಲಾ ಎಂದು

"...ಒಂದು ಕಾಪಿಯನ್ನು ರುಜು ಹಾಕಿ ತೆಗೆದುಕೊ!"

ತಣ್ಣಗಾಗಿ, ಆ ನಕಲನ್ನು ಹಿಡಿದುಕೊಂಡು ಮೇಲಧಿಕಾರಿಗಳ ಬಳಿಗೆ ಓಡಿದರು. "ಇವನನ್ನು ಬೇರೆಲ್ಲಿಗಾದರೂ ಕಳುಹಿಸಿಬಿಡಿ. ವಿಪರೀತ ತೊಂದರೆ ಕೊಡುತ್ತಿದ್ದಾನೆ"

ಎಂದು ಬೇಡಿಕೊಂಡರು. "ಎಲ್ಲಿ ಹಾಕಿದರೆ ಇವನು ನೆಟ್ಟಗಿರುತ್ತಾನೆ?" ಎಂಬುದು ಸರ್ಕಾರಕ್ಕೆ ನಿತ್ಯ ಸಮಸ್ಯೆ. ಅವನ ಮೇಲೆ ಕಾನೂನು ರೀತ್ಯ ತೀವ್ರ ಕಾರ್ಯಕ್ರಮ ತೆಗೆದುಕೊಳ್ಳುವುದಕ್ಕೆ ಸಾವಿರಾರು ಅವಕಾಶಗಳಿದ್ದರೂ ಏನೇನೋ ಕಾರಣಗಳಿಂದ ಸರ್ಕಾರ ಹಾಗೆ ಮಾಡಿರಲಿಲ್ಲ; ಈಗಲೂ ಮಾಡಲಿಲ್ಲ. ಬೇರೊಂದು ಕಾಲೇಜಿನ ಪ್ರಿನ್ಸಿಪಾಲನ ಹುದ್ದೆ ಆರೋಹಣ ಮಾಡಿಸಿತು.

ಪ್ರಯೋಗ ಮಾಡಿದವನ ಕುತ್ತಿಗೆಗೇ ಅವಕೇಂದ್ರೀಕರಣಶಾಸ್ತ್ರವು ಮರಳಿದ ಪ್ರಸಂಗ ರಜದಿಂದ ಹಿಂತಿರುಗಿದ ಪ್ರಿನ್ಸಿಪಾಲನ ಗಮನಕ್ಕೆ ಬಂತು. ಅಂದಿನಿಂದ ಈ ಬಾಣದ ಪ್ರಯೋಗ ಇವನ ಕೈಯಿಂದ ಸ್ವಲ್ಪ ಕಡಿಮೆಯಾಗಿದೆಯೇ ಹೊರತು ದರ್ಪಪ್ರಿಯ ಪ್ರಾಧ್ಯಾಪಕರು ಮನಸ್ಸೇಚ್ಛೆಗೆ ತಕ್ಕಂತೆ ಸದುಪಯೋಗಪಡಿಸಿ ಕೊಳ್ಳುತ್ತಿದ್ದಾರೆ.

* * *

ಆಡಿಟರ ದಾಂಧಲೆ

"ಬೆಕ್ಕಿಗೆ ಚೆಲ್ಲಾಟ ಇಲ್ಲಿಗೆ ಪ್ರಾಣಸಂಕಟ"
-ಹಳೆಯ ಗಾದೆ

ಆಡಿಟರುಗಳು ಪ್ರತ್ಯಕ್ಷ ಚಿತ್ರಗುಪ್ತರು. ಕಾಲೇಜಿನ ಲೆಕ್ಕ-ಪತ್ರಗಳನ್ನು ತನಿಖೆ ಮಾಡುವುದಕ್ಕೆ ಮೂರು ಬೇರೆ ಬೇರೆ ಆಡಿಟರುಗಳ ಗುಂಪು ಒಂದಾದ ಮೇಲೊಂದು ಪ್ರತಿವರ್ಷವೂ ಧಾಳಿಯಿಡುತ್ತದೆ, ಒಂದೊಂದು ಗುಂಪಿನಲ್ಲಿ ಮೂರು-ನಾಲ್ಕು ಮಂದಿ ಪ್ರಚಂಡರು ಬರುತ್ತಾರೆ. ಇವರ ಬರ-ಹೋಗುಗಳು ವರ್ಷಪರ್ಯಂತ ನಡೆಯುತ್ತಲೇ ಇರುವುವಾದ್ದರಿಂದ ಇವರ ಸೀ-ಖಾರ-ಕಾಫಿ, ಸೋಡ-ಬೀಡ-ವಗೈರೆಗಳಿಗೆ ಪ್ರಿನ್ಸಿಪಾಲನ ಜೇಬು ತಿಂಗಳಿಗೆ ನೂರು ರೂಪಾಯಿನಂತೆ ತೂತು ಬೀಳುತ್ತದೆ. ಸರ್ಕಾರದ ಶಾಸನದಲ್ಲಿ ಈ ಬಾಬತಿನ ಪ್ರಸ್ತಾಪವೇ ಇಲ್ಲವಾದರೂ ಚಿತ್ರಗುಪ್ತರು ಆಡಿಟ್-ಡಿಪಾರ್ಟ್‌ಮೆಂಟು ಹುಟ್ಟಿದ ಕಾಲದಿಂದಲೂ ತಪ್ಪದೆ ಅನುಸರಿಸಿಕೊಂಡು ಬರುತ್ತಿರುವ ಮಾಮೂಲು ಇದು.

ಆಡಿಟರುಗಳು ಬರುತ್ತಾರೆಂದರೆ ನಮ್ಮ ಕರಟಕ-ದಮನಕರಿಗೆ ಎಲ್ಲೂ ಇಲ್ಲದ ಸಡಗರ. ತನಿಖೆಗಾಗಿ ಬಂದಿರುವವರ ತಿಂಡಿ-ತೀರ್ಥ-ವಿನಿಯೋಗಕ್ಕೆ ಇವರೇ ಖುದ್ದಾಗಿ ಓಡಾಡುತ್ತಾರೆ. ಅವರಿಗೆ ಏನು ಸೇವೆ ಬೇಕಾದರೂ ಸಲ್ಲಿಸುತ್ತಾರೆ. ನಮ್ಮ ದಮನಕನು ಒಂದು ಸಲ ಸಿಗರೇಟನ್ನು ತನ್ನ ಬಾಯಲ್ಲಿ ಕಚ್ಚಿಕೊಂಡು ಅದರ ಕೊನೆಯನ್ನು ಹೊತ್ತಿಸಿ ಚಿತ್ರಗುಪ್ತನೊಬ್ಬನ ಬಾಯಲ್ಲಿ ಸಿಕ್ಕಿಸಿದ್ದನ್ನು ನಾನೇ ಕಣ್ಣಾರ ನೋಡಿದ್ದೇನೆ. ಕರಟಕನು ಚೀಫ್ ಆಡಿಟರ ಕಾಲಿಗೆ ಮುಲಾಮು ತಡವಿ ನೀವುತ್ತಿದ್ದುದನ್ನೂ, ಆಡಿಟ್ ವರದಿಯನ್ನು ಬರೆದು ಬರೆದು ಬೆರಳುಗಳನ್ನು ನೋಯಿಸಿಕೊಂಡಿದ್ದ ಅವನ ಕೈಗೆ ಬಿಸಿ ನೀರು ಕಾಪಟ ಕೊಟ್ಟಿದ್ದನ್ನೂ ಕಂಡಿದ್ದೇನೆ.

ಇದರ ಮರ್ಮವನ್ನು ತಿಳಿಯುವುದಕ್ಕೆ ನನಗೆ ಬಹುಕಾಲ ಬೇಕಾಗಲಿಲ್ಲ. ಲೆಕ್ಕಚಾರ ಕ್ರಮದಲ್ಲಿ ಕುಂದೇನಾದರೂ ಕಂಡುಬಂದರೆ ಮೊದಲು ಚಿತ್ರಗುಪ್ತರ ಚಿತ್ರಹಿಂಸೆಗೊಳಪಡುವವರು ಕರಟಕ–ದಮನಕರು; ಕೊನೆಯಲ್ಲಿ ಪ್ರಿನ್ಸಿಪಾಲು. ಹೀಗಾಗಿ ಚಿತ್ರಗುಪ್ತರನ್ನು ಖುಷಿಖುಷಿಯಾಗಿಟ್ಟುಕೊಳ್ಳುವುದಕ್ಕೆ ಕರಟಕ–ದಮನಕರು ಬೆಟ್ಟವನ್ನು ಬೇಕಾದರೂ ಕಡಿಯುತ್ತಾರೆ; ಹುಲಿಯ ಹಾಲನ್ನು ತರಲೂ ತಯಾರಾಗಿರುತ್ತಾರೆ.

ಇತ್ತ ಆಡಿಟರು, ಅತ್ತ ಆಫೀಸು–ಸಿಬ್ಬಂದಿ, ಇವರ ನಡುವೆ ಕಟ್ಟಿದ ಹಗ್ಗದ ಮೇಲೆ ಪ್ರಿನ್ಸಿಪಾಲನ ಸರ್ಕಸ್ಸು ನಡೆಯುತ್ತದೆ. ಒಬ್ಬೊಬ್ಬ ಆಡಿಟರು ಬಂದಾಗಲೂ ಅದೇ ಪ್ರಶ್ನೆ, ಅದೇ ಉತ್ತರ, ಅದೇ ವಿವರಣೆ. ಸೀಟಿಗಾಗಿ ಬಂದ ಅಭ್ಯರ್ಥಿಗಳಿಗೆ ಒಂದೇ ಉತ್ತರ ಕೊಡುವುದು ಕೂಡ ಬೇಸರವಾಗದು; ಚಿತ್ರಗುಪ್ತರ ಚಿತ್ರ ವಿಚಿತ್ರ ಪ್ರಶ್ನೆಗಳಿಗೆ ಎಷ್ಟು ನೇರವಾಗಿ ಬದಲು ಹೇಳಿದರೂ, ಎಷ್ಟು ಸಲ ಹೇಳಿದರೂ ಅವರಿಗೆ ಸಂದೇಹಗಳಿದ್ದೇ ಇರುತ್ತವೆ.

ನಮ್ಮ ಆಫೀಸಿನಲ್ಲಿ ಕಬ್ಬಿಣದ ಸೇಫ್ ಒಂದಿತ್ತು. ಸಣ್ಣದು. ವಸೂಲಾದ ಹಣವನ್ನಿಡಲು ಜಾಗ ಸಾಲದು. ಆದರೆ ಬೀಗ ಮುದ್ರೆಗಳು ಭದ್ರವಾಗಿದ್ದವು. ಸರ್ಕಾರವು ದೊಡ್ಡದಾದ ಅರೆಗಳಿಂದ ಕೂಡಿದ ಹೊಸದೊಂದನ್ನು ಮಂಜೂರು ಮಾಡಿತು. ಇದನ್ನು ಆಫೀಸಿನಲ್ಲಿಡಿಸಿಕೊಂಡದ್ದಾಯಿತು. ಕೆಮಿಸ್ಟ್ರಿ ಪ್ರಾಧ್ಯಾಪಕರು ಅನೇಕ ವರ್ಷಗಳಿಂದ ಅತ್ಯಮೂಲ್ಯವಾದ ಕೆಲವು ವಸ್ತುಗಳನ್ನಿಡಲು ಕಬ್ಬಿಣದ ಸೇಫೊಂದನ್ನು ಕೇಳುತ್ತಿದ್ದರು. ಸರ್ಕಾರ ಮಂಜೂರು ಮಾಡಲಿಲ್ಲ. ಈಗ ಈ ಹಳೆಯದನ್ನು ಆ ಡಿಪಾರ್ಟ್‌ಮೆಂಟಿಗೆ ವರ್ಗಾಯಿಸಲಾಯಿತು. ಮರಿ ಆಡಿಟರೊಬ್ಬನು ಬಂದು "ಕಬ್ಬಿಣದ ಸೇಫು ಕೆಮಿಸ್ಟ್ರಿ ಡಿಪಾರ್ಟ್‌ಮೆಂಟಿನಲ್ಲಿ ಏನು ಮಾಡುತ್ತಿದೆ?" ಎಂದ.

"ಸೇಫು ಎಲ್ಲಿ ಕೂತರೂ ಮಾಡುವ ಕೆಲಸ ಒಂದೇ ಅಲ್ಲವೆ?"

"ಕ್ಷಮಿಸಬೇಕು. ಅರ್ಥವಾಗಲಿಲ್ಲ."

"ಹಣಕ್ಕಿಂತಲೂ ಅಮೂಲ್ಯವಾದ ವಸ್ತುಗಳನ್ನು ಒಳಗೊಂಡಿದೆ."

"ಏನು ಸಾರ್ ಹಾಗಂದ್ರೆ?"

"ಪ್ಲಾಟಿನಮ್ ಸಾಮಾನುಗಳು."

"ಅದರ ಬೆಲೆ ಬೆಳ್ಳಿಯಷ್ಟು ಆಗುತ್ತದೆಯೆ?"

"ಚಿನ್ನಕ್ಕಿಂತ ಹೆಚ್ಚಾಗುತ್ತದೆ. ಏಕೆ?"

"ಸುಮ್ಮನೆ ಕುತೂಹಲದಿಂದ ಕೇಳಿದೆ."

"ಓಹೋ!"

"ಸಾರ್, ಸರ್ಕಾರದಲ್ಲಿ ರೂಲಿದೆ–ಅದರಲ್ಲಿ ಹಣವನ್ನು ಬಿಟ್ಟು ಬೇರೆ ಯಾವ ವಸ್ತುವನ್ನೂ ಇಡಬಾರದು. ಯಾವ ಉದ್ದೇಶಕ್ಕಾಗಿ ಯಾವ ಸಾಮಾನಿದೆಯೋ ಅದಕ್ಕಾಗಿಯೆ ಅದನ್ನು ಉಪಯೋಗಿಸಬೇಕು. ಒಂದು ಕೆಲಸಕ್ಕೆ ನಿಯತವಾದ ವಸ್ತುವನ್ನು ಮತ್ತೊಂದಕ್ಕಾಗಿ ಮಾರ್ಪಡಿಸಿಕೊಂಡರೆ ಅದು ದುರುಪಯೋಗವಾಗಿ ಬಿಡುತ್ತದೆ."

"ಅಲ್ಲ ಸ್ವಾಮಿ, ನಿಮ್ಮ ರೂಲು ಹಣವನ್ನೇ ಸೇಫಿನಲ್ಲಿಡಬೇಕು ಎಂದು ನಿರ್ದೇಶಿಸಿರಬಹುದು. ಆದರೆ ಹಣಕ್ಕಿಂತಲೂ ಹೆಚ್ಚು ಮೌಲ್ಯವಿರುವ, ಸರ್ಕಾರಕ್ಕೆ ಸೇರಿದ ಪದಾರ್ಥವನ್ನು ಅದರಲ್ಲಿ ಸೇಫಾಗಿ ಇಟ್ಟು ಕಾಪಾಡಿದರೆ ಅದು ಸರ್ಕಾರದ ಸೊತ್ತಿನ ದುರುಪಯೋಗವೆ?"

"ಡಿಪಾರ್ಟ್‌ಮೆಂಟಿನ ಕಂಟಿಂಜೆನ್ಸಿ ಹಣವನ್ನು ಎಲ್ಲಿಡುತ್ತಾರೆ?"

"ಸರ್ಕಾರ ಈ ಬಾಬತಿನಲ್ಲಿ ಮಂಜೂರು ಮಾಡಿರುವ ಹಣ ತಿಂಗಳಿಗೆ ೨೦ ರೂಪಾಯಿ. ಅದು ಒಂದೇ ದಿನದಲ್ಲಿ ಮುಗಿದುಹೋಗುತ್ತದೆ. ಹೀಗಿರುವಾಗ ಅದನ್ನು ಸೇಫಾಗಿಟ್ಟು ಕಾಪಾಡುವ ಅವಕಾಶವೆಲ್ಲಿ ಬಂದೀತು?"

"ನೀವು ಹೇಳುವುದೆಲ್ಲ ಸರಿಯಾಗಿದೆ ಸರ್. ಆದರೆ ನೀವು ಹೇಳುವ ಅರ್ಥ ಸರ್ಕಾರದ ಉದ್ದೇಶಕ್ಕೆ ಹೊಂದಿಕೊಳ್ಳುವುದಿಲ್ಲ. ಮತ್ತೂ ಆ ಹಳೆಯ ಸೇಫನ್ನು ಸರ್ಕಾರ ನಿಮಗೆ ಕೊಟ್ಟಿದ್ದು ಆಫೀಸಿನ ಉಪಯೋಗಕ್ಕಾಗಿ. ಅದನ್ನು ಕೆಮಿಸ್ಟ್ರಿಗೆ ಕೊಟ್ಟಿರುವುದೂ ನಿಬಂಧನೆಯ ದೃಷ್ಟಿಯಿಂದ ಸಾಧುವಾಗಿಲ್ಲ. ಅದ್ದರಿಂದ ಈ ಎರಡು ಬಾಬತುಗಳನ್ನೂ ನಾವು ವರದಿ ಮಾಡಬೇಕಾಗುತ್ತದೆ."

"ಸರಿಯೆ, ನಿಮ್ಮ ಕರ್ತವ್ಯವನ್ನು ನೀವು ಧೈರ್ಯವಾಗಿ ಮಾಡಬೇಕಾದದ್ದೇ. ಒಂದು ವೇಳೆ ನಾನು ಕೆಮಿಸ್ಟ್ರಿ ಡಿಪಾರ್ಟ್‌ಮೆಂಟಿನಿಂದ ಸೇಫನ್ನು ವಾಪಸ್ಸು ತರಿಸಿ ಆಫೀಸಿನಲ್ಲೇ ಇಡುತ್ತೇನೆ; ಅದರಲ್ಲಿ ಸರ್ಕಾರಕ್ಕೆ ಸೇರಿದ ಎರಡೋ ಮೂರೋ ಸವಕಲು ಕಾಸುಗಳನ್ನಿಡುತ್ತೇನೆ. ಅದು ನಿಮ್ಮ ರೂಲಿಗೆ ಅನುಗತವಾಗಿರುತ್ತದೆಯಲ್ಲವೆ? ಆಗ ನೀವು ಎತ್ತಿರುವ ಕೋಟಿಗಳು ರದ್ದಾಗುತ್ತವೆಯಲ್ಲವೆ?"

ಆಡಿಟರು ಅಳುಮುಖ ಮಾಡಿದ. "ಸಾರ್, ತಾವು ಓದಿದವರು, ಅರಿತವರು, ನುರಿತವರು, ನಿಮ್ಮೊಂದಿಗೆ ವಾದ ಮಾಡಿ ಗೆಲ್ಲುವುದಕ್ಕೆ ನಮಗೆ ಸಾಧ್ಯವೂ ಇಲ್ಲ, ಧೈರ್ಯವೂ ಇಲ್ಲ. ನಮಗೆ ಈಗ ಸಿಕ್ಕಿರುವುದು ಇದು ಒಂದೇ ಒಂದು ಪಾಯಿಂಟು. ನಾವು ಯಾವ ಅಬ್ಜಕ್ಷನ್ನನ್ನೂ ಮಾಡದೆ ಹೋದರೆ ಅಧಿಕಾರಿಗಳು ನಮ್ಮ ಮೇಲೆ ಉರಿದೇಳುತ್ತಾರೆ, ನಮ್ಮನ್ನು ಅಶಕ್ತರೆನ್ನುತ್ತಾರೆ, ಅಸಮರ್ಥರೆನ್ನುತ್ತಾರೆ" ಎಂದೆಲ್ಲ ಗೋಳಾಡಿದ.

"ನೀವು ಬರೆಯಬೇಕಾದ್ದನ್ನು ಖಂಡಿತ ಬರೆದುಬಿಡಿ" ಎಂದೆ.

ಅವನು ಬರೆದ ವರದಿ ಡೈರೆಕ್ಟರ ಮೂಲಕ ನನಗೆ ಬಂತು–ನನ್ನ

'explanation'ಗಾಗಿ. ಆಡಿಟರಿಗೆ ಬಾಯಲ್ಲಿ ಹೇಳಿದ್ದನ್ನೇ ಬರೆದೆ. ಡೈರೆಕ್ಟರಿಂದ ಬಂದ ಉತ್ತರ:

"ಪ್ರಿನ್ಸಿಪಾಲರು ಎಲ್ಲ ಸಮಸ್ಯೆಗಳನ್ನೂ ಬರೀ ಅಕೆಡೆಮಿಕ್ ದೃಷ್ಟಿಯಿಂದಲೂ ಕಾಮನ್‌ಸೆನ್ಸ್ ದೃಷ್ಟಿಯಿಂದಲೂ ನೋಡುತ್ತಾರೆ. ಸರ್ಕಾರದ ಆಡಳಿತ ಸಮಸ್ಯೆಗಳಿಗೆ ಈ ದೃಷ್ಟಿಕೋನ ಅನ್ವಯವಾಗಲಾರದು. ಪ್ರಿನ್ಸಿಪಾಲರು ಸರ್ಕಾರದ ನಿಬಂಧನೆಗಳಿಗೆ 'ವಿಪರೀತ' ವ್ಯಾಖ್ಯಾನ ಮಾಡದೆ ರೂಲುಗಳನ್ನು ಪಾಲಿಸಬೇಕು."

ನನ್ನ ಡೈರೆಕ್ಟರನ್ನು ಖುದ್ದಾಗಿ ಕಂಡು "ಇದೇನು ಸ್ವಾಮಿ, ಅಕೆಡೆಮಿಕ್ ದೃಷ್ಟಿಯೂ ಕಾಮನ್‌ಸೆನ್ಸೂ ಪ್ರಿನ್ಸಿಪಾಲನಿಗೆ ಇರಕೂಡದು ಎಂದು ವಾದ ಹಾಕಿದ್ದೀರಲ್ಲ? ನಾನು ವಿಜ್ಞಾನವನ್ನೋದಿದವನು; ಮೇಲಿನ ಎರಡು ಗುಣಗಳೂ ನಾನು ಓದಿರುವ ಸಬ್ಜೆಕ್ಟಿಗೆ ಅತ್ಯವಶ್ಯಕವಾಗಿ ಬೇಕಾದದ್ದು. ನನ್ನ ಈ ದೃಷ್ಟಿಕೋನ ಸರ್ಕಾರಕ್ಕೆ ವಿರೋಧವಾಗಿರುವುದಾದರೆ, ದಯವಿಟ್ಟು ನನ್ನನ್ನು ಪ್ರಿನ್ಸಿಪಾಲನ ವೃತ್ತಿಯಿಂದ ನಿವೃತ್ತಿಮಾಡಿ ನನ್ನ ಉಪಾಧ್ಯಾಯ-ವೃತ್ತಿಗೆ ವಾಪಸು ಕಳುಹಿಸಿಕೊಡಿ" ಎಂದು ಅರಿಕೆ ಮಾಡಿಕೊಂಡೆ.

ಡೈರೆಕ್ಟರಿಗೆ ಕಿರಿಕಿರಿಯಾಯಿತು. ನನಗೆ ಸಮಾಧಾನ ಹೇಳಿದ: "ಸ್ವಾಮಿ, ಒಂದು ಬಹು ಸಣ್ಣ ವಿಷಯವನ್ನು ನೀವು ಉತ್ಪ್ರೇಕ್ಷೆ ಮಾಡುತ್ತಿರುವಂತೆ ಭಾಸವಾಗುತ್ತದೆ ನನಗೆ. ಇದೆಲ್ಲ ಸರ್ಕಾರದ ರೊಟೀನು ಕಾಗದ-ಪತ್ರಗಳು. ಈ ಭಾಷೆಯೂ ಶೈಲಿಯೂ ಸರ್ಕಾರದ ಜಾರ್ಗನ್. ನೀವು ಮನಸ್ಸಿಗೆ ಬೇಸರ ಪಟ್ಟುಕೊಳ್ಳಬಾರದು. ನಿರ್ವಾಹಕ್ರಮದಲ್ಲಿ 'ಕಾಗದಕ್ಕೊಂದು ಮರು ಕಾಗದ' ಎಂಬ ಸೂತ್ರವಿದೆ. ಉದಾಹರಣೆ: ಒಬ್ಬ ಏನನ್ನೋ ಕೇಳುತ್ತಾನೆ. ಇನ್ನೊಬ್ಬ ಏನನ್ನೋ ಬದಲು ಕೊಡುತ್ತಾನೆ. ಏನು ಕೇಳುತ್ತಾನೆಂಬುದು ಕೇಳುವವನಿಗೇ ಗೊತ್ತಿಲ್ಲ; ಬದಲು ಹೇಳುವವನು ಬರೀ ರೊಟೀನಾಗಿ ಏನನ್ನೋ ತೋರಿದ್ದನ್ನು ಹೇಳುತ್ತಾನೆ. ತಲೆತಲಾಂತರದಿಂದ ತುಳಿದುಬಂದಿರುವ ದಾರಿಯನ್ನು ತಾನೆ ನಾವೂ ತುಳಿಯಬೇಕು? ಆದ್ದರಿಂದ ನೀವು ಮನಸ್ಸಿಗೆ ನೋವು ತಂದುಕೊಳ್ಳಬೇಡಿ. ಮರೆತುಬಿಡಿ."

ಈ ಮಾತುಗಳಿಂದ ನನ್ನ ಮನಸ್ಸೇನೂ ಸಮಾಧಾನವಾಗಲಿಲ್ಲ. ಡೈರೆಕ್ಟರ ಮೇಲಧಿಕಾರಿಯನ್ನು ಕಂಡು ವಿಷಯವನ್ನು ತಿಳಿಸಿದೆ. ಆತನು ಎಲ್ಲವನ್ನೂ ಬಹಳ ಸಹಾನುಭೂತಿಯಿಂದ ಕೇಳಿ, ನನ್ನ ಡೈರೆಕ್ಟರು ನುಡಿದ ಪಲ್ಲವಿಯನ್ನೇ ರಾಗ-ತಾಳಗಳೊಂದಿಗೆ ಹಾಡಿದ. ಈ ಅಧಿಕಾರಿಯ ಮೇಲಧಿಕಾರಿ ಎಂದರೆ ಮಂತ್ರಿ! ಅವರ ಬುದ್ಧಿಗೆ ವೃಥಾ ತೊಂದರೆಯಾಗುವುದು ಬೇಡವೆಂದು ಸುಮ್ಮನಾದೆ.

ಯಾವೊಂದು ಸಂಸ್ಥೆಯ ನಿರ್ವಾಹಕ್ಕೂ ಕೆಲವು ಸೂತ್ರಗಳು ಅತ್ಯವಶ್ಯಕವೆಂಬುದನ್ನು ಯಾರೂ ಬೇಡವೆನ್ನುವುದಿಲ್ಲ. ಆದರೆ ನಿರ್ವಾಹ-ಪ್ರಯೋಗದಲ್ಲಿ ಆ ಸೂತ್ರಗಳನ್ನು ಅಕ್ಷರಶಃ ಪಾಲಿಸಬೇಕೆ, ಇಲ್ಲ ಸೂತ್ರದ

ಹಿಂಬದಿಯಲ್ಲಿರುವ ತತ್ವವನ್ನು ಗಣನೆಗೆ ತಂದುಕೊಳ್ಳಬೇಕೆ? ಇದು ಜಟಿಲವಾದ ಪ್ರಶ್ನೆಯೆಂದೇ ಒಪ್ಪಿಕೊಳ್ಳೋಣ. ಆದರೆ ಅಧಿಕಾರಿ ಎಂದೆನ್ನಿಸಿಕೊಂಡವನು ಇರುವುದೇತಕ್ಕೆ? ಸೂತ್ರವನ್ನು ಅಕ್ಷರಶಃ ಪಾಲಿಸುವುದಾದರೆ ಇಷ್ಟು ದೊಡ್ಡ ಸಂಬಳ ತಿನ್ನುವ ಅಧಿಕಾರಿಗಳೇತಕ್ಕೆ? ಮೇಸ್ತ್ರಿಗಳೋ ಇನ್ಸ್‌ಪೆಕ್ಟರುಗಳೋ ಸಾಕಾಗುವುದಿಲ್ಲವೇ? ಈ ಪ್ರಶ್ನೆಗಳನ್ನು ಕೇಳುವುದಕ್ಕೆ ಎಲ್ಲ ಅಧಿಕಾರಿಗಳೂ ಸಾಮಾನ್ಯವಾಗಿ ಹಿಂಜರಿಯುತ್ತಾರೆ. ಸರ್ಕಾರದಲ್ಲಿ ಹೇಗೋ ಹಾಗೆ ಮೇಲೆ ಮೇಲೆ ಸವರಿಕೊಂಡು ಹೋಗುವುದೇ ಹಾಯಾದ ಮಾರ್ಗವೆಂಬುದನ್ನು ಬಹು ಬೇಗ ಅರಿತುಕೊಳ್ಳುತ್ತಾರೆ. ಕಾರ್ಯದ ತುರ್ತು ಪರಿಸ್ಥಿತಿಯೇನೇ ಇರಲಿ, ಪ್ರೊಸೀಜರನ್ನು ಅಂಟಿಕೊಂಡೆ ಅದು ನಡೆಯಬೇಕು.

ಪ್ರೊಸೀಜರಿನಿಂದ ಸರ್ಕಾರಕ್ಕೆ ನಷ್ಟವಾದರೂ ಚಿಂತೆಯಿಲ್ಲ. ಇದೊಂದು ನೆಟ್ಟಗಿದ್ದು ಬಿಟ್ಟರೆ ಯಾವ ಆಡಿಟರೂ ನಮ್ಮ ಮೈಕೂದಲನ್ನು ಕೂಡ ಮುಟ್ಟುವ ಹಾಗಿಲ್ಲ. ಸಾವಿರಕ್ಕೆ ೯೯೯ ಮಂದಿ ಈ ಪ್ರೊಸೀಜರು ರಕ್ಷಾಕವಚವನ್ನು ತೊಟ್ಟು ಕೊಂಡಿರುವ ಸಮರ್ಥ ಅಧಿಕಾರಿಗಳು. ಅದನ್ನು ತೊಟ್ಟುಕೊಳ್ಳದಿರುವವನು ಅನರ್ಹ; ಸರ್ಕಾರಕ್ಕೊಂದು ಮುಳ್ಳು.

* * *

ಅಜ್ಞಾತವಾಗಿದ್ದ ಹಳ್ಳಿಯೊಂದರಲ್ಲಿ ಹುಟ್ಟಿ ಅನಕ್ಷರಸ್ಥನಾಗಿ ಬೆಳೆದು, ಪುಂಡ ಮುಖಂಡನಾಗಿ ಮೆರೆದು, ಆ ಪ್ರದೇಶದಿಂದ ಉಮೇದುವಾರನಾಗಿ ನಿಂತು, ಚುನಾಯಿತನಾದೊಬ್ಬ ಎಂಎಲ್.ಎ. ಗೆ ವಿದ್ಯಾಭ್ಯಾಸದ ವಿಷಯದಲ್ಲಿ ವಿಪರೀತ ಶ್ರದ್ಧೆ ಉದಯಿಸಿಬಿಟ್ಟಿತು. ಆ ಹಳ್ಳಿಯಲ್ಲಾಗಲಿ ಅದರ ಸುತ್ತು ಮುತ್ತು ಹತ್ತು ಮೈಲಿಯೊಳಗಾಗಲಿ ಒಂದು ಪ್ರಾಥಮಿಕ ಶಾಲೆ ಕೂಡ ಇಲ್ಲ. ಅಸೆಂಬ್ಲಿಯಲ್ಲಿ ಇವನು ತನ್ನ ಹಳ್ಳಿಯಲ್ಲಿ ಕಾಲೇಜನ್ನು ತೆರೆಯಬೇಕೆಂದು ತಗಾದೆ ಆರಂಭಿಸಿದ. ಜನರನ್ನೂ ತನ್ನ ಕೋಮಿನ ಪುಂಡರನ್ನೂ ಹುರಿದುಂಬಿಸಿದ. ಮೆರವಣಿಗೆಗಳನ್ನು ಏರ್ಪಡಿಸಿದ. ತನ್ನ ಊರಿನಲ್ಲಿ ಕಾಲೇಜು ಅತ್ಯವಶ್ಯಕವೆಂದು ಆರ್ಭಟಿಸಿದ. ಸಂಬಂಧಪಟ್ಟ ಅಧಿಕಾರಿಗಳನ್ನೂ ಪಾರ್ಟಿಯವರನ್ನೂ 'ಹೇಗೋ' ಮಾಡಿ ತನ್ನ ಕಡೆಗೆ ಸೇರಿಸಿಕೊಂಡ. ಕಾಲೇಜೊಂದು ಆರಂಭವಾಯಿತು.

ವಿದ್ಯಾರ್ಥಿಗಳು ೧೦-೧೫ ಮೈಲಿಗಳಿಂದ ಬರಬೇಕಾಯಿತು. ಅಧ್ಯಾಪಕರನ್ನು ೨೦೦-೩೦೦ ಮೈಲಿಗಳಿಂದ ವರ್ಗಾಮಾಡಬೇಕಾಯಿತು. ಸಿಬ್ಬಂದಿಯನ್ನು ಮಾತ್ರ ಹಳ್ಳಿಯಿಂದಲೇ ಆರಿಸಿಕೊಳ್ಳಲಾಯಿತು. (ಅಲ್ಲಿಯವರಿಗೆ ಒಂದು ಕೆಲಸ ಕೂಡ ಕೊಡದಿದ್ದರೆ ನ್ಯಾಯವೆ?)

ಕಾಲೇಜು ತೆರೆದ ಆರು ತಿಂಗಳಲ್ಲಿ ೫ ವಿದ್ಯಾರ್ಥಿಗಳು ಓದಿಗೆ ಶರಣು ಹೊಡೆದರು. ಉಪಾಧ್ಯಾಯರಿಗೆ ಕೆಲಸವಿಲ್ಲ, ಆಫೀಸು-ಸಿಬ್ಬಂದಿಯವರಿಗಂತೂ

ವಿರಾಮಸ್ವರ್ಗ ದಕ್ಕಿತು. ಕಾಡು–ಹರಟೆಯಾಡಿಕೊಂಡು ಇಸ್ಪೀಟಾಟದಲ್ಲಿ ಸುಖವಾಗಿದ್ದರು. ಒಂದು ದಿನ ಆ ಆಟದಲ್ಲಿ ಸೋತು ಕಾಸು ಕಳೆದುಕೊಂಡಿದ್ದ ಗುಮಾಸ್ತನು ಸುಸ್ತು ಬಿದ್ದಿದ್ದ. ಅರೆಗಣ್ಣಿನಲ್ಲಿ ನಾಗರಹಾವೊಂದು ಆಫೀಸಿನ ರೆಕಾರ್ಡುಗಳನ್ನೂ ರಿಜಿಸ್ಟರುಗಳನ್ನೂ ಹಣವನ್ನೂ ಇಟ್ಟಿದ್ದ ಮರದ ಬೀರುವಿನೊಳಕ್ಕೆ ನುಸುಳಿದ್ದನ್ನು ನೋಡಿದ. ಯಾವುದಾದರೂ ದೊಡ್ಡ ಊರಿನಲ್ಲಿರುವ ಕಾಲೇಜಿಗೆ ವರ್ಗ ಮಾಡಿಸಿಕೊಳ್ಳಬೇಕೆಂದು ಲಾಗಹಾಕುತ್ತಿದ್ದ ಪ್ರಿನ್ಸಿಪಾಲನು ಯಾರು ಯಾರೋ ಎಂ.ಎಲ್.ಎ.ಗಳನ್ನು ನೋಡಲೆಳಸಿ ಯಾರಿಗೂ ಹೇಳದೆ ಪರ ಊರುಗಳಿಗೆ ಪರಾರಿಯಾಗಿ ಬಿಟ್ಟಿದ್ದ. ಆದ್ದರಿಂದ ಸಿಬ್ಬಂದಿ ಅಂದೇ ಆ್ಯಕ್ಷನ್ ತೆಗೆದುಕೊಳ್ಳಲಾಗಲಿಲ್ಲ. ಪ್ರಿನ್ಸಿಪಾಲನು ಮೂರು ದಿನ ಬಿಟ್ಟು ಪ್ರತ್ಯಕ್ಷನಾದ. "ರಿಜಿಸ್ಟರುಗಳನ್ನು ತನ್ನಿ, ರುಜು ಹಾಕುತ್ತೇನೆ" ಎಂದ. "ರಿಜಿಸ್ಟರುಗಳನ್ನು ತೆಗೆಯುವ ಹಾಗಿಲ್ಲ" ಎಂದು ನಡೆದದ್ದನ್ನು ತಿಳಿಸಿದರು.

ಪ್ರಿನ್ಸಿಪಾಲನಿಗೆ ನೀರು–ಹಾವೆಂದರೇನೇ ನಡುಕ; ಈಗ ನಾಗರ–ಹಾವೆಂಬ ಮಾತು ಕೇಳಿ ಮೈಯೆಲ್ಲ ಚಳಿಚಳಿಯಾಗಿ "ನನಗೆ ಜ್ವರ ಬರುವ ಹಾಗಿದೆ" ಎನ್ನುತ್ತ ಮನೆಯಿಂದ ಕಂಬಳಿಯನ್ನು ತರಿಸಿ ಹೊದ್ದುಕೊಂಡು ಬೆಂಚಿನ ಮೇಲೆ ಮಲಗಿಬಿಟ್ಟ. ಮಾರನೆ ದಿನ ಎಚ್ಚೆತ್ತವನೇ ಆವೇಶಗೊಂಡು ಗುಮಾಸ್ತರನ್ನು ಬರಹೇಳಿ ಮೇಲಧಿಕಾರಿಗೆ "ಹಾವು... ಅವಸರ" ಎಂಬ ಶಿರೋನಾಮೆಯಲ್ಲಿ ಪತ್ರ ಬರೆಯಿಸಿದ.

"ಸರ್ಕಾರದ ರೆಕಾರ್ಡುಗಳನ್ನೂ ಹಣವನ್ನೂ ಇಡುವ ಬೀರುವಿನೊಳಕ್ಕೆ ನಾಗರಹಾವೊಂದು ಹೋಗಿ ಸೇರಿಕೊಂಡುಬಿಟ್ಟಿದೆ. ಬೀರುವನ್ನು ತೆರೆಯಲು ಸಿಬ್ಬಂದಿಯೆಲ್ಲ ಹೆದರುತ್ತಾರೆ. ಕಾಲೇಜಿನ ಕೆಲಸಗಳೆಲ್ಲ ನಿಂತುಹೋಗಿವೆ.

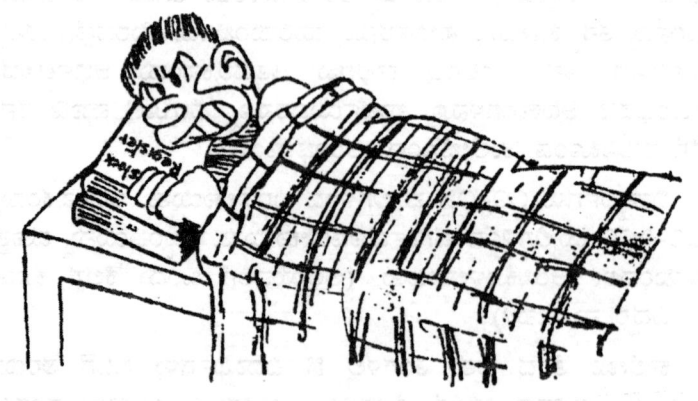

ಬೆಂಚಿನ ಮೇಲೆ ಮಲಗಿಬಿಟ್ಟ

ಹಾವಾಡಿಗನನ್ನು ಕರೆಸಿ ಹಾವನ್ನು ಹಿಡಿಸುವುದಕ್ಕೆ ಅನುಮತಿ ಬೇಡುತ್ತೇನೆ. ಇದಕ್ಕೆ ತಗಲುವ ಖರ್ಚನ್ನೂ ಮಂಜೂರು ಮಾಡಬೇಕೆಂದು ಬೇಡುತ್ತೇನೆ."

ಮೂರು ದಿಸದ ಬಳಿಕ 'ಅವಸರ'ದ ಉತ್ತರ ಬಂತು: "ಹಾವಾಡಿಗರಿಂದ ಮೊದಲು ಮೂರು ಕೊಟೇಷನ್‌ಗಳನ್ನು ಪಡೆದು ಕಳಿಸಿ. ಕಾಂಪಿಟೆಟಿವ್ ಕೊಟೇಷನ್ನುಗಳಿಲ್ಲದೆ ಯಾವ ಖರ್ಚನ್ನೂ ಮಂಜೂರು ಮಾಡಲಾಗದು."

ಪ್ರಿನ್ಸಿಪಾಲನ ಬದಲು:

"ಇಲ್ಲಿಂದ ಹತ್ತು ಮೈಲಿ ಸುತ್ತಿನೊಳಗಾಗಿ ಹಾವಾಡಿಗರಾರೂ ಇಲ್ಲವೆಂಬುದನ್ನು ವಿಷಾದದಿಂದ ತಿಳಿಸುತ್ತೇನೆ. ನಿನ್ನೆ ಈ ಹಳ್ಳಿಯನ್ನು ಹಾದುಹೋಗುತ್ತಿದ್ದ ಹಾವಾಡಿಗನನ್ನು ತಡೆದು ನಿಲ್ಲಿಸಿಟ್ಟುಕೊಂಡಿದ್ದೇನೆ. ಅವನಿಗೆ ೨½ ರೂಪಾಯಿ ಕೊಟ್ಟರೆ ಹಾವನ್ನು ಹಿಡಿಯುತ್ತಾನಂತೆ. ದಯವಿಟ್ಟು ಹಣವನ್ನು ಮಂಜೂರು ಮಾಡಬೇಕು."

ಮೂರು ದಿನ ಬಿಟ್ಟುಕೊಂಡು ಕೈಸೇರಿದ ಉತ್ತರ: "ಪ್ರಿನ್ಸಿಪಾಲರ ಕೇಳಿಕೆಯನ್ನು ಮಂಜೂರು ಮಾಡುವುದಕ್ಕೆ ಸರ್ಕಾರದ ರೂಲುಗಳಲ್ಲಿ ಅವಕಾಶವಿಲ್ಲ. ಆದ್ದರಿಂದ ಈ ಜರೂರು ಪರಿಸ್ಥಿತಿಯಲ್ಲಿ ಪ್ರಿನ್ಸಿಪಾಲರೇ ಖುದ್ದಾಗಿ ಹತ್ತು ಮೈಲಿಯಾಚೆ ಇರುವ ಪ್ರದೇಶಗಳನ್ನು ಸಂಚರಿಸಿ ಮೂರು ಕೊಟೇಷನ್ನುಗಳನ್ನು ಸಂಪಾದಿಸಿ ಬೇಗನೆ ರವಾನಿಸುವುದು."

ಪ್ರಿನ್ಸಿಪಾಲನಿಗೆ ತನ್ನ ವರ್ಗದ ಪ್ರಯುಕ್ತ ಭಾರಿ ಮನುಷ್ಯರನ್ನು ಖುದ್ದಾಗಿ ನೋಡುವ ಅವಕಾಶ ಈ ಮೂಲಕ ಒದಗಿತ್ತು. ಕಂಬಳಿಯನ್ನು ಕಿತ್ತೊಗೆದು ಎತ್ತಿನ ಬಂಡಿಯನ್ನೇರಿದ. ಮೂರು ದಿನ ಕಳೆದು ಹಿಂತಿರುಗಿ ಬಂದ, ಮೂರು ಕೊಟೇಷನ್ನುಗಳನ್ನು ಹಿಡಿದುಕೊಂಡು. ಒಂದೊಂದು ಕೊಟೇಷನ್ನೂ ಇಂಗ್ಲಿಷಿನಲ್ಲಿದ್ದದ್ದಲ್ಲದೆ ಕೊಟೇಷನ್ನನ್ನು ಕೊಟ್ಟವನೂ ಇಂಗ್ಲಿಷಿನಲ್ಲೇ ಸಹಿ ಮಾಡಿದ್ದ! ವಿದ್ಯಾವಂತ ಹಾವಾಡಿಗರು! ಒಬ್ಬ ೧೦ ರೂಪಾಯಿ ಎಂದಿದ್ದ; ಇನ್ನೊಬ್ಬ ೮ ರೂಪಾಯಿ; ಮತ್ತೊಬ್ಬ ೫ ರೂಪಾಯಿ. ಅವಸರದ ಕೊಟೇಷನ್ನುಗಳಲ್ಲವೆ? ಎಲ್ಲ ಕೊಟೇಷನ್ನುಗಳ ಬರವಣಿಗೆಯೂ ಒಂದೇ ಕೈಯಿನದು, ಒಂದೇ ಲೇಖನಿಯದು, ಒಂದೇ ಮಸಿಯದು, ಒಂದೇ ಪೇಪರಿನ ಮೂರು ತುಂಡುಗಳ ಮೇಲೆ ಬರೆದದ್ದು. ಸಹಿಯಲ್ಲಿ ನಮೂದಾಗಿದ್ದ ಹೆಸರುಗಳು ಮಾತ್ರ ಬೇರೆ ಬೇರೆ. ಪ್ರೊಸೀಜರು ಸರಿಯಾದಂತಾಯಿತಲ್ಲವೆ?

ಇವನ ಪತ್ರಕ್ಕೆ ಬಂದ ಬದಲು:

"ಒಂದು ಹಾವು ಹಿಡಿಯುವುದಕ್ಕೆ ಐದು ರೂಪಾಯಿ ತುಂಬ ದುಬಾರಿ. ಹಿಂದೆ ೨½ ರೂಪಾಯಿಗೆ ಹಿಡಿಯುವೆನೆಂದು ಒಬ್ಬ ಹೇಳಿದ್ದನಲ್ಲವೆ? ಅವನನ್ನೇ ಕರೆದು ಹಿಡಿಸುವುದು."

ಇವನ ಗೋಳು: "ಈಗ ಅವನು ಊರು ಬಿಟ್ಟು ೧೨ ಮೈಲಿಯಾಚೆಯಿರುವ ತಟ್ಟಿಪಟ್ಟಿಯಲ್ಲಿ ಮೊಕ್ಕಾಂ ಮಾಡಿದ್ದಾನೆ. ನಾನು ಅಲ್ಲಿಗೆ ಹೋಗಿ ಅವನನ್ನು ಎಷ್ಟೆಷ್ಟೋ ಪುಸಲಾಯಿಸಿದೆ. ಹೋಗಬರ ಬಸ್ಸು ಛಾರ್ಜು ಜಾತಾ ೨೦ ರೂಪಾಯಿ ಕೊಟ್ಟರೆ ಹಾವನ್ನು ಹಿಡಿಯುತ್ತೇನೆ ಎನ್ನುತ್ತಾನೆ. ಅವನ ಬಸ್ಸು ಛಾರ್ಜೂ ಸೇರಿಸಿ ಒಟ್ಟು ಖರ್ಚು ೨೫ ರೂಪಾಯಿ ೧೦ ಪೈಸೆ ಆಗುತ್ತದೆ. ಮುಂದೇನು ಮಾಡಬೇಕೆಂಬುದನ್ನು ತಿಳಿಸಿ."

"೨೫ ರೂಪಾಯಿಗೆ ಮೀರಿದ ಖರ್ಚನ್ನು ಮಂಜೂರು ಮಾಡಲು ನಮ್ಮ ಆಫೀಸಿಗೆ ಅಧಿಕಾರವಿಲ್ಲ. ನಿಮ್ಮ ಅಹವಾಲನ್ನು ಮೇಲಧಿಕಾರಿಗಳಿಗೆ ಕಳುಹಿಸಿದ್ದೇವೆ. ಏತನ್ಮಧ್ಯೆ ಹಿಂದೇನಾದರೂ ಇಂಥ ಪ್ರಸಂಗಗಳಿಗಾಗಿ ಖರ್ಚು ಮಾಡಿದ ಪ್ರಸಂಗಗಳು (precedences) ನಿಮಗೇನಾದರೂ ತಿಳಿದಿವೆಯೆ ಎಂಬುದನ್ನು ತಕ್ಷಣ ತಿಳಿಸಿ."

ಆ ಕಾಲೇಜಿನ ಹೆಡ್-ಗುಮಾಸ್ತನಿಗೆ ಅವನ ತಾತ ಹೇಳಿದ್ದ ಸಂಗತಿಯೊಂದು ಜ್ಞಾಪಕದಲ್ಲಿತ್ತು. ಪ್ರಿನ್ಸಿಪಾಲನು ಇದನ್ನು ಕೇಳಿಕೊಂಡು ಉತ್ತರ ಬರೆದ: "ನಮ್ಮ ಹೆಡ್-ಗುಮಾಸ್ತನ ಹೇಳಿಕೆಯ ಪ್ರಕಾರ ಇಲ್ಲಿನ ತಾಲೂಕು ಆಫೀಸಿನಲ್ಲಿ ಒಂದು ದಿನ ಕಳ್ಳನೊಬ್ಬನು ಇಳಿಬಿದ್ದು ಅಲ್ಲಿದ್ದ ಹಣವನ್ನು ಕದಿಯುತ್ತಿದ್ದಾಗ ಸಿಕ್ಕಿಬೀಳುವುದರಲ್ಲಿದ್ದನಂತೆ. ಅವನ ಅಡ್ಡ ಹೆಸರು ನಾಗರಹಾವು ಎಂದೇ ಅಂತೆ. ಕಾವಲುಗಾರ ಬರುವಷ್ಟರೊಳಗೆ ಈ 'ನಾಗರಹಾವು' ಆಫೀಸಿನ ರಿಜಿಸ್ಟರುಗಳಿಡುವ ಮರದ ಬೀರುವಿನಲ್ಲಿ ಬಚ್ಚಿಟ್ಟುಕೊಂಡು ಒಳಗಡೆಯಿಂದ ಚಿಲಕ ಹಾಕಿಕೊಂಡು ಬಿಟ್ಟನಂತೆ. ಪೊಲೀಸರಿಗೆ ಹೇಳಿ ಕಳುಹಿಸಿ ಬೀರುವನ್ನು ಒಡೆಸಿದರಂತೆ. ಬೀರುವಿನ ರಿಪೇರಿ ಖರ್ಚನ್ನು ತಾಲ್ಲೂಕು ಆಫೀಸರ ಸಂಬಳದಿಂದ ಹಿಡಿಯಲಾಯಿತಂತೆ. ಈ ಪ್ರಿಸಿಡೆನ್ಸನ್ನು ಬಿಟ್ಟು ನಮಗೆ ಬೇರೆ ಏನೂ ತಿಳಿಯದು."

ಒಂದು ತಿಂಗಳು ಕಳೆದ ಮೇಲೆ ಇದಕ್ಕೆ ದೊರೆತ ಉತ್ತರ:

"೧) ಹಾವನ್ನು ಹಿಡಿಸಲು ನೀವು ಕೇಳಿದ ಖರ್ಚು ೨೫ ರೂಪಾಯಿ ೧೦ ಪೈಸೆಯನ್ನು ಮೇಲಿನ ಕಚೇರಿ ಮಂಜೂರು ಮಾಡಿದೆ. ಒಡನೆಯೆ ಹಾವಾಡಿಗನನ್ನು ಕರೆಸಿ ಹಾವನ್ನು ಹಿಡಿಸಿ ಮುಂದಿನ ಕೆಲಸಗಳನ್ನು ನೋಡಿಕೊಳ್ಳುವುದು.

೨) ಪ್ರಿಸಿಡೆನ್ಸಿನ ಪ್ರಕಾರ ಹಾವನ್ನು ಹಿಡಿಯುವ ಪ್ರಯತ್ನದಲ್ಲಿ ಮರದ ಬೀರುವಿಗೆ ಜಖಂ ಆದರೆ ರಿಪೇರಿಗೆ ತಗಲುವ ಖರ್ಚನ್ನು ಪ್ರಿನ್ಸಿಪಾಲರ ಸಂಬಳದಿಂದ ಹಿಡಿಯುವುದು."

ಪ್ರಿನ್ಸಿಪಾಲನು ಈ ಕಾಗದವನ್ನೋದಿಕೊಂಡು ಕುಸಿದುಬಿದ್ದು ಪಕ್ಕೆಲುಬನ್ನು ಮುರಿದುಕೊಂಡ. ಬೀರುವಿಗೇನು ಜಖಂ ಆಗಲಿಲ್ಲ. ಬೀಗವನ್ನು ತೆಗೆದು ನೋಡಿದಾಗ ಹಾವು ಸತ್ತು ಒಣಗಿ ಕರಕಲು ಕಟ್ಟಿಕೊಂಡಿತ್ತು. ಇವನ ಪಕ್ಕೆಲುಬಿಗಾದ ಜಖಮನ್ನು ತಿದ್ದುವ ಸಲುವಾಗಿ ೪೦೦ ರೂಪಾಯಿಗಳನ್ನು ತೆತ್ತನಂತೆ.

ನೀತಿ: ದುಂದುಗಾರಿಕೆಯಾದರೂ ಪ್ರೊಸೀಜರ್ ನೆಟ್ಟಗಿರಬೇಕು.

* * *

ಆಡಿಟರು ತನ್ನ ಅಬ್ಜೆಕ್ಷನ್ ವರದಿಯನ್ನೊಪ್ಪಿಸಿದ ಮೇಲೆ, ಅವನು ಎತ್ತಿರುವ ಆಕ್ಷೇಪಣೆಗಳಿಗೆ ಪ್ರಿನ್ಸಿಪಾಲನು ಉತ್ತರವೀಯಬೇಕಾಗುತ್ತದೆ. ಇದು ರೇಜಿಗೆಯ ಕೆಲಸ. ಒಂದೊಂದು ಪಾಯಿಂಟನ್ನೂ ಗಮನಿಸಿ ಅವನು ಉಪಯೋಗಿಸಿರುವ ಶೈಲಿ, ರೀತಿ ನೀತಿ, ಮಾತು ಮೊದಲಾದವನ್ನೆಲ್ಲ ಗಣನೆಗೆ ತಂದುಕೊಂಡು ಬಹು ಜಾಗರೂಕತೆಯಿಂದ ಬದಲು ಕೊಡಬೇಕಾಗುತ್ತದೆ. ಅನೇಕ ಸಲ ಕೆಲವು ಸಂದಿಗ್ಧ ಸಮಯಗಳಲ್ಲಿ 'ನೋಟೆಡ್' ಎಂದು ಬರೆದು ತಾತ್ಕಾಲಿಕವಾಗಿ ಬಚಾವಾಗ ಬೇಕಾಗುತ್ತದೆ. ಕೆಲವು ತಕರಾರುಗಳಂತೂ ಪುನರ್ಜನ್ಮಕ್ಕೂ ರವಾನಿತವಾಗುತ್ತವೆ.

೧೯೪೪ರಲ್ಲಿ ಕಾಲೇಜು–ಆಫೀಸಿನ ನೌಕರನೊಬ್ಬನಿಗೆ ನಿಗದಿ ಯಾಗಿದ್ದುದಕ್ಕಿಂತಲೂ ಒಂದು ರೂಪಾಯಿ ಹೆಚ್ಚಿಗೆ ಪಾವತಿಯಾಗಿತ್ತಂತೆ. ಆಡಿಟರುಗಳು ಇದನ್ನು ೧೯೪೪ಲನೇ ವರ್ಷದ ವರದಿಯ ಮೂಲಕ ಬೆಳಕಿಗೆ ತಂದರು. ಈ ವೇಳೆಗೆ ಆಗಿದ್ದ ಪ್ರಿನ್ಸಿಪಾಲು ನಿವೃತ್ತನಾಗಿ, ಆತನ ಜಾಗದಲ್ಲಿ ಬೇರೊಬ್ಬನು ಬಂದಿದ್ದ. ಆಡಿಟರು ಈ ಆಕ್ಷೇಪಣೆಯನ್ನು ಹೊಸ ಪ್ರಿನ್ಸಿಪಾಲನ ಗಮನಕ್ಕೆ ತಂದು "ಹೆಚ್ಚಾಗಿ ತೆಗೆದುಕೊಂಡಿದ್ದ ಆ ಒಂದು ರೂಪಾಯನ್ನು ವಸೂಲು ಮಾಡಿ ಸರ್ಕಾರದ ಖಜಾನೆಗೆ ಪಾವತಿ ಮಾಡುವುದು" ಎಂದು ಬರೆದಿದ್ದರು. ಈ ಶ್ರೀಮುಖ ಬರುವ ವೇಳೆಗೆ ಹೆಚ್ಚು ಹಣ ಪಡೆದಿದ್ದ ಆಸಾಮಿ ಊರಿಂದ ಊರಿಗೆ ವರ್ಗವಾಗಿ ಅದೆಲ್ಲೂ ಇದ್ದ. ಇವನ ವಿಳಾಸವನ್ನು ಪತ್ತೆ ಮಾಡುವುದಕ್ಕೆ ಒಂದೂವರೆ ವರ್ಷವಾಯಿತು. ಪ್ರಿನ್ಸಿಪಾಲನ ಕಾಗದ ಇವನಿಗೆ ತಲಪಿ ಅವನಿಂದ ಉತ್ತರ ಪಡೆಯುವುದಕ್ಕೆ ಇನ್ನೊಂದಾರು ತಿಂಗಳಾಯಿತು. ಅವನ ಉತ್ತರ:

"ಸರ್ಕಾರದಿಂದ ಒಂದು ರೂಪಾಯನ್ನು ಹೆಚ್ಚಾಗಿ ಪಡೆದಿದ್ದೇನೆಂದು ದೂರಿದ್ದೀರಿ. ಇದು ಸರಿಯಲ್ಲ. ನಾನು ಯಾವಾಗಲೂ ಹೀಗೆ ಪಡೆದಿದ್ದಿಲ್ಲ. ಆದ್ದರಿಂದ ನಾನು ಯಾವ ಹಣವನ್ನೂ ಸರ್ಕಾರಕ್ಕೆ ಕೊಡಬೇಕಾಗಿಲ್ಲ."

ಪ್ರಿನ್ಸಿಪಾಲನಿಗೆ ದಿಕ್ಕುತೋರದಾಯಿತು. ಆಡಿಟರಿಗೆ ಈ ಕಾಗದದ ಪ್ರತಿಯನ್ನು ಕಳುಹಿಸಿ "ಏನು ಮಾಡಲಿ?" ಎಂದು ಕೇಳಿದ. "ಆಡಿಟರುಗಳು ತಪ್ಪು ಮಾಡುವುದಿಲ್ಲ. ಅವರು ಎತ್ತಿರುವ ಆಕ್ಷೇಪಣೆಗಳಿಗೆ ಸೂಕ್ತವಾದ ಕಾರ್ಯಕ್ರಮ ತೆಗೆದುಕೊಳ್ಳುವುದು ನಿಮ್ಮ ಕರ್ತವ್ಯ" ಎಂದುಬಿಟ್ಟರು.

ಪ್ರಿನ್ಸಿಪಾಲನು ಆಸಾಮಿಗೆ ಇನ್ನೊಂದು ಕಾಗದ ಬರೆದ: "ನಮ್ಮ ಲೆಕ್ಕ–ಪತ್ರದ ಪ್ರಕಾರ ನಿಮ್ಮಿಂದ ಒಂದು ರೂಪಾಯಿ ಬಾಕಿ ಬರಬೇಕಾಗಿದೆ. ಒಡನೆಯೆ ಕಳುಹಿಸುವುದು."

ಬದಲಿಲ್ಲ. ರಿಜಿಸ್ಟರ್ ಮೂಲಕ ಇನ್ನೊಂದೆರಡು ಪತ್ರಗಳೂ ರವಾನಿತವಾದವು

ಬದಲು ಬರಲಿಲ್ಲ. ಏತನ್ಮಧ್ಯೆ ಆಸಾಮಿಗೆ ೫೫ ವರ್ಷವಾಗಿದ್ದರಿಂದ ನಿವೃತ್ತಿಯಾಯಿತೆಂಬ ವರ್ತಮಾನ ಬಂತು. ಅವನ ಈಗಿನ ವಿಳಾಸವನ್ನು ಸಂಪಾದಿಸುವುದು ಹೇಗೆ? ಅವನ ಹುಟ್ಟೂರಾವುದೆಂಬುದನ್ನು ಸರ್ವಿಸ್–ರಿಜಿಸ್ಟರಿನಿಂದ ತಿಳಿಯಲಾಯಿತು. ಅಲ್ಲಿಯ ತಹಸೀಲುದಾರನಿಗೆ ಆಸಾಮಿಯ ವಿಷಯವೇನಾದರೂ ಗೊತ್ತಿದೆಯೆ ಎಂದು ಕೇಳಲಾಯಿತು. ಅವನಿಗೂ ಗೊತ್ತಿಲ್ಲ. ಈ ಪತ್ರ ವ್ಯವಹಾರದಲ್ಲಿ ಇನ್ನೊಂದೆರಡು ವರ್ಷ ಕಳೆದುಹೋಯಿತು.

ಆಡಿಟರು ಹಿಡಿದ ಹಿಡಿಯನ್ನು ಸಡಲಿಸಲಿಲ್ಲ. ಈ ಪ್ರಿನ್ಸಿಪಾಲನೂ ರಿಟೈರ್ ಆಗಿ ಮೂರನೆ ಪ್ರಿನ್ಸಿಪಾಲನು ಬಂದ. ಅವನಿಗೂ "ಅಸಾಮಿಯನ್ನು ಪತ್ತೆ ಹಚ್ಚಿ ಒಂದು ರೂಪಾಯಿ ವಸೂಲು ಮಾಡುವುದು" ಎಂದು ಶ್ರೀಮುಖ ಬಂತು. ಈ ಪ್ರಿನ್ಸಿಪಾಲನದು ಯಾವಾಗಲೂ ಎಲ್ಲದಕ್ಕೂ ಹಾರಾಡುವ ಸ್ವಭಾವ. ಆಫೀಸಿನ ಸಿಬ್ಬಂದಿಯನ್ನೆಲ್ಲ ತರಾಟೆಗೆ ತೆಗೆದುಕೊಂಡ ಆಸಾಮಿ. ಎಲ್ಲಿರುವನೋ ಅಲ್ಲಿಗೆ ಹೋಗಿ ಪತ್ತೆ ಹಚ್ಚಿ ಬಾಕಿಯನ್ನು ವಸೂಲು ಮಾಡಿಕೊಂಡು ಬರಬೇಕು ಎಂದು ಈ ಕೆಲಸಕ್ಕೆ ದಮನಕನನ್ನು ನಿಯಮಿಸಿದ. ಈ ಪ್ರಿನ್ಸಿಪಾಲನ ಆಳ್ವಿಕೆಯ ಆರಂಭದಲ್ಲಿಯೇ ಆಫೀಸು–ಸಿಬ್ಬಂದಿಯವರು ರೋಸಿಹೋಗಿದ್ದರು. ದಮನಕನು ಪ್ರಿನ್ಸಿಪಾಲನ ಬಳಿ ಬಂದು "ಮೊದಲು ಎಲ್ಲಿ ಹೋಗಬೇಕು? ಅಪ್ಪಣೆಯಾದಲ್ಲಿಗೆ ಹೋಗುತ್ತೇನೆ" ಎಂದ.

"ಮೊದಲು ಅವನ ಹುಟ್ಟೂರಿಗೆ ಹೋಗಿ ಅವನನ್ನು ಪತ್ತೆ ಮಾಡಿ."

"ಅಪ್ಪಣೆ."

ಅವನ ಹುಟ್ಟೂರು ಚಿತ್ತೂರು ಜಿಲ್ಲೆಯಲ್ಲಿ ಯಾವುದೋ ಗ್ರಾಮ. ದಮನಕನ ಮನೆದೇವರ ಕ್ಷೇತ್ರಗಳಿರುವುದೂ ಅದೇ ಜಿಲ್ಲೆ. ಪ್ರಿನ್ಸಿಪಾಲನ ಕಾಟದಿಂದ ಎರಡು ದಿನವಾದರೂ ತಪ್ಪಿಸಿಕೊಂಡಿರಬಹುದಲ್ಲ ಎಂಬ ನಿರೀಕ್ಷೆ. ಒಡನೆಯೆ ಹೊರಟ. ಆಸಾಮಿಯ ಗ್ರಾಮಕ್ಕೆ ಹೋಗಿದ್ದನೇ ಇಲ್ಲವೇ ಎಂಬುದು ಇದುವರೆಗೂ ಗೂಢವಾಗಿಯೇ ಇದೆಯಾದರೂ, ತಿರುಪತಿ–ತಿರುಮಲೆ, ತಿರುಚಾನೂರು ಗುಡಿಗೋಪುರಗಳಿಗೆ ದರ್ಶನ ಕೊಟ್ಟು ಹಿಂತಿರುಗಿದನೆಂಬುದು ವೇದ್ಯವಾಯಿತು. ಪ್ರಿನ್ಸಿಪಾಲರು "ಏನ್ರೀ, ಏನಾಯತ್ರೀ, ನೀವು ಹೋದ ಕೆಲಸ?" ಎಂದರು.

(ಆತುರದಿಂದ) ದಮನಕ:

"ಆಯಿತು ಸ್ವಾಮಿ, ಮನಸ್ಸು ನೆರಯವಂತೆ ದರ್ಶನವಾಯಿತು."

"ರೂಪಾಯಿ ತಂದಿರೇನ್ರಿ?"

"ತಿರುಮಲೆಗೆ ತೆಗೆದುಕೊಂಡು ಹೋದ ರೂಪಾಯನ್ನು ಹಿಂದಕ್ಕೆ ತರುವುದೇ? ಅದು ಹುಂಡಿಯೊಳಕ್ಕೆ ಹೋಯಿತು."

"ಸರ್ಕಾರಕ್ಕೆ ಸೇರಬೇಕಾಗಿದ್ದ ಹಣವನ್ನು ತಿರುಮಲೆಯ ಹುಂಡಿಯಲ್ಲಿ ಹಾಕಿದಿರಾ! ಪೊಲೀಸಿನವರಿಗೆ ದೂರು ಕೊಡುತ್ತೇನೆ" ಎಂದು ಫೋನ್ ಎತ್ತಿದ ಪ್ರಿನ್ಸಿಪಾಲು.

ದಮನಕನಿಗೆ ಎಚ್ಚರವಾಗಿಬಿಟ್ಟಿತು; ಕೈಕಾಲುಗಳು ನಡುಗಿಹೋದವು.

"ಅಲ್ಲ ಸ್ವಾಮೀ, ಆ ರೂಪಾಯಿ ನನ್ನದು. ನಾನು, ನಾನೇ ಇಲ್ಲಿಂದ ತೆಗೆದುಕೊಂಡು ಹೋದದ್ದು. ನನ್ನ ಸ್ವಂತ ಹಣ!"

ಫೋನನ್ನು ಸ್ವಸ್ಥಾನದಲ್ಲಿಟ್ಟು "ಹಾಗಾದರೆ ಆಸಾಮಿ ಸಿಕ್ಕಿದನೇನ್ರಿ?"

"ಅದೆಲ್ಲಿ ಸಾರ್ ಸಿಕ್ಕುತ್ತಾನೆ?"

"ಹಾಗಂದ್ರೆ?"

"ಅವನು ವೈಕುಂಠವಾಸಿಯಾಗಿದ್ದಾನಂತೆ."

"ಎಂದ್ರೆ?"

"ಮಹಾವಿಷ್ಣುವಿನ ಪಾದಗಳ ಬಳಿ ಸೇವೆ ಮಾಡುತ್ತಿದ್ದಾನಂತೆ."

"ಮಹಾವಿಷ್ಣುವಿನ ಪಾದಗಳ ಬಳಿ ಸೇವೆ ಮಾಡುತ್ತಿದ್ದಾನಂತೆ"

ಆಡಿಟರ ದಾಂಧಲೆ   ೯೯

"ಏನ್ರಿ ನೀವು ಬೊಗಳುತ್ತಿರುವುದು?"

"ಎಂದ್ರೆ ಸತ್ತುಹೋದನಂತೆ."

"ನೀವು ನೋಡಿದಿರೇನ್ರಿ?"

"ಅದು ಹೇಗೆ ಸಾಧ್ಯ ಸ್ವಾಮಿ? ಅವನು ಸತ್ತು ನಾಲ್ಕು ತಿಂಗಳಾದುವಂತೆ!"

"ಅವನಿಗೆ ವಾರಸುದಾರರು ಯಾರಂತೆ?"

"ಆತನ ಮಗಳು."

"ಆಕೆಯನ್ನು ಕೇಳಿದಿರೇನ್ರಿ?"

"ಕೇಳಿದೆ ಸ್ವಾಮಿ, ಕಸಪೊರಕೆಯ ಸೇವೆಯಾಯಿತು." ಎಂದು ಹಿಂತಿರುಗಿ ಷರಟನ್ನು ಮೇಲೆತ್ತಿದ, ಕಸಪೊರಕೆಯ ಮುದ್ರೆಯೇನೋ ಪಂಚೆಯ ಮೇಲೆ ಕಾಣಿಸಿತು.

"ಬಾಕಿಯ ವಿಷಯವನ್ನು ಕುರಿತು ಆಕೆಗೊಂದು ಕಾಗದ ಬರೆದು 'ರಿಜಿಸ್ಟರ್ ಫಾರ್ ಅಕ್ನಾಲೆಡ್ಜ್‌ಮೆಂಟ್' ಮೂಲಕ ಕಳುಹಿಸಿ. ಒಂದು ವಾರದೊಳಗಾಗಿ ಬಾಕಿಯಿರುವ ಹಣವನ್ನು ಕಳುಹಿಸದಿದ್ದರೆ ಕೋರ್ಟಿನಲ್ಲಿ ದಾವಾ ಹಾಕಲಾಗುವುದೆಂದು ಬರೆಯಿರಿ."

ಒಂದು ವಾರ ಕಳೆದ ಮೇಲೆ ಪ್ರಿನ್ಸಿಪಾಲನು ಬರೆದಿದ್ದ ಬೆದರಿಕೆ ಕಾಗದಕ್ಕೆ ಬದಲು ಬಂತು. ಇವನು ಬರೆದಿದ್ದ ಕಾಗದವೇ. ಅದರ ಮೇಲೆ ಬಣ್ಣದ ದೊಡ್ಡ ಪಂಗನಾಮ ತಿದ್ದಿತ್ತು.

ಆಡಿಟರ್ ಆಫೀಸಿನ ತಗಾದೆ ಹೆಚ್ಚಾಯಿತು. ತಿಂಗಳಿಗೊಂದು ಸಲ ಪ್ರಿನ್ಸಿಪಾಲನಿಗೆ ನೆನಪೂ-ಮೆಮೊ ಬರುತ್ತಿತ್ತು: "೧೯೪೦ನೇ ವರ್ಷದ ಆಡಿಟ್ ಆಕ್ಷೇಪಣೆಗಳಲ್ಲಿ ಒಂದು ರೂಪಾಯಿ ಬಾಕಿಯ ವಿಚಾರ ಇತ್ಯರ್ಥವಾಗದೆ, ೧೯೬೪ರಲ್ಲಿ ಇನ್ನೂ

"...ಕಸಪೊರಕೆಯ ಸೇವೆಯಾಯಿತು."

ಉಳಿದುಕೊಂಡಿದೆ. ಇದನ್ನು ಬೇಗನೆ ಫೈಸಲು ಮಾಡದೆ ಹೋದರೆ ಪ್ರಿನ್ಸಿಪಾಲರ ವರ್ತನೆಯನ್ನು ಸರ್ಕಾರ ಖಂಡಿಸಬೇಕಾಗುತ್ತದೆ."

ಈ ಪ್ರಿನ್ಸಿಪಾಲನೂ 'ರಿಟೈರ್' ಆದ. ಇವನ ಗಾದಿಯನ್ನು ಇನ್ನೊಬ್ಬನು ಹತ್ತಿ ಒಂದೂವರೆ ವರ್ಷದ ಮೇಲೆ ಬೇರೊಂದು ಕೆಲಸಕ್ಕೆ ಹೋದ. ಹೀಗೆಯೇ ಒಂದೆರಡು ವರ್ಷ ಕಳೆದವು. ಫೈಲು ಬೆಳೆಯುತ್ತಲೇ ಇತ್ತು. ನಾನು ಗಾದಿಯನ್ನೇರಿದಾಗಲೂ ಆಡಿಟರಿಂದ ಬೆದರಿಕೆ–ಪತ್ರಗಳು ಬಂದವು. ಕರಟಕನನ್ನು ಕರೆದು, ಅವನ ಕೈಗೊಂದು ರೂಪಾಯಿ ಕೊಟ್ಟು "ಟ್ರೆಜರಿಗೆ ಕಳುಹಿಸಿ ರಸೀದಿ ತರಿಸಿ ಫೈಲನ್ನು ಫೈಸಲ್ ಮಾಡಿ" ಎಂದೆ. ಅವನಿಗಾದ ಆಶ್ಚರ್ಯಕ್ಕೆ ಮಿತಿಯೇ ಇಲ್ಲ. "ಸಾರ್, ನೀವು ಮಹಾನುಭಾವರು, ಸಾರ್. ಈ ಕೆಲಸವನ್ನು ೨೦ ವರ್ಷಗಳ ಹಿಂದೆಯೇ ಆಗಿನ ಪ್ರಿನ್ಸಿಪಾಲರು ಮಾಡಬಹುದಾಗಿತ್ತು" ಎಂದು ನನಗೆ ಸರ್ಟಿಫಿಕೇಟ್ ಕೊಟ್ಟ.

ಕೆಲವು ವರ್ಷಗಳ ಹಿಂದೆ, ನಾನು ಪ್ರಿನ್ಸಿಪಾಲಾಗಿದ್ದಾಗ ಆಡಿಟರ್ ಜನರೆಲ್ಲರು "ನಮ್ಮ ಆಫೀಸಿನ ಸಿಬ್ಬಂದಿಯನ್ನು ಈ ಸಲ 'stores checking'ಗಾಗಿ ಕಳುಹಿಸುತ್ತೇವೆ" ಎಂದು ಭೇದಿ–ಗುಳಿಗೆಯನ್ನು ನುಂಗಿಸಿದರು. ನನಗೆ ಗಂಡ ಬಂತು; ಪ್ರಾಧ್ಯಾಪಕರಿಗೆ ಶನಿದೆಸೆ ಆರಂಭವಾಯಿತು. "ನಿಮ್ಮ ನಿಮ್ಮ ಡಿಪಾರ್ಟ್‌ಮೆಂಟುಗಳ

ಬಣ್ಣದ ಪಂಗನಾಮ

ಸ್ಟಾಕ್-ರಿಜಿಸ್ಟರುಗಳನ್ನು 'ವೆರಿಫೈ' ಮಾಡಿ ಒಂದೊಂದು ಬಾಬತನ್ನೂ ಧೂಳು ಹೊಡೆದು ಸರಿಯಾಗಿ ಜೋಡಿಸಿ ಕೈಗೆ ಸಿಗುವಂತೆ ಇಟ್ಟುಕೊಂಡಿರಿ" ಎಂಬ ಎಚ್ಚರಿಕೆಯನ್ನು ಪ್ರತಿಯೊಬ್ಬ ಪ್ರಾಧ್ಯಾಪಕನಿಗೂ ಕಳುಹಿಸಿದೆ. ಇದುವರೆಗೂ ಒಂದು ಡಿಪಾರ್ಟ್‌ಮೆಂಟಿನ ಸ್ಟೋರ್ಸ್‌ನ್ನು ನಮ್ಮದೇ ಕಾಲೇಜಿನ ಇನ್ನೊಂದು ಡಿಪಾರ್ಟ್‌ಮೆಂಟಿನ ಅಧ್ಯಾಪಕರು ಚೆಕ್ ಮಾಡಿ, ಕ್ರೋಡೀಕರಿಸಿದ ವರದಿಯನ್ನು 'ಆಡಿಟರ್ ಜನರಲ್' ಅವರ ಆಫೀಸಿಗೆ ಕಳುಹಿಸುತ್ತಿದ್ದರು. "ಎಲ್ಲವನ್ನು ನಾನು ಕಣ್ಣಾರ ಕಂಡಿದ್ದೇನೆ. ಕೈಯಿಂದ ಮುಟ್ಟಿ ನೋಡಿದ್ದೇನೆ. ಕಾಲಿಂದ ತುಳಿದು ನೋಡಿದ್ದೇನೆ. ಎಲ್ಲವೂ ಸರಿಯಾಗಿದೆ" ಎಂಬ ನಮ್ಮ ಪ್ರತಿ ವರ್ಷದ ವರದಿಯನ್ನೋದಿ ಇವರಿಗೆ ಅನುಮಾನ ಬಂದಿರಬೇಕು. ಈ ಸಲ "ನಾವೇ ಬಂದು ಅದನ್ನೆಲ್ಲ ಮಾಡುತ್ತೇವೆ" ಎಂದಿದ್ದರು. ಆಡಿಟರುಗಳು ಚಿತ್ರಗುಪ್ತರಾದರೆ 'ಚೆಕಿಂಗ್-ಆಫೀಸರು'ಗಳು ಅವರನ್ನೂ ಮೀರಿಸಿದ ನಕ್ಷತ್ರಕರು.

ಗೊತ್ತಾದ ದಿನ ಸುಮಾರು ೫೦ ನಕ್ಷತ್ರಕರು ದಡದಡನೆ ಬಂದಿಳಿದರು. ಒಂದೊಂದು ಡಿಪಾರ್ಟ್‌ಮೆಂಟಿಗೂ ಮೂರು ನಾಲ್ಕು ಜನ ಇಳಿಬಿದ್ದರು. "ರಿಜಿಸ್ಟರುಗಳನ್ನು ತಂದಿಡಿ" ಎಂದರು. ಕೆಲವು ಡಿಪಾರ್ಟ್‌ಮೆಂಟುಗಳಲ್ಲಿ ಹಾಜರಿ ರಿಜಿಸ್ಟರನ್ನು ಮೊದಲು ತಂದಿಟ್ಟರಂತೆ. ಪ್ರಾಧ್ಯಾಪಕನು ಓಡಿ ಬಂದು "ಇದು ಸ್ಟೋರ್ಸ್ ರಿಜಿಸ್ಟರಲ್ಲ. ತಪ್ಪು ತಿಳಿದುಕೊಂಡು ತಂದುಬಿಟ್ಟಿದ್ದಾರೆ. ಸ್ಟೋರ್ಸ್ ರಿಜಿಸ್ಟರುಗಳನ್ನು ತರಹೇಳಿದ್ದೇನೆ" ಎಂದದ್ದಕ್ಕೆ "ಅವೂ ಬರಲಿ, ಇವನ್ನೂ ನಾವು ನೋಡಬೇಕಾಗಿದೆ" ಎಂದು ಬದಲಿತ್ತರು.

ಒಂದೆರಡು ತಿಂಗಳ ಹಾಜರಿಯನ್ನು ನೋಡಿ "ಕೆಲವು ಅಧ್ಯಾಪಕರು ಸಹಿಯನ್ನೇ ಮಾಡಿಲ್ಲ! ಕಾಲೇಜಿಗೆ ಬಂದಿದ್ದರೋ ಬರಲಿಲ್ಲವೋ, ರಜ ತೆಗೆದುಕೊಂಡಿದ್ದಿರೋ ಇಲ್ಲವೋ, ರಜ ತೆಗೆದುಕೊಂಡಿದ್ದರೆ ಇಲ್ಲಿ ಏಕೆ ನಮೂದಿಸಲಿಲ್ಲ?" ಎಂದರು.

ಪ್ರಾಧ್ಯಾಪಕ: "ಅವರೆಲ್ಲರೂ ಬಂದಿದ್ದರು. ನಾನು ಹೇಳುತ್ತೇನೆ."

ನಕ್ಷತ್ರಕರು: "ನೀವು ಹೇಳಿದರೆ ಸಾಕೆ? ನಿಮ್ಮ ಮಾತನ್ನು ಹೇಗೆ ನಂಬುವುದು? ನಿಮ್ಮ ಸಹಿಯೇ ಎಲ್ಲೂ ಇಲ್ಲವಲ್ಲ! ನೀವೇ ಹಾಜರಿದ್ದಿರೋ ಇಲ್ಲವೋ?

ಪ್ರಾಧ್ಯಾಪಕ: "ಏನು ಸ್ವಾಮಿ ಇದು! ನಾನು ಜವಾಬ್ದಾರಿಯಿಂದ ಮಾತನಾಡುತ್ತಿದ್ದೇನೆ."

"ಅದು ಅರ್ಥವಾಯಿತು. ಆದರೆ ನೀವು ಹಾಜರಾಗಿದ್ದರೆ ಇಲ್ಲಿ ಸಹಿ ಏಕೆ ಇಲ್ಲ?"

"ಈಗ ನಿಮ್ಮೆದುರಿಗೆ ನಿಂತಿದ್ದೇನಲ್ಲ, ನಾನು ಹಾಜರಿಲ್ಲ ಎನ್ನುತ್ತೀರೇನು?

"ಈಗ ಹಾಜರಿದ್ದೀರಿ, ಒಪ್ಪುತ್ತೇವೆ, ಕಳೆದ ಎರಡು ತಿಂಗಳುಗಳಲ್ಲಿ ಹಾಜರಿದ್ದಿರಾ? ನಿಮ್ಮ ಹಾಜರಿಯನ್ನು ಕಣ್ಣಾರ ನೋಡುವುದಕ್ಕೆ ನಾವಿರಲಿಲ್ಲವಲ್ಲ!"

ಪ್ರಾಧ್ಯಾಪಕ ಕಿಡಿಕಿಡಿಯಾದ. "ನೀವಿಲ್ಲಿ ಬಂದಿರುವುದು 'ಸ್ಟೋರ್ಸ್ ಚೆಕ್' ಮಾಡುವಕದಕ್ಕಲ್ಲವೇನ್ರಿ?"

"ನಮ್ಮ ಕೆಲಸ ನಮಗೆ ಗೊತ್ತು ಸಾರ್. ನಾವು ಏನು ಕೇಳಿದರೆ ನೀವು ಅದು ಇದ್ದರೆ ತೋರಿಸಬೇಕು."

"ಇಲ್ಲದ್ದನ್ನು ನೀವು ಕೇಳಿದರೆ?"

"ಹಾಗೆ ಕೇಳುವುದಕ್ಕೆ ನಾವೇನು ಹುಚ್ಚರೆ?... 'ಕ್ಯಾಷುಯಲ್-ಲೀವ್' ರಿಜಿಸ್ಟರನ್ನು ತರಿಸಿ."

ಪ್ರಾಧ್ಯಾಪಕ ಅದರ ಹೆಸರನ್ನೇ ಕೇಳಿರಲಿಲ್ಲ. "ಏನ್ರೀ ಹಾಗಂದರೆ?" ಎಂದ.

"ನಿಮ್ಮ ಅಧ್ಯಾಪಕರು ಅವರ ರಜಚೀಟಿಯನ್ನು ನಿಮಗೆ ತಾನೆ ಕಳುಹಿಸುತ್ತಾರೆ?"

"ಹೌದು."

"ಅದನ್ನು ಎಲ್ಲಿ ಗುರುತು ಮಾಡಿಕೊಳ್ಳುತ್ತೀರಿ?"

"ನಾವೇಕ್ರಿ ಗುರುತು ಹಾಕಿಕೊಳ್ಳಬೇಕು? ಆ ಚೀಟಿಗಳನ್ನು ಆಫೀಸಿಗೆ ಸಹಿ ಹಾಕಿ ಕಳುಹಿಸುತ್ತೇನೆ. ಅವರು ಲೆಕ್ಕವಿಟ್ಟುಕೊಳ್ಳುತ್ತಾರೆ."

"ಅದು ಆಫೀಸಿನ ವಿಷಯ. ನೀವು, ಇಲ್ಲಿ, ನಿಮ್ಮ ಡಿಪಾರ್ಟ್‌ಮೆಂಟಿನಲ್ಲಿ ಒಂದು ರಿಜಿಸ್ಟರನ್ನು ಇಟ್ಟುಕೊಳ್ಳುವುದಿಲ್ಲವೆ?"

"ಇಲ್ಲ."

"ಇದನ್ನು ನಾವು ಮೇಲಧಿಕಾರಿಗಳಿಗೆ ವರದಿ ಮಾಡುತ್ತೇವೆ."

ಮನಸ್ಸಿನಲ್ಲೇ "ಶನಿಗಳು" ಎಂದು ಪಿಟುಗುಟ್ಟಿಕೊಂಡ.

ಇನ್ನೊಂದು ಡಿಪಾರ್ಟ್‌ಮೆಂಟಿನಲ್ಲಿ ಎಂಟು ಕಬ್ಬಿಣದ ಮೊಳೆಗಳನ್ನು ಕೊಂಡು ಪಟಗಳನ್ನು ತೂಗುಹಾಕಿದ್ದರು. ನಕ್ಷತ್ರಕ : "ಏಳೇ ಪಟಗಳಿವೆ, ಒಂದೊಂದು ಪಟಕ್ಕೆ ಒಂದೊಂದು ಮೊಳೆಯಾಯಿತು. ಎಂಟನೆಯ ಮೊಳೆ ಎಲ್ಲಿ?" ಎಂದು ತಗಾದೆ ಆರಂಭಿಸಿದ.

"ಅದು ಮುರಿದು ಹೋಯಿತು."

"ಅದರ ತುಂಡುಗಳೆಲ್ಲಿ?"

"ಅದನ್ನೆಲ್ಲಿ ಇಟ್ಟಿರುತ್ತೇವೆ! ಬಿಸಾಕಿಬಿಟ್ಟೆವು!"

"ಸರ್ಕಾರದ ಹಣದಲ್ಲಿ ಕೊಂಡುಕೊಂಡ ವಸ್ತುವನ್ನು ಬಿಸಾಡುವುದೆಂದರೇನು?"

"ಅಕೌಂಟಿಂಗ್ ಸರಿಯಾಗಿಲ್ಲ" ಎಂದು ಬರೆದುಕೊಂಡ.

ಇನ್ನೊಂದು ಡಿಪಾರ್ಟ್‌ಮೆಂಟಿನ ಲೈಬ್ರರಿಯನ್ನು ಚೆಕ್ ಮಾಡುತ್ತಿದ್ದಾಗ ನಕ್ಷತ್ರಕ ಕೇಳಿದನಂತೆ: "ಈ ಪುಸ್ತಕಗಳು ಏಕೆ ಹರಿದುಹೋಗಿವೆ?"

"ಹುಡುಗರು ಓದಿ ಓದಿ ಹಾಗಾಗಿದೆ."

"ಹರಿದುಹೋದ ಪುಸ್ತಕಕ್ಕೆ ಬೈಂಡ್ ಏಕೆ ಹಾಕಿಸಲಿಲ್ಲ?"

"ಮೂರು ಸಲ ಹಾಕಿಸಿದ್ದಾಯಿತು."

"ನಾಲ್ಕನೆಯ ಸಲವೂ ಹರಿಯಿತೆ?"

"ನೀವೇ ನೋಡುತ್ತಿದ್ದೀರಲ್ಲ! ಪುಸ್ತಕ ಪ್ರಿಂಟಾದದ್ದು ೧೯೩೦ರಲ್ಲಿ. ಪ್ರತಿ ವರ್ಷವೂ ೩೦ ವಿದ್ಯಾರ್ಥಿಗಳು ಇದನ್ನು ಓದುತ್ತಾರೆ. ಪೇಜುಗಳು ಪುಡಿಪುಟಿಯಾಗುವಷ್ಟು ಹಳೆಯದಾಗಿ ಹೋಗಿದೆ."

"ಫಾರಿನ್ ಪೇಪರಲ್ಲವೇನ್ರಿ ಅದು?"

"ಹೌದು ಫಾರಿನ್ನಿನಲ್ಲೇ ಪ್ರಿಂಟೂ ಆದದ್ದು. ಪ್ರಿಂಟಾದ ಪುಸ್ತಕ ಫಾರಿನ್ನಿನಲ್ಲೇ ಇದ್ದಿದ್ದರೆ ಅದು ಈ ದುಃಸ್ಥಿತಿಗೆ ಬರುತ್ತಿರಲಿಲ್ಲ."

ಇನ್ನೊಂದು ಪುಸ್ತಕವನ್ನು ತೋರಿಸಿ "ಯಾಕ್ರಿ ಗೆದ್ದಲು ತಿಂದಿದೆ?"

"ನಾವೇನು ಸ್ವಾಮಿ ಮಾಡೋಣ? ಮರದ ಬೀರು. ಬೀರುವನ್ನೂ ತಿಂದಿದೆ."

"ಕಂಪ್ಲೈಂಟ್ ಮಾಡಿದ್ದೀರೇನ್ರಿ?"

"ಯಾರಿಗೆ?"

"ನಿಮ್ಮ ಮೇಲಧಿಕಾರಿಗಳಿಗೆ."

"ಯಾರ ಮೇಲೆ 'ಕಂಪ್ಲೈಂಟ್' ಮಾಡಬೇಕಿತ್ತು? ಗೆದ್ದಲು–ಹುಳುವಿನ ಮೇಲೆಯೇ?"

ಈ ಪ್ರಶ್ನೆಯ ವ್ಯಂಗ್ಯ ನಕ್ಷತ್ರಕನಿಗೆ ಅರ್ಥವಾಯಿತು.

"ನೀವು 'ಕಂಪ್ಲೈಂಟ್' ಕೊಡಬೇಕಾಗಿತ್ತು. ಕೊಡದಿರುವುದು ಪ್ರೊಸೀಜರಿಗೆ ವಿರುದ್ಧವಾಗಿದೆ" ಎಂದು ಬರೆದುಕೊಂಡ.

ಇನ್ನೊಂದು ಪುಸ್ತಕವನ್ನು ತೆರೆದು ನೋಡಿ "ಇದಾವ ಭಾಷೆ?" ಎಂದ.

"ಲ್ಯಾಟಿನ್."

"ಅದು ಇಲ್ಲೇನು ಮಾಡುತ್ತಿದೆ?'

"ಇತರ ಪುಸ್ತಕಗಳಂತೆಯೆ ಕೂತಿದೆ."

"ಇಂಥ ಪುಸ್ತಕಗಳು ಎಷ್ಟಿವೆ?"

"ನಾವು ಭಾಷಾ ಪ್ರಕಾರ ಲೆಕ್ಕವಿಟ್ಟಿಲ್ಲ. ಅಂಕಿಗಳನ್ನು ಬೇಕಾದರೆ ಒಂದು ವಾರದೊಳಗೆ ತಿಳಿಸುತ್ತೇನೆ."

"ಇನ್ನೂ ಯಾವ ಯಾವ ಭಾಷೆಯ ಪುಸ್ತಕಗಳಿವೆ?"

"ಫ್ರೆಂಚ್, ಇಂಗ್ಲಿಷ್, ಜರ್ಮನ್..."

"ಅದನ್ನೆಲ್ಲ ಯಾರು ಓದುತ್ತಾರೆ ನಿಮ್ಮಲ್ಲಿ?"

"ನಾನು ಒಂದಿಬ್ಬರು."

"ಮೂರು ಜನಕ್ಕೋಸ್ಕರ ಇಷ್ಟು ಹಣ ವೆಚ್ಚ ಮಾಡಿ ಪುಸ್ತಕಗಳನ್ನು ಕೊಂಡುಕೊಂಡಿದ್ದೀರಾ?"

"ಪಾಠ-ಪ್ರವಚನಗಳಿಗೆ ಅಗತ್ಯವಾದ ಪುಸ್ತಕಗಳನ್ನು ಕೊಳ್ಳಲು ನಮಗೆ ಹಕ್ಕಿಲ್ಲವೆ?"

"ತಮಿಳು ಪುಸ್ತಕಗಳಾವುವೂ ಇಲ್ಲವೋ?"

"ಇಲ್ಲ."

ಈ ಡಿಪಾರ್ಟ್‌ಮೆಂಟಿನಲ್ಲಿ ತಮಿಳು ಪುಸ್ತಕಗಳೇ ಇಲ್ಲ, ಆಡಳಿತ-ಭಾಷೆಗೆ ಪ್ರೋತ್ಸಾಹ ಕೊಟ್ಟಿಲ್ಲ-ಎಂದು ಟಿಪ್ಪಣಿ ಬರೆದುಕೊಂಡ.

ಈ ನಕ್ಷತ್ರಕರ ವಿಷಯದಲ್ಲಿ ಯಾವೊಬ್ಬ ಪ್ರಾಧ್ಯಾಪಕನಿಗೂ ಸಹಾನುಭೂತಿಯೋ ಸ್ನೇಹವೋ ಉಂಟಾಗಲಿಲ್ಲ. ಎಲ್ಲರೂ ಅವರನ್ನು ದೂರುವವರೇ. ಅವರ ಮುಖದರ್ಶನವಾದೊಡನೆ ಅಧ್ಯಾಪಕವರ್ಗಕ್ಕೆ ಉಷ್ಣವೂ ರಕ್ತದ ಒತ್ತಡವೂ ತೀವ್ರವಾಗುತ್ತಿತ್ತು. ನಕ್ಷತ್ರಕರೂ ಅಷ್ಟೆ. ಕಾಲೇಜಿನ ಅಧ್ಯಾಪಕವರ್ಗಕ್ಕೆ ಸಲ್ಲಬೇಕಾದ ಗೌರವವನ್ನೂ ತೋರಿಸರು. ತಪ್ಪಿತಸ್ಥರನ್ನು ವಿಚಾರಣೆ ಮಾಡುವ ರೀತಿಯಲ್ಲಿ ಚೆಕಿಂಗ್ ಕಾರ್ಯವನ್ನು ನಿರ್ವಹಿಸುತ್ತಿದ್ದರು. ಅಧಿಕಾರಿಯಾದವನು ಎಷ್ಟು ಜಾಗರೂಕನಾಗಿದ್ದರೂ ನಕ್ಷತ್ರಕರು ಯಾವಾಗ ಯಾವ ರೀತಿ ಪ್ರಶ್ನೆ ಹಾಕುತ್ತಾರೆ ಎಂಬುದನ್ನು ತಿಳಿಯಲಾರ. ಹುರುಳಿಲ್ಲದ ದಾಂಧಲೆಗಳನ್ನು ಎಬ್ಬಿಸುವವರಲ್ಲಿ ನಕ್ಷತ್ರಕರನ್ನು ಮೀರಿಸಲು ಯಾರಿಂದಲೂ ಸಾಧ್ಯವಿಲ್ಲ.

ಆದರೆ ಒಂದು ಸಂಗತಿಯನ್ನು ಮಾತ್ರ ಬಿಚ್ಚು ಮನಸ್ಸಿನಿಂದ ಒಪ್ಪಿಕೊಳ್ಳಬೇಕು. ಇವರ ದಾಂಧಲೆಯಿಂದ ನಮ್ಮ ರಿಜಿಸ್ಟರುಗಳು ಚೊಕ್ಕವಾದವು; ಸ್ಟೋರ್ಸು ಒಂದು ಕ್ರಮಕ್ಕೆ ಬಂತು; ಪ್ರಾಧ್ಯಾಪಕರಲ್ಲಿ ಮುತುವರ್ಜಿ ಮೂಡಿತು.

* * *

ಬುಧನ ದರ್ಬಾರು

"ನಾಟಕವ ನೋಡು ಬ್ರಹ್ಮಾಂಡ ರಂಗಸ್ಥಲದಿ।
ಕೋಟಿನಟರಾಂತಿಹರು ಚಿತ್ರಪಾತ್ರಗಳ॥
ಆಟಕ್ಕೆ ಕಥೆಯಿಲ್ಲ ಮೊದಲಿಲ್ಲ ಕಡೆಯಿಲ್ಲ।"
–ಮಂಕುತಿಮ್ಮ

ನಮ್ಮ ಕಾಲೇಜಿನಲ್ಲಿ ಬಹು ಹಳೆಯದಾದ ಸಂಪ್ರದಾಯವೊಂದು ತಪ್ಪದೆ ನಡೆದುಕೊಂಡು ಬಂದಿದೆ. ಇದರ ಮೂಲವನ್ನು ಈಗ ಹುಡುಕುವುದು ಕಷ್ಟ. ಕ್ರಿ.ಶ. ೧೮೭೦ನೇ ವರ್ಷದ ಕಾಲೇಜ್ ವರದಿಯೇ ನನಗೆ ದೊರೆತ ತೀರ ಹಳೆಯ ದಾಖಲೆ; ಆಗಲೇ ಈ ಸಂಪ್ರದಾಯ ಬಳಕೆಯಲ್ಲಿತ್ತೆಂಬುದಕ್ಕೆ ಪ್ರಮಾಣವಿದೆ. ಇದರ ಪ್ರಕಾರ ಕಾಲೇಜಿನ ಪ್ರಿನ್ಸಿಪಾಲನೂ ಡಿಪಾರ್ಟ್‌ಮೆಂಟುಗಳ ತಲೆಯವರೂ 'ಕಾಲೇಜ್ ಕೌನ್ಸಿಲ್'ನ ಸದಸ್ಯರು. ಪ್ರತಿ ಬುಧವಾರ (ರಜ–ದಿನವಾಗಿಲ್ಲದಿದ್ದಲ್ಲಿ) ಮಧ್ಯಾಹ್ನದ ಉಪಾಹಾರವನ್ನು ಇವರೆಲ್ಲರೂ ಸಹ–ಪಂಕ್ತಿಯಲ್ಲಿ ಸೇವಿಸುತ್ತಾರೆ. ಕಾಲೇಜು ಮೊಟ್ಟಮೊದಲು ಆರಂಭವಾದಾಗಿನಿಂದಲೇ ಈ ಬಳಕೆಯೂ ಜಾರಿಗೆ ಬಂದಿದ್ದಿರಬಹುದು.

ಕಾಲೇಜು–ಕೌನ್ಸಿಲ್ಲಿಗೆ ನಿಶ್ಚಿತವಾದ ಕರ್ತವ್ಯಗಳೇನೂ ಮೊದಮೊದಲು ಇದ್ದಂತಿಲ್ಲ. ಆಯಾ ಡಿಪಾರ್ಟ್‌ಮೆಂಟುಗಳ ತಲೆಯವರು (ಪ್ರಾಧ್ಯಾಪಕರಾಗಿದ್ದವರೇ) ವಾರ ಪೂರಾ ತಮ್ಮ ತಮ್ಮ ಸ್ವಾಧ್ಯಾಯ ಪ್ರವಚನಗಳಲ್ಲಿ ತಲ್ಲೀನರಾಗಿದ್ದದ್ದರಿಂದ ಒಬ್ಬರನ್ನೊಬ್ಬರು ಭೇಟಿಮಾಡುವ ಅವಕಾಶಗಳು ಸಾಧಾರಣದ ಸಂಭವವಾಗಿರಲಿಲ್ಲ. ಆಗಿನ ಪ್ರಾಧ್ಯಾಪಕರಿಗೆ ದಿನಕ್ಕೊಮ್ಮೆಯೋ ಲೆಕ್ಕವಿಲ್ಲದಷ್ಟು ಸಲವೋ ಪ್ರಿನ್ಸಿಪಾಲನ ಬಳಿ ಹೋಗಿ ಸಲಾಮ್ ಮಾಡಿ ಕಾಕಾ ಹಿಡಿಯುವ ಕೆಲಸದಲ್ಲಿ ತೊಡಗುವುದಕ್ಕೆ

ಬಿಡುವಿರಲಿಲ್ಲ. ಆ ಕಾಲದ ಪ್ರಿನ್ಸಿಪಾಲರೂ ಪ್ರಾಧ್ಯಾಪಕರೂ ಆಂಗ್ಲೇಯರು; ಅವರ ನಿಯಾಮಕ ಇಂಗ್ಲೆಂಡಿನಲ್ಲಿ ನಡೆಯುತ್ತಿತ್ತು; ಇಲ್ಲಿಗೆ ರಫ್ತಾಗುತ್ತಿದ್ದರು. ವಾರಕ್ಕೆ ಒಂದು ಗಂಟೆ ಹೊತ್ತು ಒಟ್ಟಾಗಿ ಕಲೆತು ಕಾಲೇಜಿನ ದಿನಚರಿಯನ್ನೋ ಡಿಪಾರ್ಟ್‌ಮೆಂಟುಗಳ ಕಷ್ಟಸುಖಗಳನ್ನೋ ಪ್ರಿನ್ಸಿಪಾಲನೊಂದಿಗೆ ವಿನಿಮಯ ಮಾಡಿಕೊಳ್ಳುತ್ತಿದ್ದರು. ಅಥವಾ ಪ್ರಿನ್ಸಿಪಾಲನು ತನ್ನ ಸಹೋದ್ಯೋಗಿಗಳೊಡನೆ ಆಡಳಿತಕ್ಕೆ ಸಂಬಂಧಿಸಿದ ವಿಚಾರಗಳನ್ನು ವಿಮರ್ಶೆ ಮಾಡಿ ನಿರ್ಣಯ ತೆಗೆದುಕೊಳ್ಳುತ್ತಿದ್ದ. ಇಲ್ಲವೆ ವರ್ಷಕ್ಕೆ ಒಂದೆರಡು ಸಲ ಪರೀಕ್ಷೆಯ ಫಲಿತಾಂಶಗಳನ್ನು ನಿಶ್ಚಯಿಸುವುದಕ್ಕೋ ವಿದ್ಯಾರ್ಥಿ ವೇತನದ ಹಂಚಿಕೆಯನ್ನು ನೇರವೇರಿಸುವುದಕ್ಕೋ ಈ ಬುಧವಾರದ ಸಭೆಯನ್ನೇ ಉಪಾಧಿಯಾಗಿಟ್ಟುಕೊಂಡಿದ್ದ.

ನಾಡಿನಲ್ಲಿ ಪ್ರಜೆಯ ಹಕ್ಕು ಸ್ವಾತಂತ್ರ್ಯದ ತಿಳುವಳಿಕೆ ಹರಡುತ್ತ ಹರಡುತ್ತ ಪ್ರಾಧ್ಯಾಪಕರ ಸ್ಥಾನಗಳಿಗೆ ನಮ್ಮ ನಮ್ಮವರನ್ನೇ ಆರಿಸಬೇಕಾದ ಅಗತ್ಯ ಒದಗಿತು. ಗಾಂಧೀ-ಯುಗದ ಸ್ವರಾಜ್ಯ-ಸ್ವದೇಶಿ ಚಳವಳಿಗಳು ನೆತ್ತಿಯನ್ನೇರಿದ್ದಾಗ ಪ್ರಿನ್ಸಿಪಾಲನೂ ಭಾರತೀಯನೇ ಆದ. ಭಾಷಾರಾಷ್ಟ್ರಗಳ ವಿಂಗಡವಾದ ತರುವಾಯ ನಮ್ಮ ಹಿತ್ತಲ ಗಿಡದ ಹೂವೇ ಪ್ರಿನ್ಸಿಪಾಲ್ ಆದ. ಈ ಪರಿವರ್ತನೆಯ ಜತೆಜತೆಯಾಗಿ ಇನ್ನೂ ಹಲವು ಬಗೆಯ ಮಾರ್ಪಾಟುಗಳು ತಲೆದೋರಿದುವು. ಕಾಲೇಜಿನಲ್ಲಿ ವಿದ್ಯಾರ್ಥಿಗಳ ಸಂಖ್ಯೆ ಬೆಳೆಯಿತು; ಅಧ್ಯಾಪಕರ ಸಂಖ್ಯೆಯೂ ಮುಪ್ಪರಿಗೊಂಡಿತು. ಅಧ್ಯಾಪಕ-ವರ್ಗದಲ್ಲಿ ಉಪವರ್ಗಗಳು ಏರ್ಪಟ್ಟುವು; ಉಪ-ಪ್ರಾಧ್ಯಾಪಕ-ಸ್ಥಾನದ ಸೃಷ್ಟಿಯಾಯಿತು (ಇದೂ ಗೆಜೆಟೆಡ್ ಹುದ್ದೆ). ಈ ನಡುವೆ ಡಿಪಾರ್ಟ್‌ಮೆಂಟುಗಳು ಮರಿ ಹಾಕಿದವು; 'ಫಿಸಿಕಲ್ ಸಯನ್ಸ್' ಎಂಬುದು. 'ಫಿಸಿಕ್ಸ್' 'ಕೆಮಿಸ್ಟ್ರಿ' ಎಂದು ಇಬ್ಭಾಗವಾಯಿತು; 'ಬಯಾಲಜಿ'ಯು 'ಬಾಟನಿ', 'ಜೂಆಲಜಿ'ಗಳಾದವು; ಚರಿತ್ರೆಯು ಚರಿತ್ರೆ ಮತ್ತು ರಾಜ್ಯಶಾಸ್ತ್ರಗಳಾದವು. ಇವುಗಳೊಂದಿಗೆ ಸ್ವಲ್ಪ ಸ್ವಲ್ಪ ಕಲೆತಿದ್ದ ಭಾಗವೊಂದು 'ಎಕನಾಮಿಕ್ಸ್' ಎಂಬ ತಲೆಚೀಟಿಯೊಂದಿಗೆ ಸ್ವತಂತ್ರ ಡಿಪಾರ್ಟ್‌ಮೆಂಟಾಯಿತು. ಹೀಗೆಯೇ 'ಫಿಲಾಸಫಿ' ಎಂಬ ತಲೆಚೀಟಿಯನ್ನು ಅಂಟಿಸಿಕೊಂಡು ಕುಟುಕು ಜೀವವನ್ನಿಟ್ಟುಕೊಂಡಿದ್ದ ಡಿಪಾರ್ಟ್‌ಮೆಂಟನ್ನು 'ಸೈಕಾಲಜಿ', 'ಜಿಯಾಗ್ರಫಿ' ಎಂಬೆರಡು ಸ್ವತಂತ್ರ ಡಿಪಾರ್ಟ್‌ಮೆಂಟುಗಳನ್ನಾಗಿ ನಿರ್ಮಿಸಲಾಯಿತು. ಈ ಮಾರ್ಪಾಟುಗಳಿಂದಲೂ ಅಧ್ಯಾಪಕರ ಸಂಖ್ಯೆ ಅಧಿಕವಾಯಿತು. ಮೊತ್ತದಲ್ಲಿ ನಾಲ್ಕು ಡಿಪಾರ್ಟ್‌ಮೆಂಟುಗಳಿಗೆ ಬದಲಾಗಿ ಎಂಟು ಡಿಪಾರ್ಟ್‌ಮೆಂಟುಗಳಾದವು; ಪ್ರಾಧ್ಯಾಪಕರೂ ಅದೇ ಪರಿಮಾಣದಲ್ಲಿ ನಿಯಮಿತರಾದರು; ಒಂದೊಂದು ಡಿಪಾರ್ಟ್‌ಮೆಂಟಿಗೂ ಉಪ-ಪ್ರಾಧ್ಯಾಪಕನೊಬ್ಬ ಬಂದು ಕುಳಿತ.

ಪ್ರಿನ್ಸಿಪಾಲನೂ ಪ್ರಾಧ್ಯಾಪಕನೂ 'ಗೆಜೆಟೆಡ್-ಆಫಿಸರ್'ಗಳು. ಉಪಪ್ರಾಧ್ಯಾಪಕನೂ ಇದೇ ದರ್ಜೆಗೆ ಸೇರಿದವನು. ಹೀಗೆ ಹೊಸತಾಗಿ ಪಡೆದ ಹುದ್ದೆಯ ರೆಕ್ಕೆ-ಪುಕ್ಕಗಳ ಸಹಾಯದಿಂದ ಉಪಪ್ರಾಧ್ಯಾಪಕರೂ ಕಾಲೇಜ್-

ಕೌನ್ಸಿಲ್ಲಿಗೆ ಹಾರಿ ಬಂದು ಕುಳಿತರು. ಐದು ಸದಸ್ಯರಿದ್ದ ಕೌನ್ಸಿಲು ಈಗ ೪೦ ಸದಸ್ಯರನ್ನು ಒಳಗೊಂಡಿದೆ. ಐದು ಜನರಿದ್ದಾಗ–ಎಲ್ಲರೂ ಆಂಗ್ಲೇಯರು–ಯಾವುದಾದರೊಂದು ವಿಷಯದಲ್ಲಿ ಬಹುಶಃ ಎರಡು ಮೂರು ಅಭಿಪ್ರಾಯ ಭೇದಗಳಿದ್ದಿರಬಹುದು. ೪೦ ಜನರಿರುವಾಗಲೂ ನಮ್ಮ ಹಿತ್ತಲ ಗಿಡದ ಹೂ–ಕಾಯಿಗಳು–ಇದೇ ಪ್ರಮಾಣ ಇರಲಾದೀತೆ? ಎಷ್ಟಾದರೂ ನಮ್ಮವರಲ್ಲವೆ? ರಾಜಕಾರಣಪಟುಗಳ ಛಾಯೆ ನಮ್ಮ ಕೌನ್ಸಿಲಿನಲ್ಲಿ ಕಾಣದಿರುವುದು ಇಂದು ಸಾಧ್ಯವೆ? ಯಾವೊಂದು ವಿಷಯವನ್ನು ಕುರಿತೂ ಒಬ್ಬೊಬ್ಬನಿಗೂ ಕನಷ್ಠಪಕ್ಷ ಎರಡೆರಡು ಅಭಿಪ್ರಾಯಗಳಿರುತ್ತವೆ; ಒಂದು ಸ್ವಂತ ಹಿತದ್ದು–ತನಗೆ, ಇನ್ನೊಂದು ದೇಶದ, ಜನರ, ಕಾಲೇಜಿನ ಹಿತದ್ದು–ಪರರಿಗೆ. ಈ ಸನ್ನಿವೇಶದಲ್ಲಿ ಒಂದು ಸಣ್ಣ ವಿಷಯ ಚರ್ಚೆಗೆ ಬಂದರೂ ತೀರ್ಮಾನವನ್ನು ಮುಟ್ಟುವುದಕ್ಕೆ ಹತ್ತಾರು ಸಲ ಸಭೆ ಸೇರಬೇಕಾಗುತ್ತದೆ. ಅನೇಕ ತಡವೆ ತೀರ್ಮಾನವನ್ನು ಸ್ಪೆಷಲ್ ಕಮಿಟಿಗೋ ಇಲ್ಲವೆ ಸರ್ಕಾರಕ್ಕೋ ಇಲ್ಲವೇ ಎಂ.ಎಲ್.ಎ.ಗಳಿಗೋ ಬಿಟ್ಟುಕೊಟ್ಟು ಅವರ ಮಾತಿಗೆ ಕಟ್ಟುಬೀಳಬೇಕಾದ ಪ್ರಸಂಗಗಳು ಒದಗುತ್ತವೆ.

ನಮ್ಮ ಕಾಲೇಜಿನಲ್ಲೂ 'ಫಿಸಿಕಲ್ ಡೈರೆಕ್ಟರ್' ಎಂಬೊಬ್ಬ ಭೀಮನಿದ್ದಾನೆ. 'ಡೈರೆಕ್ಟರ್' ಎಂಬ ಪದವನ್ನು ಕೇಳಿ ಅಸೂಯೆ ಪಟ್ಟುಕೊಳ್ಳುವಂಥದೇನೂ ಇಲ್ಲ. ಬಹುಕಾಲದವರೆಗೂ ಇವನ ಹುದ್ದೆ 'ನಾನ್–ಗೆಜೆಟೆಡ್' ನೆಲೆಯಲ್ಲಿಯೇ ಇತ್ತು. ದೊರಕುತ್ತಿದ್ದ ಸಂಬಳವನ್ನು ಕಾಸುಗಳಲ್ಲಿ ಎಣಿಸಬಹುದಾಗಿದ್ದಿತಾದರೂ ಗಿಂಬಳದಿಂದ ಹೊಟ್ಟೆಯುಬ್ಬಿಸಿಕೊಳ್ಳುವುದಕ್ಕೆ ಲೆಕ್ಕಕ್ಕೆ ಬಾರದಷ್ಟು ಅವಕಾಶಗಳಿದ್ದುವು; ಅಂಥ ಅವಕಾಶಗಳನ್ನು ಕಲ್ಪಿಸಿಕೊಡುವುದಕ್ಕೂ ಬೇಕಾದಷ್ಟು ಮೂಲಾವಕಾಶಗಳಿದ್ದುವು. ಕಾಲೇಜಿನ ಸಿಬ್ಬಂದಿಯಲ್ಲಿ ಅಧಿಕ ಸಂಬಳದಿಂದ ಜೇಬು ತುಂಬಿಸಿಕೊಳ್ಳುವವನು ಪ್ರಿನ್ಸಿಪಾಲಾದರೆ, ಗಿಂಬಳ ಮಾತ್ರದಿಂದ ಮನೆಯನ್ನೂ ಗಿನೆಯನ್ನೂ ಮೈಯನ್ನೂ ತುಂಬಿಸಿಕೊಳ್ಳುವವನು 'ಫಿಸಿಕಲ್–ಡೈರೆಕ್ಟರು.' ಆದರೂ ಇವನಿಗೆ ಒಂದೇ ಒಂದು ಕೊರತೆ–ಗೆಜೆಟೆಡ್ ಹುದ್ದೆಯಲ್ಲಿಲ್ಲವಲ್ಲ ಎಂಬ ಗೀಳು. ಅಪೀಲಿನ ಮೇಲೆ ಅಪೀಲು ಬರೆದುಕೊಂಡ: "ಪ್ರಿನ್ಸಿಪಾಲರ ರಾಜ್ಯ ಬುದ್ಧಿಯದಾದರೆ ನನ್ನದು ದೇಹದ್ದು. ದೇಹವೇ ಬುದ್ಧಿಗೆ ಪಾತ್ರೆ. ಪಾತ್ರೆ ಓಟೆ ಬಿದ್ದರೆ ಬುದ್ಧಿಯೂ ಅದರ ಮೂಲಕ ತೂರಿಹೋಗುತ್ತದೆ. ನಮ್ಮ ಎಲ್ಲ ಸಾಧನೆಗಳೂ ದೇಹದಿಂದಲೇ ನಡೆಯಬೇಕಾಗಿದೆ ಎಂದು ವೇದಗಳಲ್ಲೇ ಹೇಳಿಬಿಟ್ಟಿದೆ. ಇದಕ್ಕೆ ತಕ್ಕ ದೇಹವನ್ನು ತಯಾರು ಮಾಡುವವನು ನಾನು. ನನ್ನನ್ನು 'ಗೆಜೆಟೆಡ್' ಹುದ್ದೆಗೆ ಏರಿಸಬೇಕು." ಬರಿಯ ಅಪೀಲುಗಳಿಂದ ಕಾರ್ಯ ಸಿದ್ಧಸದಿದ್ದುದರಿಂದ ಎಂ.ಎಲ್.ಎ.ಗಳನ್ನು ಹಿಡಿದುಕೊಂಡ. ಇವನ ಕಾಟವನ್ನು ತಡೆಯಲಾರದೆ ಯಾವುದೋ ಒಂದು ದಿನ ಸರ್ಕಾರ ಅಸ್ತು ಎಂದುಬಿಟ್ಟಿತು. ಅಂದಿನಿಂದ ಇವನೂ ಕಾಲೇಜ್–ಕೌನ್ಸಿಲ್‌ಗೊಬ್ಬ ಸದಸ್ಯನಾದ.

ಹಿಂದಿದ್ದ ಪ್ರಿನ್ಸಿಪಾಲರೊಬ್ಬರಿಗೆ ಪಾಶ್ಚಾತ್ಯರ ಅನುಕರಣೆಯ ಚಟ. ಅವರಂತೆ 'ದಿರಿಸು' ಹಾಕಿಕೊಳ್ಳಬೇಕು, ಅವರಂತೆ ನಡೆದುಕೊಳ್ಳಬೇಕು, ಅವರ

ಸಾಮಾಜಿಕ ಬಳಕೆಗಳನ್ನು ಜಾರಿಗೆ ತರಬೇಕು, ಮುಂತಾದ ಅಭಿಪ್ರಾಯಗಳಲ್ಲಿ ನಂಬಿಕೆಯಿಟ್ಟಿದ್ದವರು. ಬುಧವಾರದ ಕೌನ್ಸಿಲ್ ಸಭೆಯಲ್ಲಿ ತಿಂಡಿ-ತೀರ್ಥಗಳನ್ನು ಸರಬರಾಜು ಮಾಡುವ ಪಾತ್ರೆಗಳು ಪಿಂಗಾಣಿಯದೂ ಗಾಜಿನದೂ ಆಗಿರಬೇಕು; ಕೈಯಿಂದ ಆಹಾರ ತಿನ್ನುವುದು ಪ್ರೆಸಿಡೆನ್ಸಿ ಕಾಲೇಜಿನ ಪ್ರಾಧ್ಯಾಪಕರಿಗೆ ತರವಲ್ಲ; ಚಾಕು, ಫೋರ್ಕು, ಸ್ಪೂನುಗಳನ್ನು ಬಳಸಬೇಕು ಎಂದು ಸಣ್ಣ ಚಳುವಳಿಯನ್ನು ಆರಂಭಿಸಿದರು. ಸಾಮ, ದಾನ, ಭೇದ, 'ದಂಡ'ದ ಮೂಲಕ ಜಾರಿಗೆ ತಂದರು. ಮೊದಲಿನ ದಿನವೇ ಸಂಸ್ಕೃತ ಪ್ರಾಧ್ಯಾಪಕ ಚಟ್ನಿಯನ್ನು ಚಾಕುವಿನಿಂದ ತಿನ್ನುವ ಸನ್ನಾಹದಲ್ಲಿ ತುಟಿ ಹರಿದುಕೊಂಡ. ತಮಿಳು ಪ್ರಾಧ್ಯಾಪಕ ಫೋರ್ಕಿನಿಂದ ಸಾಂಬಾರನ್ನು ತಿನ್ನುವ ಸರ್ಕಸ್‌ನಿಂದ ನಾಲಗೆ ಚುಚ್ಚಿಕೊಂಡ. ಇಬ್ಬರೂ ಆಸ್ಪತ್ರೆಯಲ್ಲಿ 'ಇನ್-ಪೇಷೆಂಟ್' ಆಗಬೇಕಾದ ಸಂದರ್ಭ ಒದಗಿತು. ಇಂಥ ಅಸಂಭವಗಳು ಎದುರು ಕಾಣದ ರೀತಿಯಲ್ಲಿ ಜರುಗಿ ಬಿಡಬಹುದಲ್ಲವೆ? ಆದ್ದರಿಂದ ಕಾಲೇಜು 'ಡಿಸ್ಪೆನ್ಸರಿ'ಯ ಡಾಕ್ಟರನ್ನೂ ನಮ್ಮ ಕೌನ್ಸಿಲಿನ 'ಆನೊರೆರಿ' ಸದಸ್ಯನನ್ನಾಗಿ ಸೇರಿಸಿಕೊಳ್ಳಲಾಯಿತು.

ಗೆಜೆಟೆಡ್ ಆದ ಮಾತ್ರದಿಂದಲೇ ನೌಕರರಾದವರೆಲ್ಲರನ್ನೂ ಯಂತ್ರಸದೃಶವಾಗಿ ಕಾಲೇಜ್-ಕೌನ್ಸಿಲಿಗೆ ನಿಯಮಿಸಿದ್ದರಿಂದ 'ಸ್ಟಾಫ್-ಕಾಮನ್-ರೂಮು' ಕಿಷ್ಕಿಂಧವಾಯಿತು. ಚರ್ಚೆಗಳು ವಿಪುಲವಾದವು. ಒಂದು ಗಂಟೆಯಲ್ಲಿ ಮುಗಿಯುವ ಕೆಲಸಕ್ಕೆ ನಾಲ್ಕಾರು ಗಂಟೆಗಳು ಬೇಕಾದವು.

ಅಭಿಪ್ರಾಯ-ವಿನಿಮಯಗಳಾಗಲಿ, ಸಮಸ್ಯೆಯ ಪ್ರಶ್ನೆಗಳಾಗಲಿ, 'Official transactions' ಗಳಾಗಲಿ ಇಲ್ಲದಿದ್ದ ಮೀಟಿಂಗುಗಳಲ್ಲಿ ಪಂಡಿತಮಂಡಲಿಯವರು ತೊಡಗುತ್ತಿದ್ದ ಬಹು ಸಾಮಾನ್ಯವಾದ ಚರ್ಚೆಯ ವಿಷಯಗಳೆಂದರೆ ವಿದ್ಯಾ ಇಲಾಖೆಯ ಅಧಿಕಾರಿಗಳ ಸಾಮರ್ಥ್ಯಾಸಾಮರ್ಥ್ಯಗಳು, ಪ್ರೊಮೋಷನ್‌ಗಳು, ವರ್ಗಾವರ್ಗಿಗಳು, ನಾಡಿನ ರಾಜಕೀಯ, ರಾಜಕಾರಣ-ಪಟುಗಳ ಟೀಕೆ; ಸಿನೆಮಾ ನಟನಟಿಯರ ಆಗು-ಹೋಗುಗಳು, ಕಿವಿಮಾತುಗಳು, ಕಲ್ಪಿತ ಸುಳ್ಳುಗಳು; ನಿಜವಾದ ಪಾಂಡಿತ್ಯವುಳ್ಳವರ ಬಗ್ಗೆ ಟೀಕೆ, ಅಪಪ್ರಚಾರ; ಕೆಲವು ಸಲ ಸರಬರಾಜಾದ ತಿನಿಸುಗಳ ಟೀಕೆ.

ಇಂಥ 'ಫ್ಯಾಕಲ್ಟಿ' ಸದಸ್ಯರನ್ನೊಳಗೊಂಡ ಬುಧವಾರದ ಸಭೆ ಯಾವ ರಾಜಾಸ್ಥಾನಕ್ಕೆ ಕಡಿಮೆ? ಪ್ರಿನ್ಸಿಪಾಲರಂತೂ ಅಂದು ಬುಧನ ಅವತಾರವೇ. ಸಿಂಹ ಚಿಹ್ನೆಯಿಂದ ಅಲಂಕೃತವಾದ ಆಸನದಲ್ಲಿ ಮಂಡಿಸುತ್ತಾನೆ. ಅವನ ಇಕ್ಕೆಲಗಳಲ್ಲೂ ವಯೋವೃದ್ಧ ಪ್ರಾಧ್ಯಾಪಕರು (ಸೀನಿಯಾರಿಟಿ ಪ್ರಕಾರ) ಪೀಠಗಳನ್ನು ಅಲಂಕರಿಸಿರುತ್ತಾರೆ. ಬುಧನ ಬಾಯಿಂದ ಮಾತು ಹೊರಡುವುದಕ್ಕೆ ಮೊದಲೇ ಇವರು ಅವನ ಇಂಗಿತವನ್ನರಿತು ತಲೆದೂಗುತ್ತಾರೆ, ಇಲ್ಲವೆ ತಲೆಯಲ್ಲಾಡಿಸುತ್ತಾರೆ. ಇವರಾದ ಬಳಿಕ ವಂದಿಮಾಗಧರು (ಆದರೆ ಯಾವ ಸಂದರ್ಭಗಳಲ್ಲಾದರೂ ಪ್ರಿನ್ಸಿಪಾಲನನ್ನು ನಡುನೀರಿನಲ್ಲಿ ಕೈಬಿಡುವವರು). ಕೊನೆಯದಾಗಿ ನನ್ನಂಥ ಚಿಲ್ಲರೆ ಆಸಾಮಿಗಳು, ತರಲೆಗಳು,

ನಾರದರು, ಅಪಶಕುನ ನುಡಿಯುವವರು, ವಿದೂಷಕರು. ಸಾಮಾನ್ಯವಾಗಿ ಏನನ್ನು ಕೇಳಿದರೂ "ಗೊತ್ತಿಲ್ಲ"ವೆಂದು ತಾರಮ್ಮಯ್ಯ ಅಭಿನಯಿಸುವ ರಂಬೆ-ಊರ್ವಶಿಯರೂ ಇಬ್ಬರು ಮೂವರಿರುತ್ತಾರೆ. ಈ ಸ್ಥಾನಕ್ರಮ ಬಹುಕಾಲದಿಂದಲೂ ನಡೆದುಕೊಂಡು ಬಂದದ್ದೆಂದು ಕೇಳಿದ್ದೇನೆ.

ಕಾರಣವೇ ಇಲ್ಲದೆ ಉದ್ರೇಕಗೊಂಡು ನೆಗೆದಾಡುವ ಪ್ರಿನ್ಸಿಪಾಲು ಬುಧನು ಸಿಂಹಾಸನವನ್ನೇರಿದಾಗ ಇನ್ನಷ್ಟು ಸ್ಫೂರ್ತಿ ತಾಳುತ್ತಾನೆ. ಅವನ ಬುದ್ಧಿಯ ಲಗಾಮು ಕಳಚಿಹೋಗುತ್ತದೆ. ೫೦-೬೦ ವರ್ಷಗಳ ಹಿಂದೆ ಯಾರು ಯಾರೋ ಯಾರ ಯಾರ ಹೆಸರಿನಲ್ಲೊ ಕಾಲೇಜಿಗೆ ದತ್ತಿಗಳನ್ನು ಬಿಟ್ಟುಹೋಗಿದ್ದಾರೆ. ಇವುಗಳಲ್ಲಿ ಕೆಲವದರ ಪ್ರಕಾರ ಚಿನ್ನದ ಪದಕವನ್ನು ರ್‍ಯಾಂಕು ಗಳಿಸಿ ತೇರ್ಗಡೆಯಾದ ವಿದ್ಯಾರ್ಥಿಗಳಿಗೆ ಕೊಡಬೇಕು. ಬಹುಕಾಲದವರೆಗೂ ಈ ನಿಯಮವನ್ನು ಪಾಲಿಸಲಾಯಿತು. ದೇಶದಲ್ಲಿ ಚಿನ್ನದ ಕಾನೂನು ಜಾರಿಗೆ ಬಂದಿತು; ಈ ಸಂದರ್ಭದಲ್ಲಿ ಏನು ಮಾಡಬೇಕೆಂಬ ಚರ್ಚೆ ಎದ್ದಿತು.

'ಎಂಡೋಮೆಂಟ್ ಕಮಿಷನ್' ಅಧಿಕಾರಿಗೆ ಬರೆದು ಕೇಳೋಣ ಎಂಬ ಸೂಚನೆ ಬಂತು. ಅಲ್ಲಿಂದ ಬದಲು ಬರುವುದಕ್ಕೆ ತಿಂಗಳುಗಟ್ಟಲೆ ಕಾಯಬೇಕಾದ್ದರಿಂದ ಆ ಸೂಚನೆಯನ್ನು ತಳ್ಳಿಹಾಕಲಾಯಿತು.

"ದೊಡ್ಡ ಪದಕಕ್ಕೆ ಬದಲು ಸಣ್ಣದನ್ನು ಮಾಡಿಸಿಕೊಡಬಹುದಲ್ಲ" ಎಂದು 'ಎಕನಾಮಿಕ್ಸ್' ಪ್ರಾಧ್ಯಾಪಕರು ಸಲಹೆಮಾಡಿದರು. ಅದೇ ಸಬ್ಜೆಕ್ಟಿನ ಉಪ -ಪ್ರಾಧ್ಯಾಪಕ: "ಚಿನ್ನದ ಬೆಲೆ ಏರಿರುವ ಕಾಲ ಇದು; ದತ್ತಿಯಿಂದ ಬರುವ ಬಡ್ಡಿಯ ಹಣದಲ್ಲಿ ಇದನ್ನು ಮಾಡಿಸುವುದೆಂದರೆ ಸಾಸುವೆಕಾಳಿಗಿಂತ ಚಿಕ್ಕದಾಗುತ್ತದೆ ನಿಮ್ಮ ಪದಕ!" ಪಾಲಿಟಿಕ್ಸ್ ಉಪ-ಪ್ರಾಧ್ಯಾಪಕ: "ಈಗ ಜಾರಿಗೆ ಬಂದಿರುವ ಕಾನೂನು ರೀತ್ಯಾ ಸರ್ಕಾರದ ಸಮ್ಮತಿಯಿಂದ ಯಾರೂ ಚಿನ್ನವನ್ನು ಮಾರಲಾಗದು, ಯಾರೂ ಕೊಳ್ಳಲಾಗದು." ಸೈಕಾಲಜಿ ಪ್ರಾಧ್ಯಾಪಕ: "ಮದುವೆಗಳಿಗಾಗಿ ಕೊಂಡುಕೊಳ್ಳಬಹುದೆಂಬ 'ಅಮೆಂಡ್‌ಮೆಂಟ್' ಇದೆಯಲ್ಲ!" ವಿದೂಷಕ: "ಹಾಗಾದರೆ ವಿದ್ಯಾರ್ಥಿಗೆ ಉಂಗುರ, ವಿದ್ಯಾರ್ಥಿನಿಗೆ ತಾಳಿ ಏಕೆ ಮಾಡಿಸಿಕೊಡಬಾರದು?"

(ಎಲ್ಲರಿಗೂ ನಗು ಬಂತು, ಬುಧನಿಗೆ ಸಿಟ್ಟು ಬಂತು). "ಕಾಲೇಜ್ ಕೌನ್ಸಿಲಿಗಿರುವ ಸ್ಥಾನ-ಗೌರವವನ್ನು ಮರೆಯಬೇಡಿ" ಎಂದು ಎಚ್ಚರಿಕೆ ಕೊಟ್ಟರು.

ಇನ್ನೊಬ್ಬ ಪ್ರಾಧ್ಯಾಪಕ: "ಆ ಹಣಕ್ಕೆ ಪುಸ್ತಕಗಳನ್ನು ಕೊಂಡು ಕೊಡಬಹುದು."

ಬುಧ: "ಅವನ್ಯಾರ್ರೀ ಓದುತ್ತಾರೆ!"

ವಂದಿಮಾಗಧರು: "ಹೌದು. ಪ್ರಿನ್ಸಿಪಾಲರ ಮಾತನ್ನು ಎಲ್ಲರೂ ಆಲಿಸಬೇಕು! ಪಠ್ಯಪುಸ್ತಕಗಳನ್ನೇ ಓದುವುದಿಲ್ಲವೆಂದ ಮೇಲೆ ಇತರ ಪುಸ್ತಕಗಳನ್ನು

ಓದುತ್ತಾರೆಯೇ?"

ನಾನು: "ಯಾರು? ವಿದ್ಯಾರ್ಥಿಗಳೋ ಉಪಾಧ್ಯಾಯರೋ?"

ನನ್ನ ತಲೆಯನ್ನು ಬಾಯಲ್ಲಿಟ್ಟುಕೊಂಡವನಂತೆ ಬುಧನು ಹಲ್ಲು ಕಡಿಯುತ್ತ, "ನನ್ನ ಅಭಿಪ್ರಾಯವನ್ನು ಅನುಮೋದಿಸುವವರೊಂದಿಗೆ ಏನ್ರಿ ನಿಮ್ಮ ಜಗಳ?" ಎಂದ.

ನಾನು, "ಏನಿಲ್ಲ, ಸರ್" ಎಂದು ಸುಮ್ಮನಾದೆ.

ಇನ್ನೂ ಎರಡು ಬುಧವಾರಗಳು ಈ ಚರ್ಚೆ ಮುಂದುವರೆಯಿತು. ಮೂರನೆ ಬುಧವಾರ ನಮ್ಮ ಬುದ್ಧಿದಾತನ ತೀರ್ಪು ಹೊರಬಿತ್ತು (ಈತ 'ಆರ್ಕಿಯಾಲಜಿ' ಪಂಡಿತನೆಂಬುದನ್ನು ಮರೆಯಬೇಡಿ): "ಗುಪ್ತರ ಕಾಲದ ಚಿನ್ನದ ನಾಣ್ಯವೊಂದನ್ನು ನಾನು ಹಿಂದೆ ಕಂಡುಹಿಡಿದಿದ್ದೆ. ಅದನ್ನು ಜಾಗರೂಕತೆಯಿಂದ ಪರೀಕ್ಷಿಸಿದಾಗ ಅದರ ಗರ್ಭ ಹಿತ್ತಾಳೆಯದಾಗಿಯೂ ಹೊದಿಕೆ ಮಾತ್ರ ಚಿನ್ನದ್ದಾಗಿಯೂ ಕಂಡುಬಂತು. ಈಗ ನಾವು ಪದಕಗಳನ್ನು ಮಾಡಿಸಬೇಕಾದಲ್ಲಿ ಈ ಟೆಕ್ನಿಕನ್ನು ಉಪಯೋಗಿಸಬಹುದು. ಬೇಕಾಗುವ ಚಿನ್ನದ ಆಳವೂ ಸ್ವಲ್ಪ. ಒಟ್ಟಿನಲ್ಲಿ ಅಗ್ಗವೂ ಆಗುತ್ತೆ. ಬಡ್ಡಿ ಹಣವೂ ಮಿತದಲ್ಲಿ ವ್ಯಯವಾಗುತ್ತೆ. ಮಿತ ಬಾಹುಳ್ಯದ ಚಿನ್ನವನ್ನು ಮಾರಲು, ಕೊಳ್ಳಲು ಕಾನೂನಿನಲ್ಲಿ ಅವಕಾಶವಿದೆ."

ವಂದಿಮಾಗಧರು: "ಭಲೆ, ಭೇಷ್! ಎಂಥ ಅಮೂಲ್ಯವಾದ ಸಲಹೆ!"

ಸೀನಿಯರ್ ಪ್ರಾಧ್ಯಾಪಕ: "ಬಲು ಸೊಗಸಾದ ತೀರ್ಪು!"

ನಾರದ: "ಈ ವಿಷಯದಲ್ಲಿ ಡಾ॥ ಸ್ವಾಮಿಯವರ ಅಭಿಪ್ರಾಯವೇನೋ?" ಎಂದು ಕಣ್ಣು ಮಿಟುಕಿಸಿದ.

ನಾನು: "ಬಹಳ ಯೋಗ್ಯವಾದ ಸೂಚನೆಯೇ ಸರಿ. ಆದರೆ ಕಾನ್ವೋಕೇಷನ್ನಿನಲ್ಲಿ ಪದವೀಧರನ ಹೆಸರನ್ನು ಓದಿ ಬಹುಮಾನವನ್ನು ಕುರಿತು 'citation' ಮಾಡುವಾಗ 'ಚಿನ್ನದ ಪದಕ' ಎಂದೇ ಓದಲಾಗುತ್ತದೆಯೇ"

ಬುಧ: "ಎಲ್ಲಿ ಹೋಗುತ್ತೀರೀ, ನಿಮ್ಮ ಬುದ್ಧಿ! ಇನ್ನೇನು ರತ್ನ ಎಂದು ಓದಬೇಕೇನ್ರಿ? ಅದರಲ್ಲಿ ಚಿನ್ನ ಇಲ್ಲವೇನ್ರಿ? 'ಚಿನ್ನದ ಪದಕ' ಎಂದಲ್ಲವೇನ್ರಿ, ದತ್ತಿಯ ದಾಖಲೆಯಲ್ಲೂ ಇರುವುದು?"

ನಾರದ: "ಸ್ವಾಮಿಯವರಿಗೆ ಇರುವ ಸಂದೇಹ ಅದಲ್ಲ."

ಬುಧ: "ನೀವು ಸುಮ್ಮನಿರ್ರಿ. ಸ್ವಾಮಿಯವರಿಗೆ ಅವರದೇ ಆದ ನಾಲಗೆಯಿದೆ, ಅವರದೇ ಬುದ್ಧಿಯೂ ಇದೆ!"

ವಿದೂಷಕ: "ಇದೇ ಮಾತನ್ನು ನನ್ನ ವಿಷಯಕ್ಕೆ ನೀವು ಅಡುವುದಿಲ್ಲವಲ್ಲ! ನನ್ನ ಮಾತೆಲ್ಲವೂ 'ಆನಂದ ವಿಗಡನ್'ನಿಂದ ಕದ್ದದ್ದು ಎನ್ನುತ್ತೀರಲ್ಲ!"

ಬುಧ: "ಹೌದ್ರೀ. ಆದ್ದರಿಂದಲೇ ನಿಮ್ಮ ಮಾತಿನಲ್ಲಿ ಕುಹಕ ಇರುವುದಿಲ್ಲ."

ನಾನು: "ಮನ್ನಿಸಬೇಕು. ನಾನು ಕುಹುಕವನ್ನೂ ಆಡುತ್ತಿಲ್ಲ, ತರಲೆತನವನ್ನೂ ತೋರಿಸುತ್ತಿಲ್ಲ."

ಬುಧ: "ಹಾಗಿದ್ರೆ, ಇನ್ನೇನ್ರೀ ನಿಮ್ಮ ಕೋಠಿ?"

ನಾನು: "ಕೋಠಿಯೇನೂ ಇಲ್ಲ. ತಾವು ಹೇಳಿದ ಬಗೆಯ ಸವರನ್ನುಗಳನ್ನು ಕೊಯಮತ್ತೂರಿನಲ್ಲಿ ಯಾರೋ ಚಿನಿವಾರರು ತಯಾರು ಮಾಡಿ ಮಾರಿದರೆಂದೂ, ಪೊಲೀಸಿನವರು ಅವರನ್ನು ಬಂಧಿಸಿದರೆಂದೂ ವರ್ತಮಾನ ಓದಿದೆ."

ಸಭೆಯಲ್ಲಿ ಗುಲ್ಲೆದ್ದಿತು. ಬುಧನು ಎರಡು ಮೂರು ಸಲ 'ಸೈಲೆನ್ಸ್' ಎಂದು ಕಿರುಚಿದ ಮೇಲೆ ಶಾಂತವಾಯಿತು.

ನಾನು: "citation ನಲ್ಲಿ 'ಚಿನ್ನದ' ಪದಕವೆಂದು ಓದಿ, ಬಹುಮಾನಿತನು ಅದನ್ನೆಲ್ಲಾದರೂ ಮಾರಿಕೊಳ್ಳುವುದಕ್ಕೆ ಹೋಗಿ ಸಿಕ್ಕಿ ಹಾಕಿಕೊಂಡು ಬಿಟ್ಟರೆ... ಈ ಕಾಲದ ಹುಡುಗರು ನಮ್ಮ ಕಾಲದವರಿಗಿಂತ ಚೂಟಿಗಳು..."

ಬುಧ: "ಆ ಸಂಕಟ ಅವನದು. ನಿಮ್ಮದೂ ಅಲ್ಲ."

ನಾರದ: "ಅಷ್ಟು ಸುಲಭವಾಗಿ ಹೇಳಿಬಿಡಲಾಗದು. ಅವನಿಗೂ ಸ್ವಂತ ನಾಲಗೆ ಇದೆ. ಯಾರು ಕೊಟ್ಟಿದ್ದು, ಯಾರು ಮಾಡಿದ್ದು, ಯಾರ ಸಲಹೆಯ ಪ್ರಕಾರ ತಯಾರಿಸಿದ್ದು ಎಂಬೆಲ್ಲ ಪ್ರಶ್ನೆಗಳೇಳುತ್ತವೆ."

ಬುಧ: "ಹಾಗಾದರೆ ನಾನು ಸಿಕ್ಕಿಕೊಳ್ಳುತ್ತೇನೇನ್ರಿ?"

ನಾರದ: "ಅದನ್ನು ತಮ್ಮ ಸ್ವಂತ ಬುದ್ಧಿ ಯೋಚನೆ ಮಾಡಬೇಕಾದದ್ದು, ತಮ್ಮ ಸ್ವಂತ ನಾಲಗೆ ನುಡಿಯಬೇಕಾದದ್ದು."

ಬುಧನು ತಲೆಯೆತ್ತಿ ಯೋಚಿಸಿದ. ನಮ್ಮ ಮಾತಿನ ಧ್ವನಿ ಅರ್ಥವಾಯಿತೆಂದು ಕಾಣುತ್ತೆ. "ನಿಮ್ಮ ಕೊಂಕು–ಮಾತಿನಲ್ಲೂ ಪಾಯಿಂಟು ಇದೆ ಎಂಬುದನ್ನು ಒಪ್ಪಿಕೊಳ್ಳುತ್ತೇನೆ" ಎಂದ.

ನಾನು: "ಹಣವನ್ನೇ ಏಕೆ ಕೊಟ್ಟು ಬಿಡಬಾರದು? ಅವನಿಗೆ ಬೇಕಾದ್ದನ್ನು ಮಾಡಿಕೊಳ್ಳಲಿ."

ಸೈಕಾಲಜಿ ಪ್ರಾಧ್ಯಾಪಕ: "ಹುಡುಗನನ್ನು ದುರ್ಮಾರ್ಗಕ್ಕೆ ತಳ್ಳುವ ಪ್ರಯತ್ನವಾಗುತ್ತದೆ ಇದು. ಅವನು ಬಾರಿಗೆ (Bar) ಹೋಗಿಬಿಡುತ್ತಾನೆ."

ವಿದೂಷಕ: "ಹಾಗಾದರೆ ಹಣವಿದ್ದ ವಿದ್ಯಾರ್ಥಿಗಳೆಲ್ಲರೂ ಬಾರಿನಲ್ಲಿ ವಿದ್ಯಾಭ್ಯಾಸ ಮಾಡುತ್ತಾರೆಯೆ?"

ಸೈಕಾಲಜಿ ಪ್ರಾಧ್ಯಾಪಕ: "ಮಸಲ ಹೋದ ಎಂದಿಟ್ಟುಕೊಳ್ಳಿ."

ವಿದೂಷಕ: "ಅವನೊಡನೆ ನಾನೂ ಹೋಗುತ್ತೇನೆ."

(ಸಭೆಯಲ್ಲಿ ನಗುವಿನ ಕೋಲಾಹಾಲ)

ಬುಧ: "ಆ ಚಟ ನಿಮಗೂ ಉಂಟೇನ್ರಿ?"

ನಾರದ: "ಹಾಗಲ್ಲ, ಹುಡುಗನನ್ನು ದುರ್ಮಾರ್ಗದಿಂದ ಸನ್ಮಾರ್ಗಕ್ಕೆ ತರುವುದಕ್ಕೆ!"

ಬುಧ: "ನಮ್ಮ ಚರ್ಚೆ ಎಲ್ಲೆ ಮೀರಿ ಹೋಗುತ್ತಿದೆ. ಬೇಗ ಒಂದು ನಿಶ್ಚಯಕ್ಕೆ ಬರೋಣ."

ವಿದೂಷಕ: "ಭಾರವಾದ ದಪ್ಪ ಪುಸ್ತಕಗಳನ್ನು ಕೊಡುವುದೇ ಸರಿಯೆಂದು ತೋರುತ್ತದೆ ನನಗೆ."

ನಾರದ (ಗಹಗಹಿಸಿ ನಗುತ್ತ): "ಭಾರ... ದಪ್ಪ ಏಕಿರಬೇಕು?"

ವಿದೂಷಕ: "ನಮ್ಮ ಪ್ರಿನ್ಸಿಪಾಲ್ ಸಾಹೇಬರು ಅಪ್ಪಣೆಕೊಡಿಸಿದಂತೆ ಅವನು ಪುಸ್ತಕವನ್ನು ಓದದಿದ್ದರೂ ಇನ್ನಾವುದಕ್ಕಾದರೂ ಉಪಯೋಗ ಪಡಿಸಿಕೊಳ್ಳುತ್ತಾನೆ."

ಇಷ್ಟೆಲ್ಲಾ ಮಾತುಕತೆಯಾದ ಮೇಲೆ ಪುಸ್ತಕಗಳನ್ನೇ ಕೊಡಬಹುದೆಂಬ ತೀರ್ಮಾನವಾಯಿತು.

ಪುರಾಣದ ಬುಧನಿಗೆ ಚಂದ್ರನು ತಂದೆಯಂತೆ. ಬುಧವಾರಗಳಲ್ಲಿ ನಮ್ಮ ಬುಧನಿಗೆ ಆ ಪುರಾಣ-ಪಿತೃವಿನ ಉನ್ಮಾದಛಾಯೆ ಮೂಡಿ ಮೆರಗು ಕೊಡುತ್ತದೆ. ಆಗ ಸಿಂಹಾಸನಾರೂಢನಾಗಿದ್ದ ಪ್ರಿನ್ಸಿಪಾಲನಿಗೆ ರಕ್ತದ ಒತ್ತಡ ಸ್ವಲ್ಪವಿತ್ತು; ಅದರ ಮೇಲೆ ಈ ಮೆರುಗು ಹೊಳೆದು ಆತನ ಬುದ್ಧಿ ದೇದೀಪ್ಯಮಾನವಾಗುತ್ತಿತ್ತು. ತನಗೆ ನಿಯತವಾದ ಕರ್ತವ್ಯಗಳನ್ನು ಪಾಲಿಸುವುದಕ್ಕಿಂತಲೂ ಆಫೀಸಿನ ಸಿಬ್ಬಂದಿ ಮಾಡಬೇಕಾದ ಕಾರ್ಯಗಳನ್ನು ತಾನೇ ಖುದ್ದಾಗಿ ಮಾಡುವುದರಲ್ಲಿ ಈತನಿಗೆ ಎಲ್ಲೂ ಇಲ್ಲದ ಆಸಕ್ತಿ. ಒಂದೆರಡು ವರ್ಷ ನಾನು ಕಾಲೇಜು ತೋಟದ ಮೇಲ್ವಿಚಾರಣೆಯಲ್ಲಿರಬೇಕಾದ ಸಂದರ್ಭ ಒದಗಿತ್ತು. ಆಗೊಂದು ದಿನ ರಾತ್ರಿ ಹಸುವೋ ಎಮ್ಮೆಯೋ ತೋಟದೊಳಗೆ ನುಗ್ಗಿ ಹೂ-ಗಿಡಗಳನ್ನು ಮೇದುಹೋಗಿತ್ತು. ಮರು ಬುಧವಾರದ ದರ್ಬಾರಿನಲ್ಲಿ ಇದನ್ನು ಕುರಿತ ಮೆಮೊವನ್ನು ಖುದ್ದಾಗಿ ನನಗೆ ಇತ್ತರು. ಓದಿಕೊಂಡೆ:

"ಆ ಹಸು ಕಾಲೇಜಿನೊಳಕ್ಕೆ ಹೇಗೆ ನುಗ್ಗಿತೆಂಬುದಕ್ಕೂ ಹೇಗೆ ಗಿಡಗಳನ್ನು ತಿಂದಿತೆಂಬುದಕ್ಕೂ ಬಾಟನಿ ಪ್ರಾಧ್ಯಾಪಕರು ವಿವರಣೆ ಕೊಡಬೇಕೆಂದು ಬೇಡಲಾಗಿದೆ. ಇನ್ನು ಮುಂದೆ ಇಂಥ ಸಂಭವ ಜರುಗದಿರುವುದಕ್ಕೆ ತಕ್ಕ ಏರ್ಪಾಟುಗಳನ್ನು ಕೈಗೊಳ್ಳಬೇಕೆಂದು ಸೂಚಿಸಲಾಗಿದೆ. ಬಾಟನಿ ಪ್ರಾಧ್ಯಾಪಕರ ಪ್ರತಿನಿಧಿಯೊಬ್ಬನು ಕಾಲೇಜು ತೋಟದಲ್ಲಿ ರಾತ್ರಿಯ ವೇಳೆ ಗಸ್ತು ತಿರುಗಬಹುದೆಂದು ಸೂಚಿಸಲಾಗಿದೆ."

ನನ್ನ ಪಕ್ಕದಲ್ಲಿ ಕೂತಿದ್ದ ವಿದೂಷಕನು ಈ ಮೆಮೊವನ್ನು ಇಣುಕಿ ನೋಡಿ ಓದಿಕೊಂಡು ಕಿಸಿಕಿಸಿ ನಕ್ಕ. ಅವನ ಪಕ್ಕದಲ್ಲಿದ್ದ ಸೈಕಾಲಜಿ ಪ್ರಾಧ್ಯಾಪಕನ ಕಿವಿಯಲ್ಲಿ ಏನೋ ಊದಿದ. ನಾರದ ನನ್ನ ಬಳಿಗೆ ಎದ್ದು ಬಂದು ವಿಷಯವನ್ನು ವಿಚಾರಿಸಿಕೊಂಡು ಘೊಳ್ಳೆಂದು ಹೊಟ್ಟೆ ಹಿಡಿದುಕೊಂಡು ನಕ್ಕ. ಬುಧನ ಮುಖ ಕೆಂಪೇರಿತು. "ಸೈಲೆನ್ಸ್!" ಎಂದು ಅಬ್ಬರಿಸಿ ಮೇಜು ಕುಟ್ಟಿದ. "ಕಾಲೇಜಿನ ತೋಟ ಬಾಟನಿ ಪ್ರೊಫೆಸರರೊಬ್ಬರ ಜವಾಬ್ದಾರಿ ಮಾತ್ರವಲ್ಲ. ನಾವೆಲ್ಲರೂ ಅದರಲ್ಲಿ ಜವಾಬ್ದಾರಿ ವಹಿಸಬೇಕು. ಇಷ್ಟು ಹಣ ಖರ್ಚು ಮಾಡಿ, ಕಷ್ಟಪಟ್ಟು ಬೆಳೆಸಿದ ತೋಟ ಹಾಳಾಯಿತೆಂದರೆ ಅದು ಕಿಸಿಕಿಸಿ ನಗುವ ವಿಷಯವಲ್ಲ."

ನಾರದ: "ಒಪ್ಪಿಕೊಂಡೆವು. ಆದರೆ ಹಸು ಎಮ್ಮೆ ಮೊದಲಾದ ಚತುಷ್ಪಾದಿಗಳು ರಾತ್ರಿ ಹೊತ್ತು ಕಾಲೇಜನ್ನು ಆಕ್ರಮಣ ಮಾಡಿದವೆಂದರೆ, ಕಾವಲುಗಾರರಿದ್ದಾರಲ್ಲ. ಅವರೇನು ಮಾಡುತ್ತಿದ್ದರು?"

ವಿದೂಷಕ "ರಾತ್ರಿ ಹೊತ್ತು ಎಲ್ಲರೂ ಮಾಡುವುದನ್ನೇ ಅವರೂ ಮಾಡುತ್ತಿದ್ದರು."

ಸೈಕಾಲಜಿ ಪ್ರಾಧ್ಯಾಪಕರು: "ಬಾಟನಿ ಪ್ರಾಧ್ಯಾಪಕರ ಪ್ರತಿನಿಧಿಯನ್ನು ಕಂಡರೆ ಚತುಷ್ಪಾದಿಗಳು ಭಯಪಡುತ್ತವೆಯೆ?"

ನಾರದ: "ಚತುಷ್ಪಾದಿಗಳು ಭಯಪಡಬೇಕಾದರೆ ಆ ಪ್ರತಿನಿಧಿ ಗಂಡರುಗೂಳಿಯಾಗಿರಬೇಕು."

ಬುಧ: "ನಾರದರೇ, ನಾಲಗೆ ಹಿಡಿದು ಮಾತನಾಡಿ."

ವಿದೂಷಕ: "ಬಾಟನಿ ಪ್ರಾಧ್ಯಾಪಕರ ಪರವಾಗಿ ಮೊದಲನೆ ಪ್ರಶ್ನೆಗೆ ನಾನು ವಿವರಣೆ ಕೊಡುತ್ತೇನೆ: ಹಸು ತನ್ನ ಕಾಲುಗಳ ಸಹಾಯದಿಂದ ನುಗ್ಗಿಬಂತು; ಬಾಯಿಯ ಸಹಾಯದಿಂದ ಹೂವನ್ನು ತಿಂದಿತು," ಎಂದು ಎರಡು ಕ್ರಿಯೆಗಳನ್ನೂ ಅಭಿನಯಮಾಡಿ ತೋರಿಸಿದ. ಉಳಿದವರು ಚಪ್ಪಾಳೆ ತಟ್ಟಿಕೊಂಡು ನಗಲಾರಂಭಿಸಿದರು. ಬುಧನ ರಕ್ತದ ಒತ್ತಡ ಅಧಿಕರಿಸಿತು. "I don't tolerate this nonsense here!" ಎಂದು ಕಿರುಚಿಕೊಂಡು ಎದ್ದುಹೋದ.

ಬುಧವಾರದ ಸಭೆಯಲ್ಲಿ ತಿನಿಸು ಸರಬರಾಜು ಮಾಡುತ್ತಿದ್ದವರು 'ಅನ್ನಪೂರ್ಣ ಕ್ಯಾಫೆಟೇರಿಯ' ಸಂಸ್ಥೆಯವರು. ಈ ಸಂಸ್ಥೆಯು ಮುನ್ನಡೆದ ಮಹಿಳೆಯರ ತಂಡದಿಂದ ನಿರ್ವಾಹಿತವಾದ ಸಾಮಾಜಿಕ ಕೊಡುಗೆ. ಆಗ ಅಕ್ಕಿಯ ಕ್ಷಾಮ ಒದಗಿ ಗೋಧಿಯ ಉಪಯೋಗ ಅಧಿಕವಾಗಬೇಕೆಂದು ಸರ್ಕಾರ ಆಜ್ಞೆಯಿತ್ತಿದ್ದ ಕಾಲ. ಮುನ್ನಡೆದ ಮಹಿಳೆಯರು ಸರ್ಕಾರಕ್ಕೆ ನೆರವಾಗಿ ಸೊಂಟ ಕಟ್ಟಿ ನಿಂತರು.

ಗೋಧಿಯ ಭಜನೆ ಮಾಡಿದರು. 'ಅನ್ನಪೂರ್ಣ' ಗೋಧಿಮಯವಾದಳು; ಸಿಹಿ ಖಾರ ತಿಂಡಿಗಳು ಮೊದಲುಗೊಂಡು 'ಕಾಫಿ'ಯನ್ನೂ (ಸುಟ್ಟ)

ಗೋಧಿಯಿಂದಲೇ ತಯಾರಿಸಿ ಹಸಿದ ಹೊಟ್ಟೆಗಳೊಳಕ್ಕೆ ತುರುಕಿಸುತ್ತಿದ್ದಳು. ನಮ್ಮ ಬುಧನ ಆಸ್ಥಾನಕ್ಕೆ ಆಕೆಯ ಪ್ರವೇಶವಾದ ಹೊಸತರಲ್ಲೇ ಸದಸ್ಯರನೇಕರು ತಮ್ಮ ತಮ್ಮ ಮನೆಗಳಿಂದ ತರಿಸಿಕೊಂಡಿದ್ದ ಊಟವನ್ನು ಹೊಟ್ಟೆತುಂಬ ಉಂಡು ಸಭೆಗೆ ಬರಲಾರಂಭಿಸಿದರು. ಪ್ರಿನ್ಸಿಪಾಲರಿಗೆ ಮೈ ಹುಷಾರಿಲ್ಲದ್ದರಿಂದ ಅವರು ಬಹು ಕಾಲದಿಂದಲೂ ಮನೆಯ ಊಟವನ್ನು ಬಿಟ್ಟು ಬೇರೆ ಏನನ್ನೂ ತಿನ್ನುತ್ತಿರಲಿಲ್ಲ. ಸಭಾಮರ್ಯಾದೆಯನ್ನು ಕಾಪಾಡುವುದಕ್ಕೋಸ್ಕರ ಯಾವುದಾದರೂ ಒಂದೆರಡು

ಹಸು...

ಚೂರುಗಳನ್ನು ಮಾತ್ರ ರುಚಿ ನೋಡುತ್ತಿದ್ದರು. 'ಅನ್ನಪೂರ್ಣ'ಳನ್ನು ಕುರಿತ ಟೀಕೆ ಮಾಡುವುದೂ ಟೀಕೆಗಳನ್ನು ಕೇಳುವುದೂ ಪ್ರಿನ್ಸಿಪಾಲನಿಗೆ ಸ್ವಲ್ಪವೂ ಸಹಿಸದು. ಅವನ ಸಹಧರ್ಮಿಣಿಯೇ ಅನ್ನಪೂರ್ಣಳನ್ನು ಹೆತ್ತ ತಾಯಂದಿರಲ್ಲೊಬ್ಬಾಕೆಯೆಂಬುದನ್ನೂ ಎಲ್ಲರೂ ಯಾವಾಗಲೂ ಜ್ಞಾಪಕದಲ್ಲಿರಿಸಿಕೊಂಡಿರಬೇಕಾದ ಸಂಗತಿ.

ಗೋಧಿಯ ಹಲ್ವ, ಗೋಧಿಯ ದೋಸೆ, ಗೋಧಿಯ ಇಡ್ಲಿ, ಗೋಧಿಯ ಭಾತ್, ಗೋಧಿಯ ಗೊಣ್ಣೆ, ಗೋಧಿಯ ಮಿಣ್ಣೆ, ಗೋಧಿಯ ಇನ್ನೂ ಏನೇನೋ, ವಾರವಾರವೂ ಸರಬರಾಜಾಯಿತು. ರುಚಿಯ ವಿಷಯವಾಗಿ ಯಾರೂ ಉಸಿರೆತ್ತಕೂಡದು. ಈ ಪರಿತವಣೆಯ ಉಣಿಸುಗಳು ತಟ್ಟೆಯ ಮೇಲೆ ಹಾಗೆಯೇ ಉಳಿದುಕೊಂಡಾಗ ಅದರೆದುರು ಕುಳಿತ ಬುಧನು ಒಂದು ಬಗೆಯಾಗಿ ನೋಡುತ್ತಿದ್ದ; ಇದನ್ನೇ ನೆಪಮಾಡಿಕೊಂಡು ಕೊಂಕು ಡೊಂಕು ನುಡಿಯುತ್ತಿದ್ದ ಹಣವನ್ನೂ ತೆತ್ತು ಈ ಗೋಧಿ-ಪಿಂಡವನ್ನು ನುಂಗಬೇಕಾಗಿ ಬಂತಲ್ಲಾ ಎಂಬ ಸಂಕಟದಿಂದ

ಸದಸ್ಯರ ಹೊಟ್ಟೆ ತಳಮಳಿಸಿತು. ಇದನ್ನು ಬುಧನಿಗೆ ತಿಳಿಯಪಡಿಸುವ ಬಗೆ ಹೇಗೆ? ಯಾರು ಹೇಳುವವರು? ಕೊನೆಗೆ 'ಸೈಕಾಲಜಿ' ಪ್ರಾಧ್ಯಾಪಕನನ್ನು ಬೇಡಿಕೊಂಡೆವು, ಹುರಿದುಂಬಿಸಿದೆವು. ನಮ್ಮ 'ಮಾರಲ್' ಬೆಂಬಲವನ್ನು ಆತನ ಹೆಗಲಿಗೇರಿಸಿದೆವು. ಆತನು ಧೈರ್ಯಮಾಡಿ 'ನಮಗೆ ಸರಬರಾಜಾಗುವ ಆಹಾರ ಸುಧಾರಿತವಾಗಬೇಕು' ಎಂದು ಬುಧನ ಗಮನವನ್ನು ಸೆಳೆದ. ಬುಧನು ಸಿಂಹಾಸನದಿಂದ ಮೇಲೆದ್ದು ಆವೇಶದಿಂದ ಕೈಕಾಲುಗಳನ್ನು ಝಾಡಿಸುತ್ತ "ಇಲ್ಲಿ ನಾವು ಕಲೆಯುವುದು ವಿಚಾರವಿನಿಮಯಕ್ಕಾಗಿ, ಆಹಾರ ಕಬಳಿಸುವುದಕ್ಕಲ್ಲ!" ಎಂದು ಆರ್ಭಟಿಸಿದ.

ಉರ್ದು ಪ್ರಾಧ್ಯಾಪಕರೊಬ್ಬರೂ ನಾನೂ ಮುಖ ಮುಖ ನೋಡಿಕೊಂಡೆವು. ಇವರು ನನಗಿಂತಲೂ ಹಿರಿಯರಾಗಿದ್ದು ನನಗೆ ಕಣ್ಸನ್ನೆಯಿತ್ತರು. "ನಮ್ಮಲ್ಲಿ ಅನೇಕರು ಬೆಳಿಗ್ಗೆ ೯ ಗಂಟೆಗೆ ಊಟಮಾಡಿಕೊಂಡು ಬರುತ್ತಾರೆ; ಇನ್ನು ಅನೇಕರು ಈ ಸಭೆಗೆ ಬರುವ ಮುನ್ನ ಊಟಮಾಡಿ ಬರುತ್ತಾರೆ. ನನಗೂ ಉರ್ದು ಪ್ರಾಧ್ಯಾಪಕರಿಗೂ ಇದೆ ಹಗಲ ಊಟ..." ಎಂದು ಹೇಳಿ ಮುಗಿಸುವಷ್ಟರಲ್ಲಿಯೇ ಬುಧನ ಬಾಯಿಂದ "ಯಾರೂ ಮುಟ್ಟದ ತಟ್ಟೆಗಳು ಬೇಕಾದಷ್ಟಿವೆ. ಆಸ್ವಾದಿಸಬೇಕು" ಎಂಬ ವ್ಯಂಗ್ಯ ನುಡಿ ಹೊರಬಿತ್ತು.

ನಾರದನು "ಊರ ನಾಯಿಗಳು ಕೂಡ ಮುಟ್ಟದ ತಟ್ಟೆಗಳು" ಎಂದ. ಬುಧ ಕಿಡಿಕಿಡಿಯಾದ.

ಏತನ್ಮಧ್ಯೆ ಅಂದು ಸರಬರಾಜಾಗಿದ್ದ ಪರೋಟವೆಂಬ ಚಕ್ಕಳವನ್ನು ಅಗೆಯಲು ಯತ್ನಿಸಿದ ತಮಿಳು ಪ್ರಾಧ್ಯಾಪಕರ ಕೃತಕ-ದಂತದ್ವಯ-ಪಂಕ್ತಿಗಳು ಪರೋಟದ ತುಂಡೊಂದನ್ನು ಕಚ್ಚಿಕೊಂಡು ಬಾಯಿಂದ ಹೊರಬಂದು ಮೇಜಿನ ಮೇಲೆ ಬಿದ್ದು ಬಿಟ್ಟವು. ನಾರದ "ದಂತಭಂಗ! ದಂತಭಂಗ!" ಎಂದು ಕೂಗಿಕೊಂಡ.

ಕೃತಕ ದಂತದ್ವಯ

ಬುಧ ತಾಳ್ಮೆಗೆಟ್ಟ. ಕೋಪದಿಂದ ಎದ್ದುಹೋದ.

ಸಾಧಾರಣ ಬುಧವಾರಗಳ ಕಾರ್ಯಕ್ರಮ ಈ ರೀತಿಯಾದರೆ ಕಾರ್ಯಸಭೆಯ ನಡವಳಿಕೆ ಇನ್ನೊಂದು ಬಗೆಯಲ್ಲಿ ನಡೆಯುತ್ತಿತ್ತು. ವಿದ್ಯಾರ್ಥಿಗಳಿಗೆ ವರ್ಷ-ಪರೀಕ್ಷೆಗಳು ನಡೆಯುತ್ತಿದ್ದಾಗ ಪಾಸು-ನಪಾಸುಗಳನ್ನು ತೀರ್ಮಾನಿಸುವುದೂ ಕಾಲೇಜ್-ಕೌನ್ಸಿಲಿನ ಜವಾಬ್ದಾರಿಯಾಗಿತ್ತು. ಎಷ್ಟೆಷ್ಟು ಅಂಕಗಳನ್ನು ಪಡೆದವರು ಪಾಸಾಗಬೇಕು ಎಂಬುದು ಮೊದಲನೆ ಪ್ರಶ್ನೆ.

"ಯೂನಿವರ್ಸಿಟಿ ಪರೀಕ್ಷೆಯಲ್ಲಿ ಪಾಸು ಮಾಡಬೇಕಾದರೆ ಶೇಕಡ ೩೫ ಅಂಕಗಳನ್ನು ತೆಗೆದುಕೊಳ್ಳಬೇಕೆಂಬ ನಿಯಮವಿದೆ. ಅದನ್ನೇ ನಾವೂ ಏಕೆ ಕನಿಷ್ಠವಾಗಿಟ್ಟುಕೊಳ್ಳಬಾರದು?" ಎಂಬುದು ಕೆಮಿಸ್ಟ್ರಿ ಪ್ರಾಧ್ಯಾಪಕರ ಅಭಿಪ್ರಾಯ.

"ಯೂನಿವರ್ಸಿಟಿ ಪರೀಕ್ಷೆಯಲ್ಲಿ ಶೇಖಡ ೩೫ ಅಂಕಗಳನ್ನು ಗಳಿಸಬೇಕಾದರೆ, ನಮ್ಮ ಕಾಲೇಜು-ಪರೀಕ್ಷೆಗಳಲ್ಲಿ ಅವರು ಕನಿಷ್ಠಪಕ್ಷ ಶೇಕಡ ೪೫ನ್ನು ಕನಿಷ್ಠವಾಗಿಟ್ಟುಕೊಳ್ಳುವುದು ವಿದ್ಯಾರ್ಥಿಯ ಹಿತದ ದೃಷ್ಟಿಯಿಂದ ಅವಶ್ಯಕ" ಎಂದು ನನ್ನ ಹೇಳಿಕೆ.

"ನಿಮ್ಮ ಅಭಿಪ್ರಾಯಗಳನ್ನು ನಾನು ಅನುಸರಿಸಿದ್ದೇ ಆದರೆ ೨೦೦ಕ್ಕೊಬ್ಬನೂ ಕೂಡ ಪಾಸಾಗುವುದಿಲ್ಲ. ಆಗ ಯೂನಿವರ್ಸಿಟಿ ನನ್ನ ಮೇಲೆ ನೆಗೆದುಬೀಳುತ್ತದೆ; ಸರ್ಕಾರ ನನ್ನನ್ನು ಕೆಲಸದಿಂದ ವಜಾ ಮಾಡುತ್ತದೆ! ನೀವಿಬ್ಬರೂ ಯಾವಾಗಲೂ ನನ್ನನ್ನು ಪದಚ್ಯುತಿಗೊಳಿಸುವ ಪ್ರಯತ್ನದಲ್ಲೇ ಇರುತ್ತೀರಿ" ಎಂಬುದು ಪ್ರಿನ್ಸಿಪಾಲನ ವಾದ.

ನಾರದ: "ಇತರ ಕಾಲೇಜುಗಳ ಪ್ರಿನ್ಸಿಪಾಲರು ಹೇಗೆ ಮಾಡುತ್ತಾರೋ?"

ಬುಧ: "ಅವರ ವಿಷಯ ಕಟ್ಟಿಕೊಂಡು ನೀವೇನ್ರಿ ಮಾಡುತ್ತೀರಿ?"

ನಾರದ: "ಇತರ ಕಾಲೇಜುಗಳಲ್ಲಿ ಯಾರನ್ನೂ ಫೇಲು ಮಾಡಿಸುವುದಿಲ್ಲವೆಂದು ಕೇಳಿದ್ದೇನೆ."

ವಿದೂಷಕ: "ನಾವೂ ಹಾಗೆ ಏಕೆ ಮಾಡಬಾರದು?"

ಬುಧ: "ನೀವೇನು ಕಾಲೇಜಿನಲ್ಲಿದ್ದೀರೋ ಅಥವಾ ಪಾಸು-ಚೀಟಿಗಳನ್ನು ಜಾಹೀರಾತು-ಚೀಟಿಗಳಂತೆ ಹಂಚುವ ಹುದ್ದೆಯಲ್ಲಿದ್ದೀರೋ?"

ಬುಧನ ಮಂತ್ರಿ: "ಹೌದು ಹೌದು, ಎಲ್ಲರನ್ನೂ ಪಾಸುಮಾಡಿಸಿಬಿಟ್ಟರೆ ಹೇಗೆ? ತೀರ ಮೋಸವಾಗಿರುವವರನ್ನು ನಿಲ್ಲಿಸಬೇಕು. 'ಸ್ಟಾಂಡರ್ಡ್ ಮೈನ್‌ಟೈನ್' ಮಾಡದಿದ್ದರೆ ಹೇಗೆ?"

ನಾರದ: "ಈಗ ನಮ್ಮ ಮುಂದಿರುವ ಪ್ರಶ್ನೆಯೆ ಅದು. ಅದನ್ನು ನಿರ್ಧಾರಮಾಡುವ ಹವ್ಯಾಸದಲ್ಲೇ ನಾವಿರುವುದು. ತಮ್ಮ ಅಭಿಪ್ರಾಯವೇನೋ?"

ಮಂತ್ರಿ: "ಪ್ರಿನ್ಸಿಪಾಲರ ಅಭಿಪ್ರಾಯವೇ ನನ್ನದು."

ವಿದೂಷಕ: "ಪ್ರಿನ್ಸಿಪಾಲರಿಗೆ ಯಾವ ನಿಶ್ಚಿತವಾದ ಅಭಿಪ್ರಾಯವೂ ಇದ್ದಂತೆ ಕಾಣಲಿಲ್ಲ.!"

ಬುಧ (ಕೋಪದಿಂದ): "ನಾನು ಅಭಿಪ್ರಾಯಶೂನ್ಯನಲ್ಲ. ನನ್ನ ಅಭಿಪ್ರಾಯಗಳು ನನಗೆ ಇದ್ದೇ ಇವೆ!"

ವಿದೂಷಕ : "ಅಪ್ಪಣೆಯಾದರೆ ಕೇಳುತ್ತೇವೆ."

ಬುಧ: "ಮೊತ್ತದಲ್ಲಿ ಶೇಖಡ ೧೦ ಅಂಕಗಳಿಗೆ ಕಡಿಮೆ ತೆಗೆದುಕೊಂಡಿರುವವರನ್ನು ನಿಲ್ಲಿಸಿ ಬಿಡಬಹುದು."

ನಾರದ: "ಹತ್ತು ಎಂಬ ಸ್ಟಾಂಡರ್ಡ್‌ನ್ನು ಯಾವ ಆಧಾರದ ಮೇಲೆ ನಿರ್ಧರಿಸೋಣವಾಯಿತೋ?"

ಮಂತ್ರಿ: "ಈ ನಿರ್ಧಾರದ ಪ್ರಕಾರ ಪರೀಕ್ಷೆಗೆ ಕುಳಿತ ೪೫೦ ಮಂದಿ ವಿದ್ಯಾರ್ಥಿಗಳಲ್ಲಿ ೧೫ ವಿದ್ಯಾರ್ಥಿಗಳು ನಪಾಸುಗುತ್ತಾರೆ. ೧೫ಕ್ಕಿಂತ ಹೆಚ್ಚು ಜನ ಫೇಲಾದರೆ ಕಾಲೇಜಿಗೆ ಒಳ್ಳೆಯದಲ್ಲ."

ಸಯನ್ಸ್-ಪ್ರಾಧ್ಯಾಪಕರು ಇದನ್ನು ಒಪ್ಪಲಿಲ್ಲ, "ಇದು ಕೃತಕವಾದ ತೀರ್ಮಾನವಾಗಿದೆ. ಶೇಕಡ ೧೦ ಅಂಕಗಳನ್ನು ಗಳಿಸಿದವನೂ ಪಾಸು, ೯೫ ಅಂಕಗಳನ್ನು ಗಳಿಸಿದವನೂ ಪಾಸು ಎಂದರೆ ಏನು ಅರ್ಥ? ಶೇಕಡ ೧೦ ಅಂಕ ಗಳಿಸದವನನ್ನು ನಮ್ಮ ಕಾಲೇಜಿನಲ್ಲಿ ಇಟ್ಟುಕೊಳ್ಳಬೇಕಾಗಿಲ್ಲ. ಅಂಥವರಿಗೆ 'ವಿದ್ಯಾಪ್ರಗತಿ ಸಮರ್ಪಕವಾಗಿಲ್ಲ'ವೆಂಬ ಕಾರಣದಿಂದ 'ಟ್ರಾನ್ಸ್‌ಫರ್-ಸರ್ಟಿಫಿಕೇಟ್' ಕೊಟ್ಟು ಕಳುಹಿಸಿಬಿಡಬಹುದು."

ಮಂತ್ರಿ: "ಹಾಗೆ ಕಳುಹಿಸಿಬಿಟ್ಟರೆ ಅನರ್ಥಗಳು ಖಂಡಿತ ಸಂಭವಿಸುತ್ತವೆ. ವಿದ್ಯಾರ್ಥಿಗಳು 'ಸ್ಟ್ರೈಕ್' ಮಾಡುತ್ತಾರೆ. ಆಗೇನು ಮಾಡುವುದು?"

ವಿದೂಷಕ : "ನಾವೇ ಕಾಲೇಜನ್ನು ಮುಚ್ಚಿಬಿಡುವುದು!"

ನಾರದ: "ಇದು ಬಳಕೆಯಲ್ಲಿರುವ ಸಂಜೀವಿನಿ ತಾನೆ!"

ಬುಧ (ಕೋಪದಿಂದ): "ಡಿಸ್ಕಷನ್ನು ಎಲ್ಲೆ ಮೀರಿ ಹೋಗುತ್ತಿದೆ. ಹದ್ದಿನಲ್ಲಿಟ್ಟುಕೊಳ್ಳಿ."

ಸೈಕಾಲಜಿ ಪ್ರಾಧ್ಯಾಪಕ, "ವಿದ್ಯೆಯಲ್ಲಿ ಹಿಂದುಳಿದವನನ್ನು ಮುಠ್ಠಾಳನೆಂದು ನಪಾಸು ಮಾಡಿಸಿದರೆ ಮುಂದಕ್ಕೆ ಆತ 'ಇನ್‌ಫೀರಿಯಾರಿಟಿ ಕಾಂಪ್ಲೆಕ್ಸಿ'ನಿಂದ ನರಳುವ ಪ್ರಜೆಯಾಗಿಬಿಡುತ್ತಾನೆ. ವಿದ್ಯೆಯಲ್ಲಿ ಸಾಮರ್ಥ್ಯಹೀನನಾದವನು ಬೇರೆ ಹವ್ಯಾಸಗಳಲ್ಲಿ ಸ್ಫೂರ್ತಿ ಪಡೆದವನಾಗಿರಬಹುದು. ಅದ್ದರಿಂದ ಪರೀಕ್ಷೆಯಲ್ಲಿ ಯಾರನ್ನೂ ಫೇಲು ಮಾಡಿಸಬಾರದು" ಎಂಬ ತನ್ನ ಅನುಭವವಾದವನ್ನು ಮಂಡಿಸಿದ. ಒಂದಷ್ಟು ಸದಸ್ಯರು ಈ ವಾದವನ್ನು ಎತ್ತಿಹಿಡಿದು "ಅವರು

ಎಲ್ಲಿಯಾದರೂ ಬದುಕಿಕೊಳ್ಳಲಿ. ಅವರ ತಲೆಯ ಮೇಲೆ ಕಲ್ಲು ಹಾಕುವ ಪಾಪ ನಮಗೇಕೆ?" ಎಂಬ ನೀತಿಯನ್ನು ತಿಳಿಯ ಹೇಳಿದರು.

ಬುಧ: "ಕೌನ್ಸಿಲಿನ ಎರಡು ಪಕ್ಷಗಳ ವಾದವನ್ನೂ ಕೇಳಿದ್ದೇನೆ. ಎಲ್ಲರನ್ನೂ ಪಾಸು ಮಾಡಿಸಿಬಿಡುವುದು ಸರಿಯಲ್ಲ. ಅನರ್ಹರನ್ನು ಪಾಸು ಮಾಡಿಸಕೂಡದೆಂದೇ ನನ್ನ ಮತ. ಆದರೆ ಅಷ್ಟು ಅನರ್ಹರಲ್ಲದವರಿಗೆ 'ಚಾನ್ಸ್ ಕೊಡುವುದೂ ನಮ್ಮ ಧರ್ಮ. ಈ ದೃಷ್ಟಿಯಿಂದ ಶೇಖಡ ೫ಕ್ಕಿಂತ ಕಡಿಮೆ ಅಂಕಗಳನ್ನು ಗಳಿಸಿದವರನ್ನು ಮಾತ್ರ ನಿಲ್ಲಿಸಿಬಿಡಬೇಕು. ಇದೇ ನನ್ನ ಕೊನೆಯ ತೀರ್ಮಾನ." ಇತರರಾರೂ ಮುಚ್ಚಿದ ಬಾಯನ್ನು ತೆರೆಯಲಿಲ್ಲ.

ಶೇಕಡ ೫ ಅಂಕಗಳಿಗಿಂತಲೂ ಕಡಿಮೆ ತೆಗೆದುಕೊಂಡಿದ್ದವರು ಮೂರು ಜನರಿದ್ದರು. ಅವರ ಹೆಸರುಗಳನ್ನು ಬಹಿರಂಗಪಡಿಸಿದಾಗ ಸಭೆಯಲ್ಲಿ ಗುಲ್ಲೆದ್ದಿತು. ನಮ್ಮ 'ಫಿಸಿಕಲ್ ಕಲ್ಚರ್ ಡೈರೆಕ್ಟರು' ಎದ್ದುನಿಂತು ಪುಟ್ಟ ಭಾಷಣವೊಂದನ್ನು ಮಾಡಿದ: "ಈ ಮೂವರಲ್ಲಿ ಇಬ್ಬರು ಕಾಲೇಜಿಗೆ ಕೀರ್ತಿ ತಂದಿರುವವರು. ಒಬ್ಬಾತ ಕ್ರಿಕೆಟ್ ಕ್ಯಾಪ್ಟನ್ನಾಗಿ ಅಂತರ-ಭಾರತೀಯ ಪೈಪೋಟಿಯಲ್ಲಿ ಗೆದ್ದು ನಮ್ಮ ಕಾಲೇಜಿಗೆ ಟ್ರೋಫಿಯನ್ನು ಗಳಿಸಿಕೊಟ್ಟಿದ್ದಾನೆ. ಎರಡನೆಯವನು ಇದೇ ವ್ಯಾಪ್ತಿಯ ಕಬಡ್ಡಿ ಪಂದ್ಯದಲ್ಲಿ ಗೆದ್ದು ನಮ್ಮ ಕಾಲೇಜಿಗೆ ಮೊದಲನೆಯ ಸ್ಥಾನವನ್ನು ಗಳಿಸಿಕೊಟ್ಟಿದ್ದಾನೆ. ಇಂಥ ಸಾಮರ್ಥ್ಯವಂತರನ್ನು ಫೈಲು ಮಾಡಿಸಿದರೆ ಮುಂದಕ್ಕೆ ಅವರು ಅದೆಂಥ ಪ್ರಜೆಗಳಾಗುತ್ತಾರೆಂಬುದನ್ನು 'ಸೈಕಾಲಜಿ' ಪ್ರೊಫೆಸರೇ ಹೇಳಲಿ!"

ಬುಧನು ಧರ್ಮಸಂಕಟದಲ್ಲಿ ಸಿಕ್ಕಿಕೊಂಡು ಬೆಪ್ಪಾದ.

ಚರಿತ್ರೆಯ ಪ್ರಾಧ್ಯಾಪಕರು ಎದ್ದುನಿಂತು "ಆರು ತಿಂಗಳ ಹಿಂದೆ ನಮ್ಮ ಪ್ರಿನ್ಸಿಪಾಲರನ್ನು ವಿದ್ಯಾರ್ಥಿಗಳು ಘೇರೋ ಮಾಡಿದ ಪ್ರಸಂಗ ಎಲ್ಲರ ಮನಸ್ಸಿನಲ್ಲೂ ಅಚ್ಚಳಿಯದೆ ಇದೆಯೆಂದುಕೊಂಡಿದ್ದೇನೆ. ಆಗ ಘೇರೋ ಗುಂಪಿನೊಳಕ್ಕೆ ಧೈರ್ಯದಿಂದ ನುಗ್ಗಿ, ಗುಂಪಿನೊಳಗೆ ಏಕವೀರನಾಗಿ ಕುಸ್ತಿಮಾಡಿ ಅವರನ್ನು ಸದೆ ಬಡೆದು ಪ್ರಿನ್ಸಿಪಾಲರನ್ನು ಬಿಡಿಸಿದವನೇ ಮೂರನೆಯವನಾದ ಇವನು. ಪ್ರಿನ್ಸಿಪಾಲರು ಈ ಹುಡುಗನಿಗೆ ಕೃತಜ್ಞತೆಯನ್ನು ತೋರಿಸಬೇಡವೆ? ಅವನೂ ಭವಿಷ್ಯ ಕಾಲದಲ್ಲೊಂದು ದಿನ ಭಾರತದ ಪ್ರಖ್ಯಾತ ಕುಸ್ತಿ ಉಸ್ತಾದನಾಗಬಲ್ಲವನಲ್ಲವೆ? ಅವನೊಬ್ಬನನ್ನು ಮಾತ್ರ ನಿಲ್ಲಿಸುವುದರಿಂದ ಯಾವ ಪುರುಷಾರ್ಥವನ್ನು ಸಾಧಿಸಿದಂತಾಯಿತು?" ಎಂದು ಇನ್ನೊಂದು ಭಾಷಣ ಮಾಡಿದರು.

ಬುಧನು ಚಿಂತೆಯ ಭಾರದಿಂದ ಕುಸಿದುಹೋಗಿ "ಎಲ್ಲರನ್ನೂ ಪಾಸು ಮಾಡಿಸಲಾಗಿದೆ" ಎಂದು ಗೊಣಗುಟ್ಟಿದ.

* * *

ವಿಜಯೋತ್ಸವದ ವೈಭವ

"ತಲ್ಲಣಿಸದಿರು ಕಂಡ್ಯ ತಾಳು ಮನವೇ
ಎಲ್ಲರನು ಸಲಹುವನು ಇದಕೆ ಸಂಶಯವಿಲ್ಲ!"
–ದಾಸರ ಪದ

ತಮಿಳು ಇಲಾಖೆಯ ಅಧ್ಯಾಪಕವರ್ಗ ಪ್ರತ್ಯೇಕವಾದ ಗುಂಪಿಗೆ ಸೇರಿದ್ದು. ತಮಿಳು ಭಾಷಾ–ಸಾಹಿತ್ಯಗಳ ಉದ್ಧಾರಕರು ತಾವು, ತಮಿಳುನಾಡು ತಲೆ ತಲಾಂತರದಿಂದ ಬದುಕಿ ಬಾಳಿದ್ದೂ, ಈಗ ಬಾಳುತ್ತಿರುವುದೂ, ಇನ್ನು ಮುಂದೆ ಬಾಳುವುದೂ ತಮ್ಮಂಥವರ ಮೆಹನತ್ತಿನಿಂದಲೇ ಎಂಬ ಆತ್ಮವಿಶ್ವಾಸವನ್ನೂ ಧೋರಣೆಯನ್ನೂ ಪ್ರತಿಯೊಂದು ಕೆಲಸದಲ್ಲೂ ಮಾತಿನಲ್ಲೂ ಉಸಿರಿನಲ್ಲೂ ತೋರಿಸಿಕೊಳ್ಳುವರಲ್ಲದೆ ಬೇರೆ ಇಲಾಖೆಯ ಅಧ್ಯಾಪಕರನ್ನೂ ವಿದ್ಯಾರ್ಥಿಗಳನ್ನೂ ಒಟ್ಟಿಗೆ 'ತಮಿಳು–ದ್ರೋಹಿ' ಎಂದು ದೂರುವವರು. ಇತರ ಡಿಪಾರ್ಟ್‌ಮೆಂಟುಗಳ, ಅದನ್ನು ಸೇರಿದವರ ಸಮಸ್ಯೆಗಳು ಮುಖ್ಯವೂ ಅಲ್ಲ, ಜರೂರೂ ಅಲ್ಲ, ತಮ್ಮದೇ ಅತಿ ಮುಖ್ಯ, 'ಪ್ರಯಾರಿಟಿ' ಕೊಟ್ಟು, ಆಗಮಾಡಿಸಬೇಕಾದಂತವು ಎಂಬ ಹಟದ ಸ್ವಭಾವದವರು.

ತಮಿಳು ಕ್ಲಾಸೆಂದರೆ ವಿದ್ಯಾರ್ಥಿಗಳಿಗೆ ಎಡಗೈ ಸಂಡಿಗೆಯೇ. ಅಲ್ಲಿ ಅವರು ತೆಗೆದುಕೊಳ್ಳುವಂಥ ಸ್ವಾತಂತ್ರ್ಯ, ತೊಡಗುವಂಥ ಚೇಷ್ಟಾಸಕ್ತಿ ಇನ್ನೆಲ್ಲಿಯೂ ಕಾಣಬಾರವು. ತರಗತಿಯೊಂದರಲ್ಲಿ ಹಾಜರಿ ಕರೆಯುತ್ತಿದ್ದಾಗ ಪಾಠಕನು ರಾಮನ್ ಎಂಬ ಹೆಸರನ್ನು 'ಇರಾಮನ್' ಎಂದು ಕರೆದನಂತೆ (ತಮಿಳು ಭಾಷೆಯ ವ್ಯಾಕರಣರೀತ್ಯಾ ರ–ಲಗಳಿಂದ ಯಾವ ಪದವೂ ಆರಂಭವಾಗವು. ಅನ್ಯ ಭಾಷೆಯಿಂದ ಇಂಥ ಪದಗಳನ್ನು ಸ್ವಕೀಯವಾಗಿಸಿಕೊಳ್ಳಬೇಕಾದರೆ ಅವಕ್ಕೆ 'ಇ'

ಎಂಬ ಪೂರ್ವ ಪ್ರತ್ಯಯವನ್ನು ಸೇರಿಸಬೇಕು ಎಂಬ ವಿಧಿ ಇದೆ). ಈ ಹುಡುಗ ಬದಲು ಹೇಳದೆ ಸುಮ್ಮನಿದ್ದ. ಪಾಠಕನು "ಏಯ್, ನಿನ್ನನ್ನೇ ಕರೆಯುತ್ತಿರುವುದು!" ಎಂದು ದರ್ಪದಿಂದ ಒದರಿದ. ಇವನು ಪಾಠಕನ ಬಳಿಗೆ ಎದ್ದು ಬಂದು "ನನ್ನನ್ನು ನೀವು ಕರೆದಿರಾದರೆ ನನ್ನ ಅಪ್ಪ ಅಮ್ಮ ಇಟ್ಟ ಹೆಸರಿನಿಂದ ಕರೆಯಿರಿ. ಲಕ್ಷಣವಾಗಿ 'ರಾಮನ್' ಎಂಬ ಹೆಸರನ್ನಿಟ್ಟಿದ್ದಾರೆ. 'ಇರಾಮ' 'ಉರಾಮ' ಎಂದು ಒದರಬೇಡಿ" ಎಂದ. ತರಗತಿಯಲ್ಲಿ ಗುಲ್ಲೆದ್ದಿತು. ಪಾಠಕನು ಪಾಠವನ್ನು ಮುಂದುವರಿಸದೆ ಕೆಂಪೇರಿ ನನ್ನ ಬಳಿ ಬಂದು, ಆ ವಿದ್ಯಾರ್ಥಿಯ ಹೆಸರನ್ನು ಬರೆದಿದ್ದ ಚೀಟಿಯೊಂದನ್ನು ನನ್ನ ಮುಖಕ್ಕೆ ಚಾಚಿ, "ಇವನನ್ನು ಈಗಲೇ ಕಾಲೇಜಿನಿಂದ 'ಡಿಸ್‌ಮಿಸ್' ಮಾಡಿಬಿಡಬೇಕು" ಎಂದು ಆಜ್ಞಾರೂಪದಲ್ಲಿ ವಿಜ್ಞಾಪಿಸಿದ.

"ಸ್ವಲ್ಪ ಸಾವಧಾನಿಸಿ, ಇಷ್ಟ ಬಂದಂತೆ ವಿದ್ಯಾರ್ಥಿಯರನ್ನು 'ಡಿಸ್‌ಮಿಸ್' ಮಾಡಿಬಿಡುವುದಕ್ಕಾಗುತ್ತದೆಯೆ? ನೀವೂ ಹತ್ತು ವರ್ಷದಿಂದ ಉಪಾಧ್ಯಾಯರಾಗಿ ಕೆಲಸ ನೋಡುತ್ತಿದ್ದೀರಿ. ವಿದ್ಯಾರ್ಥಿಗಳ ಹುಡುಗಾಟಿಕೆಯ ಲೀಲೆಗಳು ನಿಮಗೆ ಪಳಗಿರಬೇಕು. ನಿಮಗೂ ಒಂದು 'sense of humour' ಇರಬೇಕು. ರಾಮನನ್ನು ಬೇರೆಯಾಗಿ ಕರೆದು ಮಾತನಾಡಿ, ಬುದ್ಧಿ ಹೇಳಿ" ಎನ್ನುವಷ್ಟರಲ್ಲಿಯೇ ಪಾಠಕನು ತನ್ನ ಕೈಲಿದ್ದ ಪಠ್ಯಪುಸ್ತಕಗಳನ್ನು ನನ್ನ ಮೇಜಿನ ಮೇಲೆ ಬಿಸುಟು "ಪ್ರಿನ್ಸಿಪಾಲರು ಯಾವಾಗಲೂ ಹುಡುಗರನ್ನು ಸಮರ್ಥಿಸುತ್ತಾರೆ, ಅಧ್ಯಾಪಕರ ಕೈ ಬಿಡುತ್ತಾರೆ" ಎಂದು ದೂರುತ್ತ ದುರುದುರುಗುಟ್ಟಿಕೊಂಡು ಹೋದ.

ಇದೇ ಪಾಠಕನು ಮರು ತರಗತಿಯಲ್ಲಿ ಹಾಜರಿ ತೆಗೆದುಕೊಳ್ಳುತ್ತಿದ್ದಾಗ ಇದೇ ರಾಮನ್ ತನ್ನ ಹೆಸರನ್ನು ಕರೆದಾಗ, "ಏನು ಸಾರ್, ನನ್ನನ್ನು ಕರೆದಿರಾ? ಏನು ಸಮಾಚಾರ? ಎಲ್ಲವೂ ಸೌಖ್ಯವಷ್ಟೇ?" ಎಂದು ಕೇಳಿದನಂತೆ. ಪಾಠಕನಿಗೆ 'ಇನ್‌ಸಲ್ಟ್' ಆಗಿಬಿಟ್ಟಿತು! ನನ್ನ ಹತ್ತಿರ ಓಡಿಬಂದು ದೂರಿದ. ಈಗಲಾದರೂ ರಾಮನನ್ನು 'ಡಿಸ್‌ಮಿಸ್' ಮಾಡಬೇಕೆಂದು ಒತ್ತಾಯದ

"ಏನು ಸಾರ್, ನನ್ನನ್ನು ಕರೆದಿರಾ?..."

ಆಜ್ಞೆಯಿತ್ತ. ನಾನು ನಸುನಗುತ್ತ ಕೇಳಿದೆ: "'ಎಲ್ಲವೂ ಕ್ಷೇಮವೆ?' ಎಂದು ಅವನು ಕೇಳಿದಾಗ ನಾನಾಗಿದ್ದಿದ್ದರೆ 'ಹೌದಪ್ಪ, ಕ್ಷೇಮವೇ. ನಿನ್ನ ಜಾಗದಲ್ಲಿ ಹೋಗಿ ಕುಳಿತುಕೊ' ಎಂದು ಹೇಳುತ್ತಿದ್ದೆ. ಉಪಾಧ್ಯಾಯನಾದವನಿಗೆ ಸ್ವಲ್ಪವಾದರೂ ಔಚಿತ್ಯಜ್ಞಾನವೆಂಬುದಿರಬೇಡವೆ?"

ಪಾಠಕನು ಸಿಟ್ಟಿಗೆದ್ದ. "ಏನು ಪ್ರಿನ್ಸಿಪಾಲ್‌ತನ ಸಾರ್ ನಿಮ್ಮದು! ಪಾಠಕರಿಗೆ ಬುದ್ಧಿ ಹೇಳುತ್ತಿದ್ದೀರಲ್ಲ! ರಾಮನ್ ವಿಷಯದಲ್ಲಿ ಪ್ರಿನ್ಸಿಪಾಲರು ನಡವಳಿಕೆ ತೆಗೆದುಕೊಳ್ಳದಿದ್ದರೆ ನಾನೇ ಅವನನ್ನು ಕ್ಲಾಸಿನಿಂದ ಕಳುಹಿಸಿಬಿಡುತ್ತೇನೆ" ಎಂದ.

"ನೀವಾಯಿತು, ನಿಮ್ಮ ಕ್ಲಾಸಾಯಿತು. ನಾನು ಅದರಲ್ಲಿ ತಲೆ ಹಾಕುವವನಲ್ಲ. ಒಂದು ವೇಳೆ ಆ ಹುಡುಗನನ್ನು ನೀವು ಹೊರಕ್ಕೆ ಕಳುಹಿಸಿಬಿಟ್ಟು, ಅವನು ತನ್ನ ಸಹಪಾಠಿಗಳನ್ನೂ ಹೊರಕ್ಕೆ ಕರೆದು ಅಥವಾ ಸಹಪಾಠಿಗಳೇ ತಾವಾಗಿ ಅವನಿಗೆ 'sympathy' ತೋರಿಸುವ ಸಲುವಾಗಿ ನಿಮ್ಮ ತರಗತಿಯಿಂದ ಹೊರಕ್ಕೆ ಬಂದುಬಿಟ್ಟು 'ಸತ್ಯಾಗ್ರಹ' ಹೂಡಿದರೆ, ಆ ಅಲೆ ಕಾಲೇಜಿಗೂ ಹಬ್ಬುವ ಸೂಚನೆ ಕಂಡುಬಂದರೆ, ಆಗ ನಾನು ಕಡ್ಡಾಯವಾಗಿ ಪ್ರವೇಶಮಾಡಬೇಕಾಗುತ್ತದೆ. ಮುಂದಾಲೋಚನೆಯಿಂದ ವರ್ತಿಸಿರಿ" ಎಂದೆ.

ಮರುದಿನದ ಹಳದಿ-ಪತ್ರಿಕೆಯಲ್ಲಿ ಬಂದ ವರದಿ: "ಕಾಲೇಜೊಂದರಲ್ಲಿ ಪ್ರಿನ್ಸಿಪಾಲು-ಪಾಠಕ-ವಿದ್ಯಾರ್ಥಿ ತ್ರಿಕೋನದ ತಿಂಡಾಟ!... ಪ್ರಿನ್ಸಿಪಾಲನ ಕರ್ತವ್ಯಲೋಪ, ಪಾಠಕನ ಕರ್ತವ್ಯನಿಷ್ಠೆ, ವಿದ್ಯಾರ್ಥಿಯ ಅವಿಧೇಯ ವರ್ತನೆ..."

ಕಾಲೇಜಿನ ಒಟ್ಟು ವಿದ್ಯಾರ್ಥಿಗಳ ಸಂಖ್ಯೆ ಸುಮಾರು ೧೫೦೦. ಇವರಲ್ಲಿ ಅಷ್ಟು ಮಂದಿಯೂ ಇಂಗ್ಲಿಷ್ ಭಾಷೆಯನ್ನು ಕಡ್ಡಾಯವಾಗಿ ಕಲಿಯಬೇಕು. ೧೪೫೦ ಮಂದಿ ತಮಿಳನ್ನು ದ್ವಿತೀಯ ಭಾಷೆಯಾಗಿ ಕಲಿಯಬೇಕು. ಮಿಕ್ಕ ೫೦ ಮಂದಿಗೆ ಸಂಸ್ಕೃತ, ಹಿಂದಿ, ಮಳೆಯಾಳಿಗಳು ದ್ವಿತೀಯ ಭಾಷೆ. ತಮಿಳು ದ್ವಿತೀಯ ಭಾಷೆಯಾಗಿ ಜಾರಿಯಲ್ಲಿದ್ದದ್ದು ತಮಿಳರಿಗೆ ಸರಿಬೀಳಲಿಲ್ಲ. ಕಡಲಾಚೆಯಿಂದ ಬಂದ ಆಂಗ್ಲವನ್ನು ಅಲ್ಲಿಗೇ ಎಸೆಯದೆ ಮುಂದುವರಿಸಿಕೊಂಡು ಬಂದು ಅದಕ್ಕೆ ಅಗ್ರಸ್ಥಾನ ಕೊಟ್ಟ ಸ್ಥಿತಿಯಿಂದ ತಮಿಳು-ಹೊಟ್ಟೆ ಉರಿಯುತ್ತಿತ್ತು. ಇದರಿಂದ ಸಾವಿರಾರು ಪ್ರತಿಭಟನಾ ಸಭೆಗಳು ನಡೆದವು, ಪ್ರಚಾರ ನಡೆಯಿತು, ಮೆರವಣಿಗೆಗಳೂ ಆರ್ಭಟಗಳೂ ನಡೆದವು. ವಿಶ್ವವಿದ್ಯಾಲಯಕ್ಕೆ ಸರ್ಕಾರದ ಪರವಾದ ಹೊಸದೊಬ್ಬ 'ವೈಸ್-ಛಾನ್ಸಲರ್' ಬಂದೊಡನೆಯೆ "ಇನ್ನು ಮೇಲೆ ತಮಿಳೇ ಪ್ರಾಥಮಿಕ ಭಾಷೆ, ಆಂಗ್ಲ ದ್ವಿತೀಯ ಭಾಷೆ" ಎಂದು ಘೋಷಿತವಾಯಿತು.

ಸ್ವದೇಶಾಭಿಮಾನವಿದ್ದ ತಮಿಳು ಪತ್ರಿಕೆಗಳೆಲ್ಲ ಈ ಸುದ್ದಿಯನ್ನು ಮುಖಪುಟದ ಮೇಲೆ ಎರಚಿದವು. ಇದಕ್ಕಾಗಿ ಅಣಬೆಯಂತೆ ತಲೆಯೆತ್ತಿದ ಅಸಂಖ್ಯಾತ ಸಂಸ್ಥೆಗಳು ಅಭಿನಂದನಾ ವಿಶೇಷಗಳನ್ನೂ ವಿಜಯೋತ್ಸವಗಳನ್ನೂ ಆಚರಿಸಿದವು. ನಮ್ಮ ಕಾಲೇಜಿನ ತಮಿಳು ಡಿಪಾರ್ಟ್‌ಮೆಂಟಿನವರೂ ತಮ್ಮ 'ಅಳಿಲು' ಸರದಿಯನ್ನು

ಮಾಡಬೇಕಲ್ಲವೆ? ಆದರೆ ಅವರಿಗೊಂದು ಮಹಾಸಮಸ್ಯೆ ಅಡ್ಡ ಬಂದುಬಿಟ್ಟಿತು... "ಸರ್ಕಾರದ ಅತಿ ಮುಖ್ಯವಾದ ಕಾಲೇಜಿಗೆ ಪ್ರಿನ್ಸಿಪಾಲನಾಗಿರುವವನು ತಮಿಳನಲ್ಲ, ಅನ್ಯಭಾಷೆಯವನು. ಈ ಕಾಲೇಜಿಗೆ ಅಚ್ಚ ತಮಿಳನೇ ಪ್ರಿನ್ಸಿಪಾಲಾಗಿದ್ದಿದ್ದರೆ ಎಷ್ಟು ಚೆನ್ನು! ಈಗ ಇವನನ್ನು ಏನು ಮಾಡೋದು?... ಇವನಿಗೆ ನಮ್ಮ ಡಿಪಾರ್ಟ್‌ಮೆಂಟನ್ನು ಕಂಡರೆ ಅಷ್ಟಷ್ಟೇ. ತಮಿಳನ್ನೇನೋ ಅಷ್ಟಿಷ್ಟು ಓದಿದ್ದಾನೆ; ಚೆನ್ನಾಗಿ ಬರೆಯುತ್ತಾನೆ; ಬ್ರಾಹ್ಮಣ-ತಮಿಳನ್ನು ಚೆನ್ನಾಗಿ ಮಾತನಾಡುತ್ತಾನೆ. ಆದರೆ ನಮ್ಮ ಪೂರ್ವಿಕರನ್ನೂ ನಮ್ಮನ್ನೂ ನಮ್ಮ ಹಳೆಯ ಸಾಹಿತ್ಯವನ್ನೂ ಲೇವಡಿ ಮಾಡುತ್ತಾನೆ. ಇಂಥವನನ್ನು ಮುಂದಿಟ್ಟುಕೊಂಡು ನಾವು ಹೇಗೆ ತಾನೆ ತಮಿಳು ವಿಜಯೋತ್ಸವವನ್ನು ನಡೆಸಲು ಸಾಧ್ಯ?"

ಈ ಪೂರ್ವಪಕ್ಷ ಸಾಧುವಾದದ್ದಲ್ಲವೆಂದು ಅವರಿಗೂ ತಿಳಿದದ್ದೇ. ನನ್ನನ್ನು 'ತಮಿಳನಲ್ಲ" ಎಂದು ಘಂಟಾಘೋಷವಾಗಿ ಹೇಳಲು ಅವರಿಗೆ ಧೈರ್ಯವಿಲ್ಲ. ಆದರೆ ನನ್ನ ಬೆನ್ನ ಹಿಂದೆ ನಾನು ಕನ್ನಡದವನೆಂಬ ಪ್ರಚಾರವನ್ನು ಬಹು ವೈಖರಿಯಿಂದ ಮಾಡಿದ್ದರು. ನನ್ನ ಪೂರ್ವಿಕರು ಚೋಳ-ಚಕ್ರಾಧಿಪತ್ಯದ ಕಾವೇರೀ ತೀರದ ಮಾಂಜಿಪುದೂರಿಗೆ (ತಂಜಾವೂರು ಜಿಲ್ಲೆ) ಸೇರಿದವರೆಂಬ ಸತ್ಯಾಂಶವನ್ನು ನಾನೇ ಹಿಂದೊಂದು ಸಲ ಹೇಳಿಕೊಂಡಿದ್ದೆ; ಅನಿವಾರ್ಯವಾಗಿ ಏರ್ಪಟಿದ್ದ ಸಂದರ್ಭವೊಂದರಲ್ಲಿ ಪ್ರಚಾರವನ್ನೂ ಮಾಡಿಕೊಂಡಿದ್ದೆ. ಈಗ ಇವರ ಸಮಸ್ಯೆಗೆ ನಿಜವಾದ ಕಾರಣ ನಾನು ತಮಿಳನಲ್ಲವೆಂಬುದು ಅಲ್ಲ; ಅದೊಂದು ಸೋಗು. ಸೋಗಿನ ಹಿಂದಿದ್ದ ಸತ್ಯ ಕೋಮುವಾರು ಭಾವನೆಗೆ ಸಂಬಂಧಿಸಿದ್ದು. ಇದನ್ನು ನಾನು ಒಡನೆಯೆ ಮನಗೊಳ್ಳದೆ ಇರಲಿಲ್ಲ. ತಮಿಳು ಪ್ರಾಧ್ಯಾಪಕನನ್ನು ಕರೆದು ಹೇಳಿದೆ: "ಉತ್ಸವಕ್ಕೆ ಬೇಕಾದ ಏರ್ಪಾಡುಗಳೆಲ್ಲವನ್ನೂ ಮಾಡಿಕೊಳ್ಳಿ. ಸಮಾರಂಭಕ್ಕೆ ಯಾರು ಯಾರನ್ನು ಕರೆಯಬೇಕೆಂದಿರುವಿರೋ ಅವರೆಲ್ಲರನ್ನೂ ಕರೆಯಿರಿ. ನಿಮಗೆ ಬೇಕಾದ ರೀತಿಯಲ್ಲಿ ನಡೆಸಿ, ಕಾಲೇಜಿನಿಂದ ೫೦೦ ರೂಪಾಯಿ ಸಹಾಯ-ದ್ರವ್ಯ ಕೊಡಿಸುತ್ತೇನೆ. ಇನ್ನೊಂದು ನೂರು ರೂಪಾಯಿ ಹೆಚ್ಚಾದರೂ ಪರವಾಯಿಲ್ಲ, ನಾನೂ ಪ್ರೇಕ್ಷಕರೊಡನೆ ಕುಳಿತು ಪಾಲುಗೊಳ್ಳುತ್ತೇನೆ."

ಈತನಿಗೆ ಬೇಕಾಗಿದ್ದದ್ದೂ ಇದೇ. ಆದರೆ ಉಪಚಾರಕ್ಕಾಗಿ "ಇಲ್ಲ ಸಾರ್, ತಾವು ಪ್ರೇಕ್ಷಕ ವರ್ಗದಲ್ಲಿ ಕುಳಿತಿರಬಾರದು" ಎಂದಿಷ್ಟು ಮಾತ್ರ ಹೇಳಿ ಹೊರಟು ಹೋದ!

ಮಾರನೆ ದಿನದ ಹಳದಿ-ಪತ್ರಿಕೆಯ ಸುದ್ದಿ: "ತಮಿಳೇತರ ಪ್ರಿನ್ಸಿಪಾಲರನ್ನು ಬದಿಗೊತ್ತಿ ತಮಿಳು ವಿಜಯೋತ್ಸವ ನಡೆಯಲಿದೆ; ತಮಿಳಿಗೆ ಇನ್ನೊಂದು ವಿಜಯ!" ತಮಿಳು ಡಿಪಾರ್ಟ್‌ಮೆಂಟಿನ ಅಧ್ಯಾಪಕನೊಬ್ಬ ಈ ಸುದ್ದಿಯನ್ನು ನನಗೆ ತೋರಿಸಿ "ಪ್ರಿನ್ಸಿಪಾಲ್ ಸಾಹೇಬರು ಇದು ಯಾರ ಲಿಖಿತವೆಂದು ಕಂಡುಹಿಡಿದು ಅವರಿಗೆ ಶಿಕ್ಷೆ ಕೊಡಬೇಕು" ಎಂದು ಬುದ್ಧಿವಾದ ಹೇಳಿದ. ಹೊರಗಡೆ ಹೊಂಚು

ಕೇಳುತ್ತ ನಿಂತಿದ್ದ ಪ್ರಾಧ್ಯಾಪಕನಿಗೆ ಕಣ್ಣಿ ಸನ್ನೆ ಮಾಡಿ ನನ್ನ ರೂಮಿನಿಂದ ಇವನು ಹೋದದ್ದನ್ನು ನಾನು ಗಮನಿಸದೆ ಇರಲಿಲ್ಲ.

ಸಸ್ಯಶಾಸ್ತ್ರಕ್ಕೆ ಸಂಬಂಧಪಟ್ಟ ಅಂತರರಾಷ್ಟ್ರೀಯ ಸಮ್ಮೇಳನವೊಂದು ದೆಹಲಿಯಲ್ಲಿ ನಡೆಯಿತು. ನಾನು ಇದರಲ್ಲಿ ಪಾಲುಗೊಳ್ಳುವ ದಿನಗಳು ಆರು ತಿಂಗಳ ಮೊದಲೇ ನಿಗದಿಯಾಗಿದ್ದವು. ತಮಿಳು ವಿಜಯಾಚರಣೆಯ ಸಮಾರಂಭಕ್ಕೆ ಪೂರ್ವಭಾವಿಯಾದ ಮೀಟಿಂಗೊಂದನ್ನು ನಾನು ದೆಹಲಿಯಲ್ಲಿದ್ದ ದಿನಗಳಲ್ಲೊಂದರಲ್ಲಿಟ್ಟುಕೊಂಡು ಸಮಾರಂಭದ ಕಾರ್ಯಕ್ರಮವನ್ನು ಗೊತ್ತು ಮಾಡಿಕೊಂಡರು. ಮರುದಿನದ ಹಳದಿ–ಸುದ್ದಿ: "ತಮಿಳು ವಿಜಯೋತ್ಸವದ ಅಂಗವಾಗಿ ನಡೆದ ಮೀಟಿಂಗಿನಲ್ಲಿ ಪ್ರಿನ್ಸಿಪಾಲರೇ ನಾಪತ್ತೆ!" (ಧ್ವನಿ: "ಪ್ರಿನ್ಸಿಪಾಲರು ವಿಜಯೋತ್ಸವದ ಬಗ್ಗೆ ತಾತ್ಸಾರ ತಾಳಿದ್ದರು!")

ನಾನು ಹಿಂತಿರುಗಿ ಬಂದ ಮೇಲೆ ತಮಿಳು ಅಧ್ಯಾಪಕರಲ್ಲೊಬ್ಬನು ಹಲ್ಲು ಕಿರಿಯುತ್ತ ಬಂದು "ತಾವಿಲ್ಲದಿದ್ದಾಗ ಪೂರ್ವಭಾವಿ ಸಮಿತಿ ಸೇರಿತ್ತು. ಅಲ್ಲಿನ ನಡವಳಿಕೆಗಳಿಗೆ ತಮ್ಮ ಸಹಿ ಬೇಕು..."

"ಬಹಳ ವಿಚಿತ್ರವಾಗಿದೆ ನಿಮ್ಮ ನಡವಳಿಕೆಗಳು. ಸಮಿತಿಯ ರಚನೆಯನ್ನು ಕುರಿತು ನನಗೆ ನೀವು ಏನನ್ನೂ ಹೇಳಲಿಲ್ಲ. ಸಮಿತಿಯಲ್ಲಿ ನಾನೊಬ್ಬನಿರಬೇಕೆಂದೂ ನೀವು ಕೇಳಲಿಲ್ಲ. ಸಮಿತಿ ಸೇರುವ ದಿನವನ್ನೂ ನನಗೆ ತಿಳಿಸಲಿಲ್ಲ. ನೋಡಿ ನೋಡಿ ನಾನು ಊರಲ್ಲಿರದ ದಿನದಲ್ಲಿ ಸಮಿತಿಯನ್ನು ಕಲೆಯಹಾಕಿದ್ದೀರ. ಆ ದಿನ ಯಾರ ಅಧ್ಯಕ್ಷತೆ ವಹಿಸಿದ್ದರೋ ಅವರ ಸಹಿಯನ್ನು ತೆಗೆದುಕೊಳ್ಳುವುದು ಉಚಿತ. ಇದನ್ನು ಬಿಟ್ಟು ನನ್ನ ಸಹಿಯನ್ನೇಕೆ ಬಯಸುತ್ತಿದ್ದೀರಿ?"

"ಕಮಿಟಿಗೆ ತಾವೂ ಒಬ್ಬ ಮೆಂಬರು ಸಾರ್."

"ಇದನ್ನು ಯಾವಾಗ ತೀರ್ಮಾನಿಸಿದಿರಿ? ಕಮಿಟಿ ಕೂಡುವ ಮೊದಲೊ, ಕಮಿಟಿಯಲ್ಲೊ, ಆಮೇಲೆಯೊ, ಈಗಲೊ?"

ಇದಕ್ಕೆ ನೇರವಾದ ಉತ್ತರ ಕೊಡಲಿಲ್ಲ. "ತಾವಿರುವುದು ಕಮಿಟಿಗೊಂದು ಗೌರವ."

"ನಾನೂ ಗೌರವವೆಂದೇ ಭಾವಿಸುತ್ತಿದ್ದೆ, ನೀವೇ ಮೊದಲೇ ಈ ವಿಷಯವನ್ನು ನನಗೆ ತಿಳಿಸಿದ್ದರೆ..."

ಸಪ್ಪೆ ಮೋರೆ ಹಾಕಿಕೊಂಡವನಂತೆ ನಟಿಸಿ ಹೊರಗೆ ನಿಂತಿದ್ದವನೊಬ್ಬನಿಗೆ ಸನ್ನೆ ಮಾಡಿದ; ಬದಲು ಸನ್ನೆಗನುಸಾರವಾಗಿ ಹೊರಕ್ಕೆ ಹೋದ.

ಹಳದಿ–ಪತ್ರಿಕೆಯ ಸುದ್ದಿ: "ಪ್ರಿನ್ಸಿಪಾಲರಿಗೂ ವಿಜಯೋತ್ಸವ ಸಮಿತಿಗೂ ಭಾರಿ ಮನಸ್ತಾಪ! ನಡವಳಿಕೆಗಳಿಗೆ ಸಹಿ ನೀಡಲು ಪ್ರಿನ್ಸಿಪಾಲರ ನಕಾರ!"

ಈ ಹಳದಿ ಸುದ್ದಿಗಳಿಗೆ ಬದಲು ಬರೆಯಬೇಕೆಂದು ನನ್ನ ಆಪ್ತರು ಕೆಲವರು ಸೂಚಿಸಿದರು. "ಬೇಡ, ಎಲ್ಲಿಗೆ ಕೊಂಡೊಯ್ಯುವುದೋ ನೋಡೋಣ. ಆ ದರ್ಜೆಗೆ ಇಳಿಯಲು ನನಗ ಇಷ್ಟವಿಲ್ಲ" ಎಂದೆ.

ಸಮಾರಂಭದ ದಿನವನ್ನು ಗೊತ್ತು ಮಾಡಿದರು. ಆಮಂತ್ರಣ-ಪತ್ರಿಕೆಗಳನ್ನು ಹಂಚಿದರು. ನನಗೂ ಒಂದನ್ನು ತಂದುಕೊಟ್ಟರು.

"ಖಂಡಿತವಾಗಿಯೂ ಬರುತ್ತೇನೆ" ಎಂದೆ.

ಮಂತ್ರಿಗಳೊಬ್ಬರು ಅಧ್ಯಕ್ಷರು. ಚಿರಪರಿಚಿತರಾದ ರಾಜಕಾರಣಪಟುಗಳಿಬ್ಬರೂ, ಅವರಿಂದ ವ್ಯತ್ಯಾಸವೇನೂ ಇಲ್ಲದ ನಮ್ಮ ತಮಿಳು ಪ್ರಾಧ್ಯಾಪಕನೂ ಮುಖ್ಯ ಭಾಷಣಕಾರರು. ಭಾಷಣಗಳು ಆರಂಭವಾಗುವುದಕ್ಕೆ ಮೊದಲು ತಮಿಳು 'ಸಂಸ್ಕೃತಿ'ಯ ಪ್ರದರ್ಶನ.

ಮೊದಲನೆಯದು ಕೀಲು-ಕುದುರೆ ಕುಣಿತ. ಇಬ್ಬರು ಮರಗಾಲುಗಳನ್ನು ಕಟ್ಟಿಕೊಂಡು ಬ್ಯಾಂಡು ಸಂಗೀತಕ್ಕೆ ಎಗರೆಗರಿ ಕುಣಿದು ಕುಪ್ಪಳಿಸಿದರು (ಸ್ಯಾಕ್ಸಾಫೋನ್, ಕ್ಲಾರಿನೆಟ್, ಕೆಟಲ್ ಡ್ರಮ್ಮುಗಳ ಹಿಮ್ಮೇಳ ಹೇಗೆ ತಾನೆ ತಮಿಳು ಸಂಸ್ಕೃತಿಯಾಯಿತೆಂದು ಯಾವ ತಮಿಳನನ್ನು ಕೇಳುವದಕ್ಕೂ ನನಗೆ ಹೆದರಿಕೆ!). ಬುಡಬುಡಿಕೆಯವನೊಬ್ಬ ಬಂದು ಬಾಯಿಗೆ ಬಂದಂತೆ 'ಪಳ್ಳು' ಪದಗಳನ್ನು ಅರಚಿದ (ಬುಡಬುಡಿಕೆಯವರು ಇತರ ಭಾಷಾ ಪ್ರದೇಶಗಳಲ್ಲೂ ಇದ್ದಾರೆಂದು ತಮಿಳರಿಗೆ ನೀವು ಹೇಳಿದರೆ ನಿಮ್ಮ ತಲೆ ತುಂಡಾದೀತು!). ಇದಾದ ಮೇಲೆ ಕೊರವ-ಕೊರತ ನೃತ್ಯ (ಇದು ೨೦ನೇ ಶತಕದಲ್ಲಿ ಕೆಲವು ಆಧುನಿಕ ಭರತ-ನಾಟ್ಯಾಚಾರ್ಯರು ಕಲ್ಪಿಸಿಕೊಂಡಿರುವ ನವೀನತೆ); ಲಜ್ಜೆ ಬಿಟ್ಟು ನಡುನಡುವೆ ಕೇಕೆ ಹಾಕುತ್ತ ಅಶ್ಲೀಲ ಹಾವಭಾವಗಳೊಂದಿಗೆ ಕುಣಿದರು. ಕೊನೆಯದಾಗಿ ಪ್ರದರ್ಶಿತವಾದದ್ದು ತಮಿಳು ಸಂಸ್ಕೃತಿಯ ಕಲಶವಂತೆ-ಕರಗ, ತಲೆಯ ಮೇಲೆ ಐದಾರು ಮಡಿಕೆಗಳನ್ನು ಒಂದರ ಮೇಲೊಂದು ಪೇರಿಸಿಟ್ಟುಕೊಂಡು ಕುಣಿಯುವುದು. ಇದಕ್ಕೆ ಹಿಮ್ಮೇಳವೂ ಪಾಶ್ಚಾತ್ಯವಾದ್ಯಗಳ ಕಲಸು ಮೇಲೋಗರವೇ; ಭಾರತೀಯ ಸಂಸ್ಕೃತಿಯೊಂದಿಗೆ ಬೆಳೆದು ಬಂದಿರುವ ಒಂದು ವಾದ್ಯವಾದರೂ ಇಲ್ಲ.

ಇವಕ್ಕೆ ಜನ ಕರತಾಡನಗಳನ್ನು ಮಾಡಿದ್ದೂ ಮಾಡಿದ್ದೇ, ಕೊಂಡಾಟದ ಸುರಿಮಳೆಯನ್ನು ಹೊಯ್ದದ್ದೇ. ತಮಿಳು ಡಿಪಾರ್ಟ್‌ಮೆಂಟಿನ ಅಧ್ಯಾಪಕರೊಂದಿಬ್ಬರು ಕಾವೇರಿ ಆವೇಶದಿಂದ ಈ ಕುಣಿತದರೊಂದಿಗೆ ಸೇರಿಕೊಂಡು ತಾವೂ ಕುಣಿದರು. ಪರಿಚಯವಾಗಲಿ ಅಭ್ಯಾಸವಾಗಲಿ ಇಲ್ಲದ್ದರಿಂದ ಒಬ್ಬ ಬಿದ್ದು ಕಾಲು ಮುರಿದುಕೊಂಡ, ಇನ್ನೊಬ್ಬ ಕೈ ಮುರಿದುಕೊಂಡ. ಸಭೆಯಲ್ಲಿ ಕೋಲಾಹಲವೆದ್ದಿತು. ಸೇರಿದ್ದ ಜನ ಚದುರಲಾರಂಭಿಸಿದರು; ಉಳಿದವರು ಊನಗೊಂಡಿದ್ದವರ ಬಳಿ ಗುಂಪು ಕಟ್ಟಿಕೊಂಡಿದ್ದರು. ಕಾಲು ಮುರಿದುಕೊಂಡವನು "ನೆಲ ಸರಿಯಾಗಿರಲಿಲ್ಲ, ಪ್ರಿನ್ಸಿಪಾಲರು ಚಪ್ಪರದ ಉಸ್ತುವಾರಿಯನ್ನು ಸರಿಯಾಗಿ ನೋಡಿಕೊಳ್ಳಲಿಲ್ಲ" ಎಂದು

ತಾವೂ ಕುಣಿದರು

ರೋದಿಸುತ್ತಿದ್ದ. ಕೈ ಮುರಿದು ಕೊಂಡವನು "ಪ್ರಿನ್ಸಿಪಾಲರಿಗೆ ನನ್ನ ಸ್ವಂತ ಕೈಯಿಂದ ಆಮಂತ್ರಣ-ಪತ್ರಿಕೆ ಕೊಟ್ಟೆ. ಆದ್ದರಿಂದಲೇ ಆ ಕೈಯೇ ಮುರಿದುಹೋಯಿತು!" ಎಂದು ಕೂಗಾಡುತ್ತಿದ್ದ. ಕರಗ ಕುಣಿದ ಕಸಬುದಾರ ಇವನ ಕೈಯನ್ನು ನೀವುತ್ತ "ನಿಮಗ್ಯಾಕೆ ಸ್ವಾಮಿ ನಮ್ಮ ಕಸುಬು? ನಿಮ್ಮ ಕಸುಬಿಗೆ ನಾವ್ಯಾರಾದರೂ ಬರುತ್ತೇವೆಯೆ? ಬಂದರೂ ನಮಗದು ಸಿದ್ಧಿಯಾಗುತ್ತದೆಯೇ?" ಎಂದು ಅನುಭವದ ಬುದ್ಧಿಮಾತು ಹೇಳುತ್ತಿದ್ದ.

ಗುಂಪು ಚದುರಿದ್ದನ್ನು ಕಂಡು ನಮ್ಮ ತಮಿಳು ಪ್ರಾಧ್ಯಾಪಕ ಹಲ್ಲು ಕಡಿದ. ಮೈಕನ್ನು ಬಾಯಲ್ಲಿ ಕಚ್ಚಿ ತಮಿಳು-ಭೇರಿ ಮೊಳಗಿಸಿದ; "ನೀವೆಲ್ಲ ಅಚ್ಚ ತಮಿಳರಾ? ಅಲ್ಲ, ಹೇಡಿಗಳು, ನೀವು ಅಚ್ಚ ತಮಿಳರಾದರೆ ಇಲ್ಲಿಯೇ ಕೂತುಕೊಳ್ಳಿ" ಎಂದು ಅಬ್ಬರಿಸಿದ. ಅಚ್ಚ ತಮಿಳರು ಓಡಿಹೋದರು; ತಮಿಳೇತರರಾದ ಹೇಡಿಗಳು ಹಾಗೆಯೇ ಕುಳಿತುಕೊಂಡು ಸಭೆ ಕೂಡಿದರು.

ಅಧ್ಯಕ್ಷರೂ ಭಾಷಣಕಾರರೂ ಪೀಠಸ್ಥರಾದಾಗ ರಾಜಕಾರಣಪಟು-ಭಾಷಣಕಾರರಲ್ಲೊಬ್ಬ, ಅಚ್ಚ ತಮಿಳರ ಹಾದಿ ಹಿಡಿದಿದ್ದದ್ದು ಕಂಡು ಬಂತು. ಇನ್ನೊಂದು ಸಣ್ಣ ಕೋಲಾಹಲವೆದ್ದಿತು. ತಮಿಳು ಪ್ರಾಧ್ಯಾಪಕರು, ಮೈಕ್ ಮೂಲಕ ಕರೆದರು: "ತಿರುವಾಳರ್... ಎಲ್ಲಿದ್ದರೂ ಇಲ್ಲಿಗೆ ಬಂದು ಪೀಠವನ್ನಲಂಕರಿಸಬೇಕು." ಅಲ್ಲಿಂದ ಪರಾರಿಯಾಗಿದ್ದವನಿಗೆ ಈ ಕರೆ ಕೇಳಿಸೀತೆ? ಅಧ್ಯಕ್ಷ-ಮಂತ್ರಿಗಳು ಪ್ರಾಧ್ಯಾಪಕನ ಕಿವಿಯಲ್ಲಿ ಏನನ್ನೋ ಹೇಳಿದರು. ಇವನು ಅರೆಮನಸ್ಸಿನಿಂದ "ಇಲ್ಲಿ

ಎಲ್ಲಾದರೂ ಪ್ರಿನ್ಸಿಪಾಲರಿದ್ದರೆ ಹೀಗೆ ದಯಮಾಡಿಸಬೇಕು" ಎಂದು ಮೈಕಿನೊಳಕ್ಕೆ ಕೂಗಿದ. ನಾನು ಅವರ ಬಳಿ ಹೋದಾಗ ಅಧ್ಯಕ್ಷರು, "ಬನ್ನಿ, ಇಲ್ಲಿ ನೀವು ಕುಳಿತುಕೊಳ್ಳಬೇಕು" ಎಂದು ಆ ಖಾಲಿ ಕುರ್ಚಿಯನ್ನು ತೋರಿಸಿದರು. ನಾನು ಹಾಗೆಯೇ ಮಾಡಿ ಬೇಕೆಂತಲೇ ಪ್ರಾಧ್ಯಾಪಕನ ಮುಖಭಾವವನ್ನು ಗಮನಿಸಿದೆ. ಎಲ್ಲರನ್ನೂ ನುಂಗಿಬಿಡುವಂತೆ ದುಮದುಮ ಕೆಂಡ ಕಾರುತ್ತಿತ್ತು.

ತಮಿಳುನಾಡಿನಲ್ಲಿ 'official' ಸಮಾರಂಭಗಳಿಗೆ ದೇವರ ಸ್ತುತಿರೂಪಕವಾದ ಮಂಗಳಾಚರಣವನ್ನು ಹಾಡುವ ಸಂಪ್ರದಾಯ ಐದಾರು ವರ್ಷಗಳವರೆಗೂ ಇತ್ತು. ಅಲ್ಲಿಂದೀಚೆಗೆ ಹೊಸ ಸಂಪ್ರದಾಯ ಬಳಕೆಗೆ ಬಂದಿದೆ. ಕಳೆದ ಶತಕದ ಅಂತ್ಯದಲ್ಲಿ ಸುಂದರಂ ಪಿಳ್ಳೆಯೆಂಬುವರು ಮನೋನ್ಮಣೀಯವೆಂಬ ನಾಟಕವನ್ನು ಬರೆದರು. ಅದರಲ್ಲಿ ತಮಿಳು ನುಡಿ, ತಮಿಳು ನಾಡುಗಳ ಮಹಿಮೆಯನ್ನು ಕುರಿತ ಅನೇಕ ಪದ್ಯಗಳನ್ನೂ ಹಾಡುಗಳನ್ನೂ ಬಿತ್ತರಿಸಿದ್ದಾರೆ. ತಮಿಳು ತಾಯಿಯ ಬಸುರಿಂದ ಕನ್ನಡ, ಮಲೆಯಾಳ, ತೆಲುಗುಗಳು ಹುಟ್ಟಿದವೆಂಬ ಕತೆ ಮೊಟ್ಟಮೊದಲಿಗೆ ಕೇಳಿಬರುವುದು ಈ ನಾಟಕದಲ್ಲಿಯೇ. ಹಾಗೆಯೇ "ಭರತಮಾತೆಯ ಮುಖ ದ್ರಾವಿಡದೇಶ; ಆಕೆಯ ತಿಲಕ ತಮಿಳುನಾಡು" ಎಂದು ಅರ್ಥ ಬರುವ ಹಾಡೊಂದಿದೆ. ಇದೇ ಈಗ ಬಳಕೆಯ ಹೊಸ್ತಿಲನ್ನು ಹತ್ತಿರುವ ಮಂಗಲಾಚರಣ. ತಮಿಳುನಾಡಿನಲ್ಲಿ ಎಲ್ಲಿ ಯಾವ ಸಮಿತಿ ಸಮಾರಂಭಗಳು ಸೇರಿದರೂ ಇದನ್ನೇ ಹಾಡಬೇಕೆಂದು ಸರ್ಕಾರದ ಆಜ್ಞೆಯಿದೆ. ಇದನ್ನು ಹಾಡುವ ಮಟ್ಟುವನ್ನೂ ಸರ್ಕಾರವೇ ಆಜ್ಞಾರೂಪವಾಗಿ ಒದಗಿಸಿದೆ. ಅಪಶ್ರುತಿಯ ಖ್ಯಾತಿಯಿಂದ ಸನ್ಮಾನಗೊಂಡು ಸಿನೇಮಾಗಳಿಗೆ ಹಿಂಬದಿ ಹಾಡುಗಳನ್ನು ಅರಚುವ ಸಂಗೀತಕಲಾನಿಧಿಯೊಬ್ಬ ಇದಕ್ಕೆ 'ಮೆಟ್ಟು' ಹಾಕಿದ್ದಾನೆ. ಇದನ್ನು ಎಂಥ ಘನ ಶಾರೀರವುಳ್ಳ ಸಂಗೀತ–ವಿದ್ವಾಂಸನು ಹಾಡಿದರೂ ಅದರ ಜಾಯಮಾನ ಸಿನಿಮ ಹಾಡಿನ ಜಾಡನ್ನು ಬಿಟ್ಟುಹೋಗದು. ಇದನ್ನು ಒಕ್ಕೊರಲು ಹಾಡಿದರೇನೇ ಎರಡು ಕಿವಿಯನ್ನೂ ಮುಚ್ಚಿಕೊಂಡು ಕೇಳುವಷ್ಟು ಹಿತವಾಗಿರುತ್ತಿತ್ತು. ಆದರೆ ಸಾಮೂಹಿಕತ್ವ ತಮಿಳು ಸಂಸ್ಕೃತಿಯ ಹೆಗ್ಗುರುತು. ಆದ್ದರಿಂದ ಆರು ಜನ ಗಂಡಸರು ಆರು ಜನ ಹೆಂಗಸರು ಕಲೆತು ಇದನ್ನು 'ಹಾಡಿದರು.' ಒಂದು ಕೊರಲಿನೊಂದಿಗೆ ಮತ್ತೊಂದು ಕಲೆಯದು; ಬಗೆ ಬಗೆಯ ಕೊರಲುಗಳ ವಿಧವಿಧ ಶಾರೀರಗಳ ಅಪಸ್ವರ ಅಪಶ್ರುತಿಗಳ ಒಕ್ಕೂಟವಾಗಿತ್ತು. ಹಾಡುತ್ತಿದ್ದಾಗಲೇ ಹತ್ತಾರು ಕಾಗೆಗಳು ಮಾಂಸದ ತುಂಡೊಂದಕ್ಕಾಗಿ ಜಗಳವಾಡುತ್ತ ಸಭೆಯ ನಡುವೆ ಹಾರಿ ಬಂದು ಹಾವಳಿ ಮಾಡಿದ್ದು ಕೇವಲ ಆಕಸ್ಮಿಕ.

ಈ ಕಾರ್ಯಕ್ರಮ ಮುಗಿದೊಡನೆಯೆ ಭಾರಿ ಮಳೆ ನಿಂತ ಹಾಗಾಯಿತು. ಈಗ ನಮ್ಮ ಪ್ರಾಧ್ಯಾಪಕನ ಭಾಷಣ–ಬಿರುಬು, ಗುಡುಗು, ಸಿಡಿಲು. ಅದರ ಸಾರಾಂಶ ಇಷ್ಟು: "ಸೃಷ್ಟಿಗಿಂತಲೂ ಮೊದಲೇ ಇದ್ದದ್ದು ತಮಿಳು ನುಡಿ; ಹಿಂದಿನ ಕಾಲದಲ್ಲಿ ಪ್ರಪಂಚದ ಭೂಭಾಗವನ್ನಾಳುತ್ತಿದ್ದವರೆಲ್ಲರೂ ತಮಿಳರೇ. ಆರ್ಯರ ಹಾವಳಿಯಿಂದ ತಮಿಳರು ಅಲ್ಲಲ್ಲಿ ಚದುರಿ ಹೋಗಬೇಕಾಯಿತು. ಪಾರ್ಪನರ ವೇದ

ಕೂಡ ತಮಿಳರ ಪಂಚಾಂಗವೆ; ಅಲ್ಲಿನ ದೇವರುಗಳೆಲ್ಲ ತಮಿಳರೇ. ಆರ್ಯರು ಇವೆಲ್ಲವನ್ನೂ ನಮ್ಮಿಂದ ಕದ್ದು ತಮ್ಮದಾಗಿಸಿಕೊಂಡುಬಿಟ್ಟು ಸಂಸ್ಕೃತದಲ್ಲಿ ಬರೆದಿಟ್ಟು ಬಿಟ್ಟಿದ್ದಾರೆ!" ಭಾಷಣವನ್ನು ಮಾಡುತ್ತಿದ್ದಾಗ ಮೇಜನ್ನು ಮುಷ್ಟಿಯಿಂದ ಬಲವಾಗಿ ಗುದ್ದುತ್ತಿದ್ದು ಮುಕ್ತಾಯ ವಾಕ್ಯದೊಂದಿಗೆ ಇನ್ನೂ ಬಲವಾಗಿ ಗುದ್ದಿದ. ಈ ರಭಸಕ್ಕೆ ಮೇಜಿನ ಹಲಗೆ ಒಡೆದು ಹೋಗಿ ಮರದ ಚೂರೊಂದು ಹಾರಿ ಉರಿಯುತ್ತಿದ್ದ ಬಲ್ಬೊಂದಕ್ಕೆ ತಾಕಿತು. ಬಲ್ಬಿನ ಗಾಜು ಒಡೆದು ಛಿದ್ರ ಛಿದ್ರವಾಗಿ ಅದರ ಚೂರೊಂದು ನನ್ನ ಮೂಗಿನ ಕೊನೆಯನ್ನು ತಾಕಿ ಸ್ವಲ್ಪ ಗಾಯಗೊಳಿಸಿತು.

ಇವನ ತರುವಾಯ ಮಾತನಾಡಿದ ರಾಜಕಾರಣಪಟು ನಮ್ಮ ಪ್ರಾಧ್ಯಾಪಕರನ್ನೂ ಮೀರಿಸಿದ. ಸಾಬರ ಕೇರಿಯಲ್ಲಿ ಹುಟ್ಟಿ, ಅಲ್ಲೇ ಬೆಳೆದು, ಯುವಕನಾಗಿದ್ದಾಗಿನಿಂದಲೂ ಕೇರಿ ಜನರಿಗೆ ಮುಖಂಡನಾಗಿ, ಕೇರಿಯ ಭಾಷೆಯಲ್ಲಿ ಭಾಷಣ ಮಾಡುವುದರಲ್ಲಿ ಪ್ರಾವೀಣ್ಯ ಹೊಂದಿ, ಯಾವು ಯಾವುದೋ ಕಸುಬುಗಳನ್ನೆಲ್ಲ ಮಾಡಿ, ಈಗ ನಾಲ್ಕು ವರ್ಷಗಳಿಂದ ಎಂ.ಎಲ್.ಎ. ಆಗಿ ಸೇವೆ ಸಲ್ಲಿಸುತ್ತಿದ್ದಾನೆ. ಗಿಡ್ಡ ದೇಹ, ಅಡ್ಡ ಬೆಳವಣಿಗೆ, ಇದ್ದಿಲನ್ನೂ ನಾಚಿಸುವಂಥ ಮೈ ಬಣ್ಣ, ಮುಖದ ತುಂಬ ಮೀಸೆ, ತಲೆ ತುಂಬ ಯಾವಾಗಲೂ ಕೆದರಿದ ಕೂದಲು. ಸ್ಟೇಜಿನ ಮೇಲೆ

ಬಲ್ಬಿನ ಗಾಜು ಒಡೆದು...

ಫಟನೆಗೆದು ಗರ್ಜಿಸಿದ. ನಡುನಡುವೆ ಕರ್ಕಶವಾಗಿ ಕೇಕೆ ಹಾಕಿಕೊಂಡು 'ಜೋಕ್' ಮಾಡುತ್ತಿದ್ದ. ಇವನು ಏನು ಮಾತನಾಡಿದನೆಂಬುದು ಯಾರಿಗೂ ತಿಳಿಯಲಿಲ್ಲ. ಆದರೆ ನಮ್ಮ ಪ್ರಾಧ್ಯಾಪಕನೊಬ್ಬನಿಗೆ ಮಾತ್ರ ತಿಳಿಗಿಬಿತೆಂದು ಕಾಣುತ್ತೆ... ಭಾಷಣ ಪೂರ ಒಪ್ಪಿಗೆಯಿಂದ ತಲೆ ತೂಗುತ್ತಿದ್ದದ್ದು ಮಾತ್ರವಲ್ಲದೆ, ಭಾಷಣ ಮುಗಿದ ಮೇಲೆ ಅವನನ್ನು ಮೆಚ್ಚಿಕೆಯಿಂದ ತಬ್ಬಿಕೊಂಡು ಮಂತ್ರಿಯ ಕೈಯಿಂದ ಒಂದು 'ಪೊನ್ನಾಡೆ' (ಅಂಗವಸ್ತ್ರ)ಯನ್ನೂ ಹೊದಿಸಿಬಿಟ್ಟ.

ಮಂತ್ರಿಗಳು ಇನ್ನೆಲ್ಲೋ ಹೋಗಬೇಕಾಗಿತ್ತಂತೆ. ಪ್ರಾಧ್ಯಾಪಕನಿಗೆ ತಿಳಿಸಿದರು.

ಪ್ರಾಧ್ಯಾಪಕನು "ಇನ್ನು ತಾವು ಮಾತನಾಡಿಬಿಟ್ಟರೆ ಮುಗಿಯಿತು" ಎಂದ.

ಮಂತ್ರಿ: "ಪ್ರಿನ್ಸಿಪಾಲರು ಮಾತನಾಡದೆ ನಾನು ಮಾಡನಾಡುವುದೆ?"

"ಪ್ರಿನ್ಸಿಪಾಲರ ಹೆಸರು ಈ ದಿನದ ಕಾರ್ಯಕ್ರಮದಲ್ಲಿ ಇಲ್ಲ."

"ಕಾಲೇಜಿನ 'ಮುದಲ್ವ' ರನ್ನೆ ಬಿಟ್ಟು ಬಿಟ್ಟು ಯಾತಕರದೀ ನಿಮ್ಮ ಈ ಏರ್ಪಾಡು?"

"ಅವರು ಆಂಗ್ಲದಲ್ಲಿ ಮಾತ್ರ ಮಾತನಾಡುತ್ತಾರೆ" ಎಂದು ತಡವರಿಸಿ ಹೇಳಿದ.

"ಆದರೇನಂತೆ? (ನನ್ನನ್ನು ಉದ್ದೇಶಿಸಿ) ಈಗ ನೀವು ಒಂದೆರಡು ಮಾತು ಹೇಳಿ."

ಪ್ರಾಧ್ಯಾಪಕನ ಮುಖದಲ್ಲಿ ಭಯವೂ ಅಸಂತೃಪ್ತಿಯೂ ಒಟ್ಟಿಗೆ ವ್ಯಕ್ತವಾದವು. ಆಕಾಶವನ್ನು ನೋಡುತ್ತ ಕುಳಿತುಕೊಂಡ. ನಾನು ಎದ್ದು, "ಕನಂ ಪೆಟ್ರ ಅಮೈಚ್ಚರವರ್ಗಳೆ, ಪೆರಿಯೋರ್ಗಳೆ, ನನ್ಬರ್ಗಳೆ..." ಎಂದು ಪ್ರಾರಂಭಿಸಿ ಏಳು ನಿಮಿಷ ಮಾತನಾಡಿದೆ. ಮಾತಿನಲ್ಲಿ ಹುರುಳೇನೂ ಇಲ್ಲ. ಆದರೆ ಅಚ್ಚ ತಮಿಳು ಮಾತು. ಅಧ್ಯಕ್ಷ–ಮಂತ್ರಿಗೆ ಏನು ಹೇಳಬೇಕೆಂದು ತೋರದಷ್ಟು ದಿಗ್ಭ್ರಾಂತಿಯಾಗಿ ಬಿಟ್ಟಿತು. ಬಿಟ್ಟ ಕಣ್ಣು, ಬೊಕ್ಕೆ ಬಾಯಿ, ಬಲಗೈ ಹಸ್ತದಿಂದ ಅದೇನೋ ಸಂಜ್ಞೆ, ಚೇತರಿಸಿಕೊಂಡ ಬಳಿಕ "ಇಷ್ಟು ಒಳ್ಳೆಯ ತಮಿಳನ್ನು..." ಎಂದಾಗ, "ಅದು ನನ್ನ ಭಾಷೆ" ಎಂದೆ. ಪ್ರಾಧ್ಯಾಪಕನಿಗೆ ಹೊಟ್ಟೆ ತಳಮಳಿಸುತ್ತಿತ್ತು. ಈಗ ವಾಂತಿ ಮಾಡುವಂತಾಯಿತು. ಮಂತ್ರಿಯನ್ನುದ್ದೇಶಿಸಿ "ಇಷ್ಟು ಚೆನ್ನಾಗಿ ತಮಿಳು ಮಾತನಾಡುತ್ತಾರೆಂದು ನನಗೇ ತಿಳಿದಿರಲಿಲ್ಲ" ಎಂದು ಬೂಟಾಟಿಕೆ ಮಾತನಾಡಿದ. ಅಧ್ಯಕ್ಷರ ಮಾತು ಮುಗಿಯಿತು. "ನಾನು ಜರೂರಾಗಿ ಇನ್ನೊಂದು ಸಭೆಗೆ ಹೋಗಬೇಕಾಗಿದೆ. ನಾನು ಬರುತ್ತೇನೆ" ಎಂದು ನನ್ನ ಕೈ ಕುಲುಕಿ ಹೊರಟೇ ಹೋದರು. ಪ್ರಾಧ್ಯಾಪಕ ತಬ್ಬಿಬ್ಬಾದ. "ಮಂತ್ರಿಗಳು ನನಗೆ ತಿಳಿಸಲೇ ಇಲ್ಲ!" ಎಂದ. "ಅವರು ನನಗೆ ತಿಳಿಸಿದರು" ಎಂದು ಹೇಳಿ ಹೊರಡಲನುವಾದೆ.

"ಅಯ್ಯಾ, ವಂದನಾರ್ಪಣೆಯಾಗಬೇಕು. ಸ್ವಲ್ಪ ಕುಳಿತುಕೊಳ್ಳಿ."

"ಯಾರಿಗೆ ಕಣ್ರೀ ಈಗ ವಂದನಾರ್ಪಣೆ? ಸಭಾಮಂಟಪವೇ ಖಾಲಿಯಾಗಿರುವಾಗ!" ಎಂದುಕೊಂಡು ಬಲಾತ್ಕಾರವಾಗಿ ಕುಳಿತೆ. ಹಿಂದಿನ ಭಾಷಣದಲ್ಲಿ ಮೇಜು ಒಡೆದದ್ದರ ಜ್ಞಾಪಕದಿಂದಲೋ ಏನೋ, ಈಗ ಗಾಳಿಯನ್ನು ಎರಡು ಕೈ ಮುಷ್ಟಿಗಳಿಂದಲೂ ಝಾಡಿಸಿ ನೂಕುತ್ತ ಆಗ್ರಹಪೂರ್ವಕ ವಂದನಾರ್ಪಣೆ ಮಾಡಿದ. ಆ ಪಟ್ಟಿಯಲ್ಲಿದ್ದ ಹೆಸರುಗಳ ಸಂಖ್ಯೆ ಸಭೆಗೆ ಬಂದಿದ್ದವರಿಗಿಂತಲೂ ಅಧಿಕವಾಗಿರುವಂತೆ ಭಾಸವಾಯಿತು ನನಗೆ. ಹಾವಡಿಗನು 'ಆಟ'ದ ಅನಂತರ ಪೈಸಾ ಕೊಟ್ಟ ಧನಿಗಳಿಗೆ ಕೃತಜ್ಞತೆ ಸಮರ್ಪಿಸುವ ರೀತಿಯಲ್ಲಿತ್ತು, ಇವನ ವಂದನಾರ್ಪಣಾ ಶೈಲಿ. ಈಗ ಸಭಾಂಗಣದಲ್ಲಿ ಉಳಿದಿದ್ದವರು ನಮ್ಮ ಪ್ರಾಧ್ಯಾಪಕ, ತಮಿಳು ಅಧ್ಯಾಪಕರು ನಾಲ್ವರು, ನಾನು.

ರಾತ್ರಿ ೧೧ ಗಂಟೆಯಾಯಿತು. ಇವರಿಗೆಲ್ಲ ಮನೆಯನ್ನು ಸೇರುವ ಭಯ ಬಂದುಬಿಟ್ಟಿತು. ನಾಲ್ಕೈದು ಮೈಲಿ ದೂರದಲ್ಲಿದೆ ಇವರ ಮನೆ. ಅವರಲ್ಲೊಬ್ಬ ಬಂದು, "ಸಾರ್, ಕಾಲೇಜು ಬಸ್ಸನ್ನು ನಮಗೆ ಬರಮಾಡಿ ಕೊಟ್ಟರೆ, ಹೋಗಿ ಮನೆ ಸೇರಿಕೊಳ್ಳುತ್ತೇವೆ" ಎಂದ.

"ಈ ಹೊತ್ತಲ್ಲಿ ಎಲ್ಲಪ್ಪ ಬಸ್ಸಿಗೆ ಹೇಳಿಕಳುಹಿಸುವುದು? ಅದೂ ಯಾರ ಕೈಲಿ ಹೇಳಿಕಳುಹಿಸುವುದಕ್ಕಾಗುತ್ತದೆ? ಆಳುಗಳು ಯಾರೂ ಇಲ್ಲಿಲ್ಲ. ಇಲ್ಲಿಂದ ಷೆಡ್ಡು ೭ ಮೈಲಿ. ಡ್ರೈವರಿರುವುದು ಇನ್ನೊಂದು ದಿಕ್ಕಿನಲ್ಲಿ. ಹತ್ತು ಮೈಲಿಯಾಚೆ. ಇಷ್ಟೊಂದು ಭರ್ಜರಿಯಾಗಿ 'plan' ಮಾಡಿದವರಿಗೆ ಇದು ಹೊಳೆಯಲಿಲ್ಲವೆ?" ಎಂದದ್ದಕ್ಕೆ, "ತಾವು ಮನಸ್ಸು ಮಾಡಿದರೆ ಸಹಾಯ ಮಾಡಬಹುದು" ಎಂದು ದೂರುವ ದಾಟಿಯಲ್ಲಿ ನಿಡುಸುಯ್ದ. ಪ್ರಾಧ್ಯಾಪಕನು "ನಮ್ಮ ಕಾಲೇಜಿನ ಪ್ರಾಧ್ಯಾಪಕರಿಗೆಲ್ಲ ಒಂದೊಂದು ಕಾರು ಕೊಡುವಂತೆ ಸರ್ಕಾರಕ್ಕೆ ಎಂದೋ ಶಿಫಾರಸು ಮಾಡಬೇಕಿತ್ತು ಪ್ರಿನ್ಸಿಪಾಲರು" ಎಂದು ನನ್ನ ಕರ್ತವ್ಯಲೋಪವನ್ನು ನೆನಪು ಮಾಡಿಕೊಟ್ಟ.

"ಸರ್ಕಾರ ನನಗೇ ಕಾರು ಕೊಡಲಿಲ್ಲ. ಹೋಗಲಿ ಬಿಡಿ. ಈಗ ನನ್ನ ಕಾರಿನಲ್ಲೇ ಹತ್ತಿ ಕುಳಿತುಕೊಳ್ಳಿ. ನಿಮ್ಮನ್ನು ಮನೆ ಸೇರಿಸುತ್ತೇನೆ" ಎಂದು ಹೇಳಿ ವಾಕ್ಯವನ್ನು ಮುಗಿಸುವಷ್ಟರಲ್ಲೇ ನಾಲ್ಕೈದು ಮಂದಿಯೂ ಕಾರಿನಲ್ಲಿ ಏರಿಬಿಟ್ಟಿದ್ದರು! "ಮೊದಲು ಆಸ್ಪತ್ರೆಗೆ ಹೋಗಿ ಊನವಾಗಿರುವ ನಿಮ್ಮ ಸಹೋಪಾಧ್ಯಾಯರನ್ನು ಕಂಡು ಹೋಗೋಣ" ಎಂದು ಸೂಚಿಸಿದೆ. ಯಾರಿಂದಲೂ ಯಾವ ಉತ್ತರವೂ ಬರಲಿಲ್ಲ. ಕಾರನ್ನು ಆಸ್ಪತ್ರೆಯ ರಸ್ತೆಯಲ್ಲಿ ತಿರುಗಿಸಿದೊಡನೆಯೆ ಪ್ರಾಧ್ಯಾಪಕನು, "ನಾನು ಇಲ್ಲಿಯೇ ಇಳಿದುಬಿಡುತ್ತೇನೆ. ನಡಕೊಂಡು ಹೋಗಿ ಬಿಡುತ್ತೇನೆ ಪರವಾಗಿಲ್ಲ" ಎಂದ.

ನಾನು: "ಬೇಡ ಬೇಡ. ನಾನೇ ನಿಮ್ಮನ್ನು ಮನೆಯವರೆಗೂ ಕರೆದುಕೊಂಡು ಹೋಗುತ್ತೇನೆ."

ಪ್ರಾಧ್ಯಾಪಕ: "ನನ್ನ ಮಗುವಿಗೆ ಜ್ವರ. ಆದ್ದರಿಂದ ನಾನು ಬೇಗ

ಹೋಗಬೇಕಾಗಿದೆ.”

ನಾನು: “ಅಲ್ರೀ, ಇಲ್ಲಿಂದ ನಿಮ್ಮ ಮನೆಗೆ ಇನ್ನೂ ಮೂರು ಮೈಲಿ ಇದೆ. ಆಸ್ಪತ್ರೆಯಲ್ಲಿ ನಾವಿರುವುದು ಐದು ನಿಮಿಷ. ಅಲ್ಲಿಂದ ನಿಮ್ಮ ಮನೆಗೆ ಕಾರಿನಲ್ಲಿ ಹೋಗುವುದೆಂದರೆ ಇನ್ನು ಹತ್ತು ನಿಮಿಷ. ಅಷ್ಟರೊಳಗಾಗಿ-೧೫-ನಿಮಿಷದಲ್ಲಿ ನೀವು ಮೂರು ಮೈಲಿ ನಡೆಯುತ್ತೀರ?”

ತೆಪ್ಪಗಾದ.

ಇನ್ನೊಬ್ಬ ಅಧ್ಯಾಪಕ: “ಸಾರ್, ನನ್ನ ಹೆಂಡತಿಯ ಮೈ ಸ್ವಸ್ಥವಿಲ್ಲ.”

ಇನ್ನೊಬ್ಬ: ‘ನನಗೇ ಜ್ವರ ಬರುವಂತಿದೆ.”

ಇವರಿಗೆ ಆಸ್ಪತ್ರೆಗೆ ಹೋಗಿ ಊನಗೊಂಡವರನ್ನು ನೋಡುವ ಜವಾಬ್ದಾರಿಯೂ ಇಲ್ಲ, ಪರಿತಾಪವೂ ಇಲ್ಲ. “ಇದೇನೇನ್ರಿ ನಿಮ್ಮ ತಮಿಳು ಸಂಸ್ಕೃತಿ!” ಎಂದುಬಿಟ್ಟೆ. ಮಾತಿಲ್ಲದೆ ತೆಪ್ಪಗಾದರು.

ಆಸ್ಪತ್ರೆಯಲ್ಲಿ ಊನಾಪಿ ಸಹೋಪಾಧ್ಯಾಯರ ಮುರಿದ ಅಂಗಾಂಗಳಿಗೆ ಪ್ಲಾಸ್ಟರ್ ಹಾಕಿದ್ದರು. ಕಾಲು ಮುರಿದುಕೊಂಡಿದ್ದವನು ಪ್ರಾಧ್ಯಾಪಕನನ್ನು ನೋಡಿದೊಡನೆಯೆ “ನಮ್ಮನ್ನು ಯಾಕ್ ಸಾರ್ ಕುಣಿಯಿರಿ ಎಂದು ಹೇಳಿದಿರಿ?” ಎಂದ. ಕೈ ಮುರಿದುಕೊಂಡಿದ್ದವನು “ನಿಮಗೇ ಹೀಗಾಗಬೇಕಾಗಿತ್ತು!” ಎಂದು ದುರುಗುಟ್ಟಿದ. ಪ್ರಾಧ್ಯಾಪಕನ ಬಾಯಿಗೆ ಬೀಗ ಹಾಕಿತ್ತು.

“ನಿಮಗೇ ಹೀಗಾಗಬೇಕಾಗಿತ್ತು!”

ಇವರನ್ನು ಇಲ್ಲಿಂದ ಮನೆ ಸೇರಿಸುವ ಪ್ರಯಾಣ ಸಮಯದಲ್ಲಿ 'ಇನ್‌ಫರ್ನಲ್' ಮೌನದಲ್ಲಿದ್ದರು. ಮನೆಬಾಗಿಲಲ್ಲಿ ಇಳಿದಾಗ ಒಬ್ಬನ ಬಾಯಿಂದಾದರೂ ನನಗೆ 'thanks' ಎಂಬ ಒಂದು ಪದ ಕೂಡ ಹೊರಳಲಿಲ್ಲ. ತಮಿಳು ಸಂಸ್ಕೃತಿಯಲ್ಲಿ 'ನನ್ರಿ' ಎಂಬ ಮಾತು ಬಳಕೆಯಲ್ಲಿದೆ; ಇವರಿಗೆ ಅದೂ ಮರೆತುಹೋಗಿತ್ತೋ ಏನೋ!

ಇದಾದ ನಾಲ್ಕೈದು ದಿನ ತಮಿಳು ಡಿಪಾರ್ಟ್‌ಮೆಂಟಿನ ಯಾವೊಬ್ಬ ಅಧ್ಯಾಪಕನೂ ನನ್ನನ್ನು ಕಾಣಲಿಲ್ಲ. ಒಂದು ವಾರದ ಮೇಲೆ ಪ್ರಾಧ್ಯಾಪಕನು ಬಂದು "೨೫೦ ರೂಪಾಯಿ ಹೆಚ್ಚಿಗೆ ಖರ್ಚಾಗಿ ಬಿಟ್ಟಿದೆ. ಕಾಲೇಜಿಂದ ಕೊಡಿಸಿ' ಎಂದ.

"ನಾನು ಮೊದಲೇ ಹೇಳಿದೆ. ಒಂದು ನೂರು ರೂಪಾಯಿವರೆಗೂ ಹೆಚ್ಚು ಖರ್ಚಾದರೆ ಪರವಾಯಿಲ್ಲ ಎಂದೆ. ಈಗ ಇನ್ನೂ ನೂರೈವತ್ತು ರೂಪಾಯಿ ಬೇಕು ಎನ್ನುತ್ತೀರಿ. ಇದನ್ನು ಕಾಲೇಜಿನಿಂದ ಕೊಡಲು ಸಾಧ್ಯವಿಲ್ಲ. ಮನ್ನಿಸಬೇಕು."

ಮರುದಿನ ಹಳದಿ–ಪೇಪರಿನ ಸುದ್ದಿ: "ವಿಜಯೋತ್ಸವದ ಖರ್ಚಿನ ಬಾಬತು ಹಣವನ್ನು ಪಾವತಿ ಮಾಡಲು ಪ್ರಿನ್ಸಿಪಾಲರ ನಿರಾಕರಣೆ!"

ಪ್ರಾಧ್ಯಾಪಕನು ಪುನಃ ಬಂದು ನೂರೈವತ್ತು ರೂಪಾಯಿಗಾಗಿ ಗೋಳಾಡಿದ. "ನಾನು ಈಗ ಮಾಡಿರುವುದೇ ಮಿತಿಮೀರಿದ್ದು. ನಿಮಗೆ ಕೊಟ್ಟ 'extra' ನೂರು ರೂಪಾಯಿ ನನ್ನ ಸ್ವಂತ ಜೇಬಿನದು... ನಿಮ್ಮ ಡಿಪಾರ್ಟ್‌ಮೆಂಟಿನಲ್ಲಿ ೧೫ ಮಂದಿ ಅಧ್ಯಾಪಕರಿದ್ದೀರಿ. ತಲಾ ೧೦ ರೂಪಾಯಿ ಹಾಕಿ ನಿಮಗೆ ಬೇಕಾಗಿರುವ ಮೊಬಲಗನ್ನು ಸಂಗ್ರಹಿಸಬಹುದಲ್ಲ?"

ಮರುದಿನದ ಹಳದಿ ವಾರ್ತೆ: "ಹಣದ ತಕರಾರು! ಪ್ರಿನ್ಸಿಪಾಲರ ಕೈವಾಡ!"

ಈಗ ಎಲ್ಲೆ ಮೀರಿದ ಸ್ಥಿತಿ ಏರ್ಪಟ್ಟಿದೆಯೆಂದು ನಿಶ್ಚಯಿಸಿದೆ. ಆ ಹಳದಿ ಪತ್ರಿಕೆಯ ಸಂಪಾದಕನನ್ನೂ ಮಾಲೀಕನನ್ನೂ ಬರಮಾಡಿಕೊಂಡೆ. "ನನ್ನ ವಿಷಯವಾಗಿ ನೀವು ಮಾಡುತ್ತಿರುವ ಅಪಪ್ರಚಾರಕ್ಕೆ ಆಧಾರಗಳೇನಾದರೂ ಇವೆಯೇ?" ಎಂದು ಕೇಳಿದೆ.

"ಆಧಾರವಿಲ್ಲದಿದ್ದರೆ ನಾವು ಹಾಗೆಲ್ಲ ಬರೆಯುತ್ತೇವೆಯೆ?"

"ಆಧಾರಗಳನ್ನು ತೋರಿಸಬಲ್ಲಿರಾ?"

"ಸಂಪಾದಕನ ಹಕ್ಕು ಅದು. ನಮ್ಮ ಬಳಿ ಇವೆ. ಆದರೆ ಅವನ್ನು ಯಾರಿಗೂ ನಾವು ತೋರಿಸಬೇಕಾಗಿಲ್ಲ."

"ಸಂಪಾದಕನಿಗೆ ಅನೇಕ ಹಕ್ಕುಗಳಿರುವುದೇನೋ ನಿಜವೆ. ಆದರೆ ಆಧಾರವಿಲ್ಲದೆ ಸುದ್ದಿಗಳನ್ನು ಹರಡುವುದು ಅವನ ಹಕ್ಕಲ್ಲ."

"ನಾವು ಹತ್ತು ವರ್ಷಗಳಿಂದ ವೃತ್ತ ಪತ್ರಿಕಾ–ವ್ಯವಸಾಯದಲ್ಲಿರುವವರು.

ನಿಮ್ಮಿಂದ ನಾವು ಸಂಪಾದಕನ ಮಿತಿಯನ್ನು ಕುರಿತು ಏನನ್ನೂ ಕಲಿತುಕೊಳ್ಳಬೇಕಾಗಿಲ್ಲ."

"ಬೇಡ. ಆದರೆ ಒಂದು ಸಂಗತಿಯನ್ನು ಮಾತ್ರ ಹೇಳುತ್ತೇನೆ. ನಾನೂ ಕೆಲವು ವೈಜ್ಞಾನಿಕ ಪತ್ರಿಕೆಗಳ ಸಂಪಾದಕ-ಮಂಡಲಿಯಲ್ಲಿರುವವನು. ಒಂದೆರಡು ಪತ್ರಿಕೆಗಳಿಗೆ ಕೆಲವು ಕಾಲ ಸಂಪಾದಕನಾಗಿಯೂ ಕೆಲಸ ನೋಡಿದ್ದೇನೆ. ಮತ್ತು ಅರವತ್ತು ವರ್ಷಗಳಿಂದ ಪತ್ರಿಕಾ-ವ್ಯವಸಾಯವನ್ನು ನಿರಂತರವಾಗಿ ನಡೆಸಿಕೊಂಡು ಬಂದಿರುವ ಮನೆಗೆ ಸೇರಿದವನು ನಾನು. ನಿಮ್ಮ ಹಕ್ಕಿನ ಬಗ್ಗೆ ನಿಮ್ಮ ಅಭಿಪ್ರಾಯಗಳನ್ನು ನೀವಿಟ್ಟುಕೊಳ್ಳಬಹುದಾದರೂ, ಆ ಹಕ್ಕನ್ನು ದುರುಪಯೋಗಪಡಿಸಿಕೊಂಡಿದ್ದೀರಿ ಎಂದು ಮಾತ್ರ ನಾನು ಖಚಿತವಾಗಿ ಹೇಳಬೇಕಾಗಿದೆ."

ಒಬ್ಬರ ಮುಖವನ್ನೊಬ್ಬರು ನೋಡಿಕೊಂಡು "ತಿರುಗಿಯೂ ಬಂದು ಕಾಣುತ್ತೇವೆ. ಅನುಮತಿಯಿದೆಯೆ?" ಎಂದರು.

"ಧಾರಾಳವಾಗಿ" ಎಂದೆ.

ಒಂದೆರಡು ಗಂಟೆಗಳ ತರುವಾಯ ತಮಿಳು ಪ್ರಾಧ್ಯಾಪಕನನ್ನೂ ಜತೆಯಲ್ಲಿ ಕರೆದುಕೊಂಡು ಬಂದರು. ಸ್ವಲ್ಪ ಹೊತ್ತು ಯಾರೂ ಯಾವ ಮಾತೂ ಆಡಲಿಲ್ಲ. ನಮ್ಮ ಪ್ರಾಧ್ಯಾಪಕನು "ಸಾರ್, ಇವರಿಬ್ಬರೂ ಎಳೆಯ ಹುಡುಗರ ಹಾಗೆ ಸಾರ್... (ಇಬ್ಬರೂ ೫೦-೫೫ ವರ್ಷಗಳಲ್ಲಿದ್ದವರು) ನಮ್ಮ ಮಕ್ಕಳು ತಪ್ಪು ಮಾಡಿದ್ದರೆ ದಂಡೋಪಾಯದಿಂದಲಾದರೂ ಬುದ್ಧಿ ಕಲಿಸುತ್ತಿದ್ದೆ. ತಂದೆ-ತಾಯಿ ಇಲ್ಲದವರು ಸಾರ್" ಎಂದ.

"ಅಂಥವರು ಸಹಸ್ರ ಮಂದಿ ಇದ್ದಾರಲ್ಲವೇನ್ರಿ?"

"ಆದರೂ ಇವರು ತಿಳಿಯದೆ ಮಾಡಿಬಿಟ್ಟರು ಸಾರ್."

"ಏನ್ರಿ ಮಾಡಿದರು?"

ಪ್ರಾಧ್ಯಾಪಕ ತಾನು ಬದಲು ಹೇಳದೆ, ಮಾಲೀಕನಿಗೂ ಸಂಪಾದಕನಿಗೂ 'ಹೇಳಿ' ಎಂದು ಸಂಜ್ಞೆ ಮಾಡಿದ.

ಮಾಲೀಕನು ಸಿಟ್ಟಿಗೆದ್ದು "ಯಾವ ನಾಲಿಗೆಯಲ್ಲಯ್ಯ ಮಾತನಾಡುತ್ತಿದ್ದೀಯ? ಇಷ್ಟು ಹೊತ್ತೂ 'ನಾನೇ ಹೇಳುತ್ತೇನೆ, ನೀವು ಸುಮ್ಮನೆ ಬನ್ನಿ' ಎಂದವನು ಈಗ ನಮ್ಮನ್ನೇ ಹೇಳು ಎನ್ನುತ್ತೀಯಲ್ಲ?" ಎಂದು ಗರ್ಜಿಸಿದ. ಸಂಪಾದಕನ ಸಂಕಟವನ್ನಂತೂ ಹೇಳತೀರದು. "ನಿಮ್ಮಿಬ್ಬರ ನಡುವೆ ನನ್ನನ್ನು ಸಿಕ್ಕಿಸಿಬಿಟ್ಟು ಹಿಸುಕುತ್ತಿದ್ದೀರಾ! ಇಬ್ಬರನ್ನೂ ಬಯಲಿಗೆಳೆದು ಬಿಡುತ್ತೇನೆ!" ಎನ್ನುತ್ತ ಕುರ್ಚಿಯಿಂದ ಎದ್ದ. ಪ್ರಾಧ್ಯಾಪಕನು ಅವರಿಬ್ಬರನ್ನೂ ಸಮಾಧಾನ ಪಡಿಸುವ ಸನ್ನಾಹದಲ್ಲಿ ತೊಡಗಿದವನಂತೆ ನಟಿಸಿ "ಇದು ಪವಿತ್ರವಾದ ಜಾಗ, ಪ್ರಿನ್ಸಿಪಾಲರ ರೂಮು, ಇಲ್ಲಿ ಹಾಗೆಲ್ಲ ಮಾತನಾಡಬಾರದು" ಎನ್ನುತ್ತ ಅವರನ್ನು ಬಲಾತ್ಕಾರವಾಗಿ ಬಾಗಿಲಿಂದ

"ಯಾವ ನಾಲಿಗೆಯಲ್ಲಯ್ಯ ಮಾತನಾಡುತ್ತಿದ್ದೀಯ?"

ಹೊರಕ್ಕೆ ಅಟ್ಟಿಬಿಟ್ಟ. ಅವರು ಅಲ್ಲಿಂದಲೇ "ಹೊರಕ್ಕೆ ಬಾ, ನೋಡಿಕೊಳ್ಳುತ್ತೇವೆ" ಎಂದು ಮೀಸೆ ತಿರುವಿದರು.

ಇಷ್ಟಾದರೂ ನಮ್ಮ ಪ್ರಾಧ್ಯಾಪಕನ ಧೈರ್ಯಕ್ಕೆ ನಾನು ಬೆರಗಾದೆ. ನನ್ನ ಬಳಿಬಂದು "ಸಾರ್, ತಮ್ಮಂಥವರು ಈ ಲುಚ್ಚ ಜನರೊಂದಿಗೆ ನೇರವಾಗಿ ವ್ಯವಹರಿಸಬಾರದು. ಅವರು ವಿಪರೀತ ಕೆಟ್ಟವರು. ನಯ ವಿನಯವಿಲ್ಲ. ಸಂಸ್ಕೃತಿಯಿಲ್ಲ..."

"ನೀವು ತಾನೆ ಕಾಣ್ರೀ ಅವರನ್ನು ಮೂರು ನಿಮಿಷಗಳ ಹಿಂದೆ ನನ್ನ ಬಳಿ ಕರೆತಂದು 'ಇವರು ಏನೂ ಅರಿಯದವರು, ಎಳೆಯ ಹುಡುಗರ ಹಾಗೆ...' ಎಂದೆಲ್ಲ ಹೇಳಿದ್ದು? ಅವರು ನಿಮ್ಮನ್ನು ಕೇಳಿದಂತೆ ನಾನೂ ನಿಮಗೆಷ್ಟು ನಾಲಿಗೆಗಳು ಎಂದು ಕೇಳಬೇಕಾಗುತ್ತದೆ ಈಗ!"

ಪ್ರಾಧ್ಯಾಪಕ ಮಾತಾಡದೆ ನಿಂತಿದ್ದ. "ಹೇಳತಕ್ಕದ್ದು ಇನ್ನೂ ಏನಾದರೂ ಇದೆಯೆ?" ಎಂದದ್ದಕ್ಕೆ ಇಲ್ಲವೆಂಬಂತೆ ತಲೆಯಾಡಿಸಿದ. "ಈಗ ನಾನೊಂದು ಮೀಟಿಂಗಿಗೆ ಹೋಗಬೇಕಾಗಿದೆ. ನೀವು ಬೇಕಾದರೆ ಇಲ್ಲಿಯೇ ಕುಳಿತುಕೊಂಡಿರಿ" ಎಂದೆ. ಭಯದ ಕಣ್ಣುಗಳಿಂದ ಬಾಗಿಲ ಸಂದಿಯಲ್ಲಿ ಹೊರಕ್ಕೆ ಇಣುಕಿ ನೋಡಿದ. 'ಹೊರಕ್ಕೆ ಬಾ...' ಎಂದು ಹೆದರಿಸಿದವರು ಅಲ್ಲಿಯೇ ಇದ್ದರು. ನಾನು

ಕನಿಕರಗೊಂಡೆ. ಆಫೀಸು ಸಿಬ್ಬಂದಿಯವರಿಬ್ಬರನ್ನು ಜತೆಮಾಡಿ ಹಿಂಬಾಗಿಲಿನ ಮೂಲಕ ಕಳ್ಳಹಾದಿಯಲ್ಲಿ ಪ್ರಾಧ್ಯಾಪಕನು ಮನೆ ಸೇರಿಕೊಳ್ಳುವಂತೆ ಏರ್ಪಾಡು ಮಾಡಿದೆ.

ಪ್ರಾಧ್ಯಾಪಕನದು ಈ ರೀತಿ ಪರ್ಯವಸಾನವಾದರೆ ಕೈ ಕಾಲು ಮುರಿದುಕೊಂಡಿದ್ದ ಅಧ್ಯಾಪಕರದು ಇನ್ನೊಂದು ದಾರಿ ಹಿಡಿಯಿತು. ಆಸ್ಪತ್ರೆಯಿಂದ 'ಡಿಸ್‌ಛಾರ್ಜ್' ಆದೊಡನೆ ಅಹವಾಲುಗಳನ್ನು ಬರೆದು ತಂದರು. ಅವುಗಳ ಒಕ್ಕಣೆ: "ವಿಜಯೋತ್ಸವದ ಅಂಗವಾಗಿ ನಡೆದ ಕೊರವ–ಕೊರತಿ ಕುಣಿತದಲ್ಲೂ ಕರಗ ನೃತ್ಯದಲ್ಲೂ ನಾವು ಕುಣಿಯಬೇಕೆಂದು ಒತ್ತಾಯಮಾಡಿದವರು ಪ್ರಾಧ್ಯಾಪಕರು. 'ನೀವಿಬ್ಬರೂ ಕುಣಿಯಿರಿ; ಮಂತ್ರಿಗಳು ನೋಡಿ ಸಂತೋಷಗೊಳ್ಳುತ್ತಾರೆ. ನಿಮ್ಮ ಪ್ರೊಮೋಷನ್ನನ್ನು ಶೀಘ್ರವಾಗಿ ಆಗಮಾಡಿಸಿಬಿಡುತ್ತಾರೆ' ಎಂದು ಸ್ಪಷ್ಟವಾಗಿ ಹೇಳಿದರು. 'ಮಂತ್ರಿಗಳು ನನಗೆ ಆಪ್ತರು, ನಿಮಗೆ ಬೇಕಾದ್ದನ್ನೆಲ್ಲ ಒಂದು ದಿನದಲ್ಲಿ ಮಾಡಿಸಿಕೊಡುತ್ತೇನೆ' ಎಂದು ಭರವಸೆ ಕೊಟ್ಟರು. ನಾವು ಕುಣಿದೆವು, ನಮಗೆ ಹೀಗಾಯಿತು.

"ಈ ಸ್ಥಿತಿಯಲ್ಲಿ ಸರ್ಕಾರವು ನಿದ್ದೆಯಿಂದ ಎಚ್ಚೆತ್ತು ತನ್ನ ಜವಾಬ್ದಾರಿಯನ್ನು ನಿರ್ವಹಿಸಬೇಕು. ಆಗಿರುವ ಅನ್ಯಾಯಕ್ಕೆ ಒಡನೆಯೆ ಪರಿಹಾರ ಮಾಡಬೇಕು. ಇಲ್ಲದೆ ಹೋದರೆ ನಾವು ನ್ಯಾಯಾಲಯಕ್ಕೆ ಹೋಗಬೇಕಾಗುತ್ತದೆ."

"ಈ ಅಹವಾಲನ್ನು ಇರುವಂತೆಯೇ ಸರ್ಕಾರಕ್ಕೆ ಕಳುಹಿಸಬೇಕೆ?"

"ಏನಾಗಿದೆ ಸಾರ್! ನಿಜವನ್ನು ತಾನೆ ನುಡಿದಿದ್ದೇವೆ!"

"ಇರಬಹುದು. ಆದರೂ ನೀವು ಕೊಟ್ಟಿರುವ ಕಾರಣಕ್ಕೂ ನೀವು ಕೇಳುವ ಬೇಡಿಕೆಗೂ ಸಂಬಂಧವಿಲ್ಲ ಎನಿಸುತ್ತದೆ ನನಗೆ. ನಿಮಗೆ ಬಡ್ತಿ ಬೇಕಾದರೆ ಅದಕ್ಕೆ ಬರೆಯಬೇಕಾದ ರೀತಿಯೇ ಬೇರೆ. ನೀವು ಕೈ ಕಾಲು ಮುರಿದುಕೊಂಡ ಕಾರಣವೂ ಅನವಶ್ಯಕ; ಎರಡನೆಯ ಪ್ಯಾರಾದಲ್ಲಿರುವ ಧೋರಣೆಯೂ ಅನವಶ್ಯಕ."

"ನಮ್ಮ ವಿಷಯದಲ್ಲಿ ಪ್ರಿನ್ಸಿಪಾಲರಿಗೆ 'prejudice' ಬಂದುಬಿಟ್ಟಿದೆ..."

"ನನಗೆ ಹಾಗೇನು ಆಗಿಯೂ ಇಲ್ಲ, ಆಗುವುದೂ ಇಲ್ಲ, ನಿಮ್ಮ ಬಡ್ತಿಯನ್ನು ತಡೆಯುವ ಅಧಿಕಾರವೇನೋ ನನಗುಂಟು. ಆದರೆ ನಿಮ್ಮ ಹಿತದಿಂದ ಬೇರೆ ಅಹವಾಲು ಬರೆದುಕೊಡಿ ಎಂದು ಕೇಳಿದೆನಷ್ಟೆ."

ಇವರೆದುರಲ್ಲೇ ಕರಟಕನನ್ನು ಕರೆದು "ಈ ಅಹವಾಲನ್ನು ಇವತ್ತೇ ಕಳುಹಿಸಿ" ಎಂದೆ. ಅವನು ಅದನ್ನು ಓದಿಬಿಟ್ಟು ಗಹಗಹಿಸಿ ನಕ್ಕು ಅಧ್ಯಾಪಕರನ್ನುದ್ದೇಶಿಸಿ, "ಏನು ಸಾರ್! ಪ್ರೊಮೋಷನ್ ಆಗಬೇಕೆಂದು ಹೀಗೆ ಬರೆದಿದ್ದೀರೋ ಅಥವಾ ಆಗಬೇಕಾದ ಪ್ರೊಮೋಷನ್ ನಿಲ್ಲಬೇಕೆಂದು ಬರೆದಿದ್ದಿರೋ? ಈ ಅಹವಾಲನ್ನು ಓದಿದ ಮೇಲೆ ಹುಚ್ಚನು ಕೂಡ ನಿಮಗೆ ಪ್ರೊಮೋಷನ್ ಕೊಡುವುದಿಲ್ಲ.

ಕೊಡಬೇಕೆಂದು ಮನಸ್ಸು ಮಾಡಿದ್ದರೂ ನಿಲ್ಲಿಸಿಬಿಡುತ್ತಾನೆ" ಎಂದ.

"ನಮ್ಮ ಪ್ರಯತ್ನಗಳಿಗೆಲ್ಲ ತಡೆಯೊಡ್ಡುವವನು ನೀನು. ನಿಮ್ಮಷ್ಟಕ್ಕೆ ನೀವು ಕಳುಹಿಸಿಬಿಡಿ ಸಾರ್. ಎಂ.ಎಲ್.ಎ.ಗಳನ್ನು ಹಿಡಿದು ಮಂತ್ರಿಗಳನ್ನು ಕಂಡು ನಮ್ಮ ಕೆಲಸವನ್ನು ನಾವು ಆಗಮಾಡಿಕೊಳ್ಳುತ್ತೇವೆ" ಎಂದು ಒತ್ತಾಯ ಪಡಿಸಿದರು. "ಇವರಿಗೆ ಬಡ್ತಿ ಕೊಡುವುದಾದರೆ ನನ್ನ ಅಭ್ಯಂತರವಿಲ್ಲ. ಆದರೆ ಇವರು ಕೊಟ್ಟಿರುವ ಕಾರಣ ಸಮಂಜಸವಾಗಿಲ್ಲವೆಂದು ಮಾತ್ರ ಬಿನ್ನಯಿಸುತ್ತೇನೆ" ಎಂದು ಟಿಪ್ಪಣಿ ಬರೆದು ಮೇಲಧಿಕಾರಿಗೆ ರವಾನೆ ಮಾಡಿದೆ. ನಿರೀಕ್ಷಿಸಿದ್ದ ಕಾಲಕ್ಕಿಂತ ಬೇಗನೆಯೇ ಬದಲು ಬಂದಿತು:

"ಮೊದಲನೆಯದಾಗಿ, ಅಹವಾಲುದಾರರು ಕೊಟ್ಟಿರುವ ಕಾರಣ ಸಮಂಜಸವಾಗಿಲ್ಲ. ಎರಡನೆಯದಾಗಿ, ಅವರಿಗೆ ಬಡ್ತಿ ಕೊಡಲು ಜಾಗ ಖಾಲಿಯಾಗಿಲ್ಲ. ಮೂರನೆಯದಾಗಿ, ಅಹವಾಲಿನ ಶೈಲಿ ಒರಟು; ಸರ್ಕಾರಕ್ಕೆ ಅವರು ಹೀಗೆ ಹೀಗೆ ಮಾಡು ಎಂದು ಹೇಳುವುದು ಉದ್ಧಟತನ. ನಾಲ್ಕನೆಯದಾಗಿ, ಅಹವಾಲುದಾರರಿಂದ ಅವರ ಉದ್ಧಟತನದ ಕಾರಣ 'explanation'ನ್ನು ಕೇಳಿ ಬರೆಸಿಕೊಂಡು ಕಾನೂನು ರೀತ್ಯಾ ಸೂಕ್ತ ಕ್ರಮ ತೆಗೆದುಕೊಳ್ಳುವದು."

ಅಹವಾಲುದಾರರಿಗೆ ಇದನ್ನು ರವಾನಿಸಿ 'ಎಕ್ಸಪ್ಲನೇಷನ್' ಕೇಳಿದೆ. ಯಾವ ಎಂ.ಎಲ್.ಎ.ಗಳನ್ನು ಅವರು ಮಂತ್ರಿಗಳ ಬಳಿ ಕರೆದುಕೊಂಡು ಹೋಗಿ ಕೆಲಸ ಸಾಧಿಸಿಕೊಳ್ಳಬೇಕೆಂದಿದ್ದರೋ ಅವರನ್ನು ನನ್ನ ಬಳಿಯೇ ಕರೆತಂದರು. ನನ್ನ ರೂಮಿನ ಹೊರಗಡೆಯಿಂದಲೇ ಹತ್ತಾರು ಸಲ 'ವಣಕ್ಕಂ' (ನಮಸ್ಕಾರ ಎನ್ನುವುದಕ್ಕೆ ತಮಿಳು ಪದ)ಗಳನ್ನು ಹೇಳಿಕೊಂಡು ಒಳಗೆ ಬಂದರು. ಕಪ್ಪು-ಕೆಂಪು ಅಂಚಿನ ದಟ್ಟಿ-ಪಂಚೆ, ಅದೇ ಅಂಚಿನ ರೇಶ್ಮೆ ಅಂಗವಸ್ತ್ರ, ಅಂಗ-ವಸ್ತ್ರವನ್ನು ಹೊದ್ದಿದ್ದ ಠೀವಿ ಅವರ 'political-party'ಯ ಬ್ರ್ಯಾಂಡು. ಬಂದವರೇ ಸೋಫಾಗಳಲ್ಲಿ ತಮ್ಮ ೨೫೦-೩೦೦ ಪೌಂಡಿನ ತೂಕವನ್ನು ಕುಸಿಯಬಿಟ್ಟರು. ಅದರಲ್ಲೊಂದು ಸೋಫ ಬಹು ಹಳೆಯ ಕಾಲದ್ದು. ಸುಮಾರು ನೂರು ವರ್ಷದ ಹಿಂದೆ ಇದು ಪ್ರಿನ್ಸಿಪಾಲರು ಕೂಡುತ್ತಿದ್ದ ಸೋಫ. ಕಳೆದ ೪೦ ವರ್ಷಗಳಿಂದ ವರ್ಷಂಪ್ರತಿಯೂ ರಿಪೇರಿ ಮಾಡಿಟ್ಟುಕೊಂಡಿದ್ದೇವೆ, 'sentiment' ನಿಂದ ಬಿಸಾಡುವುದಕ್ಕೆ ಮನಸ್ಸೂ ಬಾರದು; 'condemn' ಮಾಡುವುದಕ್ಕೆ ಸರ್ಕಾರಿ ಕಾನೂನುಗಳು ಅನುಮತಿಯನ್ನೂ ಕೊಡವು. ಏಕೆಂದರೆ ಕಳೆದ ೪೦ ವರ್ಷಗಳಿಂದ ಇದರ ರಿಪೇರಿಗೆ ಖರ್ಚಾಗಿರುವ ಹಣದ ಮೊತ್ತ ೧೨೪೨ ರೂಪಾಯಿಗಳು. ಆದರೆ ಈಗ ಅದನ್ನು ಹರಾಜು ಹಾಕಿದರೆ ೨೫ ರೂಪಾಯಿಗೆ ಮೇಲೆ ಹುಟ್ಟದು; ನೂರು ವರ್ಷಗಳ ಹಿಂದೆ ಅದನ್ನು ತಯಾರುಮಾಡಿಸಿದಾಗ ೧೫ ರೂಪಾಯಿ ಖರ್ಚಾಗಿತ್ತು. ಆಗ ಇದೇ ದುಬಾರಿ ಬೆಲೆ! ಇದು ನೂರು ವರ್ಷದ ಸೋಫವೆಂದು ಹೇಳುವುದಕ್ಕೆ ನಮ್ಮ ಆಫೀಸು 'ಆರ್ಕಿವ್'ನಲ್ಲಿರುವ ಕಾಗದ-ಪತ್ರಗಳೇ ಸಾಕ್ಷಿಯಾಗಿರುವುದಾದರೂ ೧೦

ವರ್ಷಕ್ಕೆ ಹಿಂದಿನ ಸಾಮಾನಾದದ್ದು ಯಾವುದೂ–ರೂಪವೊಂದನ್ನು ಬಿಟ್ಟು–ಈ ಕುರ್ಚಿಯಲ್ಲಿಲ್ಲ.

ಈ ಸೋಫದ ಮೇಲೆ ಕುಳಿತು ಕಾರ್ಯನಿರ್ವಹಣೆ ಮಾಡಿದವರನ್ನು ನೆನಸಿಕೊಂಡರೆ ಜುಮ್ಮೆನ್ನುತ್ತದೆ. ಎಂಥೆಂಥ ಮಹಾನುಭಾವರು, ಸೀಮಾ ಪುರುಷರು! ಕಾಲೇಜಿನ ಪುರೋಗತಿಯ ಮೆಟ್ಟಲು ಮೆಟ್ಟಲನ್ನೂ ಕಟ್ಟಿದವರು. ಕಾಲೇಜಿನ ಹೆಸರು ಅಖಿಲ–ಭಾರತಾದ್ಯಂತವೂ ಪ್ರಸಿದ್ಧಿ ಪಡೆಯಲು ಶ್ರಮಿಸಿದವರು. ಇಂಥವರ ಸಂಬಂಧ ಪಡೆದ ಸೋಫ ಈಗ ಕುಸಿದುಬಿದ್ದದ್ದು ನನಗೆ ಬಹು ವ್ಯಥೆಯನ್ನುಂಟು ಮಾಡಿತು.

ಬಿದ್ದವನು ಕಷ್ಟದಿಂದ ತೆವಳಿಕೊಂಡು ಮೇಲೆದ್ದು "ಏನು ಸಾರ್! ಇಂಥ ಸೋಫವನ್ನಿಟ್ಟಿದ್ದೀರಿ!" ಎಂದ.

"ಇದರಲ್ಲಿ ನನ್ನ ಕೈವಾಡವೇನಿಲ್ಲ. ಸರ್ಕಾರದ ಮಂಜೂರಾತಿಯಂತೆ ನಾವು ನಡೆದುಕೊಳ್ಳುತ್ತೇವೆ. ನೀವೆಲ್ಲ ದೊಡ್ಡ ಮನಸ್ಸು ಮಾಡಿ ಸರ್ಕಾರಕ್ಕೆ ಶಿಫಾರಸು ಮಾಡಬಹುದಲ್ಲ! ಈಗ ನೋಡಿ, ಇದರ ರಿಪೇರಿಗಾಗಿ ಸುಮಾರು ೧೫೦ ರೂಪಾಯಿ ಖರ್ಚಾಗುತ್ತೆ. ಇದರ ಬದಲು ಬೇರೊಂದು ಕುರ್ಚಿಯನ್ನೇ ಕೊಳ್ಳಬಹುದು."

"ಏನು ಸಾರ್! ಇಂಥ ಸೋಫವನ್ನಿಟ್ಟಿದ್ದೀರಿ!"

"ನಾವು ಖಂಡಿತ ಶಿಫಾರಸು ಮಾಡಿ ಇಲ್ಲಿರುವ ಫರ್ನಿಚರನ್ನೆಲ್ಲ ನವೀನ ಕಾಲಕ್ಕೆ ತಕ್ಕಂತೆ ಬದಲಾಯಿಸುತ್ತೇವೆ" ಎಂದು ಭರವಸೆ ಕೊಟ್ಟರು.

ನಾನು: "ಈಗ ತಾವುಗಳು ದಯಮಾಡಿಸಿರುವ ವಿಷಯ?"

ಒಂದನೆ ಎಂ.ಎಲ್.ಎ.: "ನಿಮಗೇ ಗೊತ್ತಲ್ಲ ಅಯ್ಯಾ. ಇವರಿಬ್ಬರೂ ಕಷ್ಟದಲ್ಲಿ ಸಿಕ್ಕಿ ಹಾಕಿಕೊಂಡಿದ್ದಾರೆ..."

ಎರಡನೆ ಎಂ.ಎಲ್.ಎ.: "ನೀವು ಅವರನ್ನು ಪಾರಾಗಿಸಬೇಕು."

"ಇದರಲ್ಲಿ ನನ್ನ ಪಾತ್ರವೇ ಇಲ್ಲ. ಅಹವಾಲನ್ನು ಬೇರೆ ರೀತಿಯಲ್ಲಿ ಬರೆದುಕೊಡಿ ಎಂದು ಮೊದಲೇ ಸೂಚಿಸಿದ್ದೆ. ಅವರಿಗೆ ಇದು ಸರಿಬೀಳಲಿಲ್ಲ. ತಾವು ಮಾಡಿರುವುದನ್ನೇ ಸರಿಯೆಂದರು. ನಿಮ್ಮ ನೆರವಿನಿಂದ ಮಂತ್ರಿಗಳ ಮೂಲಕ ಕೆಲಸ ಸಾಧಿಸಿಕೊಳ್ಳುತ್ತೇವೆ ಎಂದರು."

"ಏನೋ ಅಯ್ಯ, ಎಳೆಯರು, ಬುದ್ಧಿಹೀನರು, ನೀವು ದೊಡ್ಡ ಮನಸ್ಸು ಮಾಡಿದರೆ..."

"ಮೊದಲು ಕೇಳಿರುವ ಪ್ರಶ್ನೆಗೆ ಅವರು ಬದಲು ಬರೆದುಕೊಡಲಿ..."

"ಸರಿ ಅಯ್ಯ, ನಿಮಗೆ ತುಂಬ 'ನನ್ರಿ' ಅಯ್ಯ... ಅಯ್ಯಾ, ತಮ್ಮ ಸ್ವಂತದ ಪರವಾಗಿ ಮಂತ್ರಿಗಳಿಗೆ ಏನಾದರೂ ಶಿಫಾರಸು ಮಾಡುವಂಥದಿದ್ದರೆ, ತಿಳಿಸಿ ಅಯ್ಯ. ನಾವು ಖಂಡಿತ ಮಾಡುತ್ತೇವೆ."

"ಸದ್ಯಕ್ಕೆ ಏನೂ ಇಲ್ಲ. ತಾವು ಹೋಗಿಬರಬಹುದು."

"ಎಳೆಯರನ್ನೂ ಗಮನಿಸಿಕೊಳ್ಳಿರಿ ಅಯ್ಯ. 'ವಣಕ್ಕಂ' ಅಯ್ಯಾ 'ವಣಕ್ಕ.'" ಎಳೆಯರು ಬರೆದು ತಂದುಕೊಟ್ಟ 'explanation' ಹೀಗಿತ್ತು:

"ನಮಗೆ ಕೈಕಾಲು ಮುರಿದುಹೋಗಿ ಮೂರ್ಛೆ ಬಂದಿತ್ತು. ಆ ಸಮಯದಲ್ಲಿ ಅಹವಾಲನ್ನು ಬರೆದೆವು. ತಪ್ಪೇನಾದರೂ ಇದ್ದರೆ ಮನ್ನಿಸಬಿಡಬೇಕು."

"ಏನ್ರೀ ಇದು? ನಿಮ್ಮ ಕಾರಣ 'ಸ್ಟುಪಿಡ್' ಆಗಿದೆಯಲ್ಲ!"

"ಸಾರ್, ನಮ್ಮನ್ನು ತಾವು ಹೀಗೆಲ್ಲ ಕರೆಯಬಾರದು ಸಾರ್. ನಮ್ಮ ಮನಸ್ಸಿಗೆ ನೋವಾಗುತ್ತದೆ!"

"ಮೂರ್ಛೆ ಬಿದ್ದಿರುವಾಗ ಯಾವನಿಗಾದರೂ ಯೋಚನೆಗಳೂ ಯೋಜನೆಗಳೂ ಬರುತ್ತವೇನ್ರಿ? ಅದೂ ನಿಮ್ಮ ಪ್ರಮೋಷನ್ನು ಕುರಿತು? ಹಾಗೆ ಯೋಚನೆ ಬಂದರೂ ಎದ್ದು ಕುಳಿತು ಅಹವಾಲು ಬರೆಯುವದಕ್ಕಾಗುತ್ತದೆಯೇನ್ರಿ? ನೀವು ಮಾಡಿರುವುದನ್ನು ವರ್ಣಿಸುವುದಕ್ಕೆ ಇಂಗ್ಲಿಷಿನಲ್ಲಿ ಇನ್ನೂ ಸಮಂಜಸವಾದ ಪದ ಇಲ್ಲದ್ದರಿಂದ 'ಸ್ಟುಪಿಡ್' ಎಂದು ಹೇಳಬೇಕಾಯಿತು."

ಮಾತನಾಡದೆ ಹೊರಟುಹೋದರು. ಎರಡು ವಾರ ಕಳೆದ ಮೇಲೆ ಸರ್ಕಾರದಿಂದ ಈ ಉತ್ತರ ಬಂತು. "ತಮಿಳು ಅಧ್ಯಾಪಕರ ಅಸಮರ್ಪಕವಾದ ನಡವಳಿಕೆಯನ್ನು ಸರ್ಕಾರವು ತೀವ್ರವಾಗಿ ಖಂಡಿಸುತ್ತದೆ. ಇಬ್ಬರೂ ಎಂ.ಎ. ಪ್ಯಾಸು ಮಾಡಿ ೮–೧೦ ವರ್ಷಗಳಿಂದ ಅಧ್ಯಾಪಕ–ವೃತ್ತಿಯಲ್ಲಿರುವವರು. ಅವರ ವರ್ತನೆ ಸ್ವಲ್ಪವೂ ಸಾಧುವಾಗಿಲ್ಲ. ಈ ತೆರನಾದ ವರ್ತನೆ ಇನ್ನೊಂದು ಸಲ ಜರುಗಿದ್ದೇ ಆದರೆ ಸರ್ಕಾರವು ಇವರಿಬ್ಬರ ಮೇಲೂ ತೀವ್ರವಾದ ಕಾರ್ಯಕ್ರಮವನ್ನು ತೆಗೆದುಕೊಂಡು ಶಿಕ್ಷೆಗೊಳಪಡಿಸುತ್ತದೆ." "ಈ ಉತ್ತರವನ್ನು ಸಂಬಂಧಪಟ್ಟ ಅಧ್ಯಾಪಕರಿಗೆ ಅವರ ಪ್ರಾಧ್ಯಾಪಕರ ಮೂಲಕವೇ (ಇದು 'ಪ್ರಾಪರ್ ಚಾನಲ್') ರವಾನಿಸಲಾಗಿದೆ." ಎಂದು ಬರೆದು ಕಳುಹಿಸಿದೆ.

ಬಂಧನದಿಂದ ತಪ್ಪಿಸಿಕೊಂಡ ಹುಲಿಯಂತೆ ಪ್ರಾಧ್ಯಾಪಕ ನನ್ನ ಬಳಿ ಬಂದ.

"ಸಾರ್! ಆ ಅಧ್ಯಾಪಕರಿಬ್ಬರನ್ನೂ ಇಲ್ಲಿಂದ ವರ್ಗಾಯಿಸಿಬಿಡಬೇಕು ಸಾರ್. ಇಲ್ಲವೆ, ಕೆಲಸದಿಂದ ವಜಾ ಮಾಡಿಬಿಡಬೇಕು" ಎಂದು ಗುಡುಗುಡಾಯಿಸಿದ.

"ನೋಡಿ, ಅವರನ್ನು ಕೆಲಸಕ್ಕೆ ನಿಯಮಿಸಿದನು ನಾನಲ್ಲ; ಅವರನ್ನು ವರ್ಗಾಯಿಸುವ ಅಧಿಕಾರವೂ ನನ್ನದಲ್ಲ; ಅವರನ್ನು 'ಡಿಸ್‌ಮಿಸ್' ಮಾಡುವ ಹಕ್ಕೂ ನನ್ನದಲ್ಲ; ಅದು ಅವರನ್ನು ನಿಯಾಮಕ ಮಾಡಿದವರಿಗೆ ಸೇರಿದ್ದು."

"ಆದರೂ ಪ್ರಿನ್ಸಿಪಾಲರು ಶಿಫಾರಸು ಮಾಡಬಹುದು."

"ಹೌದೋ ಏನೋ. ಈಗ ಯಾವ ಆಧಾರದ ಮೇಲೆ?"

"ಇವರ ನಡತೆಯನ್ನು ಕುರಿತು."

"ನೋಡಿ, ನನ್ನ ನಡತೆ ನೆಟ್ಟಗಿದೆಯೆ ಎಂದು ನನಗೇ ಎಷ್ಟೋ ಸಲ ತಿಳಿಯುವುದಿಲ್ಲ. ಇನ್ನೊಬ್ಬರ ನಡತೆಯನ್ನು ಕುರಿತು ಟೀಕೆ ಮಾಡುವುದು ನನಗೆ ಹಿತವಲ್ಲ. ಈಗ ಸರ್ಕಾರದಿಂದ ಬಂದಿರುವ ಪತ್ರವೇ ನಿಮ್ಮ ಅಧ್ಯಾಪಕರಿಗೆ ಸಾಕಷ್ಟು ಜಾಗರೂಕತೆಯನ್ನು ಕೊಟ್ಟಿದೆ; ಇನ್ನೊಂದು ಸಲ ಹೀಗೆ ನಡೆದುಕೊಂಡರೆ ಸಂಭವಿಸುವ ದುಷ್ಪರಿಣಾಮವನ್ನೂ ವಿಶದಪಡಿಸಿದೆ. ಸದ್ಯಕ್ಕೆ ಈ ವಿಷಯವನ್ನು ನಾನು ಪ್ರಸ್ತಾಪ ಮಾಡುವ ಹಾಗಿಲ್ಲ."

"ಹಾಗಾದರೆ ಈ ವಿಷಯವನ್ನು ನಾನೇ ನೋಡಿಕೊಳ್ಳಬೇಕಾಗುತ್ತದೆ. ಪ್ರಿನ್ಸಿಪಾಲರ ಅಭ್ಯಂತರವೇನೂ ಇಲ್ಲ ತಾನೆ?"

"ಖಂಡಿತ ಇಲ್ಲ."

ತನ್ನ ರೂಮಿಗೆ ಹೋಗಿ, ಆ ಇಬ್ಬರು ಅಧ್ಯಾಪಕರನ್ನೂ ಒಡನೆಯೆ 'ಡಿಸ್‌ಮಿಸ್' ಮಾಡಿಬಿಡಬೇಕೆಂದು ಸರ್ಕಾರಕ್ಕೆ ಅರ್ಜಿ ಬರೆದು ರವಾನೆಗಾಗಿ ನನ್ನ ಬಳಿ ತಂದು "ಇದನ್ನು ತಾವು ಮೇಲಕ್ಕೆ ಕಳುಹಿಸಿಬಿಟ್ಟರೆ..." ಎಂದ.

"ನಾನು ಯಾವ ವಿಧವಾದ ತಡೆಯನ್ನೂ ಒಡ್ಡುವುದಿಲ್ಲ; ನಿಮ್ಮ ಕಣ್ಣೆದುರಿಗೇ ರವಾನಿಸುತ್ತೇನೆ" ಎಂದು ಸಹಿ ಒತ್ತಿ ಕಳುಹಿಸಿದೆ.

ಒಂದು ವಾರ ಕಳೆದು ಬದಲು ಬಂತು: "ತಮಿಳು ಪ್ರಾಧ್ಯಾಪಕರು ತಮ್ಮ ಜವಾಬ್ದಾರಿಯ ಮಿತಿಯನ್ನು ತಿಳಿದುಕೊಂಡಿಲ್ಲವೆಂದು ಸರ್ಕಾರ ವಿಷಾದ ಪಡುತ್ತದೆ. ಸರ್ಕಾರಕ್ಕೆ ಅವರ ಸಲಹೆ ಸೂಚನೆಗಳು ಬೇಕಾಗಿಲ್ಲ. ಈ ತೆರನಾದ ವರ್ತನೆಯಲ್ಲಿ ಇನ್ನೊಂದು ಸಲ ತೊಡಗಿದ್ದೇ ಆದರೆ ಅವರ ಮೇಲೆ ಕ್ರಮ ತೆಗೆದುಕೊಳ್ಳಲಾಗುತ್ತದೆ."

ರವಾನೆಯಾದ ಬಳಿಕ ಒಂದು ವಾರ ಪ್ರಾಧ್ಯಾಪಕನ ಸುಳಿವೇ ಇಲ್ಲ. ಕಾಲೇಜಿಗೂ ಬರಲಿಲ್ಲ. ರಜದ ಅರ್ಜಿಯನ್ನೂ ಕಳುಹಿಸಲಿಲ್ಲ. ಮಂತ್ರಿಗಳು ಆಗ ತಂಜಾವೂರು ಜಿಲ್ಲೆಯಲ್ಲಿ ಚುನಾವಣೆಗೆ ಮುಂಚೆ ಪ್ರಚಾರ ಮಾಡುವುದಕ್ಕಾಗಿ ಸರ್ಕೀಟು ಸುತ್ತುತ್ತಿದ್ದರಂತೆ; ಇವನೂ ಅಲ್ಲಲ್ಲಿ ಕಾಣಿಸಿಕೊಳ್ಳುತ್ತಿದ್ದ ಎಂಬ ವದಂತಿ ಬಲವಾಯಿತು; ಒಂದೆರಡು ಕಡೆ ಪ್ರಚಾರ–ಭಾಷಣಗಳನ್ನೂ ಮಾಡಿದನೆಂದು ಸುದ್ದಿ ಬಂತು. ಇವನ ಈ ವರ್ತನೆ ಸರ್ಕಾರದ ಆಧಾರ ಶಾಸನಗಳಿಗೆ ವಿರುದ್ಧವಾದದ್ದಲ್ಲವೆ ಎಂಬ ಪ್ರಶ್ನೆಯೇನೋ ನನ್ನ ಮನಸ್ಸಿಗೆ ಬಂತು. ಮರುಕ್ಷಣವೇ "ನನಗೇಕೆ ಈ ಚಿಂತೆ? ಮೇಲಧಿಕಾರಿಗಳಿದ್ದಾರೆಯಲ್ಲ? ಅವರು ಬೇಕಾದರೆ ಯೋಚಿಸಲಿ" ಎಂದು ಸಮಾಧಾನ ಹೇಳಿಕೊಂಡೆ.

ಈ ನಡುವೆ ಇವನ ಹೆಸರು ಉಮೇದುವಾರರ ಪಟ್ಟಿಯಲ್ಲಿ ಪ್ರಕಟವಾಯಿತು. ಪಾಪ! ಇವನಿಗೆ ತನ್ನ ದುರದೃಷ್ಟ–ದೆಸೆಯಿಂದ ಸ್ಥಾನಪಲ್ಲಟವಾಗಿತ್ತು. ಎಲ್ಲಿಯೋ ಇರಬೇಕಾಗಿದ್ದವನು ಕಾಲೇಜಿನ ದುರದೃಷ್ಟದಿಂದ ಪ್ರಾಧ್ಯಾಪಕನಾಗಿ ಬಂದುಬಿಟ್ಟಿದ್ದ.

* * *

ಹಕ್ಕುಗಳ ಪೈಪೋಟಿ

"ಎಲ್ಲಾರು ಮಾಡೋದು ಹೊಟ್ಟೆಗಾಗಿ..."
–ದಾಸರ ಪದ

ಒಂದಷ್ಟು ಸಂಭಾಷಣೆಯ ರೀತಿಗಳನ್ನು ಮೊದಲು ಕೇಳಿ:

"ಹೆ ಹ್ಹೆ ಹ್ಹೆ, ನನ್ನ ಪರಿಚಯ ನಿಮಗಿಲ್ಲ, ಹೆ ಹ್ಹೆ ಹ್ಹೆ..."

"ಇಲವಲ್ಲ!"

"ನಾನು ನಿಮ್ಮ ತಂದೆಯವರ ಹೆಸರನ್ನು ಕೇಳಿದ್ದೇನೆ."

"ಸಂತೋಷ."

"ನಿಮ್ಮ ವಿಷಯವನ್ನೂ ಕೇಳಿದ್ದೇನೆ."

"ಸರಿಯೆ."

"ನೀವು ಬರೆದ ಪುಸ್ತಕವನ್ನು ನನ್ನ ಸೊಸೆ ಓದಿದ್ದಾಳೆ."

"ಓಹೊ!"

"ನೀವೆಷ್ಟು ವರ್ಷಗಳಾಯಿತು, ಮದರಾಸಿಗೆ ಬಂದು?"

"ಆಯಿತು, ಸ್ವಲ್ಪ ಕಾಲವಾಯಿತು."

"ಈ ಹವ ನಿಮಗೆ ಒಂಟಿತೆ?"

"ಹೊಟ್ಟೆಪಾಡಿಗಾಗಿ ಒಂಟಿಸಿಕೊಂಡಿದ್ದೇನೆ.."

(ಇಬ್ಬರೂ ಐದು ನಿಮಿಷ ಮೌನ)

"ಹೆ ಹ್ಹೆ ಹ್ಹೆ, ನಾನು ಯಾರೆಂಬುದನ್ನು ನಿಮಗೆ ಹೇಳಲೇ ಇಲ್ಲ!"

"ಇಲ್ಲವಲ್ಲ!"

"ನನ್ನ ಹೆಸರು... ಎಂದು. ಎ.ಜಿ. ಆಫೀಸಿನಲ್ಲಿ ಕೆಲಸ ಮಾಡುತ್ತಿದ್ದೆ."

"ಓಹೊ!"

(ಇನ್ನೈದು ನಿಮಿಷ ಮೌನ)

"ನನ್ನ ಮಗ, ಕೊನೆಯವನು, ನಿಮ್ಮ ಕಾಲೇಜಿನಲ್ಲಿ ಸೀಟಿಗೆ ಅರ್ಜಿ ಹಾಕಿದ್ದಾನೆ."

"ಸರಿಯೆ, ಮಾರ್ಕ್ಸ್-ಕಾರ್ಡು ಕೊಡಿ."

(ಎಸ್. ಎಸ್. ಎಲ್. ಸಿ. ಕಾರ್ಡನ್ನು ಕೊಟ್ಟರು; ಮೊದಲನೆ ತರಗತಿಯಲ್ಲಿ ತೇರ್ಗಡೆಯಾಗಿದ್ದ)

"ಇದಲ್ಲ, ಪಿ.ಯು. ಮಾರ್ಕ್ಸ್-ಕಾರ್ಡು."

(ಹಿಂದೇಟು ಹಾಕುತ್ತ ತಡವರಿಸಿಕೊಂಡು) "ಪರೀಕ್ಷೆಯ ಸಮಯದಲ್ಲಿ ಅವನಿಗೆ ಟೈಫಾಯಿಡ್ಡು ಬಂದುಬಿಟ್ಟಿತು. ಹುಡುಗನೇನೋ ಬಹಳ ಬುದ್ಧಿವಂತ."

(ಮೂರನೆ ತರಗತಿಯಲ್ಲಿ ತೇಗರ್ಡೆಯಾಗಿದ್ದ)

"ಯಾವ ಸಬ್ಜಕ್ಟಿಗೆ ಅರ್ಜಿ ಹಾಕಿದ್ದಾನೆ?"

"ಕೆಮಿಸ್ಟ್ರಿ"

"ಖಂಡಿತ ದೊರಕದು. ಬೇರೆಲ್ಲಾದರೂ ನೋಡಿಕೊಳ್ಳಿ."

"ನನ್ನ ಕೊನೆಯ ಮಗ ಸ್ವಾಮಿ. ಚೆನ್ನಾಗಿ ಓದಿಸಿ ಮುಂದೆ ತರಬೇಕೆಂದು ನನ್ನ ಕಡೆಯ ಆಸೆ. ನನಗೆ ರಿಟೈರ್ ಆಗಿಬಿಟ್ಟಿದೆ. ನಾಲ್ಕು ಹೆಣ್ಣು ಮಕ್ಕಳ ಮದುವೆ ಮಾಡಿದ್ದೇನೆ. ಈ ಹುಡುಗ ಓದಿ ನಮ್ಮ ಮನೆಯನ್ನು ಉದ್ಧಾರ ಮಾಡಬೇಕಾಗಿದೆ."

"ನಿಮ್ಮ ಸ್ವಂತ ಸಮಸ್ಯೆಗಳೆಲ್ಲ ನನಗೆ ಅರ್ಥವಾಗುತ್ತವೆ. ಆದರೆ ಇದು ಸರ್ಕಾರಿ ಕಾಲೇಜು. 'ಪರ್ಸನಲ್ ಪ್ರಾಬ್ಲಮ್'ಗಳನ್ನು ಸೀಟು ಕೊಡುವಾಗ ಗಮನಿಸುವುದಕ್ಕಿಲ್ಲವಲ್ಲ! ಬೇರೆ ಯಾವುದಾದರೂ ಕಾಲೇಜು ನೋಡಿಕೊಳ್ಳಿ. ಇಲ್ಲಿ ಖಂಡಿತವಾಗಿಯೂ ಜಾಗ ಸಿಗದು."

* * *

"ನಾವು ಪ್ರೈಮರಿ ಸ್ಕೂಲಿನಲ್ಲಿ ಒಟ್ಟಿಗೆ ಓದಿದ್ದು ಜ್ಞಾಪಕವಿಲ್ಲವೆ?"

(ನಿಧಾನಿಸಿ) "ಇಲ್ಲವಲ್ಲ!"

"ನಾವಿಬ್ಬರೂ ಒಂದೇ ಚೇಪೇಕಾಯನ್ನು ಕಚ್ಚಿ ತಿಂದದ್ದೂ ಜ್ಞಾಪಕವಿಲ್ಲವೆ?"

"ಇಲ್ಲ ಸಾರ್."

"ಯಾಕೆ ಸಾರ್, ಇಷ್ಟು ಜೋತುಹೋಗಿದ್ದೀರಾ? ನನ್ನದೇ ವಯಸ್ಸಿರಬೇಕಲ್ಲ ನಿಮ್ಮದೂ?"

"ಆದರೂ ವಯಸ್ಸಾಗುತ್ತಿದೆಯಲ್ಲಪ್ಪ!"

"ನೀವು 'ರೆಸ್ಟ್' ತೆಗೆದುಕೊಳ್ಳಬೇಕು ಸಾರ್. ಊಟಿ, ಕೋಡಿ ಇಂಥ ಕಡೆ ಹೋಗಿ ಒಂದೆರಡು ತಿಂಗಳು ವಿಶ್ರಾಂತಿ ತೆಗೆದುಕೊಳ್ಳಬೇಕು ಸಾರ್."

"ಆಗಲಿ, ನೋಡೋಣ."

"ಸಾರ್!"

"ಏನು ಸಮಾಚಾರ?'

"ನನ್ನ ತಮ್ಮ ಇಲ್ಲಿ ಸೀಟಿಗೆ 'ಅಪ್ಲೈ' ಮಾಡಿದ್ದಾನೆ. ನಿಮ್ಮ ಸಬ್ಜಕ್ಟೇ."

(ನನಗೆ ಸ್ವಲ್ಪ ತಲೆ-ನೋವು ಬಂತು)

"ಮಾರ್ಕ್ಸ್ ಕಾರ್ಡು ಕೊಡಿ."

(ಪುನಃ ಮೂರನೆ ಕ್ಲಾಸು, ಮೂರನೆಯ ಪ್ರಯತ್ನದಲ್ಲಿ.)

"ಸೀಟು ಸಿಗದು, ಈ ಹುಡಗನಿಗಿಂತಲೂ ಮೇಲ್ದರ್ಜೆಯಲ್ಲಿ ತೇರ್ಗಡೆಯಾದ ಅಭ್ಯರ್ಥಿಗಳಿದ್ದಾರೆ."

"ಏನೋ ಸಾರ್, ನೀವು ದೊಡ್ಡ ಮನಸ್ಸು ಮಾಡಬೇಕು. ಬಾಟನಿ ತೆಗೆದುಕೊಂಡರೆ ಹುಡುಗ ಆಡಿಕೊಂಡು ಚಿತ್ರ ಬರೆದುಕೊಂಡು ಹೇಗೋ ಪ್ಯಾಸು ಮಾಡುತ್ತಾನೆಂದು ನಂಬಿಕೆ ನನಗಿದೆ."

(ಬಾಟನಿಯ ವಿಷಯದಲ್ಲಿ ಈತನಿಗಿದ್ದ ಅಭಿಪ್ರಾಯವನ್ನು ಕಂಡು ಬೆರಗಾದೆ) "ಆಟವಾಡಿಕೊಂಡು ಚಿತ್ರ ಬರೆದುಕೊಂಡು 'ಹೇಗೋ' ಪ್ಯಾಸು ಮಾಡುವವರು ಇಲ್ಲಿ ಬೇಡ. ಬಾಟನಿಗೂ ಚಿತ್ರಕ್ಕೂ ಬಹಳ ಅಂತರ; ಆಟಕ್ಕೂ ಪಾಠಕ್ಕೂ ಅಜಗಜಾಂತರ. ನಿಮ್ಮ ಉದ್ದೇಶ ಬೇರೊಂದು ಕಡೆ ಸಫಲವಾಗಲಿ ಎಂದು ಹಾರೈಸುತ್ತೇನೆ."

"ಕೊನೆಯ ಗಳಿಗೆಯಲ್ಲಿ ಖಾಲಿಯಾಗುವ ಸೀಟುಗಳೊಂದರಲ್ಲಾದರೂ ಇವನನ್ನು ತೆಗೆದುಕೊಳ್ಳುವುದಕ್ಕಾಗುವುದಿಲ್ಲವೆ?"

"೧೫ ಸೀಟಿಗೆ ಸುಮಾರು ೩೫೦ ಮಂದಿ ಅರ್ಜಿ ಸಲ್ಲಿಸಿದ್ದಾರೆ. ಇವರಲ್ಲಿ ೪೦ ಮಂದಿ ಮೊದಲನೆ ದರ್ಜೆಯಲ್ಲಿ ಉತ್ತೀರ್ಣರಾಗಿದ್ದಾರೆ. ಹೀಗಿರುವುದರಿಂದ ನೀವು ಆಸೆ ಇಟ್ಟುಕೊಳ್ಳಬೇಡಿರಿ."

* * *

(ಕೆಳಗಿನ ಸಂಭಾಷಣೆಯಲ್ಲಿ ಪಾಲುಗೊಂಡವನು ಸಂಕ್ರಾಂತಿ–ಪುರುಷನಂತೆ ಪ್ರತಿವರ್ಷವೂ 'ಅಡ್‌ಮಿಷನ್' ಕಾಲದಲ್ಲಿ ತಪ್ಪದೆ ತಲೆ ತೋರಿಸುವವನು)

"ನಮಸ್ಕಾರ ಸಾರ್, ಜ್ಞಾಪಕವಿದೆಯೆ?"

"ಓಹೋ!"

"ನಾನು ಕಳೆದ ವರ್ಷ ಇದೇ ಸಮಯದಲ್ಲಿ ತಮ್ಮನ್ನು ನೋಡಿದ್ದೆ."

"ಅದರ ಹಿಂದಿನ ವರ್ಷವೂ ಬಂದಿದ್ದಿರಿ. ಅದಕ್ಕೆ ಹಿಂದಿನ ವರ್ಷವೂ..."

"ಹೆ ಹ್ಹೆ ಹ್ಹೆ..."

"ಈ ಸಲ ಯಾರಿಗೆ?"

"ನನ್ನ ಸ್ವಂತ ತಮ್ಮನಿಗೆ..."

"ಅಲ್ರೀ, ಕಳೆದ ವರ್ಷ ನೀವೊಬ್ಬರೇ ಮಗ ಎಂದು ಹೇಳಿದ್ದಿರಲ್ಲ. ಅಷ್ಟರೊಳಗೆ ತಮ್ಮನೊಬ್ಬನು ಹುಟ್ಟಿಕೊಂಡು ಕಾಲೇಜಿಗೆ ಸೇರುವಷ್ಟು ದೊಡ್ಡವನಾಗಿ ಬೆಳೆದುಬಿಟ್ಟನೆ?"

"ಹೆ ಹ್ಹೆ ಹ್ಹೆ..."

"ನೋಡಿ ಸ್ವಾಮಿ, ನಿಮಗೆ ಸರ್ಕಾರದ ಮೇಲಧಿಕಾರಿಗಳೆಲ್ಲರ ಪರಿಚಯವೂ ಇದೆ. ಇನ್ನು ಮೇಲೆ ವರ್ಷಕ್ಕೆ ಒಂದೋ ಎರಡೋ ಸೀಟುಗಳನ್ನು ನಿಮಗಾಗಿ 'quota' ರಿಸರ್ವ್ ಮಾಡಿಸಿಕೊಂಡುಬಿಡಿ. ನಿಮಗೂ ನನಗೂ ಪ್ರತಿ ವರ್ಷದ ಸಂಭಾಷಣೆಯ ಪುನರಾವೃತ್ತಿಯೇ ಬೇಡ."

"ಪ್ರಿನ್ಸಿಪಾಲರು ಬೇಜಾರು ಪಟ್ಟುಕೊಳ್ಳಬಾರದು."

"ವರ್ಷಂ ಪ್ರತಿ ಇದನ್ನೇ ಕಸುಬಾಗಿಟ್ಟುಕೊಂಡಿರುವ ನಿಮಗೇ ಬೇಸರ ಬಾರದಿರುವುದು ಹೆಚ್ಚೆ!"

"ನನಗೂ ಬೇಸರವೇ, ಆದರೆ ಕರ್ತವ್ಯಗಳು ಒದಗಿಬಿಡುತ್ತವೆಯಲ್ಲ!"

"ಈಗಿನ ಸಮಸ್ಯೆ?"

"ಕೆಮಿಸ್ಟ್ರಿಯಲ್ಲೊಂದು ಸೀಟು, ಬಾಟನಿಯಲ್ಲೊಂದು, ಜಿಯಾಲಜಿಯಲ್ಲೊಂದು..."

"ಇನ್ನೂ ಎಷ್ಟಿವೆ?"

"ಹೆ ಹ್ಹೆ ಹ್ಹೆ, ಸೈಕಾಲಜಿ ಒಂದು, ಎಕನಾಮಿಕ್ಸ್ ಒಂದು ಅಷ್ಟೆ."

"ಉಳಿದ ಡಿಪಾರ್ಟ್‌ಮೆಂಟುಗಳಿಗೆ ಉಮೇದುವಾರರಾರೂ ಸಿಗಲಿಲ್ಲವೆ? ಇವರಲ್ಲಿ ನಿಮ್ಮ ತಮ್ಮ ಯಾರ್‍ರೀ?"

"ಹೆ ಹ್ಹೆ ಹ್ಹೆ ಹೇಗಾದರೂ ಮಾಡಿ..."

"ಸರಿಯೇ, ಆ ಹೇಗಾದರೂ ಎನ್ನುವುದಕ್ಕೇ ನೀವೇ ದಾರಿ ತೋರಿಸಿಬಿಡಿ."

"ಮಾಡಬೇಕು ಎಂದರೆ ತಮಗೆ ದಾರಿಯಿಲ್ಲವೆ?"

"ಇದೆ. ನಿಮ್ಮ ಉಮೇದುವಾರರೆಲ್ಲರೂ ಎರಡನೆ ಅಥವಾ ಮೂರನೆ ಕ್ಲಾಸಿನಲ್ಲಿ ಉತ್ತೀರ್ಣರಾಗಿದ್ದಾರೆ. ಅವರನ್ನು ಮೊದಲನೆ ದರ್ಜೆಯಲ್ಲೇ ಉತ್ತೀರ್ಣರಾದವರಿಗಿಂತಲೂ ಮೇಲೆ ಲಿಸ್ಟಿನಲ್ಲಿ ಹಾಕಿ ಸೀಟು ಕೊಟ್ಟುಬಿಡುವುದು! ಇದು ತಾನೆ ನಿಮ್ಮ ಮನಸ್ಸಿನಲ್ಲಿರುವುದು?"

"ತಮ್ಮ ಕೈಲಿ ಮಕ್ಕಳನ್ನು ಸಾಕಬಿಡಬೇಕೆಂದಿದ್ದೇನೆ. ಒಪ್ಪಿಸಿಕೊಳ್ಳುವುದು."

"ನನಗಿರುವ ಜವಾಬ್ದಾರಿಯೇ ಸಾಕಾಗಿದೆ. ಅದನ್ನು ನಿಭಾಯಿಸುವುದೇ ಕಷ್ಟವಾಗಿದೆ. ನಿಮ್ಮ ಮಕ್ಕಳ ಜವಾಬ್ದಾರಿ ನನಗೆ ಬೇಕಿಲ್ಲ. ನಗರದಲ್ಲಿ ಎಷ್ಟೋ ಕಾಲೇಜುಗಳಿವೆ. ಅಲ್ಲಿ ಹೋಗಿ ನಿಮ್ಮ ಜವಾಬ್ದಾರಿಯ ಭಾರವನ್ನು ಇನ್ನೊಂದು ಹೆಗಲ ಮೇಲಿಡಿ."

* * *

"ಒಳಗೆ ಬರಬಹುದೆ?"

"ಬನ್ನಿ."

"ತೊಂದರೆ ಕೊಡುತ್ತಿದ್ದೇನೆ."

"ಸೀಟಿಗಾಗಿ ತಾನೆ?"

"ಹೌದು."

"ಬನ್ನಿ, ಮಾರ್ಕ್ಸ್‌ಕಾರ್ಡು ಕೊಡಿ. ಯಾವ ಸಬ್ಜಕ್ಟು?"

"ಇಂಗ್ಲಿಷ್."

"ಬೇಕಾದಷ್ಟು ಮಾರ್ಕ್ಸ್ ಇಲ್ಲವಲ್ಲ."

"ಇಂಗ್ಲಿಷ್ ಸಾಹಿತ್ಯವನ್ನೋದಬೇಕೆನ್ನುತ್ತಾನೆ."

"ಸರಿಯೆ, ಹುಡುಗನ ರುಚಿ ಅಲ್ಲಿದ್ದರೆ ಅದೇ ಸಬ್ಜಕ್ಟನ್ನು ಕೊಡುವುದೇ ಉಚಿತ. ಆದರೆ ಇಲ್ಲಿ ನೋಡಿ, ವಿಜ್ಞಾನಶಾಸ್ತ್ರಗಳಲ್ಲಿ 'ಡಿಸ್ಟಿಂಕ್‌ಷನ್' ತೆಗೆದುಕೊಂಡಿದ್ದಾನೆ. ಆ ಸಬ್ಜಕ್ಟುಗಳಲ್ಲೊಂದನ್ನೇಕೆ ತೆಗೆದುಕೊಳ್ಳಬಾರದು? ಕೆಮಿಸ್ಟ್ರಿ ಬೇಕಾದರೂ ಕೊಡಬಹುದು."

"ಬೇಡಿ ಸಾರ್, ಎಂಟು ದಿನದಿಂದಲೂ ಮನೆಯಲ್ಲಿ ರಾದ್ಧಾಂತ. ಇಂಗ್ಲಿಷ್ ಸಾಹಿತ್ಯವನ್ನೋದುವುದಕ್ಕೆ ಅವಕಾಶ ಸಿಕ್ಕಿದರೆ ಓದುತ್ತೇನೆ; ಇಲ್ಲದಿದ್ದರೆ ನನಗೆ ಕಾಲೇಜು ಓದೇ ಬೇಕಿಲ್ಲ ಅಂತಾನೆ."

"ಇನ್ನೇನು ಮಾಡುತ್ತಾನಂತೆ?"

"ಹೊಟ್ಟೆಪಾಡಿಗಾಗಿ ಕೂಲಿಯನ್ನಾದರೂ ಮಾಡಿಕೊಂಡಿರುತ್ತೇನೆ ಎನ್ನುತ್ತಾನೆ."

ಇದರಲ್ಲಿ ನನಗೊಂದು ಧರ್ಮ ಸಂಕಟ. ಹುಡುಗನನ್ನು ಕರೆಸಿ ಮಾತನಾಡಿಸಿ ನೋಡಿದೆ. ಚೆನ್ನಾಗಿ ಸ್ವಚ್ಛವಾಗಿ ಒಳ್ಳೆಯ ಇಂಗ್ಲಿಷ್ ಮಾತನಾಡುತ್ತಾನೆ. ಇಂಗ್ಲಿಷ್ ಸಾಹಿತ್ಯವನ್ನೋದುವ ಅಭ್ಯಾಸ ಇಟ್ಟುಕೊಂಡಿದ್ದೀಯಾ ಎಂದು ವಿಚಾರಿಸಿದೆ. ಇಂಗ್ಲಿಷ್ ಅಧ್ಯಾಪಕರು ಸಾಮಾನ್ಯವಾಗಿ ಓದಬೇಕಾದದ್ದನ್ನೆಲ್ಲ ಇವನು ಓದಿದ್ದ. ನವ್ಯ ಸಾಹಿತ್ಯದ ಪರಿಚಯವನ್ನೂ ಇಟ್ಟುಕೊಂಡಿದ್ದ. ನನಗೆ ತೃಪ್ತಿಯಾಯಿತು. ಸಂತೋಷವಾಯಿತು. ಈ ಕಾಲದಲ್ಲಿ ಇವನೊಬ್ಬ ಅಪರೂಪದ ವಸ್ತು. ಆದರೆ ಇವನಿಗೆ ಅಭಿಲಾಷೆಯಿರುವ ಸಬ್ಜೆಕ್ಟ್ ಕೊಡುವುದಕ್ಕೆ ಇನ್ನೂ ಒಂದು ತಡೆಯಿತ್ತು; ಯೂನಿವರ್ಸಿಟಿ ಕಾನೂನು ಪ್ರಕಾರ P.U. ವ್ಯಾಸಂಗದಲ್ಲಿ 'additional' ಇಂಗ್ಲಿಷ್ ಭಾಷೆಯನ್ನು ಓದಿದವರಿಗೆ ಮಾತ್ರ ಇಂಗ್ಲಿಷ್ ಭಾಷಾ ಸಾಹಿತ್ಯವನ್ನು ಡಿಗ್ರಿ ಕ್ಲಾಸಿನಲ್ಲಿ ಓದಲು ಅವಕಾಶವಿತ್ತು. ಯೂನಿವರ್ಸಿಟಿಯ ಒಪ್ಪಿಗೆ ಪಡೆಯದೆ ಇವನನ್ನು ಇಂಗ್ಲಿಷ್ ಕೋರ್ಸಿಗೆ ಸೇರಿಸುವ ಹಾಗಿಲ್ಲ.

ಈ ತೊಡಕುಗಳನ್ನು ವಿಶದಪಡಿಸಿ, ಸಾಧ್ಯವಾದ ಮಟ್ಟಿಗೂ ಸಹಕರಿಸುತ್ತೇನೆಂದು ಹೇಳಿ, ಬಂದಿದ್ದವರನ್ನು ಕಳುಹಿಸಿದೆ.

* * *

"ಏನು ಸಾರ್! ನನ್ನ ತಾತ, ನನ್ನ ತಂದೆ, ನನ್ನ ಚಿಕ್ಕಪ್ಪ, ನನ್ನ ತಾಯಿ, ನನ್ನ ಅಣ್ಣ, ನಾನು–ಎಲ್ಲರೂ ಈ ಕಾಲೇಜಿನಲ್ಲೇ ಓದಿದವರು. ಈಗ ನನ್ನ ಮಗನಿಗೊಂದು ಸೀಟು ಕೊಡಿ ಎಂದರೆ ಇಲ್ಲ ಎನ್ನುವಿರಲ್ಲ!"

"ಕಾಲೇಜು ಯಾರೊಬ್ಬರ ವಂಶಪಾರಂಪರ್ಯದ ಜನ್ಮಸ್ಥಾನವೂ ಅಲ್ಲ. ನಿಮ್ಮ ಹಿರಿಯರೆಲ್ಲ ಇಲ್ಲಿ ಓದಿದ್ದರೆ ಅದು ಒಳ್ಳೆಯ ಕಾಲ, ಅವರವರ ಅದೃಷ್ಟ, ಅಷ್ಟೆ. ನೀವು ಈ ಕಾಲೇಜಿನಲ್ಲಿ ಓದುವುದು ನಿಮ್ಮ ಸಂತತಿಯವರ ಹಕ್ಕು ಎಂದು ನೀವು ತಿಳಿದುಕೊಂಡಿರುವಂತೆ ಭಾಸವಾಗುತ್ತದೆ. ಸರ್ಕಾರದ ದೃಷ್ಟಿಯಲ್ಲಿ ಇದು ಸಾರ್ವಜನಿಕರಿಗಾಗಿರುವ ಸಂಸ್ಥೆ."

"ಜಿಯಾಲಜಿಯಲ್ಲಿ ಮಾರ್ಕ್ಸ್ ಚೆನ್ನಾಗಿ ತೆಗೆದುಕೊಂಡಿದ್ದಾನಲ್ಲ?"

"ಶೇಕಡ ೬೫ ಮಾರ್ಕು ತೆಗೆದುಕೊಂಡು ಕಾದಿರುವವರು ಶೇಕಡ ೪೦ ತೆಗೆದುಕೊಂಡಿರುವವರಿಗಿಂತ ಮೇಲೆಂದು ಒಪ್ಪುತ್ತೀರಲ್ಲವೆ?"

"ಒಪ್ಪಬೇಕಾದದ್ದೆ."

"ಸರಿ, ಅವರನ್ನು ಆರಿಸಿಕೊಂಡ ತರುವಾಯ ತಾನೇ ನಿಮ್ಮ ಹುಡುಗನ ಸ್ಥಾನ?"

"ಇಲ್ಲವೆನ್ನುವುದಕ್ಕಾಗುತ್ತದೆಯೆ? ಅದೆಲ್ಲ ತಿಳಿದ ವಿಷಯವೇ. ಹೇಗಾದರೂ ಮಾಡಿ ತಾವು ಪ್ರಯತ್ನ ಪಟ್ಟರೆ ಸಾಧ್ಯವಾಗಬಹುದೆಂದು ನಂಬಿದ್ದೇನೆ."

"ದಯವಿಟ್ಟು ನಂಬಿಕೆಯನ್ನು ಬಿಟ್ಟು ಬಿಡಿ."

ಬಂದಿದ್ದವನು ಕುರ್ಚಿ ಬಿಟ್ಟು ಕದಲಲಿಲ್ಲ. "ದಯವಿಟ್ಟು ಹೋಗಿ ಬನ್ನಿ. ಹೊರಗಡೆ ಗುಂಪುಗುಂಪಾಗಿ ಜನ ಕಾದಿದ್ದಾರೆ. ಅವರೆಲ್ಲರಿಗೂ ನಾನು ಭೇಟಿ ಕೊಡಬೇಕಾಗಿದೆ."

ಆಸಾಮಿ ಕದಲಲಿಲ್ಲ. ಇನ್ನೂ ಹತ್ತಿಪ್ಪತ್ತು ಜನ ಬಂದು ಹೋದದ್ದಾಯಿತು. ಆಫೀಸು ಸಿಬ್ಬಂದಿಯೆಲ್ಲ ಬಾಗಿಲು ಬೀಗ ಹಾಕಿಕೊಂಡು ಹೋದದ್ದಾಯಿತು. ನಾನೂ ಮನೆಗೆ ಹೊರಡುವ ಸಮಯವಾಯಿತು. ಆಸಾಮಿ ಇನ್ನೂ ಕುಳಿತೇ ಇದ್ದಾನೆ. ನಾನೆದ್ದು ಹೊರ ಬಂದಾಗ "ನಾಳೆ ನಿಮ್ಮನ್ನು ನೋಡಲೆ?" ಎಂದ. "ನನ್ನನ್ನು ಯಾವಾಗಬೇಕಾದರೂ ನೋಡಬಹುದು. ಆದರೆ ನಿಮ್ಮ ಮಗನ ಸೀಟಿನ ವಿಷಯದಲ್ಲಿ ಮಾತ್ರ ತಿರುಗಿಯೂ ನನ್ನನ್ನು ನೋಡಬೇಕಾದ ಅವಶ್ಯಕತೆಯಿಲ್ಲ."

* * *

"ನನ್ನ ಹೆಸರು ಜ್ಞಾನಾನಂದ."

ಕಾಷಾಯ ತೊಟ್ಟು ಏಕದಂಡವನ್ನು ಹಿಡಿದಿದ್ದ ಈ ವ್ಯಕ್ತಿ ಸನ್ಯಾಸಿಯಿರಬೇಕೆಂದುಕೊಂಡು ಸಂಪ್ರದಾಯದ ಪ್ರಕಾರ ಸಾಷ್ಟಾಂಗ ನಮಸ್ಕಾರ ಮಾಡಿ "ಯಾವ ಮಠದ ಪರಂಪರೆ?" ಎಂದೆ.

"ನನ್ನದೆ ಮಠ. ೫೦ ಸಾವಿರ ರೂಪಾಯಿ ಖರ್ಚಿನಲ್ಲಿ ಆಶ್ರಮ ಕಟ್ಟಿಸಿದ್ದೇನೆ. ಗೋಶಾಲೆ ಇಟ್ಟಿದ್ದೇನೆ."

"ಜಾಗ?"

"ಘನ ಸರ್ಕಾರ ಕುಪ್ಪದ ಬಳಿ ನಿವೇಶನ ಕೊಟ್ಟಿದೆ."

"ಶಿಷ್ಯವರ್ಗವಿರಬೇಕಲ್ಲ?"

"ಇಲ್ಲ. ಅದೇ ನನ್ನ ಕೊರತೆ. ನಾನು ಹಿಂದುಳಿದ ಕೋಮಿನವ."

(ಆಚಾತುರ್ಯದಿಂದ) "ಸನ್ಯಾಸಿಗಳು ಕೋಮನ್ನು ಮೀರಿದವರು ಎಂದು ಹೇಳುತ್ತಾರಲ್ಲ?"

"ಅದು ಬ್ರಾಹ್ಮಣ ಸನ್ಯಾಸಿಗಳ ಹೇಳಿಕೆ."

"ಓಹೋ!"

"ಹಿಂದುಳಿದ ಕೋಮಿನವರ ಮುನ್ನಡೆಗಾಗಿ ಶ್ರಮಿಸುತ್ತಿದ್ದೇನೆ."

"ಓಹೋ!"

"ನೀವು ಕೋಮುವಾರು ಭಾವನೆ ಇಲ್ಲದವರೆಂದು ಕೇಳಿದೆ."

"ಓಹೋ!"

"ನನ್ನದು ಪರಮ ಹಿಂದುಳಿದ ಪಂಗಡ."

"ಪಂಗಡದ ಹೆಸರು?"

"ಗೌರವ."

"ಈ ಹೆಸರು ಹಿಂದುಳಿದ ಪಂಗಡಗಳ ಪಟ್ಟಿಯಲ್ಲಿದ್ದ ಹಾಗೆ ಕಾಣೆ..."

"'ಕೊರವ' ಪದ ನೋಡಿ; ಇದರ ಸಂಸ್ಕೃತ ರೂಪ 'ಗೌರವ'."

"ಇದನ್ನು ಸಂಸ್ಕೃತಕ್ಕೆ ತಿರುಗಿಸಿದ ಪಂಡಿತನು ಯಾರೋ?"

"ನಾನೇ! ನಾನೂ ಸಂಸ್ಕೃತವನ್ನೋದಿದ್ದೇನೆ."

"ಓಹೋ!"

"ನನ್ನ ತಮ್ಮನ ಮಗ ಈ ಕಾಲೇಜಿನಲ್ಲಿ ಸೀಟಿಗೆ ಅರ್ಜಿ ಹಾಕಿಕೊಂಡಿದ್ದಾನೆ."

"ಸರಿ, ಸಾಕಷ್ಟು ಮಾರ್ಕು ತೆಗೆದುಕೊಂಡಿದ್ದರೆ ಸೀಟು ದೊರಕುತ್ತದೆ. ಮಾರ್ಕ್ಸ್-ಕಾರ್ಡು ಕೊಡಿ."

ಮೂರು ಸಲ ಕುಳಿತು ನಾಲ್ಕನೆ ಸಲ ಸವರಿಕೊಂಡು ತೇರ್ಗಡೆಯಾದ ಧೀರ. ಮಾರ್ಕ್ಸ್-ಕಾರ್ಡಿನಲ್ಲಿ ಮೂರನೆ ದರ್ಜೆಯ ಅಂಕಗಳು; ಇವನ ಅರ್ಜಿಯಲ್ಲಿ ಮೊದಲನೆ ದರ್ಜೆಯ ಅಂಕಗಳು. ಇದನ್ನು ಸ್ವಾಮಿಜಿಗೆ ತೋರಿಸಿ, "ಈ ವ್ಯತ್ಯಾಸಕ್ಕೆ ವ್ಯಾಖ್ಯಾನವೇನಾದರೂ ಉಂಟೆ?" ಎಂದು ಕೇಳಿದೆ.

ಸನ್ಯಾಸಿಯ ಹುಬ್ಬು ಗಂಟಿಕ್ಕಿತು. "ಸತ್ಯವನ್ನು ಮಿಥ್ಯ ಮಾಡುವ ಮಾಯೆ ಎಲ್ಲೋ ನಡೆದುಬಿಟ್ಟಿದೆ. ಯೂನಿವರ್ಸಿಟಿಯಿಂದ ಕೊಡಲ್ಪಟ್ಟ ಕಾರ್ಡಿನಲ್ಲೇ ತಪ್ಪಾಗಿ ಬಿದ್ದಿರಬಹುದು."

"ತರ್ಕಕ್ಕೋಸ್ಕರ ಯಾವುದನ್ನು ಬೇಕಾದರೂ ಪೂರ್ವ ಪಕ್ಷವನ್ನಾಗಿಸಿ ಕೊಳ್ಳಬಹುದು. ಆದರೆ ನಮಗೆ ಯೂನಿವರ್ಸಿಟಿ ಶಂಖದಿಂದ ಬಿದ್ದದ್ದೇ ತೀರ್ಥ."

"ಹಾಗಾದರೆ ಈಗ ನಾವು ಮಾಡಬಹುದಾದ ಉಪಾಯಗಳೇನಾದರೂ ಇವೆಯೆ?"

"ಕಾನೂನು ರೀತ್ಯ ನೋಡಿದರೆ ಈ ಹುಡುಗನನ್ನೂ 'ಮಾರ್ಕು ಸರಿಯಾಗಿದೆ' ಎಂದು ಸರ್ಟಿಫೈ ಮಾಡಿರುವ ಅಧಿಕಾರಿಯನ್ನೂ ಪೊಲೀಸಿನವರಿಗೆ ಹಿಡಿದುಕೊಡಬಹುದು."

ಸನ್ಯಾಸಿ ಕುಳಿತೆಡೆಯಲ್ಲೇ ಬೆವರಿದ, ಇರುಸುಮುರುಸಾಗಿ ಅತ್ತಿತ್ತ ಒತ್ತಿಕೊಂಡ.

"... ಅಥವಾ ಕಾಲೇಜು ದೃಷ್ಟಿಯಿಂದ ನೋಡಿದರೆ ಈ ಅರ್ಜಿಯನ್ನು ಗಣನೆಗೇ ತೆಗೆದುಕೊಳ್ಳ ಕೊಡದೆಂಬ ವಿಧಿಯಿದೆ."

ಸನ್ಯಾಸಿ ಸಮಯೋಧನಂತೆ ಎದ್ದು ನಿಂತ. ಏಕದಂಡವನ್ನು ಮೇಲೆತ್ತಿ "ಹಿಂದುಳಿದ ಕೋಮಿನವರಿಗೆ ಈ ಕಾಲೇಜಿನಲ್ಲಿ ನ್ಯಾಯವಿಲ್ಲ! ಪ್ರಿನ್ಸಿಪಾಲರಿಗೆ ಧಿಕ್ಕಾರ!" ಎಂದು ಘೋಷಣೆ ಮಾಡಿ ಹೊರಟುಹೋದ.

"...ಪ್ರಿನ್ಸಿಪಾಲರಿಗೆ ಧಿಕ್ಕಾರ!"

* * *

"ನಾನು ನಿಮ್ಮ ಕಾಲೇಜು ಸಿಬ್ಬಂದಿಯ ಸಂಬಳ–ಸಾರಿಗೆಗಳನ್ನು ತಿಂಗಳಿಗೆ ಸರಿಯಾಗಿ ಪಾವತಿಯಾಗುವಂತೆ ನೋಡಿಕೊಂಡಿದ್ದೇನೆ,–'ಪೇ ಆ್ಯಂಡ್ ಅಕೌಂಟ್ಸ್' ಆಫೀಸಿನಲ್ಲಿದ್ದಾಗ. ನಾನು ಈ ಕಾಲೇಜಿನ ಹಳೆಯ ವಿದ್ಯಾರ್ಥಿ. ಕಾಲೇಜಿಗೆ ಫುಟ್‌ಬಾಲ್ ಪಂದ್ಯದಲ್ಲಿ ಒಂದು ಕಪ್ಪನ್ನು ಗೆದ್ದುಕೊಟ್ಟಿದ್ದೇನೆ."

"ಈಗ ನಿಮಗೆ ಬೇಕಾಗಿರುವುದು ಏನು?"

"ನನ್ನ ಮಗಳು ಬಾಟನಿಗೆ 'ಅಪ್ಲೈ' ಮಾಡಿದ್ದಾಳೆ. ಪರೀಕ್ಷೆಯ ಸಮಯದಲ್ಲಿ ಜ್ವರ ಬಂದುಬಿಟ್ಟಿತು. ಸೆಕೆಂಡ್‌ಕ್ಲಾಸ್ ತೆಗೆದುಕೊಂಡುಬಿಟ್ಟಳು."

"ಹೌದು, ಈಗ ನೀವಿರುವುದು ಎಲ್ಲಿ?"

"ಕೊಯಂಬತ್ತೂರು."

"ಅಲ್ಲಿಯೆ ನಾಲ್ಕಾರು ಹೆಂಗಸರ ಕಾಲೇಜುಗಳಿವೆಯಲ್ಲ, ಬಾಟನಿಯೂ ಇದೆಯಲ್ಲ."

"ಮದರಾಸಿಗೆ ವರ್ಗಮಾಡಿಸಿಕೊಳ್ಳಲು ಪ್ರಯತ್ನ ಪಡುತ್ತಿದ್ದೇನೆ. ಇಲ್ಲಿ ಮನೆಯೊಂದನ್ನು ಕಟ್ಟಿಸುತ್ತಿದ್ದೇನೆ, ಮದರಾಸಿನಲ್ಲಿದ್ದರೆ ಅನುಕೂಲವಾಗುತ್ತೆ."

"ಸೀಟು ದೊರಕುವುದು ಕಷ್ಟ."

"ನಾವು ಹಿಂದುಳಿದ ಪಂಗಡದವರು."

"ಹಿಂದುಳಿದ ಪಂಗಡಕ್ಕೆ ಸೇರಿದ ಅಭ್ಯರ್ಥಿಗಳಲ್ಲಿ ಇನ್ನೂ ಹೆಚ್ಚು ಮಾರ್ಕು ತೆಗೆದುಕೊಂಡಿರುವವರಿಗೆ ಕೂಡ ಸೀಟು ದೊರಕಿಲ್ಲ."

"ಹಾಗಾದರೆ ನನ್ನ ಮಗಳಿಗೆ ಸೀಟು ಕೊಡುವುದಿಲ್ಲವೆಂದು ಹೇಳುತ್ತೀರ?"

"ಕೊಡುವುದಕ್ಕೆ ಸೀಟು ಇರಬೇಕಲ್ಲ, ಭರ್ತಿಯಾಗಿಬಿಟ್ಟಿದೆ."

"ಯಾರಾದರೂ ಬಿಟ್ಟುಹೋದರೆ?"

"ನಿಮ್ಮ ಹುಡುಗಿಗಿಂತ ಹೆಚ್ಚು ಮಾರ್ಕು ತೆಗೆದುಕೊಂಡಿರುವವರಿದ್ದಾರೆಯೆ ಎಂದು ನೋಡಲಾಗುತ್ತದೆ; ಇದ್ದರೆ ಅವರಿಗೆ ದೊರಕುತ್ತದೆ."

"ಹಾಗಾದರೆ ನಮ್ಮ ಹುಡುಗಿಗೆ ದೊರಕದೆ?"

"ಹೇಳಬೇಕಾದದ್ದೆಲ್ಲವನ್ನೂ ಹೇಳಿಬಿಟ್ಟಿದ್ದೇನೆ. ಮನ್ನಿಸಬೇಕು."

* * *

"ನಾನು ತ್ಯಾಗಿ."

"ನಿಮ್ಮ ಹೆಸರೆ ಅದು?"

"ಅಲ್ಲ ಸ್ವಾಮೀ, ನಾನು ದೇಶಕ್ಕಾಗಿ ತ್ಯಾಗ ಮಾಡಿದವ!"

"ಓಹೋ!"

"ರಾಮನಾಥಪುರದ ತಿರುಪ್ಪೂರು ಗ್ರಾಮದಲ್ಲಿ ದಂಗೆಯೆದ್ದವನು ನಾನು."

"ಯಾತಕ್ಕಾಗಿ!"

"ಗಾಂಧೀ ಸತ್ಯಾಗ್ರಹದಲ್ಲಿ ಸ್ವಾಮಿ, ದೇಶವನ್ನು ಬಿಡುಗಡೆ ಮಾಡುವುದಕ್ಕೆ."

"ಓಹೋ!"

"ಏನು, ಆಶ್ಚರ್ಯಪಡುತ್ತೀರಲ್ಲ! ಟೆಲಿಫೋನ್ ತಂತಿಗಳನ್ನು ಕಟಕಟನೆ ಕಡಿದು ಕಂಬಗಳನ್ನುರುಳಿಸಿದವನು ನಾನು ಸ್ವಾಮಿ!"

"ಸರಿಯೆ!"

"ಊರಿನಲ್ಲಿ ನನ್ನದೊಂದು ಸಿಮೆಂಟ್ ಪ್ರತಿಮೆಯನ್ನೂ ಮಡಗಿದ್ದಾರೆ."

"ಬಹಳ ಸಂತೋಷ."

"ಊರ ಜನ ನನಗೆ ಬಿರುದು ಕೊಟ್ಟಿದ್ದಾರೆ–'ತ್ಯಾಗವೀರ'"

"ಅರೆರೆ! ಈಗೇನು ಮಾಡುತ್ತಿರೋಣವಾಗಿದೆ?"

"ಸರ್ಕಾರ ನಾಲ್ಕೆಕರೆ ಜಮೀನು ಕೊಟ್ಟಿದ್ದಾರೆ. ಜನಸೇವೆ ಮಾಡುತ್ತಿದ್ದೇನೆ."

"ಎಂದರೆ?"

"ಸುತ್ತು ಮುತ್ತಲಿನ ಹಳ್ಳಿಗಳಲ್ಲಿಯ ಬಡವರ ಸುಖದುಃಖಗಳನ್ನು ವಿಚಾರಿಸುತ್ತೇನೆ. ಅವರ ತಕರಾರುಗಳಿದ್ದರೆ ಮಂತ್ರಿಗಳವರೆಗೂ ಕರೆದುಕೊಂಡು ಹೋಗುತ್ತೇನೆ...."

"ಬಹಳ ಸಂತೋಷ. ಈಗ ದಯಮಾಡಿಸಿದ ಉದ್ದೇಶ?"

"ನನ್ನ ಪಕ್ಕದ ಮನೆಯವನೂ ತ್ಯಾಗಿ. ನನಗೆ ಸಹಾಯಕನಾಗಿದ್ದ. ಅವನಿಗೆ ಒಬ್ಬ ಮಗ ಇದ್ದಾನೆ. ಪಾಪ, ಕೈಯಿಲ್ಲ. ಯಾರದೋ ಜಗಳದಲ್ಲಿ ಸಿಕ್ಕಿಹಾಕಿಕೊಂಡು ಬಿಟ್ಟು ಕೈ ಮುರಿದುಕೊಂಡ. ಏನೇನೋ ಔಷಧಿ ಮಾಡಿದರು. ಮೂಳೆ ಕೂಡಿಕೊಂಡಿತೇ ವಿನಾ ಕೈ ಉಪಯೋಗಕ್ಕೆ ಬರಲಿಲ್ಲ. ಹಾಗೂ ಹೀಗೂ ಕಷ್ಟಪಟ್ಟು ಪಿ.ಯು. ಪ್ಯಾಸು ಮಾಡಿದ. ಈ ಕಾಲೇಜಿನಲ್ಲೇ ಕೆಮಿಸ್ಟ್ರಿ ಓದಬೇಕೆಂದು ಹಟ ಮಾಡುತ್ತಿದ್ದಾನೆ. 'ಮೋಸ್ಟ್ ಬ್ಯಾಕ್‌ವರ್ಡ್ ಕಮ್ಯೂನಿಟಿ,' ನೀವು ಮನಸ್ಸು ಮಾಡಬೇಕು. ಮುರುಗ!" ಎಂದು ಕೂಗಿದ.

ಮುರುಗ ಬಂದು ನಿಂತ. ಎರಡು ಕೈಯೂ ಸೊಟ್ಟೆ; ಬಲಗೈ ಸ್ವಾಧೀನದಲ್ಲಿಲ್ಲ, ಮಹಾಕಿವುಡು. ತ್ಯಾಗವೀರನು ನನ್ನನ್ನು ಉದ್ದೇಶಿಸಿ, "ಎತ್ತರದ ಕೊರಲಿನಲ್ಲಿ ಮಾತನಾಡಿ, ಅವನಿಗೆ ಚೆನ್ನಾಗಿ ಕೇಳುತ್ತದೆ" ಎಂದ.

"ನೀನು ಓದಿದ ಕಾಲೇಜು ಯಾವುದು?"

"ಇನ್ನೂ ಊಟ ಮಾಡಿಲ್ಲ."

"ನಿನ್ನ ಹಳ್ಳಿಯ ಹೆಸರೇನು?"

"ನಮ್ಮ ಅಮ್ಮ ಸತ್ತು ನಾಲ್ಕು ವರ್ಷವಾಯಿತು."

"ನಿನ್ನ ಹೆಸರೇನು?"

"ನನಗೆ ತಮ್ಮನೊಬ್ಬ ಇದ್ದಾನೆ."

ತ್ಯಾಗವೀರನಿಗೆ ಹೇಳಿದೆ: "ನೋಡಿ ವೀರರೆ! ಕೆಮಿಸ್ಟ್ರಿ ಓದಬೇಕಾದರೆ ಕೈಗಳೆರಡೂ ಪೂರ್ತಿ ಸ್ವಾಧೀನದಲ್ಲಿರಬೇಕು. ಏಕೆಂದರೆ ಹುಡುಗ 'ಪ್ರಾಕ್ಟಿಕಲ್ಸ್' ಮಾಡಬೇಕಾಗುತ್ತದೆ. ಪಾಠ-ತರಗತಿಗಳಲ್ಲಿ ನೋಟ್ಸು ತೆಗೆದುಕೊಳ್ಳುವುದೂ ಕಷ್ಟವಾಗುತ್ತದೆ. ಹುಡುಗನಿಗೆ ಕಿವುಡು ಬೇರೆ, ಪಾಠಕ್ರಮ ಕಠಿನವಾದದ್ದು. ನೀವಿರುವ ಊರಿನಲ್ಲೇ ಸರ್ಕಾರಿ ಕಾಲೇಜಿದೆ, ಮನೆ ವಸತಿಗಳ ಸೌಕರ್ಯವಿದೆ; ಈ ಕಾಲೇಜಿನಲ್ಲಿ ದೊರಕುವ ರಿಯಾಯಿತಿಗಳೆಲ್ಲ ನಿಮ್ಮೂರ ಕಾಲೇಜಿನಲ್ಲೂ ದೊರಕುತ್ತವೆ. ಅಲ್ಲಿಯೇ

ವಿಜ್ಞಾನೇತರ ವಿಭಾಗವೊಂದಕ್ಕೆ ಸೇರಿಸುವುದು ಸೂಕ್ತವೆಂದು ನನಗನ್ನಿಸುತ್ತದೆ."

ಸಾವಧಾನವಾಗಿ ಕೇಳಿ "ಈ ಕಾಲದಲ್ಲಿ ವಿದ್ಯಾರ್ಜನೆಗೆ ಬರಿಯ ಬಿ.ಸಿ. ಕೋಮಿನವರಾದರೆ ಸಾಲದು, ಎಸ್.ಸಿ. ಆಗಿರಬೇಕು" ಎಂದು ಲೊಚಗುಟ್ಟಿಕೊಂಡು ಹೊರಟುಹೋದ.

* * *

"ಇವನು ನನ್ನ ಏಳನೆ ಮಗ."

"ಸಂತೋಷ."

"ಬಲು ಬುದ್ಧಿವಂತ."

"ಬಹಳ ಸಂತೋಷ."

"ಮೊದಲನೆ ಪ್ರಯತ್ನದಲ್ಲೇ ಪಾಸು ಮಾಡಿಬಿಟ್ಟಿದ್ದಾನೆ."

"ಓಹೋ!"

"ನಾನೊಬ್ಬ ಬಡ ರೈತ."

ರೇಶ್ಮೆಯ ಜುಬ್ಬ ಅಂಗವಸ್ತ್ರ, ಫಿನ್‌ಲೆ ಪಂಚೆ, ನವರತ್ನ ಖಚಿತವಾದ ಉಂಗುರಗಳು, ಚಿನ್ನದ ಕೈ ಗಡಿಯಾರ-ಸರಪಣಿ, ಇತ್ಯಾದಿಗಳು ಇವನ ಬಡತನದ ಕುರುಹುಗಳು. ಮಗನ ಉಡುಗೆ ಟೆರಿಲಿನ್‌ಮಯ-ಅದೂ ಫಾರಿನ್ ಟೆರಿಲಿನ್. ಯಥಾಪ್ರಕಾರ ನಾನು "ಓಹೊ" ಎಂದೆ. ಹುಡುಗ ಎರಡು ಸಲ ಫೇಲಾಗಿ ಮೂರನೆ ಸಲ ಹೇಗೋ ಪ್ಯಾಸು ಮಾಡಿದ್ದ.

"ಇಷ್ಟು ಬುದ್ಧಿವಂತ ಹುಡುಗ ಯಾಕೆ ಎರಡು ಸಲ ಫೇಲಾದ?"

ಒಡನೆಯೆ ಬಂತು ಸರಕಿನ ಉತ್ತರ: "ಟೈಫಾಯಿಡ್ ಬಂದುಬಿಟ್ಟಿತ್ತು."

"ಎರಡು ವರ್ಷವೂ?"

"ಹೌದು ಸಾರ್. ಇವನ ಆರೋಗ್ಯ ಚೆನ್ನಾಗಿಲ್ಲ. ಆರ್ಟ್ (Heart) ತೊಂದರೆ. ಬೇಡವೆಂದರೂ ಓದಿ ಓದಿ ಆರೋಗ್ಯವನ್ನು ಇನ್ನಷ್ಟು ಕೆಡಿಸಿಕೊಂಡು ಬಿಟ್ಟ."

"ಹಾರ್ಟ್ ತೊಂದರೆಯಿರುವವರನ್ನು ಕಾಲೇಜಿಗೆ ಸೇರಿಸಕೂಡದೆಂದು ಸರ್ಕಾರದ ವಿಧಿ ಇದೆಯಲ್ಲ!"

(ಭಯದಿಂದ) "ಆರ್ಟ್ ಎಂದರೆ ಆರ್ಟೇ ಅಲ್ಲ. ಅದರ ಸುತ್ತಮುತ್ತಲಿನ ಭಾಗ."

"ಎಂದರೆ ಯಾವ ಭಾಗ?"

ನಡುವನ್ನು ಮುಟ್ಟಿ ತೋರಿಸಿದ.

"ಮಾರ್ಕು ಸಾಲದಲ್ಲ!"

"ಪರವಾಯಿಲ್ಲ ಸಾರ್. ಎಲ್ಲಾದರೂ ಒಂದು ಕಡೆ ಸೇರಿಸಿಬಿಡಿ."

"ಏನು ನೀವು ಹೇಳುತ್ತಿರುವ ಮಾತು? ಎಲ್ಲಿಯಾದರೂ ಸೇರಿಸುವುದಕ್ಕೂ ತಕ್ಕ ಮಾರ್ಕ್ಸ್ ಇರಬೇಡವೆ? ಇದು ಸರ್ಕಾರದ ಕಾಲೇಜು. ಕಾನೂನಿಗೆ ವಿರುದ್ಧವಾಗಿ ನಡೆದುಕೊ ಎಂದು ಹೇಳುತ್ತಿದ್ದೀರಲ್ಲ!"

"ಕಾನೂನಿನಲ್ಲಿ ಲೋಪಗಳಿಲ್ಲದೆ ಇರುತ್ತವೆಯೆ?"

"ನೋಡಿ ಸ್ವಾಮಿ, ನಿಮ್ಮ ವಾದ ಪ್ರಸ್ತುತಕ್ಕೆ ಉಚಿತವಾಗಿಲ್ಲ, ಉದ್ಧಟವಾಗಿದೆ. ನಾನಿಲ್ಲಿರುವುದು ಕಾನೂನನ್ನು ಜಾರಿಗೆ ತರುವುದಕ್ಕಾಗಿ; ಅದರ ಕುಂದುಕೊರತೆಗಳನ್ನು ತಿದ್ದುವುದಕ್ಕಲ್ಲ. ಈಗ ನಿಮ್ಮ ಹುಡುಗನಿಗಿಂತ ಹೆಚ್ಚು ಮಾರ್ಕು ತೆಗೆದುಕೊಂಡವರು ನೂರಾರು ಮಂದಿ ಕಾದಿದ್ದಾರೆ. ಮೊದಲು ಅವರನ್ನು ಗಮನಿಸಿಕೊಳ್ಳಬೇಕಾಗಿದೆ. ಸದ್ಯಕ್ಕೆ ನಿಮ್ಮ ಹುಡುಗನನ್ನು ತೆಗೆದುಕೊಳ್ಳಲಾಗದು."

"ಮಂತ್ರಿಗಳಿಂದ ಶಿಫಾರಸು–ಪತ್ರ ತಂದರೆ?"

"ಏನೂ ನಡೆಯುವುದಿಲ್ಲ. ಆಜ್ಞಾ ಪತ್ರವನ್ನು ತರುವುದಾದರೆ ಆಜ್ಞೆಗೆ ಕಟ್ಟುಬೀಳುವುದು ನನ್ನ ಕರ್ತವ್ಯ. ಧರ್ಮ."

* * *

"ನಾನು ಬಿ.ಸಿ."

"ಆಶ್ಚರ್ಯ, ಎಂದಿನಿಂದ ಹೀಗಾದಿರಿ?"

"ಕಳೆದ ವರ್ಷದಿಂದ. ನಮ್ಮ ಕೋಮಿನವರೆಲ್ಲ ಸರ್ಕಾರಕ್ಕೆ ಅರ್ಜಿ ಹಾಕಿಕೊಂಡಿದ್ದೆವು. ಸರ್ಕಾರ ಒಪ್ಪಿಕೊಂಡಿತು."

"ಈಗ ಏನು?"

"ನನ್ನ ಮಗಳಿಗೆ ಬಾಟನಿಯಲ್ಲೊಂದು ಸೀಟು."

"ಕಷ್ಟ ಸ್ವಾಮಿ."

"ಅವಳಿಗೆ ಗಿಡ ಮರವೆಂದರೆ ಪ್ರಾಣ. ಸೊಗಸಾದ ತರಕಾರಿ–ತೋಟ ಬೆಳೆಸುತ್ತಿದ್ದಾಳೆ, ನಮ್ಮ ಹಿತ್ತಲಲ್ಲಿ. ಬಾಟನಿಯನ್ನೇ ಓದಿ, ನಿಮ್ಮ ಬಳಿ ಡಾಕ್ಟರೇಟ್ ಪದವಿಯನ್ನೂ ಪಡೆಯಬೇಕೆಂದು ಹಗಲೂ ರಾತ್ರೆ ತಪಿಸುತ್ತಿದ್ದಾಳೆ."

"ನಾವು ಹೇಳಿಕೊಡುವ ಬಾಟನಿಗೂ ತೋಟಗಾರಿಕೆಗೂ ಸಂಬಂಧವಿಲ್ಲ. ತೋಟಗಾರಿಕೆಯನ್ನು ಕಲಿಯುವುದಕ್ಕೆ 'ಹಾರ್ಟಿಕಲ್ಚರ್' ಸ್ಕೂಲುಗಳಿವೆ. ಅಲ್ಲಿ ಹೋಗುವುದು ಉತ್ತಮ."

"ಹುಡುಗಿಯರನ್ನು ಬೇರೊಂದೂರಿಗೆ ಕಳುಹಿಸುವುದಕ್ಕಾಗುತ್ತದೆಯೇ? ಇಲ್ಲಿ

ಏನಿದೆಯೋ ಅದನ್ನು ತಾನೆ ಅವಳು ಓದಬೇಕು?"

"ನಿಮ್ಮ ಪ್ರಶ್ನೆ ಸರಿಯೆಂದೇ ಇಟ್ಟುಕೊಳ್ಳೋಣ. ಬಾಟನಿ ಓದುವುದಕ್ಕೆ ಅಗತ್ಯವಾದ ಮಾರ್ಕ್ಸ್ ತೆಗೆದುಕೊಂಡಿಲ್ಲವಲ್ಲ! ಚರಿತ್ರೆಯನ್ನೋ ಪಾಲಿಟಿಕ್ಸ್‌ನ್ನೋ ತೆಗೆದುಕೊಳ್ಳಬಹುದಲ್ಲ!"

"ಅದು ಬೇಡಿ ಸಾರ್! ಅವಳು ವಿಜ್ಞಾನಿಯಾಗಬೇಕು."

"ಪ್ರತಿಯೊಬ್ಬ ತಂದೆಗೂ ತನ್ನ ಮಕ್ಕಳು ಓದಿ ವಿದ್ಯಾವಂತರಾಗಿರಬೇಕೆಂಬ ಬಯಕೆಯಿರುತ್ತದೆ. ಇದರಲ್ಲಿ ತಪ್ಪೇನೂ ಇಲ್ಲ. ಆದರೆ ಮಕ್ಕಳ ಉತ್ಸಾಹವೊಂದನ್ನೇ ನೋಡದೆ ಅವರ 'ಆ್ಯಪ್ಟಿಟ್ಯೂಡ್' ಮತ್ತು 'ಎಬಿಲಿಟಿ'ಗಳನ್ನೂ ಗಣನೆಗೆ ತಂದುಕೊಂಡು ಅವುಗಳಿಗೆ ಹೊಂದುವ ವಿದ್ಯಾಭ್ಯಾಸವನ್ನು ಕೊಡುವುದು ಒಳ್ಳೆಯದಲ್ಲವೆ?"

"ನೀವು ಹೇಳುವುದೆಲ್ಲ 'ಥಿಯರಿ'ಯಲ್ಲಿ ಸರಿಯಾಗಿಯೇ ಇದೆ. ಆದರೆ ಪ್ರಾಕ್ಟಿಲ್ಲಾಗಿ ನಡೆಯುವುದು ಹೇಗೆ ಸಾಧ್ಯ? ಒಂದು ವೇಳೆ ನಿಮ್ಮ ಮಗಳೇ ಆಗಿದ್ದರೆ ನೀವೇನು ಮಾಡುತ್ತಿದ್ದಿರಿ?"

"ಬಹುಶಃ ಮದುವೆಯ ಯೋಚನೆ ಮಾಡುತ್ತಿದ್ದೆ."

* * *

ಹತ್ತಾರು ವರ್ಷಗಳು, ಭಾಷಾ-ಪ್ರಾಂತಗಳ ವಿಂಗಡೀಕರಣವಾಗುವುದಕ್ಕೆ ಹಿಂದಿನಿಂದಲೂ ಎರಡು ಮೂರು ಪ್ರಾಂತಗಳಲ್ಲಿ ಎಂ.ಎಲ್.ಎ. ಆಗಿದ್ದ ಪುಢಾರಿ:

"ಪ್ರಿನ್ಸಿಪಾಲರ ಕಾಲೇಜು ಹೇಗಿದೆ?"

"ಕಾಲೇಜು ಪ್ರಿನ್ಸಿಪಾಲರದಾಗಿದ್ದ ಕಾಲ ಕಳೆದ ಎಷ್ಟೋ ವರ್ಷಗಳಾಗಿ ಬಿಟ್ಟವಲ್ಲ!"

"ಏನು ಹಾಗಂದರೆ?"

"ಆಗ ನಿಮ್ಮಂಥವರು ಕಾಲೇಜಿನೊಳಕ್ಕೆ ಕಾಲಿಡಲೂ ಭಯಪಡುತ್ತಿದ್ದಿರಿ. ಈಗ ನೇರವಾಗಿ ಪ್ರಿನ್ಸಿಪಾಲರ ಬಳಿ ಬರುತ್ತೀರಿ. ಹಾಗೆ ಮಾಡು, ಹೀಗೆ ಮಾಡು ಎಂದು ಆಜ್ಞೆ ಕೊಟ್ಟು ಹೋಗುತ್ತೀರಿ."

(ನಗುತ್ತ) "ಏನು ಸ್ವಾಮಿ, ನನ್ನನ್ನು ಕುತ್ತುತ್ತೀರಲ್ಲ?"

(ನಗುತ್ತ) " ಯಾರನ್ನು ಯಾರು ಕುತ್ತುತ್ತಿದ್ದಾರೆಂಬುದು ನಿಮಗೇ ತಿಳಿದ ಸಂಗತಿಯಾಯಿತಲ್ಲ!"

"ಹೋಗಲಿ, ಆ ಮಾತು ಬಿಡಿ. ಈಗ ನನಗೊಂದು ದೊಡ್ಡ ಉಪಕಾರವಾಗಬೇಕಾಗಿದೆ. ನನ್ನ ಮಗ-ಸ್ವಂತ ಮಗ-ಈ ಕಾಲೇಜಿಗೆ ಸೇರಬೇಕು. ಅವನಿಗೊಂದು ಜಾಗ ಕೊಟ್ಟುಬಿಡಿ."

"ಇದು ಆಜ್ಞೆಯೆ?"

"ನಾನು ಆಜ್ಞೆ ಮಾಡುತ್ತಿದ್ದೇನೆಯೆ?"

"ಅಲ್ಲ ಸ್ವಾಮಿ, ಕಾಲೇಜಿನ ಸೀಟುಗಳು ಅಂಗಡಿಯಲ್ಲಿ ದೊರಕುವ ಸರಕಿನಂತೆಯೂ ನಾನು ಅವನ್ನು ಮಾರುವ ಮಾಲೀಕನಂತೆಯೂ ನೀವು ಭಾವಿಸಿರುವ ಹಾಗೆ ಕಾಣುತ್ತದೆಯಲ್ಲ!"

(ವ್ಯಂಗ್ಯವಾಗಿ) "ನೀವು ಓದುಬರಹ ಬಲ್ಲವರು. ನಿಮ್ಮ ಮಾತಿನಿಂದ ನಮ್ಮಂಥವರ ಬಾಯನ್ನು ಮುಚ್ಚಿಸಿಬಿಡುತ್ತೀರಿ."

"ನೀವೆಂಥವರೆಂಬುದು ನಿಮಗೇ ಗೊತ್ತಿಲ್ಲ. ನಮ್ಮ ಮುಚ್ಚಿದ ಬಾಯನ್ನು ಬಲಾತ್ಕಾರದಿಂದ ತೆರೆಸಿ, ಕಹಿಯ ಉಂಡೆಯನ್ನು ಗಂಟಲಿನ ಒಳಕ್ಕೆ ತುರುಕಿ ಬಿಡುತ್ತೀರಿ!"

(ನಗುತ್ತ) "ಏನೋ ಸಾರ್, ನೀವು ಮನಸ್ಸು ಮಾಡಬೇಕು."

"ದೇವರು ಮನಸ್ಸು ಮಾಡಿದರೂ ನಡೆಯದ ಕಾಲ ಇದು... ಹುಡುಗ ಯಾವ ಕಾಲೇಜಿನಲ್ಲಿ ಓದಿದ್ದು?"

"ಕಂದಾ!"

ಕಂದಾ ಚಾಮಿ ಬಂದು ನಿಂತ.

ಪುಢಾರಿ: "ಯಾವ ಕಾಲೇಜಿನಲ್ಲೋ ನೀನು ಓದಿದ್ದು?"

ನಾನು: "P.U. ಓದುವುದಕ್ಕೆ ೪ ವರ್ಷ ತೆಗೆದುಕೊಂಡಿದ್ದೀಯಲ್ಲಪ್ಪ!"

ಪುಢಾರಿ: "ಯಾಕೋ?"

ಕಂದಾ: "ಫೇಲಾಗಿಬಿಟ್ಟಿತು."

ನಾನು: "ಹುಡುಗನ 'ಇನಿಷಿಯಲ್' ಏನು?"

ಪುಢಾರಿ: "ನಿನ್ನ ಹೆಸರಿನ 'ಇನಿಷಿಯಲ್' ಏನೋ?"

ಕಂದಾ: "ಕೆ"

ನಾನು: "ನಿಮ್ಮ ಮಗನಿಗೆ 'ಕೆ' ಎಂದೇಕೆ ಬಂತು? 'ಆರ್' ಎಂದಿರಬೇಕಲ್ಲ?"

ಪುಢಾರಿ: "ಅವನು ತನ್ನ ತಾಯಿಯ ಹೆಸರನ್ನು ಇನಿಷಿಯಲ್ಲಾಗಿಟ್ಟು ಕೊಂಡಿದ್ದಾನೆ."

ನಾನು: "ಹುಡುಗನ ವಯಸ್ಸು?"

ಪುಢಾರಿ: "ಕಂದಾ, ನಿನ್ನ ವಯಸ್ಸೆಷ್ಟೊ?"

ಇಪ್ಪತ್ತೆಂಟಾಗಿತ್ತು.

ನಾನು: "ತಂದೆಗಾಗುವ ವಯಸ್ಸಾಗಿದೆಯಲ್ಲ!"

ಮುಧಾರಿ: "ಜ್ಞಾನಾರ್ಜನೆಗೆ ವಯಸ್ಸಿನ ಮಿತಿ ಎಲ್ಲಿ ಬಂತು ಸ್ವಾಮಿ?"

ನಾನು: "ಅದು ಸರಿಯೆ. ೨೮ ವರ್ಷದವನನ್ನು ೧೮–೧೯ ವಯಸ್ಕರೊಂದಿಗೆ ಕೂಡಿಸಿದರೆ ಚೆನ್ನವೆ? ಈ ಎರಡು ವರ್ಗದವರ ಗ್ರಹಣ–ಶಕ್ತಿಗೆ ಉಪಾಧ್ಯಾಯನಾದವನು ಹೇಗೆ ತಾನೆ ಪಾಠ ಕ್ರಮವನ್ನು ಹೊಂದಿಸಿಕೊಳ್ಳುತ್ತಾನೆ? ಕಂದನು ಕ್ಲಾಸಿನಲ್ಲಿ ಪುಂಡ (bully)ನಾಗುತ್ತಾನೆ; ಎಳೆಯರ ಅಪಹಾಸ್ಯಕ್ಕೀಡಾಗುತ್ತಾನೆ. ಕ್ಲಾಸಿನಲ್ಲಿ ಗೊಂದಲವೇರ್ಪಡುತ್ತದೆ. ಇತರ ಸಮಸ್ಯೆಗಳೇಳುತ್ತವೆ."

ಮುಧಾರಿ: "ಹಾಗಾದರೆ ನನ್ನ ಮಗನಿಗೆ ಓದು ಬಾರದೆನ್ನುತ್ತೀರ?"

"ಓದು ಬಾರದಿದ್ದರೆ ವೃತ್ತಿ ಬರಬಾರದೆಂದಿಲ್ಲವಲ್ಲ! ಯಾವುದಾದರೂ ವೃತ್ತಿ–ಸಂಸ್ಥೆಗೆ ಸೇರಿಸುವ ಯೋಚನೆಯನ್ನೇಕೆ ಮಾಡಬಾರದು?"

"ಅವನು ಹೇಗಾದರೂ ಒಂದು ಡಿಗ್ರಿ ತೆಗೆದುಕೊಂಡುಬಿಟ್ಟರೆ?"

"ಅದು ಸರಿಯೆ, ಆದರೆ ಎಂಥೆಂಥದೋ ಉದ್ಯೋಗಗಳಿಗೆ ಡಿಗ್ರಿ ಈಗ ಬೇಕಾಗಿಲ್ಲವಲ್ಲ!"

* * *

"ನೀವೇನೊ ಪ್ರಿನ್ಸಿಪಾಲರು?"

ಧಡೂತಿ ಆಸಾಮಿ, ಘೋರವಾದ ಮುಖ, ಕೊರಲು, ಕಪ್ಪು–ಕೆಂಪು ಅಂಚಿನ ಉಡುಗೆ–ತೊಡುಗೆ. ಅದೇ ಬಣ್ಣದ ಕರ್ಚೀಫು.

"ಹೌದು ಬನ್ನಿ."

"ಇಲ್ಲಿ ಏನೇನು ಹೇಳಿಕೊಡುತ್ತೀರಾ?"

ಕಾಲೇಜಿನ 'prospectus' ಕೊಟ್ಟೆ. ಇಂಗ್ಲಿಷ್‌ನಲ್ಲಿತ್ತು.

"ಇದು ತಮಿಳು ನಾಡು. ತಮಿಳಿನದನ್ನು ನೋಡಿ."

"ಪ್ರತಿಗಳೆಲ್ಲ ಮುಗಿದುಹೋಗಿವೆ" ಎನ್ನುತ್ತ ತಮಿಳಿನಲ್ಲಿ ತರ್ಜುಮೆ ಹೇಳಿದೆ.

"ನಮ್ಮ ಹುಡುಗನಿಗೊಂದು ಸೀಟು ಕೊಡಿ."

"ಯಾವ ಕ್ಲಾಸಿಗೆ?"

"ಬಿ.ಎಸ್‌ಸಿ."

"ಮಾರ್ಕ್ಸು–ಕಾರ್ಡಿದೆಯೆ?"

"ಅದೇನಯ್ಯ ಮಾರ್ಕು–ಕಾರ್ಡು? ಅವನು ಪಾಸು ಮಾಡಿದ್ದಾನಯ್ಯ."

"ಅರ್ಜಿ ಸಲ್ಲಿಸಿದ್ದಾನೆಯೆ?"

"ಇಲ್ಲವಯ್ಯ ಮಾರ್ಕು–ಕಾರ್ಡು? ಅವನು ಪಾಸು ಮಾಡಿದ್ದಾನಯ್ಯ"

"ಅರ್ಜಿ ಸಲ್ಲಿಸಿದ್ದಾನೆಯೆ?"

"ಇಲ್ಲವಯ್ಯ, ಈಗ ಸಲ್ಲಿಸುತ್ತಾನೆ, ಅದಕ್ಕೇನಂತೆ!"

"ಅರ್ಜಿ ಸಲ್ಲಿಸಬೇಕಾದ ಕೊನೆಯ ದಿನ ಮುಗಿದುಹೋಗಿ ಎರಡು ವಾರಗಳಾಗಿವೆ. ಈಗ ಹೊಸ ಅರ್ಜಿಯನ್ನು ತೆಗೆದುಕೊಳ್ಳಲಾಗದು."

"ಏನಯ್ಯ, ಕೇಳಿದ್ದಕ್ಕೆಲ್ಲ ಏನಾದರೊಂದು ಬದಲು ಹೇಳಿಬಿಡುತ್ತೀರಿ?"

ಅಷ್ಟರಲ್ಲಿ ಹುಡುಗ "ಅಪ್ಪಾ, ಕಣಕ್ಕು ಚೀಟ್ಟು" ಎನ್ನುತ್ತ ಮಾರ್ಕ್ಸ–ಕಾರ್ಡು ತೆಗೆದ. ಅದು ಎಸ್.ಎಸ್.ಎಲ್.ಸಿ. ಪರೀಕ್ಷೆಯದು.

"ಪಿ.ಯು. ಪರೀಕ್ಷೆಯ ಕಾರ್ಡು ಎಲ್ಲಿ?"

"ಅದೇನಯ್ಯ ಅದು ಪಿ.ಯು.?"

"ಪ್ರಿ–ಯೂನಿವರ್ಸಿಟಿ ಪರೀಕ್ಷೆಯಲ್ಲಿ ಉತ್ತೀರ್ಣರಾದವರು ಮಾತ್ರ ಬಿ.ಎ., ಬಿ.ಎಸ್.ಸಿ. ಕಾಲೇಜುಗಳಿಗೆ ಸೇರಬಹುದು."

"ಹಾಗಾದರೆ ನನ್ನ ಮಗ?"

"ನಿಮ್ಮ ಮಗನೂ ಪಿ.ಯು. ಕಾಲೇಜಿನಲ್ಲಿ ಓದಿ ಪ್ಯಾಸು ಮಾಡಿಕೊಂಡು ಆಮೇಲೆ ಬಿ.ಎ. ಅಥವಾ ಬಿ.ಎಸ್‌ಸಿ. ಕಾಲೇಜುಗಳೀಗೆ ಸೇರಬಹುದು."

"ಯಾಕಯ್ಯ ಅಷ್ಟು ಬಳಸು–ದಾರಿ?"

"ಯೂನಿವರ್ಸಿಟಿಯ ರೂಲು ಹಾಗಿದೆ."

"ಓಯ್, ನೀನು ಗುಮ್ಮೆಂದು ಸೇರಿಸಿಕೊಂಡುಬಿಡು. ಮಿಕ್ಕದನ್ನು ನಾನು ನೋಡಿಕೊಳ್ಳುತ್ತೇನೆ."

"ಮಿಕ್ಕದ್ದು ಎಂದರೆ?"

"ಅದೇಯ್ಯಾ, ನಿನಗೇನಾದರೂ ತೊಂದರೆ–ಗಿಂದರೆ ಬಂದರೆ..."

"ನೋಡಿ, ಪಿ.ಯು. ಕ್ಲಾಸುಗಳು ಈ ಕಾಲೇಜಿನಲ್ಲಿಲ್ಲ. ಬೇರೆ ಕಾಲೇಜುಗಳಿಗೆ ಹೋಗಿ ಸೇರಿಸಿ."

"ನಾನು ಮಂತ್ರಿಗಳನ್ನು ನೋಡಿದರೆ ಸಾಧ್ಯ ಉಂಟೇನಯ್ಯ?"

"ಇಲ್ಲವೆಂದು ಧೈರ್ಯವಾಗಿ ಹೇಳುತ್ತೇನೆ."

"ವೈಸ್–ಛಾನ್ಸಲರನ್ನು ನೋಡಲೇನಯ್ಯ?"

"ಖಂಡಿತ ನೋಡಿಕೊಂಡು ಬನ್ನಿ. ಅವರು ಹುಂ ಎಂದರೆ ಬಿ.ಎಸ್ಸಿ.ಗೂ ಸೇರಿಸಬಹುದು. ಎಂ.ಎಸ್‌ಸಿ.ಗೂ ಸೇರಿಸಬಹುದು, ಡಾಕ್ಟರೇಟ್ ಪದವಿಗೂ ಸೇರಿಸಿಬಿಡಬಹುದು."

"ಹಾಗಾದರೆ ಹೋಗಿ ಬರುತ್ತೇನೆ."

"ಬನ್ನಿ."

* * *

ಪ್ರತಿವರ್ಷವೂ ಜೂನ್–ಜುಲೈ ತಿಂಗಳುಗಳಲ್ಲಿ ಪ್ರಿನ್ಸಿಪಾಲನ ಕೆಲಸ ಇದು: ನೂರಾರು ಮಂದಿಗೆ ಭೇಟಿ ಕೊಡುವುದು, ಅವರು ಹೇಳಿದ್ದನ್ನೆಲ್ಲ ಕೇಳುವುದು, ಅವರು ಕೇಳಿದ್ದನ್ನು ಶೇಕಡ ೯೦ ಕೇಸುಗಳಲ್ಲಿ ಇಲ್ಲವೆನ್ನುವುದು, ಸಾರ್ವಜನಿಕರಿಂದ ಕೆಟ್ಟವ, ಸಹಾಯಕ್ಕೆ ಒದಗದವ, ಜಂಬಗಾರ, ತಲೆಯಿಲ್ಲದವ ಎಂಬ ವಿಶೇಷಣಗಳನ್ನು ಸಂಪಾದಿಸಿಕೊಳ್ಳುವುದು. ಈ ಸಂದರ್ಭದಲ್ಲಿ ಜರುಗುವ ಸಂಭಾಷಣೆಯ ಕೆಲವು ರೀತಿಗಳನ್ನು ಮೇಲೆ ತೋರಿಸಿದ್ದೇನೆ. ಇಂಥ ಅನುಭವವನ್ನು ಮೂರು ವರ್ಷಗಳು ಪಡುವಷ್ಟು ಸಹನೆ ನನಗಿತ್ತೆ ಎಂಬ ಪ್ರಶ್ನೆ ಈಗಲೂ ನನ್ನ ತಲೆಯಲ್ಲಿ ಆಗಾಗ ಏಳುತ್ತದೆ. ಸಾರ್ವಜನಿಕರೊಡನೆ ನನ್ನ ಸಂಬಂಧ ಈ ರೀತಿಯದ್ದಾದರೆ, ಸರ್ಕಾರದೊಡನಿದ್ದದ್ದು ಇನ್ನೊಂದು ಬಗೆಯದು.

ಪ್ರತಿ ಸಂಜೆಯ ವೇಳೆಗೆ ಸುಮಾರು ಐವತ್ತು 'statement' ಗಳು ವಿವಿಧ ವರ್ಗದ ಮೇಲಧಿಕಾರಿಗಳಿಗೆ ತಲಪಬೇಕು. ಅರ್ಜಿ ಸಲ್ಲಿಸಿದವರ ಸಂಖ್ಯೆ, ಅವರಲ್ಲಿ ಕೋಮುವಾರು ರೀತ್ಯ ಸಂಖ್ಯೆ, ಯಾವ ಯಾವ ಕೋಮಿನಲ್ಲಿ ಎಷ್ಟೆಷ್ಟು ಜನ ವಿದ್ಯಾರ್ಥಿಗಳನ್ನು ಕಾಲೇಜಿಗೆ ಸೇರಿಸಲಾಗಿದೆ, ಹುಡುಗರೆಷ್ಟು, ಹುಡುಗಿಯರೆಷ್ಟು ಅಂಗವಿಹೀನರೆಷ್ಟು, ಇತ್ಯಾದಿ, ಇತ್ಯಾದಿ.

ಪತ್ರಿಕಾ ಪ್ರತಿನಿಧಿಗಳ ಹಾವಳಿ ಇನ್ನೊಂದು ಕಡೆ. "ಸರ್ಕಾರಕ್ಕೆ ನೀವು ಕಳುಹಿಸುವ ಅಂಕಿ ಅಂಶಗಳನ್ನು ನಮಗೂ ಕೊಡಿ. ಅದೇನು 'ಕಾನ್ಫಿಡೆನ್‌ಷಿಯಲ್' ಅಲ್ಲ. ಸರ್ಕಾರದ ಕಾನೂನುಗಳಲ್ಲಿ ನಿಮ್ಮ 'discretion' ಉಪಯೋಗಿಸುವಂಥ ಅವಕಾಶಗಳಿವೆ. ನೀವೇಕೆ ಅವನ್ನು ಉಪಯೋಗಿಸಿಕೊಳ್ಳುವುದಿಲ್ಲ? ನೀವು ಮನಸ್ಸು ಮಾಡಿ ಉಪಯೋಗಿಸಿಕೊಂಡರೆ ಶೇಖಡ ೫ರಷ್ಟಾದರೂ ಬುದ್ಧಿವಂತ ವಿದ್ಯಾರ್ಥಿಗಳು ಕಾಲೇಜನ್ನು ಸೇರುವಂತಾಗುತ್ತದೆ." ಈ ವಿಷಯದಲ್ಲಿ ನನ್ನ ಅಭಿಪ್ರಾಯ ಬೇಕಂತೆ. "ನನ್ನ ಡಿಸ್ಕ್ರಿಷನ್ನನ್ನು ಉಪಯೋಗಿಸಿದರೆ ಸಾರ್ವಜನಿಕರಿಂದಲೂ ಪುಕಾರು ಬರುತ್ತದೆ, ಸರ್ಕಾರದಿಂದಲೂ ಪುಕಾರು ಬರುತ್ತದೆ. ಮತ್ತು ಸರ್ಕಾರದ ಕಾನೂನುಗಳು ನೀವು ತಿಳಿದುಕೊಂಡಿರುವಷ್ಟು ಸಡಿಲವಾಗಿಲ್ಲ. ಸಡಿಲತೆ ಕಂಡು ಬಂದೊಡನೆಯೆ ಸಂದರ್ಭಕ್ಕೆ ತಕ್ಕಂತೆ 'ಅಮೆಂಡ್‌ಮೆಂಟು'ಗಳನ್ನು ಮಾಡುತ್ತಾರೆ."

ಇದು ನನ್ನ ಉತ್ತರ. ಪತ್ರಿಕೆಯ ರಿಪೋರ್ಟರಗಳು ನಕ್ಕುಕೊಂಡು ಹೋಗುತ್ತಾರೆ.

'Admission' ವಿಷಯದಲ್ಲಿ ಸಾರ್ಜಜನಿಕರಿಂದ ತಕರಾರುಗಳು ಬರಬಾರದೆಂಬ ಉದ್ದೇಶದಿಂದಲೇ ಸರ್ಕಾರವು ಅನೇಕ ಮುಂಜಾಗ್ರತಾಕ್ರಮಗಳನ್ನು ಕೈಗೊಳ್ಳುತ್ತದೆ. ಸಾರ್ವಜನಿಕರ ಪ್ರತಿನಿಧಿಯೊಬ್ಬನನ್ನೂ ಸರ್ಕಾರದ ಪರವಾಗಿ ಪ್ರತಿನಿಧಿಯೊಬ್ಬನನ್ನೂ ಕಮಿಟಿಯಲ್ಲಿ ಕಲೆ ಹಾಕಿ ಅದಕ್ಕೆ ಪ್ರಿನ್ಸಿಪಾಲನು ಕಾರ್ಯದರ್ಶಿಯೆಂದು ನೇಮಕವಾಗುತ್ತಾರೆ. ಈ ಇಬ್ಬರು ಪ್ರತಿನಿಧಿಗಳೂ ತಮ್ಮ ಅರ್ಜಿದಾರರ ಹೆಸರುಗಳ ದೊಡ್ಡ ಪಟ್ಟಿಯೊಂದನ್ನು ತಯಾರಿಸಿ ಕೈಲಿ ಹಿಡಿದುಕೊಂಡು ಬರುತ್ತಾರೆ. ತಮ್ಮ ತಮ್ಮ ಉಮೇದುವಾರರಲ್ಲಿ ಎಷ್ಟು ಜನ ಆರಿಸಲ್ಪಟ್ಟಿದ್ದಾರೆ ಎಂದು ಅವರಿಬ್ಬರಲ್ಲಿಯೇ ಸ್ಪರ್ಧೆ ಬೀಳುತ್ತದೆ. ಪ್ರಿನ್ಸಿಪಾಲನು ಯಾರೊಬ್ಬರ ಕಡೆಯೂ ಸೇರುವಂತಿಲ್ಲ. ನೂರಕ್ಕೆ ೧೦ ಮಂದಿಯಾದರೂ ಯೋಗ್ಯರೂ ಅರ್ಹತೆಯುಳ್ಳವರೂ ಬರಲಿ ಎಂಬುದು ಅವನ ಹಾರೈಕೆ. ಅವನ ಹಾರೈಕೆ ಹಾರಿಹೋಗುತ್ತದೆ.

ಏನತ್ಮಧ್ಯೆ, ಕಾನೂನುಗಳನ್ನೂ ವಿಧಿಗಳನ್ನೂ ಬರೆದು ಕಳುಹಿಸಿಕೊಟ್ಟ ಸರ್ಕಾರಿ ಅಧಿಕಾರಿಗಳೆ ಅಭ್ಯರ್ಥಿಗಳಿಗೆ ಶಿಫಾರಸು-ಪತ್ರ ಕೊಟ್ಟು ಪ್ರಿನ್ಸಿಪಾಲರ ಬಳಿ ಸಾಗಹಾಕುತ್ತಾರೆ. ಮಂತ್ರಿವರ್ಯರೂ ಅವರ ಸಿಬ್ಬಂದಿಯೂ ಕಾನೂನು ಮಾಡಿದ ಅಧಿಕಾರಿಗಳನ್ನೂ ಶಿಫಾರಸು-ಪತ್ರ ರವಾನೆಯಲ್ಲಿ ಮೀರಿಸುತ್ತಾರೆ. ಈ ಎರಡು ಹೊಳೆಗಳ ಸಂಗಮದಲ್ಲಿ ಒಂದು ವರ್ಷ ೧೦೦೮ ಶಿಫಾರಸು-ಪತ್ರಗಳು ತೇಲಿ ಬಂದವು! ಕಾಲೇಜಿಗೆ ಪ್ರತಿವರ್ಷ ತೆಗೆದುಕೊಳ್ಳುವ ವಿದ್ಯಾರ್ಥಿಗಳ ಸಂಖ್ಯೆ ಸುಮಾರು ೪೦೦, ಅರ್ಜಿದಾರರು ಸುಮಾರು ೩೦೦೦. ಅದರಲ್ಲಿ ಸರ್ಕಾರದ (ಬಹುವಾಗಿ) ಎಂ.ಎಲ್.ಎ.ಗಳ ಮೂಲಕ ಶಿಫಾರಸು ಪಡೆಯುವವರು ೧೦೦೦! ಒಂದು ಸಲ ಎಂ.ಎಲ್.ಎ. ಪುಢಾರಿಯೊಬ್ಬನು ಬಂದು, "ಏನಯ್ಯ, ನಿಮ್ಮ ಕಾಲೇಜಿಗೆ ಇನ್ನೊಂದು ೪೦೦ ಹುಡುಗರನ್ನು 'admit' ಮಾಡಿದರೆ ನಿನ್ನ ಗಂಟೇನು ಹೋಗುತ್ತೆ?" ಎಂದು ಕೂಗಾಡಿದ್ದ. ನಾನು ಕುಚೋದ್ಯದಿಂದ "ನನಗೆ ಗಂಟಿದ್ದರೆ ತಾನೆ ಹೋಗುವ ಯೋಚನೆ ಬರಬೇಕು! ಸರ್ಕಾರದ ಗಂಟು ಕರಗುತ್ತದೆ ಅಷ್ಟೆ. ಕರಗಿದರೆ ಪರವಾಯಿಲ್ಲ. ಆದರೆ ಅನಾವಶ್ಯಕವಾಗಿ ಕರಗುವುದು ಬೇಡ. ಈ ಕಾಲೇಜಿನಲ್ಲಿ ಎಂ.ಎಲ್.ಎ.ಗಳ ಶಿಫಾರಸು-ಪತ್ರಗಳನ್ನು ತಂದವರಿಗೆ ಮಾತ್ರ ಪ್ರವೇಶ, ಎಂದೇ ನೀವೆಲ್ಲ ತೀರ್ಮಾನಿಸಿ ಘೋಷಿಸಿ ಬಿಡಬಹುದಲ್ಲ!" ಎಂದೆ.

ಈತನಿಗೇನು ತೋರಿತೋ ಏನೋ "ನಿಮ್ಮ ಕುಚೋದ್ಯ ಒಂದು ಕಡೆ ಇರಲಿ. ಈ ಸಲ ಇನ್ನೇನಾದರೂ ಏರ್ಪಾಟು ಜರೂರಾಗಿ ಮಾಡಬೇಕು" ಎಂದುಕೊಂಡು ಹೊರಟುಹೋದ. ಮಾರನೆದಿನ ಬಂದು "ಇಲ್ಲಿ ನೋಡು, ಸ್ವಾಮಿ, ಈ ಕಾಲೇಜಿನಲ್ಲಿ ೨೦ ಡಿಪಾರ್ಟ್‌ಮೆಂಟುಗಳಿವೆ. ಒಂದೊಂದರಲ್ಲೂ ೫ ರಿಂದ ೧೦ ಹುಡುಗರನ್ನು 'extra' ತೆಗೆದುಕೊಂಡರೆ...?"

"ಎಂ.ಎಲ್.ಎ. ಭಗವಾನರೇ, ಈ ಕಾಲೇಜಿನ ಸ್ಥಿತಿಗತಿಗಳು ನಿಮಗೆ ಗೊತ್ತಿರುವುದಕ್ಕಿಂತ ನನಗೆ ಚೆನ್ನಾಗಿ ಗೊತ್ತಿದೆಯೆಂಬುದನ್ನು ನೀವೂ ಬಲ್ಲಿರಿ. 'Extra' ವಿದ್ಯಾರ್ಥಿಗಳನ್ನು ತೆಗೆದುಕೊಳ್ಳುವುದಕ್ಕೂ ಇಲ್ಲಿ ಅನುಕೂಲಗಳಿದ್ದಿದ್ದರೆ ನಾನೇ ಸರ್ಕಾರಕ್ಕೂ ಯೂನಿವರ್ಸಿಟಿಗೂ ಹಾಗೆ ಮಾಡಲು ಒಪ್ಪಿಗೆ ಕೊಡಬೇಕೆಂದು ಬರೆಯುತ್ತಿದ್ದೆ."

"ಇಪ್ಪತ್ತು ಇರುವ ಕಡೆ ಇಪ್ಪತ್ತೈದು ಹೆಚ್ಚುತ್ತದೆಯೆ? ನಿಮ್ಮ ಮನೆಯಲ್ಲಿ ಇಬ್ಬರಿಗೆ ಮಾಡಿದ ಊಟವನ್ನು ಮೂರು ಜನ ಹಂಚಿಕೊಳ್ಳುವುದಕ್ಕಾಗದಿರುತ್ತದೆಯೇ?"

"ಆಗುತ್ತೆ. ಆದರೆ ಯಾರಿಗೂ ಹೊಟ್ಟೆತುಂಬುವುದಿಲ್ಲ; ತೃಪ್ತಿಯೇರ್ಪಡುವುದಿಲ್ಲ."

"ಹೇಗೋ ಸಮಜಾಯಿಸಬೇಕು ಸ್ವಾಮೀ, ನಾಡಿನಲ್ಲೇರ್ಪಟ್ಟಿರುವ ಜರೂರು ಸಂದರ್ಭಗಳನ್ನು ಗಮನಿಸದ ಸಂಸ್ಥೆಯಿದ್ದೇನು ಉಪಯೋಗ?"

"ಎಂ.ಎಲ್.ಎ. ಮಹಾಶಯರೇ, ಈಗ ಏನೇನು ತುಂಟತನ ಮಾಡಬಂದಿದ್ದೀರಿ? ಯಾರ್ಯಾರನ್ನು ನೋಡಿ ಬಂದಿರಿ? ಏನೇನು ಊದಿ ಬಂದಿರಿ? ಸ್ವಲ್ಪ ಮುಂಚಿತವಾಗಿಯೇ ತಿಳಿಸೋಣವಾಗಲಿ."

"ಏನಿಲ್ಲಯ್ಯ. ನೀನೇನೂ ಭಯಪಡಬೇಡ. ಮೊದಲು ಮಂತ್ರಿಯನ್ನು ಕಂಡಿದ್ದೆ. ವಿಷಯವನ್ನು ಹೇಳಿದೆ. ಸೆಕ್ರೆಟರಿಯನ್ನು ನೋಡೆಂದರು. ನೋಡಿ ಮನವಿ ಸಲ್ಲಿಸಿದೆ. ಡೈರೆಕ್ಟರನ್ನು ನೋಡಿ ಎಂದರು. ಇವರನ್ನೂ ಕಂಡು ತಿಳಿಸಿದೆ. ಪ್ರಿನ್ಸಿಪಾಲನ್ನು ನೋಡು; ಎಕ್ಸ್‌ಟ್ರವನ್ನು ತೆಗೆದುಕೊಳ್ಳುವುದಕ್ಕೆ ಪ್ರಿನ್ಸಿಪಾಲರು ತಯಾರಾಗಿದ್ದರೆ ನನ್ನ ಅಭ್ಯಂತರವಿಲ್ಲ ಎಂದರು."

"ಇದೇ ಸರದಿಯ ಪ್ರಕಾರ ಇನ್ನಾರನ್ನೂ ನೋಡಿ ಬಾ ಎಂದು ಹೇಳುವ ಅಧಿಕಾರ ನನಗಿಲ್ಲ. ನಾನು ಮೊದಲೇ ಹೇಳಿದಂತೆ ಸಂಖ್ಯೆಯನ್ನು ಹೆಚ್ಚಿಸುವ ಹಾಗಿಲ್ಲ. ಈ ಯೋಚನೆಯನ್ನು ಬಿಟ್ಟು ಬಿಟ್ಟು ನಿಮ್ಮ ಹವ್ಯಾಸಕ್ಕೆ ಬೇರೇನಾದರೂ ಕಿತಾಪತಿತನಗಳನ್ನು ಹುಡುಕಿಕೊಳ್ಳಬಾರದೆ? ನಿಮ್ಮ ತಂತ್ರಗಳನ್ನೂ ಮಂತ್ರಗಳನ್ನೂ ಅಲ್ಲಿ ಪ್ರಯೋಗಿಸಬಾರದೆ? ವಿದ್ಯೆಯ ಚಿಂತೆ ನಿಮಗೇಕೆ?"

"ನಿನ್ನ ಬುದ್ಧಿವಾದವನ್ನು ಯಾರಯ್ಯಾ ಕೇಳುತ್ತಾರೆ?"

"ಅದು ನನಗೂ ಗೊತ್ತು. ನನ್ನ ಮೇಲಧಿಕಾರಿಗಳಾರೂ ಕೇಳುವುದಿಲ್ಲ. ನೀವಾದರೂ ಕೇಳುತ್ತೀರೇನೋ ಎಂಬ ಚಪಲದಿಂದ ಹೇಳಿದೆ."

"ನೀನು ಯಾವಾಗಲೂ ಅಕೆಡೆಮಿಕ್ ಆಗಿ ಮಾತನಾಡುತ್ತೀಯ. ನಾನು ದೇಶದ ಹಿತ, ಜನದ ಹಿತ ನೋಡುತ್ತೇನೆ."

"ನಾನೂ ದೇಶದ ಜನಗಳ ಹಿತದಿಂದಲೇ ಹೇಳುತ್ತಿದ್ದೇನೆ. ಇದರ ಜತೆಗೆ ಕಾಲೇಜಿನ ಹಿತವನ್ನೂ ಗಣನೆಗೆ ತಂದುಕೊಳ್ಳುತ್ತಿದ್ದೇನೆ."

"ನೀನು ಹೇಳುವುದನ್ನು ಹೇಳಿಕೊ. ನಾನು ಮಾಡುವುದನ್ನು ಮಾಡುತ್ತೇನೆ."

"ನಿಮ್ಮನ್ನು ಮೀರಿಸುವಂಥ ಪುಢಾರಿಯೊಬ್ಬನು ಈ ಕಾಲೇಜಿಗೆ ಪ್ರಿನ್ಸಿಪಾಲಾಗಿ ಬಂದಾಗ ನಿಮ್ಮ ವ್ಯವಹಾರ ಹೇಗೆ ನಡೆಯುತ್ತದಯೊ ನೋಡಬೇಕು!"

ಹೀಗೆಲ್ಲ ಸಲುಗೆಯ ಮಾತು ನಡೆಯುತ್ತಿದ್ದಾಗಲೆ ಸರ್ಕಾರದಿಂದ ಸನ್ನದೊಂದು ಬಂತು: "ಜನರ ಬಲಾತ್ಕಾರದ ಪ್ರಯುಕ್ತ ನಿಮ್ಮ ಕಾಲೇಜಿನ ಸೀಟುಗಳನ್ನು ಈ ವರ್ಷ ಶೆ. ೧೦ರಷ್ಟು ಹೆಚ್ಚಿಸಲಾಗಿದೆ."

ಪುಢಾರಿಗೆ ಇದನ್ನು ತೋರಿಸಿ "ನೀವು ದೇಶದ ಹಿತ ಎನ್ನುತ್ತೀರಿ. ಅದು ನಿಮ್ಮಂಥ ಎಂ.ಎಲ್.ಎ.ಗಳಿಗೆ ಮಾತ್ರ ಅನುಗತವಾಗಿ ಬಂದಿರುವ ಒಳ್ಳೆಯತನವೆಂದು ನೀವು ನಂಬಿಕೊಂಡಿದ್ದೀರಿ. ನಿಮ್ಮದು ಉದ್ಧಟತನ." ಎಂದೆ.

ಅವನು ಗಹಗಹಿಸಿ ನಕ್ಕು "ನಿನ್ನನ್ನೂ ಎಂ.ಎಲ್.ಎ. ಆಗಿಸಿಬಿಡುತ್ತೇನೆ. ಒಪ್ಪಿಗೆ ಕೊಡು!"

"ಅದಕ್ಕೆ ಬೇಕಾಗುವ ಯೋಗ್ಯತೆ ನನಗಿಲ್ಲ. ನನ್ನ ಪಾಡು ನನ್ನದು. ಆದರೆ ಒಂದು ಮಾತನ್ನು ಮಾತ್ರ ಹೇಳುತ್ತೇನೆ–ನಿನ್ನ ಸ್ವಂತ ಹಿತವನ್ನು ದೇಶದ ಹಿತದ ನೆವದಿಂದ ಸಾಧಿಸಿಕೊಂಡು ನಿನಗೆ ನೀನೇ ಎರಡು ಬಗೆದುಕೊಳ್ಳಬೇಡ, ಪರದಲ್ಲಿ ನಿನಗೆ ಹಿತವಿರದು!"

"ಏನಯ್ಯಾ, ಶುದ್ಧ ವೈದೀಕನಂತೆ ಮಾತನಾಡುತ್ತೀಯ. ಏನಯ್ಯ ಅದು ಪರ! ಎಲ್ಲಯ್ಯ ಇದೆ ಅದು? ನೀನೇನಾದರೂ ಕಂಡಿದ್ದೀಯಾ ಅದನ್ನ? ಇಹವೂ ಇಲ್ಲ, ಪರವೂ ಇಲ್ಲ, ಈಗಿರುವುದೆಲ್ಲ ರಾಜಕೀಯ ಕಣಯ್ಯ!" ಎಂದು ನಕ್ಕು ನನ್ನ ಬೆನ್ನ ಮೇಲೆ ಒಂದೇಟು ಬಾರಿಸಿದ.

ಇವನ ಸಹವಾಸ ವೆಗಟಾಯಿತು. ನನ್ನ ಕೋಪವನ್ನೂ ಅಸಮ್ಮತಿಯನ್ನೂ ಕೇಳುವವರಾರೂ ಇಲ್ಲದ್ದರಿಂದ ಸರ್ಕಾರದ ಸನ್ನದು ತುತ್ತನ್ನು ನುಂಗಿದೆ.

* * *

ಚಾಮರೋಪಾಖ್ಯಾನ

"ಸರಕಾರ ಹರಿಗೋಲು, ತೆರೆಸುಳಿಗಳತ್ತತ್ತ ।
ಸುರೆ ಕುಡಿದವರು ಕೆಲರು ಹುಟ್ಟುಹಾಕುವರು ॥
ಬಿರುಗಾಳಿ ಬೀಸುವುದು, ಜನವೆದ್ದು ಕುಣಿಯುವುದು ।
ಉರುಳದಿಹುದಚ್ಚರಿಯೊ! ॥"
–ಮಂಕುತಿಮ್ಮ

ಕಡಲಿಗೆದುರಾಗಿದೆ ಕಾಲೇಜು, ಕಡಲ ಘೋಷ (ಇದ್ದಾಗ) ಚೆನ್ನಾಗಿ ಕೇಳುತ್ತದೆ (ವಿದ್ಯಾರ್ಥಿಗಳ ಗದ್ದಲವಿಲ್ಲದಿದ್ದಾಗ). ಕಡಲನ್ನು ಹಾಯ್ದು ಬೀಸುವ ಗಾಳಿಯಿಂದ (ಇದ್ದಾಗ) ಲವಲವಿಕೆಯುಂಟಾಗುತ್ತದೆ. ಇದು ಬಹಳ ಸೆಕೆಗಾಲದಲ್ಲಿ. ಸೆಕೆಗಾಲದಲ್ಲಿ ಮಾರುತನ ಚಲನೆ ಬೇರೆ ದಿಕ್ಕಿನಿಂದ ಬೀಸುತ್ತದೆ; ಹವದ ಉಷ್ಣ ಸ್ವಲ್ಪ ತಗ್ಗುತ್ತದೆ– ನವೆಂಬರ್‌ನಿಂದ ಮಾರ್ಚಿವರೆಗೆ, ಇದನ್ನೇ ತಮಿಳರು ಮದರಾಸಿನ ಚಳಿಗಾಲ ಎನ್ನುತ್ತಾರೆ. ಈ ಋತುವಿನ ಗಾಳಿಯ ಇಂಪು–ಸೊಂಪುಗಳನ್ನು ಹಳೆಯ ತಮಿಳು ಕವಿಯೊಬ್ಬ 'ನೆಡುನಲ್ವಾಡೈ' ಎಂಬ ಪದ್ಯದಲ್ಲಿ ಸೊಗಸಾಗಿ ವರ್ಣಿಸಿದ್ದಾನೆ.

ಸರ್ಕಾರವೂ 'ನೆಡುನಲ್ವಾಡೈ'ಯ ತತ್ತ್ವವನ್ನೊಪ್ಪಿಕೊಂಡಿದೆ. 'ಕಡಲಿಗೆದುರಾಗಿರುವ ಸರ್ಕಾರದ ಕಟ್ಟಡಗಳಲ್ಲಿರುವ ಫ್ಯಾನ್‌ಗಳನ್ನು ನವೆಂಬರಿಂದ ಮಾರ್ಚು ತಿಂಗಳವರೆಗೂ 'ಡಿಸ್–ಕನೆಕ್ಟ್' ಮಾಡಬೇಕು. ಈ ಹುಕುಮು ಗೆಜೆಟೆಡ್ ಆಫೀಸರುಗಳಿರುವ ರೂಮುಗಳಿಗೆ ಅನ್ವಯಿಸುವುದಿಲ್ಲ" ಎಂಬ ಒಂದು ವಿಧಿಯನ್ನು ಜಾರಿಗೆ ತಂದಿದೆ. ಈ ವಿಧಿಯನ್ನು ಯಾವ ಕಾರಣದಿಂದ ತಂದರು? ಈ ಪದ್ಯದ ಕರ್ತೃವಾದ ನಕ್ಕೀರನ ಹೇಳಿಕೆಗೆ ಗೌರವ ಕೊಡುವ ಸಲುವಾಗಿಯೆ? ನಿಜವಾಗಿಯೂ ಇದು ಚಳಿಗಾಲವೇ ಆಗಿರುವುದೆಂಬ ಭ್ರಾಂತಿಯಿಂದಲೆ? ಎಲೆಕ್ಟ್ರಿಕ್ ಶಕ್ತಿಯ ವ್ಯಯವನ್ನು ಹತೋಟಿಯಲ್ಲಿಟ್ಟುಕೊಳ್ಳುವುದಕ್ಕಾಗಿಯೆ? ಕಡಲ ತೀರದಲ್ಲಿರುವ

ಕಟ್ಟಡಗಳಿಗೆ ಮಾತ್ರ ನೆಡುನಲ್ವಾಡೈ ಜೋರಾಗಿ ಬೀಸಿ, ಕಡಲಿಗೆದುರಾಗಿರುವ ಕಟ್ಟಡಗಳ ಹಿಂಬದಿಯಲ್ಲಿರುವ ಹಿಂಬದಿಯನ್ನು ದಾಟಲಾರದೆಂದೆ? ಕಡಲೆದುರು ಕಟ್ಟಡಗಳಲ್ಲಿರುವವರು ನೆಡುನಲ್ವಡೈಷ್ಟನ್ನೂ ಸೇವಿಸಿಬಿಟ್ಟು ಉಳಿದವರಿಗೆ ಸೊನ್ನೆ ತಿದ್ದುತ್ತಾರೆಂದೆ? ಅಥವಾ ಫ್ಯಾನು-ಗಾಳಿ ಗೆಜೆಟೆಟ್ ಆಫೀಸರ ಸ್ಥಾನದ ಚಿಹ್ನೆಯೆಂದೆ? -ಯಾರಿಗೂ ಬದಲು ತಿಳಿಯದು. ಅಂತೂ ಸರ್ಕಾರಿ ನೌಕರನೊಬ್ಬನು ನವೆಂಬರ್ ಮೊದಲನೆ ತಾರೀಖು ತಪ್ಪದೆ ಬಂದು ತರಗತಿಗಳಲ್ಲೂ ನಾನ್-ಗೆಜೆಟೆಡ್ ನೌಕರರ ರೂಮುಗಳಲ್ಲೂ ಇರುವ ಫ್ಯಾನ್‌ಗಳನ್ನೆಲ್ಲ 'ಡಿಸ್‌ಕನೆಕ್ಟ್' ಮಾಡಿ ಹೋಗುತ್ತಾನೆ. ಮಾರ್ಚಿ ಮೊದಲನೆ ತಾರೀಖಿಗೆ ಬಂದು 'ಕನೆಕ್ಟ್' ಮಾಡಬೇಕೆಂಬುದನ್ನು ಮಾತ್ರ ಮರೆತುಬಿಡುತ್ತಾನೆ, ಹತ್ತು 'ರಿಮೈಂಡರು'ಗಳನ್ನು ಕೊಟ್ಟರೆ ಏಪ್ರಿಲಿನಲ್ಲೋ ಮೇನಲ್ಲೋ ಬಂದು ರೂಮುಗಳಲ್ಲಿರುವವರಿಗೆ ಜೀವದಾನ ಮಾಡುತ್ತಾನೆ. ಇನಾಮನ್ನು ಕಸುಕೊಂಡು ಕೈಯನ್ನೂ ಸ್ವಲ್ಪ ಬೆಚ್ಚಗೆ ಮಾಡಿಕೊಂಡು ನೇರವಾಗಿ ಕಳ್ಳಂಗಡಿಗೆ ಹೋಗುತ್ತಾನೆ.

ನಾನು ಕೆಲಸಕ್ಕೆ ಸೇರಿದಾಗ 'ಪ್ರೊಫೆಸರ್' ರೂಮು ಒಂದು ಸಣ್ಣ ಗೂಡು. ಅದು 'ಆಫೀಸ್' ರೂಮು-ಒಂದು ಮೇಜು, ಮೂರು ಕುರ್ಚಿಗಳು. ಇವನು ಕುಳಿತುಕೊಳ್ಳುವ ಕುರ್ಚಿಯ ಮೇಲೊಂದು ತೂಗು-ಫ್ಯಾನು. ಫ್ಯಾನು ಸಣ್ಣದು; ಪ್ರೊಫೆಸರ ತಲೆಗೆ ಮಾತ್ರ ಗಾಳಿ ತರುವಂಥದ್ದು. ಅವನ ತಲೆಯೊಂದು ಮಾತ್ರವಲ್ಲವೆ ತಂಪಾಗಿರಬೇಕಾದದ್ದು! ಬೋಳು ಬೀಳದ ತಲೆಗೆ ಈ ಗಾಳಿಯ ಅನುಭವವೂ ಬರುತ್ತಿರಲಿಲ್ಲ. ಒಂದು ಮೂಲೆಯಲ್ಲಿ ಮರದ ಬೀರು ಇತ್ತು, ಆಫೀಸಿನ ಕಾಗದ -ಪತ್ರಗಳನ್ನಿಡುವುದಕ್ಕೆ. ಎರಡು ಹೆಜ್ಜೆ ಇಡುವುದಕ್ಕೂ ಖಾಲಿ ಜಾಗವಿಲ್ಲ. ಆಗಿದ್ದ ಪ್ರಿನ್ಸಿಪಾಲರಿಗೆ "ನಾನು ದೊಡ್ಡ ರೂಮೊಂದನ್ನು ನೋಡಿಕೊಳ್ಳಬೇಕಾಗಿದೆ. ಈಗಿರುವುದು ಬಹಳ ಚಿಕ್ಕದು, ನನ್ನ 'ಪರ್ಸನಲ್ ಲ್ಯಾಬೊರೇಟರಿ'ಯನ್ನೂ ಲೈಬ್ರರಿಯನ್ನೂ ಇಟ್ಟುಕೊಳ್ಳವಷ್ಟು ದೊಡ್ಡ ರೂಮಿಗೆ ಬದಲಾಯಿಸಬೇಕೆಂದಿದ್ದೇನೆ" ಎಂದು ಮನವಿ ಮಾಡಿಕೊಂಡೆ. "ನೀವಿರುವ ಕಟ್ಟಡವನ್ನು ಕಟ್ಟಿದಾಗ ಪ್ರೊಫೆಸರುಗಳಿಗೆ 'ಲೆಕ್ಚರು' ಮಾಡುವ ಕೆಲಸ ಮಾತ್ರವಿತ್ತು; ಸಂಶೋಧನೆಯಲ್ಲಿ ಅವರು ತೊಡಗಲಿಲ್ಲ. ಆದ್ದರಿಂದ ರೂಮುಗಳನ್ನು ತೀರ ಸಂಕುಚಿತ ಅಳತೆಯಲ್ಲಿ ಪ್ಲಾನ್ ಮಾಡಿದರು. ನಿಮ್ಮ ಅನುಕೂಲಕ್ಕೆ ತಕ್ಕಂತೆ ನೀವು ಬದಲಾಯಿಸಿಕೊಳ್ಳಿ, ಹೊಸ ರೂಮಿನಲ್ಲಿ ಸೌಕರ್ಯಗಳೇನಾದರೂ ಬೇಕಾದರೆ ತಿಳಿಸಿ" ಎಂದರು.

ನಾನು ಹೊಸದಾಗಿ ಹೊಕ್ಕ ರೂಮಿನ ಅಳತೆ ಸಾಕಾಗಿತ್ತು. ಎಲೆಕ್ಟ್ರಿಸಿಟಿ ಗ್ಯಾಸುಗಳ ಅನುಕೂಲವೂ ಇತ್ತು. ಆದರೆ ಅಲ್ಲಿದ್ದದ್ದು ರೂಮಿನ ಮಧ್ಯದಲ್ಲಿ ಒಂದೇ ಒಂದು ತೂಗು-ಫ್ಯಾನು. ನನಗೆ ಇನ್ನೂ ಮೂರು ತೂಗು-ಫ್ಯಾನುಗಳಾದರೂ ಅವಶ್ಯಕವಾಗಿತ್ತು. ಪುಸ್ತಕದ ಬೀರುಗಳ ಬಳಿ ಒಂದು, ಮೈಕ್ರಾಸ್ಕೋಪಿನ ಬಳಿ ಒಂದು, 'ಸ್ಟೈನಿಂಗ್' ಮಾಡುವ ಮೇಜಿನ ಬಳಿ ಒಂದು. ಈಗಿರುವ ಫ್ಯಾನಿನ ಬಳಿಯೇ ಓದುವ, ಬರೆಯುವ, ವ್ಯವಹಾರ-ಪತ್ರಗಳನ್ನು ಫೈಸಲ್ ಮಾಡುವ

ಮೇಜು ಕುರ್ಚಿಗಳನ್ನು ಇಟ್ಟುಕೊಂಡಿದ್ದೆ.

ಪ್ರಿನ್ಸಿಪಾಲರ ಮೂಲಕ ಸರ್ಕಾರಕ್ಕೆ ಅರ್ಜಿ ಹಾಕಿದೆ; "ನನ್ನ ಕೆಲಸ ಕಾರ್ಯಗಳ ದೃಷ್ಟಿಯಿಂದ ದೊಡ್ಡ ರೂಮೊಂದನ್ನು ಆಯ್ದುಕೊಂಡಿದ್ದೇನೆ. ಅಲ್ಲಿ ಈಗ ಒಂದೇ ಒಂದು ತೂಗು-ಫ್ಯಾನಿದೆ. ಇದು ಏನೇನೂ ಸಾಲದು. ಇನ್ನೂ ಮೂರು ತೂಗು-ಫ್ಯಾನುಗಳನ್ನು ಒದಗಿಸಿಕೊಡಬೇಕು!" ಎಂದು ವಿವರಗಳನ್ನೂ ಒದಗಿಸಿದ್ದೆ.

ಒಂದು ನಾಲ್ಕು ತಿಂಗಳಾದ ತರುವಾಯ ಡೈರೆಕ್ಟರ್ ಆಫೀಸಿನಿಂದ ಬದಲು ಬಂತು: "ರೂಮಿನ ಘನ ಅಳತೆಯನ್ನು ತಿಳಿಸಿ. ಆ ಅಳತೆಗೆ ಮರಾಮತ್ತು ಇಲಾಖೆಯ ಪ್ರಕಾರ ಫ್ಯಾನುಗಳ ಸಂಖ್ಯೆ ಎಷ್ಟಿರಬೇಕೆಂಬುದನ್ನು ತಿಳಿಸಿ." ಈ ಕಾಗದ ಪ್ರಿನ್ಸಿಪಾಲರಿಂದ ನನಗೆ ರವಾನೆಯಾಯಿತು. ನೋಡಿದೊಡನೆಯೆ ಜುಗುಪ್ಸೆ ಕವಿಯಿತು. "ನಾನು ಇಲ್ಲಿ ಬಂದಿರುವುದು ಉಪಾಧ್ಯಾಯನಾಗೂ ಸಂಶೋಧಕನಾಗೂ ಕೆಲಸ ಮಾಡುವುದಕ್ಕೆ. ಮರಾಮತ್ತು ಇಲಾಖೆಯೊಡನೆ ಪತ್ರ-ವ್ಯವಹಾರವನ್ನೂ ನಾನು ಮಾಡಬೇಕೆ? ಹೀಗೆ ಮಾಡಬೇಕಾಗಿದ್ದರೆ ಡೈರೆಕ್ಟರ್ ಆಫೀಸಿನವರಾಗಲಿ ನಮ್ಮ ಕಾಲೇಜಿನ ಆಫೀಸಿನವರಾಗಲಿ ಯಾಕೆ ಮಾಡರು? ಅಲ್ಲಿ ಇಂಥ ವ್ಯವಹಾರಗಳಿಗಾಗಿ ಸಿಬ್ಬಂದಿಯಿದ್ದಾರೆ; ವಿಷಯವನ್ನು ತಿಳಿದವರಿದ್ದಾರೆ; ಮರಾಮತ್ತು ಇಲಾಖೆಯ ರೂಲುಗಳನ್ನು ತಿಳಿದವರಿದ್ದಾರೆ. ಹೀಗಿದ್ದೂ ಈ ಪತ್ರಕ್ಕೆ ತಾವೆ ಬದಲು ಬರೆಯುವುದನ್ನು ಬಿಟ್ಟು ನನಗೇಕೆ ಕಳುಹಿಸಿದ್ದಾರೆ?" ಎಂದು ವ್ಯಾಕುಲಗೊಂಡೆ. ಪತ್ರಗಳ ರವಾನೆಯೇ ಸರ್ಕಾರದ ಕಾರ್ಯನಿರ್ವಾಹಕತ್ವದ ಮುಖ್ಯ ಸೂತ್ರವಿರಬಹುದೇನೋ ಎಂದುಕೊಂಡು ಅವರಿವರನ್ನು ಕೇಳಿ ಬದಲು ಬರೆದೆ: "P.W.D. 'ಸ್ಪೆಸಿಫಿಕೇಷನ್ನಿ'ಗನುಸಾರವಾಗಿ ಈ ರೂಮಿಗೆ ಲೆಕ್ಕದ ಪ್ರಕಾರ ಅರ್ಧ ಫ್ಯಾನು ಮಾತ್ರ ಬೇಕು; ಆದರೆ ಘನ ಸರ್ಕಾರ ಒಂದು ಫ್ಯಾನನ್ನು 'ಸ್ಯಾಂಕ್ಷನ್' ಮಾಡಿ ಮೇಲ್ಚಾವಣಿಯಿಂದ ತೂಗಿಬಿಟ್ಟಿದ್ದಾರೆ. ಮೈಕ್ರಾಸ್ಕೋಪಿನೊಡನಾಗಲಿ 'ಸ್ಟೈನಿಂಗ್' ಪ್ರಯೋಗದಲ್ಲಾಗಲಿ ನಾನು ಗಂಟೆಗಟ್ಟಲೆ ಕೂತಿರಬೇಕಾಗುತ್ತದೆ; ಲೈಬ್ರರಿಯಲ್ಲೂ ಗಂಟೆಗಟ್ಟಲೆ ಕೂಡಬೇಕಾಗುತ್ತದೆ. ಬೇಡಿರುವ ಮೂರು ಫ್ಯಾನುಗಳನ್ನು ಕರುಣಿಸಿದರೆ ನನ್ನ ಕೆಲಸಗಳನ್ನು ಸುಲಭವಾಗಿಯೂ ಶೀಘ್ರವಾಗಿಯೂ ಶಿಷ್ಟವಾಗಿಯೂ ನಡೆಸಲು ಮಹದುಪಕಾರವಾಗುತ್ತದೆ."

ಎರಡು ತಿಂಗಳಾದ ಮೇಲೆ ಉತ್ತರ: "ಪ್ರಾಧ್ಯಾಪಕರ ಬದಲನ್ನು ಸೂಕ್ಷ್ಮವಾಗಿ ಪರಿಶೀಲಿಸಲಾಗಿದೆ.

"ಹೊಸ ಫ್ಯಾನುಗಳನ್ನು ಮಂಜೂರು ಮಾಡುವವರು ಮೇಲಧಿಕಾರಿಗಳು. ನಿಮ್ಮ ಅರ್ಜಿಯನ್ನು ಅವರಿಗೆ ಕಳುಹಿಸಲು ಏರ್ಪಾಟುಗಳನ್ನು ಕೈಗೊಳ್ಳಲಾಗಿದೆ.

"ಆದರೆ ಈಗ ಒಂದು ಫ್ಯಾನ್ ಇದೆಯೆಂದು ಹೇಳಿರುವಿರಲ್ಲವೆ? ಅದರಡಿಯಲ್ಲೇ ನಿಮ್ಮ ಮೈಕ್ರಾಸ್ಕೋಪನ್ನೂ 'ಸ್ಟೈನಿಂಗ್' ಸಲಕರಣೆಯನ್ನೂ ಇಟ್ಟುಕೊಳ್ಳಬಹುದೆಂದು ನಾವು ಅಭಿಪ್ರಾಯ ಪಡುತ್ತೇವೆ. ನಿಮ್ಮ ಲೈಬ್ರರಿಯನ್ನೂ

ಅಲ್ಲೇ ಅಡಕಿಸುವ ಸಾಧ್ಯತೆಗಳನ್ನು ವಿಮರ್ಶಿಸುವುದು."

ನನ್ನ ಬದಲು: "ಮೇಜಿನ ಅಳತೆ ೧೨ ಚದುರ ಅಡಿ. ಇದರ ಮೇಲೆ ಬರೆಯುವ ಸಾಮಗ್ರಿಗಳಿಗೂ ಆಫೀಸು ಕಾಗದ-ಪತ್ರಗಳಿಗೂ ೬-೭ ಚದುರ ಅಡಿ ಮೀಸಲಾಗಿದೆ. ಮೈಕ್ರಾಸ್ಕೋಪು, ಅದರ ದೀಪ, ರೆಗ್ಯುಲೇಟರು, ಲೆನ್ಸು-ಪೆಟ್ಟಿಗೆಗಳನ್ನು ಎಷ್ಟು ಅಡಕವಾಗಿಟ್ಟರೂ ೮ ಚದುರಡಿ ಜಾಗ ಬೇಕಾಗುತ್ತದೆ. 'ಸ್ಟೈನಿಂಗ್' ಸಲಕರಣೆಗಳನ್ನಿಡುವುದಕ್ಕೆ ೧೦ ಚದುರಡಿ ಜಾಗ ಬೇಕಾಗುತ್ತದೆ. ಹೀಗೆ ೨೮-೩೦ ಚದುರಡಿ ಜಾಗದಲ್ಲಿ ಇವೆಲ್ಲವನ್ನೂ ಅಡಕಿಸಿಟ್ಟರೂ 'elbow-room' ಇರುವುದಿಲ್ಲ. ಹೀಗಿರುವುದರಿಂದ ಈಗಿರುವ ಮೇಜಿನ ಮೇಲೆ ಬೇರಾವ ಸಾಮಾನನ್ನೂ ಇಡುವ ಹಾಗಿಲ್ಲ."

ಮೂರು ತಿಂಗಳಾದ ಬಳಿಕ ರವಾನಿತವಾದ ಉತ್ತರ: "೩೦-೪೦ ಅಡಿ ಚದುರದ ಮೇಜೊಂದನ್ನು ಈಗಿರುವ ಫ್ಯಾನಿನ ಅಡಿಯಲ್ಲಿ ಇರಿಸಿಕೊಳ್ಳಬಾರದೇಕೆ?"

ಉತ್ತರ: "ಆ ಅಳತೆಯ ಮೇಜು ಈ ಕಾಲೇಜಿನಲ್ಲೇ ಇಲ್ಲ. ಒಂದು ವೇಳೆ ಎಲ್ಲಾದರೂ ಇದ್ದು ನಮಗದು ದೊರಕಿದರೂ ಅದನ್ನು ರೂಮಿನೊಳಕ್ಕೆ ನುಗ್ಗಿಸುವ ಹಾಗಿಲ್ಲ; ಏಕೆಂದರೆ, ಕಿಟಕಿ-ಬಾಗಿಲುಗಳು ಸಾಧಾರಣ ಅಳತೆಯವು. ಒಂದು ವೇಳೆ ಆ ಅಳತೆಯ ಮೇಜನ್ನು ರೂಮಿನೊಳಗೇ ಮಾಡಿಸಿದರೂ ಈಗಿರುವ ಫ್ಯಾನಿನ ಗಾಳಿ ಮೇಜಿನ ಅಂಚುಗಳವರೆಗೂ ಬೀಸುವುದಿಲ್ಲ. ತಮ್ಮ ಅಮೂಲ್ಯವಾದ ಸೂಚನೆಯನ್ನು ಆಗಮಾಡಿಸುವುದಕ್ಕೆ ಬೇಕಾದ ಉಪಾಯಗಳಿಲ್ಲವಲ್ಲಾ ಎಂದು ವಿಷಾದಿಸುತ್ತೇನೆ."

ಮೂರು ತಿಂಗಳು ಕಳೆದು ಬಂದ ಜವಾಬು: "ನಿಮ್ಮ ಅಹವಾಲನ್ನು ಮೇಲಧಿಕಾರಿಗಳಿಗೆ ಕಳುಹಿಸಲಾಗಿದೆ."

ಆರು ತಿಂಗಳಾಯಿತು, ವರ್ಷವಾಯಿತು. ಪತ್ರವ್ಯವಹಾರ ಆರಂಭವಾಗಿ ಮೂರೂವರೆ ವರ್ಷವಾಯಿತು. ಫ್ಯಾನಿನ ಸೊಲ್ಲು ಇಲ್ಲ-ಸರ್ಕಾರದ ಕಡೆಯಿಂದ. ನಮ್ಮ ಕಡೆ ವರ್ಷಕ್ಕೆರಡು ಸಲ ತಪ್ಪದೆ 'ರಿಮೈಂಡರ್' ಡೈರೆಕ್ಟರಿಗೆ ಹೋಗುತ್ತಿತ್ತು. ನಮ್ಮ ಕಾಲೇಜು ಆಫೀಸಿನಿಂದಲೇ ನನಗೆ "ಫ್ಯಾನು ಕೇಳಿದ್ದೀರಲ್ಲ. ಅದು ಸರಬರಾಜಾಯಿತೆ? ಅದನ್ನು ತೂಂಗಬಿಟ್ಟಿದ್ದಾಯಿತೆ?" ಎಂದು ಮೆಮೊಗಳನ್ನು ಕಳುಹಿಸುತ್ತಿದ್ದರು. ಡೈರೆಕ್ಟರ ಆಫೀಸಿನಿಂದ "ನಿಮ್ಮ ಅಹವಾಲು ಸರ್ಕಾರದ ಪರಿಶೀಲನೆಯಲ್ಲಿದೆ" ಎಂಬ ಬದಲು, ನನ್ನಿಂದ "ಇನ್ನೂ ಬಂದಿಲ್ಲ" ಎಂಬ ಬದಲು ನಮ್ಮ ಆಫೀಸನ್ನು ತಲಪುತ್ತಿತ್ತು. ಎಂದರೆ, ಫೈಲು ಇನ್ನೂ ಫೈಸಲಾಗಿರಲಿಲ್ಲ.

ನಾಲ್ಕು ವರ್ಷಗಳಾದಾಗ ಭಾರತ-ಚೈನ ಕದನ ಆರಂಭವಾಗಿ ಎಮರ್ಜೆನ್ಸಿ ಜಾರಿಯಲ್ಲಿತ್ತು. ಸರ್ಕಾರದ ಸಾಧಾರಣ ಖರ್ಚುಗಳಿಗೂ ಖೋತ ಬಂದಿತ್ತು. ಈ ಕಾರಣವನ್ನು ಮುಂದುಮಾಡಿಕೊಂಡು ಸರ್ಕಾರ ಹೀಗೆ ಬದಲು ಬರೆಯಿತು: "ಈಗ

ಉಂಟಾಗಿರುವ ಹಣಕಾಸಿನ ಅಭಾವದಿಂದಲೂ ದೇಶದ ದುಃಸ್ಥಿತಿಯಿಂದಲೂ ಫ್ಯಾನುಗಳನ್ನು ಸದ್ಯಕ್ಕೆ ಮಂಜೂರು ಮಾಡುವುದಕ್ಕಾಗುವುದಿಲ್ಲ ಎಂದು ಸರ್ಕಾರ ವಿಷಾದಿಸುತ್ತದೆ."

ನನಗೆ ವಾಟ್ಸ್‌ನ 'ಹೋಪ್' ಎಂಬ ವರ್ಣಚಿತ್ರ ನೆನಪಿಗೆ ಬರುತ್ತದೆ. ಭೂಗೋಲದ ಉತ್ತರ ಧ್ರುವದಲ್ಲಿ ಒಬ್ಬಾಕೆ ಕುಳಿತಿದ್ದಾಳೆ, ಕುರುಡಿ; ಕೈಯಲ್ಲೊಂದು 'ಹಾಪ್' ವಾದ್ಯ: ತಂತಿಗಳು ಕಿತ್ತುಹೋಗಿ ಒಂದೇ ಒಂದು ಮಾತ್ರ ಉಳಿದುಕೊಂಡಿದೆ. ಈ ಒಂದು ತಂತಿಯ ಮಿಡಿತವೇ ಆಸೆಯನ್ನು ಜೀವಂತವಾಗಿಟ್ಟಿದೆ. ಈ ಹಿನ್ನಲೆಯಿಂದ ಇಲ್ಲಿ 'ಸದ್ಯಕ್ಕೆ' ಎಂಬ ಪದದ ಉಪಯೋಗದಿಂದ "ಇನ್ನೂ ಆಸೆಯನ್ನು ಬಿಟ್ಟುಬಿಡಬೇಡ" ಎಂಬ ವ್ಯಾಖ್ಯಾನ ವಿಪರೀತವೇನಲ್ಲವಲ್ಲ!

ಎಮರ್ಜೆನ್ಸಿ ಯಾವಾಗ ಕೊನೆಗೊಳ್ಳುವುದೆಂದಾಗಲಿ ಸರ್ಕಾರದ ಹಣಕಾಸಿನ ಕಾರ್ಪಣ್ಯಕಾಲ ಯಾವಾಗ ಕೊನೆಗೊಳ್ಳುವುದೆಂದಾಗಲಿ ಭವಿಷ್ಯ ಹೇಳುವುದಕ್ಕೆ ಸಾಧ್ಯವಿಲ್ಲ. ಮುಂದಕ್ಕೆ ಒದಗಬಹುದಾದ ಸಮೃದ್ಧಿಯ ಕಾಲ ಬರುವ ವೇಳೆಗೆ ನಾನು 'ರಿಟೈರ್' ಆಗಿಬಿಡಲೂ ಬಹುದು. ನೌಕರಿಯಲ್ಲಿರುವಷ್ಟು ದಿನವಾದರೂ ದೇಹಸೌಖ್ಯದಿಂದಿರೋಣ ಎಂಬ ಆಸೆಯಿಂದ ಸರ್ಕಾರಕ್ಕೆ ಬರೆದುಕೊಂಡೆ: "ನನ್ನ ಸ್ವಂತ ಖರ್ಚಿನಿಂದ ಮೂರು ಫ್ಯಾನುಗಳನ್ನು ಹಾಕಿಸಿಕೊಳ್ಳಲು ಅನುಮತಿ ಕೊಡಬೇಕು."

ಎರಡು ತಿಂಗಳಾದ ಬಳಿಕ ಡೈರೆಕ್ಟರ ಆಫೀಸಿನಿಂದ ಬಂತು ಉತ್ತರ: "ನಿಮ್ಮ ನಿಲುವಿಗೆ 'ಜಸ್ಟಿಫಿಕೇಷನ್' ತೋರಿಸಿ."

ನನ್ನ 'ಜಸ್ಟಿಫಿಕೇಷನ್': "ವಯಸ್ಸಿನಿಂದಲೂ ಸರ್ವಿಸಿನಿಂದಲೂ ಬೇಗ ಬೇಗ ಮುದುಕನಾಗುತ್ತಿದ್ದೇನೆ. ಚಿಕ್ಕಂದಿನಿಂದಲೂ ನನ್ನದು ಬೆವರು ಮೈ. ಈ ಊರಿನ ಹವದಲ್ಲಂತೂ ೨೪ ಗಂಟೆಯೂ ಮೈ ಬೆವರು ಸುರಿಯುತ್ತಲೇ ಇರುತ್ತದೆ. ಫ್ಯಾನಿನ ಗಾಳಿಯಿದ್ದರೆ ಅಷ್ಟು ಬೆವರುವುದಿಲ್ಲ. ದಿನಕ್ಕೆ ನಾಲ್ಕೈದು ಗಂಟೆ ಒಂದೇ ಪ್ರಕಾರ ಮೈಕ್ರಾಸ್ಕೋಪಿನಲ್ಲಿ ನೋಡುತ್ತೇನೆ. ಮೈ-ಬೆವರಿನಿಂದ ಕಣ್ಣು-ರೆಪ್ಪೆಗಳು ಒದ್ದೆಯಾಗುತ್ತವೆ. ಒದ್ದೆ-ರೆಪ್ಪೆಗಳು ಮೈಕ್ರಾಸ್ಕೋಪಿನ ಲೆನ್ಸುಗಳನ್ನು ಸೋಕುತ್ತವೆ. ದೃಶ್ಯ ಮಂಜಾಗುತ್ತದೆ. ಸಾವಿರಾರು ರೂಪಾಯಿ ಬೆಲೆಬಾಳುವ ಮೈಕ್ರಾಸ್ಕೋಪು ಕಾಲಕ್ರಮೇಣದಲ್ಲಿ ಕೆಟ್ಟುಹೋಗುತ್ತದೆ. ಹೀಗೆ ಕೆಟ್ಟುಹೋದ ಮೈಕ್ರಾಸ್ಕೋಪನ್ನು ನಮ್ಮ ದೇಶದಲ್ಲಿ ರಿಪೇರಿ ಮಾಡಿಸಲಾಗದು; ಹೊರ ದೇಶಕ್ಕೆ ಕಳಿಸುವಂತಿಲ್ಲ. ಹೊಸ 'ಸ್ಪೇರ್-ಪಾರ್ಟು'ಗಳನ್ನು ಆಮದು ಮಾಡಲು 'ಲೈಸೆನ್ಸ್' ಸಿಗುವುದಿಲ್ಲ... ದಯವಿಟ್ಟು ಫ್ಯಾನ್‌ಗಳನ್ನು ಮಂಜೂರು ಮಾಡಬೇಕು."

ಆರು ತಿಂಗಳಾದ ಮೇಲೆ ಬಂದ ತೀರ್ಪು: "ಸೆಕ್ಷನ್... ಪ್ರಕಾರ ನೀವು ಸ್ವಂತ ಹಣ ಖರ್ಚುಮಾಡಿಕೊಂಡು ಸ್ವಂತದ್ದಾಗಿಸಿಕೊಂಡಿರುವ ವಸ್ತುಗಳನ್ನು ಸರ್ಕಾರಿ ಕಟ್ಟಡಗಳಲ್ಲಿ ಇಡಬಾರದೆಂದು ಕಾನೂನಿದೆ. ಆದ್ದರಿಂದ ನಿಮ್ಮ ಬೇಡಿಕೆಯನ್ನು

ವಿಷಾದದಿಂದ ನಿರಾಕರಿಸಲಾಗಿದೆ."

'Long communion tends us to make what we are" ಎನ್ನಲಿಲ್ಲವೆ ಮಿಲ್ಟನ್ನನ ಅನುಭವ! ಈ ಹತ್ತು ವರ್ಷದ ಪತ್ರವ್ಯವಹಾರದ 'communion' ನನ್ನನ್ನು ಸರ್ಕಾರದ ರೀತಿ–ನೀತಿಗಳಿಗೆ ಚೆನ್ನಾಗಿ ಪಳಗಿಸಿಕೊಂಡಿತ್ತು. ಅಂದಿನಿಂದ ಫ್ಯಾನಿನ ಸೊಲ್ಲು ಎತ್ತಲಿಲ್ಲ ನಾನು.

* * *

ಇದಾದ ಎರಡು ಮೂರು ವರ್ಷಗಳಲ್ಲಿ ಕಾಲೇಜು ಹೊಸ ಹೊಸ ಕೋರ್ಸುಗಳಿಗೆ ಪಾಠ ಹೇಳಬೇಕಾಗಿ ಬಂತು; ಹೊಸ ಹೊಸ ರೀತಿಯ ಪಾಠಕ್ರಮಗಳನ್ನು ಅನುಸರಿಸಬೇಕಾಗಿ ಬಂತು; ಇಂಗ್ಲಿಷ್ ತಮಿಳು ಮಾಧ್ಯಮಗಳೆರಡೂ ಪಾಠ ಹೇಳುವ ಭಾಷೆಗಳಾಗಿ ಒಂದೊಂದು ಕೋರ್ಸಿಗೂ ಎರಡೆರಡು ತರಗತಿಗಳನ್ನು ಏರ್ಪಡಿಸಬೇಕಾಯಿತು; ಸಂಧ್ಯಾಕಾಲೇಜನ್ನು ತೆರೆಯಬೇಕಾಯಿತು. ಪೂರ್ವಭಾವಿಯಾಗಿ ರೂಮುಗಳಿಗೆ ಹೊಸ ಫ್ಯಾನುಗಳನ್ನೂ ದೀಪಗಳನ್ನೂ ಹಾಕಿಸಬೇಕಾಯಿತು. ಈ ಸಂದರ್ಭದಲ್ಲಿ ನಾನು ಹತ್ತು ವರ್ಷದ ಹಿಂದೆ ಕೇಳಿದ್ದ ಫ್ಯಾನ್‌ಗಳ ಸಂಖ್ಯೆಯನ್ನೂ ನುಗ್ಗಿಸಿದ್ದಾಯಿತು. ಗುಂಪಿನಲ್ಲಿ ನನ್ನದೂ ಗೋವಿಂದ! ಸರ್ಕಾರ ಮಳೆ ಸುರಿಸಿತು. ಬೆಳೆ ಬೆಳೆಯಿತು. ನಾನು ಕೇಳಿದ್ದ ಫ್ಯಾನುಗಳೂ ಮಂಜೂರಾಗಿಬಿಟ್ಟವು. ಮಂಜೂರಾದ ಮೂರು ತಿಂಗಳೊಳಗಾಗಿ ಕೆಲಸವೆಲ್ಲ ಪೂರ್ತಿಯಾಗಿಸಿಬಿಡಬೇಕೆಂದೂ ಆರ್ಡರಿನಲ್ಲಿ ನಮೂದಿಸಲಾಗಿತ್ತು.

ಆರು ತಿಂಗಳು ಕಳೆದ ಮೇಲೆ ಮರಾಮತ್ತು–ಇಲಾಖೆಯ ಅಧಿಕಾರಿ ಬಂದು ನನ್ನ ರೂಮಿನೊಳಗೆ ಎಲ್ಲೆಲ್ಲಿ ಫ್ಯಾನ್‌ಗಳನ್ನು ತೊಂಗಿಬಿಡಬೇಕೆಂದು ನೋಡಿಕೊಂಡು ಹೋದ. ಎಂಟನೆ ತಿಂಗಳಲ್ಲಿ ಎಲೆಕ್ಟ್ರಿಕ್ ಡಿಪಾರ್ಟ್‌ಮೆಂಟಿನವರೂ ಬಂದು ನೋಡಿಕೊಂಡು ಹೋದರು. ಹನ್ನೆರಡನೆ ತಿಂಗಳಲ್ಲಿ ಯಾರೋ ಒಬ್ಬ ಆಳು ಬಂದು ಹೇಳದೆ ಕೇಳದೆ ಸ್ವೇಚ್ಛೆಯಾಗಿ ಚಾವಣಿಯಲ್ಲಿ ಅಲ್ಲಲ್ಲಿ ಮೂರು ದೊಡ್ಡ ತೂತುಗಳನ್ನು ಮಾಡಿ, ಚಾವಣಿಯಲ್ಲಿ ಬಿರುಕು ಬಿಡಿಸಿ ಅದೃಶ್ಯನಾದ. ಮಳೆ ಬಿದ್ದು ರೂಮಿನೊಳಗಿದ್ದ ಸಾಮಾನು ಹಾಳಾಯಿತು. ಯಾರಿಗೆ ಫಿರ್ಯಾದು ಕೊಡುವುದು? ಸರ್ಕಾರಕ್ಕೆ ಒರಲಿದೆ, P.W.D. ಗೆ ಒರಲಿದೆ, ಕಂಟ್ರಾಕ್ಟರಿಗೆ ಒರಲಿದೆ, ಎಲೆಕ್ಟ್ರಿಕ್–ಡಿಪಾರ್ಟ್‌ಮೆಂಟಿಗೆ ಒರಲಿದೆ. ಆ ಎನ್ನಲಿಲ್ಲ; ನಂಬಿ ಕರೆದರೂ ಯಾವ ಶಿವನೂ ಓ ಎನ್ನಲಿಲ್ಲ.

ನಾಲ್ಕಾರು ತಿಂಗಳಾದ ಬಳಿಕ ಸರದಿಯ ಪ್ರಕಾರ P.W.D. ಎಲೆಕ್ಟ್ರಿಕ್ ಡಿಪಾರ್ಟ್‌ಮೆಂಟಿನ ಕಂಟ್ರಾಕ್ಟರುಗಳ ದೂತರು ಬಂದರು. "ಏನು ಸ್ವಾಮಿ, ನಾನು ಕೇಳಿದ ತೂತು ಮಾಡಿಲ್ಲವಲ್ಲ!" ಎಂದದ್ದಕ್ಕೆ "ನೀವು ಕೊಟ್ಟ ಪ್ಲಾನಿಗೆ ಸರಿಯಾಗಿ ತಾನೆ ನಾವು ಮಾಡಿದ್ದೇವೆ!" ಎನ್ನುತ್ತ ನಾನು ಕೊಟ್ಟಿದ್ದ ಪ್ಲಾನನ್ನು ಬಿಚ್ಚಿದರು. ಇದಕ್ಕೆ

ವ್ಯತಿರಿಕ್ತವಾಗಿತ್ತು ತೂತುಗಳು! ಕಂಟ್ರಾಕ್ಟರಿನ ದೂತರು ಒಬ್ಬರನ್ನೊಬ್ಬರು ಬೈದರು. ಇನ್ನು ಮೂರು ತೂತುಗಳನ್ನು ನಾನು ಕೇಳಿರುವ ಜಾಗಗಳಲ್ಲಿ ಹೊಡೆಯುವುದೆಂದು ಮಾತನಾಡಿಕೊಂಡರು. ನಾಳೆ ಸಂಜೆಯ ಹೊತ್ತಿಗೆ ಕೆಲಸ ಮುಗಿಸಿರಬೇಕು ಎಂದು ಅವರ ಮುಖಂಡನು ಆಜ್ಞೆ ಕೊಟ್ಟ.

ನಾನೆಂದೆ: "ಮೊದಲು ಈ ತೂತುಗಳನ್ನು ಮುಚ್ಚಿಬಿಡಿ. ಆಮೇಲೆ ಹೊಸ ತೂತು ಮಾಡಲಿ."

ಕಂಟ್ರಾಕ್ಟರ್ ದೂತ: "ತೂತ ಹೊಡೆದುಬಿಡುತ್ತೇನೆ. ಹೇಗಿದ್ದರೂ ಫ್ಯಾನ್ ಹಾಕುವ ಕೊಂಡಿಗಳನ್ನಿಟ್ಟು ಹೊಸ ತೂತುಗಳನ್ನು ಮುಚ್ಚಬೇಕು. ಆಗ ಹಳೆಯವನ್ನೂ ಮುಚ್ಚಿಬಿಡುತ್ತೇನೆ."

P.W.D. ಆಫೀಸರು: "ಯಾಕಯ್ಯ! ಮೊದಲು ಇರುವ ತೂತನ್ನು ಮುಚ್ಚಿ ಆಮೇಲೆ ಹೊಸ ತೂತನ್ನು ಮಾಡಬಾರದು.?"

ದೂತ: "ಅದು ಹೇಗೆ ಸಾರ್ ಸಾಧ್ಯ? ತೂತು ಮುಚ್ಚುವುದಕ್ಕೆ ಬೇಕಾಗಿರುವ ಸಿಮೆಂಟನ್ನು ಹತ್ತು ಮೈಲಿಯಾಚೆಯಿಂದ ತರಬೇಕು. ಇಟ್ಟಿಗೆಯನ್ನು ಅದರಾಚೆಗಿರುವ ಗೂಡಿನಿಂದ ತರಬೇಕು. ನನ್ನ ಕರಣೆಯನ್ನು ತರುವುದಕ್ಕೆ ಅಲ್ಲಿಂದ ಆಚೆಗೆ ಹೋಗಬೇಕು. ಇಷ್ಟೆಲ್ಲ ಒಂದು ದಿನದಲ್ಲಿ ಆಗುವ ಕೆಲಸವಾ?"

"ಕರಣೆಯಿಲ್ಲದೆ ಕೆಲಸಕ್ಕೆ ಏಕಯ್ಯ ಬಂದೆ?"

"ಕರಣೆಯಿಂದ ಯಾರಾದರೂ ತೂತು ಮಾಡುತ್ತಾರಾ?"

P.W.D. ಆಫೀಸರಿಗೆ ಬಾಯಿ ತೆರೆಯದಿರುವುದೇ ಲೇಸೆಂಬ ಅರಿವು ಉಂಟಾಯಿತು.

ಈ ದೂತ ಇನ್ನೂ ಮೂರು ತೂತುಗಳನ್ನು ಹೊಡೆದು ಇನ್ನಷ್ಟು ಅಗಲವಾದ ಬಿರುಕುಗಳನ್ನು ಕಾಣಿಸಿ ಹೊರಟುಹೋದ. ಚಾವಣಿ ಗವಾಕ್ಷಿಯಾಯಿತು. ಬಿರುಕು –ಚಾವಣಿಯ ವಾಸ ನನಗೆ ನಾಲ್ಕು ತಿಂಗಳು ಪ್ರಾಪ್ತವಾಯಿತು. ಎಲೆಕ್ಟ್ರಿಕ್ ಇಲಾಖೆಯ ಆಳು ಬಂದು ನನ್ನ ರೂಮಿನಲ್ಲಿ ಕಬ್ಬಿಣದ ಕೊಕ್ಕೆಗಳನ್ನಿಟ್ಟು "ನಾಳೆ ಬಂದು ಬಿಡುತ್ತೇನೆ. 'ಫಿಕ್ಸ್' ಮಾಡಿಸಿಬಿಡುತ್ತೇನೆ" ಎಂದು ಭರವಸೆ ಕೊಟ್ಟು ಹೋದ. ಇವನ ನಾಳೆ ಒಂದೂವರೆ ತಿಂಗಳ ಬಳಿಕ ಬಂತು. ಕೊಕ್ಕೆಗಳನ್ನು ಇರುಕಿಸಿ ತೂತುಗಳನ್ನು ಮುಚ್ಚಿದ್ದಾಯಿತು. ಒಂದು ಅಧ್ಯಾಯ ಮುಕ್ತಾಯವಾಯಿತು.

ಇನ್ನೊಂದು ಅಧ್ಯಾಯಕ್ಕೆ P.W.D.ಯ ಇನ್ನೊಬ್ಬ ಮೇಲಧಿಕಾರಿ ಬರಬೇಕಾಗಿತ್ತು. ಈತ 'ಕಂಪಲ್ಸರಿ' ರಜದಲ್ಲಿ ನಿದ್ದೆ ಮಾಡುತ್ತಿದ್ದ. ಇವನ ಸ್ಥಾನದಲ್ಲಿ ಬೇರೊಬ್ಬನನ್ನು ನಿಯಮಿಸಿರಲಿಲ್ಲ. ಇವನು ಯಾವಾಗ ಕೆಲಸಕ್ಕೆ ಬರುತ್ತಾನೆಂಬುದು ಯಾರಿಗೂ ಗೊತ್ತಿಲ್ಲ, ಅವನಿಗೂ ಗೊತ್ತಿಲ್ಲ, ಲಂಚವನ್ನು ಚಪ್ಪರಿಸಿದನೆಂಬ ವಿಚಾರಣೆಗೊಳಗಾಗಿದ್ದ. ವಿಚಾರಣೆ ಎಷ್ಟು ದಿನ ನಡೆಯುತ್ತದೆಯೆಂಬುದೂ ಯಾರಿಗೂ ತಿಳಿಯದು. ಆರು ತಿಂಗಳು ಕಳೆದವು. ಕೊನೆಗೆ ಈ ಅಧಿಕಾರಿಯನ್ನೇ

ಕೆಳದರ್ಜೆಯ ನೌಕರನ ಸಂಬಳ ಕೊಟ್ಟು, ಅವನ ಅಧಿಕಾರದ ಹಲ್ಲುಗಳನ್ನು ಕಿತ್ತು, ಬಾಲವನ್ನು ಮೊಟಕುಮಾಡಿ ಅದೇ ಜಾಗದಲ್ಲಿಟ್ಟರು. ಇವನಿಗೆ ಈಗ ಎಲ್ಲರ ಮೇಲೂ ರೇಗಾಟ, ಎಲ್ಲ ವಿಷಯಕ್ಕೂ ಅಸಮಾಧಾನ. ಯಾರ ಮೇಲಿನ ಕೋಪವನ್ನೋ ಯಾರ ಮೇಲೋ ತೋರಿಸುತ್ತ ಹಾರಾಡುತ್ತಿದ್ದ. ಇವನು ಬಂದು ಆಗಿರುವ ಕೆಲಸವನ್ನು ಪರೀಕ್ಷಿಸಿ 'ಒಂದೂ ಸರಿಯಾಗಿಲ್ಲ. ಕೆಲಸ ವಿಪರೀತ ನಿಧಾನಕ್ಕಿಟ್ಟುಕೊಂಡುಬಿಟ್ಟಿದೆ" ಎಂದು ವರದಿ ಮಾಡಿದ. ಇನ್ನೊಂದು ಗುಂಪಿನ ಅಧಿಕಾರಿಗಳು ಇವನ ವರದಿಯನ್ನು ಹಿಡಿದುಕೊಂಡು ಬಂದು ಕೆಲಸವನ್ನು ಪರೀಕ್ಷಿಸಿದರು, ಧರ್ಮಸಂಕಟದಲ್ಲಿ ಸಿಕ್ಕಿಕೊಂಡರು. ಈ ಅಧಿಕಾರಿ ಹೇಳಿದ್ದರಲ್ಲಿ ನಿಜಾಂಶವಿಲ್ಲದೆ ಇರಲಿಲ್ಲ. ವರದಿಯನ್ನು ಅನುಮೋದಿಸಿದರೆ ಎಲ್ಲಿ ತಮ್ಮನ್ನು ಈ 'ಕಂಡೆಮ್ಡ್' ಆಫೀಸರ ಗುಂಪಿಗೆ ಸೇರಿಸಿಬಿಡುತ್ತಾರೋ ಎಂಬ ಭಯ. ಅನುಮೋದಿಸದಿದ್ದರೆ ಎಲ್ಲಿ ನಿಜವನ್ನು ಮರೆಸಿ ಮರು ವರದಿ ಬರೆದಿದ್ದಾರೆ ಎಂದು ಅವರ ಮೇಲಧಿಕಾರಿಗಳಿಗೆ ನಾನು ತಿಳಿಸಿಬಿಡುತ್ತೇನೋ ಎಂಬ ಭಯ. ನನ್ನ ಬಳಿಯೇ ಸಂಧಾನೋಪಾಯಕ್ಕೆ ಪ್ರಥಮ ಸೂತ್ರ ಬಿಚ್ಚಿದರು: "ಸರ್ಕಾರದ ಮೇಲೆ ತಾಮಸದ ತಪ್ಪಿರುವುದೇನೋ ನಿಜ; ಮಾಡಿರುವ ಕೆಲಸ ಸಮರ್ಪಕವಾಗಿಲ್ಲದಿರುವುದೂ ನಿಜ. ಇವನ್ನು ತಾವು ಮರೆತು ಮನ್ನಿಸಿಬಿಡಬೇಕು. ಇನ್ನೊಂದು ತಿಂಗಳಲ್ಲಿ ಫ್ಯಾನನ್ನು ಹಾಕುವ ಜವಾಬ್ದಾರಿಯನ್ನು ನಾವು ಸ್ವಂತವಾಗಿ ವಹಿಸಿಕೊಳ್ಳುತ್ತೇವೆ."

ನಾನು ಕೈ ಮುಗಿದುಕೊಂಡು "ಸ್ವಾಮಿ, ಆಫೀಸರುಗಳೂ ಕಂಟ್ರಾಕ್ಟರೂ ಇದುವರೆಗೂ ವಹಿಸಿದ ಮುತುವರ್ಜಿಯಿಂದ ನೊಂದಿರುವವನು ನಾನು. ಇನ್ನೊಂದು ವರ್ಷದಲ್ಲಿ ಕೆಲಸದಿಂದ ನಿವೃತ್ತನಾಗುತ್ತೇನೆ. ತಾವುಗಳು ನನಗೆ ಏನನ್ನೂ ಮಾಡಬೇಕಾಗಿಲ್ಲ. ಮೇಲ್ಛಾವಣಿಯ ಗವಾಕ್ಷಿಗಳನ್ನು ಮಾತ್ರ ಮುಚ್ಚಿಸಿಬಿಟ್ಟರೆ ನಾನು ಧನ್ಯ. ಇಲ್ಲದಿದ್ದರೆ ಕಳ್ಳಕಾಕರು ಇದರ ಮೂಲಕ ಒಳಕ್ಕಿಳಿದು ಇಲ್ಲಿ ಇರುವ ಸರ್ಕಾರಿ ವಸ್ತುಗಳನ್ನು ದೋಚಿಕೊಂಡು ಹೋಗಬಹುದು. ಆಗ ನಿಮಗೆ ಒಂದು ವಿಧವಾದ ಸಂಕಟ ಬರುತ್ತೆ. ನನಗೆ ನನ್ನ ಪಿಂಚಣಿ ವಿಷಯದಲ್ಲಿ ಸಂಕಟ ಬರುತ್ತೆ. ಫ್ಯಾನಂತೂ ನನಗೆ ಖಂಡಿತ ಬೇಡ. ಮೊದಲು ಗವಾಕ್ಷಿಗಳನ್ನು ಮುಚ್ಚಿಸಿಬಿಡಿ."

ನನ್ನ ಬೇಡಿಕೆಯನ್ನು ಕೇಳಿ ಅವರಿಗೆ ಆಶ್ಚರ್ಯವಾಯಿತು. "ಈಗಾಗಲೇ ಫ್ಯಾನುಗಳಿಗೆ 'ಆರ್ಡರ್' ಹೋಗಿಬಿಟ್ಟಿದೆ. ಅವನ್ನು ನಿಮ್ಮ ರೂಮಿನಲ್ಲಿ 'ಫಿಕ್ಸ್' ಮಾಡದೆ ಹೋದರೆ ನಮಗೆ ತೊಂದರೆ ಬರುತ್ತದೆ..."

"ನಿಮಗೆ ತೊಂದರೆ ಖಂಡಿತ ಬೇಡ. ನಿಮಗೆ ಏನು ತೋರುತ್ತದೋ ಅದನ್ನು ಮಾಡಿ. ನನ್ನನ್ನು ಮಾತ್ರ ಇನ್ನು ಮೇಲೆ ಇದರ ವಿಷಯ ಕೇಳಬೇಡಿ."

ಸಪ್ಪೆ ಮುಖ ಹಾಕಿಕೊಂಡು ಹೊರಟುಹೋದರು.

ಒಂದಾರು ತಿಂಗಳು ಕಳೆದ ಮೇಲೆ ಇದ್ದಕಿದ್ದಂತೆಯೆ ಒಂದು ದಿನ ಲಾರಿಯೊಂದು ಬಂದು ನನ್ನ ರೂಮಿನಲ್ಲಿ ಮೂರು ಫ್ಯಾನುಗಳನ್ನಿಟ್ಟು ಹೋಯಿತು.

ಇಷ್ಟರಲ್ಲಿ ಅಧಿಕಾರಿಗಳ ಬದಲಾವಣೆಯಾಗಿತ್ತು. ಇನ್ನೊಂದು ಮೂರು ತಿಂಗಳು ಕಳೆಯಿತು. ಹೊಸ ಅಧಿಕಾರಿಗಳು ಬಂದರು. ಕೈ ಕೆಳಗಿನ ಅಧಿಕಾರಿಗಳಿಗೆ ಒತ್ತಿ ಹೇಳಿದರು: "ನಾಳೆಯೊಳಗಾಗಿ ಫ್ಯಾನುಗಳು ಕೊಕ್ಕೆಯನ್ನೇರದಿದ್ದರೆ ನಿಮ್ಮನ್ನು 'ಡಿಸ್‌ಮಿಸ್' ಮಾಡಲಾಗುತ್ತೆ."

ಮೇಲಧಿಕಾರಿಗಳು ಬೆನ್ನು ತಿರುಗಿಸಿದೊಡನೆಯೆ ಕೆಳ ಅಧಿಕಾರಿಗಳು ಫ್ಯಾನುಗಳನ್ನು ಕೊಕ್ಕೆಗಳಲ್ಲಿ ಕೂಡಿಸಿ 'ಫಿಕ್ಸ್' ಮಾಡಲು ಅನುವಾದರು. ನಾನು ಸುಮ್ಮನಿರದೆ ಎಚ್ಚರಿಕೆ ಕೊಟ್ಟೆ: "ಕೊಕ್ಕೆಗಳನ್ನು ಸರಿಯಾಗಿ 'ಫಿಕ್ಸ್' ಮಾಡಿಲ್ಲವೆಂದು ನಿಮ್ಮ ಹಿಂದಿದ್ದ ಅಧಿಕಾರಿಯೊಬ್ಬಾತ ವರದಿ ಬರೆದಿದ್ದರು. ಅದನ್ನು ಯಾರೂ ಸರಿಯಾಗಿ ಪರಿಶೀಲಿಸಿ ದಂತೆ ಕಾಣೆ. ಮೊದಲು ಅದನ್ನು ಪರೀಕ್ಷಿಸಿದ ತರುವಾಯ ಫ್ಯಾನನ್ನು ಏರಿಸಬಹುದಲ್ಲವೆ?"

"ಆ 'ಕಂಡೆಮ್ಡ್' ಆಫೀಸರ ರಿಪೋರ್ಟು ತಾನೆ ಸಾರ್! ಅವರು ಹಸಿಹಸಿಯಾಗಿರುವಾಗ ಬಂದು ನೋಡಿದ್ದಿರಬೇಕು ಸಾರ್. ಈಗ ಚೆನ್ನಾಗಿ ಒಣಗಿದೆ. ನೀವೇ ನೋಡಿ ಸರ್" ಎನ್ನುತ್ತ ಸೆಣಬು ದಾರದ ತುಂಡೊಂದನ್ನು ಕೊಕ್ಕೆಗೆ ಕಟ್ಟಿ, ದಾರದ ಇನ್ನೊಂದು ಕೊನೆಯನ್ನು ಹಿಡಿದು ಜಗ್ಗಿಸಿದ. ದಾರ ಕಿತ್ತುಹೋಯಿತು. ಜಯ ಗಳಿಸಿದವನಂತೆ "ನೋಡಿದಿರಾ ಸಾರ್!" ಎಂದ.

"ನೋಡಿದಿರಾ ಸಾರ್!"

"ಫ್ಯಾನಿನ ಭಾರ..." ಎನ್ನುವಷ್ಟರಲ್ಲಿಯೇ "ಸಾರ್, ಇದುವರೆಗೆ ನಾವು ೩೦೦೦ ಫ್ಯಾನ್‌ಗಳನ್ನು 'ಫಿಕ್ಸ್' ಮಾಡಿದ್ದೇವೆ" ಎಂದರು. ಧ್ವನಿಯನ್ನು ಅರಿತುಕೊಂಡು ಸುಮ್ಮನಾದೆ.

ಮೂರು ಫ್ಯಾನುಗಳನ್ನೂ 'ಫಿಕ್ಸ್' ಮಾಡಿದರು. ನನ್ನನ್ನು ಕರೆದು ತೋರಿಸಿದರು. ಸ್ವಿಚ್ಚನ್ನು 'ಆನ್' ಮಾಡಿದರು. ಫ್ಯಾನುಗಳು ತಿರುಗಿದವು. "ನೋಡಿದಿರಾ ಸಾರ್!" ಎಂದರು. ಎರಡು ನಿಮಿಷದೊಳಗಾಗಿ ಒಂದು ಫ್ಯಾನು ಕೊಕ್ಕೆಯೊಡನೆ ಕಳಚಿಕೊಂಡು ನೆಲದ ಮೇಲೆ ಧೊಪ್ಪೆಂದು ಬಿತ್ತು. ಕಳಚಿಕೊಂಡಾಗ ಅದರೊಡನೆ ಒಂದು ಚದುರ ಚಾವಣಿಯನ್ನೂ ಕಿತ್ತು ತಂದಿತ್ತು. ಇನ್ನೊಂದು ನಿಮಿಷವಾದ ಮೇಲೆ ಎರಡನೆಯದೂ ಮೊದಲನೆಯದನ್ನೇ ಹಿಂಬಾಲಿಸಿತು; ಬಿದ್ದ ಭಾರದಿಂದ ನೆಲದಲ್ಲೂ ಒಂದು ದೊಡ್ಡ ಹಳ್ಳವಾಯಿತು, ಇನ್ನೊಂದು ಅರ್ಧ ನಿಮಿಷದಲ್ಲಿ ಮೂರನೆಯದಕ್ಕೂ ಇದೇ ಗತಿ. ಮೂರು ಫ್ಯಾನುಗಳಿಗೂ ಬಾರಿ ಜಖಂ ಆಯಿತು.

"ನಾವು ಹೋಗಿ ಒಡನೆ ರಿಪೋರ್ಟು ಮಾಡಬೇಕು!"

'ಫಿಕ್ಸ್' ಮಾಡಿದ ಕೆಳ ಅಧಿಕಾರಿಗಳು ದಡಬಡಲಾಗಿ ದಿಕ್ಕು ತೋಚದೆ "ನಾವು ಹೋಗಿ ಒಡನೆ ರಿಪೋರ್ಟು ಮಾಡಬೇಕು. ಇಲ್ಲದಿದ್ದರೆ ನಮ್ಮ ಕೆಲಸವೇ ಹೋಗಿಬಿಡುತ್ತದೆ" ಎಂದು ಹೇಳಿಕೊಂಡು ಓಡಿಹೋದರು.

ಇನ್ನೂ ವಾಪಸು ಬಂದಿಲ್ಲ.

* * *

ವಿದ್ಯಾರ್ಥಿ(ಶ)ನಿವೇಶದಲ್ಲಿ

"ಯಾಕೆನ್ನನೀ ರಾಜ್ಯಕೆಳೆತಂದೆ ಹರಿಯೇ
ಎನ್ನ ಕುಲದವರಿಲ್ಲ ಎನಗೊಬ್ಬ ಹಿತರಿಲ್ಲ
ಮನ್ನಿಸುವ ದೊರೆಯಿಲ್ಲ ಮನಕೆ ಜಯವಿಲ್ಲ
ಹೊನ್ನು ರನ್ನಗಳಿಲ್ಲ ಒಲಿಸಿಕೊಂಬುವರಿಲ್ಲ"
-ದಾಸರ ಪದ

ಹೊರ ಊರುಗಳಿಂದ ಬಂದು ನಮ್ಮ ಕಾಲೇಜಿನಲ್ಲಿ ವ್ಯಾಸಂಗ ಮಾಡುವ ಹುಡುಗರಿಗೆ ಕಾಲೇಜಿನ ಹಿಂಬದಿಯಲ್ಲೇ ವಸತಿನಿವೇಶವಿದೆ. ದೇಶೋದ್ಧಾರವಾಗಬೇಕಾದರೆ ದೇಶದಲ್ಲಿ ವಿದ್ಯೆಯ ಹರಡಬೇಕು. ವಿದ್ಯಾಪ್ರಸಾರಕ್ಕೆ ಸ್ಕೂಲು ಕಾಲೇಜುಗಳಿರಬೇಕು. ಇಲ್ಲಿ ವ್ಯಾಸಂಗಕ್ಕೆ ಬರುವ ವಿದ್ಯಾರ್ಥಿಗಳಿಗೆ ವಸತಿ ಸೌಕರ್ಯವಿರಬೇಕು. ವಸತಿಯ ಜತೆಗೆ ಆರೋಗ್ಯಕರವಾದ ಆಹಾರವಿರಬೇಕು. ಈ ಧ್ಯೇಯಗಳಿಗೆ ಮಾರುಹೋಗಿದ್ದ ಹಣವಂತ ಉದಾರಿಗಳು ಕೆಲವರು ಹಾಸ್ಟಲೊಂದನ್ನು ಕಟ್ಟಿಸಿದ್ದಾರೆ. ಇದರ ನಿರ್ವಾಹ ಒಂದು ಮಂಡಲಿಯ ಕೈಲಿದೆ. ವಿದ್ಯಾ ಇಲಾಖೆಯ ಡೈರೆಕ್ಟರು ಅಧ್ಯಕ್ಷ; ಮೂರು-ನಾಲ್ಕು ಕಾಲೇಜುಗಳ ಪ್ರಿನ್ಸಿಪಾಲರು, ರೆವೆನ್ಯೂ ಬೋರ್ಡಿನಿಂದ ಒಬ್ಬಾತ, ಸಾರ್ವಜನಿಕರಿಂದ ಒಬ್ಬಾತ, ಸರ್ಕಾರದ ಪ್ರತಿನಿಧಿಯೊಬ್ಬಾತ (ಇವರೆಲ್ಲ ಸರ್ಕಾರದಿಂದ ನಿಯಮಿತರಾದವರು)- ಇವರು ಹಾಸ್ಟೆಲಿನ ಪಿತೃಗಳು. ನಮ್ಮ ಕಾಲೇಜಿನ ಪ್ರಾಧ್ಯಾಪಕರೊಬ್ಬರು ವಾರ್ಡನಾಗಿರಬೇಕೆಂದು ನಿಯಮವಿದೆ. ಹೀಗಾದರೂ ಇದೊಂದು ಖಾಸಗಿ ಸಂಸ್ಥೆ; ಸರ್ಕಾರದಿಂದ ಹಣದ ಒದವಿಯೇನೂ ಬಾರದು. ಕಾಲೇಜಿನ ಆಡಳಿತಕ್ಕೂ ಹಾಸ್ಟಲಿನ ಆಡಳಿತಕ್ಕೂ ಯಾವ ಸಂಬಂಧವೂ ಇಲ್ಲ.

೧೦-೧೫ ವರ್ಷಗಳ ಹಿಂದೆ ಈ ವಸತಿ-ಗೃಹದಲ್ಲಿ ನಮ್ಮ ಕಾಲೇಜಿನ ವಿದ್ಯಾರ್ಥಿಗಳು ಮಾತ್ರವಲ್ಲ, ಲಾ-ಕಾಲೇಜಲ್ಲೂ ಇನ್ನೊಂದೆರಡು ಖಾಸಗಿ ಕಾಲೇಜುಗಳಲ್ಲೂ ಓದುತ್ತಿರುವ ವಿದ್ಯಾರ್ಥಿಗಳೂ ಇಲ್ಲಿ ತಂಗಬಹುದಾಗಿತ್ತು. ಕ್ರಮೇಣ ಆಯಾ ಕಾಲೇಜುಗಳವರೂ ತಮ್ಮ ತಮ್ಮದೇ ಆದ ಹಾಸ್ಟಲುಗಳನ್ನು ಕಟ್ಟಿಕೊಂಡರು. ನಮ್ಮ ಕಾಲೇಜಿನಲ್ಲಿ ಓದುವವರ ಸಂಖ್ಯೆಯೂ ಬೆಳೆದು ಅವರ ವಸತಿಗಾಗಿ ಹೆಚ್ಚು ಸ್ಥಳ ಬೇಕಾಯಿತು. ಹೀಗಾಗಿ ಈಚೀಚೆಗೆ ಅಲ್ಲಿ ತಂಗುವವರೆಲ್ಲ ನಮ್ಮ ಕಾಲೇಜಿನವರೇ ಆಗಿದ್ದಾರೆ. ಆಡಳಿತ ದೃಷ್ಟಿಯಿಂದ ಕೆಲವು ಅನಾನುಕೂಲಗಳನ್ನು ಒಳಗೊಂಡಿದೆ. ನಾಲ್ಕಾರು ಕಾಲೇಜುಗಳ ವಿದ್ಯಾರ್ಥಿಗಳಿದ್ದಾಗ ಒಂದು ಕಾಲೇಜಿನ ವಿದ್ಯಾರ್ಥಿಗಳು ಇನ್ನೊಂದವರೊಂದಿಗೆ ಮುಷ್ಕರ ಪ್ರದರ್ಶನ, ಪ್ರತಿಭಟನೆಗಳಲ್ಲಿ ಸಹಕರಿಸುತ್ತಿರಲಿಲ್ಲ. ಅವರವರಲ್ಲೇ ಭಿನ್ನಾಭಿಪ್ರಾಯಗಳು ತಲೆದೋರಿ ಅಂಥ ಪ್ರಯತ್ನಗಳು ಅಲ್ಲಲ್ಲೇ ಆರಿಹೋಗುತ್ತಿದ್ದವು. ಈಗ ಹಾಗಲ್ಲ. ಅಲ್ಲಿರುವವರೆಲ್ಲ ಒಂದೇ ಕಾಲೇಜಿಗೆ ಸೇರಿದವರು; ಒಗ್ಗಟ್ಟು ಹೆಚ್ಚಿ ಮುಷ್ಕರಗಳ ತೀಕ್ಷ್ಣತೆಯೂ ಸಂಭವ-ಪ್ರಮಾಣವೂ ಅಧಿಕವಾಗುವುದಕ್ಕೆ ಆಸರೆಯಾಗಿದೆ.

ಹಿಂದಿನ ಕಾಲದಲ್ಲಿ ವಿದ್ಯಾಭ್ಯಾಸ ಮಾಡಬಯಸಿದವರಿಗೆ ಸರ್ಕಾರದಿಂದ ದ್ರವ್ಯ ಸಹಾಯ ಅಷ್ಟೇನೂ ಬರುತ್ತಿರಲಿಲ್ಲ; ಬಂದರೂ ಅದು ವಿದ್ಯಾರ್ಹತೆ ಪಡೆದವರಿಗೆ ಮಾತ್ರ ದತ್ತವಾಗುತ್ತಿತ್ತು. ಬಹು ಮಂದಿ ತಮ್ಮ ಸ್ವಂತ ಹಣವನ್ನು ವ್ಯಯಮಾಡಿ ಕಾಲೇಜು ತೆರ ಕೊಡಬೇಕು; ಅದೇ ಆಕರದಿಂದ ಪಠ್ಯಪುಸ್ತಕಗಳನ್ನು ಕೊಂಡುಕೊಳ್ಳಬೇಕು. ಅದೇ ಬುಗ್ಗೆಯಿಂದ ವಸತಿಗೃಹದ ಖರ್ಚನ್ನು ಪಾವತಿ ಮಾಡಬೇಕು. ಇಂಥ ಸ್ಥಿತಿಯಲ್ಲಿ ವಿದ್ಯಾರ್ಥಿಗೊಂದು ಜವಾಬ್ದಾರಿಯ ಪ್ರಜ್ಞೆ, ತನ್ನ ಹಣದ ವಿನಿಯೋಗದ ಪ್ರಜ್ಞೆ ಸದಾ ಮನಸ್ಸಿನಲ್ಲಿರುತ್ತಿತ್ತು. ಇತರ ಹವ್ಯಾಸಗಳಲ್ಲಿ ತೊಡಗುವುದಕ್ಕೆ ಹಿಂದೇಟು ಹಾಕುತ್ತಿದ್ದ. ಈಗ ಕಾಲ ಬದಲಾವಣೆ ಹೊಂದಿದೆ. ಶೇಕಡ ೯೦ ಮಂದಿಗೆ ಸರ್ಕಾರದಿಂದ ವಿದ್ಯಾರ್ಥಿ-ವೇತನಗಳೋ ಇತರ ಬಗೆಯ ರಿಯಾಯಿತಿಗಳೋ ದೊರಕುತ್ತವೆ. ಪ್ರಜಾಪ್ರಭುತ್ವದಲ್ಲಿ ವಿದ್ಯಾರ್ಹತೆಯಿದ್ದವರನ್ನು ಮಾತ್ರ ಹೀಗೆ ಬೇರೆಯಾಗಿ ವಿಂಗಡಿಸಬಹುದೆ? ಸರ್ವರೂ ಸಮಭಾಗಿಗಳಲ್ಲವೆ? ವಿದ್ಯೆಯ ವಿಷಯದಲ್ಲಿ ತಾರತಮ್ಯಕ್ಕೆ ಎಡೆಯಿರಕೂಡದಲ್ಲವೆ? ಈ ಧ್ಯೇಯದ ಪರಿಣಾಮವಾಗಿ ವಿದ್ಯಾರ್ಥಿ-ವೇತನಗಳನ್ನು ಕೊಡುವುದಕ್ಕೆ ಕೋಮುವಾರು ಒರೆಗಲ್ಲು ಮಾರ್ಗದರ್ಶಿಯಾಗಿ ಒದಗಿದೆ. ಅರ್ಹತೆ-ಅನರ್ಹತೆಗಳ ತಾರತಮ್ಯ ಮಾಯವಾಗಿ, ಹಿಂದುಳಿದ ಕೋಮಿನವರು, ಬಹಳ ಹಿಂದುಳಿದ ಕೋಮಿನವರು, ಮುಂದಕ್ಕೆ ಬರಲಾಗದ ಕೋಮಿನವರು, ಪಟ್ಟಿಯಲ್ಲಿ ನಮೂದಾಗಿಸಿರುವ ಕೋಮಿನವರು ಮೊದಲಾದ ಭೇದಭಾವಗಳು ತಲೆಯೆತ್ತಿವೆ. ಇಂಥವರಿಗೆ ಸರ್ಕಾರ ವಿದ್ಯಾರ್ಥಿ-ವೇತನ ಕೊಡುತ್ತದೆ; ಊಟ-ತಿಂಡಿಗಳಿಗೆ ಸಂಬಂಧ ಪಟ್ಟ ಖರ್ಚಿನಲ್ಲಿ ರಿಯಾಯಿತಿ ತೋರಿಸುತ್ತದೆ; ಪಠ್ಯ-ಪುಸ್ತಕಗಳನ್ನು ಕೊಂಡುಕೊಳ್ಳುವುದಕ್ಕೆಂದೇ ಬೇರೆಯಾಗಿ ಹಣ ಕೊಡುತ್ತದೆ; ಯಾವ ಬಗೆಯ ಹಣವನ್ನೂ ಕೇಳದೆ ಪುಕ್ಕಟೆ

ಊಟ ಹಾಕುವ ಪ್ರತ್ಯೇಕ ಹಾಸ್ಟಲುಗಳೂ ಕೆಲವು ಕೋಮಿನವರಿಗಾಗಿ ಮಾತ್ರ ಮೀಸಲಾಗಿವೆ.

ಮದರಾಸಿನ ನೆಲದ ಮೇಲೆ ಕಾಲಿಟ್ಟು ಕಡಲುಗಾಳಿಯನ್ನು ಉಸಿರಾಡಿದೊಡನೆಯೆ ವಿದ್ಯಾರ್ಥಿಗೆ ಮೈಯೆಲ್ಲ ಥರಥರ ಆಗುತ್ತದೆ. ಮಾರನೆಯ ದಿನವೇ ಹುಡುಗ ಟೆರೆಲಿನ್–ಪ್ಯಾಂಟು ಷರಟುಗಳೊಳಕ್ಕೆ ತನ್ನ ದೇಹವನ್ನು ತುಂಬಿಸುತ್ತಾನೆ. ನಾಲ್ಕು ಸಿನೆಮ ನೋಡುತ್ತಾನೆ. ಹತ್ತು ಹೋಟೆಲುಗಳಿಗೆ ನುಗ್ಗುತ್ತಾನೆ. ಮಧುವಿನ ರುಚಿಯನ್ನೂ ಕಾಣುತ್ತಾನೆ. ಊರಿನ ಅರ್ಧ ಭಾಗವನ್ನು ನೋಡಿಬಿಟ್ಟಿರುತ್ತಾನೆ. ನಾಲ್ಕಾರು ಎಂ.ಎಲ್.ಎ. ಪಿತೃಗಳನ್ನು ಸಂಪಾದಿಸಿ ಕೊಳ್ಳುತ್ತಾನೆ. ಇತರ ಹಾಸ್ಟಲುಗಳಿಗೆ ಹೋಗಿ ಅಲ್ಲಿನ ತಿಂಡಿ–ತೀರ್ಥಗಳ ಏರ್ಪಾಡು ನೋಡುತ್ತಾನೆ. ಅಲ್ಲಿಯ ವಸತಿ ಸೌಕರ್ಯಗಳನ್ನು ಅನುಭವಿಸುತ್ತಾನೆ. ಜೇಬನ್ನು ಬರಿದುಮಾಡಿಕೊಳ್ಳುತ್ತಾನೆ.

ಕಾಲೇಜಿನಲ್ಲಿ ಪ್ರವೇಶ ಸಿಕ್ಕಿದೊಡನೆ ಹಾಸ್ಟಲಿನಲ್ಲಿ ಸೀಟು ಬೇಕೆಂದು ತಗಾದೆ ಮಾಡುತ್ತಾನೆ. "ಹಣ ಕೊಡಬಲ್ಲೆಯ?" ಎಂದು ಕೇಳಿದರೆ ಅವನ ಪರವಾಗಿ ಬಂದಿರುವ ಎಂ.ಎಲ್.ಎ. ಮಹಾಶಯನು ಕಿಡಿಕಿಡಿಯಾಗುತ್ತಾನೆ. "ಏನ್ರಿ, ಹಣ ಕೇಳುತ್ತೀರಿ? ಹಾಸ್ಟಲು ನಿಮ್ಮದೇನ್ರಿ? ನಿಮಗೆ ಬರಬೇಕಾದ ಹಣ ಎಲ್ರಿ ಹೋಗುತ್ತೆ? ಅವನು ವಿದ್ಯಾರ್ಥಿ–ವೇತನಕ್ಕೆ ಅಪ್ಲೈ ಮಾಡುತ್ತಾನೆ. ಸರ್ಕಾರ ಹಣ ಕೊಡುತ್ತದೆ. ನೀವೇನ್ರಿ ಇವನಿಗೂ ಸರ್ಕಾರಕ್ಕೂ ನಡುವೆ ತಲೆ ಹಾಕುತ್ತೀರಿ?" ಎಂಬ ಉತ್ತರವೇ ಸಾಮಾನ್ಯವಾಗಿ ಬರುವಂಥದ್ದು. ಎಂ.ಎಲ್.ಎ. ಹೇಳುವುದೆಲ್ಲ ನಿಜವೆ. ಹುಡುಗನು ವಿದ್ಯಾರ್ಥಿ–ವೇತನಕ್ಕೆ ಅಪ್ಲೈ ಮಾಡುವುದಕ್ಕೆ ಇನ್ನೂ ಒಂದು ತಿಂಗಳಿದೆ. ಅದು ಮಂಜೂರಾಗಿ ಬರುವುದಕ್ಕೆ ಐದಾರು ತಿಂಗಳಾದರೂ ಬೇಕಾಗುತ್ತದೆ. ಅದುವರೆಗೆ ಇವನ ಹಾಸ್ಟಲು ಖರ್ಚು ಸುಮಾರು ೧೦೦೦ ರೂ.ಗಳವರೆಗೂ ಮುಟ್ಟುತ್ತದೆ. ನೂರು ಜನವಿರುವ ಹಾಸ್ಟಲಿನಲ್ಲಿ ೬೦ ಜನ ಈ ಬಗೆಯವರಾದರೆ ಹಾಸ್ಟಲಿನ ಆಡಳಿತಕ್ಕೆ ಯಾವ ಗಣಿಯಿಂದ ದ್ರವ್ಯ ಉಕ್ಕಿ ಹರಿಯಬೇಕು? ಈ ಸಮಸ್ಯೆಯನ್ನು ಎಷ್ಟು ಬಿಡಿಸಿ ಹೇಳಿದರೂ, ಅವನು ಅರ್ಥ ಮಾಡಿಕೊಂಡರೂ, ನಂಬಲೊಲ್ಲ.

ನಾನು ಪ್ರಿನ್ಸಿಪಾಲನ ಮುಳ್ಳು ಮೆತ್ತೆಯಲ್ಲಿ ಕುಳಿತಿದ್ದಾಗ ಹಾಸ್ಟಲಿನಲ್ಲೊಂದು ಅಲ್ಲೋಲ ಕಲ್ಲೋಲ ಸ್ಥಿತಿ ಏರ್ಪಟ್ಟಿತು. ಹಾಸ್ಟಲಿನಲ್ಲಿ ಸರಿಯಾದ ಸೌಕರ್ಯಗಳಿರಲಿಲ್ಲವಂತೆ; ರೂಮುಗಳಿಗೆ ಮೊಸೇಕು ನೆಲ ಹಾಕಿಸಬೇಕಂತೆ; 'ಸಿಲಿಂಗ್–ಫ್ಯಾನು' ತೂಗಿಬಿಡಬೇಕಂತೆ; ಅಟ್ಯೇಚ್ಡ್ ಬಾತ್‌ರೂಮುಗಳನ್ನು ಕಟ್ಟಿಸಬೇಕೆಂತೆ; ಇಡ್ಲಿ ದೋಸೆ ಹಿಟ್ಟುಗಳನ್ನು ರುಬ್ಬಲು ವಿದ್ಯುತ್ ಯಂತ್ರ ಹಾಕಿಸಬೇಕಂತೆ; ಊಟ ಮಾಡುವ ಮೇಜುಗಳಿಗೆ 'ಸನ್ ಮೈಕ್' ಹಾಕಿಸಬೇಕಂತೆ; ಇಂಥ ಐಟಮುಗಳನ್ನು ಪಟ್ಟಿಮಾಡಿ 'ವಾರ್ಡನ್ನು ಯಾವುದಕ್ಕೂ ಗಮನ ಕೊಟ್ಟಿಲ್ಲ. ನಾವು ಮುಷ್ಕರ ಹೂಡುತ್ತೇವೆ' ಎಂದು ನೋಟೀಸು ಪ್ರಿಂಟು ಮಾಡಿಸಿ ಊರೆಲ್ಲ

ಹಂಚಿದರು; ಪೋಸ್ಟರು ಪ್ರಿಂಟು ಹೊಡಿಸಿ, ಊರಿನ ಗೋಡೆಗಳಿಗೆಲ್ಲ ಅಂಟಿಸಿದರು.

ಹಾಸ್ಟಲಿನ ನಿರ್ವಾಹಕ ಮಂಡಲಿಯ ಸಭೆ ಸೇರಿತು. ತುರ್ತು ಪರಿಸ್ಥಿತಿಯನ್ನು ಕುರಿತು ವಿಚಾರ ವಿನಿಮಯವಾಯಿತು. ಠರಾವೊಂದನ್ನು ಮಂಡಿಸಿತು: "ವಾರ್ಡನ್ನು ನಿಲಯದ ವಿದ್ಯಾರ್ಥಿಗಳನ್ನು ಮುಖೇನ ಕಂಡು ಅವರು ಕೇಳಿದ ಐಟಮುಗಳಲ್ಲಿ ಅತಿ ಮುಖ್ಯವಾದವುಗಳು ಯಾವುವು ಎಂದು ಕೇಳಿ ತಿಳಿದುಕೊಳ್ಳುವುದು." ವಾರ್ಡನ್ನು 'ಹಾಸ್ಟಲಿಗರ' ಸಭೆ ಸೇರಿಸಿ ಮೊದಲನೆ ಪ್ರಶ್ನೆಯನ್ನು ಹಾಕಿದಾಗ ಹಾಜರಿದ್ದ ೩೦೦ ಮಂದಿಯೂ ಕೈಯೆತ್ತಿದ್ದರು; ಎರಡನೆ ಪ್ರಶ್ನೆಯನ್ನು ಹಾಕಿದಾಗಲೂ ೩೦೦ ಮಂದಿಯೂ ಕೈಯೆತ್ತಿದ್ದರು. ಇದೇನೋ ಹುಡುಗರ ಹುಡುಗಾಟವೇ. ಆದರೆ ಅಂದಿನ ಸಂದರ್ಭದಲ್ಲಿ ಹಾಸ್ಟಲಿಗರ ವರ್ತನೆಯನ್ನು ಖಂಡಿಸಲಾಗದೆ ಇರಲಿಲ್ಲ. ಹಿಂಬದಿಯಲ್ಲಿದ್ದ ಯಾರೋ ಒಂದಿಬ್ಬರು "ಬರಹದ ಮೂಲಕ ಕೇಳಿದರೆ ಸರಿಯಾದ ಬದಲು ಕೊಡುತ್ತೇವೆ" ಎಂದರು. ವಾರ್ಡನ್ನು ಅವರ ಮಾತನ್ನು ನಿಷ್ಠೆಯಿಂದ ತೆಗೆದುಕೊಂಡು ಮಾರನೆ ದಿನ ಬ್ಯಾಲೆಟ್–ಪೇಪರುಗಳನ್ನು ಕೊಟ್ಟು "ನಿಮ್ಮ ನಿಮ್ಮ ಅಭಿಪ್ರಾಯಗಳನ್ನು ನಮೂದಿಸಿ ಈ ಪೆಟ್ಟಿಗೆಯೊಳಕ್ಕೆ ಹಾಕಿ" ಎಂದು ಹೇಳಿದರು. ೩೦೦ ಹಾಸ್ಟಲಿಗರೂ ಬಹು ಶ್ರದ್ಧೆಯಿಂದ ಓಟಿನ ಚೀಟಿಗಳ ಮೇಲೆ ಬರೆದವರಂತೆ ನಟಿಸಿ ಅವುಗಳನ್ನು ಬ್ಯಾಲೆಟ್ ಪೆಟ್ಟಿಗೆಯೊಳಗೆ ತುರುಕಿದರು. ತೆಗೆದು ನೋಡಿದಾಗ ೨೯೮ ಚೀಟಿಗಳಲ್ಲಿ ಯಾವ ಬರಹವೂ ಇಲ್ಲ. ೨೯೯ನೆಯದರಲ್ಲಿ 'ಎಲ್ಲವೂ ಅತಿ ಮುಖ್ಯವಾದವು' ಎಂಬ ಕಾಲಮಿನಲ್ಲಿ 'ಟಿಕ್' ಚಿಹ್ನೆಯೂ ೩೦೦ರದರಲ್ಲಿ 'ಎಲ್ಲವೂ ಅಷ್ಟು ಮುಖ್ಯವಲ್ಲದವು' ಎಂಬ ಕಾಲಮಿನಲ್ಲಿ ಒಂದು 'ಟಿಕ್' ಚಿಹ್ನೆಯೂ ಇದ್ದವು. ಹಾಸ್ಟಲಿಗರ ಈ ವರ್ತನೆಯನ್ನು ಯಾವ ವಾರ್ಡನ್ನು ತಾನೆ ಸಹಿಸಿಕೊಂಡಾನು? ೩೦೦ ಹಾಸ್ಟಲಿಗರನ್ನೂ ಮೊತ್ತವಾಗಿ ಹೇಸರಕತ್ತೆಗಳು ಎಂದುಬಿಟ್ಟ!

ಆ ದಿನ ಮಧ್ಯರಾತ್ರಿಯಲ್ಲಿ ಬಿಸಿಲು ಮಚ್ಚಿನ ಮೇಲೆ ಹಾಸ್ಟಲಿಗರ ಸಭೆ ನೆರೆಯಿತು, ಕಾರ್ಯಸಮಿತಿ (Action Committee) ಯ ಅಧ್ಯಕ್ಷನು ಭಾಷಣ ಮಾಡಿದ. ವಾರ್ಡನ್ನು ಹಾಸ್ಟಲಿಗರನ್ನು ವಂಚಿಸಿ ತನ್ಮೂಲಕ ಒಲಿಸಿಕೊಳ್ಳಲು ಉಪಾಯ ಹೂಡಿದ್ದಾನಂತೆ. ಹಿಂದಿನ ಸಂಜೆ ಅವರು ಏರ್ಪಡಿಸಿದ್ದ ಸಭೆಯೂ, ಇಂದಿನ ಬೆಳಿಗ್ಗೆ ಅವರು ನಡೆಸಿದ ಓಟಿಂಗ್ ಪ್ರಹಸನವೂ ಈ ವಂಚನೆಯ ಉದ್ದೇಶಗಳಂತೆ. ತಮ್ಮ ಪ್ರತಿಭಟನೆಯನ್ನು ವ್ಯಕ್ತಪಡಿಸುವುದಕ್ಕಾಗಿ ನಾಳೆಯಿಂದ ಮೆಸ್ಸಿನಲ್ಲಿ ಊಟ ತಿಂಡಿಗಳನ್ನು ತೆಗೆದುಕೊಳ್ಳಕೂಡದು ಎಂದು ತೀರ್ಮಾನಿಸಿದರು. ಈ ತೀರ್ಮಾನವನ್ನು ಯಾರಿಗೂ ತಿಳಿಸಕೂಡದೆಂದು ತಿಳಿಸಿದವರನ್ನು ದ್ರೋಹಿಯೆಂದು ಗಣಿಸಿ ಅವರ ಕೈಕಾಲುಗಳ ಉಪಯೋಗವನ್ನು ತಪ್ಪಿಸಲಾಗುವುದೆಂದೂ ಠರಾವು ಮಾಡಿದರು.

ಮಾರನೆ ಬೆಳಿಗ್ಗೆ ಎದ್ದವರು ಒಬ್ಬೊಬ್ಬರೂ ಮೆಸ್ಸಿನ ಕಡೆ ಹೋಗುವುದನ್ನು ಬಿಟ್ಟು ಹಾಸ್ಟಲಿನ ಹೊರಗಿರುವ ಹೋಟಲುಗಳಿಗೆ ಹೋಗಿ ತಿಂದು ಬಂದರು.

ಮಧ್ಯಾಹ್ನ ರಾತ್ರಿಯ ಊಟಗಳನ್ನು ಹೀಗೆಯೇ ಮಾಡಿದರು. ಮೆಸ್ಸಿನಲ್ಲಿ ತಯಾರು ಮಾಡಿದ್ದ ಊಟ-ತಿಂಡಿಗಳನ್ನು ಮೋರಿಯಲ್ಲಿ ಸುರಿದದ್ದಾಯಿತು. ಹೀಗೆ ಎರಡು ದಿನ ಕಳೆದವು. ಕೆಲವು ಹಾಸ್ಟಲಿಗರು ವಾರ್ಡನನ್ನು ಕಂಡು ತಮ್ಮ ತಮ್ಮಲ್ಲಿಯೇ ನಡೆದ ಮಾತುಕತೆಗಳಲ್ಲಿ ಎಚ್ಚರಿಕೆಯಿಂದ ಒಂದು ಭಾಗವನ್ನು ಮಾತ್ರ ಹೇಳಿ ಹೋದರು. ಮೂರನೆಯ ದಿನ ಒಬ್ಬೊಬ್ಬ ಹಾಸ್ಟಲಿಗನೂ ಪ್ರತ್ಯೇಕವಾಗಿ "ನಾನು ಜರೂರಾಗಿ ಊರಿಗೆ ಹೋಗಬೇಕಾಗಿದೆ. ದಯವಿಟ್ಟು ೨೫ ರೂಪಾಯಿ ಅಡ್ವಾನ್ಸ್ ಕೊಡಬೇಕು" ಎಂಬ ಮನವಿಯನ್ನು ಬರೆದುಕೊಟ್ಟ. ವಾರ್ಡನಿಗೆ ಪಿಕಲಾಟ. ೩೦೦ × ೨೫ = ೭೫೦೦ ರೂಪಾಯಿ! ಎಲ್ಲಿಂದ ತರುವುದು? ಒಬ್ಬೊಬ್ಬನ ಮೇಲೂ ಈಗಾಗಲೇ ೭೫೦ ರಿಂದ ೧೦೦೦ ರೂಪಾಯಿಗಳವರೆಗೂ ಬಾಕಿ ನಿಂತಿದೆ. ಹೀಗಿರುವಾಗ ಯಾರನ್ನು ನಂಬಿ ಇವರಿಗೆ ಅಡ್ವಾನ್ಸ್ ಕೊಡುವುದು. ಅಧ್ಯಕ್ಷರನ್ನು ಸಂಧಿಸಿ ಅರಿಕೆ ಮಾಡಿದಾಗ "ರೀ, ಈಗಾಗಿರುವ ಅನಾಹುತಗಳೇ ಸಾಕು. ರಿಜರ್ವ್ ಫಂಡಿನಿಂದ ಕೊಟ್ಟುಬಿಡಿ. ಒಂದು ನಾಲ್ಕು ದಿನ ಊರಿಗೆ ಹೋಗಿ ಬರಲಿ. ಎಲ್ಲವೂ ಶಾಂತವಾಗುತ್ತದೆ. ನಿಮ್ಮ ಪೀಡೆ ಕಳೆಯುತ್ತದೆ!" ಎಂದರು.

ಹಣ ತೆಗೆದುಕೊಂಡರು. "ಯಾವಾಗ ಊರಿಗೆ ಹೋಗುತ್ತೀರಿ" ಎಂದದ್ದಕ್ಕೆ ಈಗ, ರಾತ್ರಿ, ನಾಳೆ ಎಂದು ಬದಲು ಹೇಳಿದರಾದರೂ ಒಬ್ಬನಾದರೂ ಹಾಸ್ಟಲನ್ನು ಬಿಡಲಿಲ್ಲ. ಊರನ್ನು ಬಿಡಲಿಲ್ಲ. ಕೊಟ್ಟ ಹಣವನ್ನು ದಿನದ ಕಾಫಿ ತಿಂಡಿ ಊಟ ಸಿನೆಮಗಳಿಗಾಗಿ ವ್ಯಯ ಮಾಡಿದರು. ಇತ್ತ ಕಾಲೇಜಿಗೂ ಬರಲಿಲ್ಲ. ನಡು ರಾತ್ರಿಯಲ್ಲಿ ಸಭೆ ನಡೆಸುವುದು; ಬೆಳಗಿನ ಉಪಾಹಾರವಾದ ತರುವಾಯ ಹಾಸ್ಟಲು ಬಾಗಿಲಿಂದ ಮೆರವಣಿಗೆ ಹೊರಡುವುದು; ಬಾಯಿಗೆ ಬಂದಂತೆ ಆಶ್ಲೀಲವಾದ ಗುಂಪು ಕೂಗುಗಳನ್ನು ಕೂಗುವುದು; ಅವನ್ನೇ ದೊಡ್ಡ ದೊಡ್ಡ ಬೋರ್ಡುಗಳಲ್ಲಿ ಬರೆದು ಮೆರವಣಿಗೆಯಲ್ಲಿ ಹಿಡಿದುಕೊಳ್ಳುವುದು; ಮಧ್ಯಾಹ್ನದ ವೇಳೆಗೆ ಎಲ್ಲಿಯೋ ಏನೋ ತಿಂದು ಬಂದು ಹಾಸ್ಟಲಿನಲ್ಲಿ ನಿದ್ದೆ ಮಾಡುವುದು-ಇದು ದಿನಚರಿಯಾಯಿತು.

ಆಳಿತದ ವರ್ಗದ ಕಳವಳ ತೀಕ್ಷ್ಣವಾಯಿತು. ಹಾಸ್ಟಲ್-ಪಿತೃಗಳ ಸಭೆ ನಡೆಯಿತು. ಸಂಧಾನೋಪಾಯಗಳು ಜರುಗಿದವು. ಹಾಸ್ಟಲಿನ ಪಿತೃಗಳಲ್ಲಿ ಮೂವರು, ಹಾಸ್ಟಲಿಗರ ಪ್ರತಿನಿಧಿಗಳು ಮೂವರು ಈ ಮಾತುಕತೆಗಳಲ್ಲಿ ಭಾಗವಹಿಸಿ ತೀರ್ಮಾನಕ್ಕೆ ಬರಬೇಕೆಂದು ನಿರ್ಣಯವಾಯಿತು. "ಈಗ ನಿಮಗೇನು ಬೇಕು? ನೇರವಾಗಿ ತಿಳಿಸಿ" ಎಂದು ಪಿತೃಗಳು ಕೇಳಿದ್ದಕ್ಕೆ "ನಮಗೆ ಈ ವಾರ್ಡನ್ ಬೇಡ" ಎಂದು ನೇರವಾಗಿ ನುಡಿದರು.

"ಯಾಕೆ? ನೀವು ಕೇಳಿದ ವಸತಿ-ಸೌಕರ್ಯಗಳನ್ನು ಮಾಡಿಕೊಡುತ್ತಿದ್ದೇವಲ್ಲ? ಇನ್ನೇನು ನಿಮ್ಮ ಸಂಕಟ?"

"ನಮಗೆ ಈಗಿನ ವಾರ್ಡನ್ ಬೇಡ."

"ನಿಮ್ಮ ನಿಜವಾದ ಬೇಡಿಕೆ ಇದಾದರೆ ಮೊದಲೇ ಹೀಗೇಕೆ ಕೇಳಲಿಲ್ಲ?"

"ನಮಗೆ ಈಗಿನ ವಾರ್ಡನ್ ಬೇಡ."

"ಊರಿಗೆ ಹೋಗುತ್ತೇವೆಂದು ಹಣ ತೆಗೆದುಕೊಂಡಿದ್ದೀರಲ್ಲ. ಯಾಕೆ ಊರುಗಳಿಗೆ ಹೋಗಲಿಲ್ಲ?"

"ನಾವು ಊರುಗಳಿಗೆ ಹೋಗಿಬಿಟ್ಟಿದ್ದರೆ ವಾರ್ಡನ್ ವಿರುದ್ಧ ನೀವು ಬಂದು ಚಳುವಳಿ ನಡೆಸುತ್ತಿದ್ದಿರಾ?"

ಹಾಸ್ಟಲ್-ಪಿತೃಗಳು ಗಮ್ಮಾದರು. ನಮಗಿದೆಲ್ಲಿಯ ಹಣೆಬರಹವೆಂದು ಕೊಂಡು, ತೀರ್ಮಾನವನ್ನು ಡೈರೆಕ್ಟರಿಗೆ ತಿಳಿಸಿದರು– "ಬೇರೆ ವಾರ್ಡನ್ ಬೇಕಂತೆ."

ಡೈರಕ್ಟರ ಮೈ ಬೆವರಿ ಕುರ್ಚಿಯೆಲ್ಲ ಒದ್ದೆಯಾಯಿತು. ಕೊನೆಗೆ ಧೈರ್ಯ ತಂದುಕೊಂಡು, ವಾರ್ಡನನ್ನು ಕುರಿತು ಹೇಳಿದರು: "ಇಂಥ ಸಂದರ್ಭಗಳಲ್ಲಿ ಅವಶ್ಯವಾಗಿ ಬೇಕಾಗಿರುವುದು ಟ್ಯಾಕ್ಟ್. ಈಗಿನ ವಿದ್ಯಾರ್ಥಿಗಳನ್ನು ನಮ್ಮ ಕಡೆ ಒಲಿಸಿಕೊಳ್ಳಬೇಕಾದರೆ ಟ್ಯಾಕ್ಟ್‌ಫುಲ್ಲಾಗಿ ನಡೆದುಕೊಳ್ಳಬೇಕು. ಟ್ಯಾಕ್ಟ್‌ಫುಲ್ಲಾಗಿ ಅವರನ್ನು ಹ್ಯಾಂಡಲ್ ಮಾಡಬೇಕು. ಹಾಸ್ಟಲಿಗರ ಸಭೆಯೊಂದನ್ನು ಕರೆಯಿರಿ. ನಾನು ಬಂದು ಖುದ್ದು ಮಾತನಾಡುತ್ತೇನೆ."

ವಾರ್ಡನ್ನು ಸಭೆಗೆ ಮುಹೂರ್ತ ಗೊತ್ತು ಮಾಡಿ ನೋಟೀಸು ಕಳುಹಿಸಿ ಹಾಸ್ಟಲಿಗರ ಸಹಿ ಬೇಕೆಂದು ಕಾಗದವನ್ನು ಕಳುಹಿಸಿದ. ಎಲ್ಲರೂ ಸಹಿ ಮಾಡಿದರು. ವಾರ್ಡನ್ನು ಹವ ಬದಲಾಯಿಸಿತೆಂದೂ ತನ್ನ ಅದೃಷ್ಟ ಮರಳಿ ಬಂದಿತೆಂದೂ ಹಿಗ್ಗಿಹೋದ. ಹಾಸ್ಟಲಿಗರ ವರ್ತನೆಯನ್ನು ಡೈರೆಕ್ಟರಿಗೆ ತಿಳಿಸಿದ. ಅವರು ಹಿಂದೆ ನುಡಿದ ಪಲ್ಲವಿಯನ್ನೇ ಹಾಡಿದರು. "ನೋಡಿದಿರಾ? ಟ್ಯಾಕ್ಟ್-ಫುಲ್ಲಾಗಿ ನಾವು ನಡೆದುಕೊಂಡರೆ ಎಂಥ ದುಷ್ಟ ಕಪಿಗಳನ್ನಾದರೂ ಒಗ್ಗಿಸಿಕೊಂಡು ಬಿಡಬಹುದು!" ಎಂದರು. ನನಗೆ ಫೋನು ಮಾಡಿ "ಸ್ವಾಮಿ, ಮೀಟಿಂಗಿಗೆ ನೀವೂ ಬಂದುಬಿಡಿ. ಎಷ್ಟಾದರೂ ನಿಮ್ಮ ವಿದ್ಯಾರ್ಥಿಗಳು ತಾನೆ! ನೀವೂ ಅಲ್ಲಿದ್ದರೆ ಅವರಿಗೊಂದು ಆತ್ಮೀಯತಾ ಭಾವ ಉಂಟಾಗುತ್ತದೆ" ಎಂದರು.

"ನನಗೇನೋ ಸ್ವಲ್ಪ ಸಂದೇಹವೇ."

"ಯಾಕ್ರಿ?"

"ಮೀಟಿಂಗಿಗೆ ಹಾಸ್ಟಲಿಗರು ಹಾಜರಾಗುತ್ತಾರೆಯೆ ಎಂದು."

"ನೀವೇನ್ರಿ, ಯಾವಾಗಲೂ ಅಪಶಕುನ! ಹಾಸ್ಟಲಿಗರೆಲ್ಲರೂ ಸಹಿ ಹಾಕಿದ್ದಾರೆಂದು ವಾರ್ಡನ್ ತಿಳಿಸಿದ್ದಾರೆ."

"ಹಾಗಾದರೆ ನನ್ನ ಸಂದೇಹ ಇನ್ನೂ ಬಲವಾಯಿತು!"

"ಎಂದರೆ?"

"ಒಬ್ಬನೂ ತಲೆ ತೋರಿಸುವುದಿಲ್ಲ!"

“ರೀ, ನಿಮಗೆ ಯಾವಾಗಲೂ ಒಂದು ದುರ್ವಿದ್ಯ–ಕುಚೇಷ್ಟೆಯ ಮಾತುಗಳನ್ನಾಡುವುದು; ಈಗಿನ ವಿಷಮ ಸ್ಥಿತಿಯನ್ನು ಸ್ವಲ್ಪ ಸೀರಿಯಸ್ ಆಗಿ ನೀವು ತೆಗೆದುಕೊಳ್ಳಬೇಕು. ನಿಮ್ಮ ಅಲಾಲುಟೋಪಿತನವನ್ನು ಬಿಡಿ! ವಿದ್ಯಾರ್ಥಿಗಳಲ್ಲಿ ನಿಮಗೆ ಸ್ವಲ್ಪವೂ ನಂಬಿಕೆಯಿಲ್ಲದಿರುವ ಹಾಗಿದೆ. ನಾನು ಬಂದು ಮಾತನಾಡುತ್ತೇನೆ...”

“ಅದನ್ನು ಕೇಳಲಿಕ್ಕೆ ಖಂಡಿತ ಬರುತ್ತೇನೆ. ಖಂಡಿತ ಬರುತ್ತೇನೆ, ತಮ್ಮ ಭಾಷಣವನ್ನು ಕೇಳುತ್ತೇನೆ, –ಅದಕ್ಕನುಸಾರವಾಗಿ ವಿಧೇಯತೆಯಿಂದ ನಡೆದುಕೊಳ್ಳುತ್ತೇನೆ.”

ಗೊತ್ತಾದ ಹೊತ್ತಿಗೆ ಹೋದೆ. ಡೈರೆಕ್ಟರು, ವಾರ್ಡನ್ನು, ನಾನು ಈ ಮೂವರೇ ಸಭೆಗೆ ಹಾಜರಾಗಿದ್ದವರು. ಹಾಸ್ಟಲು ಖಾಲಿ, ಒಬ್ಬ ಹಾಸ್ಟಲಿಗನ ಸುಳಿವೂ ಇಲ್ಲ! ಕಾಲು ಗಂಟೆ ಕಾದರು. ಅರ್ಧ ಗಂಟೆ ಕಾದರು, ಡೈರೆಕ್ಟರು ನಮ್ಮಿಬ್ಬರಿಗೂ ‘ಪರ್ಸನಲ್ ಟಚ್’ ಬಂದಿದ್ದು ಬಿಟ್ಟರೆ ಹೇಗೆ ನಾವು ಎಷ್ಟು ಕಠಿನವಾದ ಸಂದರ್ಭಗಳನ್ನು ಸುಗಮವಾಗಿ ದಾಟಬಹುದೆಂಬ ವಿಷಯವನ್ನು ತಮ್ಮ ಸ್ವಂತ ಅನುಭವದಿಂದ ಉದಾಹರಣೆಗಳನ್ನು ಕೊಟ್ಟು ವಿಶದೀಕರಿಸುತ್ತಿದ್ದರು. ಹೀಗೊಂದು ಗಂಟೆ ಕಳೆಯಿತು. ಕೊನೆಗೆ ನನ್ನ ಮುಖವನ್ನು ಗಂಟು ದೃಷ್ಟಿಯಿಂದ ನೋಡಿ “ಅದಾವ ನಾಲಗೆಯೋ ನಿಮ್ಮದು! ಅದು ಪಲುಕಿದ ಭವಿಷ್ಯ ನಿಜವಾಗಿಬಿಟ್ಟಿತಲ್ರಿ!” ಎಂದರು.

“ಅದಾವ ನಾಲಗೆಯೋ ನಿಮ್ಮದು!”

“ನನ್ನ ವಿದ್ಯಾರ್ಥಿ ಬಳಗವನ್ನು ನಾನು ಅರಿಯೆನೆ?”

ಆ ಮಧ್ಯಾಹ್ನವೇ ಹಾಸ್ಟಲು ಬರಿದಾಯಿತಂತೆ. ಹಾಸ್ಟಲಿಗರು ಸಂದೇಹ ಬರದಂಥ ಸಣ್ಣ ಸಣ್ಣ ಗುಂಪುಗಳಾಗಿ ಹೋಗಿ ಯಾವುದೋ ಚೌಕದಲ್ಲಿ ಸೇರಿದರಂತೆ. ಹಾಸ್ಟಲಿನಲ್ಲಿ ಏರ್ಪಾಟಾಗಿದ್ದ ಮೀಟಿಂಗಿನ ಮುಹೂರ್ತಕ್ಕೆ ಸರಿಯಾಗಿ ಮಂತ್ರಿಗಳ ಮನೆಗೆ ಮೆರವಣಿಗೆಯಲ್ಲಿ ಹೋಗಿ “ನಮಗೆ ಬೇರೆ ವಾರ್ಡನ್ ಬೇಕು” ಎಂದು ದಾಂಧಲೆಯೆಬ್ಬಿಸಿದರಂತೆ. ಮಂತ್ರಿಗಳು ಊರಿನಲ್ಲಿಲ್ಲವೆಂದು ತಿಳಿದು ಬಂದರೂ ಜಾಗ ಬಿಟ್ಟು ಕದಲಲಿಲ್ಲವಂತೆ. ರಾತ್ರಿ

ಹತ್ತು ಗಂಟೆಯವರೆಗೂ ಅವರ ಮನೆಯೆದುರಿನಲ್ಲೇ ಗುಂಪುಕೂಗುಗಳನ್ನು ಘೋಷಿಸುತ್ತಿದ್ದು ವಾಪಸು ಬರುವಾಗ ಹೋಟಲೊಂದಕ್ಕೆ ನುಗ್ಗಿದರು. ಹೋಟಲು ಮಾಲೀಕ "ಇಬ್ಬರಿಗೆ ಸಾಕಾಗುವಷ್ಟು ಮಾತ್ರ ಊಟವಿದೆ" ಎಂದದ್ದಕ್ಕೆ "ಉಳಿದವರಿಗೂ ಮಾಡಿ ಬಡಿಸು" ಎಂದು ಆಜ್ಞೆ ಮಾಡಿ ಅವನನ್ನು 'ಘೇರಾವ್' ಮಾಡಿದರಂತೆ. ಹೋಟಲು ಸಿಬ್ಬಂದಿಯವರಿಗೂ ಹಾಸ್ಟಲಿಗರಿಗೂ ತಕರಾರು ಆರಂಭವಾಯಿತು. ಕೈಕೈ ಯುದ್ಧದಲ್ಲಿ ಎರಡು ಕಡೆಯವರೂ ಪೆಟ್ಟು ತಿಂದರು, ಮೇಜು ಕುರ್ಚಿಗಳು ಲಟಪಟ ಮುರಿದವು. ಗಾಜಿನ ಸಾಮಾನುಗಳು ಪುಡಿ ಪುಡಿಯಾದವು. ಪೊಲೀಸಿನವರು ಬಂದರು. ನಾಲ್ಕೈದು ಹಾಸ್ಟಲಿಗರನ್ನೂ ಹೋಟಲು ಸಿಬ್ಬಂದಿಯವರಿಬ್ಬರನ್ನೂ ವಿಚಾರಣೆಗೆಂದು ಠಾಣೆಗೆ ಕರೆದೊಯ್ದರು. ಇತರ ಹಾಸ್ಟಲಿಗರು ದಿಕ್ಕಾಪಾಲಾಗಿ ಓಡಿಹೋದರು. ಮಾರನೆ ದಿನದ ವಾರ್ತಾ ಪತ್ರಿಕೆಗಳ ಮೂಲಕ ಈ ಸುದ್ದಿ ಊರೂರನ್ನು ಮುಟ್ಟಿತು.

ಮದರಾಸಿನ ಹೋಟಲಿಗರು ತಟಸ್ಥರಾದರು. ಹಾಸ್ಟಲಿನ ಸುತ್ತಮುತ್ತಲಿದ್ದ ಹೋಟಲುಗಳಲ್ಲಿ ಹಾಸ್ಟಲಿಗರಿಗೆ ಆದರ ದೊರೆಯುವುದು ನಿಂತಿತು. ಒಂದು ಕಪ್ಪು ಕಾಫಿ ಸಿಗುವುದು ಕೂಡ ಕಷ್ಟವಾಯಿತು. ಹಾಸ್ಟಲಿಗರಲ್ಲಿ ಒಂದಿಬ್ಬರು ವಾರ್ಡನಿನ ಬಳಿ ಬಂದು ಗೋಳು ತೋಡಿಕೊಂಡರು. ಮೆಸ್ಸನ್ನು ತೆರೆಯಬೇಕೆಂದು ಮನವಿ ಮಾಡಿಕೊಂಡರು. ಡೈರೆಕ್ಟರ್ ಸಾಹೇಬರೂ ಹಾಸ್ಟಲಿಗರ ಪರವಾಗಿ ವಾರ್ಡನಿಗೆ ಭರವಸೆ ಕೊಟ್ಟರು. ಮೆಸ್ಸು ತೆರೆಯಿತು.

ಎರಡು ದಿನ ಯಾವ ಘಟನೆಗಳೂ ಸಂಭವಿಸಲಿಲ್ಲ. ವಾತಾವರಣವು ತೋರಿಕೆಗೆ ಶಾಂತವಾಗಿತ್ತು. ಅರ್ಧರಾತ್ರಿ ಸಭೆಗಳು ಮಾತ್ರ ತಪ್ಪದೆ ನಡೆದವು. ಮಾರನೆ ದಿನ ಬೆಳಗಿನ ಉಪಾಹಾರವನ್ನು ಭರ್ತಿಯಾಗಿ ತಿಂದು, "ಮಧ್ಯಾಹ್ನ ಒಳ್ಳೆಯ ಊಟವನ್ನು ತಯಾರು ಮಾಡಿಡಿ" ಎಂದು ಮೆಸ್ ಸಿಬ್ಬಂದಿಯವರಿಗೆ ಎಚ್ಚರಿಕೆ ಕೊಟ್ಟು ಮೆರವಣಿಗೆ ಹೊರಟರು. ಇಂದಿನ ಗುಂಪು ಕೂಗು– "ಇಡ್ಲಿಯಲ್ಲಿ ಕಲ್ಲು! ಕಲ್ಲಿನಿಂದ ವಡೆ! ಮಣ್ಣಿನಿಂದ ಚಟ್ನಿ! ನಮಗೆ ಈ ವಾರ್ಡನ್ ಬೇಡ!"

ಮಂತ್ರಿಗಳು ಸರ್ಕೀಟಿನಿಂದ ವಾಪಸ್ಸು ಬಂದು ಡೈರೆಕ್ಟರನ್ನು ಕೇಳಿ ವಿಷಯ ತಿಳಿದುಕೊಂಡರು. ಡೈರೆಕ್ಟರಿಗೆ ಹೇಳಿದರಂತೆ: "ನೋಡಿ, ಈ ತೆರನಾದ ಸಮಸ್ಯೆಗಳನ್ನು ಬಗೆಹರಿಸುವ ಹವ್ಯಾಸದಲ್ಲಿ ತಾಳ್ಮೆ ತೋರಿಸಬೇಕು. ಅವರು ಹುಡುಗರೆಂಬುದನ್ನು ಮರೆಯಲಾಗದು. 'ಪರ್ಸನಲ್–ಟಚ್' ನಿಮ್ಮ ಸೂತ್ರವಾಗಿರಬೇಕು. ನೀವು ಇನ್ನೊಮ್ಮೆ ಹೋಗಿ ಅವರೊಂದಿಗೆ ಕಲೆತು ಸಮಕ್ಷಮ ಮಾತನಾಡಿ. ಎಲ್ಲವೂ ಸರಿ ಹೋಗುತ್ತದೆ."

ಇದೇ ಬುದ್ಧಿವಾದವನ್ನು ಡೈರೆಕ್ಟರು ವಾರ್ಡನಿಗೆ ಎರಡು ದಿನಗಳ ಹಿಂದೆ ಉಪದೇಶ ಮಾಡಿದ್ದನೆಂಬುದನ್ನು ಮರೆತು ವಾರ್ಡನನ್ನು ಫೋನಿನಲ್ಲಿ ಕರೆದು ಹೇಳಿದ: "ಮಂತ್ರಿಗಳು ಹೇಳುತ್ತಾರೆ ಕಾಣ್ರೀ, ನಾವು ಹಾಸ್ಟಲಿಗರೊಂದಿಗೆ 'ಪರ್ಸನಲ್–ಟಚ್' ಇಟ್ಟುಕೊಳ್ಳಬೇಕಂತೆ."

ಮೆರವಣಿಗೆ

ವಾರ್ಡನ್: "ಸರಿ ಸಾರ್."

ಡೈರೆಕ್ಟರ್: "ಏನ್ರೀ ಸರಿ?! ಮೊನ್ನೆ 'ಪರ್ಸನಲ್-ಟಚ್'ಗಾಗಿ ಅಲ್ಲವೇನ್ರಿ ಆ ಮೀಟಿಂಗನ್ನು ಏರ್ಪಡಿಸಿದ್ದು?"

"ಹೌದು ಸಾರ್."

"ಏರ್ಪಡಿಸಿದ್ದಕ್ಕೆ ಏನ್ರಿ ಆಯಿತು?"

"ನಮ್ಮ ಮುಖಕ್ಕೆ ಮಸಿ ಬಳಿಸಿಕೊಂಡೆವು?"

"ತಿರುಗಿಯೂ ಬಳಿಸಿಕೊಳ್ಳಬೇಕೇನ್ರಿ?"

"ಮಂತ್ರಿಗಳು ಏನು ಹೇಳಿದರೂ ತಾವು ಮಾಡಬೇಕಲ್ಲವೆ?"

"ಪ್ರಿನ್ಸಿಪಾಲರು ಏನ್ರಿ ಹೇಳುತ್ತಾರೆ?"

"ಬಳಿಸಿಕೊಳ್ಳಿ, ಮೊನ್ನೆ ಮುಖಕ್ಕೆ ಮಾತ್ರ ಸವರಿಕೊಂಡಿರಿ. ಈಗ ಲೊಪ್ಪೆಲೊಪ್ಪೆಯಾಗಿ ಮೈಯೆಲ್ಲ ಬಳಸಿಕೊಳ್ಳಿ! ಎಂದರು ಸಾರ್."

"ಹಾಗೇನ್ರೀ ಅಂದರು?"

"ಹೌದು ಸಾರ್."

"ಹಾಗಾದರೆ ಈ ಸಲ ಅವರಿಗೂ ಬಳಿಸೋಣವಂತೆ!"

"ಸರಿ ಸಾರ್, ಆದರೆ ಅವರು ಹೇಗೋ ನುಣುಚಿಕೊಂಡು ಬಿಡುತ್ತಾರೆ ಸಾರ್."

"ಅದನ್ನು ನನಗೆ ಬಿಡ್ರಿ!"

"ಸರಿ ಸಾರ್."

"ಈ ದಿನ ನೀವು ಮೀಟಿಂಗಿಗೆ ಬರಬೇಡಿ. ನಿಮ್ಮನ್ನು ನೋಡಿದರೆ ಹುಡುಗರು ಉದ್ರೇಕಗೊಳ್ಳಬಹುದು. ನಾನೂ ಪ್ರಿನ್ಸಿಪಾಲರೂ ಇಬ್ಬರೇ ನೋಡಿಕೊಳ್ಳುತ್ತೇವೆ."

"ಸರಿ ಸಾರ್."

ಡೈರೆಕ್ಟರು ನನಗೆ ಫೋನ್ ಮಾಡಿ "ರೀ, ಹಾಸ್ಟಲಿನ ಕಡೆ ಹೋಗಿದ್ದಿರೇನ್ರಿ?"

–ಎಂದು ಕೇಳಿದರು.

"ಇವತ್ತು ಹೋಗಲಿಲ್ಲ."

"ವಾರ್ಡನನ್ನು ನೋಡಿದ್ದೀರೇನ್ರಿ?"

"ಅವರೇ ನನ್ನಲ್ಲಿಗೆ ಬಂದಿದ್ದರು."

"ಏನ್ರಿ ಹೇಳಿದರು?"

"ಅಂಥದೇನೂ ಇಲ್ಲ. ಹಾಸ್ಟಲಿನ ಹವವನ್ನು ಕುರಿತು ಮಾತನಾಡಿದೆವು."

"ನಾನು ಹಾಸ್ಟಲಿಗೆ ಸಂಜೆ ೭ ಗಂಟೆಗೆ ಬರುತ್ತೇನೆ, ನೀವೂ ಬನ್ನಿ."

"ಇನ್ನೊಂದು ಮೀಟಿಂಗಾ?"

"ಮೊದಲು ನೀವು ಅಲ್ಲಿ ಬನ್ರೀ!"

"ಸರಿ ಸರ್."

ವಾರ್ಡನ್ನು ಮುಖೇನ ನನ್ನ ಬಳಿ ಬಂದು ತನಗೂ ಡೈರೆಕ್ಟರಿಗೂ ನಡೆದ ಸಂಭಾಷಣೆಯನ್ನು ತಿಳಿಯಪಡಿಸಿದರು; "ಮೀಟಿಂಗಿನ ನೋಟಿಸನ್ನೇನೋ ಕಳುಹಿಸಿದ್ದೇನೆ. ನಿಮ್ಮ ಹೆಸರನ್ನೂ ಅದರಲ್ಲಿ ಸೇರಿಸಿದ್ದೇನೆ, ನೀವೂ ಮಾತನಾಡಬೇಕು. ಆದರೆ ಕಪಿಗಳು ಏನು ಮಾಡುತ್ತಾರೆಯೋ!" ಎಂದರು.

ಸಂಜೆ ಆರು ಗಂಟೆಗೆ ಕಪಿಗಳು ನೆರೆದರು. ಡೈರೆಕ್ಟರೂ ಬಂದರು. ಮೀಟಿಂಗು ಆರಂಭವಾಯಿತು. ಡೈರೆಕ್ಟರು ನನ್ನನ್ನು ಮೊದಲು ಮಾತನಾಡು ಎಂದರು. ನನ್ನ ಮಾತಿನ ಸಾರಾಂಶ ಇಷ್ಟು: "ವಾರ್ಡನ್ನು ಬದಲಾಗಬೇಕೆಂದು ಕೇಳುತ್ತೀರಿ. ನಿಮಗೆ ಈಸೋಪನ ಮರದಿಮ್ಮಿ–ಕಪ್ಪೆ–ಮೊಸಳೆಗಳ ಕತೆ ಗೊತ್ತಿದೆ. ಹಾಗೇನಾದರೂ ಆಗಿಬಿಟ್ಟರೆ ಏನು ಮಾಡುತ್ತೀರಿ? ಸರಿಯಾಗಿ ಯೋಚಿಸಿ ನಿಮ್ಮ ತೀರ್ಮಾನವನ್ನು ವಾಪಸು ತೆಗೆದುಕೊಳ್ಳಿ. ಯಾವನು ವಾರ್ಡನಾಗಿ ಬಂದರೂ ನಿಮ್ಮ ಹಿತದೃಷ್ಟಿಯಿಂದಲೇ ನಡೆದುಕೊಳ್ಳುತ್ತಾನೆ. ಈಗಿರುವ ವಾರ್ಡನ್ನೂ ಹಾಗೆಯೇ ಮಾಡಿದ್ದಾರೆ. ಇಲ್ಲದಿದ್ದರೆ ನೀವು ಕೇಳಿದ ಬಾಬತುಗಳನ್ನೆಲ್ಲ ನೆರವೇರಿಸುತ್ತಿದ್ದರೆ? ಹೊಸ ವಾರ್ಡನ್ನು ಬಂದರೆ ಇಡ್ಲಿಯಲ್ಲಿನ ಕಲ್ಲು ಕರಗಿ ಹೋಗುತ್ತದೆಯೆ? ನಿಮ್ಮಲ್ಲಿ ಒಬ್ಬೊಬ್ಬನೂ ೩೫೦ ರಿಂದ ೧೦೦೦ ರೂಪಾಯಿಗಳವರೆಗೂ ಕೊಡಬೇಕಾದ ಹಣವನ್ನು ಕೊಟ್ಟಿಲ್ಲ. ಇದರ

ಮೊತ್ತ ಸುಮಾರು ೪೦,೦೦೦ ರೂಪಾಯಿಯಾಗುತ್ತದೆ. ಹೀಗಿರುವಾಗ ನಿಮ್ಮ ವಸತಿ ಸೌಕರ್ಯಗಳನ್ನೂ ಅಭಿವೃದ್ಧಿ ಪಡಿಸಲು ಹಣವೆಲ್ಲಿಂದ ಬರಬೇಕು? ಮೊದಲು ನೀವು ಕೊಡಬೇಕಾಗಿರುವ ಬಾಕಿಯನ್ನು ಕೊಟ್ಟುಬಿಡಿ."

ಹಾಸ್ಟಲಿಗರು ಸದ್ದಿಲ್ಲದೆ ಹೇಳಿದ್ದನ್ನೆಲ್ಲ ವಿಧೇಯತೆಯಿಂದ ಕೇಳಿದ ಹಾಗೆ ನಟಿಸಿದರು. ಡೈರೆಕ್ಟರು ಮಾತನಾಡುವುದಕ್ಕಾಗಿ ಕುರ್ಚಿಯಿಂದ ಎದ್ದರು. "ಮಿತ್ರರೇ" ಎಂದರು. ಕಪಿಗಳು ಜೇಬುಗಳಿಂದ ಕಪ್ಪು ಕರ್ಚೀಫುಗಳನ್ನು ತೆಗೆದು ಮೇಲೆತ್ತಿ ಹಿಡಿದು ಬೀಸುತ್ತ ಸದ್ದಿಲ್ಲದೆ ಎದ್ದುಹೋದರು, ಡೈರೆಕ್ಟರು ಎರಡು ನಿಮಿಷ ದಂಗುಬಡಿದು ಮೂಕರಾದರು. ನಾನೂ ಡೈರೆಕ್ಟರೂ ಮಾತ್ರ ಹಾಲಿನಲ್ಲಿ ಉಳಿದುಕೊಂಡೆವು. ನನ್ನನ್ನು ಕುರಿತು:

"ನಿಮ್ಮ ಮಾತನ್ನು ಮಾತ್ರ ಆಲಿಸಿದರಲ್ರಿ?"

ನಾನು ಮೌನ.

"ಇವರಿಗೆ ಬೇರೆ ಡೈರೆಕ್ಟರು ಬೇಕಂತೇನ್ರಿ?"

"ಅವರು ಏನನ್ನೂ ಕೇಳುವುದಕ್ಕೂ ಹೇಸುವವರಲ್ಲ."

ಕರ್ಚೀಫು ಬೀಸಿದ ಕಪಿಗಳು

"ನಿಮ್ಮ ಮಾತಿನಲ್ಲಿ ಮಾತ್ರ ಹೇಗ್ರಿ ಅವರಿಗೆ ಕಾನ್ಫಿಡೆನ್ಸ್ ಬಂತು?"

"ಅವರಿಗೆ 'ಕಾನ್ಫಿಡೆನ್ಸ್' ಉಂಟೆಂಬುದನ್ನು ನಾನು ನಂಬಲಾರೆ ಸರ್?"

"ನನ್ನ ಮುಖಕ್ಕೆ ಮಾತ್ರ ಮಸಿಯನ್ನು ಬಳಿದರಲ್ರಿ!"

ನಾನು ಮೌನ.

ಒಂದು ವಾರ ಹಾಸ್ಟಲಿನ ವಾತಾವರಣ ಶಾಂತವಾಗಿದ್ದಂತೆ ತೋರಿತು. ಪಾವತಿಯಾಗಬೇಕಾಗಿದ್ದ ಹಣದಲ್ಲಿ ಅಧಿಕ ಭಾಗ ವಸೂಲಾಯಿತು. ಹಾಸ್ಟಲಿನ ಜೀವನಾಡಿ ಸ್ಪಂದಿಸಿತು.

ಇಷ್ಟರಲ್ಲಿ ನಮ್ಮ ಡೈರೆಕ್ಟರು ಪ್ರೆಸ್ ಕಾನ್ಫರೆನ್ಸೊಂದನ್ನು ಕಲೆಯ ಹಾಕಿ ಹೇಳಿಕೆಯೊಂದನ್ನು ಕೊಟ್ಟರು: "ಹಾಸ್ಟಲಿನ ತಕರಾರುಗಳೆಲ್ಲವನ್ನೂ ನಾನು ಈಗ ತಹಬಂದಿಗೆ ತಂದಿದ್ದೇನೆ. ಹಾಸ್ಟಲಿಗರೊಂದಿಗೆ ನಾನು ನಡೆಸಿದ ಸಂಧಾನೋಪಾಯಗಳಿಂದ ಅಲ್ಲಿಯ ಹವ ಶಾಂತವಾಗಿದೆ." ಈ ಸುದ್ದಿ ಪ್ರಕಟವಾದ ದಿನವೇ ಹಾಸ್ಟಲಿಗರು ಮರುಸುದ್ದಿಯೊಂದನ್ನು ಪ್ರಕಟಿಸಿದರು; ಕೈ ಚೀಟಿಗಳನ್ನು ಊರೆಲ್ಲ ಹಂಚಿದರು: "ಡೈರೆಕ್ಟರು ಕೊಚ್ಚಿಕೊಂಡಿರುವುದೆಲ್ಲ ಶುದ್ಧ ಸುಳ್ಳು. ಅವರು ಸಂಧಾನ ಮಾಡಿದ್ದೇ ಇಲ್ಲ. ಇಷ್ಟೊಂದು ಸುಳ್ಳು ಬೊಗಳುವ ಅಧಿಕಾರಿಯನ್ನು ಸರ್ಕಾರ ಇನ್ನೂ ಕೆಲಸದಲ್ಲಿ ಇಟ್ಟುಕೊಂಡಿರುವುದು ನಮಗೆ ಆಶ್ಚರ್ಯವನ್ನೂ ಖೇದವನ್ನೂ ತಂದಿದೆ."

ಮಾರನೆ ದಿನವೇ ನಗರದ ಇತರ ಕಾಲೇಜು ವಿದ್ಯಾರ್ಥಿಗಳು 'Sympathetic strike' ಮಾಡಿದರು. ಆಶ್ಚರ್ಯವೆಂದರೆ ನಮ್ಮ ಕಾಲೇಜು ಮಾತ್ರ 'ಫುಲ್ ಭರ್ತಿ'ಯಾಗಿ ಕೆಲಸ ಮಾಡಿತು. ಇತರ ಕಾಲೇಜುಗಳು ಇದನ್ನು ವಿಶ್ವಾಸಘಾತಕತನವೆಂದು ಬಗೆದವು. ನಮ್ಮ ಕಾಲೇಜಿನ ವಿದ್ಯಾರ್ಥಿಗಳನ್ನು ತರಾಟೆಗೆ ತೆಗೆದುಕೊಂಡಿದ್ದರಿಂದ ಬೀದಿ ಬೀದಿಗಳಲ್ಲಿ ಗುದ್ದಾಟ ಪ್ರಾರಂಭವಾಯಿತು. ಕಾಲೇಜು ಯೂನಿಯನ್ನಿನ ವಿದ್ಯಾರ್ಥಿ-ಅಧಿಕಾರಿಗಳು ಬಂದು ಸ್ಥಿತಿಯನ್ನು ವಿವರಿಸಿದರು. ನನಗೆ ಏನು ಮಾಡುವುದೆಂದು ತೋರಲಿಲ್ಲ. ಡೈರೆಕ್ಟರ ಬಳಿಗೆ ಹೋಗಿ ಸುದ್ದಿ ತಿಳಿಸಿದೆ. "ಈಗೇನ್ರಿ ಮಾಡೋಣ?" ಎಂದು ನನ್ನನ್ನೇ ಪ್ರಶ್ನಿಸಿದರು.

ಕಾಲೇಜುಗಳಲ್ಲೋ ಯೂನಿವರ್ಸಿಟಿಗಳಲ್ಲೋ ತಕರಾರುಗಳೇರ್ಪಟ್ಟರೆ ಅದರದರ ಅಧಿಕಾರಿಗಳ ಬಳಿಯಿರುವುದು ಒಂದೇ ಒಂದು ಬ್ರಹ್ಮಾಸ್ತ್ರ ಪ್ರಯೋಗ- ಸಂಸ್ಥೆಗಳನ್ನು ಮುಚ್ಚಿಬಿಡುವುದು, ಬೇಕಾದರೆ ಅನಿರ್ದಿಷ್ಟ ಕಾಲ. ಇದನ್ನು ಸೂಚಿಸಿದೆ.

"ಕಳೆದ ತಿಂಗಳು ತಟ್ಟಿ ಪಾಳಯದ ಕಾಲೇಜನ್ನು ಇಂಥದೇ ಕಾರಣದಿಂದ ನಾಲ್ಕುದಿನ ಮುಚ್ಚಿದ್ದಕ್ಕೆ ಸರ್ಕಾರದಿಂದಲೂ ದಬಾವಣೆ, ಸಾರ್ವಜನಿಕರಿಂದಲೂ ಪ್ರತಿಭಟನೆ ಬಂದು ನನ್ನನ್ನು ಹಿಂದುಗಡೆ ಮುಂದುಗಡೆ ಅಪ್ಪಳಿಸಿದವು. ಈಗ ನಿಮ್ಮ ಕಾಲೇಜನ್ನು ಮುಚ್ಚಿದರೂ..." ಎಂದು ನಿಜವಾಗಿಯೂ ಯೋಚನೆ ಮಾಡಿದರು. ಏನೂ ಬಗೆಹರಿಯಲಿಲ್ಲ.

"ಮಂತ್ರಿಗಳನ್ನೇ ತಾವು ಭೇಟಿ ಮಾಡಬಹುದಲ್ಲ..."

"ಹೌದ್ರಿ, ಅದೇ ಮಾಡುತ್ತೇನೆ."

"ನಾನೂ ತಮ್ಮೊಡನೆ ಬೇಕಾದರೆ ಬರುತ್ತೇನೆ."

"ನೀವು ಬೇಡ ಕಾಣ್ರಿ; ನಾನು ಅವರ ಕೈಲಿ ಬೈಗುಳ ತಿನ್ನುವುದನ್ನು ನೀವೇನೂ ಕೇಳಿಸಿಕೊಳ್ಳಬೇಕಾಗಿಲ್ಲ!"

ಈತ ಮಂತ್ರಿಗಳನ್ನು ಸಂಧಿಸಿ ಅದೇನು ಮಾತನಾಡಿದನೋ, ಅಥವಾ ಇನ್ನಾರ ಮೂಲಕವಾಗಿಯಾದರೂ ಮಾತನಾಡಿಸಿದನೋ, ಅದೇನಾಯಿತೋ ನನಗೆ ಇದುವರೆಗೂ ತಿಳಿಯದು (ಇನ್ನು ತಿಳಿದುಕೊಂಡೂ ಪ್ರಯೋಜವೇನೂ ಇಲ್ಲ!). ಮರುದಿನ ನನಗೆ ಫೋನ್ ಮಾಡಿ "ತುರ್ತು ಪರಿಸ್ಥಿತಿ ಏರ್ಪಟ್ಟಿದೆ, ಈಗಲೇ ಬಂದು ನನ್ನನ್ನು ನೋಡಿ" ಎಂದ. ಎದೆಯನ್ನು ಕೈಲಿ ಹಿಡಿದುಕೊಂಡೇ ಹೋದೆ. ಸಂದರ್ಭಕ್ಕೆ ತಕ್ಕ ಔಚಿತ್ಯದ ಮಾತನ್ನಾಡಿ "ನಿಮಗೆ ಪಾಪ! ಕಷ್ಟ ಕಾಲ" ಎಂದು ಮೊಸಳೆಯ ಕಣ್ಣೀರು ಸುರಿಸಿದ.

"ಏನಾಯಿತು ಸರ್?"

"ಬೇರೆ ವಾರ್ಡನನ್ನು ನಿಯಮಿಸಬೇಕಂತೆ!"

"ಯಾರು ಸರ್ ಅದು."

"ನೀವೇ?"

"ಅಯ್ಯಯ್ಯೋ!"

"ನಾನು ಯಾರ ಯಾರ ಹೆಸರಗಳನ್ನೋ ಸೂಚಿಸಿದೆ ಕಾಣ್ರಿ; ಮಂತ್ರಿಗಳು ಒಪ್ಪಲಿಲ್ಲ."

"ಯಾಕೆ ಸರ್, ನನಗಿಂತಲೂ ಸೀನಿಯರ್ ಆಗಿರುವ ಪ್ರಾಧ್ಯಾಪಕರು ನಾಲ್ಕೈದು ಮಂದಿ ಇದ್ದಾರಲ್ಲ!"

"ಆ ಹೆಸರುಗಳನ್ನು ಹೇಳಿ ಬೈಸಿಕೊಂಡೆ ಕಾಣ್ರಿ! ಥತ್ ಎಂದುಬಿಟ್ಟರು. ಅವರೇ ನಿಮ್ಮ ಹೆಸರನ್ನು ಹೇಳಿದರು."

(ಇದರಿಂದ ನನಗೆ ಹೆಮ್ಮೆಯೇನೋ ಆಗಲಿಲ್ಲ.)

"ಸರ್, ಬೇಡವೆಂದರೂ ನನ್ನನ್ನು ಪ್ರಿನ್ಸಿಪಾಲನ ಮುಳ್ಳು ಮೆತ್ತೆಯ ಮೇಲೆ ಕುಳ್ಳಿರಿಸಿದ್ದಾರೆ. ಹೆಂಗಸರ ಹಾಸ್ಟಲಿನ ವಾರ್ಡನ್ ಕಿರೀಟವನ್ನಿಟ್ಟಿದ್ದಾರೆ. ಇವುಗಳ ಭಾರದಿಂದ ನನ್ನ ವ್ಯಾಸಂಗಕ್ಕೆ ತಡೆ ಬಂದು ಕುಲಗೆಟ್ಟಿದ್ದೇನೆ. ಈಗ ಹುಡುಗರ ಹಾಸ್ಟಲಿಗೆ ವಾರ್ಡನ್ ಆಗು ಎಂದರೆ ನಾನು ಕುಸಿದುಹೋಗುತ್ತೇನೆ. ನನಗಿದು ಖಂಡಿತ ಬೇಡ."

"ಹಾಗಲ್ರೀ, ನಿಧಾನವಾಗಿ ಯೋಚನೆ ಮಾಡ್ರೀ. ನಾವು ಸರ್ಕಾರದ ಚಾಕರಿಯಲ್ಲಿರುವುದೇ ಹೆಚ್ಚು ಹೆಚ್ಚು ಜವಾಬ್ದಾರಿಯನ್ನು ಹೊರುವುದಕ್ಕೆ."

"ಅದೆಲ್ಲ ಸರಿ ಸಾರ್, ನಾನೇ ಮಂತ್ರಿಗಳನ್ನು ನೋಡಿ ಹೇಳಿಕೊಳ್ಳುತ್ತೇನೆ. ನೀವು ಅನುಮತಿ ಕೊಡಬೇಕು."

"ನಾನೇ ಇರುವಾಗ ಮಂತ್ರಿಗಳನ್ನೇಕ್ರೀ ನೋಡಬೇಕು ನೀವು?"

ಈತನ ಕೈಯಾಟವೇನೋ ಇರಬೇಕೆಂದು ನನಗೆ ಖಚಿತವಾಯಿತು. ಮಂತ್ರಿಗಳನ್ನು ನೋಡಿ ನನ್ನ ಅಹವಾಲನ್ನು ಬಿನ್ನಯಿಸಿಕೊಂಡ. ಅವರು "ನಾನೇನು ಮಾಡಲಿ? ಹಾಸ್ಟಲಿಗರೇ ನೀವು ವಾರ್ಡನ್ನಾಗಬೇಕೆಂದು ಕೇಳುತ್ತಾರೆ. ಡೈರೆಕ್ಟರೂ ಅದನ್ನೇ ಸಮರ್ಥಿಸುತ್ತಾರೆ. ಒಂದಾರು ತಿಂಗಳು ಹೇಗೋ ಇದ್ದುಬಿಡಿ. ಆಮೇಲೆ ಬೇರೆ ಯಾರನ್ನಾದರೂ ನೋಡೋಣ. ನಿಮಗೇನಾದರೂ ಆಗಬೇಕಾಗಿರುವುದಿದ್ದರೆ ನೀವು ನನ್ನನ್ನೇ ನೇರವಾಗಿ ಕಂಡು ಹೇಳಿಬಿಡಿ; ನಾನಿರುವಾಗ ನೀವು ಚಿಂತೆ ಪಡಬೇಡಿ" ಎಂದರು.

ಇವರ ಮಾತಿನಿಂದ ನನಗೆ ಸಮಾಧಾನವೇನೂ ಆಗಲಿಲ್ಲವಾದರೂ ಮಾತಿಲ್ಲದೆ ಇನ್ನೊಂದು ಪ್ರಾರಬ್ಧ ಕರ್ಮದ ಮೂಟೆಯನ್ನು ಹೆಗಲಿಗೇರಿಸಿಕೊಳ್ಳಬೇಕಾಗಿ ಬಂತು. ಮೊದಲು ಡೈರೆಕ್ಟರನ್ನು ನೋಡಿ ವಿಷಯ ತಿಳಿಸಿದೆ. ತನ್ನ ಎದೆಭಾರ ಕಳೆದುಕೊಂಡವನಂತೆ ನಿಡುಸುಯ್ದು "ನೋಡಿ ಸ್ವಾಮಿ, ನಾವಿಬ್ಬರೂ ಒಂದೇ ಗಾಡಿಯನ್ನು ಎಳೆಯುತ್ತಿದ್ದೇವೆ. ನೀವು ನನಗೆ ಒತ್ತಾಸೆ; ನಾನು ನಿಮಗೆ ಒತ್ತಾಸೆ. ಈ ಅನ್ಯೋನ್ಯತೆಯಿಂದ ಸಾಗಬೇಕಾಗಿದೆ..."

"ಆದ್ದರಿಂದ?"

"ಯಾಕೆ ಅವಸರ ಪಡುತ್ತೀರಿ? ಆದ್ದರಿಂದ ನಾವಿಬ್ಬರೂ ಗಾಡಿ ಹೊಡೆಯುವವನ ಚಾವಟಿಯ ಹೊಡೆತಕ್ಕೆ ಸಿಕ್ಕಿಕೊಂಡಿದ್ದೇವೆ."

"ನಾನೇನೂ ಅಲ್ಲ. ಯಾವಾಗ ಬೇಕಾದರೂ ನೊಗದಿಂದ ಕಳಚಿಕೊಳ್ಳಬಲ್ಲೆ."

"ಅದು ಸರಿ ಕಾಣ್ರಿ. ನಿಮಗೇನು ಬೇಕಾದಷ್ಟು ಕಡೆ ಕೆಲಸ ಸಿಗುತ್ತದೆ. ನನಗೆ?"

"ನಿಮಗೂ ಸಿಗುತ್ತದೆ."

"ಇಲ್ರೀ, ಹಾಗಲ್ಲ. ನಾನು ಉಪಾಧ್ಯಾಯ ವೃತ್ತಿಯಲ್ಲಿ ಒಂದು ಗಳಿಗೆಯಾದರೂ ಇದ್ದವನಲ್ಲ. ಪ್ರೊಫೆಸರುಗಳಿಗೆ ಬೇಕಾದಷ್ಟು ಖಾಲಿ ಜಾಗಗಳಿರುತ್ತವೆ. ಆದರೆ ಡೈರೆಕ್ಟರುಗಳಿಗೆ?"

"ಈಗ ತಾವೇನನ್ನು ಹೇಳುತ್ತಿರುವಿರಿ?"

"ಏನಿಲ್ಲ, ಹಾಸ್ಟಲಿನ ರಥವನ್ನೆಳೆಯುವುದಕ್ಕೆ ನೀವು ಒಪ್ಪಿಕೊಂಡದ್ದು ನನಗೆ ಸಂತೋಷ. ನಿಮ್ಮೊಂದಿಗೆ ನಾನೂ ಕತ್ತು ಕೊಡುತ್ತೇನೆ."

ನನ್ನ ಹಿಂದಿದ್ದ ವಾರ್ಡನಿಗೆ ಈತ ಕತ್ತು ಕೊಟ್ಟ ರೀತಿಯನ್ನು ತಿಳಿದಿದ್ದೆನಾದ್ದರಿಂದ ಸುಮ್ಮನಿದ್ದೆ.

ಒಂದಾರು ತಿಂಗಳು ತಕರಾರುಗಳೊಂದೂ ಇಲ್ಲ; ಎಲ್ಲವೂ ಶಾಂತ ರೀತಿಯಲ್ಲೇ ಸಾಗಿತು. ಆಗಾಗ ಡೈರೆಕ್ಟರು "ನಾನು ಬಂದು ಹುಡುಗರಿಗೆ ಮಾತನಾಡಲೇನ್ರಿ?"

ಎನ್ನುತ್ತಿದ್ದರು. ನಾನು ತಕ್ಷಣ "ಬೇಡ ಸರ್, ಖಂಡಿತವಾಗಿಯೂ ಬೇಡ, ದಯವಿಟ್ಟು ಬೇಡ" ಎನ್ನುತ್ತಿದ್ದೆ. ಜನವರಿ ೨೬ನೇ ತಾರೀಖನ್ನು ಆ ವರ್ಷ 'ಹಿಂದಿ ಬಲಾತ್ಕಾರಕ್ಕೆ ಪ್ರತಿಭಟನೆ'ಯನ್ನು ವ್ಯಕ್ತಪಡಿಸುವ ದಿನವಾಗಿ ಆಚರಿಸಬೇಕೆಂದು 'ಅಖಿಲ-ಕಾಲೇಜು ಯೂನಿಯನ್ ಸಂಘ' ನಿಶ್ಚಯಿಸಿತು. "ಊರೆಲ್ಲ ಒಂದಾದಾಗ ನಮ್ಮ ಕಾಲೇಜು ಬೇರೆಯಾಗಿರುವುದು ಚೆನ್ನವೆ? ಕಾಲೇಜುಗಳೊಡನೆ ಹಾಸ್ಟಲುಗಳು ಸೇರದಿದ್ದರೆ ಚೆನ್ನವೆ? ವಿದ್ಯಾರ್ಥಿಗಳ ಚಳುವಳಿಗೆ ಕಳೆ ಕಟ್ಟುವ ಸಂಸ್ಥೆಗಳಲ್ಲವೆ ಇವು?" ವಿದ್ಯಾರ್ಥಿಗಳು ಚಳುವಳಿಗೆ ಮುಂದಾದರು. ರಾಜಕೀಯ ಮುಖಂಡರು ಇವರ ಹಿಂದೆ ಬೆಂಬಲವಾಗಿ ನಿಂತರು. ಸರ್ಕಾರಕ್ಕೆ ಇದರ ಸುಳಿವು ಮುಟ್ಟಿತು. ಕೂಡಲೆ ತಾತ್ಕಾಲಿಕ ನಿಬಂಧಾಜ್ಞೆಗಳ ನಿಷೇಧಾಜ್ಞೆಗಳು ಜಾರಿಗೆ ಬಂದವು: "೨೬ನೇ ತಾರೀಖು ಯಾರೂ ಎಲ್ಲಿಯೂ ಕಪ್ಪು ಬಾವುಟದ ಪ್ರದರ್ಶನವನ್ನು ಮಾಡಕೂಡದು. ಭಾರತದ ಧ್ವಜವೊಂದೇ ಹಾರಾಡಬೇಕು."

ಹೊರಗಿನ ರಾಜಕೀಯ ವಾತಾವರಣದಲ್ಲಿ ಎಷ್ಟು ಪಕ್ಷಗಳಿವೆಯೋ ಒಂದೊಂದು ಕಾಲೇಜು ಹಾಸ್ಟಲುಗಳ ಒಳಗೂ ಆಯಾ ಪಕ್ಷಗಳು ಮೊಟ್ಟೆಗಳನ್ನಿಟ್ಟಿವೆ, ಮರಿಗಳನ್ನು ಹೆತ್ತಿಟ್ಟಿವೆ. ವಿದ್ಯಾರ್ಥಿಗಳ ಸಾಮೂಹಿಕ ಚಳುವಳಿಗಳಲ್ಲಿ ಎಲ್ಲ ಪಕ್ಷಗಳೂ ಕಲೆತು ಕೊಳ್ಳುವುದು ಅಪರೂಪ. 'ಹಿಂದಿ ಬಲಾತ್ಕಾರ ವಿರುದ್ಧ' ಚಳುವಳಿಯೂ ಇಂಥ ಸಂದರ್ಭಕ್ಕೆ ಸೇರಿದ್ದು. ೨೬ನೇ ತಾರೀಖು 'ಸ್ವಾತಂತ್ರ್ಯದಿನ'ವಾದ್ದರಿಂದ ಭಾರತದ ಧ್ವಜವೇ ಹಾಸ್ಟಲು ಕಟ್ಟಡದ ಮೇಲೆ ಹಾರಾಡಬೇಕು ಎಂಬುವುದು ಒಂದು ಪಕ್ಷ; ಆ ದಿನವನ್ನು 'ಶೋಕ ಪ್ರದರ್ಶನ' ದಿನವಾಗಿ ಆಚರಿಸುವುದರಿಂದ ಕಪ್ಪು ಬಾವುಟವನ್ನು ಹಾರಬಿಡಬೇಕೆಂಬುದು ಇನ್ನೊಂದು ಪಕ್ಷ. ಹಿಂದಿನ ರಾತ್ರಿಯೇ ಮೊದಲನೆ ಪಕ್ಷದವರು ಹಾಸ್ಟಲಿನ ಹೆಬ್ಬಾಗಿಲು ಮೇಲೆ ತ್ರಿವರ್ಣ ಧ್ವಜವನ್ನು ಕಟ್ಟಿ ಬಂದರು; ಇದನ್ನು ಕಂಡು ಎದುರು ಪಕ್ಷದವರು ಅದರ ಪಕ್ಕದಲ್ಲೇ ಕಪ್ಪು ಬಾವುಟವನ್ನು ಏರಿಸಿದರು. ಮನಸ್ತಾಪದ ನಾಂದಿಯಾಯಿತು. ಬೆಳಿಗ್ಗೆ ಏಳು ಗಂಟೆಯ ವೇಳೆಗೆ ನಾಲ್ಕು ಸಲ ಎರಡು ಪಕ್ಷಗಳಿಗೂ ಹೊಡೆದಾಟವಾಗಿ ಬಿಸಿಯೇರಿತು. ಏಳೂವರೆ ಗಂಟೆಗೆ ನಾನು ಸರದಿಯ ಪ್ರಕಾರ ಮೆಸ್ಸಿಗೆ ಹೋದೆ. ಹಾಸ್ಟಲಿಗರೆಲ್ಲರೂ ಹೆಬ್ಬಾಗಿಲಿನ ಇಕ್ಕೆಲಗಳಿಗೆ ಕಾವಲಾಗಿದ್ದರು. ಮೆಸ್ಸಿನ ಕಡೆ ತಿರುಗುವುದನ್ನು ಬಿಟ್ಟು ಹೆಬ್ಬಾಗಿಲ ಬಳಿ ಬಂದೆ. ಗುಂಪು ನನಗೆ ಗೌರವ ತೋರಿಸುವುದಕ್ಕಾಗಿ ಎದ್ದು ನಿಂತರು.

"ಉಪಾಹಾರ, ಕಾಫಿ ಆಯಿತೆ?"

"ಇಲ್ಲ ಸಾರ್."

"ಮೆಸ್ಸಿಗೆ ಹೋಗಿ ಮುಗಿಸಿಕೊಂಡು ಬಂದು ಬಿಡಬಹುದಲ್ಲ!"

"ನಾವು ಹೋದರೆ ಅವರು (ಎದುರು ಗುಂಪಿನ ಕಡೆ ಬೆಟ್ಟು ತೋರಿಸಿ) ಬಾವುಟವನ್ನು ಕಿತ್ತು ಹಾಕಿಬಿಡುತ್ತಾರೆ."

(ಎದುರು ಗುಂಪಿನ ಬಳಿ ಸಾರಿ) "ಮೆಸ್ಸಿಗೆ ಹೋಗಿ ಬ್ರೇಕ್‌ಫಾಸ್ಟ್ ಮುಗಿಸಿ ಬನ್ನಿ."

"ನಾವು ಹೋದರೆ ಅವರು (ಎದರು ಗುಂಪಿನ ಕಡೆ ಬೆಟ್ಟು ತೋರಿಸಿ) ಬಾವುಟವನ್ನು ಕಿತ್ತುಹಾಕಿಬಿಡುತ್ತಾರೆ."

"ಅದಿರಬಹುದು. ಆದರೆ ಕಾಫಿ-ತಿಂಡಿಗಳು ಆರಿಹೋದರೆ 'ವಾರ್ಡನು ತಂಗಳು ಊಟ ಬಡಿಸಿದರು' ಎಂದು ಪ್ರಚಾರ ಮಾಡುತ್ತೀರಲ್ಲಪ್ಪ!"

ಎರಡು ಗುಂಪಿನವರೂ ನಕ್ಕರು. "ಎಲ್ಲಾದರೂ ತಮ್ಮ ವಿಷಯಕ್ಕೆ ಹಾಗೆಲ್ಲ ಮಾಡುತ್ತೇವೆಯೆ ಸಾರ್!"

"ಸದ್ಯಕ್ಕೆ ಇಲ್ಲವೆಂದೇ ಇಟ್ಟುಕೊಳ್ಳೋಣ. ಆದರೂ ಯಾವ ವಾರ್ಡನಿಗೂ ಶನಿಕಾಟದ ಸಮಯ ಇದು. ಏನು ಬೇಕಾದರೂ ನಡೆಯಬಹುದು."

"ಹಾಗಾದರೆ ನಮ್ಮ ವಿಷಯದಲ್ಲಿ ಸಂದೇಹ ಪಡುತ್ತೀರಾ ಸಾರ್?"

"ಸಂದೇಹವಲ್ಲಪ್ಪ. ನಿಮ್ಮ ವಿಷಯದಲ್ಲಿ ಕಾತರಪಡುತ್ತಿದ್ದೇನೆ. ಅನವಶ್ಯಕವಾಗಿ ಒಬ್ಬರೊಡನೊಬ್ಬರು ಕಾದಾಡಿ ಕೈ ಕಾಲು ಮುರಿದುಕೊಂಡರೆ ಲಾಭ ಯಾರಿಗೆ ನಷ್ಟ ಯಾರಿಗೆ ಎಂದು ಚಿಂತಿಸುತ್ತಿದ್ದೇನೆ."

"ದೇಶಕ್ಕೋಸ್ಕರ ಎಷ್ಟು ಕಷ್ಟವನ್ನಾದರೂ ಪಡಬೇಕಲ್ಲವೆ, ಸರ್?"

"ಸರಿಯೆ, ದೇಶದ ದೃಷ್ಟಿ ಮುಖ್ಯವಲ್ಲ ಎಂದು ನಾನು ಹೇಳುತ್ತಿಲ್ಲ. ನಿಮ್ಮ ಮೊದಲನೆ ದೃಷ್ಟಿ ಇನ್ನೆರಡು ತಿಂಗಳಲ್ಲಿ ನಡೆಯಲಿರುವ ಪರೀಕ್ಷೆಗಳ ಕಡೆ ಇರಬೇಕಾದ್ದು ನ್ಯಾಯವಲ್ಲವೆ? ನೀವೆಲ್ಲ ಓದಿ ಪಾಸು ಮಾಡಿ ಮುಖಂಡತ್ವ ವಹಿಸುವುದು ದೇಶದ ದೃಷ್ಟಿಯಿಂದ ಮುಖ್ಯವಲ್ಲವೆ?" ಎಂದು ಗುಡ್ಡೇಟಿನ ತರ್ಕಕ್ಕೆ ಶರಣು ಹೊಡೆದೆ.

ಇಲ್ಲಿಂದ ಅವರ ನಿಲುವು ಬೇರೆ ಮಾರ್ಗವನ್ನು ಹಿಡಿಯಿತು. ಕಪ್ಪು ಬಾವುಟದ ಗುಂಪಿನವರು "ಅವರು ನಮ್ಮನ್ನು ದ್ರೋಹಿ ಎನ್ನುತ್ತಾರೆ ಸಾರ್" ಎಂದು ದೂರಿದರು. ಮುಬ್ಬಣ್ಣ ಬಾವುಟದ ಬಾಲಗಳು ಎದುರು ಪಕ್ಷದವರ ಕಡೆ ಕೈ ತೋರಿಸಿ "ಅವರೇ ನಮ್ಮನ್ನು ಮೊದಲು ದ್ರೋಹಿಗಳೆಂದು ಹೀಯಾಳಿಸಿದವರು ಸಾರ್!" ಎಂದು ಮೊರೆಯಿಟ್ಟರು. ಒಂದು ಪಕ್ಷದವರು "ಸಾರ್, ಅವರು ಚಾಕುವನ್ನು ತೋರಿಸಿ ಬೆದರಿಸುತ್ತಾರೆ ಸಾರ್" ಎಂದು ಉದ್ರೇಕಗೊಂಡರು. ಈ ಕಾಲದ ವಿದ್ಯಾರ್ಥಿಗಳ ಜಗಳದ ಮೂಲವನ್ನು ಹುಡುಕುವುದು ಸಾಲೊಮನ್ನಿನಿಂದಲೂ ಸಾಧ್ಯವಾಗದು. ಎದುರಾಳಿಗಳಿಬ್ಬರೂ ಒಬ್ಬರನ್ನೊಬ್ಬರು 'ಅವನೇ ಮೊದಲನೆ ಅಪರಾಧಿ" ಎಂದು ದೂರುತ್ತಾರೆ.

ಇಷ್ಟರಲ್ಲಿ ಗಸ್ತು ತಿರುಗುತ್ತಿದ್ದ ಪೊಲೀಸು ಅಧಿಕಾರಿಯೊಬ್ಬ ಎರಡು

ಬಾವುಟಗಳೂ ಹಾರುತ್ತಿದ್ದುದನ್ನು ಗಮನಿಸಿದ. ತಾನೇ ನೇರವಾಗಿ ಹುಡುಗರೊಂದಿಗೆ ವ್ಯವಹಾರ ನಡೆಸಲು ಉದ್ಯುಕ್ತನಾದ. ಎರಡು ಮಾತು ಆಡುವುದರೊಳಗಾಗಿಯೇ ಬಾಲ ಮುದುರಿಕೊಂಡು ಹೊರಟುಹೋದ. ಒಂದೈದು ನಿಮಿಷಗಳೊಳಗಾಗಿಯೇ ಪೋಲೀಸಿನ ದೊಡ್ಡ ಪಡೆಯೇ ಬಂದಿತು. ಇನ್ಸ್‌ಪೆಕ್ಟರೊಬ್ಬನು ಬಂದು “ಸಾರ್! ಕಪ್ಪು ಬಾವುಟವನ್ನು ಇಳಿಸುವಂತೆ ಹುಡುಗರಿಗೆ ಹೇಳಬೇಕಲ್ಲ!” ಎಂದು ಹಲ್ಲುಕಿರಿದ. “ಈಗ ನಾನು ಮಾಡುತ್ತಿರುವ ಕೆಲಸವೇ ಇದು. ನನ್ನ ಮಾತಿನಲ್ಲಿ ನಂಬಿಕೆಯಿದ್ದರೆ ನೀವು ದಯವಿಟ್ಟು ಬಂದ ದಾರಿ ಹಿಡಿದುಕೊಂಡು ಹೋಗಿ” ಎಂದೆ. ಮೀಶೆ ತಿರುವಿಕೊಂಡು “ಹಾಗೋ!” ಎಂಬ ಕಣ್ಣೋಟವನ್ನು ಬೀರಿ ಹೋದ.

ಬಲವಂತದಿಂದ ಹಾಸ್ಟಲಿಗರನ್ನು ಮೆಸ್ಸಿಗೆ ಅಟ್ಟಿದೆ. “ಎರಡು ಗುಂಪುಗಳಾಗಿ ಹೋಗಿ ಬರುತ್ತೇವೆ. ಮೊದಲು ಕಪ್ಪು ಬಾವುಟದವರು ಹೋಗಲಿ. ಆಮೇಲೆ ನಾವು ಹೋಗುತ್ತೇವೆ” ಎಂದು ಮುಬ್ಬಣ್ಣದವರ ಹೇಳಿಕೆ. “ಮೊದಲು ಮುಬ್ಬಣದವರು ಹೋಗಿ ಬರಲಿ” ಎಂದು ಕಪ್ಪು ಬಾವುಟದವರ ಸವಾಲು. “ನಿಮ್ಮಲ್ಲರ್ಧ ಇವರಲ್ಲರ್ಧ ಹೋಗಿ ಬನ್ನಿ” ಎಂಬ ಸೂಚನೆಗೆ ಒಪ್ಪಿಕೊಂಡರು. ಹತ್ತು ನಿಮಿಷಕ್ಕೆ ಹಿಂದೆ ಮೀಶೆ ತಿರುವಿದ ಪೋಲೀಸು ಅಧಿಕಾರಿಯ ಕೈವಾಡವೊ, ಪೋಲೀಸು ಇಲಾಖೆಯ ಕಾರ್ಯನಿರ್ವಾಹದ ಅಂಗವೋ, ಹಾಸ್ಟಲಿಗರೇ ಮೆಸ್ಸಿನಿಂದ ಕಳ್ಳತನದಲ್ಲಿ ಫೋನು ಮಾಡಿದ್ದರ ಪರಿಣಾಮವೋ–ನಾಲ್ಕು ಲಾರಿಗಳ ತುಂಬ ಶಸ್ತ್ರಸಜ್ಜಿತರಾದ ಪೋಲೀಸು ಪಡೆ ಬಂದು ಹೆಬ್ಬಾಗಿಲ ಬಳಿ ಇಳಿದರು. ಶಾಂತವಾಗಬಹುದಾಗಿದ್ದ ವಾತಾವರಣ ಬಿಸಿಯಾಯಿತು. ಮೆಸ್ಸಿನೊಳಗೆ ತಿನ್ನುತ್ತಿದ್ದ ಹಾಸ್ಟಲಿಗರ ಗುಂಪಿಗೆ ಇದು ಹೇಗೋ ತಿಳಿದು ಅರ್ಧ ಕಚ್ಚಿದ ದೋಸೆ, ವಡೆ, ಕಾಫಿ ಕುಡಿಯುತ್ತಿದ್ದ ಪಾತ್ರೆಗಳನ್ನು ಹಿಡಿದುಕೊಂಡೇ ಹೆಬ್ಬಾಗಿಲಿನ ಬಳಿಗೆ ಧಾವಿಸಿದರು. “ಸಾರ್! ಬಂದುಬಿಟ್ಟರು ಸಾರ್, ಗುಂಡು ಹಾರಿಸಿಬಿಡುತ್ತಾರೆ ಸಾರ್!” ಎಂದು ಅಲ್ಲೋಲ ಕಲ್ಲೋಲವಾದರು. ಇವರನ್ನು ತಹಬಂದಿಗೆ ತರುವುದರೊಳಗೆ ನನ್ನಲ್ಲಿ ಉಳಿದುಕೊಂಡಿದ್ದ ತಾಳ್ಮೆಯೂ ಔಚಿತ್ಯಜ್ಞಾನವೂ ಸಂಪೂರ್ಣವಾಗಿ ಒಣಗಿಹೋದವು. ಕೊನೆಗೆ ಹೇಳಿದೆ: “ನೀವು ಎರಡು ಪಂಗಡದವರೂ ನನ್ನ ಅನುಮತಿಯನ್ನು ಪಡೆಯದೆಯೇ ಬಾವುಟ ಹಾರಿಸಿದ್ದೀರಿ. ನನ್ನಲ್ಲಿ ನಿಮಗೆ ನಿಜವಾದ ನಂಬಿಕೆಯಿದ್ದರೆ ಹೀಗೆ ಮಾಡಿರಲಾರಿರಿ... (ಎರಡು ಗುಂಪುಗಳಿಂದಲೂ 'ಸಾರಿ ಸರ್' ಎಂಬ ಕೊರಲುಗಳೊಂದೆರಡು ಕೇಳಿಸಿತು. ಧೈರ್ಯ ತಂದುಕೊಂಡೆ) ಹಾಸ್ಟಲಿನಲ್ಲಿ ಧ್ವಜ ಹಾರಿಸಬೇಕೆಂದು ಯಾರೂ ನಿಯಮಿಸಿಲ್ಲ. ನಿಮ್ಮ ನಿಮ್ಮ ಅಭಿಪ್ರಾಯಗಳನ್ನು ವ್ಯಕ್ತಪಡಿಸಬೇಕಾದರೆ ಅದು ಧ್ವಜದ ಮೂಲಕವೇ ನಡೆಯಬೇಕಾಗಿಲ್ಲ... ನೀವು ಶಾಂತವಾಗಿಯೇ ಪ್ರದರ್ಶನ ನಡೆಸುತ್ತಿದ್ದೀರಿ (ಒಬ್ಬರನ್ನೊಬ್ಬರು ನೋಡಿಕೊಂಡು ಹೆಮ್ಮೆ ಪಟ್ಟುಕೊಂಡರು). ಆದರೆ ಬೀದಿಯ ಜನ ಗುಂಪು ಕಟ್ಟಿಕೊಳ್ಳುವುದಕ್ಕೆ ಅವಕಾಶ ಕೊಟ್ಟಿದ್ದೀರಿ. ಪಕ್ಕದ ಕೇರಿಯಲ್ಲಿರುವ ರೌಡಿಗಳೆಲ್ಲ ಆ ಗುಂಪಿನಲ್ಲಿ ಸೇರಿಕೊಂಡಿದ್ದಾರೆ. ಅನಾಹುತಗಳಾಗುವುದು ಬೇಡ” ಎಂದೆ.

"ಹಾಗಿದ್ದರೆ ಹೇಗೆ ಸಾರ್ ನಮ್ಮ ಸಮ್ಮತಿ-ಅಸಮ್ಮತಿಗಳನ್ನು ವ್ಯಕ್ತ ಪಡಿಸುವುದು?"

"ಮೊದಲು ಹಾಸ್ಟಲಿನ ಒಳಕ್ಕೆ ಬನ್ನಿ. ಅಲ್ಲಿ ಹೇಳುತ್ತೇನೆ."

ಏನು ಹೇಳಬೇಕೆಂಬುದು ನನಗೇ ತಿಳಿಯಲಿಲ್ಲ. ಯೋಚನೆ ಮಾಡದೆ ಏನೋ ಅಂದುಬಿಟ್ಟೆ. ಹಾಸ್ಟಲಿಗರು ಒಪ್ಪಿಕೊಂಡೂ ಬಿಟ್ಟರು.

"ಇನ್ನೊಂದು ಪಾಯಿಂಟು-ಧ್ವಜದ ಪ್ರಸಂಗ ಇನ್ನು ಸಾಕು. ಎರಡನ್ನೂ ಕೆಳಕ್ಕೆ ಇಳಿಸಿ. ಮೆಸ್ಸಿಗೆ ಹೋಗಿ. ಉಪಾಹಾರ ಮುಗಿಸಿ. ಅಲ್ಲಿಂದ ಹಾಸ್ಟಲಿಗೆ ಬನ್ನಿ. ನಾನು ಅಲ್ಲಿರುತ್ತೇನೆ, ಆಮೇಲೆ ಮಾತನಾಡೋಣ."

(ಇದು ನನ್ನ ಸಾಮಾನ್ಯವಾದ ಶೈಲಿ ಅಲ್ಲ. ಮೂರು ನಾಲ್ಕು ಪಾಯಿಂಟುಗಳನ್ನು ಆದ ಮಟ್ಟಿಗೂ ಒಂದೇ ವಾಕ್ಯದಲ್ಲಿ ಹೇಳುವ ಬಯಕೆ ನನ್ನದು. ಆದರೆ ಆ ತೆರನಾದ ಇಂಗ್ಲಿಷ್ ವಾಕ್ಯ ನಮ್ಮ ವಿದ್ಯಾರ್ಥಿಗಳಿಗೆ ಅರ್ಥವಾಗದು. ಒಂದು ವಾಕ್ಯದಲ್ಲಿ ಒಂದೇ ಒಂದು ಕರ್ತೃ, ಒಂದೇ ಒಂದು ಕರ್ಮ, ಒಂದೇ ಒಂದು ಕ್ರಿಯೆ-ಹೀಗೆ ಮೂರು ಮಾತುಗಳಿಗಿಂತ ಹೆಚ್ಚಾಗಿರುವ ಇಂಗ್ಲಿಷ್ ವಾಕ್ಯರಚನೆ ಮಾಡಿದರೆ, ಸರಳ ವಾಕ್ಯಗಳಲ್ಲಿ ಅದಕ್ಕೊಂದು ಭಾಷ್ಯವನ್ನು ಹೇಳಬೇಕಾಗುತ್ತದೆ. ಆದ್ದರಿಂದ ಹುಡುಗರ ಬಳಿ ಇಂಗ್ಲಿಷ್ ಮಾತನಾಡಿ, ಅದು ಅವರಿಗೆ ಅರ್ಥವಾಗಬೇಕಾದರೆ 'Cat sat on a mat' ಎಂಬಂಥ ವಾಕ್ಯಗಳನ್ನೇ ಬಳಸಬೇಕು).

ಧ್ವಜಗಳನ್ನು ಕೆಳಗಿಳಿಸಿದರು. ಮೆಸ್ಸಿಗೆ ಹೋದರು. ಉಪಾಹಾರ ಮುಗಿಸಿದರು. ಹಾಸ್ಟಲಿಗೆ ಬಂದರು. "ಈಗ ಯಾರು ಯಾರು ಸಮ್ಮತಿಯನ್ನು ವ್ಯಕ್ತಪಡಿಸಬೇಕೆಂದಿದ್ದೀರೋ ಒಂದು ಠರಾವನ್ನು ತನ್ನಿ; ಅನುಮೋದಿಸುವವರೆಲ್ಲ ಕೈಯೆತ್ತಲಿ. ಯಾರು ಪ್ರತಿಭಟನೆಯನ್ನು ವ್ಯಕ್ತಪಡಿಸಬೇಕೆಂದಿದ್ದೀರೋ ಅವರೂ ಒಂದು ಠರಾವನ್ನು ತನ್ನಿ; ಅನುಮೋದಿಸುವವರು ಕೈಯೆತ್ತಲಿ" ಎಂದೆ (ನನ್ನ ಈ ಸೂಚನೆಯನ್ನು ಕಂಡು ನನಗೇ ನಾಚಿಕೆಯಾಯಿತು. ಹಾಸ್ಟಲಿಗರು ದಡ್ಡರೆ, ನಾನು ದಡ್ಡನೆ ಎಂಬ ಪ್ರಶ್ನೆಯೂ ಎದ್ದುನಿಂತಿತು. ಆ ಸಂದರ್ಭದಲ್ಲಿ ಬೇರೇನೂ ತೋರದಿದ್ದುದರಿಂದ ನಾನೇ ಜಾಣನಾಗಿರಬಹುದೇನೋ ಏನೋ ಎಂಬ ಹುರುಳಿಲ್ಲದ ಧೈರ್ಯವೂ ಬಂತು).

ಎರಡು ಪಕ್ಷದವರೂ 'ಮೊದಲು ನಾವು' ಎಂದು ಮುಂದೆ ಬಂದರು, "ಸ್ವಲ್ಪ ತಡೆಯಿರಿ. ಆಟವನ್ನು ಮೊದಲು ಯಾರು ಆರಂಭಿಸಬೇಕು ಎಂಬುದನ್ನು ನಿರ್ಧರಿಸುವುದಕ್ಕೆ ಒಂದು ಸಂಪ್ರದಾಯವಿದೆ" ಎನ್ನುತ್ತ ಜೇಬಿನಿಂದ ನಾಣ್ಯವನ್ನು ತೆಗೆದು ಮೇಲೆಸದೆ. ಹೆಡ್-ಟೈಲ್ ನ್ಯಾಯದಂತೆ ಮುಬ್ಬಣ್ಣ ಬಾವುಟದವರದು ಮೊದಲನೆ ಸರದಿ. ಒಬ್ಬ ಠರಾವನ್ನು ಮಂಡಿಸಿದ. ಮತ್ತೊಬ್ಬ ಅದನ್ನು ಅನುಮೋದಿಸಿದ. ಓಟಿಗೆ ಹಾಕಿದಾಗ ಶೇಕಡ ೭೫ ಮಂದಿ ಕೈಯೆತ್ತಿದರು. ಠರಾವು ಪಾಸಾಯಿತು. ಕಪ್ಪು ಬಾವುಟದವರ ನಡವಳಿಕೆಯೂ ಇದೇ ರೀತಿಯಲ್ಲಿ,

ಪ್ರಮಾಣದಲ್ಲಿ ನಡೆಯಿತು. "ನೋಡಿ, ಎರಡು ಪಕ್ಷಕ್ಕೂ ಸಮವಾದ ಹಂಚಿಕೆ ಬಂದಿದೆ. ಆದರೆ ಶೇಕಡ ೨೫ ಮಂದಿಗೆ ಯಾವ ಪಕ್ಷಕ್ಕೆ ಸೇರಿದವರೆಂದು ಅವರಿಗೇ ತಿಳಿಯದಾಗಿದೆ. ಏಕೆಂದರೆ ಎರಡು ಠರಾವುಗಳಿಗೂ ಕೈಯೆತ್ತಿದ್ದಾರೆ! ಅಂತೂ ಎರಡು ಪಕ್ಷಗಳವರೂ ಗೆದ್ದಿರಿ. ಇನ್ನು ಒಳಜಗಳಗಳಾಡದೆ, ಬಾವುಟದ ಮಾತೆತ್ತದೆ, ಮಧ್ಯಾಹ್ನ ಊಟಮಾಡಿ, ಇವತ್ತೊಂದು ಸ್ಪೆಷಲ್ ಸಿಹಿ ತಿಂಡಿಯಿದೆ. ಅದನ್ನು ತೆಗೆದುಕೊಳ್ಳಿ. ನಿನ್ನೆ ರಾತ್ರಿಯೆಲ್ಲ ಎದ್ದಿದ್ದಿರಿ, ಊಟ ಮಾಡಿ ನಿದ್ದೆ ಮಾಡಿ, ದೇಹ ಮನಸ್ಸುಗಳ ದಣಿವಾರಿಸಿಕೊಳ್ಳಿ" ಎಂದೆ (ನನ್ನ ಬುದ್ಧಿವಾದದಲ್ಲಿ ನನಗೇ ವಿಶ್ವಾಸವಿರಲಿಲ್ಲ. ನನ್ನ ಮಾತಿಗೆ ಹಾಸ್ಟಲಿಗರು ಕಿವಿಗೊಡುವರೆಂದು ನಾನು ಎಣಿಸಿರಲೂ ಇಲ್ಲ. ಸಾಧಾರಣ ಸಂದರ್ಭಗಳಲ್ಲಿ ಹುಡುಗರು ನಾವು ಆಡಿದ ಮಾತನ್ನು ತೂಗಿ ಬೆಲೆ ಕಟ್ಟುತ್ತಾರೆ. ಆದರೆ ಈಗ ಅದೃಷ್ಟ ನನ್ನ ಪರವಾಗಿತ್ತೆಂದು ಕೊಂಡಿದ್ದೇನೆ).

ಆ ದಿನ ಶಾಂತವಾಗಿತ್ತು. ಮರುದಿನ ಬೆಳಗಿನ ವಾರ್ತಾ ಪತ್ರಿಕೆಗಳಲ್ಲಿ ನಾಡಿನ ಬೇರೆ ಬೇರೆ ಕಡೆ ಲಾಠಿ ಛಾರ್ಜುಗಳು, ಗುಂಡೇಟುಗಳು, ಘರ್ಷಣೆಗಳು, ಅಸಹ್ಯ ರೀತಿಯ ವರ್ತನೆಗಳು ನಡೆದವೆಂಬ ಸುದ್ದಿ ಪ್ರಕಟವಾಯಿತು. ನಮ್ಮ ಹಾಸ್ಟಲಿನಲ್ಲಿನ ಹವ ಬಿಸಿಯೇರಿತು. ಒಂದು ಕಕ್ಷಿಯವರು ಬಂದು "ಸಾರ್, ಎದುರು ಕಕ್ಷಿಗೆ ಸೇರಿದವರು ನಮ್ಮನ್ನು ಒಂದು ಥರ ನೋಡಿಕೊಂಡು ಹೋಗುತ್ತಾರೆ, ನಮಗೆ ಭಯವಾಗಿದೆ" ಎಂದರು. ಪ್ರತಿಕಕ್ಷಿಯವರದೂ ಇದೇ ಪುಕಾರು. "ನಿಮ್ಮಿಬ್ಬರನ್ನೂ ನೋಡಿ ನನಗೆ ಭಯವಾಗುತ್ತದೆ" ಎಂದೆ.

"ಏನು ಸಾರ್, ನಾವೇನು ಮಾಡುತ್ತೇವೆ ನಿಮಗೆ?"

"ನನಗೆ ನೀವೇನೂ ಮಾಡುವುದಿಲ್ಲವೆಂಬ ನಂಬಿಕೆ ನನಗಿದೆ. ಆದರೆ ಊರಿನ ಪುಂಡರು ಗುಂಪು ಕೂಡಿಕೊಂಡು ಬಂದು ಹಾಸ್ಟಲಿಗೂ ನಿಮಗೂ ವಾರ್ಡನ್ ಲಾಡ್ಜಿಗೂ ಜಖಂ ಮಾಡಿದರೆ? ಹಾಸ್ಟಲಿನ ಸುತ್ತಮುತ್ತ ರೌಡಿಗಳ ಕೇರಿಗಳಿವೆಯೆಂಬುದು ನಿಮಗೆ ತಿಳಿದಿರುವ ಸಂಗತಿ ತಾನೆ? ನಗರದಲ್ಲಿ ವಾತಾವರಣ ಬಿಗಡಾಯಿಸಿಕೊಂಡಿದೆ. ಈ ಸಂದರ್ಭದಲ್ಲಿ ನೀವೂ ಉದ್ರೇಕಗೊಂಡರೆ ಏನಾಗುತ್ತದೆಯೋ ಎಂದು ಭಯವಾಗಿದೆ ನನಗೆ!"

ಅವರಲ್ಲಿ ಕೆಲವರಿಗೆ ಏನನ್ನಿಸಿತೋ, "ಸಾರ್, ನಿಮ್ಮ ಮನೆಯಾಕೆಯನ್ನು ರಕ್ಷಣೆಯ ಸಲುವಾಗಿ ಸ್ನೇಹಿತರ ಮನೆಗೇನಾದರೂ ಕಳುಹಿಸುವುದಾದರೆ ನಾವು ಅವರನ್ನು ಕರೆದುಕೊಂಡು ಹೋಗಿ ಬಿಟ್ಟು ಬರುತ್ತೇವೆ. ಶಾಂತ ವಾತಾವರಣ ಮರಳಿದ ಮೇಲೆ ನಾವೇ ಕರೆದುಕೊಂಡು ಬರುತ್ತೇವೆ. ತಮಗೇನಾದರೂ ಹಾನಿ ಬರುವ ಸಂದರ್ಭ ಬಂದರೆ ನಾವು ಸುಮ್ಮನಿರುತ್ತೇವೆಯೆ? ಆಗಂತುಕರನ್ನು ಸದೆ ಬಡಿದು ಬಿಡುತ್ತೇವೆ. ತಮಗೆ ಯಾವ ವಿಧವಾದ ಭಯವೂ ಇರಕೂಡದು. ನಮ್ಮ ಚಳುವಳಿ ಹಿಂದಿಗೆ ಸಂಬಂಧಪಟ್ಟಿದ್ದು. ತಮ್ಮ ವಿಷಯದಲ್ಲಿ ನಮಗಾವ

ಕೊರತೆಯೂ ಇಲ್ಲ. ತಾವು ನಮ್ಮನ್ನು ಅನ್ಯಥಾ ತಿಳಿಯಬಾರದು" ಎಂದು ಕೇಳಿಕೊಂಡರು. ಇದು ಅವರು ಮನಸಾರ ಆಡಿದ ಮಾತಲ್ಲ ಎಂದು ಬಗೆಯುವುದಕ್ಕೆ ನನಗೆ ಧೈರ್ಯರ್ಯ ಬರಲಿಲ್ಲ. ಸೂಕ್ತವಾದ ರೀತಿಯಲ್ಲಿ ನನ್ನ ಕೃತಜ್ಞತೆಯನ್ನು ಹೇಳಿದೆ.

ಸುಮಾರು ೧೧ ಗಂಟೆ ವೇಳೆಗೆ ನಗರದ ನಾಲ್ಕಾರು ಲಾರಿಗಳಲ್ಲಿ ಪೊಲೀಸು ಪಡೆ ಬಂದಿಳಿಯಿತು. ಹಾಸ್ಟಲಿನ ಹೆಬ್ಬಾಗಿಲ ಬಳಿ ಸ್ಥಾಪಿತವಾಯಿತು. ಅದರ ಅಧಿಕಾರಿಯೊಬ್ಬ ಬಂದು "ನಗರದ ವಾತಾವರಣ ಕೆಡುತ್ತಿದೆ. ಕಾಲೇಜಿನ ವಿದ್ಯಾರ್ಥಿಗಳಿಗೂ ಕಾವಲಿದ್ದ ಪೊಲೀಸಿನವರಿಗೂ ಘರ್ಷಣೆಯುಂಟಾಗಿದೆ. ಲಾಠಿ ಛಾರ್ಜು ನಡೆಯಿತು. ಇನ್ನೊಂದು ಹಾಸ್ಟಲನಲ್ಲೂ ಇದೇ ರೀತಿಯಾಗಿದೆ. ದಯವಿಟ್ಟು ನಿಮ್ಮ ಹಾಸ್ಟಲಿಗರನ್ನು ಹಾಸ್ಟಲಿನ ಒಳಗೇ ಇರಿ ಎಂದು ಬುದ್ಧಿ ಹೇಳಿ. ನಗರದಲ್ಲಿ ಸೆಕ್ಷನ್ ೧೪೪ ಪ್ರಯೋಗವಾಗಿದೆ" ಎಂದ. ನಾಲ್ಕಾರು ಹಾಸ್ಟಲಿಗರು ಓಡೋಡಿ ಬಂದು "ಸಾರ್, ಪೊಲೀಸರು ಬಂದುಬಿಟ್ಟಿದ್ದಾರೆ. ನಮ್ಮನ್ನು ಸದೆಬಡಿದು ಬಿಡುತ್ತಾರೆ" ಎಂದರು. ಆಫೀಸರನ್ನು ಕುರಿತು "ನೀವು ನನಗೆ ಹೇಳಿದಿರಲ್ಲ, ಅದನ್ನು ನೀವೇ ಇವರಿಗೆ ದಯವಿಟ್ಟು ತಿಳಿಸಿ" ಎಂದೆ. ಆತನು ಒಳ್ಳೆಯ ಸಂಸ್ಕೃತಿವಂತ. ನಾನು ನಿರೀಕ್ಷಿಸಿದ್ದಕ್ಕಿಂತಲೂ ಚೆನ್ನಾಗಿ ಹೇಳಿದ: "ನೋಡಿ ಮಕ್ಕಳೇ, ನೀವು ಒಂದು ವಿಧದಲ್ಲಿ ಪೊಲೀಸ್‌ನವರ ಮಕ್ಕಳೂ ಆಗಿದ್ದೀರಿ. ಪೊಲೀಸಿನವರೂ ನಿಮ್ಮ ನಿಮ್ಮ ತಂದೆಗಳಂತೆಯೇ, ಅವರಿಗೂ ಸ್ವಂತ ಮಕ್ಕಳಿದ್ದಾರೆ. ನಿಮ್ಮಂತೆಯೇ ಅವರಲ್ಲನೇಕರು ಸ್ಕೂಲು ಕಾಲೇಜುಗಳಲ್ಲಿ ಓದುತ್ತಿದ್ದಾರೆ; ಹಾಸ್ಟಲುಗಳಲ್ಲಿ ಬಿಡದಿ ಮಾಡಿದ್ದಾರೆ. ನಮ್ಮ ಮಕ್ಕಳನ್ನು ಸದೆಬಡಿದು ನಾವು ಸಂತೋಷ ಪಡಬೇಕೆ? ಲಾ ಅಂಡ್ ಆರ್ಡರ್ ದೃಷ್ಟಿಯಿಂದ ನಿಮ್ಮ ಹಾಸ್ಟಲಿಗೂ ನಿಮಗೂ ಹಾನಿ ಬರಬಾರದೆಂಬ ದೃಷ್ಟಿಯಿಂದ ನಾವು ಸರ್ಕಾರದ ಆಜ್ಞಾ ಪ್ರಕಾರ ಇಲ್ಲಿ ಬಂದಿದ್ದೇವೆ. ಆದ್ದರಿಂದ ನಮ್ಮನ್ನು ನಿಮ್ಮ ಶತ್ರುಗಳೆಂದು ಗಣಿಸಲು ಎಡೆಯಿಲ್ಲ. ನೀವು ಶಾಂತಿಯಿಂದಿರಿ. ನಮ್ಮ ಪಾಡಿಗೆ ನಾವು ನಮಗಿರುವ ಆಜ್ಞೆಯನ್ನು ಪಾಲಿಸುತ್ತೇವೆ." ಹಾಸ್ಟಲಿಗರಿಗೆ ಒಂದು ವಿಧವಾದ ನಂಬಿಕೆ ಬಂದಂತೆ ಕಂಡಿತು. ಅವರಲ್ಲೊಬ್ಬ "ವಾರ್ಡನ್ ಮನೆ ಬಾಗಿಲಿನಲ್ಲೂ ಪೊಲೀಸ್ ರಕ್ಷಣೆ ಬೇಕು. ವಾರ್ಡನ್‌ರ ಮನೆಯಾಕೆ ಒಬ್ಬರೇ ಇದ್ದಾರೆ" ಎಂದ. ಹುಡುಗರ ಹೃದಯದ ಅಂತರಾಳದ ಸ್ವಭಾವವನ್ನು ಕಂಡು ನನಗೆ ಆಶ್ಚರ್ಯವಾಯಿತು.

ಇನ್ನೊಂದರ್ಧ ಗಂಟೆ ಕಳೆದ ಮೇಲೆ ಬಂದ ಸುದ್ದಿ : ನಾಲ್ಕು ಹಾಸ್ಟಲುಗಳಲ್ಲಿ ಘರ್ಷಣೆ, ಸ್ಕೂಲು ಕಾಲೇಜುಗಳಲ್ಲಿ ವಿದ್ಯಾರ್ಥಿಗಳ ಮುಷ್ಕರ, ಪ್ರಿನ್ಸಿಪಾಲುಗಳ ಪರದಾಟ, ಇತ್ಯಾದಿ. ನಮ್ಮ ಹಾಸ್ಟಲಿಗರು ತಳಮಳಗೊಂಡರು. ಸೌದೆ ಶೇಖರಿಸಿದ ಷೆಡ್ಡಿನ ಬಾಗಿಲನ್ನು ಒಡೆದು ಒಬ್ಬೊಬ್ಬನೂ ಒಂದೋ ಎರಡೋ ಸರ್ವೆ ತುಂಡು ತೆಗೆದುಕೊಂಡ. ಕೋಲಾಹಲದ ಕೂಗು ಕೇಳಿಸಿತು. ಆ ತಳಮಳದಲ್ಲಿ ಒಂದಿಬ್ಬರು ನನ್ನ ಕೈಗೂ ಕಟ್ಟಿಗೆಯನ್ನು ಕೊಟ್ಟರು.

"ಇದೇನಪ್ಪ!"

"ಅತ್ಮ ರಕ್ಷಣೆಗೆ"

"ಷೆಡ್ಡಿನೊಳಗೆ? ಬಾಗಿಲು ತೆಗೆದಿತ್ತ?"

"ಇಲ್ಲ, ಒಡೆದೆವು."

"ಯಾರನ್ನಾದರೂ ಕೇಳಿದಿರ?"

ಮೌನ.

"ಹೀಗೆ ಮಾಡಬಹುದೆ?"

ಮೌನ.

(ನಸುನಕ್ಕು) "ಈಗ ನಿಮಗೆಲ್ಲ ಒಂದೊಂದು ರೂಪಾಯಿ ಜುಲ್ಮಾನೆ ಹಾಕಬೇಕಾಗಿದೆಯಲ್ಲ!"

"ಕೊಟ್ಟುಬಿಡುತ್ತೇವೆ ಸಾರ್."

"ಅದಕ್ಕೆ ಬದಲಾಗಿ ನೀವಿಟ್ಟುಕೊಂಡಿರುವ ಕಟ್ಟಿಗೆ ತುಂಡನ್ನೇ ಕೊಟ್ಟು ಬಿಡಬಹುದಲ್ಲವೆ?"

ಒಬ್ಬೊಬ್ಬನಾಗಿ ತುಂಡುಗಳನ್ನು ಕೆಳಗಿಟ್ಟ.

"ಹಾಸ್ಟಲಿನಿಂದ ಹೊರಕ್ಕೆ ಹೋಗಬೇಡಿ ಎಂದು ಪೊಲೀಸು ಅಧಿಕಾರಿ ಹೇಳಿಹೋಗಿದ್ದಾರೆ, ಹಾಗೆಯೇ ಇದ್ದಿರಿ. ಈಗೇನು ಬಂತು?"

"ನಗರದ ಎಲ್ಲ ಕಾಲೇಜಿನ ವಿದ್ಯಾರ್ಥಿಗಳೂ ಮೆರವಣಿಗೆಯಲ್ಲಿ ಹೋಗಿ ಮಂತ್ರಿಗಳಿಗೆ ಮನವಿ ಸಲ್ಲಿಸಿ ಬರಬೇಕೆಂದು ನಿರ್ಣಯಿಸಿದ್ದಾರೆ. ನಾವೂ ಹೋಗಬೇಕು."

"ಎಲ್ಲರೂ ಹೋದರೆ ಬಹುಶಃ ನೀವೂ ಹೋಗಬೇಕಾದ್ದೇ. ನನ್ನ ಅಭ್ಯಂತರವೇನೂ ಇಲ್ಲ. ಆದರೆ ಬರಿಗೈಯಲ್ಲಿ ಹೋಗಬಹುದಲ್ಲ! ಸೌದೆಯನ್ನೋ ದೊಣ್ಣೆಯನ್ನೋ ಮಂತ್ರಿಗಳಿಗೆ ಪ್ರದರ್ಶನ ಮಾಡಬೇಕಾಗಿಲ್ಲವಲ್ಲ!... ಎಷ್ಟು ಹೊತ್ತಿಗೆ ಹೋಗುತ್ತೀರ?"

"ಒಂದು ಗಂಟೆಗೆ."

"ಹಾಗಾದರೆ ಊಟ ಮುಗಿಸಿ ಬಿಡಬಹುದಲ್ಲ?"

"ಇನ್ನೂ ಅಡುಗೆಯಾಗಿಲ್ಲವಂತೆ."

"ಅದು ತಯಾರಾಗುವಂತೆ ನಾನು ಏರ್ಪಾಟು ಮಾಡುತ್ತೇನೆ. ಊಟ ಮಾಡಿಕೊಂಡು ಹೋಗಿ, ಸಂಜೆ ಬೇಗ ಬಂದು ಬಿಡಿ."

ಬೃಹತ್ ಮೆರವಣಿಗೆಯನ್ನು ಪೊಲೀಸು ಪಡೆ ಸೆಕ್ರೆಟೇರಿಯಟ್ಟಿನ ಬಳಿ ತಡೆಯಿತಂತೆ. ಘರ್ಷಣೆಯಾಯಿತಂತೆ. ಟಿಯರ್–ಗ್ಯಾಸ್ ಷೆಲ್ಲುಗಳನ್ನು ಒಡೆದರಂತೆ, ಗುಂಡು ಹಾರಿಸಿದರಂತೆ. ಎರಡು ಕಡೆಯೂ ಸಾವು ನೋವುಗಳುಂಟಾದುವಂತೆ.

ಏತನ್ಮಧ್ಯೆ ಇದುವರೆಗೂ ಅದೃಶ್ಯನಾಗಿದ್ದ ನನ್ನ ಡೈರೆಕ್ಟರ್–ಅಧ್ಯಕ್ಷ ಫೋನಿನಲ್ಲಿ ಪ್ರತ್ಯಕ್ಷನಾದ. ಕಿವಿ ತೂತುಬೀಳುವಂತೆ.

"ಏನ್ರೀ ಹೇಗಿದೆ?"

(ನನಗೆ ರೋಸಿ ಹೋಗಿತ್ತು) "ಯಾವುದು ಸಾರ್?"

"ಸ್ಥಿತಿ ರೀ."

"ಹಾಸ್ಟಲಿನದೆ?"

"ಹೌದ್ರೀ."

"ಸದ್ಯಕ್ಕೆ ಹಾಸ್ಟಲಿಗರಾರೂ ಇಲ್ಲಿಲ್ಲ; ಮೆರವಣಿಗೆ ಹೋಗಿದ್ದಾರೆ."

"ಕಾಲೇಜು?"

"ಅಲ್ಲೂ ವಿದ್ಯಾರ್ಥಿಗಳಾರೂ ಇಲ್ಲ."

"ವಾದ್ಯಾರುಗಳು?"

"ಅಲ್ಲೇ ಇದ್ದಾರೆ."

"ನೀವು?"

"ಅರ್ಧ ಸತ್ತಿದ್ದೇನೆ, ಅರ್ಧ ಬದುಕಿದ್ದೇನೆ."

ಗಹಗಹಿಸಿ ನಗುತ್ತ, "ಅಲ್ರೀ ನಿಮಗೇನಾದರೂ ಪೆಟ್ಟು ಗಿಟ್ಟು..."

"ನಿಮ್ಮ ದಯದಿಂದ ಅಂಥದೇನೂ ಆಗಿಲ್ಲ."

"ಯಾಕೆ ಕೇಳಿದೆ ಅಂತೀರಾ?"

"ಗೊತ್ತಿಲ್ಲ, ಸರ್"

"ಆ ಕಾಲೇಜಿನಲ್ಲಿ ವಾರ್ಡನಿಗೆ ಜಖಂ ಆಗಿದೆ. ಈ ಕಾಲೇಜಿನಲ್ಲಿ ಪ್ರಿನ್ಸಿಪಾಲಿಗೆ ಜಖಂ ಆಗಿದೆ. ಇನ್ನೊಂದು ಕಾಲೇಜಿನಲ್ಲಿ ಪ್ರಾಧ್ಯಾಪಕನೊಬ್ಬನ ತಲೆ ಒಡೆದಿದೆ. ನಿಮ್ಮ ಕಾಲೇಜಿನಲ್ಲಿ..."

"ನಿಮ್ಮ ದಯದಿಂದ ಅಂಥದೇನೂ ಇದುವರೆಗೂ ನಡೆದಿಲ್ಲ."

"ಅದು ಹೇಗ್ರಿ ಸಾಧ್ಯ? ನಾಳೆ ಅಸೆಂಬ್ಲಿಯಲ್ಲಿ ಪ್ರಶ್ನೆ ಎದ್ದರೆ ನಿಮ್ಮ ಕಾಲೇಜಿನಲ್ಲೂ ಹಾಸ್ಟಲಿನಲ್ಲೂ ಸಾವು ನೋವು ನಷ್ಟಗಳೇನೂ ಸಂಭವಿಸಿಲ್ಲ ಎಂದು ಹೇಳಿದರೆ ಅವರು ನಂಬುತ್ತಾರೆಯೇನ್ರಿ?"

"ಸರ್, ಮೊದಲು ನೀವು ನಂಬಿದರೆ ನನಗೆ ಸಾಕು. ಆಮೇಲೆ ಅವರೂ ನಂಬುತ್ತಾರೆ."

"ಹಾಗಾದರೆ ನಾನು ಅಲ್ಲಿ ಬರಲೇನ್ರಿ?"

"ಖಂಡಿತ ಬನ್ನಿ, ಎಲ್ಲವೂ ಈಗ ಶಾಂತವಾಗಿದೆ. ಆದರೆ ತಾವು ಆಗಮಿಸಿದ ತರುವಾಯ ಹವ ಬದಲಾಯಿಸಿದರೆ ನಾನು ಜವಾಬ್ದಾರನಲ್ಲ."

"ರೀ ಹೌದ್ರಿ ಹೌದ್ರಿ! ಹಿಂದೊಂದು ಸಲ ಹೀಗಾಗಿ ಬಿಟ್ಟಿತ್ತು. ಸರೀ ರ‍್ರೀ! ನೀವು ಹೇಳಿದ್ದನ್ನು ಒಪ್ಪಿಕೊಳ್ಳುತ್ತೇನೆ... ಮೇಲಧಿಕಾರಿಗಳು ನಿಮ್ಮನ್ನು ಕೇಳಿದರೆ ಕೂಡ ಎಲ್ಲವೂ ಶಾಂತವಾಗಿದೆ ಅಂತಲೇ ಹೇಳಿ ಬಿಡಿ!"

"ಸರ್, ಲಾಲಿಸಬೇಕು. ಎಂಥ ಸ್ಥಿತಿಯಾದರೂ ನಿಮ್ಮ ಬಳಿ ಒಂದು, ಇನ್ನೊಬ್ಬರ ಬಳಿ ಇನ್ನೊಂದು ಹೇಳುವ ಛಾತಿ ನನಗಿಲ್ಲ. ಇರುವ ಸ್ಥಿತಿಯನ್ನು ನಾನು ಹೇಳಿದ್ದೇನೆ. ಇದನ್ನೇ ಸಮರ್ಥಿಸಿ ನಿಮಗೊಂದು ಕಾಗದವನ್ನೂ ಬರೆದಿದ್ದೇನೆ. ಯಾರು ಕೇಳಿದರೂ ಇದನ್ನೇ–ಇರುವ ಸತ್ಯವನ್ನೇ–ಹೇಳುತ್ತೇನೆ."

"ಏನ್ರೀ, ನನ್ನನ್ನು ತಪ್ಪಾಗಿ ತಿಳಿದುಕೊಂಡಿರೇನ್ರಿ?"

"ಎಲ್ಲಾದರೂ ಉಂಟೆ? ಛೆ ಛೆ! ತಮ್ಮನ್ನು ಸರಿಯಾಗಿ ತಿಳಿದುಕೊಂಡಿದ್ದೇನೆ."

ಸೆಕ್ರೆಟೇರಿಯಟ್ಟಿನ ಬಳಿ ವಿದ್ಯಾರ್ಥಿಗಳ ಮೆರವಣಿಗೆಯನ್ನು ಪೋಲೀಸರು ತಡೆದರಂತೆ. "ನಾವು ಮಂತ್ರಿಗಳನ್ನು ಮುಖೇನ ಕಂಡು ಮನವಿ ಸಲ್ಲಿಸಬೇಕು" ಎಂದದ್ದಕ್ಕೆ "ನಿಮ್ಮ ಮುಖಂಡರು ಮೂರು ನಾಲ್ಕು ಜನರನ್ನು ಬೇಕಾದರೆ ಒಳಗೆ ಬಿಡುತ್ತೇವೆ; ಬಂದಿರುವವರೆಲ್ಲರನ್ನೂ ಬಿಡಲಾಗದು" ಎಂದರಂತೆ ಪೋಲೀಸು ಅಧಿಕಾರಿಗಳು. ಅದಕ್ಕೆ ಇವರು ಒಪ್ಪಲಿಲ್ಲ. ಎಲ್ಲರನ್ನೂ ಬಿಡಬೇಕೆಂದು ಒತ್ತಾಯ ಪಡಿಸಿದರು. ಪೋಲೀಸಿನವರು ಆಗದೆಂದರು. ಮಾತಿಗೆ ಮಾತು ಬೆಳೆದು ಹದಗೆಟ್ಟಿತು. ಘರ್ಷಣೆಯಾಯಿತು. ಟಿಯರ್–ಗ್ಲಾಸ್ ಷೆಲ್ ಒಡೆದದ್ದಾಯಿತು. ಗುಂಡು ಹಾರಿಸಲಾಯಿತು. ಸ್ಥಿತಿ ತಹಬಂದಿಗೆ ಬಂದಿತೆಂದು ಪೋಲೀಸರು ವರದಿಕೊಟ್ಟರು.

ಮಾರನೆಯ ದಿನದಿಂದ ನಾಡು ಪೂರ ಅನಿರ್ದಿಷ್ಟಕಾಲ ಸ್ಕೂಲು, ಕಾಲೇಜು, ಹಾಸ್ಟಲುಗಳು ಬಂದಾದವು. ಸರ್ಕಾರದ ಆಜ್ಞೆ.

* * *

ವಾದ್ಯಾರುಗಳ ಸೂಕ್ಷ್ಮ ಜಗತ್ತಿಗೂ ನಾಡಿನ ರಾಜಕೀಯ ಬೃಹತ್ ಜಗತ್ತಿಗೂ ನಿಕಟವಾದ ಸಂಬಂಧವಿದೆ. ನಿಕಟವೇನು, ಅದ್ವೈತ ಸಂಬಂಧವೆಂದೇ ಹೇಳಬಹುದು. ಎರಡು ಜಗತ್ತುಗಳಲ್ಲೂ ಒಂದೇ ವ್ಯಾಪಾರ. ಒಂದೇ ಮಾಯೆ; ಶಾಂಕರ ಮತರೀತಿಯ ಜೀವಾತ್ಮ–ಪರಮಾತ್ಮ ಸಾಮರಸ್ಯ. ಉಪಾಧ್ಯಾಯರಾಗಿದ್ದವರು ಎಂ.ಎಲ್.ಎ. ಗಳಾಗುತ್ತಾರೆ; ಎಂ.ಎಲ್.ಎ.ಗಳಾಗಿದ್ದವರು ಉಪಾಧ್ಯಾಯರಾಗುತ್ತಾರೆ. ಈ

ತೋರಿಕೆ ನಿತ್ಯವಾದ ಒಂದೇ ಬ್ರಹ್ಮದ ಎರಡು ಅನಿತ್ಯ ರೂಪ ಭೇದಗಳಲ್ಲವೆಂದು ಸಾಧಿಸಲು ಸಾಧ್ಯವಿಲ್ಲ! ಇಷ್ಟೇ ಅಲ್ಲ, ವಾದ್ಯಾರುಗಳನ್ನು ನೇಮಕ ಮಾಡುವವರು ಎಂ.ಎಲ್.ಎ.ಗಳು; ಎಂ.ಎಲ್.ಎ.ಗಳನ್ನು ನೇಮಕ ಮಾಡುವವರು ವಾದ್ಯಾರುಗಳು; ವಿದ್ಯಾರ್ಥಿಗಳನ್ನು ಕಾಲೇಜಿನೊಳಕ್ಕೆ ನುಗ್ಗಿಸುವವರೂ ಎಂ.ಎಲ್.ಎ.ಗಳೇ. ಪ್ರಿನ್ಸಿಪಾಲರು ಸರ್ಕಾರದ ಅಧಿಕಾರಿಯಾಗಿರುವುದು ಕಾಗದದ ಮೇಲೆ ಮಾತ್ರ; ಕಾರ್ಯನಿರ್ವಹಣೆಯಲ್ಲಿ ಅವನು ಎಂ.ಎಲ್.ಎ.ಗಳ ಸೂತ್ರದ ಗೊಂಬೆ; ಇನ್ನು ಈ ವಿಷಯವನ್ನು ವಿಶದಪಡಿಸಬೇಕಾಗಿಲ್ಲವೆಂದು ನಂಬಿದ್ದೇನೆ.

ಅನೇಕ ಸಮಯಗಳಲ್ಲಿ ಇದೇ ಅದ್ವೈತ ರೀತಿಯ ಸಂಬಂಧ ವಾದ್ಯಾರು ವಿದ್ಯಾರ್ಥಿಗಳಲ್ಲೂ ಕಾಣಬರುತ್ತದೆ. ಇಬ್ಬರ ಹೊರಗೂ ಒಂದೇ–ಟ್ಯೂಬು ಪ್ಯಾಂಟು, ನೀಳ ತಲೆಕೂದಲು, ಸೈಡ್ ಬರ್ನ್ಸ್, ಬಣ್ಣಬಣ್ಣದ ಚಿತ್ರವಿಚಿತ್ರದ ಬುಷ್‌ಷರಟು ಕೋಟು, ಇತ್ಯಾದಿ; ಇಬ್ಬರ ಒಳಗೂ ಒಂದೇ–ರಾಜಕೀಯ ರಕ್ತ, ಬೇಜವಾಬ್ದಾರಿಯ ಮಾಂಸ, ಹುಡುಗಾಟಿಕೆಯ ನರ, ಮಾಂದ್ಯ ನಿಬಿಡವಾದ ಮಿದುಳು, ಇತ್ಯಾದಿ. ಎಷ್ಟೋ ವೇಳೆಗಳಲ್ಲಿ ಬಾಹ್ಯಾಕಾರ ನಡವಳಿಕೆಗಳಿಂದಾಗಲಿ, ನುಡಿಯುವ ಮಾತಿನಿಂದಾಗಲಿ, ಅದರ ಹಿಂದಿರುವ ಭಾವದಿಂದಾಗಲಿ ವಿದ್ಯಾರ್ಥಿ ಯಾರು ವಾದ್ಯಾರು ಯಾರು ಎಂದು ಕಂಡುಹಿಡಿಯುವುದೇ ಕಷ್ಟವಾಗುತ್ತೆ. ವಿದ್ಯಾರ್ಥಿಗಳಿಗೆ ವಾದ್ಯಾರುಗಳ ಗುರುತು ಸಿಗದು. ವಾದ್ಯಾರಿಗೆ ವಿದ್ಯಾರ್ಥಿಗಳ ಗುರುತು ಸಿಗದು. ವಯಸ್ಸಿನಲ್ಲೂ ಎರಡು ವರ್ಗದವರಿಗೆ ವ್ಯತ್ಯಾಸ ಸಿಗದ–ಇಂದು ವಿದ್ಯಾರ್ಥಿ, ಪರೀಕ್ಷೆಯಲ್ಲಿ ಕನಿಷ್ಠಾಂಶದ ತೇರ್ಗಡೆ; ನಾಳೆ ವಾದ್ಯಾರು! ಕೆಲಸದಿಂದ ನಿವೃತ್ತಿಯಾಗುವವರೆಗೂ ವಿದ್ಯಾರ್ಥಿ–ವಾಸನೆ ಇವನಿಗಂಟಿಕೊಂಡೇ ಇರುತ್ತದೆ.

ವಿದ್ಯಾರ್ಥಿ–ವಾದ್ಯಾರು–ಎಂ.ಎಲ್.ಎ. ಸಾಮರಸ್ಯದಿಂದ ಅನೇಕ ವೇಳೆ ವಿದ್ಯಾರ್ಥಿಗಳ ವರ್ತನೆಯನ್ನು ವಾದ್ಯಾರುಗಳೇ ಮುನ್ಸೂಚಿಸಿ ಬಿಡುತ್ತಾರೆ. ಜನವರಿ ೨೬ನೇ ತಾರೀಖನ್ನು ಪ್ರಜಾಪ್ರಭುತ್ವದ ದಿನವನ್ನಾಗಿ ಆಚರಿಸಬೇಕೆ, ಶೋಕಪ್ರದರ್ಶನಾ ದಿನವನ್ನಾಗಿ ಆಚರಿಸಬೇಕೆ ಎಂಬ ಚರ್ಚೆ ಅದೇ ತಿಂಗಳು ೨೦ನೇ ತಾರೀಖಿನಲ್ಲೇ ಎದುರಾಯಿತು, ನಮ್ಮ ವಾದ್ಯಾರುಗಳಿಗೆ. ಇವರಲ್ಲೂ ರಾಜಕೀಯ ಪಕ್ಷಗಳಿದ್ದವಾದ್ದರಿಂದ ನನಗೇನೂ ಇದು ಆಶ್ಚರ್ಯವನ್ನುಂಟು ಮಾಡಲಿಲ್ಲ. ಕಾಲೇಜಿನ ಒಂದೊಂದು ಡಿಪಾರ್ಟ್‌ಮೆಂಟೂ ಈ ಪಕ್ಷಗಳ ಪಾತಿಯಾಗಿತ್ತಾದ್ದರಿಂದ ವಿಷಬೀಜಗಳು ತಾವೇ ತಾವಾಗಿ ಮೊಳೆತು ಹುಲುಸಾಗಿ ಬೆಳೆಯುತ್ತಿದ್ದವು. ಎರಡು ಪಕ್ಷಗಳವರೂ ರಹಸ್ಯ ಸಭೆಗಳನ್ನೇರ್ಪಡಿಸಿ, ಆಯಾ ಪಕ್ಷಗಳ ವಿದ್ಯಾರ್ಥಿ, ಅನುಯಾಯಿಗಳನ್ನು ಹುರಿದುಂಬಿಸುತ್ತಿದ್ದರು.

ಒಂದು ದಿನ ರಾತ್ರಿ ಒಂದು ಗಂಟೆಯವರೆಗೂ ನನ್ನ ಲ್ಯಾಬೊರೇಟರಿಯಲ್ಲಿ ಕೆಲಸ ಮಾಡಿಕೊಂಡು ಮನೆಗೆ ಹಿಂದಿರುಗುತ್ತಿದ್ದಾಗ ಒಂದು ಡಿಪಾರ್ಟ್‌ಮೆಂಟಿನಲ್ಲಿ ಬೆಳಕು ಕಾಣಿಸಿತು. ಕಾವಲುಗಾರರನ್ನು ಕರೆದು ವಿಚಾರಿಸಿದೆ. "ಮೀಟಿಂಗು"

ಎಂದರು. ನನಗೆ ಕುತೂಹಲವನ್ನು ತಡೆಯಲಾಗಲಿಲ್ಲ. ವಾದ್ಯಾರೊಬ್ಬ ೨೦-೨೫ ವಿದ್ಯಾರ್ಥಿಗಳಿಗೆ ಬೋಧಿಸುತ್ತಿದ್ದ: "ಆಂಗ್ಲ ಬಂದು ತಮಿಳನ್ನು ತುಳಿಯಿತು. ಹಿಂದಿ ಬಂದು ತಮಿಳಿಗೆ ನೇಣು ಹಾಕುತ್ತದೆ. ನಿಮ್ಮ ತಲೆ ಮೇಲೆ ಮಣ್ಣು ಸುರಿಯುತ್ತದೆ. ನಾಳಿನ ವೀರರು ನೀವು! ವೀರಪಾಂಡ್ಯ ಕಟ್ಟಬೊಮ್ಮನನ್ನು ಜ್ಞಾಪಿಸಿಕೊಳ್ಳಿ. ನಾವೆಲ್ಲ ಕಟ್ಟಬೊಮ್ಮನ ಮರಿಸಿಡಿಲುಗಳೆಂಬುದನ್ನು ಮರೆಯಬೇಡಿ. ಏಳಿ! ಎಚ್ಚರಗೊಳ್ಳಿ! ಏನೇ ಬರಲಿ ಎದುರಿಸಿ ಹೋರಾಡೋಣ!" ಆ ಸಮಯದಲ್ಲಿ ನಾನು ಕಾಣಿಸಿಕೊಳ್ಳುವುದು ಬೇಡ ಎಂದು ಮನೆಯನ್ನು ಸೇರಿಕೊಂಡೆ. ಇದೇ ರೀತಿಯ ನಡುರಾತ್ರಿ ಕೂಟಗಳು ಇತರ ಕೆಲವು ಡಿಪಾರ್ಟ್‌ಮೆಂಟುಗಳಲ್ಲೂ ನಡೆದವು. ಎರಡು ಪಕ್ಷಗಳ ಪಾತಿಗಳಿಗೂ ಮಳೆ ಬಿತ್ತು.

ಡೈರೆಕ್ಟರಿಗೆ ವಿಷಯವನ್ನು ಅರಿಕೆ ಮಾಡಿಕೊಂಡೆ. "ನೀವ್ಯಾಕ್ರೀ ನಡುರಾತ್ರಿಯಲ್ಲಿ ಹೊಂಚು ಕೇಳುವುದಕ್ಕೆ ಹೋದಿರಿ? ಈಗಿರುವ ತಲೆನೋವು ಸಾಲದೇನ್ರಿ? ನಿಮ್ಮದೇನ್ರಿ ಅರ್ಧರಾತ್ರಿಯ ಅವಾಂತರ? ಬೆಳಕಿರುವಾಗ ನಿಮ್ಮ ರಿಸರ್ಚ್ ಮಾಡಿಕೊಂಡರೆ ಸಾಲದೇನ್ರಿ? ಇನ್ನು ಮೇಲೆ ಕತ್ತಲೆಯಾದ ಬಳಿಕ ನಿಮ್ಮ ನಿಮ್ಮ ರಿಸರ್ಚನ್ನು ನಿಲ್ಲಿಸಬಿಡಿ. ನನಗೆ ತಲೆ ನೋವು ತರಬೇಡಿ" ಎಂದು ಬುದ್ಧಿವಾದ ಹೇಳಿದರು.

೨೪ನೇ ತಾರೀಖು ಕೆಲವು ವಾದ್ಯಾರುಗಳು ಬಂದು, "ಸಾರ್, ನಾವೇನೋ ಸುದ್ದಿ ಕೇಳಿದೆವು" ಎಂದರು.

"ಏನದು?"

"೨೭ನೆ ತಾರೀಖಿನಿಂದ ಸ್ಕೂಲು ಕಾಲೇಜುಗಳಿಗೆ ರಜ ಕೊಡುತ್ತಾರಂತೆ."

"ಏಕೆ?"

"ಸರಿಯಾಗಿ ತಿಳಿಯದು...೨೬ನೆ ತಾರೀಖು ಗಲಾಟೆಗಳು ಸಂಭವಿಸುವುವಂತೆ... ಮುಂಜಾಗ್ರತೆಯಿಂದ ರಜ ಕೊಡಬೇಕೆಂದಿದ್ದಾರಂತೆ."

"ಎಷ್ಟು ದಿನವಂತೆ?"

"ಎರಡು ವಾರ ಎನ್ನುತ್ತಾರೆ, ಒಂದು ತಿಂಗಳು ಎನ್ನುತ್ತಾರೆ. ತಮಗೇನಾದರೂ ಸುದ್ದಿ ಮುಟ್ಟಿದೆಯೆ ಎಂದು ಕೇಳಿ ಹೋಗೋಣವೆಂದು ಬಂದೆವು."

"ಇಲ್ಲ, ನನಗೇನೂ ಗೊತ್ತಿಲ್ಲ, ನೀವು ಹೇಳುತ್ತಿರುವುದೇ ನನಗೆ ಹೊಸ ಸುದ್ದಿಯಾಗಿದೆ."

"ಒಂದು ವೇಳೆ ರಜ ಬಂದರೆ ನಾವು ಕಾಲೇಜಿಗೆ ಬರಬೇಕೆ?"

"ಆ ವಿಷಯ ಈಗೇಕೆ? ಸಮಯ ಬಂದಾಗ ನೋಡಿಕೊಳ್ಳಬಹುದಲ್ಲ. ಇವತ್ತು ಇನ್ನೂ ೨೪ನೆ ತಾರೀಖಲ್ಲವೆ?"

ಈ ವಾದ್ಯಾರುಗಳ ವಿಷಯದಲ್ಲಿ ನನಗೆ ಸಂದೇಹ. ಅಂದು ರಾತ್ರಿ ವಿದ್ಯಾರ್ಥಿಗಳನ್ನು ಹುರಿದುಂಬಿಸುತ್ತಿದ್ದವರೂ ಇದೇ ವಾದ್ಯಾರುಗಳೇ. ೨೬-೨೭ರಲ್ಲಿ ನಡೆದ ಸಂಘಟನೆಗಳನ್ನು ಇವರು ಎದುರು ನೋಡಿದವರು ಮಾತ್ರವಲ್ಲ, ಸ್ವಲ್ಪ ಮಟ್ಟಿಗಾದರೂ ಅವಕ್ಕೆ ಸೂತ್ರಧಾರರೂ ಆಗಿದ್ದಿರಬೇಕು ಎನ್ನಿಸಿತು. ಕೇಳಿದರೆ ಇವರು ನಿಜ ಹೇಳುತ್ತಾರೆಯೇ? "ಅಲ್ರೀ, ನೀವು ಮುಂದೆ ಸಂಭವಿಸಬಹುದಾದವುಗಳನ್ನು ಈಗಲೇ ಹೇಗೆ ಊಹಿಸಿಕೊಂಡಿದ್ದೀರಿ?" ಎಂದೆ.

ಮುಖ ಬೆಳ್ಳಗಾಯಿತು. ಮೈ ಸ್ವಲ್ಪ ನಡುಗಿತು. ಆದರೂ ಧೈರ್ಯವನ್ನು ನಟಿಸಿ "ನಮಗೆ ಒಂದೂ ಗೊತ್ತಿಲ್ಲ ಸಾರ್. ಅವರಿವರು ಮಾತನಾಡಿಕೊಳ್ಳುತ್ತಿದ್ದರು. ವಿಷಯವನ್ನು ತಮಗೆ ತಿಳಿಸಿದೆವು ಅಷ್ಟೆ" ಎನ್ನುತ್ತ ಹೊರಟೇ ಹೋದರು. ಈ ವಾದ್ಯಾರುಗಳ ಪೂರ್ವಚರಿತ್ರೆ ವಿದ್ಯಾಸಂಸ್ಥೆಗೆ ಹೊಂದಿಕೊಳ್ಳುವಂಥದಲ್ಲ; ಇವರು ವಿದ್ಯಾರ್ಥಿದೆಸೆಯಲ್ಲಿ ಚಳುವಳಿಗಳನ್ನೂ ಮುಷ್ಕರ ಮೆರವಣಿಗೆಗಳನ್ನೂ ನಡೆಸಿ ರಾಜಕೀಯ ರುಚಿ ಕಂಡಿದ್ದವರು, ಸರ್ಕಾರಕ್ಕೆ ಇದರ ಅರಿವಿದ್ದೂ ಇವರನ್ನೇ ವಾದ್ಯಾರುಗಳನ್ನಾಗಿ ನಿಯಮಿಸಿತ್ತು. ಇವರನ್ನು ಯಾವ ಕಾಲೇಜಿನಲ್ಲಿಟ್ಟರೂ ಪ್ರಿನ್ಸಿಪಾಲಿಗೆ ತಲೆನೋವೆ. ಹೋದಲ್ಲೆಲ್ಲ ಯಾವುದಾದರೊಂದು ಆಡಳಿತ ಪ್ರಶ್ನೆಯಲ್ಲಿ ತಲೆಹಾಕುವುದು; ಮೂಕರ್ಜಿಗಳನ್ನು ಬರೆಯುವುದು; ಹಳದಿ ಸುದ್ದಿಗಳನ್ನು ಎತ್ತಿಕಟ್ಟುವುದು; ಮುಷ್ಕರ ಹೂಡುವಂತೆ ವಿದ್ಯಾರ್ಥಿಗಳನ್ನು ಹುರಿದುಂಬಿಸಿ, ಅದನ್ನು ಆಗಮಾಡಿಸಿ, ತೆರೆಯ ಹಿಂದಿನಿಂದ ತಮಾಷೆ ನೋಡುವುದು, ಇತ್ಯಾದಿ ಹವ್ಯಾಸಗಳಲ್ಲಿ ತೊಡಗುತ್ತಿದ್ದರು. ಹೀಗಾಗಿ ಒಂದೊಂದು ಕಾಲೇಜಿನಲ್ಲೂ ವಿಪರೀತ ಚರಿತರಾಗಿದ್ದರು. ಪ್ರಿನ್ಸಿಪಾಲರ ಬಲವಂತದಿಂದ ಸರ್ಕಾರ ಇವರನ್ನು ಬೇರೊಂದು ಕಾಲೇಜಿಗೆ ವರ್ಗ ಮಾಡುತ್ತಿತ್ತು. ಹೀಗೆ ಹತ್ತಾರು ಕಾಲೇಜುಗಳಲ್ಲಿ ಅನುಭವ ಪಡೆದು ಕಳೆದ ಒಂದೆರಡು ವರ್ಷಗಳಿಂದ ನನ್ನ ಸಹೋದ್ಯೋಗಿಗಳಾಗಿದ್ದಾರೆ.

೨೭ನೆ ತಾರೀಖು ಈ ವಾದ್ಯಾರುಗಳೊಂದಿಬ್ಬರನ್ನು ಹಾಸ್ಟಲಿಗರ ಗುಂಪಿನಲ್ಲಿ ಗುರುತು ಹಿಡಿದೆ. ಬೇರೆಯಾಗಿ ಕರೆದು "ಇದೇನು? ಇಲ್ಲಿದ್ದೀರಲ್ಲ?" ಎಂದು ಕೇಳಿದ್ದಕ್ಕೆ ಒಬ್ಬ "ನನ್ನ ಚಿಕ್ಕಪ್ಪನ ಮಗ ಇಲ್ಲಿದ್ದಾನೆ; ಇವತ್ತು ಮನೆಯಲ್ಲಿ ಪೂಜೆ. ಅವನನ್ನು ಮನೆಗೆ ಕರೆದುಕೊಂಡು ಹೋಗೋಣವೆಂದು ಬಂದೆ" ಎಂದೂ, ಇನ್ನೊಬ್ಬನು "ಅಳಿಯನನ್ನು ಹುಡುಕಲು ಬಂದಿದ್ದೇನೆ" ಎಂದೂ ಬದಲು ಕೊಟ್ಟರು. "ಶುಭಕಾರ್ಯಗಳಿಗೆ ಈ ದಿನವನ್ನೇ ಗೊತ್ತು ಮಾಡಿಕೊಂಡಿರಲ್ಲ!" ಎಂದದ್ದಕ್ಕೆ ಏನು ಹೇಳಲೂ ತೋರದೆ ಹಲ್ಲು ಕಿರಿದರು. ಅಂದು ಮಧ್ಯಾಹ್ನ ಸೆಕ್ರೆಟೇರಿಯಟ್ಟಿನ ಬಳಿ ನಡೆದ ಘಟನೆಗಳನ್ನು ಮೊದಲು ನನಗೆ ತಿಳಿಸಿದವರೂ ಇವರೇ. "ಮನೆಯಲ್ಲಿ ಪೂಜೆಯಿಟ್ಟುಕೊಂಡಿದ್ದವರೂ, ಅಳಿಯನ ಅನ್ವೇಷಣೆಯಲ್ಲಿದ್ದವರೂ ಅಲ್ಲೇಕೆ ಹೋದಿರಿ?" ಎಂದದ್ದಕ್ಕೆ "ಏನೋ ಗೃಹಕೃತ್ಯ ಮಾತನಾಡಿಕೊಂಡು ಹಾಗೆಯೇ ಹೋಗಿಬಿಟ್ಟೆವು! ತಿಳಿಯಲೇ ಇಲ್ಲ!" ಎಂದು ಒಬ್ಬರ ಮುಖವನ್ನೊಬ್ಬರು ನೋಡಿಕೊಂಡರು.

೨೮ನೇ ತಾರೀಖಿನಿಂದ ವಿದ್ಯಾಸಂಸ್ಥೆಗಳನ್ನು ಮುಚ್ಚಬೇಕೆಂಬ ಆಜ್ಞೆ ಬಂದೊಡನೆಯೆ ಈ ವಾದ್ಯಾರುಗಳು ಬಂದು "ಕಾಲೇಜಿಗೆ ರಜ ಬಂದಿದೆ. ನಾವು ಊರಿಗೆ ಹೋಗಬೇಕಾದ ತುರ್ತು ಸ್ಥಿತಿ ಏರ್ಪಟ್ಟಿದೆ. ಹೋಗಿ ಬರಬಹುದೆ?" ಎಂದರು.

"ಕಾಲೇಜು ಮುಚ್ಚಿರುವುದು ವಿದ್ಯಾರ್ಥಿಗಳಿಗೆ ಮಾತ್ರ. ಅಧ್ಯಾಪಕರಿಗಲ್ಲ, ಕಾಲೇಜು ಆಫೀಸಿಗೂ ಅಲ್ಲ."

"ಹಾಗಿದ್ದರೆ ನಾವು ಇಲ್ಲಿ ಬಂದು ಯಾರಿಗೆ ಪಾಠ ಹೇಳಬೇಕು?"

"ನೀವು ಇಲ್ಲಿಗೆ ಪಾಠ ಹೇಳಲು ಬರಬೇಕಾಗಿಲ್ಲ. ಬೆಳಿಗ್ಗೆ ೮ ಗಂಟೆಗೆ ಪೋಲೀಸ್ ಠಾಣೆಗೆ ಹೋಗಬೇಕು."

"ಸಾರ್ ಸಾರ್ ಸಾರ್!"

"ಹೇಳುವುದನ್ನು ಮೊದಲು ಕೇಳಿ, ಅಲ್ಲಿನ ಅಧಿಕಾರಿಗೆ ನಿಮ್ಮ ಇರುವಿಕೆಯನ್ನು ತಿಳಿಸಬೇಕು. ಅಲ್ಲಿಂದ ಹೊತ್ತಿಗೆ ಸರಿಯಾಗಿ ಕಾಲೇಜಿಗೆ ಬರಬೇಕು. ಸಂಜೆ ೪ ಗಂಟೆಗೆ ತಿರುಗಿ ಪೋಲೀಸ್ ಠಾಣೆಗೆ ಹೋಗಿ ಅಧಿಕಾರಿಯನ್ನು ಸಂಧಿಸಬೇಕು. ಸರ್ಕಾರದಿಂದ ಬಂದಿರುವ ಆರ್ಡರ್ ಇಲ್ಲಿದೆ. ತೆಗೆದುಕೊಂಡು ರುಜು ಹಾಕಿ."

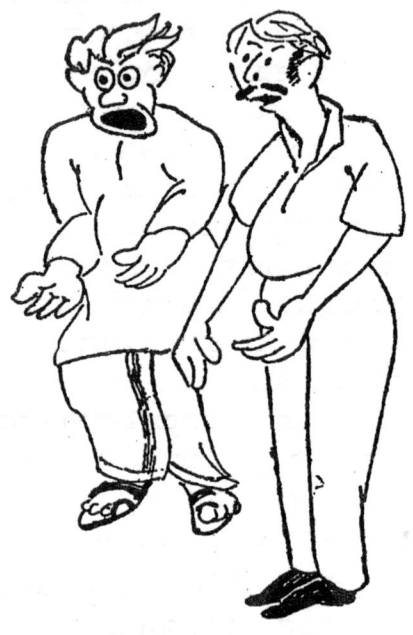

"ಸಾರ್, ಸಾರ್, ಸಾರ್!"

"ಸಾರ್, ನಾವು ಅಪರಾಧವೆಂಬುದನ್ನೇ ಅರಿಯೆವು. ನಮ್ಮ ವಿಷಯದಲ್ಲಿ ಯಾರು ಯಾರೋ ಏನು ಏನನ್ನೋ ಸುಳ್ಳುಪಳ್ಳು ಸುದ್ದಿ..."

"ಅಯ್ಯೋ ಪಾಪ! ಅದೆಲ್ಲವನ್ನೂ ಪೋಲೀಸ್ ಠಾಣೆಯಲ್ಲಿ ಅರಿಕೆ ಮಾಡಿಕೊಳ್ಳಿ. ಅಥವಾ ಹೇಳುವುದಕ್ಕೆ ಏನಾದರೂ ಇದ್ದರೆ ಬರೆದುಕೊಡಿ, ಸರ್ಕಾರಕ್ಕೆ ರವಾನೆ ಮಾಡುತ್ತೇನೆ."

"ಸಾರ್, ತಾವೇನಾದರೂ ನಮ್ಮ ಪರವಾಗಿ..."

"ನೋಡಿ, ನನಗೂ ಈ ಆರ್ಡರಿಗೂ ಯಾವ ಸಂಬಂಧವೂ ಇಲ್ಲ, ನನ್ನ ಮೂಲಕ ಈ ಕಾಗದ ನಿಮಗೆ ಬಂದಿದೆ. ನನ್ನ ಕರ್ತವ್ಯದ ಪ್ರಕಾರ ನಿಮಗೆ ತಲಪಿಸಿದ್ದೇನೆ. ನಿಮ್ಮ ಪರವಾಗಿಯಾಗಲಿ ಅಪರವಾಗಿಯಾಗಲಿ ನಾನು ಏನನ್ನೂ ಹೇಳುವುದಿಲ್ಲ. ಎಂದ ಮಾತ್ರಕ್ಕೆ ನೀವು ಕಳೆದ ಎರಡು ವಾರಗಳಿಂದ ಕಾಲೇಜಿನಲ್ಲೂ ಹಾಸ್ಟಲಿನಲ್ಲೂ ನಡೆಸಿರುವ ತೆರೆಹಿಂದಿನ ಕಾರ್ಯಭಾರಗಳು ನನಗೆ ತಿಳಿಯದೆ ಇಲ್ಲ. ಆದ್ದರಿಂದ ನಿಮ್ಮ ಪರವಾಗಿ ನಾನು ಹೇಳುವಂಥದೇನೂ ನನ್ನ ಹತ್ತಿರ ಇಲ್ಲ. ನಿಮ್ಮ ಈ ೧೫ ದಿನಗಳ ಚಲನವಲನಗಳೆಲ್ಲ ಗುಪ್ತ ಪೊಲೀಸರ ಕಣ್ಣಿಗೆ ಬಿದ್ದಿವೆಯೆಂಬುದನ್ನು ಮಾತ್ರ ಮರೆಯಬೇಡಿ."

ಭಾರ ಹೆಜ್ಜೆಗಳನ್ನು ಹಾಕುತ್ತ ಹೋದರು.

* * *

ಪಾಲಿಗೆ ಬಂದ ಪರಮಾನ್ನಗಳು

"ಕೋತಿ ಹೋಯ್ತು ಕತ್ತೆ ಬಂತು
ಕತ್ತೆ ಹೋಯ್ತು ಬಾಲ ಬಂತು ಡುಂ!
ಬಾಲ ಹೋಯ್ತು ಕುಚ್ಚು ಬಂತು ಡುಂ!"
–ಹಾವಾಡಿಗನ ಮಂತ್ರದಿಂದ

ಕೇವಲ ೩೦ ವರ್ಷಗಳ ಹಿಂದೆ ಡೆಮಾನ್‌ಸ್ಟ್ರೇಟರ್, ಟ್ಯೂಟರ್‌ಗಳನ್ನು ಆರಿಸಿ ಆಯಾ ಸ್ಥಾನಗಳಿಗೆ ಅರ್ಹರನ್ನು ನಿಯಮಿಸುವ ಅಧಿಕಾರ ಪ್ರಿನ್ಸಿಪಾಲನ ಕರ್ತವ್ಯಗಳಲ್ಲಿ ಒಂದಾಗಿತ್ತು. ಆಗ ಯಾರೂ ಏನೂ ಪ್ರಶ್ನೆಗಳನ್ನು ಎತ್ತುತ್ತಿರಲಿಲ್ಲ. ಆಕ್ಷೇಪಣೆ ಮಾಡುತ್ತಿರಲಿಲ್ಲ. ಆಗಿನ ಜನ ದಡ್ಡರಾಗಿದ್ದಿರಬೇಕು– "ಜವಾಬ್ದಾರಿಯನ್ನು ಹೊತ್ತಿರುವ ಅಧಿಕಾರಿ, ಸರ್ಕಾರದ ಪ್ರತಿನಿಧಿ, ನಂಬಿಕಸ್ಥ. ತನಗೆ ಯಾವುದು ಸರಿಯೆಂದೂ ಉಚಿತವೆಂದೂ ಉತ್ತಮವೆಂದೂ ತೋರಿತೋ ಅದನ್ನು ಮಾಡಿದ್ದಾನೆ. ಈ ದೃಷ್ಟಿಯಿಂದ ಮಾಡಿದ ತೀರ್ಪಿಗೆ ನಾವು ತಲೆ ಬಾಗುವುದಲ್ಲವೆ ಪ್ರಜೆಯ ಕರ್ತವ್ಯ? ಅವರವರ ಕೆಲಸವನ್ನು ಅವರವರು ಸರಿಯಾಗಿ ಮಾಡಿಕೊಂಡರೆ ಸಾಕು" ಎಂದು ಸಮಾಧಾನ ಹೇಳಿಕೊಂಡು ತಮ್ಮ ಮೂಗನ್ನು ತಮ್ಮ ಪಾಯಸದಲ್ಲೇ ಅದ್ದಿಕೊಂಡಿರುತ್ತಿದ್ದರು. ಪ್ರಿನ್ಸಿಪಾಲನನ್ನು ನಿಯಮಿಸುವಾಗಲೂ ಸರ್ಕಾರ ಬಹು ಜಾಗರೂಕತೆಯನ್ನೂ ಮುತವರ್ಜಿಯನ್ನೂ ವಹಿಸಿ ಆ ಸ್ಥಾನಕ್ಕೆ ನಿಜವಾದ ಅರ್ಹತೆಗಳನ್ನು ಪಡೆದವನನ್ನೇ ಆರಿಸುತ್ತಿತ್ತು.

ಪ್ರಜೆಗಳಲ್ಲಿ ಎಂ.ಎಲ್.ಎ. ಜಾತಿ ಹುಟ್ಟಿಕೊಂಡು ಅದು ವರ್ಧಮಾನ ಸ್ಥಿತಿಯನ್ನು ಮುಟ್ಟಿದ ಮೇಲೆ ಪ್ರಿನ್ಸಿಪಾಲನ ಆಯ್ಕೆಯಲ್ಲಿ ಸರ್ಕಾರದ ಕೈಯೊಡನೆ ಎಂ.ಎಲ್.ಎ.ಗಳ ಕೈಯೂ ಕೂಡಿತು. ಪ್ರಿನ್ಸಿಪಾಲನ ಹಕ್ಕನ್ನು ಎರಡು ಕೈಗಳೂ

ಹಂಚಿಕೊಂಡವು. ಎಂದರೆ ಪ್ರಿನ್ಸಿಪಾಲನು ಸೂತ್ರದ ಗೊಂಬೆಯಾದ. ಅವನ ಈ ಅಧೋಗತಿಗೆ ಎಂ.ಎಲ್.ಎ.ಗಳು ಮಾತ್ರ ಕಾರಣವೆಂದು ನಾನು ಹೇಳಲಾರೆ. ಅನೇಕ ಪ್ರಿನ್ಸಿಪಾಲರು ತಮ್ಮ ಕಾರ್ಯನಿರ್ವಹಣೆಯ ರೀತಿಯಿಂದಲೇ ಮೇಲಿಂದ ಕೆಳಕ್ಕೆ ತಾವಾಗಿಯೇ ಇಳಿದು ಬಂದು ತಮ್ಮ ಹಕ್ಕುಗಳನ್ನು ರಾಜಕೀಯಕ್ಕೆ ಧಾರೆಯೆರೆದಿದ್ದಾರೆ.

ಈ ಡೆಮಾನ್‌ಸ್ಟ್ರೇಟರು ಟ್ಯೂಟರುಗಳನ್ನು ನಿಯಾಮಕ ಮಾಡುವವರು ಪ್ರಿನ್ಸಿಪಾಲನ ಮೇಲಧಿಕಾರಿಗಳು–ಎಂದರೆ ಡೈರೆಕ್ಟರು, ಜಂಟಿ ಡೈರೆಕ್ಟರು. ಇವರಿಗೂ ಹಲ್ಲು ಕಿತ್ತು ಬಾಲ ಕತ್ತರಿಸಲಾಗಿದೆ. 'ಟೆಂಪೊರವರಿ' ಸ್ಥಾನಿಕನನ್ನು ಕಾಯಂ ಮಾಡುವುದಕ್ಕೂ ಸ್ಥಾನಗಳಿಗೆ ಕಾಯಂ ಆಳುಗಳನ್ನು ಭರ್ತಿ ಮಾಡುವುದಕ್ಕೂ ಎಂ.ಪಿ.ಎಸ್.ಸಿ. ಎಂಬ ಶಿರೋನಾಮೆಯ ಬೇರೊಂದು ಸಂಸ್ಥೆಯೇ ಇದೆ.

ಕ್ರಮೇಣ ಸ್ಥಿತಿಗತಿಗಳು ಇನ್ನೂ ಬದಲಾದವು. "ಇಂಥವನನ್ನು ಡೆಮಾನ್ಸ್ಟ್ರೇಟರನ್ನಾಗಿ ನಿಯಮಿಸಿ, ಇಂಥವನನ್ನು ಟ್ಯೂಟರನ್ನಾಗಿ ನಿಯಮಿಸಿ" ಎಂದು ಡೈರೆಕ್ಟರಿಗೇ ಡೈರೆಕ್ಷನ್ ಕೊಡುವಷ್ಟು ಬಲಿತುಕೊಂಡರು ಎಂ.ಎಲ್.ಎ.ಗಳು. ಇಂಥವರನ್ನು ಇಂಥ ಕಾಲೇಜಿಗೆ ವರ್ಗ ಮಾಡಿ ಎಂದು ಆಜ್ಞೆ ಕೊಡುವವರೂ ಇವರೇ. ಈ ಆಜ್ಞೆಗಳನ್ನು ಪರಿಪಾಲಿಸದೆ ಹೋದ ಅಧಿಕಾರಿ ಒಡನೆಯೆ ಸ್ಥಾನಚ್ಯುತಿಯನ್ನೋ ಸ್ಥಾನಪಲ್ಲಟವನ್ನೋ ಅನುಭವಿಸುತ್ತಾನೆ. ಡೈರೆಕ್ಟರು–ಜಂಟೀ ಡೈರೆಕ್ಟರುಗಳು ತಮ್ಮ ಸಹಿ ಠಸ್ಸೆಗಳನ್ನು ಒತ್ತುವ ನೌಕರದಾರರು. ಈಗ ಕಾಲೇಜುಗಳಲ್ಲಿರುವ ಅಧ್ಯಾಪಕರಲ್ಲಿ ಬಹುಪಾಲು ಮಂದಿ ಎಂ.ಎಲ್.ಎ.ಗಳ ಪ್ರತಿನಿಧಿಗಳಾಗಿದ್ದಾರೆ, ಇಲ್ಲವೇ ಅವರೆ ಆಗಿದ್ದಾರೆ.

ಎಂ.ಎಲ್.ಎ.ಗಳು ಯಾವಾಗ ಬೇಕಾದರೂ ಕಾಲೇಜಿನಲ್ಲಿ ನುಗ್ಗಿ ಪಾರುಪತ್ಯ ನಡೆಸಬಹುದು. ಇವರ ನಡತೆಯನ್ನೂ ಯಾರು ಟೀಕಿಸಲಾಗದು. ಯಾವ ಯಾವುದೋ ಉದ್ದೇಶಗಳನ್ನಿಟ್ಟುಕೊಂಡು ತಮ್ಮ ಪಾರ್ಟಿಯ ಅಧ್ಯಾಪಕರನ್ನೂ ವಿದ್ಯಾರ್ಥಿಗಳನ್ನೂ ಕಂಡು ಅವರಿಗೆ ಬುದ್ಧಿವಾದ ಹೇಳಿ, ಅವರ ಕಷ್ಟಗಳಲ್ಲಿ ಪಾಲುವಹಿಸಿ, ಶಾಂತವಾಗಿದ್ದ ತಟಾಕದಲ್ಲಿ ಅಲೆಗಳನ್ನೆಬ್ಬಿಸಿ ಹೋಗುತ್ತಾರೆ. ಒಂದೊಂದು ಸಲ ಕೃಪೆ ಮಾಡಿ ಪ್ರಿನ್ಸಿಪಾಲು ಎನ್ನಿಸಿಕೊಂಡ ಪ್ರಾಣಿಯನ್ನೂ ನೋಡಿ, ಅದಕ್ಕೆ 'ವಣಕ್ಕಂ' ಮಾಡಿ, "ಈ ಕೇಸನ್ನು ಹೀಗೆ ಇತ್ಯರ್ಥ ಮಾಡಿ" ಎಂದು 'ಇನ್‌ಸ್ಟ್ರಕ್ಷನ್' ಕೊಟ್ಟು ಹೋಗುತ್ತಾರೆ. ಪ್ರಿನ್ಸಿಪಾಲನು ಮೀನ–ಮೇಷ ಎಣಿಸಿದರೆ ಅಥವಾ ಎಂ.ಎಲ್.ಎ. ಬ್ರಹ್ಮನ ದಾರಿಗೆ ಅಡ್ಡತಂದರೆ "ನಿಮ್ಮ ಕೈಲಾಗದಿದ್ದರೆ ಪರವಾಯಿಲ್ಲ, ಬೇರೆ ಪ್ರಿನ್ಸಿಪಾಲನ್ನು ನಿಯಮಿಸಿಕೊಳ್ಳುತ್ತೇವೆ" ಎಂದು ಖಂಡಿತ ನುಡಿಯುತ್ತಾರೆ.

೫೦ ವರ್ಷಗಳ ಹಿಂದಿನ ಕಾಲದಲ್ಲಿ ಪ್ರಾಧ್ಯಾಪಕರೊಬ್ಬರು ಡೈರೆಕ್ಟರಿಗೆ ಬರೆದ ಪತ್ರ ಹೀಗಿದೆ: "ನನ್ನ ಸಂಶೋಧನೆಯ ಅಂಗವಾಗಿ ನಾನು ಜುಲೈನಿಂದ ಸೆಪ್ಟೆಂಬರ್

ವರೆಗೂ ಉದಕಮಂಡಲ, ಕೊಡೆಯಕೆನಾಲು, ಎರ್ಕಾಡುಗಳಿಗೆ ಹೋಗುತ್ತೇನೆ. ಪ್ರೋಗ್ರಾಮನ್ನು ಲಗತ್ತಿಸಿದ್ದೇನೆ. ನನ್ನ ಅಡ್ವಾನ್ಸ್ ಭತ್ಯವನ್ನು ನಾಳೆ ಸಂಜೆಯೊಳಗಾಗಿ ಪಾವತಿ ಮಾಡುವುದು. ನನ್ನ ಸಂಬಳವನ್ನು ನಾನಿರುವಲ್ಲಿಗೆ ಕಳುಹಿಸುವುದು. ನನ್ನ ಗೈರು ಹಾಜರಿಯಲ್ಲಿ ಮ॥... ರನ್ನು ನಿಯಮಿಸುವುದು. ನಾನು ಆಗ್ಗಿಂದಾಗ್ಗೆ ರವಾನಿಸುವ ಪಾರ್ಸೆಲುಗಳನ್ನು ಪ್ರಿನ್ಸಿಪಾಲರು ಜೋಪಾನವಾಗಿ ಇಡತಕ್ಕದ್ದು."

–ಇತಿ, ನಿಮ್ಮವ (ರುಜು)

ಈ ಕಾಲದಲ್ಲಿ ಅದೇ ಸ್ಥಾನದಲ್ಲಿ ಮಂಡಿಸಿರುವ ಪ್ರಾಧ್ಯಾಪಕನು ಅದೇ ವಿಷಯವನ್ನು ಪ್ರಸ್ತಾಪಿಸಿದರೆ ಹೀಗೆ ಬರೆಯಬೇಕು: "ನಾನು ಸಂಶೋಧನೆ ನಡೆಬಹುದೆಂದು ಘನ ಸರ್ಕಾರ... ನೇ ತಾರೀಖಿನ G.O... ನಂಬರಿನ ಕಾಗದದಲ್ಲಿ ಅನುಮತಿ ಕೊಟ್ಟಿರುವುದಕ್ಕಾಗಿ ನಾನು ಜನ್ಮಪೂರ ಕೃತಜ್ಞನಾಗಿರುತ್ತೇನೆ. ಸಂಶೋಧನೆಯ ಅಂಗವಾಗಿ ಉದಕಮಂಡಲ, ಕೊಡೆಯಕೆನಾಲು, ಅರಣ್ಯ ಪ್ರದೇಶಗಳನ್ನು ಜುಲೈನಿಂದ ಸೆಪ್ಟೆಂಬರ್‌ವರೆಗೂ ನಾನು ಸುತ್ತಿ ಬರಬೇಕಾಗಿದೆ. ಘನ ಸರ್ಕಾರ ಅನುಮತಿ ಕೊಡಬೇಕೆಂದು ಪ್ರಾರ್ಥಿಸುತ್ತೇನೆ.

ನನ್ನ ಅಡ್ವಾನ್ಸ್ ಭತ್ಯವನ್ನು ನಾನು ಹೊರಡಲಿರುವ ತಾರೀಖಿನೊಳಗಾಗಿ ಪಾವತಿಯಾಗುವಂತೆ ಉತ್ತರ ಕೊಡಬೇಕಾಗಿ ಅಡ್ಡಬಿದ್ದು ಬೇಡುತ್ತೇನೆ.

ನನ್ನ ಗೈರು ಹಾಜರಿಯಲ್ಲಿ ನನಗೆ ಬರಬೇಕಾದ ಸಂಬಳವನ್ನು ನಾನು ಇರುವ ಕಡೆಗೆ ರವಾನೆಯಾಗುವಂತೆ ಏರ್ಪಾಟು ಮಾಡಬೇಕೆಂದು ಕೇಳಿಕೊಳ್ಳುತ್ತೇನೆ.

ನನ್ನ ಗೈರು ಹಾಜರಿಯಲ್ಲಿ ಡಿಪಾರ್ಟ್‌ಮೆಂಟಿಗೆ ಗೆಜೆಟೆಡ್ ನೌಕರನಾರೂ ಇರುವುದಿಲ್ಲವೆಂಬ ಅಂಶವನ್ನು ತಮ್ಮ ಗಮನಕ್ಕೆ ತರಲು ಅನುಮತಿ ಬೇಡುತ್ತೇನೆ. ಡಿಪಾರ್ಟ್‌ಮೆಂಟಿನ ಕೆಲಸ ಕಾರ್ಯಗಳು ಸುಗಮವಾಗಿ ನಡೆಯುವಂತೆ ಇನ್ನೊಬ್ಬ ನೌಕರನನ್ನು ತಾತ್ಕಾಲಿಕವಾಗಿ ನಿಯಮಿಸಬೇಕೆಂದು ಸರ್ಕಾರವನ್ನು ಸಾಷ್ಟಾಂಗ ಮಾಡಿ ಪ್ರಾರ್ಥಿಸುತ್ತೇನೆ.

ನನ್ನ ಕ್ಯಾಂಪಿನಿಂದ ಪಾರ್ಸೆಲುಗಳನ್ನು ಕಳುಹಿಸುವ, ಅವುಗಳನ್ನು ಜೋಪಾನವಾಗಿಡುವ ಜವಾಬ್ದಾರಿಯನ್ನು ನಾನೇ ವಹಿಸಿಕೊಳ್ಳುತ್ತೇನೆ."

–ಇತಿ, ನಿಮ್ಮ ಅತ್ಯಂತ ವಿಧೇಯನಾದ ಸೇವಕ (ರುಜು)

ಆಗಿನ ಕಾಗದಕ್ಕೆ ಮರುಟಪಾಲಿನಲ್ಲೇ ಒಪ್ಪಿಗೆ ದೊರೆಯುತ್ತಿತ್ತು. ಈಗ ಕನಿಷ್ಠ ಪಕ್ಷ ಎರಡು ತಿಂಗಳಾದ ಬಳಿಕ ಬರುವ ಬದಲು ಹೀಗಿರುತ್ತದೆ:

"೧) ನಿಮ್ಮ ಸಂಶೋಧನೆಗೆ ಅನುಮತಿ ಕೊಡುವಾಗ ಉಪಯೋಗಿಸಿರುವ 'ನಿಮಗೆ ನಿಯತವಾಗಿರುವ ನಾರ್ಮಲ್ ಡ್ಯೂಟಿಗಳಿಗೆ ಊನಬಾರದಂತೆ ಮಾಡಿಕೊಳ್ಳತಕ್ಕದ್ದು' ಎಂಬ ವಾಕ್ಯಕ್ಕೆ ನಿಮ್ಮ ಗಮನವನ್ನು ಸೆಳೆಯಲಾಗಿದೆ.

೨) ಜುಲೈನಿಂದ ಸೆಪ್ಟೆಂಬರ್ ತಿಂಗಳುಗಳು ನೀವು ಗೈರು ಹಾಜರಿಯಾಗುವುದು ಉಚಿತವಲ್ಲವೆಂಬುದು ಸರ್ಕಾರದ ನಂಬಿಕೆಯಾಗಿದೆ. ಇವು ಪಾಠಕ್ರಮಗಳು ನಡೆಯುವ ತಿಂಗಳುಗಳು. ನೀವು ಟೂರು ಹೋಗಿಬಿಟ್ಟರೆ ನಿಮ್ಮ ತರಗತಿಗಳನ್ನು ನಡೆಸುವವರಾರು? ನಿಮ್ಮ ನಾರ್ಮಲ್ ಡ್ಯೂಟಿ ಇದು ಎಂಬುದನ್ನು ನಾವು ಜ್ಞಾಪಿಸಬೇಕಾಗಿದೆ.

೩) ನಿಮ್ಮ ಅಹವಾಲನ್ನು ೩ನೆ ತಾರೀಖು ಬರೆದುಕೊಂಡಿದ್ದೀರಿ. ನೀವು ಟೂರು ಹೊರಡುವ ದಿನ ೩೦ನೆ ತಾರೀಖೆಂದು ನಮೂದಿಸಿದ್ದೀರಿ. ನೀವು ಕೇಳಿರುವ ಅಡ್ವಾನ್ಸ್ ಭತ್ಯವನ್ನು ಮಂಜೂರು ಮಾಡುವುದಕ್ಕೆ ಕನಿಷ್ಠ ಪಕ್ಷ ೩೦ ದಿನಗಳು ಬೇಕಾಗುತ್ತವೆ. ನಮ್ಮ ಲೆಕ್ಕದ ಪ್ರಕಾರ ೨೭ ದಿನಗಳು ಮಾತ್ರ ಅವಕಾಶವಿರುವುದರಿಂದ ನಿಮ್ಮ ಬೇಡಿಕೆಯನ್ನು ಸಲ್ಲಿಸಲಾಗದು.

೪) ನಿಮ್ಮ ಸಂಬಳವನ್ನು ನೀವಿರುವ ಕಡೆಗೆ ರವಾನಿಸಲು ಈಗ ಕಾನೂನುಗಳಿಲ್ಲ. ನೀವೇ ಖುದ್ದಾಗಿ ಬಂದು ತೆಗೆದುಕೊಂಡು ಹೋಗುವುದು.

೫) ನಿಮ್ಮ ಗೈರು ಹಾಜರಿಯಲ್ಲಿ ನೀವು ಮಾಡಬೇಕಾದ ಕೆಲಸ ಕಾರ್ಯಗಳನ್ನು ಯಾರು ಯಾರಿಗೆ ಹೇಗೆ ಹೇಗೆ ಹಂಚಿದ್ದೀರಿ ಎಂಬ ಪಟ್ಟಿಯನ್ನು ಒಡನೆಯೆ ಕಳುಹಿಸುವುದು.

೬) ನಿಮ್ಮ ಪಾರ್ಸೆಲುಗಳ ಬಗ್ಗೆ ನಮ್ಮ ಜವಾಬ್ದಾರಿಯೇನೂ ಇಲ್ಲ ಎಂಬುದನ್ನು ಒತ್ತಿಹೇಳಲಾಗಿದೆ."

ಈ ಪತ್ರ ವ್ಯವಹಾರ ಕೊನೆಗೊಂಡು ಪ್ರಾಧ್ಯಾಪಕನಿಗೆ ಅನುಮತಿ ಸಿಗುವುದಕ್ಕೆ ನವೆಂಬರ್ ತಿಂಗಳೂ ಕಳೆದುಹೋಗಿರುತ್ತದೆ. ಯಾವ ಗಿಡಮರಗಳ ಹೂಗಳನ್ನು ಅವನು ನೋಡಬೇಕೆಂದಿದ್ದನೋ ಅವು ಕಾಯಿ ಬಿಟ್ಟು ಹಣ್ಣಾಗಿ ಉದುರಿಹೋಗಿ ಬರಿಯ ಎಲೆ ಕೊಂಬೆಗಳು ಮಾತ್ರ ನಿಂತಿರುತ್ತವೆ. ಹೋಗಿಯೂ ಉಪಯೋಗವಿಲ್ಲ. ಆದ್ದರಿಂದ ಮೇಲಿನ ಕಾರಣವನ್ನು ಕೊಟ್ಟು "ನಾನು ಟೂರು ಹೋಗಲಿಲ್ಲ. ಸರ್ಕಾರದ ಹಣವನ್ನು ಖರ್ಚು ಮಾಡಲಿಲ್ಲ. ನನಗೆ ನಾರ್ಮಲ್ ಆಗಿ ನಿಯತವಾಗಿರುವ ಡ್ಯೂಟಿಗಳನ್ನು ಮಾಡಿದ್ದೇನೆ, ನನ್ನ ಡ್ಯೂಟಿಗಳನ್ನು ಯಾರಿಗೂ ಹಂಚಲಿಲ್ಲ. ನಾನು ಇಲ್ಲಿಯೇ ಇದ್ದೆ; ಈಗಲೂ ಇನ್ನೂ ಇದ್ದೇನೆ" ಎಂದು ಚರ್ವಿತ ಚರ್ವಣವಾಗಿ positive ಮತ್ತು negative ಎರಡು ರೂಪಗಳಲ್ಲೂ ಒಂದೇ ವಿಷಯವನ್ನು ತಿಳಿಸಿ ಡಿಕ್ಲರೇಷನ್ ಕೊಡಬೇಕಾಗುತ್ತದೆ.

ಈ ಯಜ್ಞಕಾರ್ಯ ಇಷ್ಟಕ್ಕೇ ನಿಲ್ಲುವುದಿಲ್ಲ. ಗೈರು ಹಾಜರಿಯಲ್ಲಿ ಬೇರೊಬ್ಬನನ್ನು ನಿಯಮಿಸಬೇಕೆಂದು ಕೇಳಿಕೊಂಡಿದ್ದನಷ್ಟೆ. ಈ ಸುದ್ದಿ ದಾವಾನಲದಂತೆ ಹಬ್ಬಿ ಬಿಟ್ಟು "ನನ್ನನ್ನು ನಿಯಮಿಸಿ, ನನ್ನನ್ನು ನಿಯಮಿಸಿ' ಎಂಬ ಹೋರಾಟ ಸಹೋಪಾಧ್ಯಾಯರಲ್ಲೇ ಆರಂಭವಾಗಿ ಬಿಡುತ್ತದೆ. ಅವರವರ ಮಾತನ್ನು ಯಾವ

ಅಧಿಕಾರಿಯೂ ಕೇಳದಿರುವುದರಿಂದ ಒಬ್ಬೊಬ್ಬನೂ ಒಬ್ಬೊಬ್ಬ ಎಂ.ಎಲ್.ಎ. ಬ್ರಹ್ಮನನ್ನು ಹಿಡಿದುಕೊಂಡು ಡೈರಕ್ಟರ ಆಫೀಸು, ಸೆಕ್ರೆಟೇರಿಯಟ್ ಇರುವ ಕೋಟೆ–ಕೊತ್ತಲಗಳು, ಅಲ್ಲಿ ಸ್ಥಾಪಿತವಾಗಿರುವ ದೇವರು, ಮರಿದೇವರು, ಪಾವು ದೇವರು, ಚಟಾಕುದೇವರುಗಳಿಗೆ ಹಣದ ಹಣ್ಣುಕಾಯಿ ಮಾಡಿಸಿ, ಯಾರ ಸುಪ್ರೀತವಾದ ಕಟಾಕ್ಷ ಯಾರ ಮೇಲೆ ಬೀಳುತ್ತದೆಯೋ ಅವನನ್ನು ತಾತ್ಕಾಲಿಕ ಜಾಗಕ್ಕೆ ನಿಯಮಿಸುತ್ತಾರೆ. ಅಷ್ಟು ಹೊತ್ತಿಗಾಗಲೇ ಗೈರು ಹಾಜರಿಯಾಗಿದ್ದವನು ಕೆಲಸಕ್ಕೆ ಹಾಜರಾಗುತ್ತಾನೆ. ಅಥವಾ ಟೂರನ್ನೇ ಕ್ಯಾನ್ಸಲ್ ಮಾಡಿ ತಾನೇ ಕುಳಿತಿರುತ್ತಾನೆ. ಗೈರು ಹಾಜರಿ ವ್ಯವಸ್ಥೆಗಾಗಿಯೇ ನಿಯಮಿತವಾದವನು ಎಗರಾಡುತ್ತಾನೆ. ದೊಡ್ಡ ದೊಡ್ಡ ದೇವರುಗಳನ್ನು ಪ್ರದಕ್ಷಿಣೆ ಮಾಡಿ ಬರುತ್ತಾನೆ. ಅವರೇನಾದರೂ ಒಲಿದುಬಿಟ್ಟರೆ ಗೈರು ಹಾಜರಿಯಾಗಬೇಕೆಂದಿದ್ದವನು compulsory leave ತೆಗೆದುಕೊಂಡು ಹೊಸಬನಿಗೆ ತನ್ನ ಆಸನವನ್ನು ಬಿಟ್ಟುಕೊಡಬೇಕಾದ ಸಂದರ್ಭವೂ ಒದಗುತ್ತದೆ!

ಈ ಸಂದರ್ಭದಲ್ಲಿ ಇನ್ನೂ ಒಂದು ಸಂಗತಿಯನ್ನು ಹೇಳಬೇಕಾಗಿದೆ. ಕಾಲೇಜಿನ ಒಂದೊಂದು ಸಯನ್ಸ್ ವಿಭಾಗದಲ್ಲೂ ಲ್ಯಾಬೊರೇಟರಿಯ ನಿರ್ವಾಹಕ್ಕಾಗಿ ಅಟೆಂಟರ್‌ಗಳಿದ್ದಾರೆ; ಎಲ್ಲ ಡಿಪಾರ್ಟ್‌ಮೆಂಟುಗಳಲ್ಲೂ ಪ್ಯೂನ್‌ಗಳಿದ್ದಾರೆ, ಸ್ವೀಪರ್‌ಗಳಿದ್ದಾರೆ. ಇವರ ನಿಯಾಮಕಕ್ಕೆ ಪ್ರಿನ್ಸಿಪಾಲನು ಹೆಸರಿಗೆ ಮಾತ್ರ ಅಧಿಕಾರಿ. ಕಾಲೇಜಿನಲ್ಲಿ ಖಾಲಿ ಬಿದ್ದಿರುವ ಜಾಗಗಳ ಸಂಖ್ಯೆಯನ್ನು ಇವನು 'Employment Exchange' ಎಂಬ ಸಂಸ್ಥೆಗೆ ತಿಳಿಸಬೇಕು. ಅವರು ಕಳುಹಿಸಿದವರಲ್ಲಿ ಮಾತ್ರ ಇವನು ಆರಿಸಿಕೊಳ್ಳಬೇಕು. ಅನೇಕ ಸಲ ಈ ಸಂಸ್ಥೆಯೊಂದಿಗೆ ಪ್ರಿನ್ಸಿಪಾಲನು ಪಡಬೇಕಾದ ಪಾಡು ವಿಪರೀತಕ್ಕಿಟ್ಟಿಕೊಳ್ಳುತ್ತದೆ.

೧೯೬೫–೬೬ರಲ್ಲಿ ಕೆಲವು ಸಯನ್ಸ್ ಡಿಪಾರ್ಟ್‌ಮೆಂಟುಗಳಲ್ಲಿ ವಿದ್ಯಾರ್ಥಿಗಳ ಸಂಖ್ಯೆಯನ್ನು ದ್ವಿಗುಣಮಾಡಬೇಕೆಂದು ಸರ್ಕಾರ (ಮೂಲತಃ ಎಂ.ಎಲ್.ಎ.ಗಳ ಗುಂಪು) ಒತ್ತಾಯ ಮಾಡಿತು. ತತ್ಕಾರಣ ಬೇಕಾಗುವ ಸಿಬ್ಬಂದಿಯನ್ನೂ ಸರ್ಕಾರ ಮಂಜೂರು ಮಾಡಿತು. ಮೂರು ಹೊಸ ಅಟೆಂಡರುಗಳು ಬೇಕಾಗಿದ್ದರು. 'Employment Exchange'ಗೆ ಬರೆದೆ. ಏಳು ಜನರನ್ನು ಕಳುಹಿಸಿದರು–ಒಂದು ಕಣ್ಣಿಲ್ಲದವನು, ಒಂದೂವರೆ ಕಾಲಿನವನು, ಎದೆರೋಗದಿಂದ ಚೇತರಿಸಿಕೊಂಡವನು, ಜೈಲುವಾಸವನ್ನು ಅನುಭವಿಸಿ ಬಂದವನು, ಪ್ರತಿದಿನ ಕಳ್ಳಂಗಡಿಗೆ ಯಾತ್ರೆ ಮಾಡುತ್ತಿದ್ದೂ 'ಕುಡುಕನಲ್ಲ' ಎಂಬ ಶಿಫಾರಸು ಪತ್ರ ಹಿಡಿದಿದ್ದವನು, ಹುಚ್ಚಾಸ್ಪತ್ರೆಯಲ್ಲಿ ಅರ್ಧ ಟ್ರೀಟ್‌ಮೆಂಟ್ ಪಡೆದು ಡಿಸ್‌ಛಾರ್ಜು ಅದವನು, –ಇಂಥವರು. "ಇವರು ಯಾರೂ ಇಲ್ಲಿರುವ ಕೆಲಸಕ್ಕೆ ಲಾಯಕ್ಕಾದವರಲ್ಲ. ಬೇರೆ ಮಂದಿಯನ್ನು ಕಳುಹಿಸಿ, ಕಳುಹಿಸುವಾಗ ನಮ್ಮ ಬೇಕುಗಳನ್ನೂ ನಮೂದುಗಳನ್ನೂ ಪರಾಂಬರಿಸಿ ಅರ್ಹತೆಯುಳ್ಳವರನ್ನು ಮಾತ್ರ ಕಳುಹಿಸಿ" ಎಂದು ಬರೆದೆ. ಆ ಇಲಾಖೆಯ ಅಧಿಕಾರಿ ನನ್ನ ಕಾಗದವನ್ನು ಅಪಾರ್ಥ ಮಾಡಿಕೊಂಡು "ನಾವು ಕಳುಹಿಸಿದವರಲ್ಲಿ ಸಮರ್ಪಕರಾದವರು ಯಾರೂ ಇಲ್ಲ ಎಂದು ಹೇಳುತ್ತೀರಿ.

ಒಬ್ಬೊಬ್ಬನ ವಿಷಯದಲ್ಲೂ ನಿಮ್ಮ ನಿಲುವನ್ನು ಜಸ್ಟಿಫೈ ಮಾಡಿ" ಎಂಬ ಉತ್ತರ ಬರೆದ. ಸರಿ ಹತ್ತು ಪುಟಗಳ ಉತ್ತರ ಬರೆದೆ; ಇನ್ನೊಂದು ಎಂಟು ಅಭ್ಯರ್ಥಿಗಳನ್ನು ಕಳುಹಿಸಿ "ಇವರಲ್ಲಿ ನೀವು ಯಾರನ್ನಾದರೂ ಆರಿಸಿಕೊಳ್ಳದೆ ಹೋದರೆ, ಅಟೆಂಟರುಗಳಿಲ್ಲದೆಯೇ ನಿಮ್ಮ ಕಾಲೇಜನ್ನು ನಿರ್ವಹಿಸಬೇಕಾದೀತು!" ಎಂಬ ಅಧಿಕಾರಯುತವಾದ ಬೆದರಿಕೆಯ ಮೆಮೊವನ್ನೂ ಕಳುಹಿಸಿದ.

ಹಿಂದೆ ಬಂದಿದ್ದ ಒಬ್ಬೆಯಲ್ಲಿ ಒಬ್ಬೊಬ್ಬನಿಗೂ ಒಂದೊಂದು ಕೊರತೆಯಿದ್ದಿತು. ಈ ಒಬ್ಬೆಯಲ್ಲಿ ಒಬ್ಬೊಬ್ಬನಿಗೂ ಎರಡು ಮೂರು ಕೊರತೆಗಳಿದ್ದವು: ಅಂಗಹೀನತೆ + ಮಧ್ಯಾಭ್ಯಾಸ; ಅಂಗಹೀನತೆ + ಮೈಥುನ ಪ್ರಿಯತೆ + ಮಧ್ಯಾಭ್ಯಾಸ + ಮೈಥುನ ಪ್ರಿಯತೆ + ದೃಷ್ಟಿಮಾಂದ್ಯ, ಇತ್ಯಾದಿ. ಒಬ್ಬೊಬ್ಬನೂ ಎಂ.ಎಲ್.ಎ.ಗಳ ಮಂತ್ರಿಗಳ P.A.ಗಳ ಶಿಫಾರಸುಪತ್ರಗಳನ್ನು ನನ್ನ ಮುಖಕ್ಕೆ ಚಾಚಿದ. ಇವರನ್ನೂ ಬಿಟ್ಟರೆ ಇನ್ನೆಂಥ ಒಬ್ಬೆ ನನ್ನ ಪಾಲಿಗೆ ಬೇಯುವುದೋ ಎಂದು ಹೆದರಿ ಇವರಲ್ಲಿಯೇ 'ಸಮರ್ಪಕ'ರಾದವರನ್ನು ಆರಿಸಿಕೊಳ್ಳಬೇಕಾಯಿತು. ಇವರಲ್ಲೊಬ್ಬನಿಗೆ ಮಾತ್ರ ನನ್ನ ಡೈರೆಕ್ಟರರ 'ಸ್ಪೆಷಲ್ ರೆಕಮೆಂಡೇಷನ್' ಬಂದಿತ್ತು.

ಸಾಧಾರಣವಾಗಿ ಸರ್ಕಾರಿ ಉದ್ಯೋಗಗಳನ್ನು ಆಯುವಾಗ ಅದೇ ಸರ್ಕಾರೀ ಉದ್ಯೋಗಸ್ಥರನ್ನು 'expert'ಗಳನ್ನಾಗಿ ಆಹ್ವಾನಿಸಬಾರದೆಂಬ ನಿಯಮವನ್ನು ಎಂ.ಪಿ.ಎಸ್.ಸಿ. ಆಚರಣೆಯಲ್ಲಿಟ್ಟುಕೊಂಡಿದೆ. ಹೊರಗಿನವರಾರೂ ಸಿಕ್ಕದ ಪಕ್ಷದಲ್ಲಿ ನಮ್ಮನ್ನೇ ತಾತ್ಕಾಲಿಕವಾಗಿ 'expert'ಗಳೆಂದು ಮುಖಸ್ತುತಿ ಮಾಡಿ ಆಹ್ವಾನಿಸುತ್ತಾರೆ (ಈ ಕಮಿಟಿಯ ಸಿಟಿಂಗುಗಳಿಗೆ ಸ್ವಲ್ಪ ಸಂಭಾವನೆ ದೊರಕುತ್ತದೆಯಾದ್ದರಿಂದ ಇಲ್ಲಿಯೂ ಪೈಪೋಟಿ ಏರ್ಪಟ್ಟಿದೆ). ೮–೧೦ ವರ್ಷಗಳ ಹಿಂದೆ ಎಂ.ಪಿ.ಎಸ್.ಸಿ. 'ಸೆಲೆಕ್ಷನ್' ಕಮಿಟಿಯಲ್ಲಿ 'expert' ಅಗಿ ಕುಳಿತುಕೊಳ್ಳುವ ಅವಕಾಶ ನನಗೆ ಬಂದಿತ್ತು. ಆ ಕಮಿಟಿಯಲ್ಲಿ ಇನ್ನೂ ಒಂದಿಬ್ಬರು 'ನಾಮಿನೇಟೆಡ್' ಸದಸ್ಯರಿದ್ದರು. ಬಾಟನಿ ಲೆಕ್ಚರ್‌ಗಳ 'ಸೆಲೆಕ್ಷನ್'ಗಾಗಿ ಕಮಿಟಿ ಸೇರಿತ್ತು. 'ಎಕ್ಸ್‌ಪರ್ಟ್' ಸ್ಥಾನದಲ್ಲಿದ್ದದ್ದರಿಂದ ಅಭ್ಯರ್ಥಿಯೊಬ್ಬನನ್ನು "'ಮೆಂಗ್ರೂವ್' (Mangrove) ಎಂದರೇನು?" ಎಂದು ಕೇಳಿದೆ; 'ನಾಮಿನೇಟೆಡ್' ಸದಸ್ಯನೊಬ್ಬ "ಅದನ್ನೇನು ಪ್ರಶ್ನೆ ಎಂದು ಕೇಳುತ್ತೀರಿ? 'ಮ್ಯಾಂಗೋ' ಎಂದರೆ ಮಾವಿನಹಣ್ಣು ಎಂದು ಉತ್ತರ ಹೇಳುವುದಕ್ಕೆ ಬರುವುದಿಲ್ಲವೆ?" ಎಂದ.

"ನೋಡಿದ್ದೇನೆ."

"ಬೇವಿನ ಮರ?"

"ನೋಡಿದ್ದೇನೆ."

"ಪರಂಗಿ ಮರ?"

"ನೋಡಿದ್ದೇನೆ."

ಸದಸ್ಯನು ನನ್ನ ಕಡೆ ತಿರುಗಿ "ಈ ಅಭ್ಯರ್ಥಿ ನೀವು ಕೇಳಿದ ಪ್ರಶ್ನೆಗಳಿಗೆಲ್ಲ ಉತ್ತರ ಹೇಳಿದ್ದಾನ್ರಿ!" ಎಂದ (ಎಂದರೆ ಇವನನ್ನು ಆರಿಸಿಡು ಎಂದು ಭಾವಾರ್ಥ). ಈ ಪ್ರಸಂಗ ನಡೆದ ಮೇಲೆ ನಾನು ಯಾವ ಕಮಿಟಿಗೂ 'expert' ಆಗಿ ಹೋಗಬಯಸಿಲ್ಲ.

ಹೀಗೆ ಎಂ.ಪಿ.ಎಸ್.ಸಿ. ನಮಗೆ ಉಪಾಧ್ಯಾಯರನ್ನು ಒದಗಿಸುತ್ತದೆ. 'Employment Exchange' ಕೆಳದರ್ಜೆಯ ನೌಕರರನ್ನು ಹತೋಟಿಯಲ್ಲಿಡುವುದು ಬಹು ಕಷ್ಟವಾದ ಕೆಲಸ. ಹೊಸದಾಗಿ ಆಯ್ದುಕೊಂಡ ಅಟೆಂಡರೊಬ್ಬನನ್ನು ನನ್ನ ಲ್ಯಾಬೊರೇಟರಿಗೇ ನಿಯಮಿಸಿದೆ. ಅವನಿಗೆ ಕೆಲಸವನ್ನು ತೋರಿಸಿ ಸಾಮಾನುಗಳ ಪರಿಚಯ ಮಾಡಿಕೊಟ್ಟು, "ಈಗ ಈ ಸಿಂಕಿನಲ್ಲಿಟ್ಟಿರುವ ಗಾಜಿನ ಸಾಮಾನುಗಳನ್ನು ತೊಳೆದು ಒರೆಸಿಡು" ಎಂದೆ. ಹಿಂದೂ ಮುಂದೂ ನೋಡಿದ. "ಯಾಕೆ, ಹೇಳಿದ್ದು ತಿಳಿಯಲಿಲ್ಲವೆ?" ಎಂದೆ.

"ತಿಳಿಯಿತು."

"ಕೆಲಸವನ್ನು ಆರಂಭಿಸಬಹುದಲ್ಲ!"

"ನಾನು ಕುಳಿತುಕೊಳ್ಳುವ ಜಾಗವಾವುದು?"

"ಎಲ್ಲಿ ಬೇಕಾದರೂ ಕುಳಿತುಕೊಳ್ಳಬಹುದು. ಲ್ಯಾಬೊರೇಟರಿಯಲ್ಲಿ ಕುಳಿತುಕೊಳ್ಳುವುದಕ್ಕೆ ಹೊತ್ತೆಲ್ಲಿರುತ್ತದೆ?"

"ಹಾಗಿದ್ದರೆ ನಾನು ಯಾವಾಗಲೂ ನಿಂತೇ ಇರಬೇಕಾ?"

"ಹಾಗೆ ಯಾರೂ ಹೇಳಲಿಲ್ಲವಲ್ಲ! ಕೆಲಸವಿಲ್ಲದಿದ್ದರೆ ಕುಳಿತುಕೊಳ್ಳಬಹುದು."

"ಹಾಗಾದರೆ ನನ್ನ ಸೀಟು ಎಲ್ಲಿ?"

"ಹೇಳಿದೆನಲ್ಲಪ್ಪ, ಎಲ್ಲಿ ಬೇಕಾದರೂ ಕುಳಿತುಕೋ ಎಂದು."

"ನಾವು ಸರ್ಕಾರದ Class IV ದರ್ಜೆಯ ಆಫೀಸರುಗಳು. ನಮ್ಮನ್ನು ನೀವು ಹೀನಾಯವಾಗಿ ಕಾಣುತ್ತಿದ್ದೀರಿ!"

"ಈಗ ನಿಮಗೆ ಬೇಕಾದದ್ದೇನು?"

"ನನ್ನ ಸ್ಥಾನಕ್ಕೆ ತಕ್ಕ ಆಸನ ಬೇಡವೆ? ನನ್ನ ಅಂತಸ್ತಿಗೆ ಯೋಗ್ಯವಾದ ಅನುಕೂಲಗಳು ಬೇಡವೆ?"

"ಯೋಗ್ಯವಾದ ಅನುಕೂಲಗಳು ಎಂದರೆ?"

"ಗಾಳಿಯಿಲ್ಲದೆ ನಾವು ಮಾತ್ರ ಉಸಿರು ಕಟ್ಟಿಕೊಂಡು ಸಾಯಬೇಕೆ? ನಮಗೆ ಫ್ಯಾನು ಬೇಡವೆ? ನಿಮ್ಮ ಲ್ಯೊಬೊರೇಟರಿಯ ಕೊಳೆಯೆಲ್ಲ ನಮ್ಮ ಬಟ್ಟೆಯ ಮೇಲೆ ಮೆತ್ತಿಕೊಳ್ಳುತ್ತದೆ. ನಮಗೊಂದು 'ಏಪ್ರನ್' ಬೇಡವೆ?"

"ಲ್ಯಾಬೊರೇಟರಿಯ ಕೊಳೆ ಎನ್ನುತ್ತೀಯಲ್ಲ! ಅದನ್ನು ಚೊಕ್ಕಟವಾಗಿಡಬೇಕೆಂದು ತಾನೆ ನಿನ್ನನ್ನು ನಿಯಮಿಸಿದ್ದೇವೆ? ನಾನು ಲ್ಯಾಬೊರೇಟರಿಯಲ್ಲಿ ಕೆಲಸ ಮಾಡುವುದನ್ನು ನೋಡಿದ್ದೀಯ. ನಾನೇನು 'ಏಪ್ರನ್' ಹಾಕಿಕೊಳ್ಳುವುದಿಲ್ಲವಲ್ಲ. ಲ್ಯಾಬೊರೇಟರಿಯಲ್ಲಿ ಫ್ಯಾನು ಬೀಸಿದರೆ ಅನಾನುಕೂಲವಾಗುತ್ತದೆ."

"ನೀವು ಹೇಗೆ ಬೇಕಾದರೂ ಬದುಕಿಕೊಳ್ಳುತ್ತೀರಿ. ನಮ್ಮ ಕಡು–ಬಡವರ –ಹೊಟ್ಟೆ ಮೇಲೆ ಹೊಡೆಯಬೇಡಿ!"

ಇವನ ವಾದಾಟ ನನಗೆ ಹಿಡಿಸಲಿಲ್ಲ. "ನಿನಗೆ ಇಲ್ಲಿ ಕೆಲಸ ಮಾಡುವುದಕ್ಕೆ ಇಷ್ಟವಿಲ್ಲಿದ್ದರೆ ಬಿಟ್ಟುಹೋಗು."

"ಅದ್ಯಾಕೆ ಬಿಟ್ಟುಹೋಗಬೇಕು? ನನ್ನ ಸಂಬಳವನ್ನು ನಿಮ್ಮ ಜೇಬಿನಿಂದೇನೂ ಕೊಡುತ್ತಿಲ್ಲವಲ್ಲ! ಮೊದಲು ನಮ್ಮ ಹಕ್ಕುಗಳು, ಅನಂತರ ಕೆಲಸ! ನಾವು 'ರೆಪ್ರೆಜೆಂಟ್' ಕಳುಹಿಸುತ್ತೇವೆ."

"ಕಳುಹಿಸಿ. ಅದು ಇತ್ಯರ್ಥವಾಗುವವರೆಗೂ ನಿನ್ನನ್ನು 'ಸಸ್ಪೆಂಡ್' ಮಾಡಿದ್ದೇನೆ."

ಕೂಗಾಡಿ ರೇಗಾಡಿ "ನಿಮ್ಮನ್ನೇ ಈ ಸ್ಥಾನದಿಂದ ತಳ್ಳಿಬಿಡುವಂತೆ ಮಾಡುತ್ತೇನೆ" ಎಂದು ಆರ್ಭಟ ಮಾಡಿದ. ನನ್ನ ಒಡನಿದ್ದ ಸಿಬ್ಬಂದಿಯವರು ಇವನನ್ನು ಬಲವಂತದಿಂದ ಹೊರಕ್ಕೆ ದಬ್ಬಿಕೊಂಡು ಹೋದರು. 'ಸಸ್ಪೆನ್‌ಷನ್' ಆರ್ಡರನ್ನು ಕಳುಹಿಸಿದಾಗ "ನಾನು ರಿಸೀವ್ ಮಾಡುವುದಿಲ್ಲ" ಎಂದ. ರಿಜಿಸ್ಟರ್ ಪೋಸ್ಟಿನ ಮೂಲಕ ಕಳುಹಿಸಿದಾಗ ಅದನ್ನು ತೆಗೆದುಕೊಂಡು, ಅದನ್ನು ತಿರುಗಿ ಇನ್ನೊಂದು ಕವರಿನಲ್ಲಿ ಹಾಕಿ ರಿಜಿಸ್ಟರ್ ಪೋಸ್ಟಿನಲ್ಲೇ ವಾಪಸು ಕಳುಹಿಸಿದ. ಮೇಲಧಿಕಾರಿಗಳಿಗೆ ಇವನು ಬರೆದುಕೊಂಡಿದ್ದ 'ರೆಪ್ರೆಜೆಂಟೇಷನ್ನಿನ' ಒಕ್ಕಣೆ:

"ನಾನು ಕೆಲಸಕ್ಕೆ ಸೇರಿದಂದಿನಿಂದಲೇ ಪ್ರಿನ್ಸಿಪಾಲರು ನನ್ನ ಮೇಲೆ ದ್ವೇಷದ ವಿಷವನ್ನು ಕಾರುತ್ತಿದ್ದಾರೆ. ನನ್ನ ನ್ಯಾಯವಾದ ಹಕ್ಕುಗಳನ್ನು ಕೇಳಿದ್ದಕ್ಕೆ ನನ್ನನ್ನು ಸಸ್ಪೆಂಡ್ ಮಾಡಿಟ್ಟಿದ್ದಾರೆ. ನನ್ನ ಹುದ್ದೆಯಲ್ಲಿ ನನ್ನನ್ನು ಪುನಃ ಸ್ಥಾಪಿಸಿ ಪ್ರಿನ್ಸಿಪಾಲರ ಮೇಲೆ ಕ್ರಮ ತೆಗೆದುಕೊಳ್ಳಬೇಕೆಂದು ಸರ್ಕಾರವನ್ನು ಪ್ರಾರ್ಥಿಸುತ್ತೇನೆ."

ಡೈರೆಕ್ಟರನ್ನು ಕಂಡು ವಿಷಯವನ್ನು ತಿಳಿಸಿದೆ. "ನೀವು ಸಾಮಾನ್ಯವಾಗಿ ನನಗೆ ತಲೆ ನೋವು ಕೊಡುವುದಿಲ್ಲ. ಅಪರೂಪವಾಗಿ ಕೊಟ್ಟರೂ ಭಾರಿಯಾಗಿಯೇ ಕೊಡುತ್ತೀರಿ" ಎಂದು ಹುಬ್ಬು ಗಂಟಿಕ್ಕಿದರು. ಗಾಢವಾದ ಯೋಚನೆ ಮಾಡಿ "ಏಕ್ರೀ ಅವನನ್ನು 'ಡಿಸ್‌ಮಿಸ್' ಮಾಡಲಿಲ್ಲ?" ಎಂದರು.

"ಆ ಶಕ್ತಿ ನನ್ನಲ್ಲಿಲ್ಲವಲ್ಲ ಸರ್. ಅದು ಮೊದಮೊದಲು ಡೈರೆಕ್ಟರ ಕೈಲಿತ್ತು. ಈಗ ಅಲ್ಲೇ ಇದೆಯೋ ಇನ್ನೂ ಮೇಲಧಿಕಾರಿಗಳ ಕೈಯಲ್ಲಿದೆಯೋ ನನಗೆ ಗೊತ್ತಿಲ್ಲ."

(ಅಸಹನೆಯಿಂದ). "ನನ್ನ ಕೈಲಿ ಇಲ್ರಿ!"

"ತಾವೇ ಇಲ್ಲವೆಂದ ಮೇಲೆ ಅದು ನನ್ನ ಕೈಗೆ ಹೇಗೆ ಬರುತ್ತದೆ?"

"ನಿಮ್ಮ ಕೈಲಿ ಇಲ್ಲದಿದ್ದರೆ ಏನ್ರಿ! ಒಂದು 'ಬೋಲ್ಡ್-ಸ್ಟೆಪ್' ತೆಗೆದುಕೊಳ್ಳುವುದಕ್ಕೆ ಪಿಕ್ಕಲೇನ್ರಿ?"

"ಒಂದು ವಿಧದಲ್ಲಿ ಪಿಕ್ಕಲೆಂದೇ ಇಟ್ಟುಕೊಳ್ಳಬಹುದು. ಅವನನ್ನು 'ಸಸ್ಪೆಂಡ್' ಮಾಡಿದ್ದಕ್ಕೇ ನನ್ನ ಮೇಲೆ ಕ್ರಮ ತೆಗೆದುಕೊಳ್ಳಬೇಕೆಂದೂ ಕೆಲಸದಿಂದ ತೆಗೆದುಹಾಕಬೇಕೆಂದೂ ಕೋರಿದ್ದಾನೆ. ಅವನನ್ನು ನಾನು 'ಡಿಸ್‌ಮಿಸ್'ಮಾಡಿದ್ದರೆ ಸರ್ಕಾರದ ಸಹಾಯವನ್ನೂ ಕೋರದೆ ನನಗೆ ಮರಣದಂಡನೆಯನ್ನೇ ಕೊಟ್ಟು ಬಿಡುತ್ತಿದ್ದನೋ ಏನೋ!"

ಡೈರೆಕ್ಟರು ಮೌನ.

ನಾನು: "ಈಗ ತಾವೇ 'ಬೋಲ್ಡ್' ಸ್ಟೆಪ್ಪೊಂದನ್ನು ತೆಗೆದುಕೊಳ್ಳಬಾರದೇಕೆ?"

"ಯಾಕ್ರಿ, ನನ್ನನ್ನು ಸಿಕ್ಕಿಸಿಬಿಟ್ಟು ನೀವು ಕಿಸಿಕಿಸಿ ನಗೋದಕ್ಕೇನ್ರಿ?... ಈಗಿರುವ ಸಮಸ್ಯೆ ಅವನನ್ನು ಕುರಿತದ್ದಲ್ರೀ. ಅವನನ್ನು ಶಿಫಾರಸು ಮಾಡಿದ ಮಂತ್ರಿಗಳದು! ಅವರ ಗಮನಕ್ಕೆ ಇದನ್ನು ತರುವುದು ಹೇಗ್ರಿ?"

ನಾನು ಮೌನ (ಈತನನ್ನು ಆರಿಸಿಕೊಳ್ಳಬೇಕೆಂದು ನಮ್ಮ ಡೈರೆಕ್ಟರೇ ಫೋನ್ ಮೂಲಕ ನನಗೆ ತಿಳಿಸಿದ್ದನಾದ್ದರಿಂದ ಅವನಿಗೇ ಅಳುಕು ಹುಟ್ಟಿತ್ತು). "ನಾನು ಮಂತ್ರಿಗಳಿಗೆ ವಿಷಯವನ್ನು ತಿಳಿಸಲು ಹೋಗುತ್ತೇನೆ. ನೀವು ಬರುತ್ತೀರೇನ್ರಿ?"

"ನಾನು ಬರುವುದು ಅನಾವಶ್ಯಕ ಎಂದು ನನಗನ್ನಿಸುತ್ತದೆ."

(ನನ್ನ ಮಾತನ್ನು ಅಣಕಿಸುವಂತೆ) "ನನಗೆ ಅವಶ್ಯಕವೆನ್ನಿಸುತ್ತದೆ. ಬನ್ನಿ."
"ಹಾಗಿದ್ದರೆ ವಿಧೇಯನಾಗಿ ಬರುತ್ತೇನೆ."

ಮಂತ್ರಿಗಳು ನಮ್ಮ ಡೈರೆಕ್ಟರನ ಮಾತೆಲ್ಲವನ್ನೂ ಕೇಳಿ "ನೋಡಿ, ಡೈರೆಕ್ಟರೆ, ಅವನನ್ನು 'ಡಿಸ್‌ಮಿಸ್' ಮಾಡಿದರೆ ಪಾರ್ಟಿಯಲ್ಲಿ ಗದ್ದಲವೇಳುತ್ತದೆ. ನಿಮಗೆ ತೊಂದರೆ ಬರುತ್ತದೆ (ಡೈರೆಕ್ಟರು ಬೆಳ್ಳಗಾದ). ಅವನು ಅಲ್ಲಿರುವುದರಿಂದ ಪ್ರಿನ್ಸಿಪಾಲರಿಗೂ ಕಷ್ಟ, ಅವನಿಗೂ ಕಷ್ಟ. ಆದ್ದರಿಂದ ಬೇರೆ ಎಲ್ಲಾದರೂ ವರ್ಗ ಮಾಡಿಬಿಡಿ. ಬಹುಶಃ ನಿಮ್ಮ ಆಫೀಸಿಗೇ ತೆಗೆದುಕೊಳ್ಳಬಹುದು" ಎಂದು

"...ನನ್ನನ್ನು ಸಿಕ್ಕಿಸಿಬಿಟ್ಟು..."

ಆಜ್ಞೆಯಿತ್ತರು.

ಹೊರಕ್ಕೆ ಬಂದೊಡನೆಯೆ ಡೈರೆಕ್ಟರು ಕೆಂಪೇರಿ "ನಿಮ್ಮ ಶನಿ ನನ್ನ ತಲೆ ಮೇಲಕ್ಕೆ ಬಂತಲ್ರೀ" ಎಂದು ಎಗರಿಬಿದ್ದ.

"ನಿಮ್ಮ ಶನಿ ನನ್ನ ತಲೆ ಮೇಲಕ್ಕೆ ಬಂತಲ್ರೀ"

ವಿದ್ಯಾರ್ಥಿಗಳನ್ನು ಕಾಲೇಜು–ದೊಡ್ಡಿಗೆ ನುಗ್ಗಿಸುವ ವಿಧಾನಗಳನ್ನೂ ಉಪಾಯಗಳನ್ನೂ ಬೇರೊಂದೆಡೆ ತಿಳಿಸಿದ್ದೇನೆ. ಬಿ.ಎ./ಬಿ.ಎಸ್ಸಿ. ಕೋರ್ಸುಗಳಿಗಾದರೂ ಇದೇ ರೀತಿ, ಎಂ.ಎ./ಎಂ.ಎಸ್ಸಿ. ಕೋರ್ಸುಗಳಿಗಾದರೂ ಇದೇ ರೀತಿ. ಕಾಲೇಜಿನಲ್ಲಿ ಮೂರೋ ಎರಡೋ ವರ್ಷಗಳನ್ನು ತಮ್ಮದೇ ಆದ ರೀತಿಯಲ್ಲಿ ಕಳೆದು, ಕೊನೆಯ ಪರೀಕ್ಷೆಗೆ ಕುಳಿತುಕೊಳ್ಳುತ್ತಾರೆ. ವಿದ್ಯಾರ್ಥಿಯ ವಿದ್ಯಾಪ್ರಗತಿಗೂ ಈ ಪರೀಕ್ಷೆಯಲ್ಲಿ ಅವನು ಗಳಿಸುವ ಶ್ರೇಣಿಗೂ ಅಂಥ ನಿಕಟವಾದ ಸಂಬಂಧವೇನೂ ಕಾಣದು. ಕಳೆದ ಐದು ವರ್ಷಗಳ ಸರಾಸರಿ ಸಂಖ್ಯೆಯನ್ನು ನೋಡಿ:–

ತರಗತಿಯ ಮೊದಲನೆ ಶ್ರೇಣಿಯಲ್ಲಿದ್ದವರು	೧೦೦ಕ್ಕೆ	೧೦;
ತರಗತಿಯ ಮಧ್ಯಮ ಶ್ರೇಣಿಯಲ್ಲಿದ್ದವರು	೧೦೦ಕ್ಕೆ	೨೦;
ತರಗತಿಯ ಕನಿಷ್ಠ ಶ್ರೇಣಿಯಲ್ಲಿದ್ದವರು	೧೦೦ಕ್ಕೆ	೭೦;
ಯೂನಿವರ್ಸಿಟಿ ಪರೀಕ್ಷೆಯ ಫಲಿತಾಂಶ:		
ಮೊದಲನೆ ಶ್ರೇಣಿಯಲ್ಲಿ ತೇರ್ಗಡೆಯಾದವರು	೧೦೦ಕ್ಕೆ	೨೦;
ಎರಡನೆ ಶ್ರೇಣಿಯಲ್ಲಿ ತೇರ್ಗಡೆಯಾದವರು	೧೦೦ಕ್ಕೆ	೩೫;
ಮೂರನೇ ಶ್ರೇಣಿಯಲ್ಲಿ ತೇರ್ಗಡೆಯಾದವರು	೧೦೦ಕ್ಕೆ	೧೦;
ನಪಾಸಾದವರು	೧೦೦ಕ್ಕೆ	೩೫.

ಟಿಪ್ಪಣಿ: ಫಲಿತಾಂಶದ ಮೊದಲನೆ ಶ್ರೇಣಿಗೆ ಸೇರಿದವರಲ್ಲಿ ಶೇಕಡ ೭೫ ಮಂದಿ ತರಗತಿಯಲ್ಲಿ ಮೂರನೆ ದರ್ಜೆಯಲ್ಲಿದ್ದವರು. ತರಗತಿಯಲ್ಲಿ ಮೊದಲನೆ ಶ್ರೇಣಿಯಲ್ಲಿದ್ದವರಲ್ಲಿ ಶೇಕಡ ೫೦ ನಪಾಸಾಗಿದ್ದರು. ಇಲ್ಲವೆ ಮೂರನೆ ಶ್ರೇಣಿಯಲ್ಲಿ ಉತ್ತೀರ್ಣರಾಗಿದ್ದರು.

ಈ ಸಂಖ್ಯೆಗಳು ವಿದ್ಯಾಪ್ರಪಂಚದ ಹೊರಗಿರುವವರಿಗೆ ಜಟಿಲವಾಗಿ

ಕಾಣುತ್ತವೆಯಾದರೂ ಪರೀಕ್ಷರಿಗೆ ತಿಳಿವಾಗಿಯೇ ಇರುತ್ತವೆ. ಆದರೆ ಅವರು ತಮ್ಮ ಚಾಣಕ್ಯತನವನ್ನು ಹೊರಗೆಡವಿದರೆ ಅವರಿಗೇ ಯೂನಿವರ್ಸಿಟಿಯಿಂದಲೂ ಸರ್ಕಾರದ ವಿಜಿಲೆನ್ಸ್ ಇಲಾಖೆಯಿಂದಲೂ ತೊಂದರೆಯಾಗುತ್ತದೆಯಾದ್ದರಿಂದ ಗುಮ್ಮಂದಿರುತ್ತಾರೆ. ಸ್ನಾತಕೋತ್ತರ ಕೋರ್ಸುಗಳೂ ಇದೇ ಪ್ರಪಂಚದ ವ್ಯಾಪಾರಕ್ಕೆ ಸೇರಿದೆಯಾದರೂ ಅಲ್ಲೊಂದು ಪರಿತಾಪದ ಕಿರಣ ಸುಳಿದಾಡುತ್ತದೆ: "ಪಾಪ! ಹುಡುಗ, ಎಲ್ಲಾದರೂ ಹೋಗಿ ಹೊಟ್ಟೆ ಹೊರೆದುಕೊಳ್ಳಬೇಕಾಗಿ ಬರುತ್ತದೆ; ಇವನ ತಾಯಿ ತಂದೆಯರನ್ನೋ ತಮ್ಮ ತಂಗಿಯರನ್ನೋ ಸಲಹಬೇಕಾಗುತ್ತದೆ. ನಪಾಸು ಕೊಟ್ಟು ಇವನ ತಲೆಯ ಮೇಲೆ ಕಲ್ಲು ಹಾಕುವ ಪಾಪ ನಮಗೇಕೆ? ಒಂದು ಜೀವವನ್ನು ಉಳಿಸುವುದರಿಂದ ನಮಗೇನು ನಷ್ಟ? ಪರದಲ್ಲಿ ಪುಣ್ಯವೇ ಬರಬಹುದು!" ಎಂಬ ಮನೋಧರ್ಮದಿಂದ ಅವನಿಗೆ ಎಷ್ಟು ನಂಬರುಗಳು ಸಾಲವೋ ಅಷ್ಟನ್ನೂ ಸಂದಿಗೊಂದಿಗಳಲ್ಲಿ ಭರ್ತಿಮಾಡಿ ಕನಿಷ್ಠ ವರ್ಗವಾದ ಎರಡನೆ ದರ್ಜೆಯಲ್ಲಿ ಪಾಸುಮಾಡಿಸುತ್ತಾರೆ. ಇಂಥ ಪದವೀಧರರು ತಾವು ನಿಜವಾಗಿಯೂ ತಮ್ಮ ಸ್ವಂತ ಬುದ್ಧಿ ಪ್ರತಿಭೆಗಳಿಂದಲೇ ತೇರ್ಗಡೆಯಾಗಿದ್ದಾರೆಂದು ನಂಬಿಕೊಳ್ಳುತ್ತಾರೆ. ಆತ್ಮವಿಶ್ವಾಸದಿಂದ ನೆಲಮಟ್ಟದ ನಾಲ್ಕಡಿ ಮೇಲಿನ ಆಕಾಶದಲ್ಲೇ ನಡೆಯುತ್ತಾರೆ. ಎಂ.ಎಲ್.ಎ. ದರ್ಶನಲಾಭ ಪಡೆಯುತ್ತಾರೆ; ಸೆಕ್ರೆಟೇರಿಯಟ್, ಡೈರೆಕ್ಟರ್ ಆಫೀಸು, ಎಂ.ಪಿ.ಎಸ್.ಸಿ. ಆಫೀಸು ಮೊದಲಾದ ಪುಣ್ಯಕ್ಷೇತ್ರಗಳಿಗೆ ತಿರುಗಿ ತಿರುಗಿ ಯಾತ್ರೆ ಮಾಡುತ್ತಾರೆ. ನಮ್ಮ ಸಹೋದ್ಯೋಗಿಗಳಾಗಿ ನಮ್ಮ ಶ್ರೇಣಿಯನ್ನು ಹತ್ತುತ್ತಾರೆ–ಎಂದರೆ ಅಧ್ಯಾಪಕ ವರ್ಗದ ಹುದ್ದೇದಾರರಾಗುತ್ತಾರೆ. ಸ್ವಪ್ರಯತ್ನದಿಂದ ಮೊದಲನೆ ದರ್ಜೆಯಲ್ಲಿ ಪಾಸು ಮಾಡಿದವರು ಬೇರೆ ಎಲ್ಲಾದರೂ ಹೊಟ್ಟೆ ಪಾಡಿಗಾಗಿ ಹೊರಟು ಹೋಗಬೇಕಾದ ನೆಲೆ ಅನಿವಾರ್ಯವಾಗುತ್ತದೆ.

ನನಗೆ ಹೇಳಿಕೊಳ್ಳಬಹುದಾದಷ್ಟು ದೊಡ್ಡ ಶಿಷ್ಯಸಂತಾನವೇನಿಲ್ಲ. ಆದರೂ ನಾಡಿನ ಕಾಲೇಜುಗಳ ಬಾಟನಿ ಡಿಪಾರ್ಟ್‌ಮೆಂಟುಗಳಲ್ಲೆಲ್ಲ ಸಾಕಷ್ಟು ಮಂದಿ ಇದ್ದಾರೆ. ಸರ್ಕಾರೀ ಕಾಲೇಜುಗಳಲ್ಲಂತೂ ಹೇರಳವಾಗಿಯೇ ಇದ್ದಾರೆ. ಸರ್ಕಾರೀ ಕಾಲೇಜುಗಳಲ್ಲಿರುವವರಿಗಿಂತಲೂ ಖಾಸಗಿ ಕಾಲೇಜುಗಳಲ್ಲಿರುವ ಶಿಷ್ಯವರ್ಗ ಸ್ವಲ್ಪ ಮೇಲ್ಮಟ್ಟದ್ದೆಂಬ ನನ್ನ ಅಭಿಪ್ರಾಯವನ್ನು ಬಹಿರಂಗವಾಗಿ ನಾನು ಹೇಳಲಾಗದು. ನಾಲ್ಕಾರು ವರ್ಷಗಳಿಂದ ಉದ್ಯೋಗವನ್ನು ನನ್ನ ಸಹಪಂಕ್ತಿಗೆ ಸೇರಿದ ಕೆಲವರು ಇನ್ನೂ 'Botany' ಎನ್ನುವ ಪದವನ್ನು 'Botony' ಎಂದೇ ಬರೆಯುತ್ತಿದ್ದಾರೆಂಬ ಅಂಶವನ್ನು ಒತ್ತಿಹೇಳಿದರೂ ಅದು ಉತ್ಪ್ರೇಕ್ಷಾದೋಷವಾಗದು. ಇಂಥವರಲ್ಲಿ ಒಂದು ಪೈಪೋಟಿ ಯಾವಾಗಲೂ ಇದೆ,– ಎಲ್ಲರೂ ನನ್ನ ಡಿಪಾರ್ಟ್‌ಮೆಂಟಿನಲ್ಲಿರಬೇಕೆಂದು. ನನ್ನನ್ನು ಕಂಡರೆ ಅಷ್ಟು ಗೌರವವಾಗಲಿ ವಿಶ್ವಾಸವಾಗಲಿ ಇದೆಯೆಂದು ಇದಕ್ಕೆ ಯಾರೂ ಅರ್ಥ ಮಾಡಬಾರದು. ಸೆಕ್ರೆಟೇರಿಯಟ್ಟು ಹತ್ತಿರವೇ ಇದೆ; ಡೈರೆಕ್ಟರ ಆಫೀಸು ಇನ್ನೊಂದು ದಿಕ್ಕಿನಲ್ಲಿ ಕಾಲುನಡೆ ದೂರದಲ್ಲೇ ಇದೆ. ಎಂ.ಎಲ್.ಎ.ಗಳೆಲ್ಲ ಈ ಊರಿನಲ್ಲೇ ವರ್ಷಪೂರ ಸುತ್ತಾಡುತ್ತಿರುತ್ತಾರೆ. ರಿಟ್ಟು–ಗಿಟ್ಟು ಹಾಕಬೇಕಾಗಿ

ಬಂದರೆ ತಕರಾರು ಲಾಯರುಗಳೂ ಕೋರ್ಟು ಕಚೇರಿಗಳೂ ಇಲ್ಲಿಯೇ ಇವೆ; ಗತವೈಭವದ ಕಾಲೇಜೂ ಇದೆ. ಇತ್ತೀಚೆಗಂತೂ ನಗರದಲ್ಲಿರುವ ಸರ್ಕಾರಿ ಹುದ್ದೇದಾರರಿಗೆ 'ಹೌಸ್‌ರೆಂಟ್ ಅಲೋಯನ್ಸೂ' 'ಸಿಟಿ ಕಾಂಪೆನ್ಸೇಷನ್ ಅಲೋಯನ್ಸೂ' ದಕ್ಕುತ್ತದೆ. ಈ ಎಲ್ಲ ಕಾರಣಗಳಿಂದ ನನ್ನ ಬಳಿಯಿರುವ ಅಧ್ಯಾಪಕರು ನನ್ನ ಹೆಸರನ್ನು ಮುಂದಿಟ್ಟುಕೊಂಡು "ನಾನು ರಿಸರ್ಚ್ ಮಾಡುತ್ತೇನೆ; ನನ್ನನ್ನು ಇಲ್ಲಿಂದ ಕದಲಿಸಬೇಡಿ" ಎಂಬ ಅರ್ಜಿಗಳನ್ನೂ ಹೊರಗಿರುವ ಕಾಲೇಜಿನಲ್ಲಿರುವ ಅಧ್ಯಾಪಕರು "ನಾನು ರಿಸರ್ಚ್ ಮಾಡಬೇಕು. ಪ್ರೊ. ಸ್ವಾಮಿ ಅವರಿರುವ ಡಿಪಾರ್ಟ್‌ಮೆಂಟಿಗೆ ನನ್ನನ್ನು ವರ್ಗಾಯಿಸಿ" ಎಂಬ ಅರ್ಜಿಗಳನ್ನೂ ವರ್ಷಪೂರ ಸಲ್ಲಿಸುತ್ತಲೇ ಇರುತ್ತಾರೆ. ಅವರು ಇಲ್ಲಿದ್ದು ಸಾಧಿಸಿದ್ದೇನೂ ಇಲ್ಲ. ಅಲ್ಲಿದ್ದವರು ಇಲ್ಲಿಗೆ ಬಂದು ಸಾಧಿಸುವುದೇನೂ ಇಲ್ಲ. ಈ ಸತ್ಯವನ್ನು ನಾನು ಎಷ್ಟೋ ಸಲ ಸರ್ಕಾರದ ವಿವಿಧ ಪದರುಗಳಲ್ಲಿ ಸೇರಿಕೊಂಡಿರುವ ಅಧಿಕಾರಿಗಳಿಗೆ ಶ್ರುತಪಡಿಸಿರುವೆನಾದರೂ, ವರ್ಗಾವರ್ಗಗಳೂ ಸ್ಥಾನಪಲ್ಲಟಗಳೂ ಗೊತ್ತುಗುರಿಯಿಲ್ಲದೆ ನಡೆಯುತ್ತಲೇ ಇರುತ್ತವೆ.

ಮೂರು–ನಾಲ್ಕು ವರ್ಷಗಳ ಹಿಂದಿನ ಮಾತು. ನನ್ನ ಡಿಪಾರ್ಟ್‌ಮೆಂಟಿನಲ್ಲಿ ನಾಲ್ವರು ಸಹಾಯೋಪಾಧ್ಯಾಯರಿದ್ದರು. ಒಬ್ಬೊಬ್ಬನೂ ಎಂ.ಎಲ್.ಎ. ಮಂತ್ರಿಗಳ ಗ್ರಹಬಲದಿಂದಲೇ ಆಯ್ಕೆಯಾಗಿ ಇಲ್ಲಿಗೆ ಪೋಸ್ಟ್ ಆಗಿದ್ದುದರಿಂದ ಅವರವರಲ್ಲಿಯೇ ನಾನು ಹೆಚ್ಚು ತಾನು ಹೆಚ್ಚು ಎಂಬ ಮನೋಭಾವ ಬೆಳೆಯಿತು; ಅಂತರ್ಯ ಕೆಟ್ಟಿತು. ಇದನ್ನು ಅವರವರ ಸ್ವಂತ ಪಾಡೆಂದು ಸ್ವಲ್ಪ ಕಾಲ ಗಮನಿಸಿಯೂ ಗಮನಿಸಿದಂತೆ ಇದ್ದುಬಿಟ್ಟೆ. ಆದರೆ ಈ ತೆರೆಯ ಹಿಂದಿನ ವಾತಾವರಣದ ಒತ್ತಡ ಅವರ ಕೆಲಸಕಾರ್ಯಗಳಲ್ಲೂ ಕಾಣಬಂತು. ಒಂದೆರಡು ಸಲ ಕರೆದು ಹೇಳಿದೆ: "ನಿಮ್ಮ ನಿಮ್ಮ ಒಳ ಮನಸ್ತಾಪಗಳ ಕಾರಣವಾಗಿ ಡಿಪಾರ್ಟ್‌ಮೆಂಟಿನ ಕೆಲಸಗಳಿಗೂ ಚಟುವಟಿಕೆಗಳಿಗೂ ತೊಡಕಾಗಲಿ ತಡೆಯಾಗಲಿ ಉಂಟಾಗುವುದು ಬೇಡ." ಒಂದೆರಡು ತಿಂಗಳಾಯಿತಾದರೂ ಇವರ ಮನೋಧರ್ಮ ಬದಲಾಗಲಿಲ್ಲ. ಇನ್ನೂ ಹದಗೆಟ್ಟಿತು. ಕ್ಲಾಸುಗಳನ್ನೂ ತೆಗೆದುಕೊಳ್ಳದೆ, ನಿಯತ ಕಾರ್ಯಗಳನ್ನೂ ಗಮನಿಸಿದೆ, ಹೇಳದೆ ಕೇಳದೆ ಬೇಜವಾಬ್ದಾರಿಯ ರಜ ಚೀಟಿಗಳನ್ನೂ ಕೊಟ್ಟೋ ಕೊಡದೆಯೋ ತಲೆ ತಪ್ಪಿಸಿಕೊಳ್ಳುವುದು; ಬಂದರೆ ಬಂದ, ಹೋದರೆ ಹೋಗೇಬಿಟ್ಟ, ನಾಲ್ಕೈದು ದಿನ ಬಿಟ್ಟು ಪುನಃ ಬಂದು ಒಂದು ರೊಟೀನಾದ ಕ್ಷಮಾಪಣಾ–ಪತ್ರವನ್ನು ಬರೆದು ಕೊಡುವುದು; ಈ ರೀತಿ ನಡೆಯಿತು. ನಾನು ಖಂಡಿತ ನುಡಿದೆ–"ಈ ಡಿಪಾರ್ಟ್‌ಮೆಂಟಿನಲ್ಲಿ ನೀವು ಇರಬೇಕೆಂದು ಬಯಸಿದರೆ ನಿಮ್ಮ ದೈನಂದಿನ ವ್ಯವಹಾರಗಳು ಸುಧಾರಿತವಾಗಬೇಕು; ಅವ್ಯವಹಾರಗಳು ತೊಲಗಬೇಕು. ಇದು ನಿಮಗೆ ಸಾಧ್ಯವಾಗದೆ ಹೋದರೆ ಬೇರೆ ಕಾಲೇಜುಗಳಿಗೆ ವರ್ಗ ಮಾಡಿಸಿಕೊಂಡು ಹೋಗಿ. ಇನ್ನು ನೀವಿಲ್ಲಿರುವುದು ಬೇಡ." (ಇದು

ಹುರುಳಿಲ್ಲದ ಬೆದರಿಕೆಯೆಂಬುದು ನನಗೂ ಗೊತ್ತು, ಅವರಿಗೂ ಗೊತ್ತು. ನನ್ನ ಮಾತು ಯಾವುದೂ ನಡೆಯುವುದಿಲ್ಲವೆಂಬುದು ನನಗಿಂತಲೂ ಅವರಿಗೇ ಚೆನ್ನಾಗಿ ವಿದಿತವಾಗಿತ್ತು!)

ಅಂತೂ ಒಂದೆರಡು ತಿಂಗಳು ಸಮರ್ಪಕವಾದ ವಾತಾವರಣವಿದ್ದಂತೆ ಭಾಸವಾಯಿತು. ಅಷ್ಟರಲ್ಲಿ 'A' ಎಂಬ ಸಹಾಯೋಪಾಧ್ಯಾಯನಿಗೆ ಬಡ್ತಿ ಸಿಕ್ಕಿತು. ಮುಖ್ಯವಾಗಿ ನಾನು ಸಂತೋಷ ಪಟ್ಟುಕೊಂಡೆ; ನಾಲ್ವರಲ್ಲಿ ಒಬ್ಬನಾದರೂ ಬಿಟ್ಟು ಹೋಗುತ್ತಾನಲ್ಲಾ, ಬರುವ ಬೇರೊಬ್ಬನು ಇವನಿಗಿಂತಲೂ ಸಮರ್ಪಕವಾಗಿದ್ದರೂ ಇರಬಹುದು,–ನನ್ನ ಅದೃಷ್ಟ ಚೆನ್ನಾಗಿದ್ದರೆ, ಎಂದು ಸವಿಗನಸು ಕಂಡೆ. ಬಡ್ತಿಯ ಮೇಲೆ ಹೋಗಬೇಕಾಗಿದ್ದವನು ನನ್ನ ಬಳಿ ಬಂದು ಆರ್ಡರ್ ತೋರಿಸಿದ. "ಖಂಡಿತ ಹೋಗಿ ಒಡನೆಯೇ ಛಾರ್ಜು ತೆಗೆದುಕೊಳ್ಳಿ, ಬಹಳ ಸಂತೋಷ. ಹೋಗಿ ಬನ್ನಿ. ಒಳ್ಳೆಯದಾಗಲಿ" ಎಂದೆ.

ಮುಖದಲ್ಲಿ ಅಸಮಾಧಾನದ ಛಾಯೆಯೇ ಇತ್ತು. "ಏಕೆ ಒಂದು ಮಾದರಿ ಇದ್ದೀರಿ? ಡಿಪಾರ್ಟ್‌ಮೆಂಟಿನ ಸ್ವತಂತ್ರ ಛಾರ್ಜಿನಲ್ಲಿರುತ್ತೀರಿ; ನಿಮ್ಮ ಇಷ್ಟದ ಪ್ರಕಾರ ನಿಮ್ಮ ರುಚಿಗೆ ತಕ್ಕಂತೆ ಅದನ್ನು ನಿರ್ವಹಿಸಬಹುದು. ಅನುಭವ ಬರುತ್ತದೆ. ಉತ್ತರೋತ್ತರಕ್ಕೆ ನಿಮಗೇ ಅನುಕೂಲವಾಗುತ್ತದೆ" ಎಂದೆ.

"ಹಾಗಾದರೆ ನಾನು ಇಲ್ಲಿರುವುದು ಬೇಡವೆ ಸಾರ್?"

"ಅಯ್ಯಯ್ಯೋ! ನಾನು ಹಾಗನ್ನಲಿಲ್ಲ. ಇದೇನೂ ನನ್ನ ಸ್ವಂತ ಮನೆ ಅಲ್ಲ. ಯಾರನ್ನೂ ನಾನು ಇರು ಅಥವಾ ಇರಬೇಡ ಎಂದು ಹೇಳುವ ಹಕ್ಕು ನನ್ನದಲ್ಲ. ನಿಮಗೆ ಇಷ್ಟವಾದ ಕಡೆ ನೀವಿರಬಹುದು."

"ಹಾಗಲ್ಲ ಸಾರ್. ನಾನು ಬಿಟ್ಟರೆ ನನ್ನ ಜಾಗಕ್ಕೆ 'B' ಬರಬೇಕೆಂದು ಪ್ರಯತ್ನ ಪಡುತ್ತಿದ್ದಾನೆ..."

ನನ್ನ ತಲೆ ತಿರುಗಿತು. "ಯಾರು? Bನೇ?"

"ಹೌದು ಸಾರ್."

ನನಗೆ ದಿಗಿಲಾಯಿತು. 'B' ಈಗಿರುವವನನ್ನೂ ರಾಜಕೀಯದಲ್ಲಿ ಮೀರಿಸುತ್ತಾನೆ. ಪಾಠ–ಪ್ರವಚನಗಳಲ್ಲಂತೂ ಶೂನ್ಯವೇ. ಸಹೋದ್ಯೋಗಿಗಳ ಬಳಿ ವೈಷಮ್ಯ; ಅಧಿಕಾರಿಗಳೊಡನೆ ದುರ್ನಡತೆ; ಕೆಳದರ್ಜೆ ನೌಕರರೊಂದಿಗೆ ಜಗಳ, ಹೊಡೆದಾಟ. ಹೋದ ಕಡೆಯಲ್ಲೆಲ್ಲ ಇದೇ ಚರಿತ್ರೆ.

"... ನಿಮಗೆ ಎಂ.ಎಲ್.ಎ.ಗಳದೋ ಅವರ ಮೂಲಕ ಮಂತ್ರಿಗಳದೋ ಅಥವಾ ನೇರವಾಗಿಯೇ ಮಂತ್ರಿಗಳದೋ ಪರಿಚಯವಿರಬೇಕಲ್ಲವೆ?"

"ಸುಮಾರಾಗಿದೆ ಸಾರ್. ಎಂ.ಎಲ್.ಎ.ಗಳ ಮೂಲಕ."

"ಪರವಾಯಿಲ್ಲ. ನೀವು ಇಲ್ಲಿಂದ ನೇರವಾಗಿ ಹೋಗಿ ಏಕೆ ಪ್ರಯತ್ನ ಮಾಡಬಾರದು?"

"ತಾವೇನೂ ತಪ್ಪು ತಿಳಿದುಕೊಳ್ಳುವುದಿಲ್ಲ ತಾನೆ, ಸಾರ್?"

"ನಾನ್ಯಾಕಪ್ಪ ತಪ್ಪು ತಿಳಿದುಕೊಳ್ಳಬೇಕು? ಈಗ ಸರ್ವೇಸಾಮಾನ್ಯವಾಗಿ ನಡೆಯುತ್ತಿರುವ ವ್ಯವಹಾರವೇ ಇದಲ್ಲವೆ!"

"ಏನು ಸಾರ್ ಮಾಡುವುದು? ಇತರರೂ ತಮ್ಮ ತಮ್ಮ ಆಸೆಗಳನ್ನು ಇದೇ ರೀತಿಯಲ್ಲಿ ಆಗಮಾಡಿಸಿಕೊಳ್ಳುತ್ತಿದ್ದಾರೆ ಸಾರ್."

"ಹೌದಪ್ಪ, ಅದಕ್ಕೆ ನಾನೇ ಹೇಳಿದ್ದು. ಈಗಲೇ ಹೋಗಿ ಏರ್ಪಾಟುಗಳನ್ನು ಮಾಡಿ ನಿಮ್ಮನ್ನು ಇಲ್ಲಿಯೇ ಉಳಿಸುವಂತೆ ಮಾಡಿಕೊಳ್ಳಿ."

ಅದೇನು ಪವಾಡ! ಸಂಜೆಯೊಳಗಾಗಿ 'A' ಆರ್ಡರನ್ನು ಕೈಯಲ್ಲಿ ಹಿಡಿದುಕೊಂಡೇ ಬಂದ! ನನ್ನ ಮನಸ್ಸು ಸ್ವಲ್ಪ ಶಾಂತವಾಯಿತು.

ಇಲ್ಲಿ ಯಾರು ಬರಬೇಕೆಂದು ಪ್ರಯತ್ನ ಪಟ್ಟು ವಿಫಲನಾಗಿದ್ದನೋ (ಎಂದರೆ 'B') ಅವನ ಮಂತ್ರಿ ಬಲ ಇನ್ನೂ ತೀವ್ರವಾಗಿತ್ತು. ಹೇಗಾದರೂ ಮಾಡಿ ಹಿಡಿದಿದ್ದ ಕಾರ್ಯವನ್ನು ಸಾಧಿಸಬೇಕೆಂದು ಛಲದಂಕಮಲ್ಲನಾದ. 'A' ಆರ್ಡರ್ ತಂದ ಮೂರು ದಿನದೊಳಗಾಗಿ ನಮ್ಮ ಜಂಟಿ–ಡೈರೆಕ್ಟರು ಫೋನ್ ಮೂಲಕ ನನ್ನನ್ನು ಕರೆದು "ನಿಮ್ಮ ಡಿಪಾರ್ಟ್‌ಮೆಂಟಿನಲ್ಲಿರುವ ಅಧ್ಯಾಪಕ ವರ್ಗದವರೆಲ್ಲ ರಿಸರ್ಚ್ ಮಾಡುತ್ತಿದ್ದಾರೆಯೆ?" ಎಂದರು.

ನಾನು ಈ ಪ್ರಶ್ನೆಯನ್ನು 'ಸೀರಿಯಸ್' ಆಗಿ ತೆಗೆದುಕೊಳ್ಳಲಿಲ್ಲ. "ಓಹೋ ಹೋಹೋ 'ಈ ದಿನಮೇ ಸುದಿನಮು.' ನರಿಯ ಮುಖವನ್ನೇ ನೋಡಿ ಎದ್ದೆನೋ ಬೆಕ್ಕಿನ ಮುಖವನ್ನೇ ನೋಡಿ ಎದ್ದೆನೋ ನನಗೇ ಸಂದೇಹವಾಗಿದೆ."

"ಏನು ಹಾಗಂತೀರ?"

"ಏನು ಸಾರ್, ನಾನೂ ೨೦ ವರ್ಷಗಳಿಂದ ಇಲ್ಲಿದ್ದೇನೆ. ಒಂದು ದಿನವಾದರೂ 'ರಿಸರ್ಚ್' ಎಂಬ ಪದ ಡೈರೆಕ್ಟರ್ ಸಾಹೇಬರಿಂದಾಗಲಿ ನಿಮ್ಮಿಂದಾಗಲಿ ಉಪಯೋಗಿಸಲ್ಪಟ್ಟಿಲ್ಲ. ಇಂದು ನಿಮ್ಮ ಬಾಯಿಂದ ಆ ಮಾತನ್ನು ಕೇಳಿದ್ದಕ್ಕೆ ಹರ್ಷ ಉಕ್ಕಿ ಮೈಯ ಒಳಗೆಲ್ಲ ತುಂಬಿಬಿಟ್ಟಿದೆ!"

"ಡೈರೆಕ್ಟರೇ ನನ್ನನ್ನು ಕೇಳು ಎಂದರು."

"ಹಾಗಾದರೆ ಅವರ ಶ್ರೀ ಜಿಹ್ವೆಯಲ್ಲೂ ಇದು ಪಲುಕಿತೆ? ಓಹೋ ಹೋ! ನನಗಾಗಿರುವ ಸಂತೋಷವನ್ನು ಹೇಗೆ ತಿಳಿಸಲಿ? ಮಾತೇ ಬಾರದಾಗಿದೆಯಲ್ಲ! 'ಮಾಟ ಲಾಡಿ ತಿವೋ!'"

ಜಂಟಿ–ಡೈರೆಕ್ಟರಿಗೆ ನನ್ನ ವ್ಯಂಗ್ಯ ಅರ್ಥವಾಯಿತೆಂದು ಕಾಣುತ್ತದೆ. "ಸ್ವಾಮಿ, ನಾನು ಸೀರಿಯಸ್ಸಾಗಿ ಕೇಳುತ್ತಿದ್ದೇನೆ, ಬದಲು ಹೇಳಿ" ಎಂದರು.

"ಸರಿ ಸರ್. ಇಷ್ಟು ವರ್ಷಗಳೂ ಕೇಳದ ಪ್ರಶ್ನೆಗೆ ಈಗೇನು ಶುಕ್ರದೆಸೆ ಗಿರಕಾಯಿಸಿಕೊಂಡಿತಲ್ಲಾ ಎಂದು ಆಶ್ಚರ್ಯಪಡುತ್ತಿದ್ದೇನೆ!"

"ಹೋಗಲಿ, ನಿಮ್ಮ ಡಿಪಾರ್ಟ್‌ಮೆಂಟಿನ ಅಧ್ಯಾಪಕ ವರ್ಗದಲ್ಲಿ ಯಾರ್‍ಯಾರು ರಿಸರ್ಚ್ ಮಾಡುತ್ತಿಲ್ಲ?"

"ಏನು ಸರ್, ಬಹಳ ಮುಖ್ಯವಾದ ಪ್ರಶ್ನೆಯಿರುವಂತಿದೆಯಲ್ಲ! 'positive' ಆಗಿಯೂ ಪ್ರಶ್ನೆ ಹಾಕುತ್ತೀರಿ, 'negative' ಆಗಿಯೂ ಪ್ರಶ್ನೆ ಹಾಕುತ್ತೀರಿ. ನಾನು ಎರಡು ಬಗೆಯಲ್ಲೂ ಉತ್ತರ ಕೊಡಬೇಕೋ ಹೇಗೆ?"

"ನಿಮ್ಮ ದಮ್ಮಯ್ಯ, ನನ್ನನ್ನ ಯಾಕಪ್ಪ ಹೀಗೆ ಗೋಳು ಹುಯ್ದುಕೊಳ್ಳುತ್ತೀರ? ಒಂದು ಬದಲನ್ನು ಕೊಡಬಾರದೆ?"

"ನನ್ನ ಡಿಪಾರ್ಟ್‌ಮೆಂಟಿನಲ್ಲಿರುವ ಉಪಾಧ್ಯಾಯರೆಲ್ಲ ಒಂದಲ್ಲ ಒಂದು ಬಗೆಯ ಸಂಶೋಧನೆಯಲ್ಲಿ ತೊಡಗಿದ್ದಾರೆ!"

"ಎಲ್ಲರೂ ಮಾಡುತ್ತಿದ್ದಾರೆಯೇ?"

"ಎಲ್ಲರೂ!"

"ಡೈರೆಕ್ಟರಿಗೆ ಹೇಳಿಬಿಡಲೆ?"

"ಏನು ಅಧಿಕಾರ ಧೋರಣೆ ಜೋರಾಗಿದೆಯಲ್ಲಾ! ನಾನೇನು ಸುಳ್ಳು ಹೇಳುತ್ತೇನೆಂದು ಬಗೆದಿದ್ದೀರಾ? ಬೆದರಿಸುತ್ತಿದ್ದೀರಲ್ಲಾ! ಖಂಡಿತವಾಗಿಯೂ ಹೇಳಿಬಿಡಿ."

"ಅಯ್ಯಯ್ಯೋ ಹಾಗಲ್ಲಪ್ಪ. ಮಂತ್ರಿಗಳ ಉಮೇದವಾರನೊಬ್ಬನು ನಿಮ್ಮ ಡಿಪಾರ್ಟ್‌ಮೆಂಟಿಗೆ ವರ್ಗವಾಗಬೇಕೆಂದು ಕೇಳಿದ್ದಾನಂತೆ, ಎಂ.ಎಲ್.ಎ.ಗಳೂ ಒತ್ತಾಯ ತರುತ್ತಿದ್ದಾರೆ. 'ರಿಸರ್ಚ್' ಮಾಡದಿರುವ ಒಬ್ಬನನ್ನು ವರ್ಗಮಾಡಿ ಆ ಜಾಗಕ್ಕೆ ಇವನನ್ನು ಹಾಕಬಹುದೆ ಎಂಬ ಯೋಚನೆಯಲ್ಲಿದ್ದಾರೆ, ಡೈರೆಕ್ಟರು."

"ಡೈರೆಕ್ಟರ್ ಸಾಹೇಬರಿಗೆ ಹೇಳಲು ನಿಮಗೆ ಹಿಂದೇಟು ಹಾಕುವಂತಾದರೆ ಅವರಿಗೆ ನಾನೇ ಹೇಳುತ್ತೇನೆ. ದಯವಿಟ್ಟು 'ಫೋನ್ ಕನೆಕ್ಷನ್' ಕೊಡುತ್ತೀರಾ?"

ಡೈರೆಕ್ಟರು ಫೋನಿನಲ್ಲಿ ಮೊದಲು ಕ್ಷೇಮಸಮಾಚಾರ ವಿಚಾರಿಸಿದರು. ಮೂರು ವರ್ಷಗಳ ಹಿಂದೆ ನಾನು ಕಾಯಿಲೆ ಮಲಗಿದ್ದ ವಿಷಯವನ್ನು ಈಗ ಪ್ರಸ್ತಾಪಿಸಿದರು. ನನ್ನ 'ರಿಸರ್ಚ್' ಹೇಗಿದೆಯೆಂದು ಕೇಳಿದರು. ಕೊನೆಗೆ ತಡವರಿಸಿಕೊಂಡು, "ಸ್ವಾಮಿ, ನಿಮ್ಮ ಡಿಪಾರ್ಟ್‌ಮೆಂಟಿನಿಂದ ಅಸಿಸ್ಟೆಂಟ್–ಪ್ರೊಫೆಸರರೊಬ್ಬರನ್ನು ವರ್ಗಮಾಡಬೇಕಾಗಿ ಬಂದಿದೆ..."

"ಓಹೋ!"

"ಯಾಗನ್ನು ಮಾಡಬಹುದು?"

"ನನಗೆ ಏನು ಹೇಳಲೂ ತೋರದು ಸರ್! ಮಂಕು ಕವಿದುಬಿಟ್ಟಿದೆ!"

"ಯಾಕೆ, ಏನಾಯಿತು?"

"ನಾನೂ ೨೦ ವರ್ಷಗಳ ಸರ್ವಿಸ್ ಹಾಕಿದ್ದೇನೆ. ನೂರಾರು ವರ್ಗಾವರ್ಗಗಳಾಗಿವೆ. ಒಂದು ಸಲವಾದರೂ ನನ್ನನ್ನಾಗಲಿ ನನ್ನ ಪ್ರಿನ್ಸಿಪಾಲನ್ನಾಗಲಿ, ಯಾರೊಬ್ಬರ ವರ್ಗದ ವಿಷಯದಲ್ಲೂ ನಮ್ಮ ಅಭಿಪ್ರಾಯವನ್ನು ಕೇಳಿದ್ದಿಲ್ಲ; ನಮ್ಮ ಸಲಹೆಯನ್ನೂ ಮನ್ನಿಸಿದ್ದೂ ಇಲ್ಲ. ಈಗ ದಿಢೀರೆಂದು ನನ್ನ ಮನೋಗತವನ್ನು ಕೇಳೋಣವಾಗಿದೆಯಲ್ಲ ಎಂದು 'ಷಾಕ್' ಬಡಿದವನಂತಾಗಿದ್ದೇನೆ!"

ಇರುವ ಸಂಗತಿಯನ್ನು ನೇರವಾಗಿ ತಿಳಿಸುವುದಕ್ಕೆ ಡೈರೆಕ್ಟರಿಗೂ ಸ್ವಲ್ಪ ಅಳುಕೇ. "ನೋಡಿ, ಇದರಲ್ಲಿ ನನ್ನ ಕೈವಾಡವೇನೂ ಇಲ್ಲ. ಮೇಲಧಿಕಾರಿಗಳ 'instruction' ನನ್ನು ನಾನು ಪಾಲಿಸಬೇಕಾಗಿ ಬಂದಿದೆ. ಯಾರು 'ರಿಸರ್ಚ್' ಮಾಡುತ್ತಿಲ್ಲವೋ ಅವನನ್ನು ವರ್ಗ ಮಾಡಬೇಕೆಂದು ನೋಡುತ್ತಿದ್ದೇನೆ."

"ವರ್ಷದ ಮಧ್ಯದಲ್ಲಿ ಇದೆಲ್ಲ ಯಾಕೆ ಸಾರ್? ಈ ವರ್ಗಾವರ್ಗಿಗಳ ಅವಾಂತರ ಈಗೇಕೆ? ಅದೂ ಅಲ್ಲದೆ, ಪ್ರತಿಯೊಬ್ಬ ಸಹಾಯೋಪಾಧ್ಯಾಯನೂ ಡಾಕ್ಟೋರೇಟ್ ಪದವಿಯನ್ನು ಉದ್ದೇಶದಲ್ಲಿಟ್ಟುಕೊಂಡು ಸಂಶೋಧನೆಯಲ್ಲಿ ತೊಡಗಿದ್ದಾನೆ. ಈಗ ವರ್ಗವಾದದ್ದೇ ಆದರೆ ಡಿಪಾರ್ಟ್‌ಮೆಂಟಿನ ಪಾಠಕ್ರಮವೂ ಅಸ್ತವ್ಯಸ್ತವಾಗುತ್ತದೆ, ಅವನ ಡಾಕ್ಟೋರೇಟ್ ಸಂಶೋಧನೆಯೂ ಅಸ್ತಮಯವಾಗುತ್ತದೆ... ವರ್ಷದ ಕೊನೆಯಲ್ಲಿ ಇದನ್ನು ಪುನರಾಲೋಚಿಸಬಹುದಲ್ಲ!"

"ನೀವು ಹೇಳುವುದೆಲ್ಲ ಸರಿ ಕಾಣ್ರಿ. ಆದರೆ ಸಂದರ್ಭ ಹೀಗಿದೆಯಲ್ರಿ!"

"ಹೀಗಿರುವಾಗ ನನ್ನ ಅಭಿಪ್ರಾಯವನ್ನು ಕೇಳಬೇಕಾಗಿಯೇ ಇರಲಿಲ್ಲವಲ್ಲ! ಇನ್ನು ತಮ್ಮ ಚಿತ್ತ" ಎಂದು ಫೋನನ್ನು ಕೆಳಗಿಟ್ಟೆ.

ಮರುದಿನವೇ ಆರ್ಡರ್ ಬಂತು: 'A'ಯನ್ನು ಪಿಳ್ಳಂಪಟ್ಟಿ ಸರ್ಕಾರದ ಕಾಲೇಜಿಗೆ ವರ್ಗಾಯಿಸಲಾಗಿದೆ. 'B' ಯನ್ನು 'A' ಜಾಗದಲ್ಲಿ ಭರ್ತಿ ಮಾಡಲಾಗಿದೆ.

'A' ವಿಷಯವಾಗಿ ನಾನು ಒಂದು ಸಂಗತಿಯನ್ನು ಹೇಳದಿದ್ದರೆ ನನಗೆ ನಾನೇ ಎರಡು ಬಗೆದುಕೊಂಡಂತಾಗುತ್ತದೆ. ಅವನ ರಾಜಕೀಯ ತಂತ್ರಗಳನ್ನು ಗಣನೆಗೆ ತೆಗೆದುಕೊಳ್ಳದಿದ್ದರೆ, ಅವನ ಅಂತಃಕರಣ ಒಳ್ಳೆಯದೆಂದೇ ಒಪ್ಪಿಕೊಳ್ಳಬೇಕು. ಬುದ್ಧಿಶಕ್ತಿಯೂ ತಕ್ಕಮಟ್ಟಿಗೆ ಮೇಲ್ಮಟ್ಟದಲ್ಲೇ ಇತ್ತು. ಗ್ರಹಣಶಕ್ತಿ, ಜೀರ್ಣಶಕ್ತಿಗಳಿದ್ದವು. ಸುಮಾರಾದ ಸಾಮರ್ಥ್ಯದಿಂದ ಪಾಠ ಹೇಳುತ್ತಿದ್ದ. ಸಂಶೋಧನೆಯಲ್ಲಿ ತೊಡಗುವುದಕ್ಕೆ ಅಗತ್ಯವಾದ ಕೆಲವು ಗುಣಗಳು ಅವನಲ್ಲಿದ್ದುವು. ಈ ಕಾರಣದಿಂದ,

ಅವನಿಗೆ 'ಡಾಕ್ಟೊರೇಟ್' ಪದವಿಗಾಗಿ ಕೆಲಸ ಮಾಡೆಂದು ಪ್ರೋತ್ಸಾಹವಿತ್ತಿದ್ದೆ. 'ಥೀಸಿಸ್'ನ್ನು ಬರೆದು ಮುಗಿಸುವುದಕ್ಕೆ ಇನ್ನೊಂದು ಆರು ತಿಂಗಳ ಕೆಲಸ ಬಾಕಿಯಿತ್ತು. ಇವನ ವರ್ಗದ ಆರ್ಡರ್ ನೋಡಿ ನನಗೂ ವ್ಯಸನವಾಯಿತು.

"ಪುನಃ ಹೋಗಿ ಮಂತ್ರಿಗಳನ್ನು ನೋಡಿ ಬರುತ್ತೀರಾ?" ಎಂದೆ.

(ಬಹಳ ಖಿನ್ನನಾಗಿ)

"ಪ್ರಯೋಜನ ಪಡದು ಸಾರ್. 'B' ಯ ಬಲ ನನಗಿರುವುದಕ್ಕಿಂತಲೂ ಹೆಚ್ಚಾಗಿದೆ."

'A'ಯ ವರ್ಗವನ್ನು ಒಂದಾರು ತಿಂಗಳು ಕಾಲ ಮುಂದೆ ಹಾಕಿಕೊಳ್ಳುವುದಕ್ಕೆ ನಡೆಸಿದ ಪ್ರಯತ್ನಗಳೆಲ್ಲ ವಿಫಲವಾದವು. ಸರ್ಕಾರದ ಚಾಕರಿಯಲ್ಲಿ ಕಾರ್ಯದೃಷ್ಟಿಯಿಂದ ವರ್ಗಾವರ್ಗಿಗಳು ಅನಿವಾರ್ಯವೆಂಬುದನ್ನು ನಾನು ಅನುಮೋದಿಸುತ್ತೇನೆ. ಆದರೆ ಪ್ರಸ್ತುತ ಸಂದರ್ಭದಲ್ಲಿ ಅವನ್ನು ತಡೆಗಟ್ಟಬಲ್ಲ ಅಧಿಕಾರಿ ಯಾರು ಎಂಬ ಪ್ರಶ್ನೆ ಏಳುತ್ತದೆ. 'ಯಾರನ್ನು ಎಲ್ಲಿಗೆ ಬೇಕಾದರೂ ವರ್ಗ ಮಾಡಲಿ, ನನ್ನದೇನು ಹೋಯಿತು?' ಎಂಬ ತಾತ್ಸಾರ ಮನೋಭಾವದಿಂದ ಎಷ್ಟೋ ಸಲ ವೇದಾಂತಿಯಾಗಬಹುದು. ಆದರೆ ನಾನು 'A' ಗೆ ಕೊಟ್ಟಿದ್ದ ಸಂಶೋಧನೆ ಏನಾಗಬೇಕು? ಹೊಸತಾಗಿ ಬಂದ ಇನ್ನೊಬ್ಬನು ಅದನ್ನು ಮುಂದುವರಿಸಲು ಸಾಧ್ಯವಿಲ್ಲ. ಆರಂಭ ಮಾಡಿದವನು ಬೇರೊಂದೆಡೆಗೆ ಹೋಗಿ ಮುಂದುವರಿಸೋಣವೆಂದರೆ ಅಲ್ಲಿ ಸೌಕರ್ಯಗಳಿಲ್ಲ. ಹೀಗಾಗಿ ಎಷ್ಟೋ 'ಪ್ರಾಬ್ಲಮ್ಮು'ಗಳು ಪೂರೈಕೆ ಪಡೆಯದೆಯೇ ವರ್ಷಾನುಗಟ್ಟಲೆ ನಿದ್ದೆಯಲ್ಲಿ ಮಲಗಿವೆ. 'A' ಅನ್ನು ಕೇಳಿದೆ: "ಒಂದಾರು ತಿಂಗಳು ರಜ ತೆಗೆದುಕೊಳ್ಳುವುದಾಗಿದ್ದರೆ ನೋಡಿ, ಪಿಎಚ್.ಡಿ. 'ಥೀಸಿಸ್'ನಾದರೂ ಮುಗಿಸಬಹುದು. ಡಿಗ್ರಿ ತೆಗೆದುಕೊಂಡ ಮೇಲೆ ಬೇರೆಲ್ಲದರೂ ಕೆಲಸ ನೋಡಬಹುದಲ್ಲವೆ?" ಒಡನೆ ಒಪ್ಪಿಕೊಂಡ.

ಭಗೀರಥ ಪ್ರಯತ್ನದಲ್ಲಿ ಗೆದ್ದ 'B' ನಮ್ಮ ಡಿಪಾರ್ಟ್‌ಮೆಂಟನ್ನೂ ಹೊಕ್ಕ. ಇವನ ಪುಂಡತನ ಈಗಾಗಲೇ ಇತರ ಸಹಾಯೋಪಾಧ್ಯಾಯರಿಗೆ ಅರಿವಾಗಿತ್ತು. ಅವನೊಂದಿಗೆ ಪಳಗಲು ಬೆದರಿಕೊಂಡರು-ತಮ್ಮನ್ನೂ ಬೇರೆಲ್ಲಿಗಾದರೂ ವರ್ಗಮಾಡಿಸಿ ಬಿಡುವನೋ, ಏನು ಹಾನಿ ತರಿಸುವನೋ ಎಂದು ವ್ಯಾಕುಲ ಗೊಂಡರು. ಎಂದರೆ ತಮತಮಗಿದ್ದ ರಾಜಕೀಯ ಜಾತಕಗಳಲ್ಲೂ 'B' ಯ ಪ್ರಭಾವದ ಮುಂದೆ ತಮ್ಮದು ಏನೂ ಇಲ್ಲ ಎಂಬುದನ್ನು ತಿಳಿದುಕೊಂಡರು.

ಕುಹಕವನ್ನೇ ಅರಿಯದ ಎಳೆಯ ಮಗುವಿನಂತೆ 'B' ಬಂದು, "ನನ್ನ ಅದೃಷ್ಟ ಸಾರ್; ತಮ್ಮ ಕಾಲ ಬಳಿ ಕುಳಿತು ಕೆಲಸ ಮಾಡುವ ಸದವಕಾಶ ನನಗೆ ಲಭಿಸಿದೆ. ನಿಮ್ಮವನನ್ನಾಗಿ ಮಾಡಿಕೊಳ್ಳಬೇಕು" ಎಂದ. ಇದಕ್ಕೆ ಏನು ಬದಲು ಕೊಡಬೇಕೆಂಬ ಸಂಕಟಕ್ಕೊಳಗಾದೆ. ಅಡ್ಡಾದಿಡ್ಡಿಯಾಗಿ "ನಿಮ್ಮ ಕೆಲಸಗಳನ್ನು ಶ್ರದ್ಧೆಯಿಂದ

ಮಾಡಿಕೊಂಡಿರಿ" ಎಂದೆ. ಬೇರೆ ಹವ್ಯಾಸಗಳಲ್ಲಿ ಅವನ ಮನಸ್ಸು ಹಾರಾಡದಿರಲಿ ಎಂಬ ಆಸೆಯಿಂದ 'ರಿಸರ್ಚ್' ಸಮಸ್ಯೆಯೊಂದನ್ನೂ ಕೊಟ್ಟೆ.

'A'ಯನ್ನೂ 'B'ಯನ್ನೂ ಮೀರಿಸುವ 'C' ಎಂಬ ಸಹಾಯೋಪಾಧ್ಯಾಯನೊಬ್ಬ ಇನ್ನಾವುದೋ ಸರ್ಕಾರಿ ಕಾಲೇಜಿನಲ್ಲಿದ್ದ. ಅವನಿಗೆ ಈಚೆಗೆ ಇಲ್ಲಿ ನಡೆದ ತಂಚಾವಂಚಗಳು ಗೊತ್ತಾದವು. ಮಾನುಷ 'ವೈರ್‌ಲೆಸ್ ನೆಟ್‌ವರ್ಕ್' ಇದೆಯಲ್ಲವೆ, ಇಂಥ ವಾರ್ತಾಪ್ರಚಾರಕ್ಕೆ! 'C' ಕಾರ್ಯೋನ್ಮುಖನಾದ, ಅಪೀಲು ಬಾಣಬಿಟ್ಟ. ಸಂದರ್ಭಕ್ಕೆ ಹೊಸದೊಂದು ಬಣ್ಣವನ್ನೂ ಕಟ್ಟಿದ:

"'A' ಹಿಂದುಳಿದ ಕೋಮಿನವನೂ 'B' ಅವನಿಗಿಂತಲೂ ಹಿಂದುಳಿದ ಕೋಮಿನವನೂ ಆದರೆ ನಾನು ಈ ಇಬ್ಬರಿಗಿಂತಲೂ ತೀರ ಹಿಂದುಳಿದ ಕೋಮಿನವನು. ನನ್ನ ಹಕ್ಕುಬಾಧ್ಯತೆಗಳಿಗೆ ಧಕ್ಕೆ ಏರ್ಪಟ್ಟಿದೆ. ಸಂಶೋಧನೆಯಲ್ಲಿ ತರಪೇತಿಯನ್ನು ಪಡೆಯುವಂಥ ಅವಕಾಶವನ್ನು ನನಗೆ ಮೊದಲು ಒದಗಿಸಿಕೊಡುವುದು ಸರ್ಕಾರದ ತುರ್ತು ಕರ್ತವ್ಯವಾಗಿದೆ. ಈ ಉದ್ದೇಶಗಳನ್ನು ಸಫಲಗೊಳಿಸುವುದಕ್ಕೆ ಅವಕಾಶವಿರುವ ಸಂಸ್ಥೆ ಒಂದೇ ಒಂದು. (ನಮ್ಮ ಕಾಲೇಜಿನ ಹೆಸರು ತಿಳಿಸಿ) ನನ್ನನ್ನು ಒಡನೆಯೆ ಅಲ್ಲಿಗೆ ವರ್ಗ ಮಾಡಬೇಕೆಂದು ಬೇಡುತ್ತೇನೆ."

ಈ ಅಹವಾಲಿನ ಅಚ್ಚಾದ ನಕಲುಗಳನ್ನು ಭಾರತದ ಪ್ರೆಸಿಡೆಂಟು, ಪ್ರೈಂಮಿನಿಸ್ಟರು, ಗೌರ್‌ನರಿಂದ ಹಿಡಿದು ನನ್ನವರೆಗೂ ಇದ್ದ ಸಿಬ್ಬಂದಿಯೆಲ್ಲರಿಗೂ ಕಳುಹಿಸಿದ. ಎಂ.ಎಲ್.ಎ.ಗಳ ಮೂಲಕ ಗದ್ದಲವೆಬ್ಬಿಸಿದ. ಈ ಅಬ್ಬರಕ್ಕೆ ಸರ್ಕಾರ ಎಚ್ಚರಗೊಂಡಿತು. ತರಾತುರಿಯಿಂದ ಮೆಮೊಗಳನ್ನು ಕಳುಹಿಸಿತು. 'C' ಯೂ ಒಂದಿಬ್ಬರು ಎಂ.ಎಲ್.ಎ.ಗಳೊಂದಿಗೆ ಬಂದು ನನ್ನನ್ನು ಕಂಡು ನಕಲೊಂದನ್ನು ಕೈಗೆ ಕೊಟ್ಟ.

ಎಂ.ಎಲ್.ಎ.: "ನೀವು ಮನಸ್ಸು ಮಾಡಬೇಕು."

"ಏನೆಂದು?"

"ಈ ಹುಡುಗನನ್ನು ಮುಂದಕ್ಕೆ ತರಬೇಕು."

"ಇದರಲ್ಲಿ ನನ್ನ ಪಾತ್ರವೇ ಇಲ್ಲ. ಹುಡುಗನೂ ನೀವೂ ಪ್ರಯತ್ನ ಪಡುತ್ತಿದ್ದೀರಿ. ದೊಡ್ಡ ದೊಡ್ಡವರಿಗೆಲ್ಲ ಹುಡುಗನ ವಿಷಯ ಈ ಅರ್ಜಿಯ ಮೂಲಕ ತಿಳಿದಿದೆ. ನಾನು ನಿರ್ಬಲನಾದ ಅಧಿಕಾರಿ..."

"ಹಾಗೆಲ್ಲ ತಾವು ಹೇಳಬಾರದು."

"ಯಾಕೆ? ನಾನು ಇಲ್ಲದ್ದನ್ನೇನೂ ಹೇಳುತ್ತಿಲ್ಲವಲ್ಲ!"

"ಏನೋ, ಹುಡುಗ, ಆಸೆ ಪಡುತ್ತಾನೆ."

"ಆಸೆಯಿರುವುದು ತಪ್ಪೇನಲ್ಲವಲ್ಲ!"

"ಹಾಗಾದರೆ ಹುಡುಗ ಇಲ್ಲಿಗೆ ವರ್ಗವಾಗಿ ಬಂದರೆ ತಮ್ಮ ಆಕ್ಷೇಪಣೆಯೇನೂ..."

"ಇಲ್ಲ, ಖಂಡಿತ ಇಲ್ಲ. ಇದು ಸರ್ಕಾರಿ ಕಾಲೇಜು, ನನ್ನ ಅಭಿಪ್ರಾಯಗಳೇನೂ ಇಲ್ಲಿ ನಡೆಯುವುದಿಲ್ಲವೆಂಬ ವಸ್ತುಸ್ಥಿತಿ ನಿಮಗೇ ತಿಳಿದಿದೆ... ಈ ಹುಡುಗ ಇಲ್ಲಿ ಬೇಕಾದರೆ ಬರಲಿ. ಆದರೆ ಇನ್ನೊಬ್ಬನನ್ನು ಇಲ್ಲಿಂದ ತಳ್ಳಿ ಅವನು ಬರುವುದು ಬೇಡ."

"ಇಲ್ಲಿ ಹುದ್ದೆ ಖಾಲಿ ಇಲ್ಲವಲ್ಲ! ಯಾರಾನ್ನಾದರೂ ವರ್ಗಮಾಡಿದರೆ ತಾನೆ ನಮ್ಮ ಹುಡುಗ ಬರುವುದಕ್ಕೆ ಅವಕಾಶವಾಗುತ್ತದೆ?"

"ನೋಡಿ ಸ್ವಾಮಿ, ನಿಮಗೆ ಬಲ ಇದೆ, ಸಹಾಯ ಇದೆ, ಛಾತಿ ಇದೆ. ಸಹಾಯೋಪಾಧ್ಯಾಯನ ಇನ್ನೊಂದು ಸ್ಥಾನವನ್ನು ಇಲ್ಲಿ ಮಂಜೂರು ಮಾಡಿಸಿ. ನಿಮ್ಮ ಹುಡುಗ ಆ ಜಾಗಕ್ಕೆ ಬರಲಿ."

ಮುಖ ಮುಖ ನೋಡಿಕೊಂಡು ಹೊರಟು ಹೋದರು.

'B' ಗೆ 'C' ಯ ಸನ್ನಾಹಗಳು ತಿಳಿದವು. ತನ್ನ ಎಂ.ಎಲ್.ಎ.ಗಳೊಂದಿಗೆ ಸೆಕ್ರೆಟೇರಿಯಟಲ್ಲೆಲ್ಲ ಸುತ್ತಾಡಿದ; ಮಂತ್ರಿಗಳ ಪಿ.ಎ.ಗಳನ್ನೂ ಮಂತ್ರಿಗಳನ್ನೂ ನೋಡಿಯಾದ ಮೇಲೆ ನನ್ನಲ್ಲಿಗೆ ಬಂದ.

"ಸಾರ್! ನನ್ನನ್ನೂ ಇಲ್ಲಿಂದ ವರ್ಗ ಮಾಡಿಸಿ 'C' ಬರುತ್ತಾನಂತೆ. ನನ್ನನ್ನು ನೀವೇ ಕಾಪಾಡಬೇಕು."

"ನಾನು ಹೇಗಪ್ಪ ನಿನ್ನನ್ನು ಕಾಪಾಡುವುದು? ಅದಕ್ಕೆ ಬೇರೆ ಜನ ಇದ್ದಾರಲ್ಲ ನಿನಗೆ! ಅವರನ್ನು ಹಿಡಿದರೆ ನಿನ್ನ ಕೆಲಸವಾಗುತ್ತೆ."

"ಆದರೆ 'C' ಗೆ ಬಹಳ ಬೆಂಬಲವಿದೆ ಸಾರ್."

"ಇಲ್ಲಿ ನೋಡು, ನೀನು ಇಲ್ಲಿಗೆ ಬರಲು ನಡೆಸಿದ ಪ್ರಯತ್ನ ನನಗೆ ತಿಳಿದಿಲ್ಲವೆಂದುಕೊಳ್ಳಬೇಡ. ನೀನು 'A' ಗೆ ಮಾಡಿದ್ದನ್ನೇ ಈಗ 'C' ನಿನಗೆ ಮಾಡುತ್ತಿದ್ದಾನೆ. ಈ ವಿಷಯದಲ್ಲಿ ನಾನು ಪ್ರವೇಶಿಸುವುದಿಲ್ಲ. ನಿಮ್ಮ ನಿಮ್ಮ ಗ್ರಹಗತಿಗಳು ಹೇಗಿವೆಯೋ ಹಾಗೆ ನಡಿಯಲಿ!"

"ಸಾರ್ ಸಾರ್, ನೀವು ಡೈರೆಕ್ಟರಿಗೆ ಒಂದು ಮಾತು..."

"ನಾನು ಖಂಡಿತ ಯಾರಿಗೂ ಯಾವ ಮಾತನ್ನೂ ಹೇಳುವುದಿಲ್ಲ. ನಿನ್ನನ್ನು ಇಲ್ಲಿಗೆ ವರ್ಗಾಯಿಸುವುದು ಬೇಡವೆಂದು ಡೈರೆಕ್ಟರಿಗೆ ಹೇಳಿದ್ದೆ. ಆದರೇನಾಯಿತು ಎಂಬುದು ನಿನಗೇ ಗೊತ್ತಿದೆ. ಆದ್ದರಿಂದ ನಿನ್ನ ಸ್ವಪ್ರಯತ್ನಗಳಿಂದ ನಿನಗೆ ಬೇಕಾದ್ದನ್ನು ಸಾಧಿಸಿಕೋ, ನಾನೇನೂ ನಿನ್ನನ್ನು ತಪ್ಪು ತಿಳಿದುಕೊಳ್ಳುವುದಿಲ್ಲ. ಈಗ 'C' ಯ ಸನ್ನಾಹ ಎಲ್ಲಿಯವರೆಗೆ ಬಂದಿದೆ?"

"ದೆಹಲಿಯಿಂದ ಅದೇನೋ ಕೇಳಿದ್ದಾರಂತೆ ಸಾರ್."

"ಯಾರನ್ನಾ?"

"ನಮ್ಮ ಸರ್ಕಾರವನ್ನ."

"ಹೋಗಿ ಏಕೆ ಮುಖೇನ ನಿನ್ನ ಪಾಡನ್ನು ಹೇಳಿಕೊಳ್ಳಬಾರದು?"

ಹಿಂದುಮುಂದು ನೋಡಿದ.

"ಏಕೆ? ಟ್ಯಾಕ್ಸಿಗೆ ಹಣ ಇಲ್ಲವೆ?"

ಮೌನ.

ಹತ್ತು ರೂಪಾಯಿ ನೋಟು ತೆಗೆದು ಅವನು ಜೇಬಿನೊಳಕ್ಕೆ ತುರುಕಿ "ಬೇಗ ಹೋಗಿ ಕೆಲಸವನ್ನು ಮಾಡಿಕೊಂಡು ಬಾ. ನಾಳೆ ಎಂದರೆ ಲೇಟಾಗಿ ಬಿಟ್ಟೀತು! ನಿನಗೆ ಅನುಕೂಲವಾಗುವಂಥವರಾರಾದರೂ ಇದ್ದರೆ ಅವರನ್ನೂ ಕರೆದುಕೊಂಡು ಹೋಗು" ಎಂದೆ.

ಮಾರನೆ ಬೆಳಿಗ್ಗೆ ಮನೆಗೆ ಬಂದು ಹೇಳಿದ: "ನನ್ನನ್ನು ಕದಲಿಸುವುದಿಲ್ಲವೆಂದು ಅಷ್ಯೂರ್ ಮಾಡಿದ್ದಾರೆ."

ಈ ಪವಾಡದಿಂದ ನನ್ನ ತಲೆ ಸುತ್ತಿತು.

ಈ ಮಧ್ಯೆ ಸರ್ಕಾರದಿಂದ ನನಗೊಂದು ಕಾಗದ ಬಂತು (ಈ ಪತ್ರ ವ್ಯವಹಾರವೆಲ್ಲವೂ ಪ್ರಿನ್ಸಿಪಾಲರ ಮೂಲಕ):

"ಬಾಟನಿ ಪ್ರಾಧ್ಯಾಪಕರು ಈ ವರ್ಷ ಡಾಕ್ಟೊರೇಟ್ ರಿಸರ್ಚ್‌ಗೆ ಎಷ್ಟು ವಿದ್ಯಾರ್ಥಿಗಳನ್ನು ಆರಿಸಿಕೊಳ್ಳುತ್ತಾರೆ?"

ಇನ್ನಾವ ಸಂದರ್ಭದಲ್ಲಾದರೂ ಈ ಪ್ರಶ್ನೆಯನ್ನು ಕೇಳಿದ್ದಿದ್ದರೆ ಮುಚ್ಚು ಮರೆಯಿಲ್ಲದ ಜವಾಬನ್ನು ಕಳುಹಿಸುತ್ತಿದ್ದೆ. ಈಗ ಯಾವುದೋ ಉದ್ದೇಶ ಪೂರ್ವಕವಾಗಿ ಈ ಪ್ರಶ್ನೆಯನ್ನು ಕೇಳುತ್ತಿದ್ದಾರೆಂದೂ, 'C' ಯನ್ನು ನನ್ನ ತಲೆಗೆ ಕಟ್ಟುವ ಸನ್ನಾಹದ ಅಂಗವಾಗಿ ಕೇಳುತ್ತಿರುವ ಪ್ರಶ್ನೆ ಇದೆಂದೂ ಹೊಳೆಯಿತು. 'C' ಯ ರಾಜಕೀಯ ಚಲನವಲನಗಳನ್ನು ಸ್ವಲ್ಪಮಟ್ಟಿಗೆ ಈಗಾಗಲೇ ಪರಿಚಯ ಮಾಡಿಕೊಟ್ಟಿದ್ದೇನೆ. ಇವನು ಜಾತಿದ್ವಾರದ ಹಿಂಬಾಗಿಲಿನಿಂದ ಕಾಲೇಜಿನೊಳಕ್ಕೆ ಬಂದವನು; ಅದೂ ಮಂತ್ರಿಬಲದಿಂದ, ಇವನ ವಿದ್ಯಾಪ್ರಗತಿಯಂತೂ 'ಮರಳಿ ಯತ್ನವ ಮಾಡು ಮರಳಿ ಯತ್ನವ ಮಾಡು ಸಂದೇಹವಿಲ್ಲದದು(ಹೇಗೋ) ಸಿದ್ಧಿಸುವುದು' ಎಂಬ ಸೂತ್ರಕ್ಕೆ ಒಳ್ಳೆಯ ಉದಾಹರಣೆ. ಪಿ.ಯು.ನಲ್ಲಿ ಮೂರು ವರ್ಷ, ಮೆಡಿಕಲ್ ಕಾಲೇಜಿನಲ್ಲಿ ಎರಡು ಸಲ ಫೇಲಾಗಿ ಕಳುಹಿಸಿಬಿಟ್ಟರು. ಎಂಜಿನಿಯರಿಂಗ್ ಕಾಲೇಜಿಗೆ ಸೇರಿದ; ಮೊದಲನೆ ವರ್ಷದಲ್ಲೇ ಮೂರು ವರ್ಷ ಕುಳಿತ; ಅಲ್ಲಿಂದ ಉಚ್ಚಾಟನೆಯಾಯಿತು. ನಮ್ಮ ಕಾಲೇಜನ್ನು ಸೇರಿದ (ನನ್ನ ಶಿಷ್ಯನಾಗಿ). ಮೂರು ವರ್ಷದ ಬಿ.ಎಸ್.ಸಿ.ಯಲ್ಲಿ ಒಂದೊಂದು ವರ್ಷದಲ್ಲೂ

ಎರಡು ಮೂರು ಪ್ರಯತ್ನಗಳು. ಯಾರ ಯಾರದೋ ಕೈಕಾಲುಗಳನ್ನು ಕಟ್ಟಿ ಪಾಸು ಮಾಡಿದ. ಕೋಮಿನ ಹಕ್ಕುಬಾಧ್ಯತೆಯ ಮಹಿಮೆಯಿಂದ ಎಂ.ಎಸ್‌ಸಿ.ಗೆ ಸೇರಿದ. ಎರಡು ವರ್ಷಗಳಲ್ಲಿ ಗಳಿಸಬೇಕಾದ ಈ ಪದವಿಯನ್ನು ಐದು ವರ್ಷಗಳಲ್ಲಿ ಗಳಿಸಿದ. ಅದೇ ವರ್ಷ ಸಹಾಯೋಪಾಧ್ಯಾಯನಾಗಿ ನಿಯಮಿತನಾದ. ಹೀಗಾದ್ದರಿಂದ ಸರ್ವಿಸ್ಸಿನಲ್ಲಿ ಇವನು ಜ್ಯೂನಿಯರ್ ಮೋಸ್ಟು; ವಯಸ್ಸಿನಲ್ಲಿ ಸೀನಿಯರ್ ಮೋಸ್ಟು. ಇವನ ಸಹಪಾಠಿಗಳ ಸರಾಸರಿ ವಯಸ್ಸು ೨೦–೨೫ವರ್ಷ; ಇವನದು ಸುಮಾರು ೪೦ ವರ್ಷ. ಈಗ ಇವನು ರಿಸರ್ಚ್ ಮಾಡಿ ಪಿಎಚ್.ಡಿ. ಪದವೀಧರನಾಗಬೇಕಂತೆ. ಹುಟ್ಟಿನ ಬೆಂಬಲದಿಂದಲೂ, ರಾಜಕೀಯದ ಹಿಂಬಲದಿಂದಲೂ, ಎಂ.ಎಲ್.ಎ.ಗಳ ಮುಂಬಲದಿಂದಲೂ ಇವನು ಪುನಃ ನನ್ನ ಶಿಷ್ಯನಾಗಿ ಬಿಡುತ್ತಾನೆಂಬ ಹೆದರಿಕೆಯಿಂದ ನಾನು ನಿದ್ದೆಗೆಟ್ಟು ವ್ಯಾಕುಲಿತನಾದೆ. ಇವನು ರಿಸರ್ಚ್ ಮಾಡುವುದು ಎಲ್ಲಾದರೂ ಹೋಗಲಿ, ಈ ದೈತ್ಯನನ್ನು ನನ್ನ ಅಧ್ಯಾಪಕವರ್ಗದಲ್ಲಿಟ್ಟುಕೊಂಡು ಪಾಠ ಪ್ರವಚನಗಳನ್ನು ನಡೆಸುವುದು ಹೇಗೆ? ಡಿಪಾರ್ಟ್‌ಮೆಂಟಿನ ಶಿಸ್ತುಪಾಲನೆ ಮಾಡುವುದು ಹೇಗೆ? ಎಂಬೀ ಮೊದಲಾದ ಪ್ರಶ್ನೆಗಳು ತಲೆ ತಿನ್ನತೊಡಗಿದವು.

"ಈ ವರ್ಷ ಯಾರನ್ನೂ ನಾನು ರಿಸರ್ಚ್ ಡಿಗ್ರಿಗೆ ವಿದ್ಯಾರ್ಥಿಗಳನ್ನಾಗಿ ತೆಗೆದುಕೊಳ್ಳುವುದಿಲ್ಲ" ಎಂದು ಬದಲು ಬರೆದೆ.

"ಯಾಕೆ ತೆಗೆದುಕೊಳ್ಳುವುದಿಲ್ಲ?" ಎಂಬ ಮರು ಪ್ರಶ್ನೆಯ ಕಾಗದ ಬಂತು.

"ನನ್ನ ಕೆಲಸಗಳೇ ಬಾಕಿ ಬಿದ್ದಿವೆ. 'ರಿಸರ್ಚ್' ಪೇಪರುಗಳನ್ನು ಬರೆಯಬೇಕು; ಒಂದೆರಡು ಪುಸ್ತಕಗಳನ್ನು ಬರೆಯುವ ಹವ್ಯಾಸದಲ್ಲಿದ್ದೇನೆ. ಇತರ ಕಾರ್ಯಗಳ ಒತ್ತಡದಿಂದಲೂ ಪಿಎಚ್.ಡಿ. 'ಥೀಸಿಸ್'ಗಳನ್ನು ತಯಾರಿಸುವ ಜವಾಬ್ದಾರಿಯಿಂದಲೂ ನನ್ನ ಸ್ವಂತ 'ರಿಸರ್ಚ್' ಪ್ರಗತಿ ನಿಧಾನಕ್ಕಿಟ್ಟುಕೊಂಡಿದೆ. ಈ ಉಳಿದಿರುವ ಕೆಲಸಗಳನ್ನು ತ್ವರಿತವಾಗಿ ಪೂರ್ತಿ ಮಾಡುವ ಸಲುವಾಗಿ ಈ ವರ್ಷ 'ರಿಸರ್ಚ್' ವಿದ್ಯಾರ್ಥಿಗಳನ್ನು ತೆಗೆದುಕೊಳ್ಳುವುದು ಬೇಡವೆಂದು ನಿರ್ಧರಿಸಿದ್ದೇನೆ."

ಸರ್ಕಾರದ ಬದಲು:

"ಬಾಟನಿ ಪ್ರಾಧ್ಯಾಪಕರು ಕೊಟ್ಟಿರುವ ಕಾರಣಗಳನ್ನು ಸಹಾನುಭೂತಿಯಿಂದ ಪರಿಶೀಲಿಸಿದೆ. ಆದರೂ 'ರಿಸರ್ಚ್' ವಿದ್ಯಾರ್ಥಿಗಳಿಲ್ಲದೆಯೇ ಡಿಪಾರ್ಟ್‌ಮೆಂಟನ್ನು ನಡೆಸುವುದು ಸರ್ಕಾರಕ್ಕೆ ಹಿತವಾಗಿಲ್ಲ. ಆದ್ದರಿಂದ ಒಬ್ಬನಾದರೂ ಶಿಷ್ಯನನ್ನು ತೆಗೆದುಕೊಳ್ಳುವುದು ಉಚಿತ. ಪ್ರಾಧ್ಯಾಪಕರು ಸರ್ಕಾರದ ದೃಷ್ಟಿಯನ್ನು ಗಣನೆಗೆ ತಂದುಕೊಂಡು ತಮ್ಮ ನಿರ್ಧಾರವನ್ನು ಪುನಃ ಪರಿಶೀಲಿಸಬೇಕೆಂದು ತೋರುತ್ತದೆ."

ಈ ಪತ್ರ ವ್ಯವಹಾರದಿಂದ 'C' ಯ ಪ್ರಾಬಲ್ಯ ಮಹಿಮೆಯ ಹಿರಿಮೆಯನ್ನು ಯಾರಾದರೂ ಊಹಿಸಿಕೊಳ್ಳಬಹುದು. ಈ ವಿಷಯದಲ್ಲಿ ದೀರ್ಘವಾದ

ಸಮಾಲೋಚನೆಯೇನೂ ಬೇಕಾಗಿರಲಿಲ್ಲ. ನಾನು ಏನು ಬದಲು ಬರೆದರೂ ಆಗುವುದು ಆಗಿಯೇ ಆಗುತ್ತದೆ ಎಂಬುದು ನಿಶ್ಚಯವಾಯಿತು. ಹೀಗೆ ಬದಲು ಕೊಟ್ಟೆ: "ನನ್ನ ಕೈ ಮೇಲಿರುವ ಕೆಲಸಗಳನ್ನು ಹಿಂದಿನ ಪತ್ರಗಳಲ್ಲೇ ತಿಳಿಸಿದ್ದೇನೆ. ನನ್ನ ಮನಶ್ಶಕ್ತಿ ಮಿತವಾದದ್ದು; ತೀರ ಮಿತವಾದದ್ದು. ಇದನ್ನು ರಚನಾತ್ಮಕ ಕಾರ್ಯದಲ್ಲಿ ವ್ಯಯ ಮಾಡಬೇಕೆಂದಿದ್ದೇನೆ. ಇತರ ಜವಾಬ್ದಾರಿಗಳನ್ನು ಹೊರುವುದಾದರೆ ನನ್ನ ಕೆಲಸಗಳೂ ನಡೆಯವು. ಹೊಸತಾಗಿ ತೆಗೆದುಕೊಂಡ ಕೆಲಸಗಳೂ ನಡೆಯವು. ನನ್ನ ನಿರ್ಧಾರವನ್ನು ಬದಲಾಯಿಸುವ ಸಂದರ್ಭವಿಲ್ಲದಾಗಿದೆ.

"ಇನ್ನೂ ಒಂದು ಸಂಗತಿಯನ್ನು ಇಲ್ಲಿ ಅರಿಕೆ ಮಾಡಲಾಗಿದೆ. ಪಿಎಚ್.ಡಿ. ಡಿಗ್ರಿಗೆ ಕನಿಷ್ಠ ಪಕ್ಷ ಮೂರು ವರ್ಷಗಳ ತರಬೇತಿ ಇರಬೇಕೆನ್ನುತ್ತದೆ, ಯೂನಿವರ್ಸಿಟಿಯ ಕಾನೂನು. ನಾನು ಇನ್ನು ಒಂದೂವರೆ ವರ್ಷದಲ್ಲಿ ಕೆಲಸದಿಂದ ನಿವೃತ್ತಿಯಾಗಲಿದ್ದೇನೆ. ಈಗ ಹೊಸದಾಗಿ ಯಾರನ್ನಾದರೂ ಪಿಎಚ್.ಡಿ. ತರಪೇತಿಗೆ ತೆಗೆದುಕೊಂಡದ್ದೇ ಆದರೆ, ಆತನ ಸಂಶೋಧನೆಯ ಪ್ರಗತಿಯೂ ಮೊಟಕಾಗಿ ಅಡ್ಡ ದಾರಿಗೆ ಬಂದು ನಿಲ್ಲುತ್ತದೆ."

ಒಂದಷ್ಟು ದಿನಗಳಾದ ಮೇಲೆ ಸರ್ಕಾರದ ನಿರ್ಧಾರ ನನ್ನ ಕೈ ಸೇರಿತು:

"ಬಾಟನಿ ಪ್ರಾಧ್ಯಾಪಕರ ಹೇಳಿಕೆಯನ್ನು ಪರಿಶೀಲಿಸಲಾಗಿದೆ.

ಹಿಂದುಳಿದ ಪಂಗಡಗಳಿಗೆ ಆಸರೆಯನ್ನೂ ಅವಕಾಶವನ್ನೂ ಈಯುವುದು ಸರ್ಕಾರದ ಕರ್ತವ್ಯ ಸೂತ್ರಗಳಲ್ಲೊಂದಾಗಿರುವ ಸಂಗತಿ ಪ್ರಾಧ್ಯಾಪಕರಿಗೆ ತಿಳಿದಿದೆಯೆಂದು ಸರ್ಕಾರ ಭಾವಿಸುತ್ತದೆ. ಈ ಸೂತ್ರವನ್ನು ಕಾರ್ಯರೂಪಕ್ಕೆ ತರುವ ಸಲುವಾಗಿ 'B' ಅವರನ್ನು ಕಾಟ್ಟುಪಳ್ಳಿ ಕಾಲೇಜಿಗೆ ವರ್ಗ ಮಾಡಲಾಗಿದೆ.

ಅವರ ಜಾಗದಲ್ಲಿ 'C' ಅವರನ್ನು ನಿಯಮಿಸಲಾಗಿದೆ.

ವಿ.ಸೂ. ಬಾಟನಿ ಪ್ರಾಧ್ಯಾಪಕರು 'C' ಅವರಿಗೆ ಪಿಎಚ್.ಡಿ. ತರಪೇತಿಯನ್ನು ಕೊಡುವುದು. ತಮ್ಮ ಅನುಭವಪೂರಿತವಾದ ದರ್ಶನಮಾರ್ಗದಲ್ಲಿ ಆತನನ್ನು ಕೈ ಹಿಡಿದು ಕರೆದುಕೊಂಡು ಹೋಗುವುದು. ಪ್ರಸ್ತುತ ಪ್ರಾಧ್ಯಾಪಕರು ಸರ್ವಿಸಿನಲ್ಲಿರುವವರೆಗೂ ಶಿಷ್ಯನ ಪ್ರಗತಿಯ ಜವಾಬ್ದಾರಿಯನ್ನು ವಹಿಸುವುದು. ಉತ್ತರೋತ್ತರ ಬರಬಹುದಾದ ಸಂದರ್ಭಗಳನ್ನು ಈಗ ಗಣನೆಗೆ ತಂದುಕೊಳ್ಳುವುದು ಅನವಶ್ಯಕ."

ಇದು ನಿರೀಕ್ಷಿಸಿದ್ದ ತೀರ್ಪೇ ಆಗಿದ್ದುದರಿಂದ ನನಗೇನೂ ಆಶ್ಚರ್ಯವಾಗಲಿ ವ್ಯಸನವಾಗಲಿ ಉಂಟಾಗಲಿಲ್ಲ. "ಯಾರೇನ ಮಾಡುವರು, ಯಾರಿಂದಲೇನಹುದು ಪೂರ್ವಜನ್ಮದ ಪಾಪ" ಎಂದು ಪುರಂದರದಾಸರನ್ನು ಸ್ಮರಿಸಿಕೊಂಡೆ.

* * *

ಸಂಸ್ಕೃತದ ಬೆಲೆ

"ದೇವಭಾಷೆ ದೇಶಭಾಷೆಯಾಗಲಿ"
–ಅಖಿಲಭಾರತ ಸಂಸ್ಕೃತ ಸಮ್ಮೇಳನದ ಹಾರೈಕೆ

ನಮ್ಮ ಕಾಲೇಜಿನ ಹುಟ್ಟಿಗೆ ಕಾರಣರಾದ ಆಂಗ್ಲೇಯ ಆಧಾರ ಸ್ತಂಭಗಳು ನಾಡುಭಾಷೆಗೆ ಅಷ್ಟೊಂದು ಪ್ರಾಮುಖ್ಯತೆಯನ್ನು ಕೊಡಲಿಲ್ಲವಾದರೂ ಸಂಸ್ಕೃತಕ್ಕೆ ಹೆಚ್ಚು ಗಮನವನ್ನು ಕೊಟ್ಟರು. ಎಂದರೆ ಸಂಸ್ಕೃತ ಮೇಲು, ನಾಡು–ನುಡಿ ಕೀಳು ಎಂಬ ಭಾವನೆಯಿಂದ ಹಾಗೆ ಮಾಡಿದರೆಂದು ದೂರುವುದು ಈ ದಿನದ ಕೂಗಾದರೂ ಅವರ ದೃಷ್ಟಿಕೋನ ಬೇರೆಯದಾಗಿತ್ತೆಂದು ಒಪ್ಪಿಕೊಳ್ಳುವುದಕ್ಕೆ ಸಾಕಾದಷ್ಟು ಕಾರಣಗಳಿವೆ. ಸಂಸ್ಕೃತವನ್ನು ಸತ್ತ ಭಾಷೆಯೆಂದು ಅವರು ಎಣಿಸಲಿಲ್ಲ; ಆ ಭಾಷೆಯಲ್ಲಿರುವ ಸಾಹಿತ್ಯದ, ಶಾಸ್ತ್ರದ ಬಾಹುಳ್ಯವನ್ನು ಅವರು ಅಲ್ಪ ಸ್ವಲ್ಪ ಕಂಡುಕೊಂಡಿದ್ದರು; ಭಾರತಾದ್ಯಂತವೂ ಅದರ ಪ್ರಭಾವವಿದ್ದು ರಾಷ್ಟ್ರವನ್ನು ಒಂದುಗೂಡಿಸುವ ವಾಹಕವದು ಎಂಬುದನ್ನು ಅರಿತಿದ್ದರು; ಹಿಂದೂ ಧರ್ಮವೇ ಆ ಭಾಷೆಯಲ್ಲಿ ಅಡಗಿದೆಯೆಂಬುದನ್ನೂ ಕೇಳಿದ್ದರು. ಆಗ ಸಂಸ್ಕೃತ ಅಭ್ಯಾಸವೂ ಸಂಸ್ಕೃತಿಯ ಹಿರಿಯ ಕುರುಹಾಗಿತ್ತಾದ್ದರಿಂದ ಬ್ರಾಹ್ಮಣರು ಮಾತ್ರವಲ್ಲದೆ ಬ್ರಾಹ್ಮಣೇತರರೂ ಭಾಷಾಸಾಹಿತ್ಯಗಳ ಅಭ್ಯಾಸವಿಟ್ಟುಕೊಂಡಿದ್ದರು. ಸುಮಾರು ೧೯೩೫ ರವರೆಗೂ ಇದು ಚಂದ್ರಾರ್ಕವಾಗಿಯೇ ನಡೆದುಕೊಂಡು ಬಂತು.

ಆ ವರ್ಷಗಳು 'ಜಸ್ಟಿಸ್' ಪಾರ್ಟಿಯ ಉಚ್ಛ್ರಾಯ ಕಾಲ. ಬ್ರಾಹ್ಮಣೇತರ ಕೋಮಿನವರ ಮುನ್ನಡೆಗಾಗಿ ಗದ್ದಲವೆದ್ದ ಕಾಲ. "ತಮಿಳಿನಲ್ಲಿಲ್ಲದ್ದು ಸಂಸ್ಕೃತದಲ್ಲೇನಿದೆ? ಸಂಸ್ಕೃತವೂ ಆರ್ಯರೂ ಬಂದು ತಮಿಳು ಸಾಹಿತ್ಯ ಸಂಸ್ಕೃತಿಗಳು ನಾಶವಾದವು. ಅವರ ಹಾವಳಿಯಿಂದ ನಾವು ಹಿಂದುಳಿದವರಾದೆವು"

ಎಂಬ ಕೂಗು ನಾಡುವಪೂರ ಪ್ರತಿಧ್ವನಿಸಿದ ಕಾಲ. (Irschick, E.F. 1969. *Politics and Social conflict in South India; The non-Brahmin movement and Tamil Separatism* ಎಂಬ ಪುಸ್ತಕವನ್ನು ನೋಡಿರಿ)

ನಮ್ಮ ಸಂಸ್ಕೃತ ಡಿಪಾರ್ಟ್‌ಮೆಂಟು ಇತರ ಅನೇಕ ಡಿಪಾರ್ಟ್‌ಮೆಂಟುಗಳಂತೆ ಇರಲಿಲ್ಲ. ಅದರಲ್ಲಿದ್ದವರು ನಿಜವಾದ ವಿದ್ವಾಂಸರೆಂಬ ಜಾತಿಗೆ ಸೇರಿದವರು. 'ಮಹಾ ಮಹೋಪಾಧ್ಯಾಯ' ಎಂಬ ಗೌರವ ಪ್ರಶಸ್ತಿಯಿಂದ ಮಾತ್ರ ಪ್ರಸಿದ್ಧರಾದವರಲ್ಲ. ರೆ॥ ಪರ್ಸಿವಲ್, ಪಿಕ್‌ಫೋರ್ಡ್, ಗುಸ್ಟಾಫ್ ಒಪರ್ಟ್ ಮೊದಲಾದವರು ೧೯೦೦ರ ವರೆಗೂ ಕ್ರಮವಾಗಿ ಸಂಸ್ಕೃತದ ಪ್ರಾಧ್ಯಾಪಕರಾಗಿದ್ದವರು; ಅವರು ಹಿಂದೂ ಧರ್ಮ, ಸಂಸ್ಕೃತಿಗಳ ವಿಷಯವಾಗಿ ಬರೆದ ಲೇಖನಗಳೂ ಪುಸ್ತಕಗಳೂ ಇವತ್ತಿಗೂ ಉಳಿದಿರುವ ಮೌಲ್ಯಗಳಾಗಿವೆ. ಅವರ ತರುವಾಯ ಪೀಠದಲ್ಲಿ ಮಂಡಿಸಿದ ರಂಗಾಚಾರ್ಯ, ಕುಪ್ಪುಸ್ವಾಮಿ ಶಾಸ್ತ್ರಿ, ಪಿ.ಪಿ. ಸುಬ್ರಹ್ಮಣ್ಯ ಶಾಸ್ತ್ರಿ ಮೊದಲಾದವರ ಪೀಳಿಗೆಯು ಅವರವರ ಕೃತಿಗಳಿಂದ ಈಗಲೂ ಚಿರವಾಗಿ ನಿಂತಿದೆ. ಇವರ ಶಿಷ್ಯವರ್ಗದವರಾದ ಸಿ. ಕುನ್ಹನ್‌ರಾಜ, ವಿ. ರಾಘವನ್, ಟಿ.ಎನ್. ರಾಮಚಂದ್ರನ್ ಮೊದಲಾದವರ ಸಂಸ್ಕೃತ ಪಾಂಡಿತ್ಯ ಅನೇಕರಿಗೆ ತಿಳಿದಿರುವ ವಿಷಯವೇ. ಹೀಗೆ ಪಾಂಡಿತ್ಯ ಪರಂಪರೆಗೆ ಆಶ್ರಯವಾಗಿತ್ತು ನಮ್ಮ ಸಂಸ್ಕೃತ ಡಿಪಾರ್ಟ್‌ಮೆಂಟು.

"ಸಂಸ್ಕೃತವು ಬ್ರಾಹ್ಮಣರ (ಆರ್ಯರ) ಭಾಷೆ; ತಮಿಳರದು ತಮಿಳು ನುಡಿ" ಎಂಬ ಕೂಗು ಕೇಳಿಸಿದ ಹೊಸತರಲ್ಲೂ–ಎಂದರೆ ಸುಮಾರು ೧೯೪೦ರಲ್ಲೂ–ಜಾತಿ–ಕೋಮುಗಳ ಭೇದಭಾವವಿಲ್ಲದೆ ವಿದ್ಯಾರ್ಥಿಗಳು ಬಿ.ಎ., ಎಂ.ಎ. ಪರೀಕ್ಷೆಗಳಿಗೆ ಓದುತ್ತಿದ್ದರು. ಕೆಲವು ವರ್ಷಗಳೊಳಗಾಗಿ "ಮೊದಲನೆ ದರ್ಜೆಯಲ್ಲಿ ತೇರ್ಗಡೆಯಾಗುವವರೆಲ್ಲ ಒಂದೇ ಕೋಮಿಗೆ ಸೇರಿದವರಾಗಿದ್ದಾರಲ್ಲ! ಇತರ ಕೋಮಿನವರನ್ನೂ ಇದೇ ದರ್ಜೆಗೆ ಸೇರಿಸುವ ಬಳಕೆ ಏಕೆ ಇಲ್ಲ?" ಎಂಬ ಪುಕಾರು ಆರಂಭವಾಯಿತು; ಯೂನಿವರ್ಸಿಟಿಯ ಸೆನೆಟ್ಟಿನಲ್ಲಿ ಈ ವಿಷಯವನ್ನು ಕುರಿತು ಪ್ರಶ್ನೋತ್ತರಗಳು ನಡೆದವು; ರಾಜ್ಯಸಭೆಯಲ್ಲೂ ಸ್ವಲ್ಪ ತಕಾರಾರೆದ್ದಿತು. ಹಳದಿ ವೃತ್ತಪತ್ರಿಕೆಗಳಿಗೆ ಬೇಕಾದಷ್ಟು ತಿನಿಸು ದೊರಕಿತು. ಇದರಿಂದ ಕೋಮುವಾರು ರೀತ್ಯಾ ಪರೀಕ್ಷಕರನ್ನು ನಿಯಮಿಸಬೇಕೆಂಬ–ಮಸೂದೆ ಅಲ್ಲದಿದ್ದರೂ–ಕನ್ ವೆನ್‌ಷನ್ ಸ್ಥಾಪಿತವಾಯಿತು.

ಪರೀಕ್ಷಕ ಪಂಚಾಯತನದಲ್ಲಿ ಬ್ರಾಹ್ಮಣರು ಮೂವರು, ಮುಂದುವರೆದ ಬ್ರಾಹ್ಮಣೇತರ ಪಂಗಡದವರು ಇಬ್ಬರು, ಹಿಂದುಳಿದ ಕೋಮಿನವರು ಒಬ್ಬ–ಈ ಪ್ರಮಾಣದಲ್ಲಿ ಇರಬೇಕೆಂದು ನಿರ್ಧಾರ ಮಾಡಿಕೊಂಡರು. ಮೊದಲ ವರ್ಗಕ್ಕೆ ಜನರನ್ನು ನಿರ್ಮಿಸುವುದರಲ್ಲಿ ಕಷ್ಟವಿರಲಿಲ್ಲ. ಎರಡನೆ ವರ್ಗದ ನಿಯಾಮಕದಲ್ಲಿ ಸ್ವಲ್ಪ ಕಷ್ಟಬಂತು. ರೈಲ್ವೆ ಇಲಾಖೆಯಲ್ಲಿ ಹುದ್ದೆಯಲ್ಲಿದ್ದ ಸಂಸ್ಕೃತ ಎಂ.ಎ. ಪದವೀಧರನೊಬ್ಬನು ಸುಲಭವಾಗಿ ದೊರೆತ. ಇನ್ನೊಬ್ಬನನ್ನು ಎಲ್ಲಿಂದ

ತರುವುದು? ಹೊರನಾಡುಗಳಿಂದ ತರಲು ಸರ್ಕಾರದ ನಕಾರ; ಒಳನಾಡಿನಲ್ಲೇ ಆರಿಸಿಕೊಳ್ಳೋಣವೆಂದರೆ ಎಂ.ಎ.ಗಳ ಅಭಾವ. ಹೀಗಾಗಿ ಯೂನಿವರ್ಸಿಟಿ ಇನ್ನೊಂದು ಅಮೆಂಡ್‌ಮೆಂಟ್ ತಂದಿತು: "ಮುಂದುವರೆದ ಬ್ರಾಹ್ಮಣೇತರ ವರ್ಗದಿಂದ ಪರೀಕ್ಷಕರಾಗಿ ಆರಿಸಲ್ಪಡುವವರಿಗೆ ಬಿ.ಎ. ಕನಿಷ್ಠ ಪದವಿಯಿದ್ದರೆ ಸಾಕು." ಈಗ ಇಂಥವನೊಬ್ಬನನ್ನು ಹುಡುಕಲು ಆರಂಭಿಸಿದರು. ಒಬ್ಬ ಸಿಕ್ಕಿದ. ಅವನನ್ನು ಕೇಳಿದ್ದಕ್ಕೆ "ಸ್ವಾಮಿ, ನಾನು ಓದಿ ೨೫ ವರ್ಷಗಳಾದವು; ಸಂಸ್ಕೃತದಲ್ಲಿ ಮೂರು ಸಲ ಡುಂಕಿ ಹೊಡೆದು ಕೊನೆಗೆ ಹೇಗೋ ತೆವಳಿಕೊಂಡು ಬಂದೆ. ಅಂದಿನಿಂದ ಚೌಬೀನೆ ವ್ಯಾಪಾರದಲ್ಲಿದ್ದೇನೆ. ಸಂಸ್ಕೃತ ಅಕ್ಷರಗಳೇ ಮರೆತು ಹೋಗಿವೆ. ಈಗ ಇದೆಲ್ಲ ನನಗೇಕೆ?" ಎಂದು ಹಿಂದೇಟು ಹಾಕಿದ. ಅವನನ್ನು ಪುಸಲಾಯಿಸಲು ಹೋಗಿದ್ದ ದೂತರು ಹುರಿದುಂಬಿಸಿದರಂತೆ. ಕೊನೆಗೆ ಒಪ್ಪಿಕೊಂಡ. ಮೂರನೆ ದರ್ಜೆಗೆ ಯಾರೂ ಸಿಗಲಿಲ್ಲ. ಈ ದರ್ಜೆಗೆ ಬದಲಾಗಿ ಎರಡನೆ ದರ್ಜೆಗೋ ಮೊದಲನೆ ದರ್ಜೆಗೋ ಸೇರಿದವನನ್ನು ನಿಯಾಮಕ ಮಾಡುವುದಕ್ಕೆ ಸರ್ಕಾರ ಒಪ್ಪಲಿಲ್ಲ. ಅಷ್ಟಕ್ಕೂ ಪಂಚಾಯತನದಲ್ಲಿ ಅವನ ಸ್ಥಾನವೇನು? ಹಿಂದುಳಿದ ಕೋಮಿನವರ ಹಕ್ಕು-ಬಾಧ್ಯತೆಗಳನ್ನು ಪಾಲಿಸುವುದು- ಎಂದರೆ ಪಂಚಾಯತನದ ನಾಲ್ವರು ಕೋಮುವಾರು ಭಾವನೆಯನ್ನು ತಾಳಿದರೆ ಅವರ ಮೇಲೆ ಹಾರಿ ಬೀಳುವುದು. ಇದಕ್ಕೆ ಸಂಸ್ಕೃತ ತಿಳಿದವನೇ ಆಗಬೇಕಿಲ್ಲವಲ್ಲ! ಆ ಕೋಮಿನ ಪ್ರತಿನಿಧಿಯೊಬ್ಬನಿದ್ದರೆ ಸಾಕಲ್ಲ! ಪದವೀಧರನಾಗಿದ್ದರೆ ಸಾಕಲ್ಲ! ಈ ಸೂಚನೆ ಸರ್ಕಾರದಿಂದ ಯೂನಿವರ್ಸಿಟಿಗೆ ರವಾನೆಯಾಯಿತು. ಯೂನಿವರ್ಸಿಟಿ "ಇಂಥವರನ್ನು ಆರಿಸುವುದು ನಮಗೆ ಸಾಧ್ಯವಿಲ್ಲ. ಸರ್ಕಾರವೇ ಯಾರನ್ನಾದರೂ ಡೆಪ್ಯೂಟ್ ಮಾಡಬಹುದು" ಎಂದು ತನ್ನ ಜವಾಬ್ದಾರಿಯಿಂದ ಪಾರಾಯಿತು. ಸರ್ಕಾರ ಸೂಟಬಲ್ಲಾದ ಪ್ರತಿನಿಧಿಯೊಬ್ಬನನ್ನು ಪೋಲೀಸ್ ಡಿಪಾರ್ಟ್‌ಮೆಂಟಿನಿಂದ ಆರಿಸಿ ಕಳುಹಿಸಿತು. ಪಂಚಾಯತನ ಭರ್ತಿಯಾಯಿತು.

ಎಂ.ಎ. ಪರೀಕ್ಷೆಯ ಉತ್ತರ ಪತ್ರಿಕೆಗಳನ್ನು ತಿದ್ದಿ ಮೌಲ್ಯ ನಿರ್ಧರಿಸಿದ ತರುವಾಯ ಸಂಪುಟ ಕಲೆತು ಪಾಸು-ನಪಾಸುಗಳನ್ನು ನಿರ್ಧರಿಸುವುದು ಯೂನಿವರ್ಸಿಟಿಯ ನಿಬಂಧನೆಯಾಗಿದೆ. ನಮ್ಮ ಪೋಲೀಸ್ ಪ್ರತಿನಿಧಿಗೆ ಇದು ಸರಿಯಾಗಿ ಕಾಣಲಿಲ್ಲ. ಯಾವ ಯಾವ ಕೋಮಿನ ವಿದ್ಯಾರ್ಥಿಗಳು ಎಷ್ಟೆಷ್ಟು ಮಂದಿಯಿದ್ದಾರೆಂಬುದನ್ನು ಮೊದಲೇ ಅರಿತು, ಕೋಮಿಗನುಗುಣವಾದ ರೀತಿಯಲ್ಲಿ ಮೌಲ್ಯ ನಿರ್ಧರಿಸಬೇಕೆಂದು ವಾದಿಸಿದ. ಇದನ್ನು ಇತರ ಮೆಂಬರುಗಳು ಒಪ್ಪಿಕೊಳ್ಳಲಿಲ್ಲ; "ಅದು ಯೂನಿವರ್ಸಿಟಿಗೆ ಸಂಬಂಧಪಟ್ಟ ವಿಷಯ; ಪರೀಕ್ಷಕರು ಈ ವಿಷಯದಲ್ಲಿ ಪ್ರವೇಶಿಸಕೂಡದು" ಎಂದು ಎಷ್ಟು ಹೇಳಿದರೂ ಇವನಿಗೆ ನಂಬಿಕೆ ಹುಟ್ಟಲಿಲ್ಲ. ಓಟಿಗೆ ಹಾಕಬೇಕೆಂದು ಒತ್ತಾಯಪಡಿಸಿದ. ಇವನೊಬ್ಬನು ಮಾತ್ರ ತನ್ನ ಪಕ್ಷದ ಪರವಾಗಿ ಮತ ಕೊಟ್ಟುಕೊಂಡ; ಇತರ ನಾಲ್ವರು ಪ್ರತಿಪಕ್ಷದ ಪರವಾಗಿ ಕೈಯೆತ್ತಿದರು. ಮುಂದುವರೆದ ಪಂಗಡಿಗರಿಗೆ ಪೋಲೀಸ್ 'ಸಂಸ್ಕೃತ' ಪ್ರಯೋಗ

ಮಾಡಿದನಂತೆ, ಐದನೆ ಸದಸ್ಯ.

ಮುಂದಿನ ವರ್ಷವೂ ಇದೇ ಸಂಪುಟ. ಹಿಂದುಳಿದ ಪಂಗಡದವರಾರಾದರೂ ಇದ್ದಾರೆಯೇ ಎಂದು ಪೋಲೀಸ್ ಅಧಿಕಾರಿ ವಿಚಾರಿಸಿದಾಗ "ಯಾರೂ ಇಲ್ಲ"ವೆಂಬ ಉತ್ತರ ಬಂತು. ನಮ್ಮ ಪ್ರಿನ್ಸಿಪಾಲನ ಬಳಿ ಬಂದು "ಚವ್ರುಷ್‌ಕರುತ್ತಕ್ಕೆ ಹಿಂದುಳಿದ ಪಂಗಡದವರನ್ನು ಏಕೆ ಸೇರಿಸಲಿಲ್ಲ?" ಎಂದು ವಿವರಣೆಯನ್ನು ಕೇಳಿದ. ಪ್ರಿನ್ಸಿಪಾಲರು "ಯಾರೂ ಅರ್ಜಿ ಹಾಕಿಕೊಳ್ಳಲಿಲ್ಲ" ಎಂದರು.

"ಯಾಕೆ?"

"ನನ್ನನ್ನು ಕೇಳಿ ಏನು ಪ್ರಯೋಜನ? ಅರ್ಜಿ ಬಂದರಲ್ಲವೆ ನಾವು ಗಮನ ಕೊಡಬೇಕು?"

"ಯಾಕೆ ಅರ್ಜಿ ಬರಲಿಲ್ಲವೆಂದು ಕೇಳುತ್ತಿದ್ದೇನೆ."

"ಯಾರ್ರಿ ನೀವು? ನಿಮ್ಮ ವೇಷ ನೋಡಿದರೆ ಪೋಲೀಸಿನವರಂತೆ ಕಾಣುತ್ತೀರಿ. ವಿಚಾರಣೆಗೆ ಬಂದಿದ್ದೀರೇನ್ರಿ? ನಿಮ್ಮನ್ನು ಯಾರ್ರೀ ಇಲ್ಲಿಗೆ ಕಳುಹಿಸಿದ್ದು? ನಾನು ನಿಮ್ಮ ಪ್ರಶ್ನೆಗಳೊಂದಕ್ಕೂ ಬದಲು ಹೇಳುವುದಿಲ್ಲ. ಮೊದಲು ಎದ್ದು ಹೊರಡಿ!"

ಸಂಪುಟದಲ್ಲಿ ನಡೆದ ಪ್ರತಿಷ್ಠಾಭಂಗ, ಪ್ರಿನ್ಸಿಪಾಲರ ಸಮ್ಮುಖದಲ್ಲಿ ನಡೆದ ಮಾನಭಂಗಗಳೆರಡೂ ಇವನ ಹೃದಯದಲ್ಲಿ ಶಾಶ್ವತವಾಗಿ ನೆಲೆಸಿದವು. ಮುಂದಿನ ವರ್ಷ ಎಲ್ಲದರಲ್ಲೂ ಹಿಂದುಳಿದ ಕೋಮಿನವರಿಬ್ಬರನ್ನು ಹುಡುಕಿ ತಂದು ಅವರ ಕೈಲಿ ಅರ್ಜಿ ಸಲ್ಲಿಸಿದ. ಈ ಅಭ್ಯರ್ಥಿಗಳಿಗೆ ಆದಷ್ಟು ಮಟ್ಟಿಗೂ ಪ್ರಯಾರಿಟಿ ಕೊಡಬೇಕೆಂಬ ಶಿಫಾರಸು-ಪತ್ರಗಳನ್ನೂ ಅರ್ಜಿಯೊಂದಿಗೆ ಸಲ್ಲಿಸಿದ. ರಾಜಕೀಯ ಒತ್ತಡ ಪ್ರಿನ್ಸಿಪಾಲನ ತಲೆಯನ್ನು ಅದುಮುವಂತೆ ಏರ್ಪಡಿಸಿದ. ಪ್ರಿನ್ಸಿಪಾಲಿಗೆ ಒಂದು ಕಡೆ ಜುಗುಪ್ಸೆ, ಒಂದು ಕಡೆ ಕೋಪ; ಸಂಸ್ಕೃತ ಪ್ರಾಧ್ಯಾಪಕರನ್ನು ಕರೆಸಿ ಆ ಪೋಲೀಸು ಅಧಿಕಾರಿಯ ಎದುರಿನಲ್ಲೇ "ಈ ಹುಡುಗರು ಸಂಸ್ಕೃತವನ್ನು ಐಚ್ಛಿಕ ಭಾಷೆಯನ್ನಾಗಿ ತೆಗೆದುಕೊಳ್ಳಬೇಕೆಂದು ಬಯಸುತ್ತಾರೆ. ಆದರೆ ಈ ವರೆಗೂ ಸಂಸ್ಕೃತವನ್ನು ಓದಿದ್ದಿಲ್ಲ. ಇವರ ವ್ಯಾಸಂಗದ ಜವಾಬ್ದಾರಿಯನ್ನು ವಹಿಸಿಕೊಳ್ಳಲು ನಿಮ್ಮ ಅಭ್ಯಂತರವೆ?" ಎಂದು ಕೇಳಿದರು.

ಪ್ರಾಧ್ಯಾಪಕ ತರ್ಕ ವ್ಯಾಕರಣಗಳ ಪಂಡಿತ; ನೂರು ಪೈಸಾ ವೈದಿಕ. ಪೋಲೀಸು ಅಧಿಕಾರಿಯನ್ನು ಕಂಡು ಭಯಾಕ್ರಾಂತನಾದ. ಭಾವಿ ಶಿಷ್ಯರ ಕೆದರಿದ ನೀಳ ತಲೆಗೂದಲು, ಮೀಶೆ, ಟೂಬು ಪ್ಯಾಂಟು, ಬಣ್ಣ ಬಣ್ಣದ ಬುಶ್ ಷರಟುಗಳನ್ನು ನೋಡಿ "ಕರ್ಮ ಕರ್ಮ" ಎಂದು ತಲೆ ಚಚ್ಚಿಕೊಂಡ. ಪೋಲೀಸು ಅಧಿಕಾರಿಗೆ ಸಂದೇಹ ಬಂದು "ಏನು ಸಾರ್, ಇವರು ಏನೋ ಮಂತ್ರ ತಂತ್ರ ಮಾಯಗೀಯ ಮಾಡುವಂತೆ ಮುಣಮುಣಿಸುತ್ತಾರಲ್ಲ!" ಎಂದ. ಪ್ರಾಧ್ಯಾಪಕ ಪೋಲೀಸು ಅಧಿಕಾರಿಯನ್ನು ಉದ್ದೇಶಿಸಿ "ನಿಮ್ಮ ತಂತ್ರ ದಂಡದ ಮುಂದೆ ನಮ್ಮದೇನಿದೆ

ಸ್ವಾಮಿ!... ದೇವನಾಗರಿ ಅಕ್ಷರಗಳ ಪರಿಚಯವಿದೆಯೆ ನಿಮ್ಮ ಅಭ್ಯರ್ಥಿಗಳಿಗೆ?" ಎಂದು ಕೇಳಿದ.

ಪೋಲೀಸು ಅಧಿಕಾರಿಗೆ ದೇವನಾಗರಿ ಎಂಬುದೇನೋ ತಿಳಿಯದು. ಸ್ವಲ್ಪ ಯೋಚನೆ ಮಾಡಿ "ಓಹೋ, ನಮ್ಮೂರ ಗುಡಿಯಲ್ಲಿರುವ ದೇವರ ನಗಾರಿಯಲ್ಲಿ ಜತಿಗಳನ್ನು ಬಾರಿಸಿ ಬಾರಿಸಿ ಚೆನ್ನಾಗಿ ತರಪೇತಿ ಹೊಂದಿದ್ದಾರೆ" ಎಂದು ಬದಲು ಹೇಳಿದ. ಪ್ರಾಧ್ಯಾಪಕ "ಪ್ರಾರಬ್ಧ ಕರ್ಮ" ಎಂದುಕೊಂಡು ತಲೆ ಜಜ್ಜಿಕೊಂಡ.

ಈ ಅಭ್ಯರ್ಥಿಗಳಿಗೆ ಮಣೆ ಹಾಕದೆ ಹೋದರೆ ಸಂಭವಿಸುವ ಅಪಾಯಗಳು ಪ್ರಿನ್ಸಿಪಾಲಿಗೆ ಗೊತ್ತಿತ್ತು. ಮಣೆಯ ಮೇಲೆ ಕೂಡಿಸಿದರೆ ಸಂಸ್ಕೃತ ಪ್ರಾಧ್ಯಾಪಕರ ಮುನಿಸು; ಕೂಡಿಸದಿದ್ದರೆ ಸರ್ಕಾರದ ಮುನಿಸು. 'ಇತ್ತ ದರಿ ಅತ್ತ ಪುಲಿ.' ಪೋಲೀಸು ಅಧಿಕಾರಿಯನ್ನು ಕೇಳಿದರು: "ಈ ಹುಡುಗರು ಸ್ಪೋರ್ಟ್ಸ್ ಆಡಿದ್ದಾರೆಯೆ?"

"ಪಟಿಂಗರು ಸ್ವಾಮಿ, ಪಟಿಂಗರು! ಫುಟ್‌ಬಾಲ್, ವಾಲಿಬಾಲ್‌ಗಳಲ್ಲಿ ಅದ್ವಿತೀಯರು, ಎದುರಿಗಳನ್ನು ಧ್ವಂಸ ಮಾಡಿಬಿಡುತ್ತಾರೆ!"

ಪ್ರಿನ್ಸಿಪಾಲರಿಗೆ ಸ್ಪೋರ್ಟ್ಸ್ ಬಗ್ಗೆ ವಿಶೇಷ ಆದರ, ಕಾಲೇಜಿನಲ್ಲಿ ಪ್ರಖ್ಯಾತರಾದ ಸ್ಪೋರ್ಟ್ಸ್‌ಮನ್-ವಿದ್ಯಾರ್ಥಿಗಳಿಗೆ ಹಾಸುಗೆ ಹಾಸುವುದು ಇವರಿಗೆ ಬಹು ಪ್ರಿಯವಾದ ಕಾರ್ಯ; ಬಹು ಶ್ರದ್ಧಾಭಕ್ತಿಗಳಿಂದ ಆಚರಿಸುತ್ತಾರೆ. ಅವರ ಬೇಕುಗಳಿಗೆ ಖುದ್ದಾಗಿ ಗಮನ ಕೊಡುತ್ತಾರೆ. ಆದರೆ ಪೋಲೀಸ್ ಅಧಿಕಾರಿಯ ಹೇಳಿಕೆ ಉತ್ಪ್ರೇಕ್ಷೆಯೆ ಇಲ್ಲ ಸಹಜ ಸ್ಥಿತಿಯೆ ಎಂಬ ಪ್ರಶ್ನೆ ತಲೆದೋರಿತು. ಸಹಜ ಸ್ಥಿತಿಯಾಗಿದ್ದ ಪಕ್ಷದಲ್ಲಿ ಇವರನ್ನು ಸುಧಾರಿಸುವುದು ಹೇಗೆ ಎಂಬ ಸಮಸ್ಯೆಯೆದ್ದಿತು. ಎದುರಿಗಳ ಕೈಕಾಲುಗಳನ್ನು ಮುರಿದು ಹಾಕುವುದು ಸ್ಪೋರ್ಟ್ಸ್‌ಮನ್‌ಷಿಪ್ ಅಲ್ಲವೆಂದೂ, ಆಟದ ಮೈದಾನಕ್ಕಿರುವ ನಿಯಮಗಳನ್ನು ಪಾಲಿಸಬೇಕೆಂದೂ ಬುದ್ಧಿ ಹೇಳಿ, ಹುಡುಗರನ್ನು ಕಾಲೇಜಿಗೆ ಸೇರಿಸಿಕೊಳ್ಳಲು ಒಪ್ಪಿದರು. ಸಂಸ್ಕೃತ ಪ್ರಾಧ್ಯಾಪಕನನ್ನು ಕುರಿತು "ನೋಡಿ ಸ್ವಾಮಿ, ನಾವು ಸರ್ಕಾರದ ನಿಯಮಗಳನ್ನು ಪಾಲಿಸಬೇಕು, ಇವರನ್ನು ಅಡ್ಮಿಟ್ ಮಾಡಬೇಕು. ಒಂದೆರಡು ತಿಂಗಳು ಇವರು ಸಂಸ್ಕೃತವನ್ನು ಕಲಿಯಲಿ. ಪ್ರಗತಿಯನ್ನು ನೋಡಿಕೊಂಡು ಮುಂದೆ ಬದಲಾವಣೆಗಳಾಗಬೇಕಾಗಿದ್ದರೆ ಆಗ ನೋಡಿಕೊಳ್ಳೋಣ" ಎಂದರು.

ಪೋಲೀಸ್ ಅಧಿಕಾರಿ: "ಹುಡುಗರಿಗೆ ಸ್ಪೆಷಲ್ ಕೋಚಿಂಗು ಏರ್ಪಡಿಸಿದರೆ ಬದಲಾವಣೆಯ ಅವಶ್ಯಕವೇ ಬಾರದು!"

ಪ್ರಾಧ್ಯಾಪಕ: "ಸ್ಪೆಷಲ್ ಕೋಚಿಂಗನ್ನೇನೋ ಏರ್ಪಾಟು ಮಾಡುತ್ತೇನೆ. ಗಿಡವನ್ನು ಬಗ್ಗಿಸಬಹುದು, ಒನಕೆಯನ್ನು ಬಗ್ಗಿಸಲಾಗದು. ಇವರ ಹಿನ್ನಲೆಯ ಅರಿವು ನಮಗೆ ಅವಶ್ಯಕ. ಇವರ ಸಂಸ್ಕೃತ ಉಚ್ಚಾರಣೆ ಹೇಗಿದೆಯೋ ನೋಡಬಹುದೆ?"

ಪೋಲೀಸು ಅಧಿಕಾರಿ: "ಓಹೋ!"

ಪ್ರಾಧ್ಯಾಪಕ (ಹುಡುಗರಿಗೆ): "ನಾನು ಹೇಳುವುದನ್ನು ನೀವು ಹೇಳಿ: ಯಸ್ಮೃಜ್ಞಾನ ದಯಾ ಸಿಂಧೋ..."

ಹುಡುಗರು: "ಯಚ್ಚಕ್ಕಾನ ತಯಾಚಿಂತೋ..."

ಪ್ರಾಧ್ಯಾಪಕ: "ಹೇಗೆ ಸ್ವಾಮಿ ಇವರಿಗೆ ಪಾಠ ಹೇಳುವುದು?"

ಪೋಲೀಸ್ ಅಧಿಕಾರಿ : "ಉಚ್ಚಾರಣೆ ತಾನೇನ್ರೀ. ಒಂದು ಪದವನ್ನು ಬೇರೆ ಬೇರೆ ವಿಧದಲ್ಲಿ ಉಚ್ಚರಿಸುವ ಬಳಕೆ ಪ್ರತಿಯೊಂದು ಭಾಷೆಯಲ್ಲೂ ಇದೆಯಲ್ರಿ! ನೀವ್ಯಾಕ್ರೀ ಹರಳೆಣ್ಣೆ ಮುಖ ಮಾಡಿಕೊಳ್ಳುತ್ತೀರಿ?"

"ನೀವ್ಯಾಕ್ರೀ ಹರಳೆಣ್ಣೆ ಮುಖ ಮಾಡಿಕೊಳ್ಳುತ್ತೀರಿ?"

ಪ್ರಾಧ್ಯಾಪಕ ಪೋಲೀಸು ಅಧಿಕಾರಿಗೂ ಆಕಾಶಕ್ಕೂ ಬಗ್ಗಿ ಕೈಮುಗಿದು "ದೈವೇಚ್ಛೆ" ಎನ್ನುತ್ತ ಹೊರಟುಹೋದ.

ಮೊದಲನೆ ಪಾಠದಲ್ಲೆ ತಕರಾರು ಆರಂಭವಾಯಿತು. ಈ ಇಬ್ಬರ ಜತೆಗಿದ್ದವರು ನಾಲ್ಕು ಜನ, ಮುಂದುವರೆದ ಪಂಗಡದವರು. ಇವರು ಕೆಳತರಗತಿಗಳಿಂದಲೇ ಸಂಸ್ಕೃತಾಭ್ಯಾಸ ಮಾಡಿದ್ದವರಾದ್ದರಿಂದ ಪಾಠವನ್ನು ಗ್ರಹಿಸುವ ಶಕ್ತಿಯುಳ್ಳವರಾಗಿದ್ದರು. ಉಪಾಧ್ಯಾಯನು ಬೇಗ ಬೇಗ ಪಾಠವನ್ನು ನಡೆಸಿಕೊಂಡು ಹೋದ. ಈ ಇಬ್ಬರಿಗೆ ತಾವು ಹಿಂದೆ ಬಿದ್ದದ್ದರ ಅರಿವಾಯಿತು. ಪ್ರಿನ್ಸಿಪಾಲರಿಗೆ ದೂರು ತಂದರು: "ಉಪಾಧ್ಯಾಯನು ಬೇಕು ಬೇಕೆಂತಲೇ

ನಮಗೆ ಪಾಠ ಬರಬಾರದೆಂಬ ಉದ್ದೇಶದಿಂದಲೇ–ಬೇಗ ಬೇಗ ಓಡಿಸಿಕೊಂಡು ಹೋಗುತ್ತಾರೆ. ನಮಗೆ ಈ ವಾದ್ಯಾರು ಬೇಡ. ಬೇರೊಬ್ಬರು ಬೇಕು."

"ನೀವು ಹೀಗೆಲ್ಲ ಕೇಳುವುದು ಸರಿಯಲ್ಲ. ಆ ಡಿಪಾರ್ಟ್‌ಮೆಂಟಿನಲ್ಲಿರುವವನೇ ಒಬ್ಬ ಸಹಾಯೋಪಾಧ್ಯಾಯ. ಬೇರಾರನ್ನೂ ನಿಯಮಿಸುವುದಕ್ಕಾಗದು" ಎಂದು ಪ್ರಿನ್ಸಿಪಾಲು ಖಂಡಿತ ನುಡಿದರು.

ಈ ಪ್ರಸಂಗ ರೆಕ್ಕೆ–ಪುಕ್ಕಗಳನ್ನು ಬೆಳೆಸಿಕೊಂಡು ಊರೆಲ್ಲ ಹಾರಾಡಿ ರಾಜಕೀಯ ವೃಕ್ಷದಲ್ಲಿ ವಿಶ್ರಮಿಸಿಕೊಂಡು ಕೋಮಿನ ಮೊಟ್ಟೆಯಿಟ್ಟು ಮರಿ ಹಾಕಿತು. ಮರಿಯ ಕೂಗು: "ಒಂದು ಕೋಮಿನವರು ಮಾತ್ರವೇ ಸಂಸ್ಕೃತವನ್ನು ಹೇಳಿಕೊಡಬೇಕೇನು? ಬೇರೆ ಕೋಮಿನವರಾರೂ ಹೇಳಿಕೊಡಬಾರದೆಂಬ ನಿಯಮವಿದೆಯೇನು?" ಪ್ರಜಾಪ್ರತಿನಿಧಿ ಸಭೆಯಲ್ಲೂ ಇದೇ ಕೂಗು, ಚರ್ಚೆ; ಯೂನಿವರ್ಸಿಟಿ ಸೆನೆಟ್ಟಿನಲ್ಲೂ ಇದೇ ರಾಗ, ತಾಳ, ಹಳದಿಯ–ಪತ್ರಿಕೆಗಳಿಗಂತೂ ಹುಗ್ಗಿಯ ಸುಗ್ಗಿ. ಮುಕ್ತಾಯ: ಸಂಸ್ಕೃತ ಡಿಪಾರ್ಟ್‌ಮೆಂಟನ್ನು 'upgrade' ಮಾಡಲಾಗಿದೆ. ಅದಕ್ಕೊಂದು 'ಮುಖ್ಯ' ಪ್ರಾಧ್ಯಾಪಕನ ಹುದ್ದೆಯನ್ನೂ ಮೂರು ಸಹಾಯೋಪಾಧ್ಯಾಯರ ಹುದ್ದೆಯನ್ನೂ, ಇಬ್ಬರು ಪಂಡಿತರ ಹುದ್ದೆಯನ್ನೂ ಕಾದಿರಿಸಲಾಗಿದೆ."

ಸಂಸ್ಕೃತಕ್ಕೆ ದೊರೆತ ಈ ದಿಢೀರ್ ಮೇಲೇರಿಕೆಯಿಂದ ಕೆಲವರು ಹರ್ಷಗೊಂಡರು; ಕೆಲವರು ಸಂದೇಹಪಟ್ಟರು; ಇನ್ನು ಕೆಲವರು ವ್ಯಾಕುಲಿತರಾದರು. ಯಾರ ಅದೃಷ್ಟ ಹೇಗಿದೆಯೋ! ಹುದ್ದೆಗೆ ಸಂಬಂಧಿಸಿದ ಅಧಿಕೃತ ಪ್ರಕಟಣೆಯಲ್ಲಿ ಒಂದು ಬಾಲದ ಕೋಚಿಯಿತ್ತು: "ಸಂಸ್ಕೃತ ಪದವೀಧರರೇ ಈ ಉದ್ಯೋಗಗಳಿಗೆ ಅರ್ಜಿ ಸಲ್ಲಿಸಬೇಕೆಂಬ ನಿಯಮವಿಲ್ಲ. ಸಂಸ್ಕೃತಾಭ್ಯಾಸಿಗಳೂ ಅರ್ಜಿ ಹಾಕಿಕೊಳ್ಳಬಹುದು." ಈ ಧೂಮಕೇತುವನ್ನು ನೋಡಿ ಮೊದಲು ಹರ್ಷಗೊಂಡಿದ್ದವರೂ ಈಗ ಭೀತಿಯಿಂದ ಬೆಪ್ಪಾದರು. ಊರಿಗೊಬ್ಬಳೇ ಪದ್ಮಾವತಿಯಂತಿದ್ದ 'ಸಂಸ್ಕೃತ ರಕ್ಷಕಮಣಿ'ಯೆಂಬ ಬಿರುದಾಂಕಿತನ ಬಳಿ ಹೋಗಿ ಈ ಸಂಗತಿಯನ್ನು ವಿವರಿಸಿದರು. ಆತ ವಿಶಾಲ ಮನೋಭಾವದವನು. "ಕಪ್ಪೆಗಳಂತೆ ಯಾಕೆ ಹೊಡೆದುಕೊಳ್ಳುತ್ತಿದ್ದೀರ? ಲೋಕಹಿತದ ದೃಷ್ಟಿಯಿಂದ ಎಲ್ಲರೂ ಸಂಸ್ಕೃತ ಕಲೆಯಬೇಕಾದದ್ದೇ, ಎಲ್ಲರೂ ಸಂಸ್ಕೃತವನ್ನು ಹೇಳಿಕೊಡಬೇಕಾದದ್ದೇ. ಹಾಗಲ್ಲವೆ ಸಂಸ್ಕೃತ ಬೆಳೆಯಬೇಕು! ಸಂಸ್ಕೃತವೇನು ನಿಮಗೆಂದೇ ಸೃಷ್ಟಿಯಾದ ಬಳುವಳಿಯೆ?" ಎಂದು ಕೂಗಾಡಿದರಂತೆ.

ನಮ್ಮ ವಿದ್ಯಾ ಇಲಾಖೆಯಲ್ಲಿ ಸ್ತೋತ್ರ ಸಾಹಿತ್ಯ ಮಾತ್ರ ಪರಿಚಯವಿದ್ದ ಒಬ್ಬ ಸಂಸ್ಕೃತ ಎಂ.ಎ. ಸ್ಕೂಲು ಇನ್ಸ್‌ಪೆಕ್ಟರಾಗಿ ಕೆಲಸ ನೋಡುತ್ತಿದ್ದ. ತನ್ನ ಪೋಷಕರು ಯಾರಾದರೂ ಸತ್ತಾಗ ತಪ್ಪದೆ ಅವರ ವಿಷಯವಾಗಿ ಚರಮ ಶ್ಲೋಕಗಳನ್ನು ಸಂಸ್ಕೃತದಲ್ಲೂ ತಮಿಳಿನಲ್ಲೂ ರಚಿಸುವ ಪಾಂಡಿತ್ಯ ಪ್ರತಿಭೆಗಳನ್ನು ಪಡೆದಿದ್ದ. ಹೀಗೆ ರಚಿಸಿದವುಗಳಲ್ಲಿ ಆ ಪೋಷಕನ ಹೆಸರು ಮಾತ್ರ ವ್ಯತ್ಯಾಸವಾಗುತ್ತಿತ್ತು. ಇಂಥ

ನೂರಾರು ಕವಿತೆಗಳನ್ನು ಹೊಸೆದು ಮಹಾ ಪಂಡಿತ ಪ್ರಚಂಡನೆಂದು ಹೆಸರು ಪಡೆದಿದ್ದ. ಇವನನ್ನು 'ಮುಖ್ಯ' ಪ್ರಾಧ್ಯಾಪಕನಾಗಿ ನಿಯಮಿಸಲಾಯಿತು.

ಮೂವರು ಸಹಾಯೋಪಾಧ್ಯಾಯರ ಸ್ಥಾನಕ್ಕೆ ಆಯ್ಕೆಯಾದವರ ಅರ್ಹತೆಗಳು ಹೀಗೆ: (೧) ಸಂಸ್ಕೃತವನ್ನು ಐಚ್ಛಿಕ ಭಾಷೆಯನ್ನಾಗಿ ತೆಗೆದುಕೊಂಡು ನಾಲ್ಕನೆಯದೋ ಐದನೆಯದೋ ಯತ್ನದಲ್ಲಿ ಪಾಸು ಎನಿಸಿಕೊಂಡವನೊಬ್ಬ, ಯಾವುದೋ ಸ್ಕೂಲಿನಲ್ಲಿ ಹಿಂದಿ ಮುನ್ಷಿಯಾಗಿ ಕೆಲಸ ನೋಡುತ್ತಿದ್ದ. ಇಲ್ಲಿ ಹಿಂದಿಯ ಗರ್ವಭಂಗವಾದ ತರುವಾಯ ಕಸುಬು ಕಳೆದುಕೊಂಡ ತಮಿಳರಿಗೆ ಬೇರೆಲ್ಲಾದರೂ ಉದ್ಯೋಗವೇರ್ಪಡಿಸುವುದು ಸರ್ಕಾರದ ಹೊಣೆಯಾಗಿತ್ತು. ಈ ಹಿನ್ನೆಲೆಯಿಂದ ಇವನನ್ನು ಆರಿಸಲಾಯಿತು.

(೨) ತಮಿಳೊಂದು ಭಾಷೆಯನ್ನು ಮಾತ್ರ ತಿಳಿದಿದ್ದ ಎಂ.ಪಿ.ಯೊಬ್ಬನು ದೆಹಲಿಗೆ ಹೋದಾಗಲೆಲ್ಲ ಅವನಿಗೆ 'ಹಿಂದಿ' ಕಾರ್ಯದರ್ಶಿಯಾಗಿ ಕೆಲಸ ನೋಡಿದ್ದವನು. ಈ ಎಂ.ಪಿ. ಈಚಿನ ಚುನಾವಣೆಯಲ್ಲಿ ಡಿಪಾಸಿಟ್ಟನ್ನೂ ಕಳೆದುಕೊಂಡು ಸೋತು ಹೋಗಿದ್ದುದರಿಂದ ಇವರ ಕಾರ್ಯದರ್ಶಿಯೂ ಕೆಲಸವಿಲ್ಲದವನಾಗಿದ್ದ. ಹೈಸ್ಕೂಲಿನಲ್ಲಿ ಸಂಸ್ಕೃತ ಓದಿ ಕಾಲೇಜಿನಲ್ಲಿ ಹಿಂದಿಯೋದಿ ಫೈಲಾಗಿ ತಿರುಗಿ ತನ್ನ ಮಾತೃಭಾಷೆಯಾದ ತಮಿಳನ್ನು ಪರೀಕ್ಷೆಗೆ ಓದಿ ಪಾಸು ಗಿಟ್ಟಿಸಿದ್ದ.

(೩) ಇವನು ಸ್ವಯಮಾಚಾರ್ಯ ಪರಂಪರೆಯವನು. ಯಾರ ನೆರವೂ ಇಲ್ಲದೆ ದೇವಭಾಷೆಯನ್ನು ತನ್ನದೇ ರೀತಿಯಲ್ಲಿ ಕಲಿತು ಯಾವುದೋ ಪಿಡಾರಿಯ ಗುಡಿಯಲ್ಲಿ 'ಪೂಸಾರಿ'ಯಾಗಿದ್ದ. ಹಿಂದೆ ಯಾವಾಗಲೋ ಹಿಂದುಳಿದ ಪಂಗಡದವರನ್ನು ಮುನ್ನಡೆಯಲ್ಲಿ ನಡೆಸಿದ್ದನಂತೆ. ಕೃತಜ್ಞತಾರೂಪವಾಗಿ ಸರ್ಕಾರ ಇವನನ್ನು–ಮುಂದುವರೆದ ಪಂಗಡಕ್ಕೆ ಸೇರಿದ್ದವನಾಗಿದ್ದರೂ ಕೂಡ–ಆರಿಸಿತ್ತು.

ಪಂಡಿತರ ವರ್ಗಕ್ಕೆ ಸುಮಾರು ೪೦ ಜನ ಅಭ್ಯರ್ಥಿಗಳಿದ್ದರಂತೆ. ಸರ್ಕಾರ ಬಯಸಿದ ಅರ್ಹತೆಗಳು ಯಾವೊಬ್ಬನಿಗೂ ಇರಲಿಲ್ಲವಾದ್ದರಿಂದ ಇವರಾರೂ ಆಯ್ಕೆಯಾಗಲಿಲ್ಲ. ಮುಖ್ಯ ಪ್ರಾಧ್ಯಾಪಕನ ಸಲಹೆಯನ್ನು ಕೇಳಿದರು. ಆತ ಹೇಳಿದ: "ನಾಡಿನ ಶೈವ ಮಠಗಳಲ್ಲಿ ಸಂಸ್ಕೃತ ಪರಿಚಯವಿರುವವರು ಕೆಲವರಿರುತ್ತಾರೆ. ಗುಡಿಗಳಲ್ಲಿ ತೇವಾರವನ್ನು ಹಾಡುವ 'ಓದುವಾರ್'ಗಳಿಂದ ಇವರಿಗೆ ಸ್ವಲ್ಪ ಸಂಸ್ಕೃತ ಜ್ಞಾನ ಬೇಕಿರುತ್ತದೆ. ತೇವಾರಗಳಲ್ಲಿ ಉಪಯೋಗವಾಗಿರುವ ಸಂಸ್ಕೃತ ಪದಗಳಿಗೆ ಅರ್ಥ ಹೇಳಿ ಕೊಡಲು ಮಠಾಧಿಪತಿಗಳು ಈ ಶಾಲೆಗಳನ್ನು ಏರ್ಪಡಿಸಿರುತ್ತಾರೆ.

"ನಮಗೆ ಬೇಕಾದವರು ಅಲ್ಲಿದ್ದಾರು."

ಮಠಾಧಿಪತಿಯಾದ ಪಂಡಾರ ಸನ್ನಧಿಯಿಂದ ಬದಲು ಬಂತು : "ಘನ ಸರ್ಕಾರದವರ ಕಣ್ಣು ಮಠದ ಮೇಲೆ ಬಿದ್ದಿರುವುದಕ್ಕಾಗಿ ಸರ್ಕಾರಕ್ಕೆ ನಮ್ಮ ಅನಂತಾನಂತ ವಂದನೆಗಳು. ನಿಮಗೆ ಬೇಕಾದ ಅರ್ಹತೆಯಿರುವ ವಿದ್ಯಾವಂತ ಪಂಡಾರಗಳು ಇಲ್ಲಿ ಅನೇಕರಿದ್ದಾರೆ. ನಮಗೆ ಅವರನ್ನು ಕಾಪಾಡುವ ಕಷ್ಟ ಇದ್ದೇ

ಇದೆ. ಅವರನ್ನು ನಾವು ಕಳುಹಿಸಿಕೊಡಲು ಸಿದ್ಧರಾಗಿದ್ದೇವೆ. ಅವರೂ ನಿಮಗೆ ಕೃತಜ್ಞರಾಗಿದ್ದಾರೆ–ಪಂಡಾರ ಸನ್ನಿಧಿ."

ಹೀಗಾಗಿ ಇಬ್ಬರು ಓದುವಾರ್–ತಂಪಿನಾರ್‌ಗಳು ಪಂಡಿತರ ಜಾಗದಲ್ಲಿ ಬಂದು ಕೂತರು. ಸಂಸ್ಕೃತ ಡಿಪಾರ್ಟ್‌ಮೆಂಟಿನ ಮೇಲೇರಿಕೆಯ ಮೊದಲನೆ ಘಟ್ಟ ಪೂರ್ತಿಯಾಯಿತು.

ಎರಡನೆ ಘಟ್ಟದ ನಾಂದಿಯು ಸಿಲಿಬಸ್ ಸಂಪುಟದ ಪುನರ್ರಚನೆ. ಎರಡು ಮೂರು ವರ್ಷಗಳ ಹಿಂದೆ ಸಂಸ್ಕೃತಕ್ಕೆ ಉತ್ತೇಜನ ಕೊಟ್ಟಿದ್ದ ಪೋಲೀಸ್ ಅಧಿಕಾರಿಯೂ ಸಂಪುಟದೊಳಕ್ಕೆ ಬಂದ. ಸಂಸ್ಕೃತ ಪ್ರಾಧ್ಯಾಪಕನೂ, ಮಠಾಧಿಪತಿಯಾದ ಒಬ್ಬ ಪಂಡಾರ ಸನ್ನಿಧಿಯೂ ಇನ್ನಿಬ್ಬರು ಸದಸ್ಯರು. 'ಸಂಸ್ಕೃತ ರಕ್ಷಕ ಮಣಿ' ಅಧ್ಯಕ್ಷ. ಸಭೆ ಕೂಡಿ ಸಿಲಿಬಸ್ಸನ್ನು ಪರಿಶೀಲನೆಗೆ ತೆಗೆದುಕೊಂಡಿತು. ಪಂಡಾರ ಸನ್ನಿಧಿ, "ಇದರಲ್ಲಿರುವುದೆಲ್ಲ ಅನವಶ್ಯಕವಾಗಿವೆ. ಶೈವ ಸಾಹಿತ್ಯದ ಸುಳಿವೇ ಇಲ್ಲ!" ಎಂದು ಗೊಣಗಿದ. ಮುಖ್ಯ ಪ್ರಾಧ್ಯಾಪಕ "ಈಗ ಇರುವ ಆಳವು ತೀರ ಭಾರವಾಗಿದೆ. ಹಗುರ ಮಾಡುವ ಯೋಚನೆಯನ್ನು ಕಾರ್ಯರೂಪಕ್ಕೆ ತರಬೇಕಾಗಿದೆ" ಎಂದ. ಇವನ ಅಭಿಪ್ರಾಯವನ್ನು ಪೋಲೀಸ್ ಅಧಿಕಾರಿ ಸಮರ್ಥಿಸಿ "ಇಷ್ಟು ಕಷ್ಟವಾದರೆ ಯಾರು ತಾನೆ ಮುಂಬರುತ್ತಾರೆ, ಸಂಸ್ಕೃತ ಕಲಿಯುವುದಕ್ಕೆ?" ಎಂದು ಸವಾಲು ಹಾಕಿದ.

ಸಂ.ರ.ಮ: "ನಿಮ್ಮ ಅಭಿಪ್ರಾಯಗಳು ಮನದಟ್ಟಿವೆ. ಒಂದೊಂದನ್ನಾಗಿ ತೆಗೆದುಕೊಳ್ಳುವ. ಮೊದಲನೆಯದು 'ರಸ ಗಂಗಾಧರ.'"

ಇತರರು ಒಗ್ಗೊರಲಿನಲ್ಲಿ "ಅದು ಬಹು ಕಠಿಣವಾದ ಗ್ರಂಥ. ಅದು ಬೇಡ."
ಸಂ.ರ.ಮ: "ಈ ಗ್ರಂಥದಲ್ಲಿ ಸ್ವಲ್ಪ ಭಾಗವನ್ನಾದರೂ ಇಟ್ಟುಕೊಳ್ಳಬಹುದಲ್ಲ!"

ಪಂ. ಸನ್ನಿಧಿ: "ಅದರಿಂದ ಪುಣ್ಯವೂ ಇಲ್ಲ, ಪುರುಷಾರ್ಥವೂ ಇಲ್ಲ... ಅದರ ಬದಲಾಗಿ ಶಿವಪುರಾಣದ ಒಂದು ಆಶ್ವಾಸವನ್ನು ಇಡಿ."

ಸಂ.ರ.ಮ: "ಮಮ್ಮಟನ ಕಾವ್ಯ ಪ್ರಕಾಶ."

ಎಲ್ಲರೂ: "ಅದು ಬೇಡ."

ಪ್ರಾಧ್ಯಾಪಕ: "ನಾನೇ 'ಕಾವ್ಯ ಸತ್ವ'ವೆಂಬ ಒಂದು ಪುಸ್ತಕ ಬರೆದಿದ್ದೇನೆ, ಸ್ಕೂಲುಗಳ ಉಪಯೋಗಕ್ಕಾಗಿ. ಅದನ್ನೇ ಇಡಬಹುದೆಂದು ನಮ್ರತೆಯಿಂದ ಸೂಚಿಸುತ್ತೇನೆ."

ಸಂ.ರ.ಮ: "ಕಾದಂಬರೀ–ಉತ್ತರಾರ್ಧ."

ಪೋಲೀಸ್ ಅಧಿಕಾರಿ: "ಉತ್ತರಾರ್ಧದ ಅರ್ಧ ಸಾಕು. ಒಂದನ್ನೇ ಸುಮ್ಮನೆ ಎಷ್ಟು ಓದಬೇಕು?"

ಸಂ.ರ.ಮ: "ರಸೋತ್ಪತ್ತಿ ಸಿದ್ಧಾಂತ."

ಪೊಲೀಸ್ ಅಧಿಕಾರಿಗೆ ಇದರ ಸ್ವರೂಪ ತಿಳಿಯಲಿಲ್ಲ. "ಆ ರಾದ್ಧಾಂತವೆಲ್ಲ ಇಲ್ಲಿ ಏಕೆ?" ಎಂದ.

ಪಂ. ಸನ್ನಿಧಿ: "ಭಕ್ತಿ ರಸಪ್ರಧಾನವಾದ ಸಾಹಿತ್ಯವನ್ನು ನಿಯಮಿಸುವುದರಲ್ಲಿ ತಪ್ಪಿಲ್ಲ. ಸ್ಕಂದ ಪುರಾಣ, ಸೂತಸಂಹಿತೆ ಮೊದಲಾದವು."

ಸಂ.ರ.ಮ: "ಶಾಕುಂತಲಾ–ಪಂಚಮಾಂಕ."

ಪೊಲೀಸ್ ಅಧಿಕಾರಿ: "ಅಯ್ಯಯ್ಯೋ! ಪಂಚಮ ಎಂದವರನ್ನು ಜೈಲಿಗೆ ಹಾಕಿಬಿಡುತ್ತೇನೆ... ಅಲ್ಲ... ಹಾಕಿಬಿಡುತ್ತಾರೆ!"

ಸಂ.ರ.ಮ: "ಪಂಚಮಾಂಕವೆಂದರೆ Fifth Act."

"...ಜೈಲಿಗೆ ಹಾಕಿಬಿಡುತ್ತೇನೆ..."

ಪೊಲೀಸ್ ಅಧಿಕಾರಿ: "ನಾನು ಹೇಳುತ್ತಿರುವುದೂ ಅದೇ–ಪಂಚಮರನ್ನು ಕುರಿತ ಕಾನೂನು! ಅದು ಬೇಡ. ಮೊದಲನೇ ಅಂಕವನ್ನೇ ಇಟ್ಟುಕೊಳ್ಳೋಣ. ದುಷ್ಯಂತ ಶಕುಂತಲೆಯನ್ನು ಕಂಡದ್ದು, ಇತ್ಯಾದಿ ಈಗಿನ ವಿದ್ಯಾರ್ಥಿಗಳಿಗೂ 'ಇಂಟರೆಸ್ಟಿಂಗ್'ಗಾಗಿರುತ್ತೆ."

ಪ್ರಾಧ್ಯಾಪಕ: "ನಾನೂ ಒಪ್ಪುತ್ತೇನೆ. ಐದನೆ ಅಂಕದ ಅನುಭವಗಳನ್ನು ಹುಡುಗರು ಪಡೆಯಲಾರರು. ಮೊದಲನೆ ಅಂಕವೇ ಸರಿ. ನಮ್ಮ ತಮಿಳು ಕುರುಂದೊಗೈಯಲ್ಲೂ ಇಂಥ ಸಂದರ್ಭಗಳು ಬರುತ್ತವೆ. ಅವನ್ನೂ ತುಲನಾತ್ಮಕ ದೃಷ್ಟಿಯಿಂದ ಪಾಠ ಹೇಳಬಹುದು."

ಸಂ.ರ.ಮ: "ವೇದ ಪಾಠಗಳು."

ಪೊಲೀಸ್ ಅಧಿಕಾರಿ: "ಇಂದು ಇದರ ಅವಶ್ಯಕತೆ ಇದೆಯೆ?"

ಪಂ. ಸನ್ನಿಧಿ: "ನಾವು ವೇದೋಪನಿಷತ್ತುಗಳನ್ನು ಆಧಾರವಾಗಿಟ್ಟು ಕೊಳ್ಳುವುದಿಲ್ಲವಾದರೂ ಅವು ಶಿವನ ಬಾಯಿಂದ ಹೊರಪಟ್ಟ ಸೂಕ್ತಿಗಳು ಎಂದು ಒಪ್ಪಿಕೊಳ್ಳುತ್ತೇವೆ; ಸರ್ವೇಶ್ವರನು ವೇದಪ್ರಿಯ. ಶತರುದ್ರೀಯವನ್ನೂ ರುದ್ರಾಧ್ಯಾಯವನ್ನೂ ನಾವು ಒಪ್ಪಿಕೊಂಡಿದ್ದೇವೆ. ಆದ್ದರಿಂದ ಇವನ್ನು ಉಳಿಸಿಕೊಳ್ಳಬೇಕು."

ಪೊಲೀಸ್ ಅಧಿಕಾರಿಗೆ ಪಂಡಾರ ಸನ್ನಿಧಿಯನ್ನು ಎದುರು ಹಾಕಿಕೊಳ್ಳುವುದಕ್ಕೆ ಮನ ಬರಲಿಲ್ಲ. 'ಸಂಸ್ಕೃತ ರಕ್ಷಣ ಮಣಿ'ಯನ್ನು ಒಲಿಯುವುದಕ್ಕೂ ಅಂತಃಕರಣ ಒಪ್ಪಲಿಲ್ಲ. ಕಹಿಮೋರೆ ಹಾಕಿಕೊಂಡು ಕುಳಿತಿದ್ದ. ವೇದಪಾಠಗಳೆಂದರೆ ನಮ್ಮ ಪ್ರಾಧ್ಯಾಪಕನಿಗೂ ಅಧೈರ್ಯ. "ವೇದ ಮಂತ್ರಗಳನ್ನು ಶಾಸ್ತ್ರೋಕ್ತವಾಗಿ ಪಠಿಸಿದರೇನೇ ಅದರ ಪೂರ್ತಿ ಪ್ರಯೋಜನ. ಈಗಿರುವ ಅಧ್ಯಾಪಕರಲ್ಲಿ ಯಾರಿಗೂ ಈ ವ್ಯವಸಾಯವಿಲ್ಲ..."

ಪಂ. ಸನ್ನಿಧಿ: "ನಮ್ಮ ಓದುವಾರ್‌ಗಳನ್ನು ತಯಾರು ಮಾಡಬಹುದಲ್ಲ! ಅವರಿಗೆ ಕಣೀರೆಂದು ಕಂಠ ಇದೆ. ಸಂಸ್ಕೃತದ ಪರಿಚಯವಿದೆ. ತಾಳ–ಮಾತ್ರೆಗಳ ಅನುಭವವಿದೆ. ಸ್ವರಗಳ ಹಿಡಿತವಿದೆ..."

ಸಂ.ರ.ಮ: "ಆಗಬಹುದು ಎಂದು ತೋರುತ್ತದೆ."

ಇವರಿಗೆ ವೇದೋಚ್ಚಾರಣೆಯ ವಿಧಾನವನ್ನು ಹೇಳಿಕೊಡುವವರು ಯಾರು ಎಂಬ ಪ್ರಶ್ನೆಯೆದ್ದು 'ಸಂಸ್ಕೃತ ರಕ್ಷಕ ಮಣಿ'ಯೇ ಗುರು ವೃತ್ತಿ ವಹಿಸಬೇಕೆಂದು ನಿರ್ಣಯವಾಯಿತು.

ಹೀಗೆ ಸಂಸ್ಕೃತದ ಸಿಲಿಬಸ್ಸು ತಿದ್ದುಪಡಿಗಳ ಬೊಂತೆಯಾಗಿ ಮೊದಲಿದ್ದ ಗೌರವ ಘನತೆಗಳನ್ನು ಕಳೆದುಕೊಂಡಿತು. ಕಾಳು ತೂರಿ ಹೊಟ್ಟು ತುಂಬಿದ ಮೂಟೆಯಾಯಿತು.

ಓದುವಾರ್‌ಗಳು ಸಂ.ರ.ಮ. ಅವರಲ್ಲಿ ಅಧ್ಯಯನ ಮಾಡಿದರು. ಆರು ತಿಂಗಳಾದವು. ಪ್ರಗತಿಯ ಅರಿವಾಗಿ ಗುರುಗಳು ಶಿಷ್ಯರಿಗೆ ಹಿತವಚನ ನುಡಿದು ಆಶೀರ್ವಾದ ಮಾಡಿ ಜಾರಿಕೊಂಡರು: "ನನಗೆ ವೇದವನ್ನು ಪಠಿಸುವುದಕ್ಕೆ ಬರುತ್ತದೆಯೇ ವಿನಾ ಹೇಳಿಕೊಡುವುದಕ್ಕೆ ಬಾರದು. ಈಗ ನೀವು ಕಲಿತಿರುವಷ್ಟು ಪಾಠವನ್ನೇ ಏಕಲವ್ಯನಂತೆ ಅಭ್ಯಾಸ ಮಾಡಿ."

ಇವರು ಪಾಠಕ್ಕೆ ನಿಯತವಾಗಿದ್ದ ಋಕ್ಕುಗಳನ್ನು ಓದುವುದು, ಪ್ರಾಧ್ಯಾಪಕನು ಅರ್ಥವಿವರಣೆ ಕೊಡುವುದು; ಹೀಗೆ ಸಾಗಿತು ವೇದಪಾಠ ಕ್ರಮ. ಈ ವೈಖರಿಯನ್ನು ನಾನೊಂದು ಸಲ ಕೇಳಿದೆ. "ಅಗ್ನಿ ಮೀಳೆ ಪುರೋಹಿತಂ" ಎಂದು

ಆರಂಭವಾಗುವ ಋಕ್ಕನ್ನು ಓದುವಾರ್–ತಂಪಿರಾನು ಶೆಂದಾಮರೈಪ್ಪಣ್ (ಈಗಿನ ಜಂಜೂಟಿ ರಾಗ) ಧಾಟಿಯಲ್ಲಿ ರೂಪಕತಾಳದ ಚೌಕಟ್ಟನ್ನು ಕೊಟ್ಟು ತೇವಾರದ ಶೈಲಿಯಲ್ಲೇ ಪಠಿಸುತ್ತಿದ್ದ.

ಒಂದೆರಡು ವರ್ಷಗಳಲ್ಲಿ ಸಂಸ್ಕೃತ ವಿದ್ಯಾರ್ಥಿಗಳ ಸಂಖ್ಯೆ ಆ ಡಿಪಾರ್ಟ್‌ಮೆಂಟಿನ ಅಧ್ಯಾಪಕರಿದ್ದ ಸಂಖ್ಯೆಗಿಂತಲೂ ಇಳಿದುಹೋಯಿತು. ಒಬ್ಬನೋ ಇಬ್ಬರೋ ವಿದ್ಯಾರ್ಥಿಗಳು ಬರುತ್ತಿದ್ದರು–ಅದು ಇನ್ನಾರದೋ ಬಲವಂತದಿಂದ; ಬಂದವರೂ ಅರ್ಧದಲ್ಲಿಯೇ ಕಾರಣ ಕೊಡದೆಯೇ ಬಿಟ್ಟುಹೋಗುತ್ತಿದ್ದರು.

ಒಂದು ವರ್ಷ ಭಟ್ಟಾಕಳಂಕನೆಂಬ ವಿದ್ಯಾರ್ಥಿ ಅರ್ಜಿ ಹಾಕಿಕೊಂಡಿದ್ದ. ಇವನನ್ನು ಕಂಡೊಡನೆಯೆ ಹೇಗಾದರೂ ಮಾಡಿ ನಮ್ಮ ಸಂಸ್ಕೃತ ಡಿಪಾರ್ಟ್‌ಮೆಂಟಿಗೆ ಸೇರಿಸಿಕೊಳ್ಳಬೇಕೆಂಬ ಪ್ರಯತ್ನ ಪಟ್ಟೆ. ಚೆನ್ನಾಗಿ ಅಧ್ಯಯನ ಮಾಡಿದ್ದ; ವ್ಯಾಕರಣಜ್ಞಾನ ಚೆನ್ನಾಗಿತ್ತು; ಕಾವ್ಯ ನಾಟಕಗಳ ಪರಿಚಯವೂ ಸುಮಾರಾಗಿತ್ತು. ಒಂದು ತಿಂಗಳು ತರಗತಿಗಳಲ್ಲಿ ಹಾಜರಿಯಿದ್ದು ಹೇಳಿದ: "ಹಿರಿಯರೆ, ನನ್ನದೊಂದು ಬಿನ್ನಹ–ದಯವಿಟ್ಟು ಕೇಳಬೇಕು. ಇಲ್ಲಿ ಓದುವುದರಿಂದ ನಾನು ಅಲ್ಪಸ್ವಲ್ಪ ಕಲಿತುಕೊಂಡಿರುವ ಸಂಸ್ಕೃತವೂ ಮರೆತು ಹೋಗುತ್ತದೆ. ನಾನು ಇನ್ನೊಂದು ಕಾಲೇಜನ್ನು ಸೇರಿಕೊಂಡು ಪಾಠ ಕಲಿಯುತ್ತೇನೆ. ಆಶೀರ್ವಾದ ಮಾಡಬೇಕು." ನಮ್ಮ ಕಾಲೇಜಿನಲ್ಲಿ ಸಂಸ್ಕೃತ ಡಿ–ವೇಲ್ಯೂಡ್ ಬೆಲೆಯಲ್ಲಿ ಇವನಿರುವುದು ಬೇಡ ಎಂದೇ ನನಗೂ ಅನ್ನಿಸಿತು.

ಹೀಗೆ ಸಂಸ್ಕೃತದ ವಿದ್ಯಾರ್ಥಿಗಳು ಒಂದಲ್ಲ ಒಂದು ಕಾರಣದಿಂದ ನಮ್ಮ ಕಾಲೇಜನ್ನು ಬಿಟ್ಟು ಹೋಗಿ 'ಜನಿವಾರದ ಕಾಲೇಜು' ಎಂಬ ಅಪಖ್ಯಾತಿಯ ಅಡ್ಡ ಹೆಸರನ್ನು ಪಡೆದಿದ್ದ ಸಂಸ್ಥೆಯೊಂದರಲ್ಲಿ ಅಭ್ಯಾಸವನ್ನು ಮುಂದುವರಿಸಿದರು. ನಮ್ಮ ಡಿಪಾರ್ಟ್‌ಮೆಂಟು ಬರಿದಾಯಿತು. ಸಾಕಷ್ಟು ಮಂದಿ ವಿದ್ಯಾರ್ಥಿಗಳಿಲ್ಲದ ಡಿಪಾರ್ಟ್‌ಮೆಂಟಿಗೆ ಇಷ್ಟು ಜನ ವಾದ್ಯಾರುಗಳೇಕೆ ಎಂಬ ಪ್ರಶ್ನೆಯೆದ್ದಿತು ಸರಕಾರಕ್ಕೆ. ಆಡಿಟರುಗಳೂ ತಗಾದೆ ಆರಂಭಿಸಿದರು. ಓದುವಾರುಗಳು ಶಿವ ದೇವಾಲಯದ ಆಶ್ರಯ ಹೊಕ್ಕು ತೇವಾರಗಳನ್ನು ಹಾಡುವುದಕ್ಕೆ ಹೋಗಿ ಸೇರಿಕೊಂಡರು. ಮೂವರಲ್ಲಿ ಇಬ್ಬರು ಸಹಾಯೋಪಾಧ್ಯಾಯರು ಎಂ.ಎಲ್.ಎ.ಗಳ ಎಂ.ಪಿ.ಗಳ ಮಂತ್ರಿಗಳ ಕೈಕಾಲು ಹಿಡಿದು ಇನ್ನೂ ಒಳ್ಳೆಯ ಕೆಲಸಗಳನ್ನು ಸಂಪಾದಿಸಿಕೊಂಡರು. ಮೂರನೆಯವನನ್ನು ಈಗ ಇನ್‌ಫ್ಲೂಯೆನ್ಸ್ ಲಕ್ಷ್ಮಿ ಕೈ ಬಿಟ್ಟು ಬಿಟ್ಟಿದ್ದಳಾದ್ದರಿಂದ ಇಲ್ಲಿಯೇ ಉಳಿದುಕೊಳ್ಳಬೇಕಾದ ಸಂದರ್ಭ ಅನಿವಾರ್ಯವಾಯಿತು.

ನಮ್ಮ ಪ್ರಾಧ್ಯಾಪಕನ ಗ್ರಹಬಲವೇ ಬಲ. ಇನ್ನೂ ದೊಡ್ಡ ಹುದ್ದೆ ದೊರಕಿತು. ನಮ್ಮ ಮೇಲೆಲ್ಲ ಅಧಿಕಾರ ಮಾಡುವಂಥದ್ದು!

ತನ್ನ ಅದೃಷ್ಟವನ್ನು ತಾನೇ ಬಯ್ದುಕೊಳ್ಳುತ್ತ ಯಜ್ಞೋಪವೀತದ ಬ್ರಹ್ಮಗಂಟನ್ನು ಗಟ್ಟಿಯಾಗಿ ಹಿಡಿದು ಸೋಪಲು ಮುಖ ಹಾಕಿಕೊಂಡು ಉಳಿದಿದ್ದ ಸಹಾಯೋಪಾಧ್ಯಾಯನನ್ನು ಪ್ರಿನ್ಸಿಪಾಲರು ಕರೆದು "ನೋಡಿ, ಈ ಸಲವೂ

ಸಂಸ್ಕೃತಕ್ಕೆ ಅರ್ಜಿದಾರರಿಲ್ಲ. ಎಲ್ಲಿಯಾದರೂ ನೀವು ಹುಡುಕಿ ತರಬೇಕು. ಇಲ್ಲದಿದ್ದರೆ ನಿಮ್ಮನ್ನು ಇಲ್ಲಿ ಉಳಿಸಿಕೊಳ್ಳುವುದು ಕಷ್ಟವಾಗುತ್ತೆ" ಎಂದು ಒಂದು ಬಗೆಯ ಎಚ್ಚರಿಕೆ ಕೊಟ್ಟರು. ಇವನ ಭಗೀರಥ ಪ್ರಯತ್ನದಿಂದ ಬೇರಾವ ಕಾಲೇಜುಗಳಲ್ಲೂ ಬೇಡವಾಗಿದ್ದ ನಾಲ್ಕು ವಿದ್ಯಾರ್ಥಿಯರನ್ನು ಹಿಡಿದು ತಂದು ಅವರಿಗೆ ಸಂಸ್ಕೃತವನ್ನು ಐಚ್ಛಿಕ ಭಾಷೆಯನ್ನಾಗಿ ಕೊಡಿಸಿದ. ಅವರಲ್ಲಿ ಯಾರೂ ತರಗತಿಗಳಿಗೆ ಬರಲಿಲ್ಲ, ಇವನು ಪಾಠ ಹೇಳಲಿಕ್ಕೆ ಅವಕಾಶ ಒದಗಲಿಲ್ಲ.

ಇಷ್ಟರಲ್ಲಿ ಮೇಲ್ಕೆಲಸಕ್ಕೆ ಹೋಗಿದ್ದ ಪ್ರಾಧ್ಯಾಪಕನಿಗೆ ೫೫ ವರ್ಷ ಸಮೀಪಿಸಿತು. ಆ ಕೆಲಸದಲ್ಲೇ ಇದ್ದಿದ್ದರೆ ಆ ವರ್ಷವೇ ಕೆಲಸದಿಂದ ನಿವೃತ್ತಿಯಾಗಬೇಕಿತ್ತು. ಅದೃಷ್ಟ ಲಕ್ಷ್ಮಿಯು ತನ್ನ ಕಟಾಕ್ಷವನ್ನು ತಿರುಗಿ ಇವನ ಮೇಲೆ ಬೀರಿದಳು. ಅಲ್ಲಿಂದ ಚಂಗನೆ ಸಂಸ್ಕೃತ ಪ್ರಾಧ್ಯಾಪಕನ ಪೀಠದಲ್ಲಿ ಕುಳ್ಳಿರಿಸಿದಳು! ಇಲ್ಲಿ ೫೮ನೇ ವರ್ಷದವರೆಗೂ ನಿಶ್ಚಿಂತೆಯಾಗಿ ನಿರಾಯಾಸವಾಗಿ ಸಂಬಳದ ಸಂಭಾವನೆ ಪಡೆಯಬಹುದು.

ತಾನು ಪ್ರಾಧ್ಯಾಪಕನಾಗಿದ್ದರೂ ಡಿಪಾರ್ಟ್‌ಮೆಂಟಿನ 'ತಲೆ' (head) ಯಾಗುವೆನೆಂದು ಕನಸು ಕಾಣುತ್ತಿದ್ದ ಸಹಾಯೋಪಾಧ್ಯಾಯನಿಗೆ ಇವನ ಪುನರಾಗಮನದಿಂದ ಭಾರಿ ಪೆಟ್ಟು ಬಿತ್ತು. ಸೆಕ್ರೆಟೇರಿಯೆಟ್ಟಿನ ಮೇಲು ಕೆಳಗೆಲ್ಲ ತಲೆ ಕೆಳಗಾಗಿ ಓಡಾಡಿದ, ಅದರ ಮೂಲೆ ಮೂಲೆಗಳಲ್ಲೂ ಉರುಳು ದಂಡವಿಟ್ಟ. ತಾನು ಹಿಂದುಳಿದವರನ್ನು ಉದ್ಧಾರ ಮಾಡಿದ ತ್ಯಾಗವೀರನೆಂಬ ಹೆಸರು ಚೀಟಿ ಅಂಟಿಸಿಕೊಂಡ. ಎಲ್ಲರ ಗಮನವನ್ನೂ ಸೆಳೆದ. ಬೇರೊಂದು ಕೆಲಸಕ್ಕೆ ಹೆಚ್ಚು ಸಂಬಳದ ಮೇಲೆ ಬಡ್ತಿ ಮಾಡಿಸಿಕೊಂಡು ಹೊರಟುಹೋದ.

ಪ್ರಾಧ್ಯಾಪಕನು ಪುನರಾಗಮಿಸಿದೊಡನೆ ಅವನಿಗೆ ವಿದ್ಯಾವಿಷಯದಲ್ಲಿ ತುಂಬು ಸ್ಫೂರ್ತಿ ಬಂತು. ಎರಡೂವರೆ ವರ್ಷ ಮೇಲ್ಕೆಲಸದಲ್ಲಿದ್ದ ಇವನು ೨೫೦೦೦ ಮೆಮೊಗಳಿಗೆ ಸಹಿ ಹಾಕಿದ್ದ. ಅದೇ ರೂಢಿಯಿಂದ ಮೆಮೊ ಬರೆದ: "ನನ್ನ ಗೈರು ಹಾಜರಿಯಲ್ಲಿ ಡಿಪಾರ್ಟ್‌ಮೆಂಟು ಹಾಳಾಗಿ ಹೋಗಿದೆ. ಅಧ್ಯಾಪಕರಾರೂ ಶ್ರದ್ಧೆ ವಹಿಸಿ ಕಾರ್ಯ ನಡೆಸಲಿಲ್ಲ. ಸ್ಟಾಂಡರ್ಡ್ ಅಧೋಗತಿಗಿಳಿದಿದೆ." ಸಹಿ ಹಾಕಿದ ಮೇಲೆ ಈ ಮೆಮೊವನ್ನು ಯಾರ ಮೇಲೆ ಜಾರಿ ಮಾಡಬೇಕೆಂಬ ಪ್ರಶ್ನೆ ಎದುರಾಯಿತು. ತನ್ನೊಬ್ಬನನ್ನುಳಿದು ಬೇರೆ ಯಾರೂ ಅಲ್ಲಿರಲಿಲ್ಲವೆಂಬ ಅರಿವು ಮೂಡಿತು. ಒಬ್ಬನೇ ಕುಳಿತು ಮೆಲುಕುಹಾಕಿದ (ವಿದ್ಯಾರ್ಥಿಗಳೂ ಇಲ್ಲದಿದ್ದರಿಂದ ಬೇರೇನೂ ಕೆಲಸವಿರಲಿಲ್ಲವಷ್ಟೆ!). ಮೆಮೊವಿನ ಕೊನೆಯ ವಾಕ್ಯವನ್ನು ತೊಡೆದುಹಾಕಿ ಅದಕ್ಕೆ ಬದಲಾಗಿ "ಸರ್ಕಾರ ಈ ಸ್ಥಿತಿಯನ್ನು ಗಣನೆಗೆ ತಂದುಕೊಂಡು ಅರ್ಹನಾದ ಅಧ್ಯಾಪಕನೊಬ್ಬನನ್ನಾದರೂ ನಿಯಮಿಸಬೇಕೆಂದು ಬೇಡುತ್ತೇನೆ" ಎಂಬ ವಾಕ್ಯವನ್ನು ಇರುಕಿಸಿ ಸರ್ಕಾರಕ್ಕೆ ಕಳುಹಿಸಿದ. ಸಂಸ್ಕೃತಕ್ಕೆ ಅದೇನು ಸುದಿನ ಬಂದಿತ್ತೋ, ಅರ್ಹತೆಯಲ್ಲೂ ಮುಂದುವರೆದ ಪಂಗಡದವನೊಬ್ಬನನ್ನು ನಿಯಮಿಸಿ ಬಿಟ್ಟಿತು.

ಪ್ರಾಧ್ಯಾಪಕನಿಗೆ ಇದರಿಂದ ಸಂಕಟವಾಯಿತೆ ವಿನಾ ಸಂತೋಷವಾಗಲಿಲ್ಲ.

ಏನೋ ಮಾಡುವುದಕ್ಕೆ ಹೋಗಿ ಏನೋ ಆಗಿಬಿಟ್ಟಿತೆಂದು ಖಿನ್ನನಾದ. ಮನಶ್ಶಾಸ್ತ್ರಜ್ಞರು ಕಾಂಪ್ಲೆಕ್ಸ್ ಎನ್ನುತ್ತಾರಲ್ಲ, ಅದು ಇವನಲ್ಲಿ ಮನೆ ಮಾಡಿತು. ಆದಷ್ಟು ಬೇಗ ಇನ್ನೂ ದೊಡ್ಡ ಹುದ್ದೆಯೊಂದನ್ನು ದಕ್ಕಿಸಿಕೊಂಡು ಹೋಗಿ ಮಾನವನ್ನು ಕಾಪಾಡಿಕೊಂಡ.

ಯೂನಿವರ್ಸಿಟಿ ಒಂದು ಸರ್ವವ್ಯಾಪಿ ಆಜ್ಞೆಯನ್ನು ಹೊರಡಿಸಿತು: "ಸಬ್ಜೆಕ್ಟುಗಳ, ಎಲ್ಲ ತರಗತಿಗಳ, ಎಲ್ಲ ಕೋರ್ಸುಗಳ ಸಿಲಬಸ್ಸುಗಳನ್ನೂ ಒಡನೆಯೆ ಅಪ್‌ಗ್ರೇಡ್ ಮಾಡಬೇಕು." ಸಂಸ್ಕೃತವೂ ಈ ಅವಕಾಶವನ್ನು ಸದುಪಯೋಗ ಪಡಿಸಿಕೊಳ್ಳುವಂತಾಗಲಿ ಎಂದು ಪ್ರಾರ್ಥಿಸಿದೆ.

* * *

ಪರದೇಶಿ ಭಾಷೆಯ ನೆಲೆ

"ಕೆರೆಯ ನೀರನು ಕೆರೆಗೆ ಚೆಲ್ಲಿ"
–ದಾಸರ ಪದ

"ಅಪ್ಪಾ, ನೀನು ತಮಿಳಿನಲ್ಲೇ ಮಾತನಾಡು. ನನಗೆ ಅರ್ಥವಾಗುತ್ತದೆ."

"No Sir, he beated me first Sir."

"ಅದಕ್ಕೆ ನೀನೇನು ಮಾಡಿದೆ?"

"My leg Sir, kicked out buttock Sir."

"ಯಾರ ಬಟಕ್ಕು?"

"Me Sir."

"ಚೆಂಡನ್ನು ಏನು ಮಾಡಿದೆ?"

"He kicked my buttock Sir."

"ಅಪ್ಪ ತಮಿಳಿನಲ್ಲಿ ಬದಲು ಹೇಳು. ನಿನ್ನ ಇಂಗ್ಲಿಷ್ ನನಗೆ ಅರ್ಥವಾಗದು."

"I English student Sir."

ಇವನು ಇಂಗ್ಲಿಷ್ ಭಾಷಾ–ಸಾಹಿತ್ಯಗಳನ್ನು ಕೊನೆಯ ವರ್ಷದ ಎಂ.ಎ. ತರಗತಿಯಲ್ಲಿ ಓದುತ್ತಿದ್ದ. ಅರುಳನು ನನಗೆ ತಿಳಿಯಪಡಿಸಬೇಕೆಂದು ಪ್ರಯತ್ನ ಪಡುತ್ತಿದ್ದದ್ದು ಇದು: "ಫುಟ್–ಬಾಲ್ ಪಂದ್ಯದಲ್ಲಿ 'ಗೋಲ್ ಪೋಸ್ಟಿಗೆ' ಇವನ ಕಾಲು ತಾಕಿದ್ದರ ಫಲವಾಗಿ ಕಾಲು ಮಡಿಸಿಕೊಂಡು, ಇವನು ಒದ್ದ ಚೆಂಡು ಇವನ ಆಸನವನ್ನೇ ತಾಕಿತು." ಇಲ್ಲಿ 'he' ಎಂದರೆ ಒಂದು ಕಡೆ 'ಗೋಲ್ ಪೋಸ್ಟು',

ಇನ್ನೊಂದು ಕಡೆ ಇವನ ಕಾಲು, ಇನ್ನೊಂದು ಕಡೆ ಚೆಂಡು.

"ಅದೆಲ್ಲ ಹೋಗಲಿ, ನೀವು ಗೆದ್ದಿರೋ, ಸೋತಿರೋ?"

"We did not winned Sir." ('ನಾವು ಗೆಲ್ಲಲಿಲ್ಲ' ಎಂಬ ಭಾವಾರ್ಥ)

ಪವಾಡಗಳ ಮೇಲೆ ಪವಾಡ ನಡೆಯುವ ಕಾಲ ಇದು. ಎಂ.ಎ. ಪಾಸಾಯಿತು! ಒಂದೆರಡು ತಿಂಗಳಲ್ಲೇ ಸಹಾಯೋಪಾಧ್ಯಾಯನಾಗಿ ಆಯ್ಕೆಯಾದ. ನಮ್ಮ ಕಾಲೇಜಿನಲ್ಲೇ ಇಂಗ್ಲಿಷ್ ಡಿಪಾರ್ಟ್‌ಮೆಂಟಿನಲ್ಲಿ ಪಾಠ ಹೇಳಲು ನಿಯಮಿತನಾದ. ಕೆಲಸಕ್ಕೆ ಸೇರಿದಾಗ ಅವನು ಬರೆದುಕೊಟ್ಟ ವರದಿ:

"Most best ruspeckt[1] sir; My duty join I Porenoon[2] Today morning. English langage[3] teaching Job. Ass. Proppessore.[4] I deep greatful[5] to gorement.[6]

"ಇದನ್ನು ತಿದ್ದಿ ಬೇರೆ ಬರೆದುಕೊಡಿ. ಭಾಷೆಯಲಿ ಅನೇಕ ತಪ್ಪುಗಳಿವೆ" ಎಂದೆ.

"I took helped from Irulan, Sir" ('ನಾನು ಇರುಳನ ಸಹಾಯದಿಂದ ಬರೆದಿದ್ದೇನೆ' ಎಂದು ಭಾವಾರ್ಥ). ಇರುಳನೆಂಬಾತ ಇನ್ನೊಂದು ಡಿಪಾರ್ಟ್‌ಮೆಂಟಿನ ಸಹಾಯೋಪಾಧ್ಯಾಯನಾಗಿದ್ದ.

"ನೋಡಿ, ಈ ವರದಿಯನ್ನು ನಾನು ಸರ್ಕಾರಕ್ಕೆ ಕಳುಹಿಸಬೇಕು. ಭಾಷೆಯಲ್ಲಿರುವ ತಪ್ಪುಗಳನ್ನು ಅವರೂ ಗಮನಿಸುತ್ತಾರಲ್ಲವೆ?" ಎಂದದ್ದಕ್ಕೆ ಹೋಗಿ 'ಗುರು' ಇರುಳನನ್ನು ಜತೆಯಲ್ಲಿ ಕರೆದುಕೊಂಡು ಬಂದ.

ಇರುಳ : "ಗುಡ್ ಮಾರ್ನಿಂಗ್ ಸಾರ್. ಅರುಳನ ವರದಿಯಲ್ಲಿ ಏನೋ ತಪ್ಪುಗಳಿವೆ ಎಂದ..."

"ಹೌದಪ್ಪ, ನೀನೇ ನೋಡು" ಎಂದು ಅವನ ಕೈಗೆ ವರದಿಯನ್ನು ಕೊಟ್ಟೆ.

ಎರಡು ಮೂರು ಸಲ ತಲೆ ಕೆರಕೊಂಡು, ಗಂಟಲು ಸರಿಮಾಡಿಕೊಳ್ಳುವಂತೆ ಕರ್ ಕರ್ ಶಬ್ದವೆಬ್ಬಿಸಿದ. ಹಲ್ಲುಗಳನ್ನು ತೋರಿಸಿ 'ಒಂದು ಸ್ಪೆಲ್ಲಿಂಗ್ ಮಿಸ್ಟೇಕಿದೆ ಸಾರ್" ಎನ್ನುತ್ತ 'proppessore' ಎಂಬ ಪದವನ್ನು 'proffesor' ಎಂದು ತಿದ್ದಿ ವರದಿಯನ್ನು ಹಿಂದಕ್ಕೆ ಕೊಟ್ಟ.

---

1 respected ಎಂದು ಓದಿಕೊಳ್ಳಿ.
2 Forenoon ಎಂದು ಓದಿಕೊಳ್ಳಿ.
3 Language ಎಂದು ಓದಿಕೊಳ್ಳಿ.
4 Assistant Professor ಎಂದು ಓದಿಕೊಳ್ಳಿ.
5 grateful ಎಂದು ಓದಿಕೊಳ್ಳಿ.
6 government ಎಂದು ಓದಿಕೊಳ್ಳಿ.

"ಗುಡ್ ಮಾರ್ನಿಂಗ್ ಸಾರ್..."

"ಏನಪ್ಪ, ಇದನ್ನು ಹೀಗೆಯೇ ಕಳುಹಿಸಿಬಿಡಲೆ?"

"ಇನ್ನೂ ತಪ್ಪುಗಳಿದ್ದರೆ ತಾವು ಸರಿಮಾಡಬಹುದಲ್ಲ!"

"ಮಾಡಬಹುದು. ಆದರೆ ನಿಮ್ಮ ಶೈಲಿಯನ್ನೇ ತಿದ್ದಿದರೆ ರಿಪೋರ್ಟನ್ನು ನಾನು ಬರೆದ ಹಾಗೆ ಆಗಿಬಿಡುತ್ತದೆ. ಇರಲಿ ಬಿಡಿ."

ಇಬ್ಬರೂ: "ಎಷ್ಟಾದರೂ ಆಂಗಿಲ ಪಾರಿನ್ (foreign) ಭಾಷೆ ಸರ್! ತಪ್ಪುಗಳಿಲ್ಲದೆ ನಾನು ಬರೆಯಲು ಸಾಧ್ಯವೆ?"

"ನೀವು ಹೇಳುವುದನ್ನು ನಾನು ಒಪ್ಪುತ್ತೇನೆ. ಆದರೆ ವಿದ್ಯಾರ್ಥಿಗಳಿಗೆ ಹೇಳಿಕೊಡುವಾಗ ಈ ತೆರನಾದ ತಪ್ಪುಗಳಿದ್ದು ಅವರು ಗಮನಿಸಿದರೆ ನಿಮ್ಮ ಹೆಸರು ಕೆಡುವ ಸಂಭವ ಬರಬಹುದಲ್ಲವೆ?"

ಇಬ್ಬರೂ: "'ಇಂಪರವೈಜಿಂಗ್' ಮಾಡಿಕೊಳ್ಳುತ್ತೇವೆ ಸಾರ್."

'Improvise' ಮಾಡಿಕೊಳ್ಳುವುದು ತಪ್ಪುಗಳನ್ನೇ ಅಥವಾ ಭಾಷಾ ಜ್ಞಾನವನ್ನೇ ಎಂದು ಕೇಳುವುದರಲ್ಲಿದ್ದವನು ನಾಲಗೆಯನ್ನು ಕಚ್ಚಿಕೊಂಡು ಸುಮ್ಮನಾದೆ. ಈ ಸಂಕಟವನ್ನು ನಾನು ಯಾರ ಬಳಿಯೂ ಹೇಳಿಕೊಳ್ಳುವ ಹಾಗಿರಲಿಲ್ಲ. ಹೇಳಿಕೊಂಡರೂ ಪರಿಹಾರವಾಗುವ ಹಾಗಿರಲಿಲ್ಲ. ಮೇಲಧಿಕಾರಿಗಳಿಗೆ ತಿಳಿಸಿದರೆ 'ಗೋರ್ಕಲ್ಲ ಮೇಲೆ ಮಳೆಗರೆದಂತೆ' ಆಗುತ್ತದೆಯೆಂಬುದೂ ಅರಿವಾಗಿತ್ತು. ಆದರೂ ಸರ್ಕಾರದ ಗಮನವನ್ನು ಸೆಳೆಯದೆ ಹೋದರೆ ನನ್ನ ಕರ್ತವ್ಯ ಲೋಪವಾಗುತ್ತದೆಯಲ್ಲ ಎಂಬ ಅಳುಕು. ಹೀಗಾಗಿ ವರದಿಯ ನಾಲ್ಕಾರು ಫೋಟೋ ಸ್ಟಾಟ್ ನಕಲುಗಳನ್ನು ತಯಾರಿಸಿ ಡೈರೆಕ್ಟರಿಗೊಂದು ವಿದ್ಯಾಶಾಖೆಯ ಸೆಕ್ರೆಟರಿಗೊಂದು, ಈತನನ್ನು ಕೆಲಸಕ್ಕೆ ಆರಿಸಿದ್ದ ಎಂ.ಪಿ.ಎಸ್.ಸಿ. ಅಧ್ಯಕ್ಷನಿಗೊಂದು ಕಳುಹಿಸಿದೆ. ಇರುಳ ಅರುಳರನ್ನು ಯಾವುದಾದರೂ ಪಿ.ಯು. ಕಾಲೇಜಿಗೆ ವರ್ಗಮಾಡಿ, ಅಲ್ಲಿ ಒಂದಷ್ಟು ವರ್ಷ ಪಳಗಿದ ಮೇಲೆ ಸ್ನಾತಕೋತ್ತರ ತರಗತಿಗಳಿರುವ ಕಾಲೇಜುಗಳಿಗೆ ಕಳುಹಿಸಬಹುದೆಂದು ಸೂಚಿಸಿದೆ.

ಡೈರೆಕ್ಟರು ಫೋನಿನಲ್ಲಿ ಅರಚಿದರು: "ಏನ್ರಿ, ಅರುಳ ಬರೆದಿರುವುದು?"

"ಡ್ಯೂಟಿ ರಿಪೋರ್ಟು ಎಂದು ಹೇಳುತ್ತಾನೆ ಸರ್."

"ನೀವು ಓದಿದಿರೇನ್ರಿ?"

"ಓದದೆ ತಮ್ಮ ಅವಗಾಹನೆಗೆ ಕಳುಹಿಸುತ್ತೇನೆಯೆ ಸರ್?"

"ತಪ್ಪುಗಳು ಬೇಕಾದಷ್ಟಿವೆಯಲ್ರಿ!"

"ಹೌದು ಸರ್."

"ಏನ್ರಿ ಹೌದು ಎನ್ನುತ್ತೀರಿ?"

"ಅವನ ತಪ್ಪುಗಳನ್ನು ನಾನು ಯಾಕೆ ಸರ್ ಕರೆಕ್ಟ್ ಮಾಡಲಿ? ಅವನೂ ಎಂ.ಎ. ಪದವೀಧರನಾಗಿದ್ದಾನೆ. ಅಸಿಸ್ಟೆಂಟ್ ಪ್ರೊಫೆಸರಾಗಿ ನಿಯಮಿತನಾಗಿದ್ದಾನೆ. ನಾನು ಏನಾದರೂ ಹೇಳಿದರೆ ನನ್ನ ಉದ್ದೇಶವನ್ನು ತಪ್ಪಾಗಿ ಎಣಿಸಿದರೂ ಎಣಿಸಿಬಹುದಲ್ಲವೆ?"

"ಅದು ಸರಿ ರೀ. ಇದನ್ನು ರೆಕಾರ್ಡಿನಲ್ಲಿ ಹೇಗ್ರಿ ಇಡುವುದು?"

"ಸರ್, ಅರುಳನನ್ನು ನಿಯಾಮಕ ಮಾಡಿದ ಕಮಿಟಿಯಲ್ಲಿ ತಾವೂ ಇದ್ದಿರಲ್ಲವೆ?"

ಎತ್ತರದ ದನಿಯಲ್ಲಿ "ಹೌದ್ರೀ, ಇದ್ದೆ, ನನ್ನ ಹಣೆಬರಹ ಕಾಣ್ರಿ, ಇದ್ದೆ. ನೀವು ಡೈರೆಕ್ಟರಾಗಿದ್ದರೆ ನೀವೂ ಅಲ್ಲಿ ಇರುತ್ತಿದ್ದಿರಿ!... ನೋಡ್ರೀ, ಅವನ ವರ್ಗಗಿರ್ಗ ಇದನ್ನೆಲ್ಲ ಮಾತನಾಡಬೇಡಿ. ಅದು ನನ್ನ ಕೈಲೂ ಇಲ್ಲ. ಅಂಥದೊಂದೂ ನಡೆಯವುದೂ ಇಲ್ಲ.!

"ಸರಿ ಸರ್."

ವಿದ್ಯಾಶಾಖೆಯ ಸೆಕ್ರೆಟರಿಯಿಂದ ಬಂದ ಪತ್ರ:

"ಸರ್ಕಾರವು ಅಕೆಡೆಮಿಕ್ ವಿಚಾರದಲ್ಲಿ ಕೈ ಹಾಕುವುದಿಲ್ಲವೆಂಬ ವಿಷಯವನ್ನು ವಿಷಾದದಿಂದ ಪ್ರಿನ್ಸಿಪಾಲರಿಗೆ ತಿಳಿಸಲಾಗಿದೆ. ಈ ವಿಚಾರವನ್ನು ಯೂನಿವರ್ಸಿಟಿಯ ಗಮನಕ್ಕೆ ತರಬಹುದೆಂದು ಸರ್ಕಾರ ಅಭಿಪ್ರಾಯ ಪಡುತ್ತದೆ."

ಯೂನಿವರ್ಸಿಟಿಗೆ ಬರೆದೆ. ಅಲ್ಲಿಂದ ಬರೆದ ಬದಲು: "ಯೂನಿವರ್ಸಿಟಿಗೂ ಸರ್ಕಾರದ ಹುದ್ದೆಗಳನ್ನು ತುಂಬುವ ಜವಾಬ್ದಾರಿಗೂ ಯಾವ ಸಂಬಂಧವೂ ಇಲ್ಲ. ನಿಮ್ಮ ಪಿಟಿಷನನ್ನು ಸರ್ಕಾರಕ್ಕೆ ಕಳುಹಿಸುವುದು."

ಎಂ.ಪಿ.ಎಸ್.ಸಿ. ಆಫೀಸಿನಿಂದ ಬಂದ ಪತ್ರ : "ಇಂಗ್ಲಿಷ್ ಭಾಷೆಯ 'ಎಕ್ಸ್‌ಪರ್ಟು'ಗಳು ಅರುಳನ ಅರ್ಹತೆಯನ್ನು ಕೊಂಡಾಡಿದ್ದಾರೆ. ಅವರ ಸಲಹೆಯನ್ನೇ ಕಾರ್ಯರೂಪಕ್ಕೆ ತರಲಾಗಿದೆ. ಮೊದಲಿಂದ ಕೊನೆಯವರೆಗೂ ಈ ಅಧಿಕಾರಿಯ ಆಯ್ಕೆಯು ಶಾಸನರೀತ್ಯಾ ನಡೆದಿದೆ. ಎಲ್ಲಿಯೂ ಯಾವ ಲೋಪಗಳೂ ನಡೆದಿಲ್ಲ."

ಈ ವ್ಯವಹಾರದಿಂದ ನನ್ನ ಮನಸ್ಸು 'ಈ ತೆರನಾದ ಹವ್ಯಾಸಗಳನ್ನು ಇನ್ನು ಮೇಲೆ ಈಡು ಪಡಬೇಡ' ಎಂದು ಎಚ್ಚರಿಸಿತು; ಬುದ್ಧಿ 'ನಿನಗೆ ಯಾಕೆ ಈ ಗೊಡವೆ? ನಿನ್ನ ಪ್ರಾಧ್ಯಾಪಕನ ಕೆಲಸಕ್ಕೆ ಹಿಂದಿರುಗಿ ಹೋಗು' ಎಂದು ಜ್ಞಾಪಿಸಿತು.

ಭಾಷಾಸಮಸ್ಯೆ ತಲೆಯೆತ್ತಿ ನಿಂತಿದ್ದ ಕಾಲ ಅದು. "ಇಂಗ್ಲಿಷ್ ಭಾಷೆಯನ್ನು ದೇಶದಿಂದ ಹೊರಗಟ್ಟಬೇಕು" ಎಂಬ ಕೂಗೂ "ಇಂಗ್ಲಿಷ್ ಭಾಷೆಯನ್ನು ಇಲ್ಲಿಯೇ ಇರಿಸಿಕೊಳ್ಳಬೇಕು" ಎಂಬ ಕೂಗೂ ನಭೋಮಂಡಲದಲ್ಲಿ ಪ್ರತಿಧ್ವನಿಸುತ್ತಿದ್ದವು. ದೇಶದ ಪ್ರಮುಖರು ಕೆಲವರು ಇಂಗ್ಲಿಷನ್ನೇ ಭಾರತ ರಾಷ್ಟ್ರಭಾಷೆಯನ್ನಾಗಿ ಉಳಿಸಿಕೊಳ್ಳಬೇಕೆಂಬುದನ್ನು ಒತ್ತಿಹೇಳುವ ದೃಷ್ಟಿಯಿಂದ ಅಂತರ ಭಾರತೀಯ ಕನ್‌ವೆನ್‌ಷನೊಂದನ್ನು ನಮ್ಮ ಊರಿನಲ್ಲಿ ಏರ್ಪಡಿಸಿದರು. ರಾಜಕೀಯ ಪಕ್ಷವೊಂದು "ಇಂಗ್ಲಿಷು ಇಂದೇ ತನ್ನ ತವರು ಮನೆಗೆ ಹಿಂತಿರುಗಬೇಕು" ಎಂಬುದನ್ನು ಒತ್ತಿ ಹೇಳಲು ಅದೇ ದಿನ ಮಹಾಸಭೆಯೊಂದನ್ನು ಕೂಡಿಸಿ ಆರ್ಭಟಮಾಡುವುದೆಂದು ತೀರ್ಮಾನಿಸಿತು.

ಇಂಗ್ಲಿಷು ಪ್ರೇಮಿಗಳ ಸಭೆ ಬೆಳಿಗ್ಗೆ ೧೦ ಗಂಟೆಗೆ ಸೇರುವುದರಲ್ಲಿತ್ತು. ಸ್ವದೇಶಭಕ್ತರಾದ ಇಂಗ್ಲಿಷ್ ದ್ವೇಷಿಗಳ ಮೆರವಣಿಗೆ ಅದಕ್ಕೆ ಮೊದಲೇ ಅಲ್ಲಿ ಹೋಗಿ 'ಸತ್ಯಾಗ್ರಹ'ವನ್ನಾರಂಭಿಸಿತು. ಸಭಾಂಗಣದ ಮುಂಬಾಗಿಲನ್ನು ಇವರು ಆಕ್ರಮಿಸಿಕೊಂಡದ್ದರಿಂದ ಇಂಗ್ಲಿಷು ಪ್ರೇಮಿಗಳೂ ಅವರ ಬೆಂಬಲವಾಗಿ ಕೂಡಿದ್ದ ವಿದ್ಯಾರ್ಥಿ ತಂಡವೂ ಹಿಂಬಾಗಿಲಿನಿಂದ ಒಳಹೊಕ್ಕು ಸಭೆಯನ್ನು ಆರಂಭ ಮಾಡಿದರು. ಇಂಥ ಯಜ್ಞಗಳಲ್ಲಿ ಅನಿವಾರ್ಯವಾಗಿರಬೇಕಾದ ಪ್ರತಿ–ವಿದ್ಯಾರ್ಥಿಗಳ ಗುಂಪು ಹತ್ತೂವರೆ ಗಂಟೆಗೆ ಸಭಾಂಗಣದ ಸುತ್ತ ಗುಂಪುಗುಂಪಾಗಿ ಕೂಡಿ ಇಂಗ್ಲಿಷ್ ವಿರುದ್ಧ ಘೋಷಣೆಯನ್ನು ಕೂಗಿತು. ಒಳಗಿದ್ದ ಸಭೆಯ ಕಾರ್ಯಕಲಾಪಗಳು ಸುಗಮವಾಗಿಯೇ ನಡೆಯುತ್ತಿದ್ದವು. ದ್ವೇಷಿ ಗುಂಪಿಗೆ ಇದು ಹಿಡಿಸಲಿಲ್ಲ. ಬಾಗಿಲು ಕಿಟಕಿಗಳನ್ನು ಭೇದಿಸಿಕೊಂಡು ಸಭಾಂಗಣದೊಳಕ್ಕೆ ನುಗ್ಗಿದರು. ಕೈಕೈ ಯುದ್ಧವಾಯಿತು; ಸಭಾಂಗಣದ ಕುರ್ಚಿ ಮೇಜುಗಳ ಕೈಕಾಲುಗಳೂ ಮನುಷ್ಯ ದೇಹದ ಅಂಗಾಂಗಗಳೂ ಊನವಾದವು. ಪೊಲೀಸರು ನುಗ್ಗಿ–ಅವರ ಆಮೇಲಿನ ಹೇಳಿಕೆಯ ಪ್ರಕಾರ–'ಮೃದು'ವಾಗಿ ಲಾಟಿ ಬೀಸಿ ದೊಂಬಿಯನ್ನು ಹತೋಟಿಗೆ ತಂದರು. ಇವರ ಪ್ರವೇಶದಿಂದ ಇನ್ನಷ್ಟು ಜನ ಗಾಯಗೊಂಡು ಆಸ್ಪತ್ರೆಯ ಸುಖವನ್ನು ಅನುಭವಿಸಿದರು.

ಮರುದಿನ ವಿದ್ಯಾರ್ಥಿಗಳ ಸಂಘದವರು ಹಿಂದಿನ ದಿನ ಜರುಗಿದ ಘಟನೆಗಳನ್ನು ಪ್ರತಿಭಟಿಸುವುದಕ್ಕಾಗಿ ಸ್ಟ್ರೈಕ್ ಮಾಡುವುದೆಂದು ನಿರ್ಧಾರ ಮಾಡಿದರಂತೆ. ನಮ್ಮ ಕಾಲೇಜ್ ಯೂನಿಯನ್ನಿನ ವಿದ್ಯಾರ್ಥಿ–ಅಧ್ಯಕ್ಷನೂ ವಿದ್ಯಾರ್ಥಿ–ಕಾರ್ಯದರ್ಶಿಯೂ ಬೆಳಗಿನ ಜಾವವೇ ನನ್ನನ್ನು ಕಂಡು "Sir, today our college striking" ಎಂದರು.

"ಕಾರಣ?"

"Yesterday our one student broke sir, head sir"

"ಯಾರ ತಲೆಯನ್ನು ಒಡೆದ?"

"No sir, police broke head sir."

"ಇತರ ಕಾಲೇಜುಗಳು..."

"They strike also sir."

"ಸ್ಟ್ರೈಕ್ ಮಾಡಿದರೆ ಏನು ಲಾಭ? ಒಂದು ದಿನದ ಪಾಠಪ್ರವಚನ ಹೋಗುತ್ತದೆ. ನಿಮಗೆ ಅಬ್ಸೆಂಟ್ ಬೀಳುತ್ತದೆ. ಇತರ ಕಾಲೇಜುಗಳು ಬೇಕಾದ್ದನ್ನು ಮಾಡಿಕೊಳ್ಳಲಿ. ನೀವೇಕೆ ಮಾಡಬೇಕು?"

"What ಸಾರ್! our friends ಸಾರ್! damaged ಸಾರ್! 'Hospital' ಸಾರ್! How we cancan keep quiet ಸಾರ್!"

"ಅಪ್ಪ, ನಿಮಗೆ ಇಷ್ಟವಾದ್ದನ್ನು ಮಾಡಿಕೊಳ್ಳಿ ಹೋಗಿ."

"ಸಾರ್, ಸಾರ್, no angry ಸಾರ್; we go procession sir, give memorandum, Vice-Chancellor sir!"

"ಸರಿ ಹೋಗೀಪ್ಪ."

ಮರುದಿನ ಬೆಳಿಗ್ಗೆ ತಿರುಗಿ ಬಂದರು.

"ಏನು ಸಮಾಚಾರ?" ಎಂದೆ.

"Today also strike sir."

"ಏಕಪ್ಪ?"

"Yesterday Vice-Chancelor scolded sir."

"ಯಾರನ್ನ?"

"us sir."

"ಏನಂತ?"

"You are irresponsible ಎಂದುಬಿಟ್ಟರು ಸಾರ್."

"ಅದು ಬೈಯುವ ಮಾತಲ್ಲವಲ್ಲ?"

"ವಾದ್ಯಾರುಗಳನ್ನು ಬೈದರು ಸಾರ್."

"ಏನಂತ?"

"Your teachers are powerless."

"ಇನ್ನೂ ಏನೆಂದರು?"

"ಇಂಗ್ಲಿಷಿನಲ್ಲಿ ಏನೇನೋ ಅಂದುಬಿಟ್ಟರು ಸಾರ್."

"ಅದೇನು ಎಂದು ತಿಳಿದುಕೊಳ್ಳಲು ನಿಮಗೆ ಆಗಲಿಲ್ಲವೆ?"

"ನಮಗೆ ಅರ್ಥವಾಗದ ಪದಗಳನ್ನೆಲ್ಲ ಉಪಯೋಗಿಸಿದರು ಸಾರ್!"

"ಓಹೋ, ಆದ್ದರಿಂದ ಅವು ಬೈಗಳೆಂದು ತಿಳಿದುಕೊಂಡಿರಾ?"

"ಇನ್ನು ಏನಂತ ಸಾರ್ ತಿಳಿದುಕೊಳ್ಳಬೇಕು? ನಮಗೆ ಅವರು ಹೇಳಿದ್ದು ಅರ್ಥವಾಗಬೇಕೆಂದಿದ್ದರೆ ತಮಿಳಿನಲ್ಲಿ ಯಾಕೆ ಸಾರ್ ಹೇಳಬಾರದಾಗಿತ್ತು?"

"ಅವರು ಹೇಳಿದ್ದು ನಿಮಗೆ ಅರ್ಥವಾಗಲಿಲ್ಲ ಎಂದು ಈ ದಿನ 'ಸ್ಟ್ರೈಕ್' ಮಾಡುತ್ತೀರಾ?"

ಕಾರ್ಯದರ್ಶಿ: "ಹೌದು ಸಾರ್."

ಅಧ್ಯಕ್ಷ: "ಅಲ್ಲ ಸಾರ್."

"ಅಪ್ಪ, ನಿಮ್ಮಿಬ್ಬರಲ್ಲೇ ಅಭಿಪ್ರಾಯಭೇದವುಂಟಾಗಿದೆ. ಮೊದಲು ಇಬ್ಬರೂ ಒಂದು ಒಪ್ಪಿತಕ್ಕೆ ಬಂದು ಆಮೇಲೆ ಇತರ ಕೆಲಸಗಳನ್ನು ಮಾಡಿ."

ಇಬ್ಬರೂ ಹಲ್ಲುಕಚ್ಚಿ ಒಬ್ಬರ ಮೂತಿಯನ್ನೊಬ್ಬರು ತಿವಿದರು. ಕಚಪಚ ಮಾತನಾಡಿಕೊಂಡರು. "ಸಾರ್! ವೈಸ್-ಛಾನ್ಸಲರು ಬೈದದ್ದು ನಿಜ ಸಾರ್, ಆಣೆಯಿಟ್ಟು ಹೇಳುತ್ತೇವೆ. ಎರಡು ಮೂರು ಕಾಲೇಜುಗಳ ಪ್ರತಿನಿಧಿಗಳೂ ನಮ್ಮೊಡನಿದ್ದರು ಸಾರ್, ಅವರನ್ನು ಬೇಕಾದರೆ ಕೇಳಿ ಸಾರ್."

"ನನಗೆ ಅವರಿವರ ಸುದ್ದಿ ಬೇಡ. ನೀವು ಈಗ 'ಸ್ಟ್ರೈಕ್' ಮಾಡಬೇಕಾದ ಪ್ರಸಂಗವಿಲ್ಲವೆಂದೇ ನನ್ನ ಅಭಿಪ್ರಾಯ. ನೀವು ಮಾಡಿದ್ದೆ ಆದರೆ ಇನ್ನೊಂದು ದಿನದ ಹಾಜರಿಗೆ ಸೊನ್ನೆ ಬೀಳುತ್ತದೆ!"

'ಸ್ಟ್ರೈಕ್' ಮಾಡಿದರು. ಆದರೆ ಕಾರಣ ಇವರು ಕೊಟ್ಟಿದ್ದಲ್ಲ. "ತಮಿಳನ್ನು ಪ್ರಥಮ ಭಾಷೆಯೆಂದು ಘೋಷಿಸಬೇಕು! ಇಂಗ್ಲಿಷು ದ್ವಿತೀಯ ಭಾಷೆಯಾಗಬೇಕು!" ಯೂನಿವರ್ಸಿಟಿ ಈ ಘೋಷಣೆಗೆ ಕಿವಿಗೊಡಲಿಲ್ಲ. "ಇಂಗ್ಲಿಷು ಪ್ರಥಮ ಭಾಷೆಯೆಂದೂ ತಮಿಳು, ಸಂಸ್ಕೃತ, ಕನ್ನಡ, ಹಿಂದಿ, ಮಲೆಯಾಳ, ತೆಲುಗು, ಉರ್ದು ಮೊದಲಾದವು ದ್ವಿತೀಯ ಭಾಷೆಗಳೆಂದೂ ಶತವರ್ಷಗಳಿಂದ ಬಂದಿರುವ ಬಳಕೆ. ಇದನ್ನು ಅದಲುಬದಲು ಮಾಡಲು ಈಗ ಸಕಾರಣಗಳೇನೂ ಇಲ್ಲ" ಎಂದು ಪ್ರಕಟನೆ ಕೊಟ್ಟಿತು. ಅಧಿಕಾರದಲ್ಲಿದ್ದ ಅಂದಿನ ರಾಜಕಾರಣಿಗಳು ಈ ಕಾರಣವನ್ನು ಒಪ್ಪಲು ಸಕಾರಣಗಳಿರಲಿಲ್ಲವೆಂಬುದು ಸ್ಪಷ್ಟವಾಗಿತ್ತು. "ಈಗಿನ ವೈಸ್ ಛಾನ್ಸೆಲರ್ ಇರುವವರೆಗೂ ನಮಗೆ ಸುಖವಿಲ್ಲ. ಇನ್ನೇನು ಇವನ ಅಧಿಕಾರ

ಮುಗಿಯುವುದರಲ್ಲಿದೆ. ನಮಗೆ ಬೇಕಾದವರೊಬ್ಬರನ್ನು ನಿಯಮಿಸಿದರಾಯಿತು. ನಮ್ಮ ಕೆಲಸವನ್ನು ಕಷ್ಟವಿಲ್ಲದೆ ಮಾಡಿಸಿಕೊಳ್ಳಬಹುದು" ಎಂದು ಸಮಾಧಾನ ಹೇಳಿಕೊಂಡರು.

ಬೇರೆ ವೈಸ್ ಛಾನ್ಸೆಲರ್ ಬಂದ. ಯೂನಿವರ್ಸಿಟಿಯೊಳಗೆ ಕಾಲಿಟ್ಟೊಡನೆಯೆ "ತಮಿಳು ಪ್ರಥಮ-ಭಾಷೆ. ಇಂಗ್ಲಿಷು ದ್ವಿತೀಯ-ಭಾಷೆ" ಎಂದು ಘೋಷಿಸಿದ.

* * *

ವಿದ್ಯಾ ಇಲಾಖೆಯು ನಾಡಿನ ಮೂಲೆಮೂಲೆಗಳಲ್ಲೂ ಹೊಸ ಹೊಸ ಕಾಲೇಜುಗಳನ್ನು ಸ್ಥಾಪಿಸುವ ಯೋಜನೆಯಲ್ಲಿ ತೊಡಗಿತು. ಸಾಕಾದಷ್ಟು ಪ್ರಮಾಣದಲ್ಲಿ ಇಂಗ್ಲಿಷ್ ಅಧ್ಯಾಪಕರು ದೊರೆಯದಾದರು; 'ಎಮರ್ಜೆನ್ಸಿ' ನೆಲೆಯುಂಟಾಯಿತು. 'ಸೈಕಾಲಜಿ' ಓದಿ ಕೊನೆಯ ವರ್ಗದಲ್ಲಿ ಪಾಸಾಗಿದ್ದವನು, 'ಎಕನಾಮಿಕ್ಸ್' ಎಂ.ಎ. ಪರೀಕ್ಷೆಯಲ್ಲಿ ಫೇಲಾಗಿದ್ದವನು, 'ಹಿಸ್ಟರಿ' ಎಂ.ಎ. ತರಗತಿಯಲ್ಲಿ ಪಾಸು ಮಾಡಿಸಿಕೊಂಡಿದ್ದವನು, ಇಂಥ ನಾನಾ ಬಗೆಯ ಅನುಭವಗಳನ್ನು ಪಡೆದವರೆಲ್ಲರೂ ಇಂಗ್ಲಿಷ್ ಪಾಠ ಹೇಳುವುದಕ್ಕೆ ನಿಯಮಿತರಾದರು.

ಈ ಸಂದರ್ಭದಲ್ಲಿ ಸರ್ಕಾರ ಏಕೋ ಏನೋ ತಮಿಳು ಭಾಷಾ-ಸಾಹಿತ್ಯಗಳನ್ನೋದಿದವರನ್ನು ಇಂಗ್ಲಿಷ್ ಅಧ್ಯಾಪಕರನ್ನಾಗಿ ಆರಿಸಿಕೊಳ್ಳಲಿಲ್ಲ. ತಮಿಳು ಎಂ.ಎ.ಗಳು ಕೆರಳಿದರು. ಅಪೀಲು ಹಾಕಿಕೊಂಡರು; ಎಂ.ಎಲ್.ಎ.ಗಳ ಬಳಿ ಸಂಧಾನ ನಡೆಸಿದರು; ರಾಜಕಾರಣಿಗಳನ್ನು 'ಛೂ' ಬಿಟ್ಟರು. "ತಮಿಳು ನಾಡಿನಲ್ಲಿ ತಮಿಳಿಗೇ ಜಾಗವಿಲ್ಲ!" ಎಂಬ ಕೂಗನ್ನು ದಿಕ್ಕು ದಿಕ್ಕಿಗೂ ಹರಡಿದರು. ಕೊನೆಗೆ ಸರ್ಕಾರ ಈ ಕೂಗಿಗೆ ಕಿವಿ ಕೊಟ್ಟಿತು.

ಇವರು ಏನು ಪಾಠ ಹೇಳಿದರು, ಹೇಗೆ ಹೇಳಿದರು, ಯಾರಿಗೆ ಹೇಳಿದರು ಈ ಪ್ರಶ್ನೆಗಳಿಗೆ ಉತ್ತರ ಸಿಗುವುದು ಕಷ್ಟ. ಇಂಥ ವಾದ್ಯಾರು ಕ್ಲಾಸಿನೊಳಕ್ಕೆ ಹೋದನೆಂದರೆ, ಹಾಜರಿ ತೆಗೆದುಕೊಂಡೊಡನೆಯೆ ತರಗತಿ ಬರಿದಾಗುತ್ತಿತ್ತು. ಇಲ್ಲವೆ ತರಗತಿಯಲ್ಲಿ ಶೇಕಡ ೨೦ ವಿದ್ಯಾರ್ಥಿಗಳೂ ಇರುತ್ತಿರಲಿಲ್ಲ. ಈ ಸ್ಥಿತಿಯನ್ನು ನೋಡಿದ ತಮಿಳು-ಇಂಗ್ಲಿಷು ಅಧ್ಯಾಪಕನೊಬ್ಬ ಕ್ಲಾಸಿನೊಳಕ್ಕೆ ಕಾಲಿಟ್ಟ ಒಡನೆಯೇ "where are the other idiots?" ಎಂದು ಗದರಿಸಿದನಂತೆ. ಹಾಜರಿದ್ದ ವಿದ್ಯಾರ್ಥಿಗಳೂ ಆರ್ಭಟ ಮಾಡುತ್ತ ಕ್ಲಾಸಿನಿಂದ ಹೊರಟು ಘೋಷಣೆಗಳನ್ನು ಕೂಗುತ್ತ ನನ್ನ ರೂಮಿಗೆ ಮೆರವಣಿಗೆಯಲ್ಲಿ ಬಂದರು. ವಿಷಯವನ್ನು ತಿಳಿಸಿದರು. "ಇದನ್ನು ನನಗೆ ಬಿಟ್ಟು ಬಿಡಿ. ನಾನು ವಿಚಾರ ಮಾಡುತ್ತೇನೆ" ಎಂದೆ.

"ವಾದ್ಯಾರು ಅಪಾಲಜಿ ಕೊಡಬೇಕು ಸಾರ್."

"ನೋಡೋಣ. ನೀವು ಕ್ಲಾಸಿಗೆ ಹಿಂತಿರುಗಿ ಹೋಗಿ. ಕ್ಲಾಸು ಮುಗಿಯಲಿ. ನಾನು ವಿಚಾರಿಸುತ್ತೇನೆ."

ಅಧ್ಯಾಪಕನನ್ನು ಕರೆದು "ಏನಪ್ಪ, ಕಳೆದ ವರ್ಷ ತಾನೆ ನೀವು ವಿದ್ಯಾರ್ಥಿಯಾಗಿದ್ದಿರಿ. ನಿಮ್ಮ ಅಧ್ಯಾಪಕರು ನಿಮ್ಮನ್ನು 'ಇಡಿಯಟ್ಸ್' ಎಂದಿದ್ದರೆ ನೀವೇನು ಮಾಡುತ್ತಿದ್ದಿರಿ?"

(ಕೋಪದಿಂದ) "Students irregular to my class. Disobedient sir. Coming late sir, noise sir. Insult me sir."

"ಯಾವ ಪಠ್ಯಪುಸ್ತಕವನ್ನು ಪಾಠ ಹೇಳುತ್ತಿದ್ದಿರಿ?"

ಕಂಕುಳಲ್ಲಿ ಸಿಕ್ಕಿಸಿಕೊಂಡಿದ್ದ ಕಾಗದದ ಸುರುಳಿಯನ್ನು ಬಿಚ್ಚಿ ಓದಿದ: "ಜೆಂಡಾಸ್ ಪಿರಜನರ್"

"ನಿಮ್ಮ ಕೈಲಿರುವುದು ಆ ಪುಸ್ತಕವೆ?"

"ಅಲ್ಲ ಸರ್, ನೋಟ್ಸು."

"ಯಾರದು?"

"ನನ್ನದು."

"ಅದು ಸರಿ, ನೋಟ್ಸನ್ನು ಬರೆದವರು ಯಾರು?"

"ಅದು ಗೊತ್ತಿಲ್ಲ ಸಾರ್. ನನ್ನ ಸ್ನೇಹಿತನೊಬ್ಬನಿಂದ ಎರವಲು ತೆಗೆದುಕೊಂಡಿದ್ದೇನೆ."

"ಮತ್ತೆ ನನ್ನದು ಎಂದಿರಲ್ಲಾ?"

ಮುಖ ಕೆಂಪಾಯಿತು.

"ಹೋಗಲಿ ಬಿಡಿ. ಪಠ್ಯಪುಸ್ತಕಗಳನ್ನು ತರಗತಿಗಳಿಗೆ ತೆಗೆದುಕೊಂಡು ಹೋಗುವುದಿಲ್ಲವೇಕೆ?"

ಬದಲಿಲ್ಲ.

"ಪಠ್ಯಪುಸ್ತಕದ ಹೆಸರನ್ನೇ ಸರಿಯಾಗಿ ತಿಳಿದುಕೊಂಡಿಲ್ಲವಲ್ಲಪ್ಪ ನೀವು! ಆ ಪುಸ್ತಕವನ್ನು ಬರೆದವರಾರು ಗೊತ್ತೆ?"

ನೋಟ್ಸನ್ನು ಹುಡುಕಿ "ಇಲ್ಲಿ ಹೇಳಿಲ್ಲ ಸಾರ್. 'ಜೆಂಡ' ಎಂಬುವನಿರಬೇಕೆಂದು ಕಾಣುತ್ತೆ."

ತಲೆ ಚಚ್ಚಿಕೊಂಡೆ.

"ಅಲ್ರೀ, ಕಳೆದ ತಿಂಗಳು 'prisoner of Zenda' ಎಂಬ ಫಿಲ್ಮು ಇಲ್ಲಿಯ ಸಿನೆಮಾ–ಮನೆಗಳಲ್ಲಿ ಪ್ರದರ್ಶಿತವಾಯಿತಲ್ರೀ!"

"ಓಹೋ, ಅದೇನಾ ಸಾರ್ ಇದು!"

ಕಾಲೇಜು ರಂಗ

“ಅಲ್ರೀ, ನೀವು ಪಾಠ ಹೇಳಬೇಕಾದ ಪಠ್ಯಪುಸ್ತಕದ ಹೆಸರು ಗೊತ್ತಿಲ್ಲ! ಅದರ ಕರ್ತೃವಿನ ಹೆಸರು ಗೊತ್ತಿಲ್ಲ! ಪುಸ್ತಕವನ್ನೇ ಓದಿಲ್ಲ! ಹುಡುಗರನ್ನು ‘ಇಡಿಯಟ್ಸ್’ ಎನ್ನುತ್ತೀರಲ್ರಿ!”

“ಸಾರ್, ನಾನು ಅಲ್ಲಿದ್ದವರನ್ನು ಉದ್ದೇಶಿಸಲಿಲ್ಲ ಸಾರ್. ಲೇಟಾಗಿ ಬರಲಿದ್ದವರನ್ನು ಹಾಗೆಂದೆ.”

“ಇನ್ನು ಮೇಲೆ ಪಠ್ಯಪುಸ್ತಕವನ್ನು ಓದದೆ ತರಗತಿಯೊಳಕ್ಕೆ ಹೋದರೆ ನಾನು ನಿಮ್ಮ ವಿಷಯವಾಗಿ ಮೇಲಧಿಕಾರಿಗಳಿಗೆ ರಿಪೋರ್ಟ್ ಮಾಡಬೇಕಾಗುತ್ತದೆ! ಎಚ್ಚರಿಕೆಯಿಂದ ವರ್ತಿಸಿಕೊಳ್ಳಿ!” ಎಂದು ಬೆದರಿಸಿದೆ. (ಇದು ಒಣ ಬೆದರಿಕೆಯೆಂಬುದೂ ನನಗೆ ತಿಳಿದದ್ದೇ; ಎಚ್ಚರಿಕೆಯಿಂದ ವರ್ತಿಸಬೇಕಾದವನು ನಾನು ಎಂಬ ಸತ್ಯವೂ ನನ್ನ ಅರಿವಿನಲ್ಲಿದ್ದದ್ದೇ! ಆಗಿನ ವಾತಾವರಣದಲ್ಲಿ ನಾನು ಈ ಒಣ ಬೆದರಿಕೆಯನ್ನು ಹಾಕಿದ್ದೂ ತಪ್ಪು ಎಂದು ವಾದಿಸುವಂಥವರೂ ನನ್ನ ಬಳಿಯೇ ಇದ್ದರು.!)

* * *

ಈ ಹಿನ್ನೆಲೆಯಲ್ಲಿ ಡಿಕನ್ಸ್‌ನ ಸೆಂಟಿನರಿ ಆಚರಣೆಯ ಸಂಬಂಧವಾಗಿ ಮಾತುಕತೆ ನಡೆಯುತ್ತಿತ್ತು. ಇಂಗ್ಲೆಂಡಿನಿಂದ ಬ್ರಿಟಿಷ್ ಕೌನ್ಸಿಲಿನವರು ಡಿಕನ್ಸ್ ತಜ್ಞನೊಬ್ಬನನ್ನು ಕರೆಸಿದ್ದರು. ಆತ ನಗರದ ಕಾಲೇಜುಗಳ ಇಂಗ್ಲಿಷ್ ಅಧ್ಯಾಪಕರೊಂದಿಗೆ ಪೂರ್ವಭಾವಿ ಸಮಾಲೋಚನೆ ಮಾಡಬೇಕೆಂದು ಬಯಸಿದನಂತೆ. ೧೩೦ ವರ್ಷಗಳಿಂದಲೂ ಸತತವಾಗಿ ಇಂಗ್ಲಿಷ್ ಪಾಠಪ್ರವಚನಗಳನ್ನು ನಡೆಸುತ್ತಿದ್ದ ನಮ್ಮ ಕಾಲೇಜನ್ನೇ ರಂಗವಾಗಿ ಉಪಯೋಗಿಸಿಕೊಂಡರು. ಈ ಸಭೆ ಮುಖ್ಯವಾಗಿ ಪ್ರಾಧ್ಯಾಪಕರಿಗೂ ಉಪಪ್ರಾಧ್ಯಾಪಕರಿಗೂ ಸಂಬಂಧಿಸಿದ್ದಾದರೂ ಬ್ರಿಟಿಷ್ ಕೌನ್ಸಿಲಿನವರು ನಾನೂ ಅಲ್ಲಿರಬೇಕೆಂದು ಒತ್ತಾಯಪಡಿಸಿದ್ದರಿಂದ ಹಾಜರಿದ್ದೆ.

ಆಮದಾಗಿದ್ದ ತಜ್ಞನು ಡಿಕನ್ಸ್‌ನ ಜೀವಿತಕ್ಕೆ ಸಂಬಂಧಿಸಿದ ಕೆಲವು ಹೊಸ ಸಂಗತಿಗಳನ್ನು ತಿಳಿಯಪಡಿಸಿ, ಆ ಕರ್ತೃವಿನ ಕಾದಂಬರಿಗಳಲ್ಲಿ ಹೇಗೆ ಡಿಕನ್ಸ್‌ನ ಸ್ವಚರಿತೆಯ ಸಂಗತಿಗಳು ರೂಪಭೇದವನ್ನು ಪಡೆದಿವೆಯೆಂಬುದನ್ನು ಕೆಲವು ಉದಾಹರಣೆಗಳೊಂದಿಗೆ ನಿರೂಪಿಸಿದ. “ಪ್ರಶ್ನೆಗಳೇನಾದರೂ ಇದ್ದರೆ ಕೇಳಬಹುದು” ಎಂದ. ಯಾರಿಗೂ ಯಾವ ಪ್ರಶ್ನೆಯೂ ಇಲ್ಲ! ಡಿಕನ್ಸ್‌ನ ವಿಷಯವಾಗಿ ತಿಳಿಯಬೇಕಾದ್ದೆಲ್ಲವನ್ನೂ ತಿಳಿದುಕೊಂಡುಬಿಟ್ಟಿದ್ದರು! ಐದು ನಿಮಿಷ ನೋಡಿದ. ಹತ್ತ ನಿಮಿಷ ನೋಡಿದ. ನಸುನಕ್ಕುಕೊಂಡು “ಡಿಕನ್ಸ್‌ನ ಯಾವ ಯಾವ ನಾವಲುಗಳನ್ನು ಜನ ಇಲ್ಲಿ ಹೆಚ್ಚಾಗಿ ಓದುತ್ತಾರೆ? ಬಹುಜನಪ್ರಿಯವಾದವುಗಳನ್ನು ಹೇಳಬಲ್ಲಿರಾ?” ಎಂದ.

ಇನ್ನೊಂದು ಮೂರು ನಿಮಿಷ ಮೌನ. ನನ್ನ ಪಕ್ಕದಲ್ಲಿದ್ದ ಖಾಸಗಿ ಕಾಲೇಜಿನ

ಪ್ರಾಧ್ಯಾಪಕನೊಬ್ಬ ಅರ್ಧಂಬರ್ಧ ಕೇಳಿಸುವ ದನಿಯಲ್ಲಿ "ಐವಾನ್..." ಎಂದು ಹೇಳುವಷ್ಟರಲ್ಲೇ ನಾನು ಅವನ ಬಾಯನ್ನು ಅದುಮಿ ಅವನ ಕಿವಿಯಲ್ಲಿ "ಅದು ಸ್ಕಾಟನದು" ಎಂದು ಉಸುರಿ, ಆಗಬಹುದಾಗಿದ್ದ ಅವಮಾನಪ್ರಸಂಗವನ್ನು ತಪ್ಪಿಸಿದೆ. ಅವನು ಕೃತಜ್ಞತೆಯನ್ನು ಸೂಚಿಸುವಂತೆ ನನ್ನ ಮುಖದಲ್ಲಿ ಹಲ್ಲುಕಿರಿದ.

ಇವನು ಮಾತನಾಡಲೆಳಸಿದ್ದನ್ನು ಕಂಡು ಇತರರಿಗೆ ಧೈರ್ಯ ಬಂತು. ಪಂದ್ಯವೊಂದರಲ್ಲಿ ಒಬ್ಬರನೊಬ್ಬರು ಮೀರಿಸುವಂತೆ "Tale of Two Cities, Old Curiosity Shop, Nichlos Nikely, Oliver Twist, Great Expectations" ಎಂದು ಮೇಲುಮೇಲಿನ ದನಿಯಲ್ಲಿ ಕೂಗಿದರು. "ಸರಿ, ಇವುಗಳಲ್ಲಿ ಬಹುಪ್ರಿಯವಾದವು ಯಾವುವು?" ಒಂದು ನಿಮಿಷಕ್ಕೆ ಹಿಂದೆ ಕೂಗಿದ್ದನ್ನೇ ತಿರುಗಿಯೂ ಕೂಗಿದರು. ವಾಸ್ತವವಾಗಿ ಇವೆಲ್ಲವೂ ಅವರು ಪಠ್ಯ ಪುಸ್ತಕವಾಗಿ ಓದಿದ್ದ ಪುಸ್ತಕಗಳೇ. ಪಾಠವಾಗಿ ಹೇಳಿದ್ದ ಪುಸ್ತಕಗಳೇ. ಅವನ್ನು ಬಿಟ್ಟು ಈ ಕರ್ತೃವಿನ ಇತರ ನಾವಲುಗಳ ಹೆಸರು ಕೂಡ ತಿಳಿಯದು; ಅಥವಾ ತಿಳಿದಿದ್ದರೂ ಈಗ ಜ್ಞಾಪಕಕ್ಕೆ ಬರಲಿಲ್ಲ. ಅತಿಥಿ–ತಜ್ಞನು ನಸುನಕ್ಕುಕೊಂಡು ತಲೆದೂಗುತ್ತಿದ್ದ.

ನಾನು ಹೇಳಿದೆ: "ನನ್ನ ಮಿತ್ರನು ಹೇಳಿದ್ದನ್ನು ನಾನು ತಪ್ಪು ಎಂದು ಹೇಳುತ್ತಿಲ್ಲ. ಅವರ ಹೇಳಿಕೆ ವಿದ್ಯಾರ್ಥಿಗಳಿಗೂ ಅಧ್ಯಾಪಕರಿಗೂ ಸಂಬಂಧಿಸಿದ್ದು. ತಜ್ಞರು 'ಜನಪ್ರಿಯವಾದ' ಎಂದು ಕೇಳಿದ್ದಕ್ಕೆ ನನ್ನ ಮಿತ್ರರು ಕೊಟ್ಟಿರುವ ಬದಲು ಸಮರ್ಪಕವಾಗಿದ್ದ ಪಕ್ಷಕ್ಕೆ ನಾನು ಹೇಳಬಹುದಾದದ್ದೇನೂ ಇಲ್ಲ."

ತಜ್ಞ: "ನನ್ನ ಪ್ರಶ್ನೆಯನ್ನು ನೀವು ಅರ್ಥಮಾಡಿಕೊಂಡಿದ್ದೀರಿ. ದಯವಿಟ್ಟು ಹೇಳಿ."

"ವಿದ್ಯಾರ್ಥಿ ದೆಸೆಯನ್ನು ಮುಗಿಸಿ, ಇತರ ಕೆಲಸ ಕಾರ್ಯಗಳನ್ನು ಮಾಡುತ್ತಿರುವವರದೂ, ಕೆಲಸದಿಂದ ನಿವೃತ್ತರಾದವರದೂ ವರ್ಗವೊಂದಿದೆ. ಇವರಲ್ಲಿ ಕೆಲವರು ಓದುವ ಅಭ್ಯಾಸವನ್ನು ಸತತವಾಗಿ ಉಳಿಸಿಕೊಂಡು ಬಂದಿದ್ದಾರೆ. ತಮ್ಮ ಅಳವಿಗೆ ತಕ್ಕ ಸ್ವಂತ ಪುಸ್ತಕ–ಭಂಡಾರವನ್ನೂ ಸಂಗ್ರಹಿಸಿಕೊಂಡಿದ್ದಾರೆ. ಇಂಥ ಲೈಬ್ರೈರಿಗಳಲ್ಲಿ ಕಾಣುವ ಡಿಕನ್ಸ್‌ನ ಒಂದೇ ಒಂದು ನಾವಲೆಂದರೆ 'Pickwicke Papers.' ಈ ಪುಸ್ತಕವನ್ನು ಹತ್ತಾರು ಸಲ ಓದಿದವರಿದ್ದಾರೆ; ೮೦ ವರ್ಷದ ಮುದುಕರು ಕೂಡ ಇದನ್ನು ತಿರುಗಿ ತಿರುಗಿ ಓದುತ್ತಿರುತ್ತಾರೆ. ಇಂಗ್ಲಿಷ್ ಸಾಹಿತ್ಯವನ್ನು ಶಾಸ್ತ್ರೋಕ್ತವಾಗಿ ಕಲಿಯುವ ಓದುಗರೆಲ್ಲ ಸಾಮಾನ್ಯವಾಗಿ ಓದುವ ಪುಸ್ತಕ ಇದು ಎಂದು ಧಾರಾಳವಾಗಿ ಹೇಳಬಹುದಾಗಿದೆ."

ತಜ್ಞ: "ನೀವು ಇಂಗ್ಲಿಷ್ ಪ್ರಾಧ್ಯಾಪಕರೋ, ಇಲ್ಲವೆ ಓದುವ ಅಭ್ಯಾಸವಿಟ್ಟುಕೊಂಡಿರುವವರೋ?"

ನಾನು: "ಎರಡೂ ಅಲ್ಲ!"

ತಜ್ಞನ ಬಾಯಿಂದ ಸುಸಂಸ್ಕೃತ ಎನ್ನಿಸಿಕೊಂಡೆ; ಸಭಿಕರ ಬಾಯಿಂದ ಶನಿಪೀಡೆ ಎನ್ನಿಸಿಕೊಂಡೆ.

ನಮ್ಮ ಕಾಲೇಜಿನ ಸೋಜಿಗದ ಸಂಗತಿಯೆಂದರೆ ಕ್ಲಾಸುಗಳ ಹೊರಗಡೆ ತಮಿಳು ಅಧ್ಯಾಪಕರು ಇಂಗ್ಲಿಷನ್ನೂ, ಇಂಗ್ಲಿಷ್ ಅಧ್ಯಾಪಕರು ತಮಿಳನ್ನೂ ಮಾತನಾಡುತ್ತಾರೆ (ಈ ಸ್ಥಿತಿ ಇತರ ಕಾಲೇಜುಗಳಲ್ಲಿದೆಯೋ ಇಲ್ಲವೋ ನನಗೆ ಗೊತ್ತಿಲ್ಲ). ಇಂಗ್ಲಿಷ್ ಅಧ್ಯಾಪಕರು ತರಗತಿಯ ಹೊರಗಡೆ ತಮಿಳಿನಲ್ಲಿ ವ್ಯವಹರಿಸುವುದು ಸ್ವಾಭಾವಿಕವೇ ಆದರೂ, ತಪ್ಪಿ ಕೂಡ ಪರದೇಶಿ ಭಾಷೆಯನ್ನು ಉಪಯೋಗಿಸುತ್ತಿರಲಿಲ್ಲ; ತಮಿಳು ಅಧ್ಯಾಪಕರು ಮರೆತು ಕೂಡ ತಮಿಳನ್ನು ಉಪಯೋಗಿಸುತ್ತಿರಲಿಲ್ಲ. ಇದರ ಮರ್ಮವೇನಿರಬಹುದು? ಪರದೇಶಿ-ಭಾಷೆ ತಮಿಳು ವಾತಾವರಣದಲ್ಲಿ ಬೆರೆಯಕೂಡದೆಂದಿರಬಹುದೆ? ಹೀಗಿದ್ದರೆ ತಮಿಳು ಅಧ್ಯಾಪಕರು ಏಕೆ ಅದೇ ಪರದೇಶಿ-ಭಾಷೆಯನ್ನು ತಮಿಳು ವಾತಾವರಣದಲ್ಲಿ ಆಡುತ್ತಾರೆ? ಈ ಇಂಗ್ಲಿಷ್ ಅಧ್ಯಾಪಕರ ಇಂಗ್ಲಿಷು ಹೆಚ್ಚು ಕಡಿಮೆ ತಮಿಳಿನಂತೆಯೇ ಇದ್ದಿತಾದರೂ ತಮಿಳು ಅಧ್ಯಾಪಕರ ಇಂಗ್ಲಿಷು ಭಾಷೆಯ ದೃಷ್ಟಿಯಿಂದಲೂ ಉಚ್ಚಾರಣೆಯ ದೃಷ್ಟಿಯಿಂದಲೂ ಬೇರಾವುದೋ ಭಾಷೆಯಂತಿತ್ತೇ ವಿನಾ ಇಂಗ್ಲಿಷ್‌ನಂತಿರಲಿಲ್ಲ. ಇಲ್ಲಿ ಒಂದು ಸಂಗತಿಯನ್ನು ಗಮನಿಸಬೇಕು. ಅಭಾವಕಾಲದಲ್ಲಿ ಇಂಗ್ಲಿಷ್ ಉಪಾಧ್ಯಾಯರು ಆಯ್ಕೆಗೊಂಡ ರೀತಿಯನ್ನು ಹಿಂದೆ ತಿಳಿಸಿದ್ದೇನೆ. ತಮಿಳಿಗೆ ಈ ಸ್ಥಿತಿಯೇನೂ ಒದಗಲಿಲ್ಲ. ತಮಿಳು ಉಪಾಧ್ಯಾಯರಿಗೆ ಎಂ.ಎ. ಪಟ್ಟ-ಅದು ಯೂನಿವರ್ಸಿಟಿ ಇತ್ತ ಪಟ್ಟವೇ ಆಗಿದ್ದಾಗ್ಯೂ-ಕಾಲೇಜಿನಲ್ಲಿ ಓದಿ ಗಳಿಸಿದ ಪಟ್ಟವಲ್ಲ. ಎಸ್.ಎಸ್. ಎಲ್.ಸಿ. ವರೆಗೂ ಓದಿಯಾದ ಬಳಿಕ ಯಾರು ಬೇಕಾದರೂ ಮನೆಯಲ್ಲಿಯೇ ಕುಳಿತು ಓದಿಕೊಂಡು 'ಶಿರೋಮಣಿ' ಪರೀಕ್ಷೆಯಲ್ಲಿ ತೇರ್ಗಡೆಯಾಗಬಹುದು. 'ಶಿರೋಮಣಿ'ಯಾಗಿ ಎರಡು ವರ್ಷಗಳು ಕಳೆದ ಮೇಲೆ ಕಾನೂನು ಪ್ರಕಾರ ಇವನೂ ಎಂ.ಎ. ಆಗಿಬಿಡುತ್ತಾನೆ! ಕಾಲೇಜನ್ನು ಸೇರಿ ಕ್ರಮವಾಗಿ ತಮಿಳು ಭಾಷಾಸಾಹಿತ್ಯಗಳನ್ನು ಬಿ.ಎ. ಪಟ್ಟವನ್ನು ಮೊದಲುಗಳಿಸಿ, ಅನಂತರ ಎಂ.ಎ. ಪಟ್ಟವನ್ನು ಗಳಿಸಿದ ಪದವೀಧರರ ಸಹಪಂಕ್ತಿಯಲ್ಲಿ ಸೇರಿಬಿಡುತ್ತಾನೆ! ಇಂಥ ಎಂ.ಎ.ಗಳಿಗೆ ಇಂಗ್ಲಿಷಿನ ಗಂಧವಿಲ್ಲ; ಹೈಸ್ಕೂಲಿನಲ್ಲಿ ಓದಿದ ಜ್ಞಾನವೆಷ್ಟೋ ಅಷ್ಟೇ. ತಮ್ಮನ್ನು ಕೇಳುವವರಿಲ್ಲ ಎಂಬ ಕೊರತೆ ಸರ್ವದಾ ಇವರಿಗೆ ಇರುತ್ತದೆ; ತಮಗೆ ಸಲ್ಲಬೇಕಾದ ಮನ್ನಣೆ ದೊರಕುತ್ತಿಲ್ಲವೆಂದು ಗೊಣಗುತ್ತಲೇ ಇರುತ್ತಾರೆ. ಕ್ರಮವಾಗಿ ಎಂ.ಎ. ಡಿಗ್ರಿ ತೆಗೆದುಕೊಂಡವರಿಗೆ ಶಿರೋಮಣಿ-ಎಂ.ಎ.ಗಳನ್ನು ಕಂಡರೆ ತಾತ್ಸಾರವೇನೋ ಇತ್ತು. ಕೆಲಸ ಸಂಪಾದಿಸಿಕೊಳ್ಳುವ ಪೈಪೋಟಿಯಲ್ಲಿ ಈ ಮನೋಭಾವ ಅನೇಕ ರೂಪಗಳಲ್ಲಿ ಕಾಣಿಸಿಕೊಳ್ಳುತ್ತಿತ್ತು. ಬಹುಪಾಲು 'ಡಬ್ಬಲ್-ಗ್ರಾಜುಯೇಟು' ಎಂ.ಎ.ಗಳೇ ಗೆಲ್ಲುತ್ತಿದ್ದರು. ಶಿರೋಮಣಿ-ಎಂ.ಎ.ಗಳು ತಮ್ಮ ಗೋಳನ್ನು ಕೋರ್ಟಿನಲ್ಲಿ ತೋಡಿಕೊಂಡರು. ನ್ಯಾಯಾಧೀಶ ತೀರ್ಪು ಕೊಟ್ಟಿದ್ದ: "ಎಂ.ಎ. ಎಂದರೆ ಎಂ.ಎ.ನೇ. ಒಂದು ಜಾತಿಯದು ಹೆಚ್ಚು ಹಾಲು

ಸುರಿಸಬಹುದು, ಇನ್ನೊಂದು ಜಾತಿಯದು ರುಚಿಯಾದ ಹಾಲು ಸುರಿಸಬಹುದು. ಇಂಥ ವೈಯಕ್ತಿಕ ವ್ಯತ್ಯಾಸಗಳಿರಬಹುದೇ ವಿನಾ ಎರಡು ಬಗೆಯ ಎಂ.ಎ.ಗಳೂ ಎಂ.ಎ.ಗಳೇ. ಎಂ.ಎ. ಕುಲದಲ್ಲಿ ಭೇದಭಾವಗಳನ್ನು ವಿಂಗಡಿಸುವುದು ತರವಲ್ಲ."

ಈ ತೀರ್ಪಿನಿಂದ ಶಿರೋಮಣಿಗಳಿಗೂ ಕೆಲಸ ದೊರಕುವ ಅವಕಾಶ ದೊರಕಿತೇ ವಿನಾ ಇವರಿಗೂ 'ಡಬ್ಬಲ್–ಗ್ರಾಜುಯೇಟು' ತಮಿಳು ಅಧ್ಯಾಪಕರಿಗೂ ನಡೆಯುತ್ತಿದ್ದ ತಾರತಮ್ಯ ತಕರಾರುಗಳು ತಪ್ಪಲಿಲ್ಲ. ಆದರ್ಶ ದೃಷ್ಟಿಯಿಂದ ನೋಡಿದರು 'ಡಬ್ಬಲ್–ಗ್ರಾಜುಯೇಟು'ಗಳು ಇಂಗ್ಲಿಷ್ ಓದಿದ್ದೂ ಒಂದೇ. ಈತ ಎಸ್.ಎಸ್. ಎಲ್.ಸಿ.ವರೆಗೂ ಇಂಗ್ಲಿಷ್ ಓದಿದ್ದೂ ಒಂದೇ. ಒಂದು ವಿಧದಲ್ಲಿ ಶಿರೋಮಣಿಯ ವ್ಯಾಕರಣ ಪಾಂಡಿತ್ಯ 'ಡಬ್ಬಲ್–ಗ್ರಾಜುಯೇಟಿ'ನದಕ್ಕಿಂತ ಉತ್ತಮವಾಗಿಯೇ ಇರುತ್ತಿತ್ತು. ಶಿರೋಮಣಿಯ ಇಂಗ್ಲಿಷ್ ವಾಕ್ಯಗಳಲ್ಲಿ ಅಪರೂಪವಾಗಿ ಕರ್ತೃ ಕರ್ಮ ಕ್ರಿಯಾ ಪದಗಳು ಪ್ರಯೋಗಿಸಲ್ಪಡುತ್ತಿದ್ದವು. ಕ್ರಮ ಅದಲುಬದಲಾದರೂ; 'ಡಬ್ಬಲ್ ಗ್ರಾಜುಯೇಟು' ಅದೇ ವಾಕ್ಯವನ್ನು ಉಪಯೋಗಿಸಿದರೂ ಕ್ರಿಯಾಪದಗಳ ಲೋಪವೋ ಕಾಲರೂಪದೋಷವೋ ಎದ್ದುಕಾಣುತ್ತಿತ್ತು.

ನಮ್ಮ ಇಂಗ್ಲಿಷ್ ಉಪಾಧ್ಯಾಯರುಗಳಿಗೆ ತಮಿಳು ಎಂ.ಎ.ಗಳನ್ನು ಕಂಡರೆ ತೀರ ಹೀನಾಯ. ತಮಿಳನ್ನು ಪ್ರಥಮ ಭಾಷೆಯಾಗಿಟ್ಟಮೇಲಂತೂ ಆ ಭಾಷೆಯ ಅಧ್ಯಾಪಕರು ವಿಪರೀತ ಚಿಗಿತುಕೊಂಡರು. ಅವರ ತಲೆ ಆಗಸವನ್ನು ಮುಟ್ಟಿತು. ದ್ವಿತೀಯ ಸ್ಥಾನಕ್ಕೆ ಬಲಾತ್ಕಾರವಾಗಿ ಅರ್ಧಚಂದ್ರ ಪ್ರಯೋಗ ಪಡೆದಿದ್ದ ಇಂಗ್ಲಿಷ್ ಭಾಷೆಯ ಅಧ್ಯಾಪಕರನ್ನು ಈಗ ದ್ವೇಷವೂ ಹಿಡಿದುಕೊಂಡಿತು. ಹೀಗಾಗಿ ದಿನ ದಿನವೂ ಇಂಗ್ಲಿಷ್–ತಮಿಳುಗಳಿಗೆ ವಾದವಿವಾದಗಳು, ಕಹಿ ಸಂಭವಗಳು, ಕೈಕೈ ಕುಸ್ತಿಗಳು ಸಾಧಾರಣವಾದವು. ತಮಿಳು ಅಧ್ಯಾಪಕರಿಗೆ "ಇಂಗ್ಲಿಷು ಅಧ್ಯಾಪಕರಿಗಿರುವ ಭಾಷಾಜ್ಞಾನಕ್ಕಿಂತ ನಮ್ಮದೇನೂ ಕಡಿಮೆಯಿಲ್ಲ" ಎಂಬ ಆತ್ಮಗೌರವ. ಇಂಗ್ಲಿಷ್ ಅಧ್ಯಾಪಕರಿಗೆ "ತಮಿಳು ಅಧ್ಯಾಪಕರಿಗೆ ಇಂಗ್ಲಿಷ್ ಜ್ಞಾನವೇ ಇಲ್ಲ" ಎಂಬ ತಾತ್ಸಾರಭಾವ. ಎರಡು ಕಡೆಯ ಅಧ್ಯಾಪಕರಿಗೂ ತಾವು ಜವಾಬ್ದಾರಿಯ ಹುದ್ದೆಯಲ್ಲಿರುವವರೆಂಬ ಅರಿವೇ ಮರೆತುಹೋಯಿತು.

ಇಂಥದೊಂದು ಪ್ರಕರಣ ಮೀತಿಮೀರಿ ನಡೆಯಿತು. ಅಕ್ಕಪಕ್ಕದ ರೂಮುಗಳಲ್ಲಿ (ಬಟ್ಟೆಯ ಸ್ಕ್ರೀನಿನಿಂದ ಪ್ರತ್ಯೇಕಿಸಲ್ಪಟ್ಟದ್ದು) ಇಂಗ್ಲಿಷು ತಮಿಳು ತರಗತಿಗಳು ನಡೆಯುತ್ತಿದ್ದವು. ಇಂಗ್ಲಿಷು ಅಧ್ಯಾಪಕ ಹೀಗೆ ಹೇಳಿದನಂತೆ: "ವರ್ಡ್ಸ್‌ವರ್ತ್ ನೇಚರ್ ಕವಿ. ಇವನನ್ನು ಮೀರಿಸಿದವನಾರೂ ಪ್ರಪಂಚದಲ್ಲೇ ಇಲ್ಲ." ತಮಿಳು ಅಧ್ಯಾಪಕ "ನಮ್ಮ ಪರನರ್ ಮಹಾಕವಿಯನ್ನು ಮೀರಿಸಿದ ನೇಚರ್ ಕವಿ ಪ್ರಪಂಚದಲ್ಲಿ ಯಾವನೂ ಇಲ್ಲ" ಎಂದನಂತೆ. 'ವರ್ಡ್ಸ್‌ವರ್ತ್'ವಾದಿ ಬಟ್ಟೆಯ ಸ್ಕ್ರೀನಿನ ಬಳಿ ಬಂದು "ಹುಷಾರ್" ಎಂದನಂತೆ. 'ಪರನಾರ್' ವಾದಿಯೂ ಸ್ಕ್ರೀನಿನ ಆ ಕಡೆ ಇವನಿಗೆದುರಾಗಿ ನಿಂತು "ನೀನು ಹುಷಾರ್" ಎಂದನಂತೆ. ಮಾತು

ಗುದ್ದುಗಳ ವಿನಿಮಯ

ಬೆಳೆಯಿತು. ಮೊದಲು ಗುದ್ದುಗಳು ಎರಡು ಕಡೆಯಿಂದಲೂ ಸ್ಕ್ರೀನಿಗೆ ಬಿದ್ದವು. ಬಟೆ ಹರಿಯಿತು. ಈಗ ಪ್ರತ್ಯಕ್ಷವಾಗಿ ಗುದ್ದುಗಳನ್ನು ವಿನಿಮಯ ಮಾಡಿಕೊಂಡರು. ಎರಡು ಕಡೆಯೂ ವಿದ್ಯಾರ್ಥಿ–ವೀರರೂ ಪಾಲುಗೊಂಡರು. ಕೊನೆಗೆ ಇಬ್ಬರು ವಾದ್ಯಾರುಗಳನ್ನೂ ನಾಲ್ಕೈದು ವಿದ್ಯಾರ್ಥಿಗಳು ತಮ್ಮ ಹೆಗಲ ಮೇಲೆ ಹೊತ್ತುಕೊಂಡು ಬಂದು ನನ್ನ ರೂಮಿನಲ್ಲಿ ಇಳಿಸಿದರು. ಒಬ್ಬ ವಾದ್ಯಾರಿಗೆ ಮೂಗಿನಿಂದ ರಕ್ತ ಸುರಿಯುತ್ತಿತ್ತು; ಇನ್ನೊಬ್ಬನಿಗೆ ಹಲ್ಲು ಮುರಿದಿತ್ತು. ಈ ಪ್ರಕರಣ 'serious' ಆದದ್ದರಿಂದ ನಾನು ವಿಚಾರಣೆ ಮಾಡಿ ವರದಿಯನ್ನು ಮೇಲಧಿಕಾರಿಗಳಿಗೆ ಕಳುಹಿಸಬೇಕಾದ ಸಂದರ್ಭ ಒದಗಿತು.

"ಇಂಗ್ಲಿಷು ತಮಿಳುಗಳೆರಡೂ ಸ್ವತಂತ್ರ ಭಾಷೆಗಳು, ಸ್ವತಂತ್ರ ಸಾಹಿತ್ಯವುಳ್ಳವಂಥವು. ಇಂಗ್ಲೆಂಡಿನಲ್ಲೂ 'nature' ಇದೆ; ತಮಿಳುನಾಡಿನಲ್ಲೂ 'nature' ಇದೆ. ಎರಡು ನಾಡುಗಳಲ್ಲೂ ಕವಿಗಳು ಹುಟ್ಟಿಕೊಂಡಿದ್ದಾರೆ. ನಿಸರ್ಗವನ್ನು ಕುರಿತು ಹಾಡಿದ್ದಾರೆ. ನೀವೇಕೆ ಒಬ್ಬರೊಡನೊಬ್ಬರು ಜಗಳವಾಡಿದ್ದೀರಿ?" ಎಂದು

ತಮಿಳಿನಲ್ಲೇ ಕೇಳಿದೆ.

ತಮಿಳು ಅಧ್ಯಾಪಕ: "Tamil three thousand year language sir! English one thousand!"

ಇಂಗ್ಲಿಷ್ ಅಧ್ಯಾಪಕ: "What three thousand sir ! No good literature! English short period sir, thousands of good books!"

ತ. ಅ: "What good book? Only Shakespeare, Milton et cetera sir! others no good. In Tamil sir, Paramar, Sattanar, Kamban, Sangam... thousands and thousands."

ನಾನು: "ಇಲ್ಲಿ ನೋಡಿ, ನಾನು ಸಾಹಿತ್ಯಚರಿತ್ರೆಗಳನ್ನೋ ಸಾಹಿತ್ಯವನ್ನೋ ಓದಿದವನಲ್ಲ. ನನ್ನೆದುರಿಗೆ ಈ ಚರ್ಚೆ ಬೇಡ. ಯಾರು ಮೊದಲು ಕೈ ಮಾಡಿದ್ದು?"

ತ. ಅ: "I did not hitted sir."

ಇಂ. ಅ: "I had not hit sir,"

ನಾನು: "Then did you hit each other simultaneously?'

ಇಂ. ಅ: "He hitted first sir."

ತ. ಅ: "No sir, he alone hitted me first sir."

ಇಂ. ಅ: "I get first hitted sir."

"He hitted first sir."

ತ. ಅ: "Then he hitted himself first sir."

ನಾನು: "ಅಪ್ಪ! ಇಬ್ಬರೂ ನಿಜ ಹೇಳುತ್ತಿಲ್ಲ. ನಿಮ್ಮ ನಡತೆ ಸರಿಯಾಗಿದೆಯೆ? ತಮಿಳಿನಲ್ಲೇ ಬದಲು ಹೇಳಿ."

ಇಬ್ಬರೂ: "What sir! we know English sir."

ನಾನು: "ಸರಿ, ನಿಮ್ಮ ನಡತೆ ಸರಿಯಾದದ್ದೇ?"

ಇಂ. ಅ: "He will have to be aplogised sir."

ತ. ಅ: "Why sir I ? He must be apologised first."

ನಿಜವನ್ನು ಹೊರಕ್ಕೆ ತರಲಾಗದ ವಿಚಾರಣೆಯನ್ನು ಹೇಗೋ ಮುಗಿಸಿದೆ. ಏನೋ ಆಯಿತು. ಇದು ಇಲ್ಲಿ ಮುಖ್ಯವಲ್ಲ. ಉಪಾಧ್ಯಾಯರು ಪರದೇಶಿ ಭಾಷೆಯ ವಿಷಯದಲ್ಲಿ ತೋರಿಸುತ್ತಿದ್ದ ಗೌರವವೆಂಥದೆಂಬುದನ್ನು ಉದಾಹರಿಸಲು ಮೇಲಿನ ಪ್ರಕರಣವನ್ನು ತಿಳಿಸಿಲಾಗಿದೆ.

* * *

ತಮಿಳು ಇಂಗ್ಲಿಷು ಎರಡು ಭಾಷೆಗಳನ್ನೂ ಶಿಕ್ಷಣ ಮಾಧ್ಯಮವನ್ನಾಗಿ ವಿಧಾಯಿಸಿತು ಸರ್ಕಾರ. ನಮ್ಮ ಕಾಲೇಜಿನಲ್ಲೂ ಈ ವಿಧಿಗೆ ಒಳಗಾಗಿ ತಮಿಳು ತರಗತಿಗಳನ್ನು ತೆರೆಯಲಾಯಿತು. ಈ ಕಾರಣದಿಂದ ತಮಿಳು ಪಾಠಗಳನ್ನು ನಡೆಸುವುದಕ್ಕೆಂದೇ ಸ್ಪೆಷಲ್ ತರಪೇತಿ ಪಡೆದ ಪ್ರತ್ಯೇಕವಾದ ಅಧ್ಯಾಪಕ– ವರ್ಗವನ್ನು ನಿಯಮಿಸಲಾಯಿತು. ತಮಿಳು–ಇಂಗ್ಲಿಷ್‌ಗಳ ತಾರತಮ್ಯ–ಪೈಪೋಟಿ ಈಗ ಕಾಲೇಜಿನ ಒಂದೊಂದು ಡಿಪಾರ್ಟ್‌ಮೆಂಟಲ್ಲೂ ನೆಲೆಯಾಯಿತು. ಈ ಎರಡು ವರ್ಗಗಳ ವಿದ್ಯಾರ್ಥಿಗಳಿಗೂ ಮನಸ್ತಾಪ, ಜಗಳ; ಎರಡು ವರ್ಗಗಳ ಅಧ್ಯಾಪಕರಿಗೂ ಹೊಟ್ಟೆಯುರಿ, ಲಟಾಪಟಿ.

ಈ ಹೊಸ ಪರಿಸ್ಥಿತಿಯನ್ನು ತಪ್ಪಿಸುವ ಸಲುವಾಗಿ "ತಮಿಳು ಉಪಾಧ್ಯಾಯರು ಇಂಗ್ಲಿಷ್ ಉಪಾಧ್ಯಾಯರು ಎಂಬ ತಾರತಮ್ಯವನ್ನು ಗಣಿಸುವುದು ಬೇಡ. ತಮಿಳಿಗಾಗಿ ನಿಯಮಿತರಾಗಿರುವ ಉಪಾಧ್ಯಾಯರು ಇಂಗ್ಲಿಷ್ ಮಾಧ್ಯಮದ ತರಗತಿಗಳಿಗೂ ಪಾಠ ಹೇಳಲಿ" ಎಂದು ಡಿಪಾರ್ಟ್‌ಮೆಂಟುಗಳ ಒಳ ಆಡಳಿತ ಕ್ರಮವನ್ನು ತಿದ್ದಿ ನೋಡಿದ್ದಾಯಿತು. ತಮಿಳು ತರಗತಿಗಳಲ್ಲಿದ್ದ ಅಶಿಸ್ತು ಇಂಗ್ಲಿಷ್ ತರಗತಿಗಳಿಗೂ ಹರಿಯಿತು. ವಿದ್ಯಾರ್ಥಿಗಳು ವಾದ್ಯಾರಿನ ಭಾಷೆಯ ತಪ್ಪುಗಳನ್ನು ಒಡನೆಯೆ ಕಂಡುಹಿಡಿದು ಬಹಿರಂಗವಾಗಿ ನಕ್ಕರು, ಲೇವಡಿ ಮಾಡಿದರು; ಪಾಠ ಮುಂದುವರೆಸುವುದಕ್ಕೆ ತಡೆಯೊಡ್ಡಿದರು. ತಮಿಳು ವಾದ್ಯಾರುಗಳ ಆತ್ಮಗೌರವಕ್ಕೆ ಚ್ಯುತಿ ತಂದರು! ವಾದ್ಯಾರು ತನ್ನ ತಪ್ಪನ್ನು ನೂರಕ್ಕೊಂದು ಸಲವಾದರೂ ತಿದ್ದಿಕೊಂಡಿದ್ದರೆ ಸ್ಥಿತಿ ಇಷ್ಟು ಕೆಡುತ್ತಿರಲಿಲ್ಲ. ಆತ್ಮಗೌರವದ ಬೇನೆಯಿಂದ ಅವನು

ತಪ್ಪನ್ನು ಒಪ್ಪಿಕೊಳ್ಳಲೂ ಇಲ್ಲ, ತಿದ್ದಿಕೊಳ್ಳಲೂ ಇಲ್ಲ. ತನ್ನದೇ ಧೋರಣೆಯಲ್ಲಿ
ದಬಾವಣೆ ನಡೆಸುತ್ತಿದ್ದ. ಬಾಯಿಗೆ ಬಂದಂತೆ ತಮಿಳಿನಲ್ಲೂ ಇಂಗ್ಲಿಷಿನಲ್ಲೂ ಬೈಗಳ
ಸಂಧಿಸಮಾಸಗಳನ್ನು ಮಾಡಿ ಪ್ರಯೋಗಿಸುತ್ತಿದ್ದ. ವಿದ್ಯಾರ್ಥಿಗಳಿಗೂ ಆತ್ಮಗೌರವ
ಇಲ್ಲವೆ? ತರಗತಿಗಳನ್ನು ತ್ಯಜಿಸಿದರು. ಅಹವಾಲುಗಳನ್ನು ಬರೆದುಕೊಂಡರು.
ಡೈರೆಕ್ಟರನ್ನೂ ಸರ್ಕಾರದ ಅಧಿಕಾರಿಗಳನ್ನೂ ಕಂಡರು. ಈ ಚೈತನ್ಯ ಅನೇಕ
ಕಾಲೇಜುಗಳಲ್ಲಿ ಕಂಡುಬಂದಿತಾದ್ದರಿಂದ ಸರ್ಕಾರಕ್ಕೆ ಕಿರಿಕಿರಿಯಾಯಿತು. ಏನೂ
ತೋರಲಿಲ್ಲ. ಕಮಿಟಿಯೊಂದನ್ನು ನಿಯಮಿಸಿ "ಪರಿಸ್ಥಿತಿಯನ್ನು ತಿದ್ದುವುದಕ್ಕೆ
ಸುಲಭೋಪಾಯಗಳನ್ನು" ಕಂಡುಹಿಡಿಯುವ ತಲೆನೋವನ್ನು ಅದಕ್ಕೆ ಒಪ್ಪಿಸಿತು.

ಸದಸ್ಯರು ಕಾಲೇಜುಗಳಿಗೆ ಭೇಟಿ ಕೊಟ್ಟರು, ಉಪಾಧ್ಯಾಯರೊಡನೆ
ಸಮಾಲೋಚನೆ ಮಾಡಿದರು. ಇಂಗ್ಲಿಷ್ ಮಾಧ್ಯಮ ತರಗತಿಗಳು ನಡೆಯುತ್ತಿದ್ದ
ಕ್ರಮವನ್ನು ಪ್ರತ್ಯಕ್ಷವಾಗಿ ನೋಡಿದರು; ಆ ಇಂಗ್ಲಿಷನ್ನು ಕಿವಿಯಾರೆ ಕೇಳಿದರು.
ಅವರಿಗೆ ಕರ್ಣಾನಂದವನ್ನುಂಟುಮಾಡಿದ ಅಮೃತ ವಾಕ್ಯಗಳು:

(೧) ಕಾಲೇಜಿನ ಹೆಸರು....

ಪಾಠ ತರಗತಿ : ಫಿಜಿಕ್ಸ್, ಕೊನೆಯ ವರ್ಷ.

Last class I was done Heat; this class I am being done light.

You all know Light is light, Bulb light, flame light, sun light.
Don't you confused Heat, Light etc. and weight light etc. Heat
is expanded objects. Light expand nothing. It give lights. It give
shadows...

(೨) ಕಾಲೇಜಿನ ಹೆಸರು....

ಪಾಠ ತರಗತಿ : ಬಾಟನಿ, ಕೊನೆಯ ವರ್ಷ.

Collected flower parts and flower. You see flower. Your see in it
colour. It is not colour. It is anthocyanin color.

Anthocyanin chemical. Insect eat flower. No dies, chemical no
action anthocyanin. It lives.

For fruit Petal sepal no important. Ovary important. Seed
formed bursted. Spreaded germinated into tree. Wonder! Wonder!

(೩) ಕಾಲೇಜಿನ ಹೆಸರು....

ಪಾಠ ತರಗತಿ : ಜಿಯಾಲಜಿ, ಎರಡನೆಯ ವರ್ಷ.

Fossils dead animals become stone. Millions years ago it lived. Fossils used time dating. Trilolites indexed fossiled. Different geology periods found by fossils.

We also become fossils in Adichanallur. All over world in Africa, China etc. Fossilled mamoth elephant found Siwatik.

(೪) ಕಾಲೇಜಿನ ಹೆಸರು....

ಪಾಠ ತರಗತಿ : ಚರಿತ್ರೆ, ಕೊನೆಯ ವರ್ಷ.

When Asoka came to be throwned, he made Kalingas warred. He gaved up thrown. He felt sorry. His edicts spreaded all over world.

There was a garden dug by Asoka in Ceylon. Our Kamban say Sita sat on the garden under Asoka tree.

Asoka very great king. Not compared to our Rajaraja. Asoka not rached Kaveri. Rajaraja reached Ganga. Asoka Sanskrit, Rajaraja Tamil.

ಇಂಗ್ಲಿಷಿಗೆ ಒದಗಿರುವ ಗತಿಯನ್ನು ಕಂಡು ಖಿನ್ನರಾದ ಕಮಿಟಿಯ ಸದಸ್ಯರ ತೀರ್ಪು: "ಭಾಷಾದೃಷ್ಟಿಯಿಂದ ಈ ತೆರನಾದ ಇಂಗ್ಲಿಷ್ ಮಾಧ್ಯಮವನ್ನು ಮುಂದುವರೆಸುವುದು ಖಂಡಿತ ಬೇಡವೆಂದು ನಾವು ಅಭಿಪ್ರಾಯ ಪಡುತ್ತೇವೆ."

ಆದರೆ ಈ ವರದಿಯನ್ನು ಇನ್ನೂ ಜಾರಿಗೆ ತಂದಿಲ್ಲ.

* * *

ಕನ್ನಡದ ಕೊಲೆ

"ನೀನಾರ್ಗೆ? ಎತ್ತಣಿಂ ಬಂದಪೆ?
ಎಲ್ಲಿಗೆ ಪೋದಪೆ?"
–ಗದಾಯುದ್ಧ

ಡೈರೆಕ್ಟರು ಎಂದರೆ ನಮ್ಮ ಪ್ರಿನ್ಸಿಪಾಲನಿಗೆ ಎಲ್ಲೂ ಇಲ್ಲದ ಮೈ ನಡುಕ ಬಂದು ರಕ್ತದ ಒತ್ತಡ ಬಲವಾಗಿಬಿಡುತ್ತದೆ. ಫೋನಿನಲ್ಲಿ "ನಾನು ಡೈರೆಕ್ಟರು" ಎಂಬ ವಾಕ್ಕು ಕೇಳಿಸಿದೊಡನೆ ಗಡಿಬಿಡಿ. ಡೈರೆಕ್ಟರ್ ಆಫ್ ಎಡುಕೇಷನ್ನೆ, ಡೈರೆಕ್ಟರ್ ಆಫ್ ಮೆಡಿಕಲ್ ಸರ್ವಿಸಸ್ಸೆ, ಡೈರೆಕ್ಟರ್ ಆಫ್ ಅನಿಮಲ್ ಹಸ್ಬೆಂಡರಿಯೆ, ಡೈರೆಕ್ಟರ್ ಆಫ್ ಅಗ್ರಿಕಲ್ಚರೆ, ಈತನಿಗೆ ಇದಾವುದನ್ನೂ ವಿಚಾರಿಸುವಷ್ಟು ಕೂಡ ತಾಳ್ಮೆಯಿಲ್ಲ. ರಿಸೀವರನ್ನು ಈ ಕೈಯಿಂದ ಆ ಕೈಗೆ ಆ ಕೈಯಿಂದ ಈ ಕೈಗೆ ಹಾರಿಸುತ್ತ ಮೈಮೇಲೆ ಬಂದವನಂತೆ ಕುರ್ಚಿಯಿಂದೆದ್ದು ತಕತಡ ಆಡುತ್ತಾನೆ. ರಿಸೀವರನ್ನು ಕಿವಿಗಿಟ್ಟುಕೊಂಡು "ಯೆಸ್ ಸಾರ್, ಯುವರ್ ಒಬಿಡಿಯೆಂಟ್ ಸರ್ವೆಂಟ್ ಸಾರ್" ಎಂದು 'ಅಟೆನ್‌ಷನ್' ನಿಲ್ಲುತ್ತಾನೆ. ಇದರ ಹಿನ್ನೆಲೆ ನನಗೆ ತಿಳಿಯದು. ಡೈರೆಕ್ಟರಿಗೂ ಈತನಿಗೂ ಮನಸ್ತಾಪವೇನಾದರೂ ಬಂದಿದ್ದಿರಬಹುದು, ಅಥವಾ ಡೈರೆಕ್ಟರ ಇಷ್ಟಕ್ಕೆ ಪ್ರತಿಯಾಗಿ, ತನ್ನ ಸ್ವಪ್ರಯತ್ನದಿಂದ ಈತನು ಪ್ರಿನ್ಸಿಪಾಲನ ಗಾದಿಯನ್ನು ಆಕ್ರಮಿಸಿಕೊಂಡಿರಲೂ ಬಹುದು. ಇದು ಹೇಗಿದ್ದರೂ ಡೈರೆಕ್ಟರು ಈತನಿಗೆ ಸಿಂಹಸ್ವಪ್ನ.

ಭಾಷಾ–ಪ್ರದೇಶಗಳ ವಿಂಗಡಕ್ಕೆ ಸನ್ನಾಹ ನಡೆಯುತ್ತಿದ್ದ ಕಾಲ ಅದು. ಪೊಟ್ಟಿ ಶ್ರೀರಾಮುಲು ಎಂಬ ದೇಶಭಕ್ತನು ಆಂಧ್ರ ಪ್ರಾಂತರಚನೆಗಾಗಿ ದೇಹ ತ್ಯಾಗ ಮಾಡಿದ್ದ ಹೊಸತು. ಇಲ್ಲಿದ್ದ ಆಂಧ್ರರಿಗೂ ತಮಿಳರಿಗೂ ಮಲೆಯಾಳದವರಿಗೂ ಕರ್ನಾಟಕದವರಿಗೂ ಇದ್ದ ಆತ್ಮೀಯತೆ ಮಾಯವಾಗಿಬಿಟ್ಟು ಪರಿಸ್ಥಿತಿ

"...ಯುವರ್ ಒಬಿಡಿಯೆಂಟ್ ಸರ್ವೆಂಟ್ ಸಾರ್"

ಬಿಗಡಾಯಿಸಿಕೊಂಡಿತ್ತು. ಒಬ್ಬನನ್ನು ಕಂಡರೆ ಇನ್ನೊಬ್ಬನಿಗೆ ಸಂದೇಹ; ಇವನೊಂದು ಮುಖವಾಡವನ್ನು ಹಾಕಿಕೊಂಡರೆ ಇನ್ನೊಬ್ಬ ಇನ್ನೊಂದನ್ನು ಹಾಕಿಕೊಳ್ಳುತ್ತಾನೆ. ಎದುರೆದುರಿಗೆ ವಿಶ್ವಾಸ ತೋರಿ ಬೆನ್ನ ಹಿಂದೆ ಕತ್ತಿಯೇಟು ಹಾಕುವಂಥ ಸಂದರ್ಭಗಳು ದಿನಚರಿಯ ಘಟನೆಗಳಾದವು. ಒಂದೊಂದು ಭಾಷಿಗರೂ ತಾವು ಕಾಣುತ್ತಿದ್ದ ಕನಸನ್ನು ತಮ್ಮ ಭಾಷಾ-ಪ್ರಾಂತದಲ್ಲಿ ನನಸಾಗಿಸಿಕೊಳ್ಳಬೇಕೆಂದು ತಲೆ ಕೆಳಗು ಪ್ರಯತ್ನಪಡುವವರೇ. ಅದುವರೆಗೂ ನಮ್ಮ ಕಾಲೇಜಿನಲ್ಲಿ ಕನ್ನಡ ಕಲಿಯಲು ಅವಕಾಶವಿತ್ತು; ತೆಲುಗು ಮಲೆಯಾಳಗಳಿಗಿದ್ದ ಸಂಖ್ಯೆಯಲ್ಲೇ ಕನ್ನಡವನ್ನು ಕಲಿಯುತ್ತಿದ್ದ ವಿದ್ಯಾರ್ಥಿಗಳೂ ಇದ್ದರು.

ನಾಲ್ಕೈದು ತಿಂಗಳ ಹಿಂದೆ ನಗರದ ಯಾವುದೋ ಸಾಂಸ್ಕೃತಿಕ ಸಂಘದ ಆಶ್ರಯದಲ್ಲಿ 'ದ್ರಾವಿಡ-ಭಾಷೆಗಳು' ಎಂಬ ಶಿರೋನಾಮೆಯ 'ಸಿಂಪೋಜಿಯಮ್' ನಡೆಯಿತು. ಈಗಲೇ ಕೆರಳಿದ್ದ ವಾತಾವರಣದಲ್ಲಿ ನಾಲ್ಕು ದಿನಗಳ ಈ ಸಭೆಯನ್ನು ಏರ್ಪಡಿಸಿದ ವಿವೇಕ ಇಂದಿಗೂ ಬಗೆಹರಿಯದ ಪ್ರಶ್ನೆಯೇ. ಅದರಲ್ಲಿ ಪಾಲುಗೊಂಡವರನೇಕರು ನಮ್ಮ ಕಾಲೇಜಿನ ಅಧ್ಯಾಪಕವರ್ಗದಲ್ಲಿದ್ದವರೇ. ಕನ್ನಡದ ಭಾಷಣಕಾರನು ಮಲೆಯಾಳದ ಸಾಹಿತ್ಯ ೧೩ನೇ ಶತಕದಿಂದ ಈಚಿನದು ಎಂದು ಹೇಳಿ ಕನ್ನಡ ತಮಿಳು ಸಾಹಿತ್ಯಗಳಷ್ಟು ಹಳೆಯದಲ್ಲ ಎಂಬ ವಾಸ್ತವಾಂಶವನ್ನು ಎತ್ತಿತೋರಿಸಿದನಂತೆ. ನಮ್ಮ ಕಾಲೇಜಿನಲ್ಲಿ ಇದರ ಮಾರ್ದನಿ ಮಿಡಿಯಿತು. ಮಲೆಯಾಳದ ವಿದ್ಯಾರ್ಥಿಗಳು ಪ್ರತಿಭಟನಾ ಸಭೆ ನೆರೆದರು; ಕನ್ನಡದವರೂ ತಮಿಳರೂ ಪ್ರತಿ ಪ್ರತಿಭಟನಾಸಭೆಗಳನ್ನು ಕೂಡಿಸಿದರು. ಕಾಲೇಜಿನ ಅಂಗಳದಲ್ಲೂ ಕೈ ಕೈ ಯುದ್ಧ ನಡೆಯಿತು. ಆಗ ಪ್ರಿನ್ಸಿಪಾಲರು ಮಲೆಯಾಳದ ಪರವಾಗಿ ಪಕ್ಷಪಾತ ತೋರಿಸಲಿಲ್ಲವಾದರೂ, ಸ್ವಭಾಷಾ ಪ್ರೇಮದಿಂದ ಸಹಾನುಭೂತಿಯಿಂದಿದ್ದವರು. ತಮಿಳು ರಾಜ್ಯ ಭಾಷೆಯಾಗಿದ್ದುದರಿಂದಲೂ ತನಗೊದಗಬಹುದಾದ ಸ್ವದೇಶ ಪ್ರಾಪ್ತಿಯನ್ನು ತಪ್ಪಿಸಿಕೊಳ್ಳುವ ಉದ್ದೇಶದಿಂದಲೂ ತಮಿಳರ ಗೋಜಿಗೆ ಹೋಗಲಿಲ್ಲ. ಅದು ಅಲ್ಲದೆ ಪೂರ್ವಕಾಲದಲ್ಲಿ (ಇದು ಯಾವಾಗ ಎಂದು ಯಾರಿಗೂ ಗೊತ್ತಿಲ್ಲ) ತಮಿಳುನಾಡೂ ಕೇರಳನಾಡೂ ಒಂದೇ ಆಗಿದ್ದವು. ಆಗ ತಮಿಳು ಮಲೆಯಾಳ

ಎಂಬ ಬೇರೆ ಬೇರೆ ನುಡಿಗಳಿರಲಿಲ್ಲ, ಎಲ್ಲವೂ ತಮಿಳೇ ಆಗಿದ್ದಿತು, ತಮಿಳಿನಿಂದ ಕೇರಳ ಬೇರೆಯಾದಾಗ ಅಲ್ಲಿಯಿ ತಮಿಳೇ ಮಲೆಯಾಳವಾಗಿಬಿಟ್ಟಿತು ಎಂಬ ತಮಿಳರ ಪುರಾಣದಲ್ಲಿ ವಿಶ್ವಾಸವನ್ನಿಟ್ಟುಕೊಂಡಿದ್ದವರು. ಈ ಅಭಿಮಾನದಿಂದಲೂ ತರ್ಮಿಳಿನ ಗೋಜಿಗೆ ಹೋಗಲಿಲ್ಲ.

ಕನ್ನಡಕ್ಕೆ ಬಂತು ಕುತ್ತು. ನಾಲ್ಕು ರೂಮುಗಳನ್ನು ಆಕ್ರಮಿಸಿಕೊಂಡಿದ್ದ ಕನ್ನಡ ಡಿಪಾರ್ಟ್‌ಮೆಂಟಿನಿಂದ ಒಂದು ರೂಮನ್ನು ಕಟಾವು ಮಾಡಿ ಇನ್ನಾವುದೋ ಡಿಪಾರ್ಟ್‌ಮೆಂಟಿಗೆ ದಾನಮಾಡಿದರು. ಮುಂದಿನ ವರ್ಷ ಇನ್ನೊಂದು ರೂಮನ್ನೂ ಹೀಗೆಯೇ ಮಾಡಿದರು. ಕನ್ನಡ ಪ್ರಾಧ್ಯಾಪಕರು "ರೂಮುಗಳು ಸಾಲವು, ತರಗತಿಯಲ್ಲಿ ಹುಡುಗರು ಕುಳಿತುಕೊಳ್ಳುವುದಕ್ಕೆ ಸ್ಥಳವಿಲ್ಲದಾಗಿದೆ" ಎಂದು ಅರಿಕೆ ಸಲ್ಲಿಸಿದ್ದಕ್ಕೆ "ಈಗ ಕಾಲೇಜಿನಲ್ಲಿಯೇ ಸ್ಥಳಾಭಾವ ಬಂದಿದೆ. ನಿಮ್ಮ ರೂಮಿನಲ್ಲೇ ಕ್ಲಾಸನ್ನು ನಡೆಸಿ" ಎಂದು ಉತ್ತರ ಬಂತು.

ಮೂರನೆ ವರ್ಷ ಕನ್ನಡ ಬೇಕೆಂದು ಕೇಳಿದ್ದ ವಿದ್ಯಾರ್ಥಿಗಳ ಅರ್ಜಿಗಳನ್ನು ಬೇರೆಯಾಗಿ ಇರಿಸಲಾಯಿತಂತೆ. ಮೊದಲನೆ ವರ್ಷದ ಕನ್ನಡ ತರಗತಿಗಳಿಗೆ ಅರ್ಹತೆಯುಳ್ಳ ವಿದ್ಯಾರ್ಥಿಗಳೇ ಇಲ್ಲವೆಂಬ ಕಾರಣ ಹೇಳಿದರು. ಎರಡನೆ ವರ್ಷವೂ ಇದೇ ಕತೆ. ಈ ವೇಳೆಗೆ ಕನ್ನಡ ಅಧ್ಯಾಪಕರಿಗೆ ಹವ ಬದಲಾಗಿರುವುದು ಅರಿವಾಯಿತು. ಬೇರೆಲ್ಲಾದರೂ ಕೆಲಸ ನೋಡಿಕೊಳ್ಳುವುದು ಲೇಸೆಂಬ ಜ್ಞಾನೋದಯವಾಯಿತು. ಇದ್ದ ನಾಲ್ಕು ಜನ ಅಧ್ಯಾಪಕರಲ್ಲಿ ಮೂವರು–ಎಲ್ಲರೂ ಮಂಗಳೂರಿನ ಕಡೆಯವರು–ಹೋಟಲುಗಳನ್ನು ತೆರೆದು ಟಂಕಸಾಲೆಗಳನ್ನು ಸ್ಥಾಪಿಸಿಕೊಂಡರು. ಪ್ರಾಧ್ಯಾಪಕನೊಬ್ಬ ಮಾತ್ರ ಇನ್ನೂ ಇಲ್ಲೇ ಸಿಕ್ಕಿಹಾಕಿಕೊಂಡಿದ್ದ.

ಈತನಿಗೆ ತಾನಿದ್ದ ಕೆಲಸಕ್ಕಿಂತಲೂ ಹೆಚ್ಚಿನ ಸಂಬಳದ ಕೆಲಸ ಬೇಕಾಗಿತ್ತು. ಅದು ತಮಿಳುನಾಡಿನಲ್ಲೆಲ್ಲೂ ಸಿಗದು ಎಂಬ ಸತ್ಯವೂ ತಿಳಿದಿತ್ತು. "ಇನ್ನೇನು ಕರ್ನಾಟಕ ರಾಜ್ಯ ನನಸಾಗಿಬಿಡುತ್ತದೆ! ನನಗೆ ಅಲ್ಲಿನ ವಿಶ್ವವಿದ್ಯಾಲಯದಲ್ಲಿ ಪ್ರೊಫೆಸರನ ಕೆಲಸವನ್ನು ಕೊಟ್ಟುಬಿಡಬೇಕು!"

"ಅದು ಹೇಗೆ ಅಷ್ಟು ಧೈರ್ಯವಾಗಿ ನಂಬುತ್ತೀರಿ?

"ಇಲ್ಲಿ ನಾನು ಪ್ರೊಫೆಸರಲ್ಲವೆ? ಅಲ್ಲೂ ಅದೇ ಜಾಗ ಕೊಡಬೇಕೆಂದಲ್ಲವೆ ಸರ್ಕಾರದ ಏರ್ಪಾಟು?'

"ಸರಿಯೆ, ಪ್ರೊಫೆಸರಾಗಿ ಇಲ್ಲಿ ನೀವು ಪಡೆಯುತ್ತಿರುವ ಸಂಬಳ ೫೦೦ ರೂಪಾಯಿ; ಅಲ್ಲಿನ ಪ್ರೊಫೆಸರ ಸಂಬಳ ೧೫೦೦ ರೂಪಾಯಿ; ನಿಮ್ಮನ್ನು ಅಲ್ಲಿ ದಿಢೀರೆಂದು ಕುಳ್ಳಿರಿಸುತ್ತಾರೆಂದು ಕನಸು ಕಾಣಬೇಡಿ."

"ಹಾಗೆ ಸಿಗದೆ ಹೋದರೆ ಕೋರ್ಟಿಗೆ ಹೋಗುತ್ತೇನೆ."

"ಓಹೋ!" ಎಂದು ಸುಮ್ಮನಾದೆ.

ಮೂರನೆ ವರ್ಷದ ತರಗತಿಯಲ್ಲಿ ಒಬ್ಬನೇ ಒಬ್ಬ ವಿದ್ಯಾರ್ಥಿ. ಕನ್ನಡ ಇವನ ಐಚ್ಛಿಕ ಭಾಷೆ. ಪ್ರಾಧ್ಯಾಪಕನಿಗೆ ಇವನೊಬ್ಬನಿಗಾಗಿ ಪಾಠ ಹೇಳಬೇಕೆ ಎಂಬ ಸಂದೇಹ; ತನ್ನ ಭವಿಷ್ಯದ ಬಗ್ಗೆ ಕಳವಳ. ಯಾರ ಯಾರನ್ನೋ ಕಂಡು ಹಲ್ಲು ಕಿರಿದ; ಯಾರ ಯಾರದೋ ಕಾಲು ಹಿಡಿದ; ಯಾವ ಯಾವ ದೇವರಿಗೋ ಹರಕೆ ಹೊತ್ತ; ಯಾವ ಯಾವದೋ ವ್ರತಗಳನ್ನು ಆಚರಿಸಿದ. ಕೊನೆಗೆ ಆರ್ಡರು ಬಂತು. "ನಿಮ್ಮ ಇಷ್ಟದಂತೆ ನಿಮ್ಮನ್ನು ಕರ್ನಾಟಕಕ್ಕೆ 'ಅಲಾಟ್' ಮಾಡಲಾಗಿದೆ. ಆ ಸರ್ಕಾರದವರು ನಿಮ್ಮ ಸ್ಥಾನವನ್ನು ನಿರ್ಣಯಿಸಿ ಕೆಲಸವನ್ನು ಕೊಡುತ್ತಾರೆ." ಇದನ್ನು ಕಂಡು ಇವನಿಗಾದ ಸಂತೋಷಕ್ಕೆ ಪಾರವೇ ಇಲ್ಲ, ಪಂಜುಳ್ಳಿ ಭೂತಾರಾಧನೆ ನಡೆಸಿದ; ಹಲಸು ಹಣ್ಣಿನ ಗೊಣ್ಣೆ ಪಾಯಸ ಮಾಡಿಸಿ ಮಿತ್ರರಿಗೆ ಕುಡಿಸಿದ.

ಮೈಸೂರು ವಿಶ್ವವಿದ್ಯಾನಿಲಯದ ಕನ್ನಡ ಪೀಠದ ಕನಸು ದಿನದಿನವೂ ಇವನನ್ನು ಕಾಡಿಸತೊಡಗಿತು; ನಿಮಿಷ ನಿಮಿಷವೂ ಅದೆ ಮಾತಾಯಿತು. ಕೊನೆಗೆ ಕನ್ನಡ ತಾಯಿ ಒಲಿದಳು. ನಾಡಿನ ಉತ್ತರಗಡಿಯ ಬೆಂಗಾಡಿನಲ್ಲಿ ಆಗ ತಾನೇ ಆರಂಭಿಸಿದ್ದ ಕಾಲೇಜಿನಲ್ಲಿ ಪ್ರಾಧ್ಯಾಪಕನ ಸ್ಥಾನಕ್ಕೆ ಇವನನ್ನು ದಬ್ಬಿದಳು. ಈಗ ಇವನ ಗೋಳಾಟ ಎಲ್ಲೆಯನ್ನು ಮೀರಿತು. ಕನ್ನಡದವರನ್ನು ವಿಶ್ವಾಸಘಾತುಕರೆಂದು ಬಾಯಿತುಂಬ ಬೈದ; ತಮಿಳರನ್ನು ಭಾಷಾಮೋಹದ ವೈರಿಗಳೆಂದು ಬೈದ. ಬೇರೆ ಮಾರ್ಗವಿಲ್ಲದಿದ್ದುದರಿಂದ ಹೋಗಿ ಕೆಲಸಕ್ಕೆ ಸೇರಿಕೊಂಡ.

ಕನ್ನಡ ವಿಭಾಗದಲ್ಲಿದ್ದ ಒಬ್ಬನೇ ವಿದ್ಯಾರ್ಥಿ ಸರಕಾರಕ್ಕೆ ಅಹವಾಲೊಂದನ್ನು ಗುಜರಾಯಿಸಿಕೊಂಡ: "ಉಪಾಧ್ಯಾಯರಿಲ್ಲದ ನಾನು ಹೇಗೆ ಪಾಠ ಕಲಿತು ಕೊಳ್ಳುವುದು?" ಯೂನಿವರ್ಸಿಟಿಗೆ ಇನ್ನೊಂದು ಅಪೀಲು ಬರೆದ: "ಇಲ್ಲಿ ಕನ್ನಡ ಉಪಾಧ್ಯಾಯರಿಲ್ಲ. ಹೀಗಾಗಿ ನನಗೆ ಪಾಠವಿಲ್ಲ. ಆದ್ದರಿಂದ ನಾನು ಕನ್ನಡ ಪರೀಕ್ಷೆಯನ್ನು ಪಾಸುಮಾಡಬೇಕಿಲ್ಲವೆಂದು ರಿಯಾಯಿತಿ ತೋರಿಸಬೇಕು." ಯೂನಿವರ್ಸಿಟಿಯು ಸರ್ಕಾರಕ್ಕೆ "ಈ ವಿದ್ಯಾರ್ಥಿ ಕೇಳಿರುವ ರಿಯಾಯಿತಿಯನ್ನು ಕೊಡಲು ಯೂನಿವರ್ಸಿಟಿಯ ರೂಲುಗಳಲ್ಲಿ ಅವಕಾಶವಿಲ್ಲ. ಅವನು ಪರೀಕ್ಷೆಗೆ ಕುಳಿತುಕೊಳ್ಳಲೇಬೇಕು. ಬೇಗ ಕನ್ನಡ ಉಪಾಧ್ಯಾಯರೊಬ್ಬರನ್ನು ನಿಯಮಿಸುವುದು" ಎಂದು ಪತ್ರ ಬರೆಯಿತು. ಸರ್ಕಾರ ಪೇಚಾಟದಲ್ಲಿ ಸಿಕ್ಕಿಕೊಂಡಿತು. ಎಂಟು ತಿಂಗಳಿಗೋಸ್ಕರ ಒಬ್ಬ ವಿದ್ಯಾರ್ಥಿಯ ಸಲುವಾಗಿ ಹೊಸ ಉಪಾಧ್ಯಾಯನೊಬ್ಬನನ್ನು ಗೊತ್ತುಮಾಡುವುದೆಂದರೆ ವ್ಯವಹಾರ ದೃಷ್ಟಿಯಿಂದ ಕಷ್ಟ: ಹಣದ ದೃಷ್ಟಿಯಿಂದ ವೆಚ್ಚ. ಟೆಂಪೊರರಿ ಕೆಲಸಕ್ಕೆ ಮುಂದೆ ಬರುವವರೂ ಇಲ್ಲ. ಯಾರನ್ನಾದರೂ ಪಾರ್ಟ್‌ಟೈಮ್ ಲೆಕ್ಚರರನ್ನಾಗಿ ಗೊತ್ತುಮಾಡಬಹುದೆಂದು ಸರ್ಕಾರ ನನಗೆ ಸೂಚನೆ ಕೊಟ್ಟಿತು.

ಯಾರನ್ನು ಹುಡುಕಲಿ, ಎಲ್ಲಿ ಹುಡುಕಲಿ? ನಗರದಲ್ಲಿರುವ ಕನ್ನಡಿಗರಿಗೆ ಕನ್ನಡ ಬೇಕಿಲ್ಲ. ಕನ್ನಡಿಗರೆಂದರೆ ಇಲ್ಲಿ ಬಹುಪಾಲು ಮಂಗಳೂರಿನವರು. ಹೋಟಲು

ಕಸುಬು ಇಲ್ಲವೆ, ಬ್ಯಾಂಕಿನ ಕಸುಬು; ಕೆಲವರದು ವೈದ್ಯಕೀಯ ಕಸುಬು. ಇವರಲ್ಲಿ ಅನೇಕರಿಗೆ ಕನ್ನಡ ಓದಲು ಬರೆಯಲು ಬಾರದು. ವ್ಯವಹಾರಕ್ಕೆ ಸ್ವಲ್ಪ ಕನ್ನಡ ಮಾತ್ರ ತಿಳಿದಿದ್ದರೆ ಸಾಕು–ಅದೂ ಅಚ್ಚ ಮೈಸೂರಿನವರೊಂದಿಗೆ ವ್ಯವಹರಿಸಬೇಕಾದರೆ. ತಮ್ಮ ತಮ್ಮೊಳಗೆ ಮಾತನಾಡಿಕೊಳ್ಳಬೇಕಾದರೆ ತುಳುವೋ ಕೊಂಕಣಿಯೋ ಇದ್ದೇ ಇದೆ. ಹೀಗಾಗಿ ಮೂರು ಲಕ್ಷ ಕನ್ನಡಿಗರು ಮದರಾಸು ನಗರದಲ್ಲಿರುವರಾದರೂ ಕನ್ನಡ ಭಾಷೆಗೆ ಸ್ಥಳಾವಕಾಶವಿಲ್ಲ.

ಕೊನೆಗೆ ಆ ವಿದ್ಯಾರ್ಥಿಯನ್ನು ಕರೆದು "ನಿನ್ನ ಕನ್ನಡ ಪಠ್ಯಪುಸ್ತಕಗಳು ಯಾವುವು?" ಎಂದೆ.

ಗದಾಯುದ್ಧ ನಾಟಕದಿಂದ ಕೊನೆಯ ಎರಡು ದೃಶ್ಯಗಳು; ಜೈಮಿನಿ ಭಾರತದಿಂದ ಸೀತಾಪರಿತ್ಯಾಗದ ಭಾಗ; ಚೋಮನದುಡಿ; ಹತ್ತು ಮಂಗಳೂರು ಕವಿಗಳ ಕವನ ಸಂಗ್ರಹ–ಹತ್ತು ಪದ್ಯಗಳು. ಮೊದಲ ಮೂರು ಬಾಬತುಗಳನ್ನು ೩೫ ವರ್ಷಗಳ ಹಿಂದೆ ನಾನು ಪಠ್ಯಪುಸ್ತಕಗಳಾಗಿ ಓದಿದ್ದೆ; ನಾಲ್ಕನೆಯದರಲ್ಲಿಯ ಕೆಲವು ಪದ್ಯಗಳು ನಾವು ಪ್ರೈಮರಿ ಶಾಲೆಯಲ್ಲಿ ಬಾಯಿಪಾಠ ಮಾಡಿದ್ದೆವು. ಇವನ್ನು ಪಾಠ ಹೇಳುವುದಕ್ಕೆ ನಾನೇ ಒಪ್ಪಿಕೊಂಡೆ. ಮುಖ್ಯವಾಗಿ ಕನ್ನಡ ಓದಿ ಬಹಳ ದಿನವಾಗಿತ್ತು; ಇವು ನನಗೆ ಇಷ್ಟವಾದ ಪಾಠಗಳು; ತಿರುಗಿಯೂ ಓದಬೇಕೆಂದೆನಿಸಿ ಇತರ ಕಾರ್ಯಗೌರವದ ಒತ್ತಡದಲ್ಲಿ ಓದಲು ಸಾಧ್ಯವಾಗಿರಲಿಲ್ಲ. ಈಗ ಒದಗಿರುವ ಈ ಅವಕಾಶವನ್ನೇಕೆ ಉಪಯೋಗಿಸಿಕೊಳ್ಳಬಾರದೆನ್ನಿಸಿತು. ಸರ್ಕಾರಕ್ಕೆ ಹಾಗೆಯೇ ಬರೆದುಕೊಂಡೆ. ನನ್ನ ಸೂಚನೆಯನ್ನೊಪ್ಪಿದ್ದು ಮಾತ್ರವಲ್ಲದೆ ನನ್ನನ್ನು ಆ ವರ್ಷಕ್ಕೆ ಆನರರಿ ಪ್ರೊಫೆಸರಾಗಿ ನಿಯಮಿಸಿದರು; ತಿಂಗಳಿಗೆ ೨೫ ರೂಪಾಯಿ ಆನರೋರಿಯಮ್ಮನ್ನೂ ಮಂಜೂರು ಮಾಡಿದರು! ಹುಡುಗ ಪರೀಕ್ಷೆಯಲ್ಲಿ ಉತ್ತೀರ್ಣನಾದ (ನಾನು ಹೇಳಿಕೊಟ್ಟ ಪಾಠದಿಂದ ಹೀಗಾಯಿತು ಎಂದು ನಾನು ಎಂದೂ ನೆನೆಸಿದ್ದಿಲ್ಲ).

ಕನ್ನಡ ಪ್ರಾಧ್ಯಾಪಕನ ನಿರ್ಗಮನವಾಗಿ, ಕಾಲೇಜಿನ ಡಿಪಾರ್ಟ್‌ಮೆಂಟು ಬಂದಾದ ಬಳಿಕ ಒಂದು ಮುಖ್ಯ ಸಮಸ್ಯೆ ಎದುರಾಯಿತು. ಶತಾಯು ಅವಧಿಯಲ್ಲಿ ಡಿಪಾರ್ಟ್‌ಮೆಂಟು ಕೂಡಿಸಿದ್ದ ಪುಸ್ತಕ, ಪತ್ರಿಕೆಗಳನ್ನು ಏನು ಮಾಡುವುದು? ಒಂದು ದೊಡ್ಡ ರೂಮಿನ ತುಂಬ ಹತ್ತಾರು ಬೀರುಗಳಲ್ಲಿ ಸರಸ್ವತಿಯು ಸೆರೆಯಾಗಿದ್ದಳು. ನಮ್ಮ ಪ್ರಿನ್ಸಿಪಾಲರಿಗೆ ಈ ರೂಮಿನ ಅಗತ್ಯ ಆರ್ಜೆಂಟಾಗಿ ಬಿದ್ದುಬಿಟ್ಟಿತು. ಡಿಪಾರ್ಟ್‌ಮೆಂಟನ್ನೇ ಮುಚ್ಚಿದ್ದಾದ ಮೇಲೆ ಇನ್ನು ಈ ವಿಭಾಗದ ಲೈಬ್ರರಿ ಏಕೆ? "ಕನ್ನಡ ಪುಸ್ತಕಗಳನ್ನು ಕಾಪಾಡಿ ಕ್ಷೇಮವಾಗಿರಿಸಿಕೊಳ್ಳಲು ನಮಗೆ ಕನ್ನಡ ತಿಳಿದಿರುವ ಜನವೂ ಇಲ್ಲ, ಜಾಗವೂ ಇಲ್ಲ. ಕನ್ನಡದ ಸರಸ್ವತೀ ಭಂಡಾರ ನಮಗೊಂದು ಸತ್ತ ಕತ್ತೆಯ ಭಾರವಾಗಿದೆ" ಎಂದು ನನ್ನ ಬಳಿ ದೂರಿದರು.

"ಲೈಬ್ರರಿಯನ್ನು ಗಮನಿಸುವುದಕ್ಕೆ ಕನ್ನಡ ತಿಳಿದವನೇ ಆಗಬೇಕಾಗಿಲ್ಲವಲ್ಲ!

ಒಂದೊಂದು ಪುಸ್ತಕದ ಮೇಲೂ ಪುಸ್ತಕದ ಹೆಸರು, ಕರ್ತೃವಿನ ಹೆಸರು, ನಂಬರು, ಈ ಬಗೆಯ ಎಲ್ಲ ಬಾಬತುಗಳನ್ನೂ ಇಂಗ್ಲಿಷಿನಲ್ಲೇ ಬರೆದಿಟ್ಟಿದ್ದಾರೆ. ನಮ್ಮ ಜನರಲ್ ಲೈಬ್ರರಿಯವರೇ ಇದರ ಕ್ಷೇಮದ ಕಾರ್ಯ ಎನ್ನು ನೋಡಿಕೊಳ್ಳಬಹುದಲ್ಲ?" ಎಂದೆ. ನುಂಗಿ ಹಾಕುವಂತೆ ನೋಡಿದರು. "ಸ್ಥಳವೆಲ್ಲಿ ಇದೆ!" ಎಂದು ಗದರಿಸಿದರು. "ಜನರಲ್ ಲೈಬ್ರೆರಿಯನ್ನು ಈಗ ತಾನೆ ದೊಡ್ಡ ಹಾಲಿಗೆ ವರ್ಗ ಮಾಡಲಾಗಿದೆ. ಅಲ್ಲಿ ಬೇಕಾದಷ್ಟು ಜಾಗ ಇದೆ. ಅಲ್ಲಿಡಬಹುದಲ್ಲ!" ಎಂದೆ. "ನೀವು ನನಗೇನನ್ನೂ ಹೇಳಿಕೊಡಬೇಕಾಗಿಲ್ಲ!" ಎಂದುಬಿಟ್ಟರು.

ನೇರವಾಗಿ ತಮ್ಮ ರೂಮಿಗೆ ಹೋಗಿ ಡೈರೆಕ್ಟರಿಗೆ ನಡುಕದ ಕೈಯಲ್ಲಿ ಫೋನ್ ಮಾಡಿದರು: "ಡೈರೆಕ್ಟರು ಮಾತನಾಡುತ್ತಿದ್ದೇನೆ" ಎಂದು ಕೇಳಿಸಿದೊಡನೆ ಭಯದಿಂದ ಎದ್ದು ನಿಂತು "ನಾನು, ನಮಸ್ಕಾರ ಸರ್!" ಎನ್ನುತ್ತ ವಿಷಯವನ್ನು ತಿಳಿಸಿದರು. ಅವರು "ಬರಹದ ಮೂಲಕ ಕಳಿಸಿ" ಎಂದರು. ಇವರು ಬರೆದರು: "ಮೂರು ವರ್ಷಗಳಿಂದ ಕನ್ನಡ ವಿಭಾಗಕ್ಕೆ ಸೇರುವ ವಿದ್ಯಾರ್ಥಿಗಳ ಅರ್ಜಿಗಳೇ ಬಾರದಾಗಿಬಿಟ್ಟಿವೆ. ಇದ್ದ ಅಧ್ಯಾಪಕರೆಲ್ಲರೂ ಬೇರೆ ಕೆಲಸಗಳನ್ನು ನೋಡಿಕೊಂಡು ಹೊರಟು ಹೋಗಿದ್ದಾರೆ. ಆದರೆ ಲೈಬ್ರರಿ ಮಾತ್ರ ಇನ್ನೂ ಕೂತಲ್ಲಿಯೇ ಕೂತಿದೆ. ಆ ರೂಮು ಇತರ ಪಾಠಪ್ರವಚನಗಳಿಗೆ ಬೇಕಾಗಿದೆ. ಆದ್ದರಿಂದ ಲೈಬ್ರರಿಯನ್ನು ಏನು ಮಾಡಬೇಕೆಂದು ತಿಳಿಸಬೇಕು."

"ಇಂಥ ದೊಡ್ಡ ವಿಷಯವನ್ನು ಯಾರೊಬ್ಬರೂ ಸ್ವೇಚ್ಛೆಯಾಗಿ ನಿರ್ಣಯಿಸಲಾಗದು. ನೀವು (ಪ್ರಿನ್ಸಿಪಾಲು), ಇನ್ನಿಬ್ಬರು ಸೀನಿಯರ್ ಪ್ರಾಧ್ಯಾಪಕರೂ ಸೇರಿ ಸೂಚನೆಗಳನ್ನು ಕೊಡತಕ್ಕದ್ದು" ಎಂದು ಬದಲು ಬಂತು. ಸೀನಿಯಾರಿಟಿ ಇದ್ದ ಇಬ್ಬರು ಪ್ರಾಧ್ಯಾಪಕರೆಂದರೆ ನಾನು, ಮತ್ತು ಇನ್ನೊಬ್ಬರು ವಿಜ್ಞಾನ ವಿಭಾಗದ ಪ್ರಾಧ್ಯಾಪಕರು. ನಮ್ಮಿಬ್ಬರ ವಿಷಯದಲ್ಲೂ ಪ್ರಿನ್ಸಿಪಾಲನಿಗೆ ನಂಬಿಕೆಯಿಲ್ಲ. ನಮಗಿದ್ದ ಅನ್ಯೋನ್ಯ ಸ್ನೇಹವನ್ನು ಕಂಡು ಪ್ರಿನ್ಸಿಪಾಲನಿಗೆ ಏನೋ ಒಂದು 'ಥರ'. ನಮ್ಮಲ್ಲಿ ಒಬ್ಬರೊಬ್ಬರನ್ನು ಸಂಬೋಧಿಸುವಾಗ "ನಿಮ್ಮ ಫ್ರೆಂಡು" ಎಂದು ಕೊಂಕು ನುಡಿಯುತ್ತಿದ್ದ. ನಮ್ಮಿಬ್ಬರೊಂದಿಗೆ ಕುಳಿತು ಪ್ರಸ್ತಾಪ ಮಾಡಲು ಇವನಿಗೆ ಮನಸ್ಸಿಲ್ಲ. ಡೈರೆಕ್ಟರಿಗೊಂದು ಪತ್ರ ಬರೆದ: "ಸೀನಿಯರ್ ಪ್ರಾಧ್ಯಾಪಕರಿಬ್ಬರೂ ವಿಜ್ಞಾನಿಗಳು. ಆವರಿಗೆ ಭಾಷೆಯ ಪರಿಚಯ ಸಾಲದು. ಆದ್ದರಿಂದ ಭಾಷಾಶಾಸ್ತ್ರಗಳ ಇಬ್ಬರು ಪ್ರಾಧ್ಯಾಪಕರೊಂದಿಗೆ ಸಮಾಲೋಚಿಸಬಹುದೆಂದು ನನಗನ್ನಿಸುತ್ತದೆ. ಅಪ್ಪಣೆ ಕೊಡಬೇಕು."

ಇದಕ್ಕೆ ಬದಲು : "ಡೈರೆಕ್ಟರು ತಮ್ಮ ನಿರ್ಧಾರವನ್ನು ಪುನರ್ವಿಮರ್ಶಿಸಲು ಕಾರಣಗಳಿಲ್ಲ ಎಂದು ಭಾವಿಸುತ್ತಾರೆ."

ಪ್ರಿನ್ಸಿಪಾಲನು ನಮ್ಮಿಬ್ಬರನ್ನೂ ಒಟ್ಟಿಗೆ ಕರೆಸಿದ. "ನೀವಿಬ್ಬರೂ ಡೈರೆಕ್ಟರನ್ನು ಯಾವಾಗ ನೋಡಿದ್ದಿರಿ?"

ಈ ದಿಢೀರು ಪ್ರಶ್ನೆಯಿಂದ ನಮಗೆ ಆಶ್ಚರ್ಯವಾಯಿತು.

ನಾನು: "ನಾಲ್ಕೈದು ವರ್ಷಗಳ ಹಿಂದೆ 'ಕಾಲೇಜ್–ಡೇ'ಗೆ ಅವರು ಅಧ್ಯಕ್ಷರಾಗಿ ಬಂದಿದ್ದಾಗ ನೀವೇ ಪರಿಚಯಮಾಡಿಕೊಟ್ಟಿರಿ."

ನನ್ನ "ಫ್ರೆಂಡು": "ನೀವು ನೋಡಿದ್ದು, ಅಷ್ಟೆ."

"ತಿರುಗಿ ನೋಡಲಿಲ್ಲವೆ?"

ನಾನು: "ನಾವೇಕೆ ಅವರನ್ನು ಹೋಗಿ ನೋಡಬೇಕು?"

ನನ್ನ "ಫ್ರೆಂಡು": "ನೀವು ನಮಗೆ ಮೇಲಧಿಕಾರಿಯಾಗಿರುವಾಗ ನಿಮ್ಮ ಮೇಲಧಿಕಾರಿಯನ್ನು ನಾವು ಏಕೆ ತಾನೆ ನೋಡಬೇಕು?"

"ನೀವು ಅವರನ್ನು ನೋಡಿ ಈ ಕಮಿಟಿಯಲ್ಲಿ ನಿಮ್ಮನ್ನು ಸೇರಿಸಬೇಕೆಂದು ಕೇಳಿಕೊಳ್ಳಲಿಲ್ಲವೆ?"

ನಾನು: "ಯಾವ ಕಮಿಟಿ?"

"ಕನ್ನಡ ಡಿಪಾರ್ಟ್‌ಮೆಂಟಿನ ಲೈಬ್ರರಿಯನ್ನು ವಿಲೇವಾರಿ ಮಾಡುವ ಕಮಿಟಿ!"

"ಫ್ರೆಂಡು": "ನಮ್ಮ ಓದುಬರಹಕ್ಕೆ ಸಂಬಂಧಿಸಿದ 'ಪ್ರಾಬ್ಲಮ್ಮು'ಗಳನ್ನೇ ನಾವು ವಿಲೇವಾರಿ ಮಾಡುವುದಕ್ಕೆ ತಿಣುಕುತ್ತಿದ್ದೇವೆ. ನಮಗ್ಯಾಕೆ ಸರ್ ಈ ಕಮಿಟಿ ಮತ್ತೊಂದು?"

ಪ್ರಿನ್ಸಿಪಾಲನ ಬಾಯಿ ಬಂದಾಯಿತು. ಕ್ಷಮೆಯನ್ನೂ ಕೇಳದೆ ತಾನು ಎದುರಿಸಬೇಕಾಗಿದ್ದ ಸಮಸ್ಯೆಯನ್ನು ಮುಂದಿಟ್ಟ.

"ಫ್ರೆಂಡು": "ನಮಗ್ಯಾಕೆ ಸರ್, ಈ ಸಮಸ್ಯೆ? ನಮ್ಮನ್ನು ಬಿಡುಗಡೆ ಮಾಡಿ ಭಾಷಾಶಾಸ್ತ್ರದವರೊಂದಿಗೆ ಸಮಾಲೋಚಿಸಿಬಹುದಲ್ಲವೆ?"

"ನಿಮಗೆ ಈ ಕ್ರಮ ಬೇಡವೆಂದೇ ನಾನು ಡೈರೆಕ್ಟರಿಗೆ ಬರೆದೆ. ಅವರು ನೀವೇ ಇರಬೇಕು ಎನ್ನುತ್ತಾರೆ" ಎಂದು ಪತ್ರವ್ಯವಹಾರವನ್ನು ತೋರಿಸಿದರು.

ನಾನು: "ಓಹೋ! ಹಾಗಾದರೆ ಈ ಅವತಾರಗಳೆಲ್ಲ ಮುಗಿದು ಹೋಗಿ ಈಗ ಇಲ್ಲಿ ಕಲೆತಿದ್ದೇವೆ!"

ಪ್ರಿನ್ಸಿಪಾಲನಿಗೆ ಈ ಮಾತು ಹಿಡಿಸಲಿಲ್ಲ. "ಏನ್ರೀ ಅವತಾರ–ಗಿವತಾರ? ನಿಮ್ಮ ಶ್ರಮವನ್ನು ತಪ್ಪಿಸೋಣವೆಂದು ಸದುದ್ದೇಶದ ಪ್ರಯತ್ನ ನಾನು ಮಾಡಿದರೆ ಏನೋ ಅವತಾರ ಎನ್ನುತ್ತೀರಲ್ಲ!"

"ಮನ್ನಿಸಬೇಕು. ಸಾವಿರ ಸಲ ಕ್ಷಮಾಪಣೆ ಕೇಳಿಕೊಳ್ಳುತ್ತೇನೆ."

"ಈಗ ನೋಡ್ರಿ, ಕನ್ನಡ ಪುಸ್ತಕಗಳನ್ನು ಏನಾದರೂ ಮಾಡಿಬಿಡಬೇಕಾಗಿದೆ."

"ಫ್ರೆಂಡು": ಏನಾದರೂ ಮಾಡಿಬಿಡುವುದು ಎಂದರೆ ...?"

ನಾನು: "ಬಿಸಾಕಿಬಿಡುವುದೆ?"

ಪ್ರಿನ್ಸಿಪಾಲು: "ನೀವು ನಡುನಡುವೆ ಬಾಯಿ ಹಾಕಬೇಡಿ!"

"ಫ್ರೆಂಡು": "ಇನ್ನಾವುದಾದರೂ ಲೈಬ್ರರಿಗೆ,-ಯೂನಿವರ್ಸಿಟಿ ಲೈಬ್ರರಿ, ಕನ್ನೆಮರ ಲೈಬ್ರರಿ-ಕೊಡಬಹುದೆಂದು ತೋರುತ್ತದೆ."

ನಾನು: "ಕೊಡುವ ಮೊದಲು ಆಯಾ ಲೈಬ್ರರಿಯನ್‌ಗಳನ್ನು ಕೇಳುವುದು ಒಳ್ಳೆಯದಲ್ಲವೆ?"

"ನೀವು ನಡುನಡುವೆ ಬಾಯಿ ಹಾಕಬೇಡಿ!"

ಪ್ರಿನ್ಸಿಪಾಲು ಎರಡು ಲೈಬ್ರರಿಯನ್‌ಗಳನ್ನೂ ಫೋನಿನ ಮೂಲಕ ಕೇಳಿದರು. ಅವರು "ಬಿಲ್ ಖಿಲ್ ಇಲ್ಲಿ ಜಾಗವಿಲ್ಲ. ತಮಿಳು ಪುಸ್ತಕಗಳಿಗೇ ಸ್ಥಳವಿಲ್ಲ. ಇನ್ನು ಕನ್ನಡದ ಹೊರೆಯನ್ನು ನಮ್ಮ ತಲೆಯ ಮೇಲೆ ಇಡಬೇಡಿ" ಎಂದು ಖಂಡಿತ ನುಡಿದುಬಿಟ್ಟರು.

ಪ್ರಿನ್ಸಿಪಾಲನ ಮೋರೆ ಉದ್ದವಾಯಿತು. ತಟ್ಟನೆ ಯೋಚನೆಯ ಮಿಂಚೊಂದು ಹೊಳೆಯಿತು, "ಸಾರ್ವಜನಿಕವಾಗಿ ಹರಾಜು ಹಾಕಿಬಿಡಬಹುದಲ್ಲ!"

"ಫ್ರೆಂಡು": "ಸರ್, ನಮ್ಮ ಜವಾಬ್ದಾರಿಯನ್ನು ಏನಕೇನಪ್ರಕಾರೇಣ ಕಳೆದುಕೊಳ್ಳುವುದು ಸರಿಯಲ್ಲವೆಂದು ನನಗೆ ತೋರುತ್ತದೆ. ಲೈಬ್ರರಿ ಎಂಬುದು ಒಂದು ಸಂಸ್ಥೆ. ಅದನ್ನು ಹರಾಜು ಹಾಕುವ ಯೋಚನೆ ನನಗೆ ಒಪ್ಪದು."

ನಾನು: "ಅದೂ ಅಲ್ಲದೆ ಲೈಬ್ರರಿ ಒಂದು ವಿಧದಲ್ಲಿ ಸಾರ್ವಜನಿಕರ ಸೊತ್ತು. ಅದನ್ನು ಹರಾಜು ಹಾಕಿದರೆ ಖಾಂಡವವನದ ಪ್ರಕರಣ ಸಂಭವಿಸಲೂಬಹುದು."

"ಏನ್ರೀ? ನೀವು ಓದಿರುವುದು ಬಾಟನಿಯನ್ನೋ, ಪುರಾಣವನ್ನೋ?"

"ಫ್ರೆಂಡು": "ಹರಾಜು ಹಾಕಿದರೆ ತೂಕ ಮಾಡಿ ಬೆಲೆ ಕಟ್ಟುತ್ತಾರೆ, ಸಾವಿರಾರು ರೂಪಾಯಿ ಬೆಲೆಬಾಳುವ ವಸ್ತುವನ್ನು ಹತ್ತು ರೂಪಾಯಿಗೆ ಮಾರಬೇಕಾಗುತ್ತದೆ."

ಪ್ರಿನ್ಸಿಪಾಲು: "ತೂಕ ಬೇಡ್ರಿ. ಮಸಲ ಒಂದು ಪುಸ್ತಕಕ್ಕೆ ಹತ್ತು ಪೈಸ ಎಂದು ನಿಗದಿ ಮಾಡಿದರೆ?"

ನಾನು: "ನಾನೇ ಎಲ್ಲವನ್ನೂ ಕೊಂಡುಕೊಂಡು ಬಿಡುತ್ತೇನೆ."

ಪ್ರಿನ್ಸಿಪಾಲು: "ಎಲ್ಲದಕ್ಕೂ ನೀವು ತಲೆ ತುರುಕಿಸಬೇಡ್ರಿ! ನಿಮಗ್ಯಾರ್ರೀ ಮಾರುತ್ತಾರೆ? ಅದು ಪಬ್ಲಿಕ್ ಮಾರಾಟ."

ನಾನು: "ನಾನೂ ಒಬ್ಬ ಪಬ್ಲಿಕ್ ತಾನೆ?"

ಪ್ರಿನ್ಸಿಪಾಲು: "ನಿಮ್ಮ 'ಫ್ರೆಂಡು' ನಿಮ್ಮನ್ನೂ ಮರುಳಾಗಿಸಿಬಿಟ್ಟಿದ್ದಾರೆ! (ನನ್ನ ಕಡೆ ತಿರುಗಿ) ನೀವು ನೋಡಿದ್ದೀರೇನ್ರಿ ಕನ್ನಡ ಲೈಬ್ರರೀನ?"

"ನೋಡಿರುವುದು ಮಾತ್ರವಲ್ಲ, ಪುಸ್ತಕಗಳನ್ನು ಎರವಲು ತೆಗೆದುಕೊಂಡು ಓದಿಯೂ ಇದ್ದೇನೆ."

"ಬೆಲೆ ಬಾಳುವ ಪುಸ್ತಕಗಳೇನ್ರಿ?"

"ತಾವು ಯಾವ ಅರ್ಥದಲ್ಲಿ 'ಬೆಲೆ' ಎಂದು ಹೇಳುತ್ತಿರುವಿರೋ ನನಗೆ ಗೊತ್ತಿಲ್ಲ. ಅಲ್ಲಿರುವ ಪುಸ್ತಕಗಳಲ್ಲಿ ಶೇಕಡ ೮೦ ಭಾಗ ಇಂದಿಗೂ ಉಳಿದಿರುವ ಮುಂದಿಗೂ ಉಳಿಯುವ ಸಾಹಿತ್ಯ. ಅನೇಕ ಪುಸ್ತಕಗಳು ದುಬಾರಿ ಬೆಲೆ ಕೊಟ್ಟರೂ ಈಗ ಸಿಗುವಂಥದಲ್ಲ. ಪುಸ್ತಕದ ಬೆಲೆಗೆ ತಕ್ಕಂತೆ ಆಮದು ಮಾಡಿದ ಚರ್ಮದ ಬೈಂಡು; ಚಿನ್ನದ ಅಕ್ಷರಗಳಲ್ಲಿ ಪುಸ್ತಕದ ಹೆಸರು. ಈ ಕಾಲದಲ್ಲಿ ಇಂಥ ಪುಸ್ತಕಗಳು ಎಲ್ಲಿ ಸಿಗಬೇಕು? ಈ ಶ್ರೀಯನ್ನು 'ಪಬ್ಲಿಕ್ ಆಕ್ಷನ್' ಮಾಡುವುದೂ ನನಗೆ ಇಷ್ಟವಿಲ್ಲ, ತೂಕ ಮಾಡಿ ಮಾರುವುದೂ ಇಷ್ಟವಿಲ್ಲ. ತಲೆಗೆ ಹತ್ತು ಪೈಸದಂತೆ ಮಾರುವುದೂ ಇಷ್ಟವಿಲ್ಲ!" ಎಂದೆ. ಫ್ರೆಂಡು ನನ್ನ ಮಾತನ್ನು ಅನುಮೋದಿಸಿದಂತೆ ತಲೆದೂಗಿದರು.

ಪ್ರಿನ್ಸಿಪಾಲರು ಕುರ್ಚಿಯಿಂದೆದ್ದು ಎತ್ತರದ ದನಿಯಲ್ಲಿ "ಹಾಗಾದರೆ ನಿಮಗೆ ಇಷ್ಟವಾದದ್ದೇನು?" ಎಂದರು.

ನನ್ನ "ಫ್ರೆಂಡಿ"ಗೆ ನಗು ತಡೆಯಲಾಗಲಿಲ್ಲ. ಗೊಳ್ಳೆಂದುಬಿಟ್ಟರು. ನಾನು ಉಕ್ಕಿ ಬಂದ ನಗುವನ್ನು ತಡೆದುಕೊಂಡು "ಲೈಬ್ರರಿಯನ್ನು ನಾವೇ ಇಟ್ಟುಕೊಳ್ಳುವುದು!" ಎಂದೆ.

"ಹಾಗಾದರೆ ನಿಮಗೆ ಇಷ್ಟವಾದದ್ದೇನು?"

"ಏನ್ರೀ, ನೀವು ಪೂರ್ವಜನ್ಮದಲ್ಲಿ ಏನಾಗಿ ಹುಟ್ಟಿದ್ದಿರಿ? ಹುಚ್ಚು ನಾಯಿಯಂತೆ ಸುತ್ತಿಸುತ್ತಿ ಅದೇ ಪಾಯಿಂಟಿಗೆ ಬರುತ್ತೀರಲ್ಲ!"

ನಕ್ಕುಕೊಂಡು "ಹೋದ ಜನ್ಮದಲ್ಲಿ ತಾವು ಹೇಳಿದ್ದೇ ನಾನಾಗಿದ್ದರೆ ಆ ಜನ್ಮದ ವಾಸನೆ ನನ್ನನ್ನು ಇನ್ನೂ ಬಿಟ್ಟಿಲ್ಲದೆಂದು ಕಾಣುತ್ತೆ... ಇನ್ನೂ ಯೋಚನೆ ಮಾಡಿ ಇನ್ನೊಂದು ಸಲ ಕೂಡಿ ಇತ್ಯರ್ಥ ಮಾಡಬಹುದಲ್ಲವೆ?"

ನನ್ನ "ಫ್ರೆಂಡೂ" ಇದನ್ನು ಅನುಮೋದಿಸಿದರು. ನಿರ್ವಾಹವಿಲ್ಲದೆ ಪ್ರಿನ್ಸಿಪಾಲು ಒಪ್ಪಿಕೊಂಡ.

ಪರಿಸ್ಥಿತಿಯನ್ನು ಕುರಿತು ನಾನೇ ಇನ್ನೂ ಆಳವಾಗಿ ಯೋಚಿಸಿದೆ. ಪುಸ್ತಕಗಳನ್ನು ನಮ್ಮ ಕಾಲೇಜಿನಲ್ಲೇ ಉಳಿಸಿಕೊಂಡರೆ ಅವನ್ನು ಉಪಯೋಗಿಸುವವರು ಯಾರು ಎಂಬ ಪ್ರಶ್ನೆಗೆ ಬಹುಶಃ ನನ್ನೊಬ್ಬನನ್ನು ಬಿಟ್ಟರೆ ಇನ್ನಾರೂ ಇಲ್ಲವೆಂದೇ ಹೇಳಬಹುದು. ನನ್ನ ಸ್ವಾರ್ಥಕ್ಕೋಸ್ಕರ ಉಳಿಸಿಕೊಳ್ಳುವುದೇ? ಪುಸ್ತಕಗಳನ್ನು ಜನರಲ್ ಲೈಬ್ರರಿಗೆ ಸಾಗಿಸಬೇಕು. ಇದರ ರಕ್ಷಣೆಯ ಭಾರವನ್ನು ಅಲ್ಲಿಯ ಸಿಬ್ಬಂದಿಯ ಹೆಗಲಿಗೇ ಲಗತ್ತಿಸಬೇಕು. ಜನರಲ್ ಲೈಬ್ರರಿಯಲ್ಲಿ ತಾಕತ್ತಿರುವ

ಸಿಬ್ಬಂದಿಯಿಲ್ಲ; ಇತರ ಡಿಪಾರ್ಟ್‌ಮೆಂಟುಗಳಲ್ಲಿದ್ದು ನಾಲಾಯಕ್ಕಾದ ಅಟೆಂಡರು ಪ್ಯೂನುಗಳೇ ಜನರಲ್ ಲೈಬ್ರರಿಯ ಸ್ಟಾಫು. ಅವರಿಗೆ ತಮ್ಮ ಕೆಲಸವೇನೆಂಬುದೂ ಗೊತ್ತಿಲ್ಲ, ಲೈಬ್ರರಿಯ ಉಪಯೋಗವೇನೆಂಬುದೂ ಗೊತ್ತಿಲ್ಲ. ಇಂಥವರ ಕೈಗೆ ಬಲವಂತದ ಹೊರೆಯೊಂದು ಈಗಾಗಲೇ ಬಂದಿತ್ತು. ಕೆಲವು ಕಾಲದ ಹಿಂದೆ ಇದೇ ಕಾಲೇಜಿನಲ್ಲಿ ಉದ್ಯೋಗದಲ್ಲಿದ್ದ ಪ್ರಾಧ್ಯಾಪಕರೊಬ್ಬರು ತನ್ನ ಸ್ವಂತ ಸರಸ್ವತೀ ಭಂಡಾರವು ಕಾಲೇಜಿಗೆ ದತ್ತಿಯಾಗಬೇಕೆಂದು ಉಯಿಲು ಬರೆದಿಟ್ಟಿದ್ದರು; ಪುಸ್ತಕಗಳೊಂದಿಗೆ ಬೀರುಗಳೂ ಬಂದವು. ಇಂಗ್ಲಿಷ್, ಫ್ರೆಂಚ್ ಭಾಷೆಗಳ ಅತಿ ಮುಖ್ಯವಾದ ಅಪರೂಪವಾದ ಅಮೂಲ್ಯವಾದ ಸಾಹಿತ್ಯ, ಸಾಹಿತ್ಯಚರಿತ್ರೆ, ಭಾಷಾಚರಿತ್ರೆ, ಸಾಂಸ್ಕೃತಿಕ ಚರಿತ್ರೆ ಮೊದಲಾದ ವಿಷಯಗಳಿಗೆ ಸಂಬಂಧಪಟ್ಟ ಸುಮಾರು ೩೦೦೦ ಪುಸ್ತಕಗಳು ಅಲ್ಲಿದ್ದವು. ಹೊರದೇಶದಲ್ಲಿ ಈಗಲೂ ಅದರ ಬೆಲೆ ಒಂದು ಲಕ್ಷಕ್ಕೂ ಮೀರುತ್ತದೆ. ಅನೇಕ 'First Edition' ಗಳು ಅದರಲ್ಲಿದ್ದವು. ಎಲ್ಲ ಪುಸ್ತಕಗಳೂ 'Fine Edition, Fine Binding' ಜಾತಿಗೆ ಸೇರಿದವು; ಚರ್ಮದ ಹೊದಿಕೆ, ಚಿನ್ನದ ಚಿತ್ತಾರಗಳು, ಅಕ್ಷರಗಳು. ನಮಗೆ ಬಂದ ಬಳಿಕ ಅವನ್ನು ಬೇರೆ ರೂಮಿನಲ್ಲಿಟ್ಟು ಬೀಗ ಹಾಕಿದ್ದಾಯಿತು-ಭದ್ರತೆಯ ದೃಷ್ಟಿಯಿಂದ; ರೂಮಿನ ಕಿಟಿಕಿ ಬಾಗಿಲುಗಳನ್ನು ಬಂದುಮಾಡಿದ್ದಾಯಿತು- ರಕ್ಷಣೆಯ ದೃಷ್ಟಿಯಿಂದ; "ಎಲ್ಲರಿಗೂ ಪ್ರವೇಶವಿಲ್ಲ; ಪ್ರಿನ್ಸಿಪಾಲರ ಅನುಮತಿಯನ್ನು ಪಡೆದವರಿಗೆ ಮಾತ್ರ ಪ್ರವೇಶವುಂಟು" ಎಂದು ಬೋರ್ಡು ಬರೆದು ತೂಗುಹಾಕಲಾಯಿತು; "ಪುಸ್ತಕಗಳನ್ನು ರೂಮಿನಿಂದ ಹೊರಗಡೆಗೆ ಒಯ್ಯಲಾಗದು" ಎಂಬ ಇನ್ನೂ ಒಂದು ಬೋರ್ಡು ಬರೆದು ಎಲ್ಲರ ಗಮನವನ್ನೂ ಸೆಳೆದದ್ದಾಯಿತು.

ಪಠ್ಯ ಪುಸ್ತಕಗಳನ್ನೇ ಓದದವರಿಗೆ, ಇತರ ಪುಸ್ತಕಗಳನ್ನೋದುವುದರಿಂದ ಪ್ರಯೋಜನವೇನು ಎಂದು ಕೇಳುವವರಿಗೆ, ಹೆಚ್ಚು ಓದಿದರೆ ನನಗೇನು ಸಂಬಳ ಹೆಚ್ಚುತ್ತದೆಯೆ ಎಂದು ಕೋಠಿ ಹಾಕುವವರಿಗೆ, ಜನರಲ್ ಲೈಬ್ರರಿಯ ಅಗತ್ಯವೇ ಇಲ್ಲ. ಇನ್ನು ಸ್ಪೆಷಲ್ ಲೈಬ್ರರಿಯೇಕೆ? ಕೆಲಸವಿಲ್ಲದೆ ಅದರ ವಿಷಯದಲ್ಲಿ ಆಸಕ್ತಿ ತೋರಿಸುವುದೇಕೆ? ಹಾಕಿದ ಬೀಗವನ್ನು ತೆರೆಯಲು ಅವಕಾಶವಾಗಲಿಲ್ಲ. ಎಂಟು ತಿಂಗಳು ಹಾಗೆಯೇ ಇದ್ದುಬಿಟ್ಟಿತು. ಹೊರಗಿನಿಂದ ಲೈಬ್ರರಿ ಭದ್ರವಾಗಿ ರಕ್ಷಿತವಾಗಿತ್ತು.

ಒಂದು ಸಲ ಕಾರ್ಲೈಲಿಯ 'ಸಾರ್ಟರ್ ರಿ ಸಾರ್ಟಸ್' ನೋಡಬೇಕೆನ್ನಿಸಿತು ನನಗೆ. ಇಂಗ್ಲಿಷ್ ಡಿಪಾರ್ಟ್‌ಮೆಂಟಿನ ಲೈಬ್ರರಿಯಲ್ಲಿದ್ದ ಪ್ರತಿ ತುಂಬ ಸಣ್ಣಕ್ಷರದ್ದು; ಉಪಯೋಗವಿಲ್ಲದೆ ಕಾಗದ ಪುಡಿ ಪುಡಿಯಾಗುವುದರಲ್ಲಿತ್ತು. ಸ್ಪೆಷಲ್ ಲೈಬ್ರರಿಯಲ್ಲಿ ದೊಡ್ಡ ಅಕ್ಷರದ 'Fine Edition' ಇತ್ತು. ಲೈಬ್ರರಿಯನ್ನು ತೆಗೆಸಿದೆ. ಬೀರುಗಳ ಬೀಗವೂ ಬೀಗದ ಕೈಗಳೂ ತುಕ್ಕು ಹಿಡಿದುಹೋಗಿದ್ದುದರಿಂದ ಕದವನ್ನು ಒಡೆಸಬೇಕಾಯಿತು. ಪುಸ್ತಕಗಳನ್ನು ಹೊರಕ್ಕೆ ಸೆಳೆಯುವಾಗ ಅದರ ಇಕ್ಕೆಲಗಳಲ್ಲೂ ನಿಬಿಡವಾಗಿಟ್ಟಿದ್ದ ೨೦-೩೦ ಪುಸ್ತಕಗಳು ಒಂದರೊಡನೊಂದು ಅಂಟಿಕೊಂಡು ಹೋಗಿದ್ದುದರಿಂದ ಅಷ್ಟನ್ನೂ ಮೊತ್ತವಾಗಿ ಹೊರಕ್ಕೆ ಸೆಳೆಯಬೇಕಾಯಿತು.

ಬೀರುವಿನ ಕೆಳಗಡೆ ಕೈಯಿಟ್ಟಾಗ ಡೊಗರುಡೊಗರಾಗಿ ತೂತುಗಳು. ಕೆಳ ಅರೆಯಲ್ಲಿದ್ದ ಪುಸ್ತಕಗಳ ರಟ್ಟಿನೊಳಗೆ ಕಾಗದದ ಪುಟ. ಜನ ಓದಿ ಅರಗಿಸಿಕೊಳ್ಳಬೇಕಾದ ಪುಸ್ತಕಗಳನ್ನು ಇಲಿಗಳು ತಿಂದು ಜೀರ್ಣಿಸಿಕೊಂಡಿದ್ದವು. ಇನ್ನೊಂದು ಬೀರು ತೆಗೆದರೆ ಪುಸ್ತಕದ ಬದಲಾಗಿ ಜಿರಳೆಗಳು, ವಿಧ ವಿಧ ಗಾತ್ರದವು. ಹಾರಿಬಂದು ಮೈಮೇಲೆಲ್ಲ ಹರಿದಾಡಿದವು. ಪುಸ್ತಕಗಳು ಎಲ್ಲಿದ್ದವೋ! ಎಲ್ಲ ಕಪ್ಪುಮಯ! ಪುಸ್ತಕಗಳೂ ಒಂದರೊಡನೊಂದು ಅಂಟಿಹೋಗಿದ್ದವು; ಒಂದೊಂದು ಪುಸ್ತಕದ ಪುಟಗಳೂ ಅಂಟಿಹೋಗಿದ್ದವು. ಪುಸ್ತಕದ ಸಾಲು ಕರಿಮರದ ತೊಲೆಯಾಗಿತ್ತು.

ಕನ್ನಡದ ಪುಸ್ತಕಗಳಿಗೂ ಇದೇ ಗತಿ ಬರುವುದಿಲ್ಲವೆಂಬ ಭರವಸೆ ನನಗೆ ಉಂಟಾಗಲಿಲ್ಲ. ನಾನೂ ನನ್ನ "ಫ್ರೆಂಡು" ಸೇರಿ ಸಮಾಲೋಚನೆ ಮಾಡಿದೆವು. "ಮುಂದಕ್ಕೆ ನೋಡಿಕೊಳ್ಳೋಣ. ಸದ್ಯಕ್ಕೆ ಇರುವ ಹಾಗೆಯೇ ಇರಲಿ" ಎಂದುಕೊಂಡೆವು. ಒಂದೆರಡು ವರ್ಷ ಈ ವಿಷಯ ತಲೆಯೆತ್ತಲಿಲ್ಲ. ಈ ನಡುವೆ ಕನ್ನಡದ ಕೊಲೆಗೆ ನಾಂದಿ ಹಾಡಿದ್ದ ಪ್ರಿನ್ಸಿಪಾಲು ರಿಟೈರ್ ಆಗಿ, ಇನ್ನೊಬ್ಬರು ಬಂದು ಅವರೂ ಬೇರೊಂದು ಹುದ್ದೆಗೆ ಹೋಗಿ, ನಾನು ಆ ಸಿಂಹಾಸನದಲ್ಲಿದ್ದಾಗ ಈ ಪ್ರಶ್ನೆ ತಲೆಯೆತ್ತಿತು. ಡೈರೆಕ್ಟರ್ ಆಫೀಸಿನ ಗುಮಾಸ್ತನೊಬ್ಬನು "ಎರಡೂವರೆ ವರ್ಷಗಳಿಂದ ಫೈಲು ಫೈಸಲಾಗಲಿಲ್ಲ. ನಿಮ್ಮ ಅಭಿಪ್ರಾಯವನ್ನು ಬೇಗನೆ ತಿಳಿಸುವುದು" ಎಂದು ಪತ್ರ ಬರೆಸಿದ. ಈಗ ಭಾಷಾ ಹವ ಇನ್ನೂ ಕೆಟ್ಟಿತ್ತು. ತಮಿಳೇ ಸರ್ಕಾರದ ವ್ಯವಹಾರ ಭಾಷೆಯೆಂದು ಘೋಷಿತವಾಗಿತ್ತು. ಎಂದರೆ ಅನ್ಯಭಾಷೆಗಳಿಗೆ ನಾಡಿನಲ್ಲಿ ಜಾಗವಿಲ್ಲವೆಂಬ ಅರ್ಥದಲ್ಲಿ ನಿರ್ವಹಣಾ ಕಾರ್ಯ ನಡೆಯುತ್ತಿತ್ತು. ನಗರದ ಸರ್ಕಾರಿ ಕಾಲೇಜೊಂದರಲ್ಲಿ ಈಗ ಕನ್ನಡಕ್ಕೆಂದು ಒಬ್ಬ ಕೆಳದರ್ಜೆಯ 'ಮುನ್ಷಿ', ಒಬ್ಬ ವಿದ್ಯಾರ್ಥಿ ಇನ್ನೂ ಕುಟುಕು ಜೀವವಿಟ್ಟುಕೊಂಡಿದ್ದರು. ಈ ನೆಪವನ್ನು ಮುಂದಿಟ್ಟುಕೊಂಡು ನಮ್ಮ ಕನ್ನಡ ಲೈಬ್ರರಿಯನ್ನು ಅಲ್ಲಿಗೆ ವರ್ಗ ಮಾಡಬಹುದೆಂದು ಶಿಫಾರಸು ಮಾಡಿದೆ. ಡೈರೆಕ್ಟರ್ ಆಫೀಸಿನವರು ಆ ಕಾಲೇಜಿನ ಪ್ರಿನ್ಸಿಪಾಲನ ಅಭಿಪ್ರಾಯವನ್ನು ಕೇಳಿದರು.

ಅವನು ನನ್ನ ಮೇಲೂ ಡೈರೆಕ್ಟರನ ಮೇಲೂ ರೇಗಿಬಿದ್ದ. ಅವನಿಗೆ ತಮಿಳನ್ನುಳಿದು ಇತರ ಭಾಷೆಗಳನ್ನು ಕಂಡರೆ ಮೈಲಿಗೆಯಾಗುತ್ತದಂತೆ! ನನ್ನನ್ನು 'ಪಾದ್ರಿ' ತಮಿಳನೆಂದ. ಡೈರೆಕ್ಟರನ್ನು ತಮಿಳನೇ ಅಲ್ಲ ಎಂದ. ನಮ್ಮಿಬ್ಬರನ್ನೂ ಪರಭಾಷಾ ವ್ಯಾಮೋಹದವರೆಂದ. ಡೈರೆಕ್ಟರ ಕಿವಿಗೆ ಇದು ಬಿದ್ದು ಅವನನ್ನು ಕರೆದು ಛೀಮಾರಿ ಹಾಕಿದರಂತೆ. ಕೊನೆಗೆ ಬಲವಂತದಿಂದ ಒಪ್ಪಿಕೊಂಡ.

ಮೂರು ಒಂಟೆತ್ತಿನ ಬಂಡಿಗಳ ತುಂಬ ಕನ್ನಡಮ್ಮನನ್ನು ಕೂಡಿಸಿ ಆ ಕಾಲೇಜಿಗೆ ಮೆರವಣಿಗೆ ಮಾಡಿದ್ದಾಯಿತು. ಆಕೆಯನ್ನು ಅಲ್ಲಿ ಬರಮಾಡಿಕೊಂಡ ರೀತಿ ವಿಚಿತ್ರವಾಗಿದೆ. ಬಂಡಿಗಳು ಅಲ್ಲಿ ತಲಪುವ ವೇಳೆಗೆ ರಾತ್ರಿ ಎಂಟು ಗಂಟೆಯಾಗಿತ್ತು. ಗೂರ್ಕ ಕಾವಲುಗಾರನೊಬ್ಬನನ್ನು ಬಿಟ್ಟು ಬೇರಾರೂ ಅಲ್ಲಿರಲಿಲ್ಲ. ಬಂಡಿಕಾರರು

ಸಾಮಾನನ್ನು ಎಲ್ಲಿ ಇಳಿಸುವುದು ಎಂದದ್ದಕ್ಕೆ "ನನಗೆ ಇದರ ವಿಷಯವೇನನ್ನೂ ಪ್ರಿನ್ಸಿಪಾಲರು ಹೇಳಿಲ್ಲ. ವಾಪಸು ತೆಗೆದುಕೊಂಡು ಹೋಗಿ" ಎಂದನಂತೆ. ಆ ಕಾವಲುಗಾರನಿಗೆ ತಮಿಳು ಬಾರದು, ಬಂಡಿಯವರಿಗೆ ಅವನ ಭಾಷೆ ಬಾರದು. ಮಾತಿಗೆ ಮಾತು ಬೆಳೆದು ಕೊನೆಗೆ ಒಂದು ಮರದಡಿಯಲ್ಲಿ ಬಂಡಿಗಳನ್ನು ಖಾಲಿ ಮಾಡಿದರು.

ಮರುದಿನ ಪ್ರಿನ್ಸಿಪಾಲನಿಗೆ ಫೋನ್ ಮೂಲಕ ಕೇಳಿದೆ: "ಪುಸ್ತಕಗಳು ಬಂದವೆ?"

"ಬಂದಂತೆ ಕಾಣುತ್ತದೆ. ಆ ಮರದ ಕೆಳಗೆ ಒಂದು ರಾಶಿ ಬಿದ್ದಿದೆ."

"ಲೈಬ್ರರಿ ಪುಸ್ತಕಗಳು ಮರದ ಕೆಳಗಡೆಯೆ?"

"ಕುಪ್ಪೆಯನ್ನು ನೀವೂ ಡೈರೆಕ್ಟರೂ ನನ್ನ ತಲೆಯ ಮೇಲೆ ತಳ್ಳಿದರೆ ನಾನೇನು ಮಾಡಲಿಕ್ಕಾಗುತ್ತದೆ?"

"ಸರಿ, ಮೊದಲು ಪುಸ್ತಕಗಳು ಬಂದದ್ದಕ್ಕೆ ರಸೀದಿ ಕಳುಹಿಸಿ."

"ಚೆಕ್ ಮಾಡದೆ ಹೇಗೆ ರಸೀದಿ ಕೊಡುವುದು?"

"'ಟೆಂಪೊರರಿ' ರಸೀದಿಯನ್ನು ಕೊಡುವುದಕ್ಕಾಗುವುದಿಲ್ಲವೆ? ಪುಸ್ತಕಗಳು ಬಂದಿವೆಯೆನ್ನುತ್ತೀರಿ; ಹಾಗಿರುವ ಪಕ್ಷಕ್ಕೆ ತಾತ್ಕಾಲಿಕ ರಸೀದಿಯನ್ನು ಒಡನೆ ಕಳುಹಿಸಿ." "ಏನು ಸಾರ್, ನೀವೂ ಡೈರೆಕ್ಟರೂ..."

"ಸರಿ ಕಾಣ್ರಿ, ನಾನೂ ಡೈರೆಕ್ಟರೂ ನಿಮ್ಮ ಅಭಿಪ್ರಾಯದ ಪ್ರಕಾರ ತಮಿಳು ದ್ರೋಹಿಗಳು! ಅದು ಬೇರೆ ಮಾತು, ಮೊದಲು ರಸೀದಿ ಕಳುಹಿಸಿ. ಪುಸ್ತಕಗಳ ರಾಶಿ ಮರದ ಕೆಳಗಿರುವುದರಿಂದ ಮಳೆಯೋ ಬಿಸಿಲೋ ಗಾಳಿಯೋ ಬಿದ್ದು ಅವುಗಳಿಗೆ ಹಾನಿ ಸಂಭವಿಸಿದರೆ ತಮಿಳು–ದ್ರೋಹಿಗಳು ಅದಕ್ಕೆ ಜಬಾಬ್ದಾರರಲ್ಲ!"

ಏನೋ ಬಯ್ದುಕೊಂಡದ್ದು ಕೇಳಿಸಿತು. 'ಟೆಂಪೊರರಿ' ರಸೀದಿಯೂ ಬಂತು.

ಆ ರಾತ್ರಿ ವಿಪರೀತ ಮಳೆ. ಮರದಡಿಯಲ್ಲಿದ್ದ ಕನ್ನಡಮ್ಮ ತೊಯ್ದುಹೋದಳು; ಮೈಮೇಲೆಲ್ಲಾ ಕೊಚ್ಚೆ ಮಣ್ಣು ಮುಚ್ಚಿತು. ಮಾರನೆ ದಿನದ ಬಿಸಿಲಿನಲ್ಲಿ ಒಣಗಿದಳು, ಬೇಗೆಯಲ್ಲಿ ಬೆಂದಳು. ಅವಳ ಸಾವಿನ ಸೂತಕ ಇವನನ್ನೆಲ್ಲಿ ತಾಕಿಬಿಡುವುದೋ ಎಂಬ ಹೆದರಿಕೆಯಿಂದ ತನ್ನ ರೂಮಿಗೆ 'ಅಟೇಚ್' ಆಗಿದ್ದ ಲೇವೆಟೊರಿಯಲ್ಲಿ ಇಡಿಸಿಕೊಂಡ. ಎಂಥ ಪವಿತ್ರವಾದ ಕ್ಷೇತ್ರ! ಇನ್ನೂ ಅಲ್ಲಿಯೇ ಇದ್ದಾಳೆಂದು ಯಾರೋ ಹೇಳಿದರು.

* * *

ಸಿಂಹಾಸನಾವರೋಹಣ

"ಜವರಾಯ ಬಂದರೆ ಬರಿಕೈಲಿ ಬರಲಿಲ್ಲ
ಕುಡುಗೋಲು ಕೊಡಲ್ಯೊಂದ್ ಹೆಗಲೇರಿ
ಜವರಾಯ
ಒಳ್ಳೊಳ್ಳೆ ಮರನ ಕಡಿ ಬಂದ
ಫಲಬಿಟ್ಟ ಮರನ ಕಡಿ ಬಂದ"
–ನಾಡಪದವೊಂದರ ಪಲ್ಲವಿ

"ಕಪ್ಪೆ ಸರ್ಪನ ನೆಳಲಲ್ಲಿಪ್ಪಂತೆನಗಾಯಿತಯ್ಯ!"
–ಬಸವೇಶ್ವರ

ಕೀಚಕ ನಮ್ಮ ಕಾಲೇಜಿಗೆ ಸ್ವಾರ್ಥಸಾಧನೆಗಾಗಿ ಕೋಮುವಾರು ಕಾಡು ಕಿಚ್ಚನ್ನು ಹೊತ್ತಿಸಿಟ್ಟ. ಇದರಲ್ಲಿ ವಿದ್ಯಾರ್ಥಿಗಳ ನಾಲಗೆಯೂ ಆಡಿತು. ಉಪಾಧ್ಯಾಯರ ನಾಲಗೆಯೂ ಆಡಿತು. ಇಂಥ ಸಂದರ್ಭಗಳನ್ನು ಏರ್ಪಡಿಸುವುದರಲ್ಲಿ ಇವನದು ಅಗ್ನಿಹಸ್ತ. ಆಗ ಹಾಸ್ಟಲಿನಲ್ಲಿ ಹುಡುಗರು ಗೊಂದಲವೆದ್ದಿದ್ದ ಕಾಲ. ಹಾಸ್ಟಲಿಗರಲ್ಲಿ ಬಹುಮಂದಿ ಹಿಂದುಳಿದ ಪಂಗಡಕ್ಕೆ ಸೇರಿದವರೆಂದೂ ವಾರ್ಡನ್ನೂ ಅದೇ ಪಂಗಡದವನಾಗಿರುವುದೇ ನ್ಯಾಯವೆಂದೂ ಮುಂದುವರೆದ ಪಂಗಡಕ್ಕೆ ಸೇರಿದವನನ್ನು ವಾರ್ಡನ್ನಾಗಿಟ್ಟಿರುವುದು ಪರಮ ಅನ್ಯಾಯವೆಂದೂ ಹಾಸ್ಟಲಿಗರನ್ನು ತನ್ನ ಕಡೆಗೆ ಸೆಳೆದುಕೊಂಡಿದ್ದ. ಆದರೆ ಒಂದು ಸಂಗತಿಯನ್ನು ಮಾತ್ರ ಒತ್ತಿ ಹೇಳಬೇಕು. ಇವನಿಗೆ ವಾರ್ಡನ್ನಿನ ವ್ಯಕ್ತಿ ವಿಷಯದಲ್ಲಿ ಕೊರತೆಯೇನೂ ಇರಲಿಲ್ಲ. ಸರ್ಕಾರ ಇವನಿಗೆ ಹಲ್ಲು ಕಿತ್ತು ಪ್ರಿನ್ಸಿಪಾಲನ ಹುದ್ದೆಯಿಂದ ಪ್ರಾಧ್ಯಾಪಕನ ಹುದ್ದೆಗೆ ಇಳಿಸಿ ನಮ್ಮ ಕಾಲೇಜಿಗೆ ರವಾನೆ ಹಾಕಿತ್ತು. ಇಲ್ಲಿಗೆ ಬಂದಾಗ ಅವನಿಗೊಂದು ವಾಸದ ಮನೆ ಬೇಕಿತ್ತು. ಅವನ ದೇಹದ ಆರೋಗ್ಯ ಕಾಪಾಡಿಕೊಳ್ಳುವುದಕ್ಕೆ

ಯಾವುದಾದರೂ ದರ್ಪವನ್ನು ತೋರಿಸಬಹುದಾದಂಥ ಹುದ್ದೆಯೂ ಬೇಕಿತ್ತು. ವಾರ್ಡನ್ನಿಗೆ ದೊಡ್ಡ ಬಂಗಲೆಯಿದೆ-ಬಾಡಿಗೆ ತೆರಬೇಕಾಗಿಲ್ಲ; ಆ ಹುದ್ದೆಯಲ್ಲಿ ದರ್ಪದ ಪ್ರದರ್ಶನಕ್ಕೆ ಅವಕಾಶವೂ ಇದೆ. ಆದ್ದರಿಂದ ಎರಡು ಹಕ್ಕಿಗಳನ್ನೂ ಒಂದೇ ಬಾಣಪ್ರಯೋಗದಿಂದ ದಕ್ಕಿಸಿಕೊಳ್ಳುವ ಪ್ರಯತ್ನ ಮಾಡಿದ್ದ. ಎಷ್ಟು ಸಾಹಸದ ಪ್ರಯತ್ನಗಳನ್ನು ಜರುಗಿಸಿದರೂ ಸಾರ್ಥಕವಾಗಲಿಲ್ಲ. ಮುಡಿವು ಇವನ ಇಷ್ಟಕ್ಕೆ ಪ್ರತಿಯಾಗಿಯೇ ನಡೆಯಿತು. ವಿಧಿಯ ವಿಕಟ-ಮುಂದುವರೆದ ಪಂಗಡಕ್ಕೆ ಸೇರಿದ್ದ ವಾರ್ಡನ್ನಿಗೆ ಬದಲಾಗಿ ಜನಿವಾರದಯ್ಯನೊಬ್ಬ ವಾರ್ಡನ್ನಾಗಿ ಬಂದುಬಿಟ್ಟ!

ಬಹಿರಂಗವಾಗಿ ಇವನು ಹೊತ್ತಿಸಿಟ್ಟಿದ್ದ ಕಾಳ್ಗಿಚ್ಚು ಈಗ ಅವನ ಆಂತರ್ಯವನ್ನೇ ದಹಿಸಲಾರಂಭಿಸಿತು. ಈಗ ಪ್ರಿನ್ಸಿಪಾಲನ ಸಿಂಹಾಸನದ ಕಡೆ ಕಣ್ಣು ಬೀರಿದ. ಈ ಸ್ಥಿತಿಗೆ ಸರ್ಕಾರವೂ ಒಂದು ಬಗೆಯ ಕಾರಣವಾಗಿತ್ತು. ಪ್ರಿನ್ಸಿಪಾಲನ ಹುದ್ದೆಗೆ ನನ್ನನ್ನು ತಂದದ್ದೇ ಅವರ ಮೊದಲನೆಯ ತಪ್ಪು ಹೆಜ್ಜೆಯೆಂದು ನನಗನ್ನಿಸುತ್ತದೆ. ನಮ್ಮ ಡೈರೆಕ್ಟರ ಅಭಿಮತಕ್ಕೆ ವಿರುದ್ಧವಾದ ಆಯ್ಕೆ ಇದು. ನಾನು ಮೊದಲನೆ ಸತ ಆತನನ್ನು ಕಾಣಹೋದಾಗ ಸುಪ್ರಸನ್ನವಾದ ಹುಸಿನಗೆಯ ಮುಖವಾಡ ದರ್ಶನವೇನೋ ಆಯಿತಾದರೂ ಅದರ ಹಿಂದೆ ಅಡಗಿದ್ದ ಮುಖದ ನಿಜ ಸ್ವಭಾವ ಪ್ರದರ್ಶನವಾಗುವುದಕ್ಕೆ ಸ್ವಲ್ಪ ಕಾಲವಾಯಿತು. ನಾನು ಪ್ರಥಮತಃ ವಿಜ್ಞಾನಿ, ಆಮೇಲೆ ಪ್ರಾಧ್ಯಾಪಕ, ಆಮೇಲೆ ಪ್ರಿನ್ಸಿಪಾಲು, ಆಮೇಲೆ ವಾರ್ಡನ್ನು ಎಂಬ ಕ್ರಮವನ್ನು ಅನುಸರಿಸುತ್ತಿದ್ದೆನಾದ್ದರಿಂದ ಡೈರೆಕ್ಟರ ನಿಜ ಕಟಾಕ್ಷ ನನ್ನ ಮೇಲೆ ಬೀಳಲು ಅವಕಾಶವಾಗಲಿಲ್ಲ. ಅಂತೂ, ಪಾಪ, ವ್ಯಾಕುಲಗೊಂಡ-ಅವನ ಶಸ್ತ್ರಾಸ್ತ್ರಗಳೊಂದನ್ನಾದರೂ ನನ್ನ ಮೇಲೆ ಪ್ರಯೋಗಿಸುವುದಕ್ಕೆ ಅವಕಾಶವಿಲ್ಲದೆ ಹೋಯಿತು. ನನ್ನನ್ನು ಸ್ಥಾನದಿಂದ ತಳ್ಳಲು ಒಂದೆರಡು ಸೂತ್ರಗಳನ್ನೇನೋ ಎಳೆದು ಜಗ್ಗಿಸಿ ನೋಡಿದ, ಸೂತ್ರವೇ ಕಿತ್ತು ಹೋಗಿ ಆಭಾಸವಾಯಿತು. ಇನ್ನಷ್ಟು ಖಿನ್ನನಾದ.

ಹರಿದಹೋದವನ್ನು ರಿಪೇರಿ ಮಾಡುವುದರಲ್ಲೂ ನಿಪುಣ. ಇವನಿಗೂ ಡೈರೆಕ್ಟರಿಗೂ ಎಷ್ಟೋ ವಿಷಯಗಳಲ್ಲಿ 'ಒಡಲೆರಡಸುವೊಂದು.' ಹತ್ತು ಹದಿನೈದು ವರ್ಷಗಳಲ್ಲಿ ನೂರಾರು ಬ್ರಹ್ಮ ಯಜ್ಞಗಳಿಗೆ ಯಜಮಾನರಾಗಿಯೂ ಅಧ್ವರ್ಯುಗಳಾಗಿಯೂ ಪುಣ್ಯ ಕಟ್ಟಿಕೊಂಡವರು. ಒಬ್ಬನ ಗ್ಲೌಸ್‌ನೊಳಕ್ಕೆ ತುತ್ತವಾಗಿ ಹಿಡಿಸುವಂಥ ಕೈ ಇನ್ನೊಬ್ಬನದು. ಗ್ಲೌಸಿನ ಹಿಡಿತವೇನೋ ಮಕಮಲ್ಲಿನ ಮೃದು; ಒಳಗಿನ ಕೈಹಿಡಿತ ಮಾತ್ರ ಕಪಿಮುಷ್ಟಿ.

ಕಡಿದುಹಾಕಿದ್ದ ಬಾಲವನ್ನು ತಿರುಗಿಯೂ ಬೆಳೆಸಿಕೊಂಡು ಕೀಚಕನು ಪ್ರಿನ್ಸಿಪಾಲನ ಆಸನದ ಮೇಲೆ ಮಂಡಿಸುವ ಯೋಚನೆಯಲ್ಲಿ ತೊಡಗಿದ. ಗುಡಿಗೋಪುರಗಳನ್ನು ಸಂದರ್ಶಿಸಿ ಅಲ್ಲಿಯ ಕಲ್ಲುದೇವರಿಗೆ 'ಆಂಡವಾ, ಹೇಗಾದರೂ ಮಾಡಿ ಆ ಪ್ರಿನ್ಸಿಪಾಲನ ಆಸನವನ್ನು ಖಾಲಿ ಮಾಡಿಸಿ ನನ್ನನ್ನು

ಅಲ್ಲಿ ಕುಳ್ಳಿರಿಸು" ಎಂದು ಪ್ರಾರ್ಥನೆ ಮಾಡಿದ. ಡೈರೆಕ್ಟರ್ ಎಂಬ ರಕ್ತಮಾಂಸಗಳ ದೇವರ ಬಳಿ 'ರಂಗಯಾತ್ರಾ ದಿನೇ ದಿನೇ' ಮಾಡಿ ಮಾಡಿ "ಪೆರುಮಾಳೇ, ಈಗಿರುವವನನ್ನು ಇಳಿಸಿ ಅಲ್ಲಿ ನನ್ನನ್ನು ಹತ್ತಿಸು" ಎಂದು ಸಾಷ್ಟಾಂಗ-ಪ್ರಣಾಮ-ಸಹಸ್ರಗಳನ್ನು ಸಲ್ಲಿಸಿದ. ಎಂ.ಎಲ್.ಎ.ಗಳ ಕಾಲನ್ನು ಹಿಡಿದುಕೊಂಡು "ನೀವೇ ಪ್ರತ್ಯಕ್ಷ ಬ್ರಹ್ಮದೇವರು. ಹೇಗಾದರೂ ಪ್ರಿನ್ಸಿಪಾಲನ್ನು ಗಾದಿಯಿಂದ ಇಳಿಸಿ ನನ್ನನ್ನು ಏರಿಸಿ" ಎಂದು ಬೇಡಿಕೊಂಡು ಈ ದೇವತೆಗಳಿಗೆ ಪ್ರಿಯವಾದವುಗಳನ್ನೆಲ್ಲ ತಂದೊದಗಿಸಿದ. ಹಳದಿ-ಪತ್ರಿಕೆಗಳಲ್ಲಿ "ತಮಿಳು ನಾಡಿನ ಅತಿ ಪ್ರಖ್ಯಾತವಾಗಿರುವ ಕಾಲೇಜಿಗೆ ಅಚ್ಚ ತಮಿಳನೆ ತಲೆಯವನಾಗಿರಬೇಕು" ಎಂಬ ಶಿರೋನಾಮೆಯಲ್ಲಿ ಕಳ್ಳ ಹೆಸರಿನಿಂದ ಸುಳ್ಳು ಕತೆಗಳನ್ನು ಬರೆದ, ಬರೆಯಿಸಿದ.

ಈ ಮೆಹನತ್ತುಗಳಾವುವೂ ಬಯಸಿದ ಗುರಿಯನ್ನು ಈಡೇರಿಸಲಿಲ್ಲ. ಒಂದೊಂದು ಯತ್ನದಲ್ಲಿ ಸೋತಾಗಲೂ ಮುಂದಿನದನ್ನು ದ್ವಿಗುಣವಾದ ಹುಮ್ಮಸ್ಸಿನಿಂದ ಮಾಡತೊಡಗಿದ. ಕಾಲೇಜಿನ ವಿದ್ಯಾರ್ಥಿಗಳಿಗೆ ಸ್ಕಾಲರ್‌ಷಿಪ್ ಹಂಚುವುದಕ್ಕಾಗಿ ಸೇರಿದ್ದ 'ಕಾಲೇಜ್ ಕೌನ್ಸಿಲ್' ಸಭೆಯಲ್ಲಿ ಪ್ರತ್ಯಕ್ಷವಾಗಿ ಕೂತಿದ್ದು ತನ್ನ ಉಮೇದುವಾರರಿಗೆ ಅವು ದೊರೆಯುವಂತೆ ಮಾಡಿಸಿಕೊಂಡಿದ್ದು, ಹೊರಬಂದ ಮೇಲೆ "ಪ್ರಿನ್ಸಿಪಾಲರಿಗೆ ಕೋಮುವಾರು ಭಾವನೆ; ಹಿಂದುಳಿದ ಕೋಮಿನವರಿಗೆ ಸೊನ್ನೆ ತಿದ್ದಿದ್ದಾರೆ" ಎಂದು ಪ್ರಚಾರ ಮಾಡಿದ.

ಕೀಚಕನು ಪ್ರಿನ್ಸಿಪಾಲಾಗಿದ್ದಾಗ ಅಡ್ಮಿಷನ್ ತಿಂಗಳುಗಳು ಅವನಿಗೆ ಸುಗ್ಗಿಯ ಕಾಲ. ಹಣ ತೆಗೆದುಕೊಂಡು ವಿದ್ಯಾರ್ಥಿಗಳಿಗೆ ಪ್ರವೇಶ ದೊರಕಿಸಿಕೊಡುತ್ತಾನೆಂಬ ದೂರು ಬಂತು. ಹೆಸರಿಗೊಂದು ವಿಚಾರಣೆಯೂ ಆಯಿತು. ವಿಚಾರಣೆಗೆಂದು ಹೋಗಿದ್ದ ಅಧಿಕಾರಿಯನ್ನೇ ತನ್ನ ಜೇಬಿನೊಳಕ್ಕೆ ಹಾಕಿಕೊಂಡು ಬಚಾವಾಗಿದ್ದ. ಅಂತೂ ಬಹಳ ಅದೃಷ್ಟವಂತ. ಈ ಚರಿತ್ರಾರ್ಹನು ಸಹೋದ್ಯೋಗಿಯಾಗಿ ಸೇರಿದಾಗ ಇನ್ನೊಂದು ಬಗೆಯ ಲೀಲೆಯನ್ನು ಆರಂಭಿಸಿದ. ಅವನ ಡಿಪಾರ್ಟ್‌ಮೆಂಟಿನಲ್ಲಿ ಟ್ಯೂಟರಾಗಿದ್ದ ಹೆಡ್ಡನೊಬ್ಬನಿಗೆ ಪ್ರೊಮೋಷನ್ ಕೊಡಿಸುವೆನೆಂದು ಆಸೆ ತೋರಿಸಿ, ಅವನಿಂದ ಎಂಥೆಂಥದೋ ಕೆಲಸಗಳನ್ನು ನೆರವೇರಿಸಿಕೊಳ್ಳುತ್ತಿದ್ದ. ಈ ಹೆಡ್ಡನಂತೂ ಸೃಷ್ಟಿಯಲ್ಲೇ ಅಪರೂಪವಾದ ವ್ಯಕ್ತಿ. ತಲೆಯೂ ಬರಿದು, ಹೃದಯವೂ ಬರಿದು. ಹೇಗೆ ಹೇಳಿದರೆ ಹಾಗೆ ಮಾಡುವ ಸ್ವಭಾವ. ಇದು ಸರಳತೆಯೆಂದೂ ಎಲ್ಲರು ಹೇಳಿದ ಮಾತಿನಂತೆಯೂ ನಡೆಯುತ್ತಾನೆಂದೂ ನಾನು ಹೇಳಲಾರೆ. ಅವನ ಗುರುಗಳನ್ನು ತಾನೇ ಆರಿಸಿಕೊಳ್ಳುತ್ತಾನೆ. ಅವರ ಬಾಯಿಂದ ಬಂದ ಮಾತನ್ನು ಮಾತ್ರ ಕೇಳುತ್ತಾನೆ. ಇವನಿಗೂ ಕೀಚಕನಿಗೂ ಯಾವ ಜನ್ಮದ ಋಣಾನುಬಂಧವೋ ಗಟ್ಟಿಯಾಗಿ ಅಂಟಿಕೊಂಡು ಬಂದಿತ್ತು. ಶಿಷ್ಯನ ಕೈಬರಹದಲ್ಲಿ ನನಗೆ ದಿನಕ್ಕೆ ಮೂರು-ನಾಲ್ಕು ಕಳ್ಳ ರುಜು ಹಾಕಿದ ಕಾಗದಗಳು ಬರತೊಡಗಿದವು-ನಾನು ಒಂದೊಂದು ಅಡ್ಮಿಷನ್ನಿಗೂ ೨೦೦ ರೂಪಾಯಿ ತೆಗೆದುಕೊಳ್ಳುತ್ತಿದ್ದೇನೆಂದೂ, ತನಗೂ ಒಂದು ಸೀಟನ್ನು ಕೊಡಬೇಕೆಂದೂ, ೨೦೦ ರೂಪಾಯನ್ನು ಯಾವುದೋ ಗುಪ್ತ

ಸ್ಥಳದಲ್ಲಿ ಕೊಡಲಾಗುವುದೆಂದೂ ಒಕ್ಕಣೆ. ಈ ತೆರನಾದ ಕಾಗದಗಳನ್ನು ನಾನು ಬೇರೆಯಾಗಿಡುತ್ತಿದ್ದೆ. ಒಂದು ತಿಂಗಳ ಅವಧಿಯಲ್ಲಿ ಇಂಥ ೪೦೦ ಕಾಗದಗಳು ಕೈ ಸೇರಿದವು.

ಕೀಚಕ ಪ್ರತಿದಿನವೂ ಸರಳೆಯ ಮುಖವಾಡದೊಡನೆ ನನ್ನ ರೂಮಿಗೆ ಬರುವ, –ಈ ಕಾಗದಗಳನ್ನು ಕುರಿತು ನಾನೇನಾದರೂ ಪ್ರಸ್ತಾಪ ಮಾಡುತ್ತೇನೆಯೋ ಎಂಬ ನಿರೀಕ್ಷೆಯಿಂದ. ನಾನು ಆ ಮಾತನ್ನೇ ಎತ್ತುವುದಿಲ್ಲ. ಸ್ವಲ್ಪ ಖಿನ್ನನಾಗಿ ಹೊರಟುಹೋಗುವ. ನನಗೆ ಕಾಗದಗಳು ತಲಪುತ್ತಿವೆಯೇ ಇಲ್ಲವೆ, ನನ್ನ ಪ್ರತಿಕ್ರಿಯೆ ಏನು, ಸರ್ಕಾರಕ್ಕೋ ಪೊಲೀಸರಿಗೋ ಈ ಪತ್ರಗಳನ್ನು ಕುರಿತು ದೂರನ್ನೇನಾದರೂ ಕೊಟ್ಟಿದ್ದೇನೆಯೇ ಎಂದು ತಿಳಿದುಕೊಳ್ಳುವ ಕುತೂಹಲ ಕೀಚಕನಿಗೆ. ಇನ್ನಾರ ಬಳಿಯಲ್ಲಾದರೂ ಈ ಪ್ರಸ್ತಾಪ ಮಾಡಿದರೆ ತನ್ನ ಮೇಲೆಯೇ ಎಲ್ಲಿ ಗುಮಾನಿ ಬರುತ್ತದೆಯೋ ಎಂಬ ಭಯ. ಹೀಗಾಗಿ ನೇರವಾಗಿ ನನ್ನ ಬಳಿಯೇ ಬಂದು ಹೋಗುತ್ತಿದ್ದ. ಒಂದು ದಿನ ನಾನು ಉದ್ದೇಶವಿಲ್ಲದೆ "ಏನು, ಇವತ್ತಿನ ಸಮಾಚಾರ?" ಎಂದಾಗ ಮುಖ ಬಿಳುಪೇರಿತು. "ಯಾಕೆ ಹೀಗೆ ಕೇಳುತ್ತೀರ?" ಎಂದ.

"ಸುಮ್ಮನೆ ಕೇಳಿದೆ ಅಷ್ಟೆ. ಪ್ರತಿದಿನವೂ ಬರುತ್ತೀರಿ. ಏನಾದರೂ ಹೇಳುತ್ತೀರಿ. ಈ ದಿನ ನಾನೇ ಮೊದಲು ಪ್ರಶ್ನೆ ಕೇಳಿದೆ."

"ನಾನೊಂದು ಸಂಗತಿಯನ್ನು ನಿಮಗೆ ವಿಷಾದದಿಂದ ತಿಳಿಸಬೇಕಾಗಿದೆ..."

"ಏನಾಯಿತು ಹೇಳಿ."

"ನಮ್ಮ ಕಾಲೇಜಿನ ಶಿಸ್ತು ಹೋಗಿಬಿಟ್ಟಿದೆ."

"ಯಾವಾಗಿನಿಂದ? ನಾನು ಪ್ರಿನ್ಸಿಪಾಲನಾಗಿ ಬಂದ ದಿನದಿಂದಲೇ?"

"ಹಾಗಲ್ಲ, ಪ್ರಿನ್ಸಿಪಾಲರು ಈ ವಿಷಯವನ್ನು ತುರ್ತಾಗಿ ಗಮನಿಸಬೇಕು."

"ಸರಿ, ಸ್ಪೆಸಿಫಿಕ್ಕಾಗಿ ನಿದರ್ಶನಗಳನ್ನು ಕೊಟ್ಟರೆ ಏನಾದರೂ ಮಾಡಬಹುದು."

"ಸ್ಪೆಸಿಫಿಕ್ಕಾಗಿ ಏನು ಹೇಳುವುದು?"

"ಮೊದಲನೆಯದಾಗಿ ಶಿಸ್ತು ಹೋಗಿಬಿಟ್ಟಿರುವುದು ವಿದ್ಯಾರ್ಥಿವರ್ಗದಲ್ಲೇ, ಅಥವಾ ಅಧ್ಯಾಪಕವರ್ಗದಲ್ಲೇ ಅಥವಾ ನೌಕರವರ್ಗದಲ್ಲೇ?"

"ಜನರಲ್ಲಾಗಿಯೇ ಹೋಗಿಬಿಟ್ಟಿದೆ."

"ಏನು ಮಾಡೋಣ?"

"ಈಗ ನೋಡಿ. ಅಲ್ಲಿ ನೋಡಿ! ಆ ಹುಡುಗ ಹುಡುಗಿ ಇಬ್ಬರೂ ಮಾತನಾಡಿಕೊಂಡಿದ್ದಾರೆ!" ಎಂದು ಒಂದು ಜತೆಯನ್ನು ತೋರಿಸಿದ.

"ಇಷ್ಟರಿಂದಲೇ ಶಿಸ್ತು ಹೋಯಿತೆನ್ನುತ್ತೀರಾ?"

"ಇನ್ನೇನು ಮತ್ತೆ?"

"ಅಲ್ಲ ಸ್ವಾಮಿ, ಹೆಣ್ಣು ಗಂಡುಗಳು ಒಬ್ಬರೊಬ್ಬರ ಜತೆಯನ್ನು ಬಯಸುವುದು ನೈಸರ್ಗಿಕವಾದ ಬಯಲಾಜಿಕಲ್ ಪ್ರತಿಕ್ರಿಯೆ ಎಂದು ನಂಬಿರುವವನು ನಾನು. ಜೀವನದ ಎರಡು ಘಟ್ಟಗಳ ಸಂಧಿಕಾಲ ಇದು. ದೇಹದ ಗ್ರಂಥಿಗಳು ಸ್ರವಿಸುವ ಕೆಲವು ಹಾರ್ಮೋನುಗಳಿಂದ ರೂಪುಗೊಳ್ಳುವ ಕ್ರಿಯೆ ಇದು. ನಾನು ಇದನ್ನು ತಪ್ಪು ಎನ್ನಲಾರೆ."

"ಅದನ್ನೆಲ್ಲ ಕಾಲೇಜಿನ ಹೊರಗಡೆ ಮಾಡಿಕೊಳ್ಳಲಿ! ಕಾಲೇಜಿನ ಒಳಗೆ ಏಕೆ 'ಅಲೊ' ಮಾಡಬೇಕು?"

"ಈಗ ನೋಡಿ, ಈ ಕಾಲದಲ್ಲಿ ಕಾಲೇಜಿನ ಒಳಗು ಹೊರಗುಗಳೆಂಬ ವ್ಯತ್ಯಾಸ ಹೋಗಿಬಿಟ್ಟಿದೆ. ರಾಜಕೀಯವನ್ನೇ ತೆಗೆದುಕೊಳ್ಳಿ..." ಎನ್ನುತ್ತಿದ್ದಂತೆಯೇ ಕೋಪದಿಂದ ಹೊರಕ್ಕೆ ಹೋದ.

ಇವನ ಹೆಡ್ಡ ಕಾರ್ಯದರ್ಶಿಯನ್ನು ಕರೆಸಿ "ತಮಿಳಿನಲ್ಲಿ ಒಂದು ಪತ್ರ ಬರೆಯಬೇಕು. ಡಿಕ್ಟೇಟ್ ಮಾಡುತ್ತೇನೆ. ದಯವಿಟ್ಟು ಬರೆದುಕೊಳ್ಳುವಿರಾ?" ಎಂದೆ. ಹಿಂದುಮುಂದು ನೋಡಿ 'ಉಂ' ಎಂದ.

"ಬರೆಯಿರಿ–'ತಿರುವೇಲರೆ, ನಿಮ್ಮ ೫ನೇ ತಾರೀಖಿನ ಪತ್ರ ತಲಪಿದೆ. ನಿಮ್ಮ ಮಗಳಿಗೆ ಸೀಟು ಬೇಕಾದರೆ ೨೫೦ ರೂಪಾಯಿಯನ್ನು ತಂದು ಮುಂಗಡ ನನ್ನ ಕೈಗೆ ಕೊಡುವುದು. ಇದು ಕಷ್ಟಕಾಲ. ೨೦೦ ರೂಪಾಯಿಗೊಂದು ಸೀಟು ಸಿಕ್ಕುತ್ತಿದ್ದ ಕಾಲ ಎಂದೋ ಹೊರಟುಹೋಯಿತು. ನಾಳೆಯೇ ನೀವು ಬಂದರೆ ೨೫೦ ರೂಪಾಯಿ, ನಾಳಿದ್ದು ಬಂದರೆ ೩೦೦, ಆಮೇಲೆ ಬಂದರೆ ಇಲ್ಲ. ೫೦೦ ರೂಪಾಯಿ ಕೊಡುವವರು ಬೇಕಾದಷ್ಟು ಜನ ಇದ್ದಾರೆ. ಇತಿ–"

ಈ ಪತ್ರವನ್ನು ಬರೆಯುತ್ತಿದ್ದಾಗ ಹೆಡ್ಡನ ಕೈ ನಡುಗಿತು, ಕಣ್ಣುಗುಡ್ಡೆ ರೆಪ್ಪೆಯಿಂದ ಹೊರಕ್ಕೆ ಬಾತುಕೊಂಡಿತು. 'ಡಿಕ್ಟೇಷನ್' ಮುಗಿದ ಮೇಲೆ "ಸಾರ್, ಯಾರ ವಿಳಾಸ ಬರೆಯಬೇಕು?" ಎಂದ. "ಅದನ್ನು ನಾನು ಬರೆಯುತ್ತೇನೆ. ಸುಮಾರು ೪೦೦ ಜನ ಇದ್ದಾರೆ. ಇವರಲ್ಲಿ ಯಾರೊಬ್ಬರಿಗೆ ಬರೆದರೂ ಉಚಿತವಾಗಿಯೇ ಇರುತ್ತದೆ" ಎನ್ನುತ್ತ ಸುಳ್ಳು ಪತ್ರಗಳ ಕಂತೆಯ ಕಡೆ ಬೆಟ್ಟು ತೋರಿಸಿದೆ. ಭಯದಿಂದಲೂ ಸಂದೇಹದಿಂದಲೂ ಎದ್ದುಹೋದ.

ಇವನ ಕೈ ಬರವಣಿಗೆಯೂ ೪೦೦ ಪತ್ರಗಳದೂ ಒಂದೇ ಆಗಿದ್ದಿತು. ನನಗೆ ಉಂಟಾಗಿದ್ದ ಸಂದೇಹ ನಿವೃತ್ತಿಯಾಯಿತು. ಹೆಡ್ಡನು ನನ್ನ ರೂಮನ್ನು ಬಿಟ್ಟು ಹೋದವನೇ ಕೀಚನಕ ಬಳಿ ಓಡಿಹೋಗಿ, ಅವನಿಗೆ ನಡೆದ ಸಮಾಚಾರವನ್ನು ತಿಳಿಸಿದ. ಕೀಚಕ ಕೈ ಕೈ ಹಿಸುಕಿಕೊಂಡು ಹೆಡ್ಡನನ್ನು ಬಾಯಿಗೆ ಬಂದಂತೆ ಬಯ್ದು, "ನೀನು ದಡ್ಡ ಕತ್ತೆ. ಮೆದುಳಿರುವವರ ಹತ್ತಿರ ನಡೆದುಕೊಳ್ಳುವ ರೀತಿ ನಿನಗೆ ಇಷ್ಟು

ವಯಸ್ಸಾದರೂ ಗೊತ್ತಿಲ್ಲ! ಈಗ ನೀನು ಸಿಕ್ಕಿಕೊಂಡಿರುವುದರ ಜೊತೆಗೆ ನನ್ನನ್ನೂ ಸಿಕ್ಕಿಸಿಬಿಟ್ಟಿದ್ದೀಯ" ಎಂದ.

ಮಾರನೆ ದಿನ ಯಥಾಪ್ರಕಾರ ಕೀಚಕ ಬಂದ.

"ಏನು ಇವತ್ತಿನ ಸಮಾಚಾರ? ನಿನ್ನೆ ಕೋಪಗೊಂಡು ಹೋದಿರಿ. ಇಂದು ಹೇಗಿದೆ?"

"ತಮ್ಮ ಮೇಲೆ ನಾನು ಕೋಪಗೊಂಡೆನೆ?"

"ಅಲ್ಲ, ಶಿಸ್ತಿನ ಮೇಲೆ!"

"ನಿನ್ನೆ ನಾನು ದೇವಾಲಯಕ್ಕೆ ಹೋಗಲಿಲ್ಲ. ಮನಸ್ಸು ಹೇಗೇಗೋ ಆಡಿತು. ಇಂದು ಬೆಳಿಗ್ಗೆ ಹೋಗಿದ್ದೆ, ಮನಸ್ಸು ನಿರ್ಮಲವಾಯಿತು" ಎನ್ನುತ್ತ ನಿರ್ಮಾಲ್ಯದ ಹೂವೊಂದನ್ನು ನನ್ನ ಮೇಜಿನ ಮೇಲಿಟ್ಟ.

"ಇದೇನು ನೀವು ದೇವಾಲಯಕ್ಕೆ ಹೋಗಿದ್ದೀರೆಂಬುದಕ್ಕೆ ಎವಿಡೆನ್ಸ್?" ಎಂದು ನಕ್ಕೆ.

"ಏನು ಸಾರ್, ಹಾಸ್ಯ ಮಾಡುತ್ತೀರಿ? ನಾನು ನಾಸ್ತಿಕನಲ್ಲ ಸಾರ್, ನಾನು ಭಗವದ್ಭಕ್ತ, ಭಕ್ತಿಯಿಂದ ಪ್ರಾರ್ಥನೆ ಮಾಡುತ್ತೇನೆ."

"ಈ ದಿನದ ಪ್ರಾರ್ಥನೆ ಏನೊ? ನನ್ನನ್ನು ಪ್ರಿನ್ಸಿಪಾಲು ಹುದ್ದೆಯಿಂದ ದಬ್ಬಿಸು ಎಂದೆ?"

"ಸಾರ್, ಸಾರ್, ತಮ್ಮ ವಿಷಯಕ್ಕೆ ಹಾಗೆಲ್ಲ ಮಾಡುತ್ತೇನೆಯೆ?"

"ಮತ್ತೊಬ್ಬರ ವಿಷಯಕ್ಕೆ ಮಾಡಿದವರು ನನ್ನ ವಿಷಯದಲ್ಲೂ ಮಾಡುವುದರಲ್ಲಿ ಅನ್ಯಾಯವೇನಿಲ್ಲವಲ್ಲ! ನಾನೂ ಅದರಂತೆಯೆ ಅಲ್ಲವೆ?"

"ನನ್ನನ್ನು ತಾವು ತಪ್ಪು ತಿಳಿದುಕೊಂಡಿದ್ದೀರ. ನಾನು ಖಂಡಿತ ಹಾಗೆ ಮಾಡಲಿಲ್ಲ. ಅಕೋ. ಆ ಹೆಡ್ಡನಿದ್ದಾನಲ್ಲ, ಎಲ್ಲವೂ ಅವನ ಕೆಲಸ!"

"ಹೋಗಲಿ ಬಿಡಿ."

"ಅಲ್ಲ ಸಾರ್, ಅವನು ನನ್ನ ವಿಷಯದಲ್ಲೇ ಅಪಪ್ರಚಾರ ಆರಂಭಿಸಿಬಿಟ್ಟಿದ್ದಾನೆ ಸಾರ್!"

"ಪಾಪ, ಎಂದಿನಿಂದಲೊ?"

"ನಿನ್ನೆಯಿಂದ."

"ಹೋಗಲಿ ಬಿಡಿ. ಈಗ ನನ್ನ ವಿಷಯವನ್ನು ಕುರಿತೂ ಜನ ಅಪಪ್ರಚಾರ ಮಾಡುತ್ತಿದ್ದಾರೆ, ನಮ್ಮ ಕಾಲೇಜಿನಲ್ಲೇ ಇರುವವರು! ನಾನೇನು ಅವರನ್ನೆಲ್ಲ

ಗಮನಿಸುವುದಕ್ಕಾಗುತ್ತದೆಯೆ? ಅವರನ್ನು ತಿದ್ದುವುದಕ್ಕಾಗುತ್ತದೆಯೆ? ಅವರಿಗೆ ಶಿಕ್ಷೆ ಕೊಡುವುದಕ್ಕೆ ಹೋದರೆ ಅದು ನನ್ನ ತಲೆಗೇ ತಾಕುತ್ತದೆ! ಹೋಗಲಿ ಬಿಡಿ."

"ಪ್ರಿನ್ಸಿಪಾಲರು ಹಾಗೆನ್ನುವುದು ಚೆನ್ನವೆ? ಈ ಹೆಡ್ಡನ ಅಶಿಸ್ತು ಇತರರಿಗೂ ಹಬ್ಬಿಬಿಟ್ಟರೆ ಏನು ಗತಿ?"

"೨೫೦ ವಾದ್ಯಾರುಗಳಲ್ಲಿ ಇವನೊಬ್ಬ ತಾನೆ ಅಶಿಸ್ತಿನವನು? ಅವನ ಪಾಡಿಗೆ ಅವನು ಇದ್ದುಕೊಳ್ಳುತ್ತಾನೆ ಬಿಡಿ. ೨೫೦ ಜನಕ್ಕೂ ಇವನು ಅದು ಹೇಗೆ ತಾನೆ ಅಶಿಸ್ತನ್ನು ಹಬ್ಬಿಸುತ್ತಾನೆಯೋ ನೋಡಿಬಿಡೋಣ!"

ಕೀಚಕನಿಗೆ ನನ್ನ ಮಾತುಗಳಲ್ಲಿ ನಂಬಿಕೆ ಹುಟ್ಟಲಿಲ್ಲ. ನಾನು ಇವನ ವಿಷಯದಲ್ಲೂ ಸಂಶಯಪಟ್ಟುಕೊಂಡಿದ್ದೇನೆ ಎಂಬುದನ್ನು ಪರೋಕ್ಷವಾಗಿ ತಿಳಿಸಬೇಕೆಂತಲೇ ಬಳಸು ಮಾತುಗಳನ್ನು ಆಡುತ್ತಿದ್ದೆ. ಅವನಿಗೂ ಇದು ತಿಳಿಯದೆ ಇರಲಿಲ್ಲ. ಹೆಡ್ಡನನ್ನು ಇಲ್ಲಿಂದ ಬೇರೆಲ್ಲಾದರೂ ವರ್ಗ ಮಾಡಿಸಿಬಿಟ್ಟರೆ ಇವನ ಗುಟ್ಟು ರಟ್ಟಾಗುವುದಿಲ್ಲವೆಂಬ ಉದ್ದೇಶದಿಂದ ನನ್ನ ಬಳಿ ಬಂದು ಈ ದಿನ ಮಾತನ್ನೆತ್ತಿದ. ನನ್ನ ಅಭಿಪ್ರಾಯದ ಅರಿವು ಅವನಿಗಾಯಿತು, ಮಾತಿಲ್ಲದೆ ಹೊರಟು ಹೋದ.

ಈ ಮಧ್ಯೆ ನಾನು ಸುಳ್ಳು-ಪತ್ರಗಳ ಕಡತವನ್ನು ಡೈರೆಕ್ಟರಿಗೆ ತೋರಿಸಿ ಹೇಳಿದ್ದೆ: "ನನ್ನ ವಿಷಯದಲ್ಲಿ ಸರ್ಕಾರ ಅಪನಂಬಿಕೆ ಪಡಬಹುದಾದ ಸಂದರ್ಭ ಈಗ ಏರ್ಪಟ್ಟಿದೆ. ನಾನು ಪ್ರಿನ್ಸಿಪಾಲನ ಹುದ್ದೆಯಿಂದ 'ರಿಸೈನ್' ಮಾಡಲು ಉದ್ದೇಶಪಟ್ಟಿದ್ದೇನೆ. ಅಪ್ಪಣೆ ಕೊಡಬೇಕು." ಆತನಿಗೆ ಇದು ಒಂದು ಬಗೆಯಲ್ಲಿ ಆಶ್ಚರ್ಯವನ್ನು ತಂದಿತು. ನನ್ನ 'ರೆಸಿಗ್ನೇಷನ್' ಕಾಗದವನ್ನು ಸರ್ಕಾರಕ್ಕೆ ಶಿಫಾರಸು ಮಾಡಿ ಕಳುಹಿಸುವುದಕ್ಕೂ ಹಿಂದೇಟು. ಎಲ್ಲಿ ಅನಾವಶ್ಯಕವಾದ ಪ್ರಶ್ನೆಗಳೆದ್ದು ತಾನೂ ಕೀಚಕನೂ ಸಿಕ್ಕಿಕೊಳ್ಳಬಹುದಾದ ಸಂದರ್ಭ ಒದಗಿಬಿಡುತ್ತದೆಯೋ ಎಂಬ ಕಳವಳ. ಕಳುಹಿಸದಿದ್ದರೆ ತನಗೆ ಬೇಕಾದವನನ್ನು ನನ್ನ ಸ್ಥಾನದಲ್ಲಿ ಕುಳ್ಳಿರಿಸುವ ಹಾಗಿಲ್ಲವಲ್ಲಾ ಎಂಬ ಕಳವಳ. ಈ ತಳಮಳದಿಂದ ಬಾಧಿತನಾಗಿ ವ್ಯವಹಾರಿಕ ವಾಣಿಯಲ್ಲಿ ಹೇಳಿದ: "ನೀವು ತೆಗೆದುಕೊಂಡಿರುವ ನಿರ್ಧಾರ ಬಹಳ 'ಸೀರಿಯಸ್ಸಾ'ದದ್ದು. ಬಹಳ ಆಳವಾಗಿ ಯೋಚನೆ ಮಾಡಬೇಕಾದದ್ದು. ಒಂದೆರಡು ತಿಂಗಳು ಬಿಟ್ಟು ಈ ವಿಷಯವನ್ನು ಪ್ರಸ್ತಾಪ ಮಾಡೋಣ. ಆಗಲೂ ನಿಮ್ಮ ಮನಸ್ಸು ಬದಲಾಗದೆ ಹೋದರೆ ಆಗ ಏನು ಮಾಡಬೇಕೋ ಅದನ್ನು ಮಾಡೋಣ."

ಕೊನೆಯ ಮಾತೆಂದೆ: "ನನ್ನ ಮನಸ್ಸು ಇನ್ನು ಬದಲಾಗದು. ನನ್ನ ಮೇಲೆ ಇಂಥ ಆಪಾದನೆ ಬಂದಾಗ ನಾನು ಆತ್ಮಗೌರವವನ್ನು ಕಾಪಾಡಿಕೊಳ್ಳುವುದಕ್ಕಾಗಿ ಅಧಿಕಾರಸ್ಥಾನದಿಂದ ಇಳಿದುಬರುವುದೇ ಲೇಸೆಂದು ನನಗೆ ಅನ್ನಿಸಿದೆ. ಮೂರು ವರ್ಷಗಳಿಂದ ಪ್ರಿನ್ಸಿಪಾಲ್ ಭೋಗದಲ್ಲಿ ಅನುಭವಿಸಿದ್ದೇನೆ. ವೆಗಟಾಗಿದೆ. ನನ್ನ ಸ್ವಂತ ಪಾಠಪ್ರವಚನಗಳಿಗೆ ಅಡಚಣೆ ಬಂದಿದೆ. ಪ್ರಿನ್ಸಿಪಾಲನಾಗಿದ್ದು ಏನನ್ನು ತಾನೆ ಮಾಡಿದ್ದೇನೆ? ಮನಸ್ಸಿಗೆ ತೃಪ್ತಿಯಿಲ್ಲ. ನನ್ನ ಡಿಪಾರ್ಟ್‌ಮೆಂಟಿಗೆ ವಾಪಸು

ಹೋದರೆ ಪಾಠ ಹೇಳಿದ ತೃಪ್ತಿಯಾದರೂ ಬರುತ್ತದೆ. ತಾವು ಎರಡು ತಿಂಗಳು ಎಂದಿರಿ. ಖಂಡಿತ ಕಾಯುತ್ತೇನೆ."

ಡೈರೆಕ್ಟರು ನನ್ನ ಅಭಿಪ್ರಾಯವನ್ನು ತಿಳಿದುಕೊಂಡು ಹೇಳಿದ: "ಈ ಕಾಗದಗಳನ್ನು ಬರೆದವರಾರು ಎಂಬುದನ್ನು ನನಗೆ ಹೇಳಿ. ಅವರನ್ನು ದಂಡನೆಗೆ ಗುರಿ ಮಾಡೋಣ!"

"ಬರೆದವರು ಯಾರು ಎಂಬುದೂ ರುಜುವಾತಾಗಿದೆ. ಬರೆಸಿದವರಾರು ಎಂಬುದೂ ರುಜುವಾತಾಗಿದೆ. ಬರೆಸಿದವರಿಗೆ ಒತ್ತಾಸೆ ಕೊಟ್ಟವರಾರೆಂಬುದೂ ರುಜುವಾತಾಗಿದೆ. ಕೋರ್ಟಿನಲ್ಲಿ ರುಜುವಾತು ಪಡಿಸುವುದಕ್ಕೂ ಬೇಕಾದಷ್ಟು ಸಾಕ್ಷ್ಯಗಳಿವೆ. ಆದರೆ ನನಗೆ ಇದೊಂದೂ ಬೇಕಿಲ್ಲ. ಪ್ರಿನ್ಸಿಪಾಲನ ಹುದ್ದೆಯಲ್ಲೇ ಅಸಹ್ಯ ಹುಟ್ಟಿದೆ. ನನ್ನನ್ನು ಪ್ರಾಧ್ಯಾಪಕನ ಹುದ್ದೆಗೇ ಮರಳಿ ಕಳಿಸುವಂತೆ ತಾವು ಎಸಗಿದರೆ ಧನ್ಯನಾಗುತ್ತೇನೆ" ಎಂದು ಖಂಡಿತದ ಬದಲು ಕೊಟ್ಟೆ.

ಡೈರೆಕ್ಟರು ದಿಗ್ಭ್ರಮೆಗೊಂಡ. ಬಾಯಿಂದ ಮಾತು ಹೊರಡುವುದು ಕಷ್ಟವಾಯಿತು. ಕಾಫಿ ತರಿಸಿದ. "ನನಗೆ ಮನಸ್ಸು ಸರಿಯಾಗಿಲ್ಲ. ದಯವಿಟ್ಟು ಮನ್ನಿಸಬೇಕು. ನನಗೆ ಈಗ ಏನೂ ಬೇಡವಾಗಿದೆ" ಎಂದು ಹೊರಡಲು ಎದ್ದೆ. ಮಾತಿಲ್ಲದೆ ಮುಖ-ಬಾಗಿಲಿನವರೆಗೂ ನನ್ನನ್ನು ಹಿಂಬಾಲಿಸಿದ. ನಮಸ್ಕಾರ ಹೇಳಿ ಬೀಳ್ಕೊಂಡೆ.

ಎರಡು-ಮೂರು ದಿನಗಳಾದ ಮೇಲೆ ಕೀಚಕ ಬಂದು: "ಏಕೆ ಸಾರ್, ಒಂದು ಥರಾ ಇದ್ದೀರಾ? ಮೈ ಚೆನ್ನಾಗಿಲ್ಲವೆ?" ಎಂದ.

"ಎಲ್ಲ ಚೆನ್ನಾಗಿದೆ, ಚೆನ್ನಾದ ಥರದಲ್ಲೇ ಇದ್ದೇನಲ್ಲಾ!"

"ಮೊನ್ನೆ ನಮ್ಮವರ ಮದುವೆ ಮನೆಯೊಂದರಲ್ಲಿ ಡೈರೆಕ್ಟರ್ ಸಾಹೇಬರನ್ನು ನೋಡಿದ್ದೆ. ನಿಮ್ಮ ಮೈ ಹುಷಾರಾಗಿಲ್ಲವೆಂದೋ ಏನೋ ಹೇಳಿದರು."

"ನನಗೆ ಅದೊಂದೂ ಗೊತ್ತಿಲ್ಲ. ನನ್ನ ಆರೋಗ್ಯ ಯಾವಾಗಲೂ ಇರುವಂತೆಯೇ ಇದೆ."

ಇವನು ಆತನನ್ನು ಮದುವೆ ಮನೆಯಲ್ಲೂ ನೋಡಿರಬಹುದು. ಅವನ ಮನೆಯಲ್ಲೇ ನೋಡಿರಲೂಬಹುದು. ನಾನು ಡೈರೆಕ್ಟರನನ್ನು ನೋಡಿ ಬಂದ ಮೇಲೆ ಇವರಿಬ್ಬರ ಭೇಟಿ ನಡೆದು ಮಾತುಕತೆಯಾಗಿದ್ದಿರಬೇಕೆಂಬುದರ ಅರಿವಾಯಿತು ನನಗೆ.

"ಇನ್ನೂ ಏನೇನು ಹೇಳಿದರು? ನೀವು ಏನೇನು ಹೇಳಿದಿರ?"

ಈ ಪ್ರಶ್ನೆ ಕೀಚಕನಿಗೆ ಹಿಡಿಸಲಿಲ್ಲ. "ಏನೋ ಒಂದು ಥರ ಮಾತನಾಡುತ್ತಿದ್ದೀರ!" ಎಂದ.

"ಥರ ಏನ್ರಿ ಬಂತು? ಡಿಸೆಂಬರ್ ತಿಂಗಳಲ್ಲಿ ಯಾರ್ರೀ ಮದುವೆ ಮಾಡುತ್ತಾರೆ– ಅದೂ ನಿಮ್ಮ ಜನ? ಲಗ್ನಗಳೇ ಇಲ್ಲವಲ್ರಿ! ಇಂಥದ್ದರಲ್ಲಿ ಡೈರೆಕ್ಟರನ್ನು 'ನಮ್ಮ ವರ ಮದುವೆ–ಮನೆಯಲ್ಲಿ ಕಂಡಿದ್ದೆ' ಎಂದಿರಲ್ಲ! ಸರಿ, ಎಲ್ಲಿಯೋ ಕಂಡಿರಿ. ಕಂಡು ನನ್ನನ್ನು ಕುರಿತು ಮಾತನಾಡಿದಿರಿ. ಅದೂ ಸರಿ. ಈ ಮೂರು ವರ್ಷದ ಅವಧಿಯಲ್ಲಿ ನನಗೂ ಈಗಿರುವ ಡೈರೆಕ್ಟರಿಗೂ ಮುಖೇನ ಭೇಟಿ ನಡೆದದ್ದು ಎರಡೇ ಸಲ! ವ್ಯವಹಾರಗಳೆಲ್ಲ ಪತ್ರದ ಮೂಲಕ ನಡೆಯುತ್ತವೆ ಎಂದರೆ ಅವರು ನನಗೆ 'ಪರ್ಸನಲ್ಲಾಗಿ' ಗೊತ್ತಿಲ್ಲವೆಂದೇ ಹೇಳಬೇಕು. ಹೀಗಿರುವಾಗ ಅವರು ನನ್ನ ಆರೋಗ್ಯವನ್ನು ಕುರಿತು ನಿಮ್ಮ ಬಳಿ ಹೇಳಿರುವಾಗ, ಇನ್ನೂ ಏನಾದರೂ ಹೇಳಿರಬಹುದಲ್ಲವೆ? ನೀವೂ ಏನಾದರೂ ಹೇಳಿರಬಹುದಲ್ಲವೆ?... ಹೋಗಲಿ ಬಿಡಿ. ನಿಮ್ಮ ನಡುವೆ ನಡೆದದ್ದನ್ನು ತಿಳಿಯುವ ಕುತೂಹಲ ನನಗಿಲ್ಲ."

ತಲೆ ಬಗ್ಗಿಸಿಕೊಂಡು ಕೇಳಿ ಹಾಗೆಯೇ ಮಾತಿಲ್ಲದೆ ಹೊರಟುಹೋದ.

ಭಾರತ–ಚೈನಾ ಯುದ್ಧಕ್ಕಾಗಿ ಹಣ ವಸೂಲಾಗುತ್ತಿದ್ದ ಕಾಲ ಅದು. ಕಾಲೇಜಿನ ಸಿಬ್ಬಂದಿಯವರೆಲ್ಲ ಒಂದು ದಿನದ ಸಂಬಳವನ್ನು ಈ ನಿಧಿಗೆ ಐದಾರು ತಿಂಗಳು ಸಮರ್ಪಿಸಿದರು. ಕಾಲೇಜಿನ ಕ್ವಾಸಿ–ಗೌರ್ನಮೆಂಟಿನ ಲೆಕ್ಕಗಳಿಂದ ೬೦,೦೦೦ ರೂಪಾಯಿಗಳಿಗೆ ಮೇಲ್ಪಟ್ಟು ವಸೂಲು ಮಾಡಿದ್ದೆ. ಹೀಗೆ ಮೊತ್ತ ಒಂದು ಲಕ್ಷ ರೂಪಾಯಿಗಳನ್ನು ನಮ್ಮ ಕಾಲೇಜಿನ ಹೆಸರಿನಲ್ಲಿ ಮುಖ್ಯಮಂತ್ರಿಗಳ ಹುಟ್ಟುಹಬ್ಬದ ದಿನ ಡೈರೆಕ್ಟರ ಕೈಯಿಂದಲೇ ಕೊಡಿಸಿದ್ದ ಸಂಗತಿ ಪತ್ರಿಕೆಗಳ ಮೂಲಕ ನಾಡಿಗೆಲ್ಲ ತಿಳಿದಿತ್ತು. ಸ್ಕೂಲು ಕಾಲೇಜುಗಳವರು ಕೊಟ್ಟ ಕೊಡುಗೆಗಳಲ್ಲಿ ನಮ್ಮ ಕಾಲೇಜಿನದೇ ಅತ್ಯಂತ ಹಿರಿಯದೆಂದೂ ಪ್ರಚಾರವಾಗಿತ್ತು. ಇದರಲ್ಲಿ ಕೀಚಕನ ಪಾಲು ಒಂದು ಕಾಸೂ ಇರಲಿಲ್ಲ. ಈ ಸತ್ಯಾಂಶಗಳನ್ನೆಲ್ಲ ನಿರ್ಲಕ್ಷಿಸಿ "ನ್ಯಾಷನಲ್ ಎಮರ್ಜನ್ಸಿಯ ವಿಷಯದಲ್ಲಿ ಪ್ರಿನ್ಸಿಪಾಲನು ಸಾಕಾದಷ್ಟು ಮುತುವರ್ಜಿ ವಹಿಸಲಿಲ್ಲ. ಅಷ್ಟೇ ಅಲ್ಲದೆ, ಹೆಚ್ಚು ಹಣ ಕೊಡುವುದು ಬೇಡವೆಂದೇ ಪ್ರಚಾರ ಮಾಡುತ್ತಿದ್ದ" ಎಂಬ ಆಪಾದನೆ ಕೈ ಚೀಟಿಗಳ ಮೂಲಕ ಪ್ರಚಾರವಾಯಿತು.

ಇನ್ನೊಂದೆರಡು ದಿನಗಳೊಳಗಾಗಿ ನಾಲ್ಕು ಪುಟದ ಹಳದಿ–ಪತ್ರಿಕೆಯೊಂದರಲ್ಲಿ ಮೂರು ಪುಟಗಳ, 'ಪ್ರೆಸಿಡೆನ್ಸಿ ಕಾಲೇಜಿನಲ್ಲಿ ಬ್ರಾಹ್ಮಣನ ದರ್ಬಾರು' ಎಂಬ ಶಿರೋನಾಮೆಯ ಲೇಖನ ಪ್ರಕಟವಾಯಿತು. ಇದರಲ್ಲಿದ್ದ ವಿಷಯವೆಲ್ಲವೂ ಇದುವರೆಗೂ ಕೀಚಕನು ಹೇಳುತ್ತಿದ್ದದ್ದೇ. ಎಷ್ಟೋ ತಿಂಗಳುಗಳ ಹಿಂದೆಯೇ ನಿರ್ಧರಿಸಿಕೊಂಡಿದ್ದ ತೀರ್ಮಾನವನ್ನು ಈಗ ನೆರವೇರಿಸಿಕೊಂಡೆ. ಸಂಜೆ ನಾಲ್ಕು ಗಂಟೆಗೆಲ್ಲ ಈ ಪತ್ರಿಕೆ ಹೊರಬಿದ್ದಿತು. ಒಡನೆಯೆ ನನ್ನ 'ರೆಸಿಗ್ನೇಷನ್' ಪತ್ರವನ್ನೂ ಹಾರತುರಾಯಿಗಳನ್ನೂ ನಮ್ಮ ಡೈರೆಕ್ಟರಿಗೆ ಸಮಕ್ಷಮದಲ್ಲಿ ಸಮರ್ಪಿಸಿ, ಪ್ರಿನ್ಸಿಪಾಲನ ಸಿಂಹಾಸನದಿಂದ ಕೆಳಗಿಳಿದು ಪ್ರಾಧ್ಯಾಪಕನ ಪಾಡು ಪಡಲು ಮರಳಿದೆ.

* * *